'भारतावर राज्य करण्याची जबाबदारी ब्रिटिश वंशावर नियतीने कशी काय सोपवली हे एक अतर्क्य, अगम्य असे गूढच आहे.'

—रुड्यार्ड किपलिंग

'भारतातील ब्रिटिश सत्तेवर आपण आपल्याच हाताने उदक सोडत आहोत. आपण आपल्याच हाताने हा धोंडा पायावर पाडून घेत आहोत. त्यातून होणारी हानी आपल्या दृष्टीने अंतिम व आपल्या एकूण अस्तित्वाला धोक्यात आणणारीच ठरेल. यथावकाश, आपल्याला जगातील एक किरकोळ प्रतीची सत्ता बनवणाऱ्या एका प्रक्रियेची ती सुरुवातच ठरणार यात मला तर शंका वाटत नाही.'

— विन्स्टन चर्चिल

हाऊस ऑफ कॉमन्स मधील एका भाषणात

(फेब्रुवारी १९३१)

'नियतीशी आपण अनेक वर्षांपूर्वी एक करार केलेला होता. आज तो क्षण आला- आपल्या वचनबद्धतापूर्तीचा. त्या वेळी केलेली आपली ती प्रतिज्ञा आज पूर्ण होत आहे... आजच्या या दिवशी, जेव्हा घड्याळात मध्यरात्रीचा टोला पडेल, त्या वेळी जग झोपेत असेल एकीकडे पण आपल्या भारतात मात्र प्रत्येक जण एका नव्या जीवनाचा व स्वातंत्र्याचा अनुभव घेण्यासाठी जागा असेल. इतिहासात असा एखादा क्षण येतो, पण तोही क्वचितच! त्या क्षणी आपण 'जुने जाऊ द्या मरणालागुनि' म्हणत एका नव्या वळणावर पदार्पण करतो. तो क्षण असतो एका युगान्ताचा, राष्ट्रात्म्याच्या जागृतीचा - ज्याचा आवाज सतत दाबून धरण्यात आलेला होता - हुंकार कानी पडण्याचा हा एक अलौकिक क्षण आहे.'

—जवाहरलाल नेहरू

१४ ऑगस्ट १९४७ च्या मध्यरात्री भारताच्या

घटना समितीसमोर भाषण करताना

आपल्या स्नेहीजनांना पुस्तके भेट द्या

फ्रीडम ॲट मिडनाइट

लेखक

डॉमिनिक लॅपिए

लॅरी कॉलिन्स

अनुवाद

माधव मोर्डेकर

मेहता पब्लिशिंग हाऊस

Please contact us at **Mehta Publishing House,** Pune.
Email : production@mehtapublishinghouse.com
Website : www.mehtapublishinghouse.com

Freedom at Midnight by Dominique Lapierre & Larry Collins
Originally Published by Vikas Publishing House Pvt. Ltd., New Delhi - 110014.

फ्रिडम ॲट मिडनाइट / राजकीय

अनुवाद : माधव मोर्डेकर
Email : author@mehtapublishinghouse.com

मराठी अनुवादाचे व प्रकाशनाचे हक्क मेहता पब्लिशिंग हाऊस, पुणे ३०.

प्रकाशक : सुनील अनिल मेहता, मेहता पब्लिशिंग हाऊस,
१९४१, सदाशिव पेठ, माडीवाले कॉलनी, पुणे- ४११ ०३०.

प्रकाशनकाल : ३० जानेवारी, १९७७ / ५ एप्रिल, १९७७ /
ऑक्टोबर, १९९७ / जानेवारी, २००४ / सप्टेंबर, २००७ /
मार्च, २०११ / जुलै, २०१४ / मार्च, २०१६ /
नोव्हेंबर, २०१६ / पुनर्मुद्रण : ऑक्टोबर, २०१७

मुखपृष्ठ
मांडणी : बाबू उडपी

P Book ISBN 9788171617463
E Book ISBN 9788184989847
E Books available on : play.google.com/store/books
www.amazon.in

फ्रीडम ॲट मिडनाइट च्या ताज्या (१९९७) आवृत्तीची प्रस्तावना

(फ्रीडम ॲट मिडनाइट - डॉमिनिक लॅपिए व लॅरी कॉलिन्स या लेखकद्वयीची - त्यातील पहिला फ्रेंच व दुसरा अमेरिकन आहे - ही अजरामर साहित्यकृती प्रथम १९७५ मध्ये प्रकाशित झाली. १९९७ हे वर्ष भारतीय स्वातंत्र्याचे सुवर्णमहोत्सवी वर्ष होते. त्या निमित्ताने लेखकांनी या नव्या, ताज्या आवृत्तीसाठी वेगळी प्रस्तावना मुद्दाम लिहून जोडलेली होती.)

—अनुवादक

कालपुरुष प्रत्येक शतकाला आपल्या कवेत घेत असतो. शतक संपते. मागे उरतात त्यातील काही मोजक्या घटना, काही क्षण. त्यांच्या खुणा इतिहासावर ठामपणे उमटतात. आपण त्यांची आठवण पुन्हा पुन्हा काढून अगदी न चुकता म्हणत असतो— 'येथे इतिहास घडवला गेला' किंवा 'युगानुयुगे चालत आलेल्या मानवतेच्या वाटचालीला एक नवे वळण लागले, एका नव्या क्षितिजाच्या दिशेने मानवता पुढे चालत निघाली...'

असाच एक क्षण २८ जून १९१४ च्या सकाळी अवतरला. सारायेवाच्या रस्त्यांवर जमलेल्या गर्दीतून गॅव्हरिलो प्रिन्सिप आजूबाजूच्या लोकांना ढकलत पुढे आला आणि त्याने आर्चड्यूक फ्रान्स फर्डिनंडची हत्या केली. त्या एका ठिणगीने पहिल्या जागतिक महायुद्धाचा भडका उडाला. त्या वणव्यात कोट्यवधींची आहुती पडली. बहुतांश जगाला एका कत्तलखान्याचे स्वरूप आले. तसाच एक क्षण १९४२ च्या हिवाळ्यात, शिकागो येथे साकारला. त्या दिवशी एन्‌रिको फर्मीने अणुयुगाची मुहूर्तमेढ रोवली. पहिल्या अण्वस्त्र मालिकेच्या प्रतिक्रियेला वाट सापडली.

उपरोक्त दोन्ही अविस्मरणीय क्षणांच्या जोडीला आणखी एक क्षण मिळाला. कालपुरुषाच्या कवेत शिरू पाहणाऱ्या आपल्यासमोरच्या शतकाच्या इतिहासात त्या क्षणालाही तितकेच महत्त्व आहे. ती मध्यरात्र होती १४-१५ ऑगस्ट १९४७ ची. त्या

रात्री नव्या दिल्लीच्या व्हाईसरॉय भवनाच्या ध्वजस्तंभावर डौलाने फडकणारा, आपल्या छातीवर कुलद्योतक असे 'स्टार ऑफ इंडिया'चे मानचिन्ह मिरवणारा युनियन जॅक आपल्या अखेरच्या प्रवासातील पावले टाकत होता. तो त्याच्या अवरोहाचा अंतिम क्षण होता. ध्वजस्तंभावरून खाली चाललेल्या त्या रुबाबदार युनियन जॅकने जगाला ओरडून सांगितले — 'ब्रिटिश साम्राज्याचा अस्त होत आहे, त्या क्षणी पृथ्वीच्या पाठीवरील एकूण लोकसंख्येच्या एक पंचमांश - ४० कोटी लोक - हिस्सा स्वतंत्र होत आहे...' त्याहीपेक्षा वेगळी ग्वाही त्या घोषणेत होती. जवळजवळ गेली चार-साडेचार शतके युरोपीय ख्रिश्चनांचे वारस असणाऱ्या गोऱ्यांनी पृथ्वीच्या बहुतांश भागांवर आपले वर्चस्व स्थापन करून आपली सत्ता प्रस्थापित केलेली होती. १४-१५ ऑगस्ट १९४७ ला त्या साम्राज्यवादी युगाला लागणाऱ्या खग्रास ग्रहणाच्या वेधकाळाचाही घोष झाला त्या निमित्ताने. त्या रात्री एक नवे जग अस्तित्वात येत होते. पुढच्या ख्रिस्ताब्दाचा उंबरठा ओलांडून ते जग आपल्याबरोबर वाटचाल करणार होते. प्रत्येक खंड, तेथील जनसामान्य यांना वेगळी जाग येणार होती. त्या नव्या जगाने नवी स्वप्ने पाहिलेली होती, नव्या आकांक्षा उराशी बाळगलेल्या होत्या. अर्थात, पुष्कळ वेळा ती स्वप्ने, त्या आकांक्षा आपल्या समवेत संघर्षाचे क्षणही आणीत होत्या.

खरोखर, ते नाट्य विलक्षण थरारक होते. त्या रात्री रंगमंचाच्या मध्यावर किती विविध प्रकारची पात्रे उभी होती म्हणता! एक होते ॲडमिरल ऑफ द फ्लीट लॉर्ड लुई माऊन्टबॅटन, अर्ल ऑफ बर्मा! भारताचे शेवटचे व्हाईसरॉय. त्यांच्या पणजीच्या- राणी व्हिक्टोरियाच्या - नावाने उभारलेल्या अतिशय उत्कृष्ट अशा ब्रिटिश साम्राज्यावर उदक सोडण्याच्या तयारीनेच त्यांना दिल्लीला पाठवण्यात आलेले होते. दुसरे होते जवाहरलाल नेहरू! एक अतिशय सुसंस्कृत, अभिरुचिसंपन्न व्यक्तिमत्त्व. एका जातिवंत, खानदानी कुळीत जन्म घेतलेले, चोखंदळ बुद्धिमत्ता लाभलेले असे बहारदार व्यक्तिमत्त्व. त्यांच्या भाळी लिहिलेले होते 'हा माणूस पुढेमागे अतिक्षुब्ध अशा तिसऱ्या जगाचे नेतृत्व करेल.' तिसरे पात्र होते, बॅ. महंमद अली जिना! एक अतिशय थंड डोक्याचा, करारी, पूर्णत: विनम्र आणि तरीही भारतातून आपला गाशा गुंडाळून परतणाऱ्या ब्रिटिशांना एका नव्या इस्लामी राष्ट्राची निर्मिती करण्यावाचून गत्यंतरच उरू नये या निर्धाराने वाटचाल करणारा नेता. इस्लामने निषिद्ध मानलेल्या सोडामिश्रित व्हिस्कीचा पेला रोज रात्री घशाखाली रिचवताना त्या निर्मितीच्या ध्यासाने पछाडलेला एक माणूस.

आणि या व इतर सर्वांवर मात करणारा, सर्वांत उठून दिसणारा आणखी एक महापुरुष त्या नाट्यातील एक ठळक भूमिका वठवत होता. त्याचे नाव होते मोहनदास करमचंद तथा महात्मा गांधी! अहिंसेचा काटकुळा प्रेषित! ज्या साम्राज्यावर सूर्य कधीच मावळत नव्हता अशा एका बलाढ्य साम्राज्याचा ऱ्हास जवळ आणण्यासाठी

त्याने एक साधा-सोपा उपाय शोधून काढला होता - एका गालावर थप्पड मारली म्हणता, चटकन दुसराही गाल पुढे करा! ज्या युगात दूरदर्शन अस्तित्वात नव्हते, आकाशवाणी फारशी आढळत नव्हती आणि त्याचे बहुतांश देशबांधव अक्षरशत्रू होते त्या काळातही त्या माणसाने अफाट लोकसंख्येच्या भारतीयांशी संपर्क सांधण्यावर प्रभुत्व मिळवलेले होते. त्याच्या तल्लख डोक्यातून अशी एखादी साधी कल्पना पुढे यायची, तो लोकांसमोर असा एखादा काळजाला भिडणारा कार्यक्रम ठेवायचा की त्यायोगे सगळे परस्परसंपर्कात यायचे. जेव्हा इतिहासकार व संपादक शतकातील सर्वश्रेष्ठ स्त्री व पुरुष मानकऱ्याची निवड करण्यासाठी एकत्र येऊन पर्यायांची माहिती घेतील तेव्हा या माणसाचे - मोहनदास करमचंद तथा महात्मा गांधी - नाव त्यांच्या यादीत नक्कीच पहिल्या काही जणांत असेल यात आम्हांला शंका वाटत नाही.

त्या रंगमंचाच्या पाठीमागे उभ्या केलेल्या पडद्यावर एक अस्पष्ट दृश्य चितारलेले आढळेल. त्या दृश्यातील विरोधाभास विलक्षण वाटेल. तेथे तुम्हांला दोन प्रकारचा भारत दिसेल. एक, साम्राज्यवादी दंतकथेतील भारत. त्या रात्री मृत्युपंथाला लागलेला भारत. त्या दृश्यात तुम्हांला पाहायला मिळतील बेंगाल लान्सरमधील सैनिक, अंगावर रेशमी, झुळझुळीत झगे घातलेले राजे-महाराजे, वाघांच्या शिकारी, पोलो खेळासाठी तयार केलेली हिरवळयुक्त मैदाने, सोन्याच्या दागिन्यांनी मढवलेले संस्थानिकांच्या पदरचे हत्ती, घमेंडखोर मडमा (मेम साब) आणि अंगातून घामाच्या धारा काढणाऱ्या जंगलातील आपल्या तंबूत पुढ्यातील भोजनाचा आस्वाद घेणारे इंडियन सिव्हिल सर्व्हिस (आय. सी. एस.)चे हुशार तरुण अधिकारी. विशेष म्हणजे ते त्या तंबूत एकटेच असतील आणि तरीही त्यांनी आपल्या युरोपीय डिनर जॅकेटला रजा दिलेली नसेल. त्याही परिस्थितीत त्यांचा तो इंग्लिश जामानिमा कायम अंगावर असणारच.

दुसरीकडे तुम्ही पहाल एक नवा भारत. नुकताच अस्तित्वात येणारा. जसजसा उष:काल जवळ येईल तसतसे या नवजात स्वतंत्र राष्ट्राला सामोरे जावे लागेल नित्याच्या अनेक समस्यांना. तेथे दुष्काळ असेल, वैफल्य असेल, आधुनिकतेकडे जाण्याची धडपड असेल आणि देशाला औद्योगिक सामर्थ्य मिळवून देण्याची जिद्द असेल आणि इतके सगळे साध्य करणे वाटते तितके सोपे नव्हते. देशातील अठरापगड जाती, विविध धर्म, वेगवेगळ्या संस्कृती, निरनिराळ्या भाषा या साऱ्यांचे ओझे शिरावर घेऊन त्या समस्यांवर मात करावी लागणार होती स्वतंत्र भारताला.

'फ्रीडम ॲट मिडनाइट' या ग्रंथाचे लेखन हाती घेण्याच्या आमच्या निर्धारामागे असणारी आकर्षणे व आव्हाने अशी होती. १९७५ मध्ये, या पुस्तकाच्या मूळच्या आवृत्तीचे प्रकाशन झाले. आम्हां लेखकांना पराकाष्ठेचे समाधान देणारा एक चमत्कार घडला. आम्ही कमालीचे सुखावून गेलो. 'फ्रीडम'ला अफाट लोकप्रियता तर मिळालीच, पण त्याबरोबरच समीक्षकांनीही त्याची वारेमाप वाहवा करून लेखनाचे

सार्थक व्हावे अशी पावती दिली. श्री. रिचर्ड ॲटन्बरोंनी सादर केलेल्या 'गांधी'या ॲकेडमी अवॉर्ड विजेत्या चित्रपटाचे पटकथाकार जॉन ब्रिली यांनी 'फ्रीडम ॲट मिडनाइट' कडूनच फार मोठी प्रेरणा मिळाल्याचे मान्य केले. आपल्याला मिळालेल्या त्या पारितोषिकाचे बरेचसे श्रेय त्यांनी आमच्या पुस्तकाला दिले. युरोप, अमेरिका व लॅटिन अमेरिका या खंडातील त्याचा खप सर्वोत्कृष्ट ठरला. सर्वांत मोठा, समजून येण्याजोगा, अर्थपूर्ण परिणाम झाला भारतीय उपखंडात. या पुस्तकाचे भाषांतर भारतात बोलल्या जाणाऱ्या आणि ज्या ज्या भाषांत पुस्तके प्रकाशित केली जातात त्या प्रत्येक भाषेत झाले. आतापर्यंत असा मान चार्ल्स डिकन्स व व्हिक्टर ह्यूगो यांसारख्या श्रेष्ठ लेखकांसाठीच राखून ठेवलेला होता.

'फ्रीडम'च्या पाठीवर पडलेली आणखी एक शाब्बासकीची थाप म्हणजे त्याच्या किमान ३४ चोरट्या आवृत्त्या निघाल्या. एका अर्थाने ते कृत्य बेकायदेशीर आहे हे मान्य करूनही त्याबद्दल फुशारकी मारायला हरकत नसावी. तथापि, 'फ्रीडम'ने पाकिस्तानला अडचणीत आणले. तेथल्या सरकारची अवस्था विचित्र झाली. त्याने 'फ्रीडम ॲट मिडनाइट'वर बंदीच घातली. आपण म्हणाल, का? आम्ही लेखनाच्या ओघात त्या इस्लामी राष्ट्राच्या संस्थापकाकडून झालेल्या एका प्रमादाचा उल्लेख केला. अर्थात, शेवटी बॅ. जिना एक मनुष्यप्राणीच होते! त्यांच्याकडून चूक घडली हे वादातीत होते. चुकणे हा मनुष्यधर्मच आहे ना! तसे घडले. आम्ही लिहून गेलो — 'आपल्या सकाळच्या न्याहारीत अंड्यांबरोबर एखादा बेकनचा (खारवून वाळवलेले डुकराचे मांस) तुकडा तोंडात टाकायला त्यांची तयारी असे...' असो.

भारतीय स्वातंत्र्याच्या सुवर्णमहोत्सवी वर्षासाठी नवी आवृत्ती तयार करण्यापूर्वी आम्ही आमच्या मूळ आवृत्तीचे पुनरावलोकन केले. आम्ही या निष्कर्षाप्रत पोचलो की मूळ लेखनात सुधारणा करण्याची किंवा पुनर्लेखन करण्याची गरज नाही. तरीही, आम्ही असा विचार केला की या पुस्तकात वर्णन केलेल्या घटनांनी अर्धशतक ओलांडलेले असल्यामुळे आणि त्याची प्रथमावृत्ती प्रकाशित होऊनही बरीच वर्षे झाल्यामुळे काही बाबतीत त्यांना अद्ययावत करावे लागेल. ते करण्यासाठी, आम्ही आमच्याकडे जपून ठेवलेल्या साहित्याकडे परत वळलो. त्यात, लॉर्ड माऊन्टबॅटन यांच्याशी झालेल्या जवळजवळ ३० तासांच्या मुलाखतींच्या ध्वनिफिती आणि इतर मूळ संसाधनांचा समावेश होता.

आज भारत व पाकिस्तान ही दोन्ही राष्ट्रे आपल्या स्वातंत्र्याचा सुवर्णमहोत्सव साजरा करत आहेत आणि तरीही गेल्या अर्धशतकातील त्यांच्या परस्परसंबंधांवर पडलेले विरोधाचे सावट कायमच आहे. त्यात फरक पडलेला नाही. दोन्ही देशांकडे आता अण्वस्त्रे आहेत. यदाकदाचित युद्धाचे संकट उद्भवलेच तर त्यांचा वापर करण्याची धमकी दोघेही एकमेकांना देतात. त्यामुळे, भारतीय उपखंड पृथ्वीच्या

पाठीवरील एक सर्वांत मोठा धोकादायक प्रदेश ठरत आहे. दोन्ही राष्ट्रे प्रत्येकाला अगदी नेमाने दोष देतात. आपापल्या प्रदेशांतील दहशतवादी कारवायांना प्रोत्साहन देण्याचा आरोप एकमेकांवर करतात. काश्मिरातील गनिमी काव्यामागे पाकिस्तानचा हात आहे असा भारताचा आरोप असतो, तर कराची व पंजाबच्या काही नागरी भागांत झालेला अलीकडचा हिंसाचार भारताने घडवून आणला असा आरोप पाकिस्तान करतो.

भारत-पाकिस्तान यांच्यातील या जन्मजात शत्रुत्वाचे, संघर्षाचे मूळ, अर्थात काश्मीरचे निसर्गरम्य खोरे आहे. ती समस्या कधीही न सुटणारी आहे. काश्मिरातील बहुसंख्य मुस्लिम लोकसंख्या भारताच्या वाढत्या जुलमी राजवटीखाली जगत आहे. संयुक्त राष्ट्रसंघ पुन्हापुन्हा त्या राज्याचे भवितव्य निश्चित करण्यासाठी तेथे सार्वमत घेण्यात यावे असे आवाहन करत आलेला आहे. खरोखर, तसे सार्वमत घेण्यात आलेच तर त्याचा निकाल मात्र दोन्हीपैकी एकाच बाजूने लागेल. बहुसंख्य काश्मिरी आपला फार मोठा कौल एक तर स्वतंत्र काश्मीर किंवा पाकिस्तानशी सामिलीकरण याच बाजूने देतील. काश्मीरची समस्या दिवसेंदिवस इतकी कठीण बनत आहे की त्या समस्येवर तोडगाच निघू शकत नाही. पुढेमागे, एखाद्या भविष्यकालीन भारत सरकारने वरीलपैकी एक शक्यता पडताळून पाहण्याचा नुसता विचार केला तरी हिंदू अतिरेक्यांकडून भारतीय मुस्लीम अल्पसंख्याकांवर इतके अनन्वित अत्याचार होतील विचारूच नका! त्या हिंसाचाराला सुमारच राहणार नाही. आजअखेर काश्मिरींना ज्या हालअपेष्टांना तोंड द्यावे लागलेले आहे त्यापेक्षा कितीतरी पटीने अधिक हिंसाचार घडून येईल.

भारताला स्वातंत्र्य बहाल करताना झालेल्या सत्तांतराच्या करारानुसार देशाचे विभाजन करण्यात आले. आपल्या प्रजेच्या बहुमतास मान देऊन भारतीय संस्थानिकांना भारत वा पाकिस्तान या दोहोंपैकी एकात सामील होण्याचे स्वातंत्र्य बहाल करण्यात आले. काश्मीरने पाकिस्तानात सामील होण्याऐवजी भारतात विलीन होण्याचा जो निर्णय घेतला त्याचा दोष बहुतेक पाकिस्तानी लॉर्ड माऊन्टबॅटनना देतात. वस्तुतः तो आरोप जसा गैरलागू आहे तितकाच खोटाही. त्याच्या उलट, त्या समस्येवर शांततापूर्ण तोडगा काढण्यात इतर कोणाहीपेक्षा माऊन्टबॅटनच अधिक यशस्वी होण्याचा संभव होता. अतिशय अडचणींतून मार्ग काढत त्यांनी वल्लभभाई पटेल व जवाहरलाल नेहरू या भारतीय राजकारणी नेत्यांकडून एक प्रतिज्ञापूर्वक आश्वासनही मिळवलेले होते. काश्मीरच्या हिंदू महाराजा हरिसिंगांनी जर त्यांचे संस्थान पाकिस्तानात सामील करण्याचे ठरवले तर त्या संभाव्य निर्णयाचा स्वीकार करण्यास त्या दोघांना राजी करून घेतलेले होते.

आपल्या खिशात ते आश्वासन घेऊन माऊन्टबॅटन १५ ऑगस्टपूर्वी श्रीनगरला विमानाने गेले. महाराजा हरिसिंगांनी आपले संस्थान पाकिस्तानात विलीन करणे योग्य आहे, हे त्यांना पटवून देण्यासाठीच ते तिकडे गेले होते. त्रिका नदीत मासेमारी करण्याच्या एका दिवसाच्या कार्यक्रमासाठी निघालेली स्टेशन वॅगन चालवताना

त्यांच्या डोक्यात केवळ तोच एक विचार घोळत होता. त्यासाठी कसकशी पाऊले टाकावीत हे महाराजांना पटवून देण्याचा प्रयत्न त्यांनी सुरू केला.

ते महाराजांना म्हणाले— 'हरिसिंग, तुम्हांला माझे म्हणणे ऐकावेच लागेल. आज मी तुमच्याकडे आलो आहे एक ठोस आश्वासन व पूर्ण अधिकार घेऊन. भारताच्या भावी सरकारने मला दिलेल्या अधिकारानुसार मी तुम्हांला सांगू इच्छितो की तुमच्या संस्थानातील बहुतांश प्रजाजन मुस्लीम असल्यामुळे जर तुम्ही पाकिस्तानात काश्मीरचे विलीनीकरण करण्याचा निर्णय घेतलात तर त्या निर्णयामागची तुमची भूमिका नीट समजून घेऊन ते तुम्हांला पाठिंबा देतील...'

महाराजा हरिसिंगांनी त्यास नकार दिला. आपल्याला एका स्वतंत्र राष्ट्राचे प्रमुख होण्याची इच्छा आहे असे त्यांनी माऊन्टबॅटनना सांगितले. व्हाईसरॉय महाराजा हरिसिंगांना 'एक महामूर्ख' समजत होते. ते त्यांना म्हणाले—

'कितीही मनात आणलेत तरी तुम्ही 'स्वतंत्र' राहूच शकत नाही. तुमच्या अवतीभवती फक्त भूप्रदेशच आहे. तुमच्याकडे असलेल्या भूमीच्या प्रमाणात हवी तितकी लोकसंख्या तुम्हांला लाभलेली नाही. तुमच्या या वृत्तीमुळे भारत व पाकिस्तानमध्ये नक्कीच दुरावा निर्माण होईल. एकमेकांवर सुरे पाजळत छातीवर बसू पाहणारी दोन राष्ट्रे शेजारी म्हणून तुमच्या वाट्याला येतील. परिणामी, काश्मीरच्या भूमीचे रूपांतर एका युद्धक्षेत्रात होईल अखेर. जर तुम्ही वेळीच काळजी घेतली नाहीत तर तुमचे सिंहासन व तुमचे प्राण दोन्ही लयाला जातील—!'

तरीही महाराजा हरिसिंगांचा हेका कायम राहिला. व्हाईसरॉयच्या त्या भेटीत त्यांनी लॉर्ड माऊन्टबॅटन यांची अधिकृत पातळीवर पुन्हा भेट घेणे सपशेल नाकारले. स्वातंत्र्यप्रदानाचा दिवस आला तसा गेलाही. महाराजा हरिसिंग मात्र घोटाळतच राहिले; काश्मीरच्या भवितव्यावर कोणताही अधिकृत निर्णय न घेता. यथावकाश, टोळीवाद्यांनी संघटना बांधली, त्यांना पाकिस्तानने शस्त्रे पुरवली. त्या वर्षीच्या पावसाळ्यात त्यांनी काश्मीरची राजधानी श्रीनगरवर युद्धसदृश चढाई केली. महाराजा हरिसिंगांनी दिल्लीकरांकडे मदतीची याचना करणारा निर्वाणीचा संदेश धाडला. त्या क्षणी, लॉर्ड माऊन्टबॅटन भारताच्या नव्या स्वायत्त राष्ट्राचे गव्हर्नर जनरल म्हणून काम पाहत होते. त्यांनी नेहरूंना सांगितले, जोपर्यंत महाराजा हरिसिंग विलीनीकरणाच्या करारावर सही करत नाहीत तोपर्यंत भारतीय सैन्यदले काश्मिरला पाठवण्याचा कायदेशीर आदेश आपण देऊ शकत नाही... ही वस्तुस्थिती होती. ताबडतोब एक दूत करारनामा बरोबर देऊन श्रीनगरला पाठवण्यात आला. महाराजा हरिसिंगांनी त्यावर अतिशय लगबगीने सही केली आणि भारतीय सैन्य हवाईमार्गे काश्मिरात उतरले. त्या दिवशी गेलेले ते सैन्यदल आजही तेथे कार्यरत आहे. पावसाळ्यातील त्या दिवशी भारत-पाकिस्तान या दोन शेजारी राष्ट्रांतील दुहीचे जे बीज पेरले गेले

त्यातून जन्मास आलेली विषवल्ली दिवसेंदिवस फोफावतच गेली. आजघडीलाही या दोन राष्ट्रांतील परस्परसंबंधातील तो विखार आहे तसाच आहे.

'फ्रीडम ॲट मिडनाइट' मध्ये आम्ही लेडी एड्विना माऊन्टबॅटन आणि जवाहरलाल नेहरू यांच्यातील प्रेमसंबंधांबद्दल पुन्हा पुन्हा उठणाऱ्या अफवांची काहीच कशी नोंद घेतलेली नाही, असा आमच्या अनेक वाचकांचा आक्षेप आहे. त्या अफवांना अवास्तव महत्त्व न देण्याचा आमचा निर्णय हेतु पुरस्सरच घेतलेला होता. नेहरू व लेडी माऊन्टबॅटन या दोघांमध्ये वेगळ्या प्रकारचे विशेष असे प्रेमबंध आढळत होते यात यत्किंचितही शंका नाही. मात्र, आम्हांला असा एकही पुरावा सापडला नाही की ज्याचा आधार घेऊन त्या प्रेमबंधांची खिल्ली उडवावी. कारण ते प्रेम सर्वस्वी प्लेटॉनिक (कामवासनारहित) होते. त्या प्रेमबंधांना वैषयिक कलंक बिलकूल लागलेला नव्हता. आमच्याशी झालेल्या आपल्या एका संभाषणात खुद्द पं. नेहरूंच्या भगिनींनी - विजयालक्ष्मी पंडितांनी - आपणहूनच बोलण्याच्या ओघात सांगितले—

वैवाहिक जीवनाच्या अखेरीअखेरीस पं. नेहरू लैंगिकदृष्ट्या नपुंसक बनलेले होते. त्यांच्या त्या अवस्थेमुळे त्यांचे वैवाहिक जीवन पार विस्कटले, नव्हे, संपुष्टातच आले. नेहरूंना ती खंत आयुष्याच्या अंतापर्यंत छळत राहिली...!

अर्थात, नेहरू-एड्विना या उभयतांतील परस्परसंबंधावर त्याचा परिणाम झालेला नव्हता हेही खरे आहे. आमच्यापुरते तेव्हा आम्हांला असे वाटले की भारतीय समाजात पुरुषाच्या लैंगिक सामर्थ्याला जे महत्त्व दिले जाते त्याला प्राधान्य दिल्यास एक बहीण आपल्या प्रिय भावाच्या संबंधात इतके खोटे सांगेलच कशी? ती कल्पनाही असह्य वाटली आम्हांला. त्याखेरीज आम्ही आणखीही एक माहिती मिळवण्याचा प्रयत्न केला. लेडी माऊन्टबॅटननी स्वातंत्र्यप्राप्तीनंतर भारताला दोनदा भेट दिली. त्या काळात त्यांचा मुक्काम पं. नेहरूंच्या सरकारी निवासातच होता. त्या निवासाची देखभाल करणाऱ्या सेवकाकडे आम्ही बारकाईने, आडवळणाने चौकशी केली त्या प्रकरणाबाबत. त्या वेळी त्याने आम्हांला अगदी निक्षून सांगितले होते -

'नाही बुवा! ती दोघे एका खोलीत कधीही झोपलेली दिसली नाहीत मला! तसला कसलाही पुरावा नाही माझ्याकडे!'

भारतीय नेत्यांबरोबर चाललेल्या सततच्या वाटाघाटींतील गुप्त गोष्टींची चर्चा आपण पत्नीबरोबर जरूर करत असू अशी आपसूक कबुली लॉर्ड माऊन्टबॅटननी आमच्याकडे दिलेली होती. शिवाय, ज्या बाबी ते अधिकृतपणे भारतीय नेत्यांच्या कानावर घालू शकत नव्हते त्यांची वाच्यता नेहरूंकडे करण्यासाठी त्यांनी लेडी माऊन्टबॅटन यांचा माध्यम म्हणून अधूनमधून, प्रसंगाला धरून गरज वाटेल तसा, उपयोग करून घेतला हेही मान्य केले होते.

'फ्रीडम ॲट मिडनाइट' प्रकाशित झाल्यानंतरच्या काही वर्षांत आम्हां लेखकांवर

आम्ही माऊन्टबॅटनधार्जिणे आहोत असा आरोप झाला. त्या आरोपाचा दोष आम्ही आमच्या शिरावर अवश्य घेतो. सामान्यत:, भारताच्या शेवटच्या व्हाईसरॉयांवर सोडण्यात आलेल्या टीकास्त्रांपैकी दोन अस्त्रे प्रमुख होती. एक होते, भारत व पाकिस्तान यांच्याकडे १९४७ च्या ऑगस्टमध्ये सत्ता सुपूर्द करण्यात लॉर्ड माऊन्टबॅटननी अनावश्यक घाई केली. दुसरे, त्या घटनेनंतर उद्भवलेल्या भीषण जातीय दंगलींना, अमानुष नरसंहाराला आळा घालण्यासाठी त्यांनी जरूर ते उपाय योजले नाहीत; स्वत:हून काही विशेष समाधानकारक पाऊल टाकले नाही.

त्या भयानक अरिष्टात किती जणांची आहुती पडली हे अर्थातच, कोणाला कधीही कळणार नाही. बिचारे माऊन्टबॅटन मात्र ती संख्या २,५०,००० असेल असे मानून आपले समाधान करून घेत होते. त्यांचा तो अंदाज त्यांच्यापुरताच मर्यादित होता यात शंकाच नव्हती. त्या काळातील बहुतांश इतिहासकार तो आकडा ५ लाखांच्या घरात नेतात. तर काही जण त्याच्याही पलीकडे जाऊन २० लाखांवर लोक नाहक बळी पडले असावेत असा अंदाज करतात.

त्या शोकपर्यवसायी आकड्यावर कितीही घोळ घातला तरी तो पुरा पडणार नाही. त्या आघाताचे, आपत्तीचे स्वरूप इतके प्रचंड भीषण व भयानक असेल याची पूर्वसूचना भारतात त्या काळी सत्तेवर असणाऱ्या एकालाही मिळालेली नव्हती. अपवाद होता फक्त एकाच माणसाचा! 'फ्रीडम'च्या लेखनाच्या संदर्भात आम्ही काम करत असताना आमच्या डोळ्यांखालून असंख्य कागदपत्रे गेली. त्यामध्ये, भारतातील ब्रिटिश प्रांतिक गव्हर्नर्स व्हाईसरॉयना आपले जे साप्ताहिक अहवाल पाठवत त्यांचा समावेश होता. ते सगळे अधिकारी एकापेक्षा एक कार्यक्षम, तत्पर व कर्तबगार होते. पंजाबात सर ईव्हान्स जेन्किन्स, वायव्य सरहद्द प्रांतात सर ओलाफ कॅरो यांच्यासारखे राज्यपाल होते. भारतातील ब्रिटिश राजवटीतील सर्वोत्तम आणि बुद्धिमान अधिकाऱ्यांत त्यांची गणना खुशाल करावी अशी स्थिती होती. भारतीय सनदी प्रशासन सेवेतील त्यांचे योगदान असाधारण होते. ते अशा एका माणसाला सल्ला देत होते ज्याचा भारताच्या भूप्रदेशातील अनुभव काही वर्षांत तर नाहीच पण काही महिन्यांतच मोजावा इतका तोकडा होता. भारताच्या फाळणीनंतर उसळलेल्या जातीय दंगलींचा वणवा, हिंसाचाराच्या लाटा यांचा कसलाही मागमूस व अंदाज त्यांनी पाठवलेल्या अहवालात लागत नव्हता. त्या भावी अरिष्टाची कसलीही चाहूल त्यांच्यापैकी एकालाही लागलेली नव्हती.

तिकडे भारत व पाकिस्तान या दोहोंकडील राजकीय नेत्यांना— नेहरू, पटेल, जिना व लियाकत अली खान— सत्तांतराची लागलेली तहान अपूर्व होती. 'कधी एकदा बाशिंग बांधतोय हा गृहस्थ आम्हांला...?' असा ध्यास घेतलेला होता त्यांनी. अगदी, एकदिलाने, एका सुरात त्यांनी लॉर्ड माऊन्टबॅटन यांच्याकडे धोशाच लावला होता— 'करा घाई सत्तांतराची! जितकी जल्दी करणे शक्य आहे तेवढी

करा!' गेली कित्येक वर्षे त्यांनी त्यासाठी कंबर कसून तयारी केलेली होती, चळवळी चालवलेल्या होत्या. सत्तेवर झडप घालण्यासाठी आता विलंब झालेला पाहण्याचे त्यांच्या जिवावर आले होते. त्या क्षणी, त्यांच्या अंतरंगातील अगदी आतल्या कोपऱ्यात कोणत्या का विचारांनी घर केलेले असेना का, पण बाह्यात्कारी त्यांच्यापैकी प्रत्येक जण लॉर्ड माऊन्टबॅटन यांच्याशी वेळोवेळी जी बोलणी करत होता - ज्यांची अगदी बारकाईने नोंदही करण्यात आलेली आहे - त्या कोणत्याही संभाषणात नजीकच्या काळात येऊ घातलेल्या फाळणीनंतरच्या संभाव्य धोक्यांची कसलीही चर्चा होत नव्हती. एकालाही त्या विषयात रस नव्हता, महत्त्व वाटत नव्हते. 'होऊ दे काय व्हायचे ते, आम्ही समर्थ आहोत निभावून न्यायला...!' असा भाव होता. त्या संभाव्य संकटावर आपण लीलया मात करू शकू, अशा भोळसट समजुतीत होते सारे. आपल्या अंगभूत ताकदीबद्दल, क्षमतेबद्दल त्यांना अवास्तव विश्वास वाटत असावा, तेवढ्यापुरता. त्याचे कारण एकच होते - त्यांना लालसा लागलेली होती यथावकाश पदरात पडणाऱ्या सत्तेची! आम्ही याआधी उल्लेख केलेला आहे या साऱ्याला असलेल्या एकमेव अपवादाचा. फक्त त्यालाच त्या भयावह भविष्याची, त्या शोकांतिकेच्या व्याप्तीची चाहूल लागलेली होती. या उपखंडावर कोसळणारा तो वज्राघात त्याच्या अंतश्चक्षूंना दिसत होता. तो एकच आवाज पुढे काय वाढून ठेवलेले आहे याची जाणीव करून देत होता. त्याचे धनी होते महात्मा गांधी! १९४७ च्या मध्यावर तो आवर्जून सांगत होता - 'बाबांनो, विचार करा, वेध घ्या त्या भीषण भविष्याचा आणि नंतर घ्या निर्णय...!' अहिंसेच्या प्रेषिताच्या त्या विनवणीकडे कोणाचेच लक्ष नव्हते. तो क्षीण आवाज त्या सत्तास्वप्नरंजनात रमलेल्यांच्या कानांपर्यंत पोहोचतच नव्हता.

लॉर्ड माऊन्टबॅटननी आमच्याशी बोलताना ती कबुली दिली. ते म्हणाले—

'फाळणीचे पर्यवसान इतक्या निखळ आणि एककालिक प्रतिक्रियेत होईल हे कोणाच्याही कल्पनेत आलेच नाही. लक्षावधी लोक आपापली बिऱ्हाडे पाठीवर टाकून बाजू बदलतील याचे पुर्वानुमान एक जणही बांधू शकला नाही. एकही नाही...!,

त्यावर आम्ही एक विचारले त्यांना—

'समजा जर एखाद्याने अधिकारवाणीने, आत्मविश्वासाने तसे एखादे भविष्य वर्तवले असते तर तुम्ही वेगळी कृती केली असती काय?'

लॉर्ड माऊन्टबॅटननी उत्तर दिले—

''नाही, वेगळे काहीच करू शकलो नसतो मी त्या वेळी! ती शक्यताच नव्हती त्या विशिष्ट परिस्थितीत. जास्तीत जास्त काय केले असते मी? त्या सगळ्या नेत्यांना एकत्र बोलावून घेऊन त्यांच्यासमोर ठेवला असता तो प्रश्न. सांगितले असते त्यांना —

'ही एक समस्या उभी होते आहे आपल्यासमोर. तिच्यावर मात कशी करायची?'
मी त्यांना असेही म्हणालो असतो—

'आम्ही सत्तांतर करू इच्छित नाही या परिस्थितीत!' कशाचाही उपयोग झाला
नसता. त्यापैकी कोणीही ते कधीही मान्य केले नसते... नक्कीच!''

इतिहासाकडे मागे वळून पाहताना काही जण असेही सुचवू पाहातात - नव्याने
निर्माण केलेल्या त्या दोन्ही स्वायत्त राष्ट्रांच्या नेत्यांशी एकत्रित विचारविनिमय करून
त्यांच्या सहमतीने लॉर्ड माऊन्टबॅटननी सर सीरिल रॅडक्लिफ यांनी तयार केलेल्या
उभय राष्ट्रांच्या सीमा निश्चित करण्याचा अहवाल रोखून धरला असता तर... त्यांचा
मुद्दा असा की त्यायोगे, तात्पुरते का असेना, लक्षावधी हिंदु-मुस्लिमांचे स्थलांतर
तरी थांबले असते. कदाचित झालेही असते ते म्हणतात तसे. पण कोणी सांगावे
ती अनिश्चिती, ती चालढकल आधीच स्फोटक बनलेल्या परिस्थितीच्या आगीत तेल
ओतण्यास कारणीभूत होऊन, घडला त्यापेक्षाही अधिक प्रमाणात हिंसाचार झाला
असता.

आम्ही आमच्याकडची कागदपत्रे चाळताना, ती तपासून घेताना आमच्या
नजरेत एक वस्तुस्थिती ठळकपणे भरली. १९४७ च्या त्या उन्हाळ्यात लॉर्ड
माऊन्टबॅटनना त्या अतिशय महत्त्वपूर्ण अशा परिस्थितीचा पत्ताही नव्हता. आमच्यासमोर
उघड झालेली ती बातमी होती बॅ. जिनांच्या गंभीर आजाराची! क्षयाची बाधा झाल्याने
ते मृत्युपंथाला लागल्याची! त्यांच्यावर उपचार करणाऱ्या डॉक्टरांनी - ज्यांच्याशी
आम्हीही नंतर बातचीत केली— त्यांना फक्त सहा महिन्यांपेक्षा कमी अवधी दिलेला
होता जीविताचा. त्यापेक्षा अधिक काल जगण्याची आशा मावळलेली होती त्या
असाध्य व्याधीमुळे. लॉर्ड माऊन्टबॅटनना आम्ही जेव्हा त्याबद्दल नंतर एकदा
सांगितले तेव्हा त्यांनीही मान्य केले—

'खरंय, माझ्यापर्यंत जर का ती बातमी आली असती तर कदाचित मी अतिशय
वेगळ्या मार्गाने जाण्याचा दाट संभव होता...!'

भारताच्या एकसंधतेत बॅ. जिना एक अतिशय अवघड असा अडसर बनून
राहिलेले होते. लॉर्ड माऊन्टबॅटननी भारताचे अखंडत्व टिकवून ठेवण्यासाठी चालवलेल्या
प्रामाणिक प्रयत्नांत त्यांनी सदोदित खीळच घातलेली होती.

लॉर्ड माऊन्टबॅटननी असेही कबूल केले—

"बॅ. जिना मृत्युपंथाला लागलेले आहेत हे कळले असते तर त्यांच्या निधनाची
वाट पाहण्याचा अतीव मोह मी टाळू शकलो नसतो कदाचित!"

आणि त्यानंतर स्वतंत्र पाकिस्तानही कदाचित, आले नसते अस्तित्वात कदापिही!
असो.

लॉर्ड माऊन्टबॅटन यांच्यावरचा दुसरा आरोप म्हणजे त्यांनी खूप घाई केली -

अगदी नको तेवढी - सत्तांतराची! येथे हे ध्यानात घेतले पाहिजे की घाई व्हाईसरॉयना नव्हती तर १९४७ च्या जानेवारीत त्यांची त्या पदावर नियुक्ती करणाऱ्या श्री. क्लेमंट ॲटली यांच्या नेतृत्वाखालील ब्रिटिश सरकारला अधिक होती. सरकारने त्यांना भारतात पाठवले ते विशिष्ट सूचना देऊनच. पंतप्रधान व व्हाईसरॉय या दोघांनाही भारतातील ब्रिटिश सत्तेच्या तत्कालीन अवस्थेची जाणीव होती; सत्ता किती खिळखिळी व पोकळ झालेली आहे याची नीट कल्पना आलेली होती. महायुद्धाच्या कालावधीत अभिमानास्पद भारतीय सनदी नोकरांची (आय. सी. एस. धारक) संख्या हळूहळू कमी करण्यास सरकारने अनुमती दिलेली होती. सक्तीच्या सैन्यभरतीच्या धोरणातून तयार झालेले इंग्लंडच्या लष्करातील सैनिक भारतभूमीवर धारातीर्थी पडू इच्छित नव्हते. भारतावर ब्रिटिशांचे वर्चस्व राखण्यासाठी प्राणार्पण करण्याची त्यांची मानसिक तयारी नव्हती. चेचनियाला रशियन अमलाखाली ठेवण्याबाबत रशियन सैनिकांनाही नेमके तसेच वाटत होते. १९४६ च्या जुलै महिन्यात मुस्लिम लीगने कलकत्त्यात आपला 'प्रत्यक्ष कृती दिन' साजरा केला. त्याची परिणती ७२ तासांत २६,००० हिंदूंना यमसदनात धाडण्यात झाली. माऊन्टबॅटनच्या मानगुटीवर बसलेले त्या घटनेचे भूत त्यांना सतत भेडसावत होते. एका परीने ब्रिटिश सत्ताधाऱ्यांना मिळालेले ते एक आव्हानच होते. त्याचीच पुनरावृत्ती झाली असती तर १९४७ मध्ये ब्रिटिशांची ताकद किती कमी झालेली होती याचा गौप्य स्फोट झाला असता. त्यांचे पितळ उघडे पडले असते आणि म्हणूनच, माऊन्टबॅटन यांच्यासमोरच्या कार्यक्रमपत्रिकेतील पहिला विषय होता भारताचे प्रशासन आणि सुरक्षा शक्य तितक्या तातडीने भारतीय अधिकाऱ्यांच्या हातात देऊन त्या जबाबदारीतून मोकळे होण्याचा. ज्यांनी त्यांना भारतात पाठवलेले होते त्यांनी ती कामगिरी त्यांच्यावर सोपवलेली होती. शिवाय खुद्द माऊन्टबॅटन यांच्या राष्ट्राभिमानी वृत्तीतून तयार झालेल्या निर्धारणशक्तीने तो प्राधान्यक्रम त्यांना घालून दिलेला होता.

'फ्रीडम'च्या १३ व्या प्रकरणाचे आम्ही दिलेले शीर्षक आहे - 'अवर पीपल हॅव गॉन मॅड' अर्थात 'आमच्या लोकांना लागलंय खूळ !' त्या प्रकरणातील एका शब्दरचनेची आमच्या अनेक भारतीय वाचकांना चीड आली, ते आमच्यावर रागावलेही. त्यामुळेच कदाचित, आम्ही त्यावर खास टिपणी करू इच्छितो.

फाळणीनंतर पेटलेल्या जातीय दंगलींच्या वणव्याने, हिंसाचाराने देश हादरून गेलेला होता. शनिवार दि. ६ सप्टेंबर १९४७ ला माऊन्टबॅटन सिमल्याहून परतले दिल्लीला. आपल्या निवासस्थानातील अभ्यासिकेत त्यांची व नेहरू-पटेलांची भेट झाली. त्या दोघांचे चेहरे पार उतरलेले होते. दोघांच्याही माना लाजेने खाली गेलेल्या होत्या. स्वत: माऊन्टबॅटननी त्या अवस्थेतील त्यांचे वर्णन करताना शब्द वापरले—

"वर्तनात सुधारणा व्हावी म्हणून शाळकरी मुलांना शिक्षा केल्यानंतर ती जशी

आपल्या शिक्षकांसमोर माना खाली घालून उभी राहतात तशी ती जोडी (नेहरू व पटेल) मला दिसली...''

आता एखादा निश्चित म्हणेल, निदान तेवढ्यापुरते तरी, की माऊन्टबॅटननी जो शब्दप्रयोग योजला तो एक प्रकारे भावनाशून्य, कठोर होता. तथापि, वस्तुस्थितीच ही आहे. आम्ही त्यांच्याशी झालेले आमचे संभाषण टेप केलेले आहे. त्यानंतर आम्ही दुसऱ्यांदा त्यांची मुलाखत घेतली तेव्हाही त्यांनी नेमका तोच शब्दप्रयोग केला. ते पुन्हा म्हणाले—

'अहो, काय सांगायचे, 'ते दोघे अगदी शाळकरी पोरे भासली मला. पूर्णत: एखाद्या खांबाला बांधून टाकल्यासारखी. त्यांचे त्यांना कळत नव्हते, कशामुळे आपण इतके हादरून गेलो आहोत हे!'

पुढे यथावकाश, भारताच्या शेवटच्या व्हाईसरॉयनी 'फ्रीडम ॲट मिडनाइट'चे हस्तलिखित वाचून काढले. त्या प्रकाशनपूर्व वाचनानंतरही त्यांनी त्या शब्दप्रयोगावर चर्चा केली नाही. आमच्या भारतीय वाचकांकडून त्यावर झालेल्या टीकेचेही त्यांना काही वाटले नाही. ती रचना काढून टाकण्याचीही सूचना आम्हांला त्यांनी केली नाही. आता, तो शब्दप्रयोग जरी काहींना अन्यायकारक वाटला तरीही आम्ही तो तसाच ठेवला. कारण केवळ लेखक आहोत म्हणून तो काढून टाकणे (त्यांच्या तोंडचे शब्द आहेत ते!) आम्हांला प्रशस्त वाटले नाही. त्या वेळीही, म्हणजे प्रथमावृत्तीकालातही किंवा आजच्या, या नव्या आवृत्तीसाठीही नाही.

'फ्रीडम ॲट मिडनाइट'ची मूळ आवृत्ती प्रकाशित झाल्यानंतरची कित्येक वर्षे आम्ही दोघे लॉर्ड माऊन्टबॅटन यांच्या निकट सहवासात होतो. पुस्तकाने मिळवलेल्या सुयशाचा, कीर्तीचा त्यांना खूपच आनंद झालेला होता. 'फ्रीडम' च्या प्रती त्यांनी इंग्लंडच्या महाराणीसाहेबांना, ज्यांच्याबद्दल त्यांना विशेष माया वाटत होती त्या राजपुत्र चार्ल्सना आणि पंतप्रधान श्री. हॅरोल्ड विल्सनना भेट दिल्या. त्या प्रत्येकाला त्यांनी आग्रहपूर्वक सांगितले—

'तुमची इतर कामे बाजूला ठेवून प्रथम हे पुस्तक वाचून काढा!'

ब्रॉडलॅन्ड्स इस्टेट या त्यांच्या निवासस्थानात माऊन्टबॅटननी आपल्या व्यक्तिगत वापरांतील सर्व वस्तू अतिशय व्यवस्थित, सूत्रबद्धतेने जपून ठेवलेल्या आहेत. त्यांच्यासाठी वापरलेली कपाटे सुसज्ज आहेत. त्यांच्यावर आगीचा कसलाही परिणाम होत नाही इतकी ती सुरक्षित आहेत. त्या कपाटांत त्यांच्या जीवनाशी निगडित असलेला एकूण एक कागद सापडतो— अगदी त्यांच्या बारशाच्या निमंत्रण पत्रिकेपासून ते त्यांनी हजेरी लावलेल्या शाही मेजवानीच्या मेनू-कार्डापर्यंत! त्यांच्या मनात असे होते की पुढेमागे एखाद्या लेखकाला त्यांचे चरित्र लिहावेसे वाटले तर त्या वस्तू त्याला आधारभूत म्हणून वापरता याव्यात. त्या चरित्रग्रंथाच्या

रॉयल्टीच्या उत्पन्नात आपल्या नातवंडांना हिस्सा मिळावा अशी त्यांची इच्छा होती. ज्या काळात आम्ही त्यांच्याबरोबर काम केले तेव्हा आपला चरित्रलेखक म्हणून एखाद्याला नियुक्त करण्याच्या कल्पनेची त्यांनी टर उडवली, तिचा उपहास केला. तसे करणे म्हणजे आपणहून स्वत:ला थडग्यात गाडून घेणे होय असे त्यांचे म्हणणे पडले त्या वेळी. पण पुढे एकदा त्याच माणसाने आम्हांला आश्चर्याच्या गर्तेत ढकलावे? त्यांच्या निधनाच्या अलीकडच्याच वर्षात तो प्रसंग आला. असेच काम करत, बोलत बसलो होतो आम्ही. अचानक त्यांची उर्मी उसळून आली. कधीतरी ते आपली अधिकारयुक्त जरब दाखवणारा लटका स्वर काढून बोलत. त्याच लटक्या आविर्भावात त्यांनी घोषणा केली-

'माझे चरित्र तुम्हां दोघांकरवी लिहून घेण्याचा निर्णय मी घेत आहे आज!'

आम्ही अर्थातच, चकित झालो. आम्ही त्यांना तेथेच थोपवून धरत म्हटले—

'लॉर्ड लुई, अहो, आपण एखादी सटरफटर, लुंगीसुंगी असामी आहात काय? या शतकातील ख्यातनाम इंग्रजी माणसांपैकी एक आहात तुम्ही! तुमच्या चरित्रलेखनाचे काम जर तुम्ही एका अमेरिकन व एका फ्रेंच माणसांकडे सोपवलेत तर या देशाच्या सरकारच्या दृष्टीने तो जवळजवळ राष्ट्रदोहच ठरेल...!

माऊन्टबॅटनने आमची हुर्यो उडवली. ते म्हणाले—

''किती अडाणी आहात तुम्ही! तुमच्यापैकी एकालाही इंग्लिश सरकार काय चीज आहे कळलेले नाही...!'' मुळात खुद्द माऊन्टबॅटन यांना त्याच्याबद्दल फार मर्यादित आदर होता. त्या दिवशी तो विषय तेथेच संपला. नंतर काही महिन्यांनी पुन्हा एकदा त्याला तोंड फुटले. त्यांनी आम्हांला सांगितले—

''नाही, तुमचेच बरोबर आहे. माझ्या जामाताचे - लॉर्ड जॉन ब्रेबोर्न याचेही मत तुमच्याप्रमाणेच आहे....!''

लॉर्ड ब्रेबोर्न त्यांच्या पुराणवस्तुसंग्रहालयाचे एक विश्वस्त आहेत. आम्ही सुटकेचा श्वास टाकला. त्या संबंधात त्यांना एक नाव सुचवले - श्री. ह्यू थॉमस यांचे. त्या काळी ते ऑक्स्फोर्ड विद्यापीठात इतिहासाचे प्राध्यापक होते. पण एक गोष्ट स्पष्ट जाणवली की त्या विषयावर त्यांनी केलेला विचार त्यांच्या आधीच्याच भावनांना प्राधान्य देत होता. अखेर, चरित्रलेखनाचा विचार निकालात निघण्यापूर्वीच लॉर्ड माऊन्टबॅटन यांचे निधन झाले. विषय अपुराच राहिला. शेवटी ते काम त्यांच्या जामातांवरच पडले. चरित्रलेखनासाठी त्यांनी 'फ्रीडम'चे संपादक श्री. फिलिप झिग्लर यांची निवड केली.

आयुष्याच्या अखेरच्या दिवसांत माऊन्टबॅटनना किरकोळ हृद्रोगाने गाठलेले होते याची फार थोड्यांना माहिती होती. त्यांच्या मुलींनी व डॉक्टरांनी त्यांना आपले कार्यक्रम कमी करून त्यात शिस्त आणण्याबद्दल कळकळीने सांगितलेले होते. उगीचच कामाचे

ओझे वाढवून घेऊ नये असे सुचवलेले होते. आपल्या उत्साहाला आवर घाला अशी विनवणीही करून पाहिली. त्यामागचा त्यांचा हेतू निर्मळ होता. त्यामुळे तो सल्ला त्यांनी मानला. शुद्ध हेतूने दिलेला सल्ला क्वचितच उडवून लावला जातो.

लंडनमधील किनर्ट्न स्ट्रीटवरील त्यांच्या फ्लॅटमध्ये गप्पा करत बसत असू आम्ही कित्येक वर्षे. कधीकधी त्या संभाषणाची गाडी 'मृत्यू' या विषयाकडे वळत असे. लॉर्ड माऊन्टबॅटनना म. गांधींच्या मृत्यूचे विशेष अप्रूप वाटायचे. ते म्हणायचे-

''महात्मा गांधींनी आयुष्यभर जे साध्य करण्यासाठी अविश्रांत कष्ट केले ती त्यांची इच्छा त्यांच्या हत्येने पुरी केली. गांधींच्या हत्येबरोबर जातीय हिंसाचारही लयाला गेला. त्यामुळे, त्या मृत्यूला एक वेगळे परिमाण आणि अर्थ लाभला. नियती अतिशय मोजक्या मानवी प्राण्यांवर अशी मेहेरनजर करते...'' आता आपल्या स्वत:च्या बाबतीत त्यांनी तसे स्पष्ट बोलून दाखवले नाही कधीही म्हणा. पण मनाच्या कोणत्या तरी कोपऱ्यात त्यांनी तशा प्रकारच्या मरणाची तीव्र इच्छा बाळगलेली होती. आपल्या आयुष्याचा अंतिम अध्याय तसा अलंकृत झाला तर ते उचित ठरेल अशी त्यांची धारणा बनलेली होती.

दर उन्हाळ्यात, ते आयर्लंडमधील क्लासियाबॉन किल्ल्यात आपल्या कुटुंबीयांसह सुटी घालवत. १९७९ च्या ऑगस्टमध्ये, त्यांनी तिकडे प्रस्थान ठेवण्याची तयारी केली. प्रयाणाच्या आदल्या दिवशी त्यांनी प्रस्तुत पुस्तकाच्या एका लेखकाशी फोनवर बोलणे केले. का कोणास ठाऊक लेखकाने त्यांना सावध करताना म्हटले—

'काळजी घ्या तिकडची, लॉर्ड लुई! आय. आर. ए. च्या (आयरिश रेव्होल्यूशनरीच्या) अतिरेक्यांना प्रचंड मोह पडेल तुम्हांला टिपायचा ! तुमच्यासारखा जातिवंत, खानदानी, राजेशाही माणूस त्यांच्या अतिरेकी कारवायांचे लक्ष्य बनायला वेळ नाही लागत. त्यांच्या दृष्टीने ती एक कमाईच ठरते. जरा सांभाळून असा इतकेच!'

'माझ्या प्रिय मित्रा लॅरी,' पलीकडून उत्तर आले, 'अरे, पुन्हा एकदा तुम्ही आपले अज्ञान प्रकट करत आहात. तुम्हांला इकडची काहीच माहिती नाही हे दाखवून देत आहात. आयरिश प्रश्नावरच्या माझ्या भावनांची आयरिश क्रांतिकारकांना उत्तम जाणीव आहे. तिकडे मला यत्किंचितही धोका नाही. काळजी नका करू त्याची!'

पुढच्या पंधरवड्यात काय घडले पहा. आपल्या सकाळच्या सागरफेरीसाठी सज्ज ठेवलेल्या त्यांच्या मोटार लाँचमध्ये आय. आर. ए. च्या मारेकऱ्याने एक बॉम्ब लपवून ठेवला. त्याचा अपेक्षित स्फोट झाला. त्या बॉम्बने तिघांचे बळी घेतले- लॉर्ड लुई माऊन्टबॅटन, लॉर्ड जॉन ब्रेबोर्न या त्यांच्या जामातांच्या मातोश्री आणि एक लहान मूल!

ज्या लोकांनी एका वृद्ध स्त्रीची व अजाण बालकाची हत्या केली त्यांच्याबद्दल त्यांनी निव्वळ घृणाच व्यक्त केली असती. पण आपल्या स्वतःच्या हत्येबद्दल काय वाटले असेल त्यांच्या आत्म्याला? तो स्फोट प्राणघातकच होता. त्यामुळे त्यांना ताबडतोब मृत्यू आला. तोही कसा पहा. - ज्या सागराने त्यांच्या स्वतःच्या व त्यांच्या वडलांच्या आयुष्यात एक फार मोठी जबाबदारीची भूमिका बजावलेली होती त्याच अथांग सागरावर तरंगतानाच त्यांना मरण यावे ! त्यांच्या मृत्यूने उत्तर आयर्लंडमध्ये हत्याकांड आरंभणाऱ्या रिपब्लिकन व लॉयलिस्टांना अल्प प्रमाणात का असेना शहाणपण सुचले तर त्यांच्या (माऊन्टबॅटन यांच्या) दृष्टीने त्यांच्या आयुष्याचे सार्थकच झाले म्हणता येईल. त्यांनी उराशी बाळगलेली हौतात्म्याची आकांक्षा नियतीने अशा तऱ्हेने पुरी केली म्हणता येईल. ज्या महात्म्याचे त्यांनी आयुष्यभर कौतुक केले त्याची अखेर आणि माऊन्टबॅटन यांच्या अंतिम क्षणाची तुलना होऊ शकेल काय? ती तशी व्हावी असेच वाटले असेल त्यांना जगाचा निरोप घेताना.

'फ्रीडम'चे काम चालू असताना बऱ्याच वेळा त्यांनी बोलून दाखवले होते—
''तिकडे भारतात हिंदू-मुसलमान एकमेकांचे गळे घोटताना पाहून आपण पाश्चिमात्य येथे बसून त्यांना दोष देतो खुशाल! पण आपल्याकडे, या उत्तर आयर्लंडमध्ये वेगळे काय घडत आहे? उलट, आपण हे पाहतो की ही माणसे एकाच कुळीची, एकाच देवाची पूजा करत असूनही एकमेकांचा जीव घेतात. म्हणून म्हणतो, ह्या हिंदू-मुसलमानांना नावे ठेवण्यात काय अर्थ आहे?''

वाईट याचेच वाटते की, लॉर्ड माऊन्टबॅटन यांच्या निधनानंतर जवळजवळ दोन दशके उलटून गेलेली असली तरीही त्यांचे बलिदान आणि त्यानंतर झालेल्या बाकीच्यांच्या हत्यांनी उत्तर आयर्लंडवासीयांच्या अंतःकरणात हिंसाचाराच्या त्यागाची ज्योत प्रज्वलित केलेली नाही. ती सर्व बलिदाने, प्राणार्पणे व्यर्थ गेली. म. गांधींच्या हौतात्म्याने त्यांच्या देशबांधवांना — समस्त स्त्री-पुरुषांना — जे काही शहाणपण शिकवले त्यातील किंचित जरी त्या उत्तर आयर्लंडच्या नागरिकांनी आपल्या आचरणात रुजवले तरी त्यांचे कल्याण होईल.

लॅरी कॉलिन्स
डॉमिनिक लॅपिए
डिसेंबर १९९६

प्रास्ताविक

'पुस्तक-प्रकाशन विश्वातील एक अद्भुत चमत्कार' ही सार्थ बिरुदावली लाभलेला हे पुस्तक - फ्रीडम ॲट मिडनाइट! आपल्या या अपत्याचा नावलौकिक प्रत्यक्ष त्याच्या जन्मदात्यांनी - लॅरी कॉलिन्स व डोमिनिक लॅपिए यांनी - तरी अपेक्षिला असेल का? अशा या विक्रमी कलाकृतीला मराठी रूप देण्याच्या निमित्ताने पुन्हा एकदा 'विकास पब्लिशिंग हाऊस, दिल्ली' आणि 'अजब पुस्तकालय, कोल्हापूर' नेहमीच्याच उत्साहाने सज्ज झाले. अजित वाडेकरांबरोबर क्रीडांगणावर विहार केला आणि आता राजकारणाच्या सारीपटावरचा खेळ पाहिला. खरोखर, अक्षरश: जिवाचे रान, रात्रीचा दिवस करून या दोघा पत्रकारांनी भारतीय स्वातंत्र्येतिहासाचा मागोवा घेतला आहे. उत्तुंग कल्पनाविलास, रोचक निवेदनशैली या अंगभूत गुणांच्या जोरावर त्यांनी हा प्रपंच मांडला. साहजिकच, त्यामुळे वास्तवातेला गेलेल्या छेदाचे भान त्यांना राहिले नाही एवढे खरे. तरीही त्यांनी वाचकांसमोर ठेवलेले चित्र दिलखेचक आहे यात वादच नाही. मूळ इंग्रजीत ज्यांनी हा ग्रंथ वाचला त्या प्रत्येकाने अगदी मुक्तहस्ताने त्याचे सर्व श्रेय लेखकांना दिले. म्हणूनच हा मराठी अनुवाद आपल्यासमोर ठेवताना आम्ही आनंदलो आहोत. अर्थात 'अस्सलातील' सर्वच कस 'नकलेत' उतरावा अशी अपेक्षा नसावी. पण प्रवाहाच्या काठावरून का असेना चार क्षण आनंदात गेले तर आमचे समाधान होईल. प्रत्यक्ष डुंबण्याचा आनंद कल्पनेत उरला तरी चालेल.

या प्रयत्नामागे दुसरीही एक दृष्टी आहे. भारताच्या युवाशक्तीला स्वातंत्र्यपूर्वकालीन घटनांचा, विशेषत: ती घडवणाऱ्या व्यक्तींचा म्हणावा तेवढा परिचय नाही ही वस्तुस्थिती आहे. राष्ट्रपिता महात्मा गांधींच्या विशाल, तेजस्वी, निस्सीम कार्याची त्यांना खरी ओळख नसण्याचाच संभव अधिक. 'फ्रीडम...' वाचताक्षणी त्या थोर राष्ट्रपुरुषाच्या ठायी आढळणाऱ्या अनेक अलौकिक गुणविशेषांचे दर्शन होते. परकीयांच्या नजरेतून झालेले त्यांचे मूल्यमापन वाचताना ऊर भरून येतो. या ग्रंथाच्या, पर्यायाने भारतीय स्वातंत्र्याच्या इतिहासाच्या पानापानावर महात्माजींचा ठसा उमटलेला दिसेल वाचकांना. या पुस्तकाचा अनुवाद मराठी वाचकांसमोर

ठेवण्यात आम्ही त्या सर्वश्रेष्ठ भारतीयाला एक प्रकारची श्रद्धांजलीच वाहत आहोत. भारताच्या स्वातंत्र्यसंगरातील अनेक तेजस्वी अध्यायांपैकी सर्वश्रेष्ठ असा अध्याय म्हणजे गांधींजींचे हौतात्म्य! आमच्या या अनुवादित कृतीकरवी हे सत्कार्य पार पडत असल्याची जाणीव, ती भावना, निर्माण होत आपण पुस्तक मिटवलेत की आम्ही कृतार्थ झालो, धन्य झालो!

- माधव मोर्डेकर

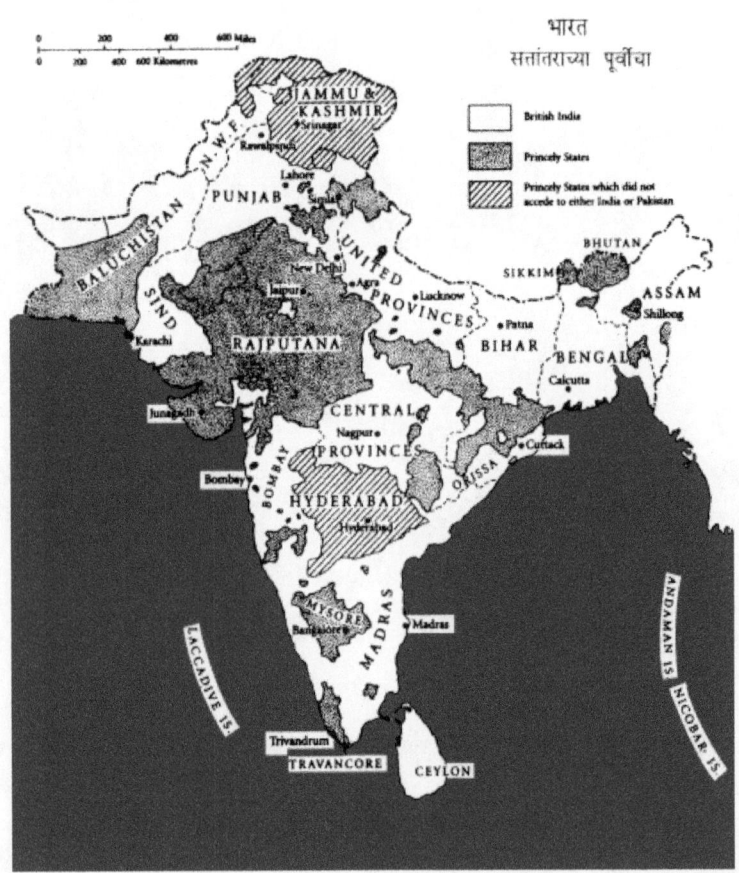

भारत
सत्तांतराच्या पूर्वीचा
0 200 400 600 Miles
0 200 400 600 Kilometres
British India
Princely States
Princely States which did not accede to either India or Pakistan
JAMMU & KASHMIR
Srinagar
Rawalpindi
N.W.F.
Lahore
PUNJAB
Simla
BALUCHISTAN
SIND
Karachi
RAJPUTANA
New Delhi
Jaipur
Agra
UNITED PROVINCES
Lucknow
SIKKIM
BHUTAN
ASSAM
Shillong
Patna
BIHAR
BENGAL
Calcutta
Junagadh
CENTRAL PROVINCES
Nagpur
Cuttack
ORISSA
Bombay
BOMBAY
HYDERABAD
Hyderabad
MYSORE
Bangalore
MADRAS
Madras
LACCADIVE IS.
ANDAMAN IS.
NICOBAR IS.
Trivandrum
TRAVANCORE
CEYLON

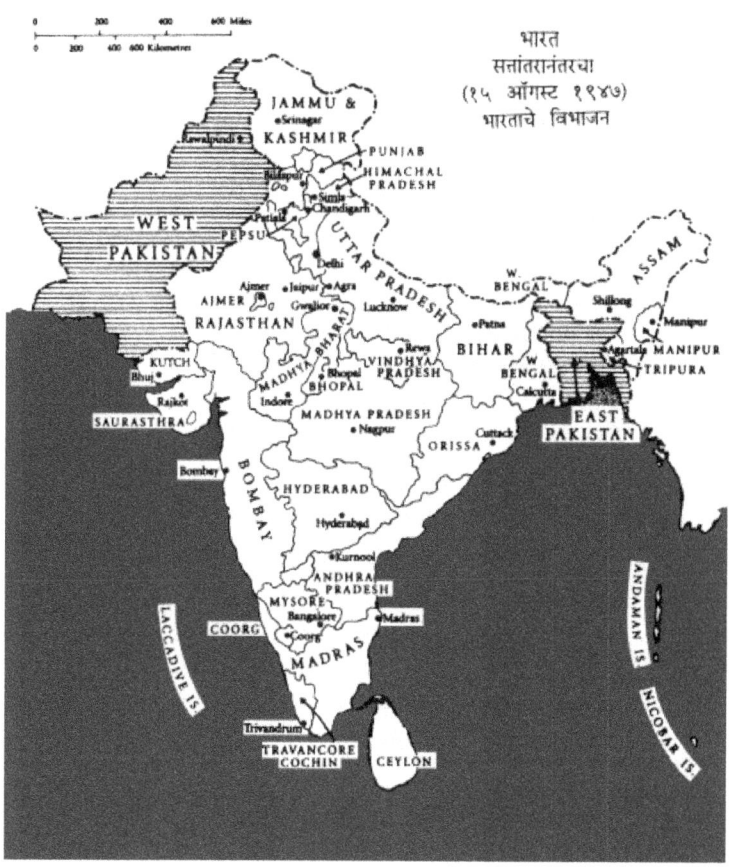

भारत
सत्तांतरानंतरचा
(१५ ऑगस्ट १९४७)
भारताचे विभाजन
JAMMU & KASHMIR
PUNJAB
HIMACHAL PRADESH
WEST PAKISTAN
PEPSU
UTTAR PRADESH
ASSAM
W. BENGAL
AJMER
RAJASTHAN
MADHYA BHARAT
VINDHYA PRADESH
BIHAR
MANIPUR
TRIPURA
KUTCH
BHOPAL
MADHYA PRADESH
SAURASHTRA
EAST PAKISTAN
ORISSA
BOMBAY
HYDERABAD
ANDHRA PRADESH
MYSORE
COORG
MADRAS
LACCADIVE IS.
ANDAMAN IS.
NICOBAR IS.
TRAVANCORE COCHIN
CEYLON
Delhi
Lucknow
Patna
Calcutta
Bombay
Hyderabad
Madras
Nagpur

अनुक्रमणिका

‖ आम्ही असू राजे...!

कडक थंडीचे दिवस. एका महान राष्ट्राच्या असंतोषाच्या अवस्थेतून फुटू पाहणारे नववर्ष! सगळीकडे एक प्रकारची खिन्न अवकळा पसरलेली-कुडकुडत ठेवणाऱ्या दाट धुक्यागत. तशी अवकळा आजपर्यंत अनुभवलेली नव्हती कोणा लंडनवासीयाने. नववर्षाचे आगमन म्हणजे सणासुदीचा, उत्सवाचा काळ पण आज मात्र परिस्थिती नेमकी उलट, विचित्र. कल्पना करता येणार नाही इतकी विपरीत. वास्तविक लंडन ही जेत्या राष्ट्राची राजधानी. मानवाने प्रथमच पाहिलेल्या एका विनाशकारी युद्धाच्या खाईतून विजयश्री मिळवत ब्रिटन मोठ्या दिमाखाने जगासमोर उभे होते. परंतु या विजयाची किंमत इंग्रजांना तशी महागच पडली होती. युद्धाच्या अफाट खर्चामुळे ब्रिटिश सरकारचे दिवाळे वाजले होते. ब्रिटिश पौंड अमेरिकन व कॅनेडियन डॉलर्सच्या मेहरबानीवर तगून राहिला होता. एकापाठोपाठ एक कारखाने बंद पडत होते. जवळजवळ वीस लाख लोकांना बेकारीची झळ लागलेली होती. कोळसा, वीज इत्यादी वस्तू तुटीच्या मार्गाने धावत होत्या. लागोपाठ आठव्या वर्षी लंडनवासीयांना प्रत्येक आवश्यक वस्तू नियंत्रणाच्या नियमांनुसार वापरावी लागत होती. कर्दनकाळ हुकूमशहा हिटलरचा घास घेणाऱ्या लोकांना आज दीनवाण्या परिस्थितीत जीवन कंठावे लागत होते. 'वि म्हणजे विजय' (V for Victory) ही घोषणा उचललेली बोटे आता उलट्या दिशेने झुकलेली होती.

लंडनचे रस्ते जवळजवळ ओस पडलेले दिसत होते. रस्त्यांवरून चालत

असलेल्या माणसांत जीव नाही की काय असे वाटत होते. त्यांच्या कपड्यांची दशा केविलवाणी झाली होती. पेट्रोलच्या तुटपुंज्या पुरवठ्यामुळे रस्त्यावरून धावणाऱ्या मोटारींची संख्या अतिशय कमी झालेली होती. केवळ सतरा महिन्यांपूर्वीच, मानवतेने कधीही अनुभवला नाही असा संघर्ष ब्रिटिशांनी पाहिला होता. लंडनमधल्या दुकाना-दुकानावर 'माल शिल्लक नाही' अशा पाट्या लटकलेल्या दिसत होत्या. सिगारेट, बटाटे, जळण, कोळसा, मांस या साऱ्या वस्तू लोप पावल्या होत्या. सरकारजवळ जनतेला देण्यासाठी एकच घोषणा होती: 'उपाशी व कुडकुडत राहा'... ब्रिटनच्या या परिस्थितीविषयी जॉन मेनार्ड किन्स या अर्थशास्त्रज्ञाने एक वर्षाआधी आपल्या देशबांधवांना सांगून ठेवले होते, 'आपला देश गरीब आहे. आपण त्या स्थितीत जगण्याची सवय लावून घेतलीच पाहिजे.' खरोखरच, परिस्थिती भयानक होती. उद्ध्वस्त लंडन शहर युद्धोत्तर वातावरणात स्वत:ला हरवून बसले होते.

मात्र याही जीवघेण्या परिस्थितीत ब्रिटिश नागरिकांना अभिमान वाटावा अशी एक चीज त्यांच्या खिशात सहजासहजी येऊ शकत होती. तिच्या जोरावर त्यांना जगाच्या जवळजवळ एक चतुर्थांश भागात विनासायास प्रवेश मिळण्याचा हक्क प्राप्त होत होता. ती चीज म्हणजे त्यांच्याजवळचा ब्रिटिश पासपोर्ट. कारण इतके जरी झाले तरी जगातील ब्रिटिश साम्राज्य किंचितही हादरले नव्हते. पूर्वीइतकेच ते भक्कम व एकसंध होते. जरी आज लंडनमध्ये वीज कमी होती, लंडनवासी थंडीत कुडकुडत होते, तरी देखील जगातील छप्पन्न कोटी लोकसंख्या त्यांच्या इशाऱ्यावर नाचत होती. पृथ्वीवरील भू-पृष्ठाच्या वेगवेगळ्या तीनशे भूखंडांवर अजूनही ब्रिटिशांचा हक्क होता. त्यात बर्डसारख्या छोट्या बेटापासून ते आशियातील भारतासारख्या प्रचंड देशाचा समावेश होता. एखादा सीझर किंवा शार्लेमान यांना देखील एवढ्या मोठ्या साम्राज्यावर राज्य करणं शक्य झालं नव्हतं. ब्रिटन हे एक छोटेसे बेट; पण त्याची सत्ता मात्र जगातील कोट्यवधी लोकांवर लादलेली होती आणि म्हणूनच लंडन शहर जगाची राजधानी बनून राहिले होते. सांप्रतच्या हालअपेष्टांची पर्वा न करण्याचे सामर्थ्य त्यामुळेच त्यांना मिळत होते. 'ब्रिटिश साम्राज्यावर सूर्य कधीही मावळत नसतो' असा सार्थ अभिमान उरी बाळगावा एवढे ते साम्राज्य अफाट व प्रचंड होते.

अशा त्या दिवशी लंडनच्या त्या निर्मनुष्य रस्त्यावरून एक काळी ऑस्टिन मोटार शहराच्या मध्यभागाकडे हळूहळू निघालेली होती. मार्गक्रमण करताना तिला बकिंगहॅम राजवाडा पार करावा लागून ती 'माल' रस्त्याच्या दिशेने वळली. त्या गाडीत बसलेला माणूस त्या रस्त्यावरून, ब्रिटनने साजरे केलेले साम्राज्याचे विविध विजयोत्सव आठवत होता. त्याच्या नजरेसमोर प्रामुख्याने २२ जून १८९७ चा दिवस आला. व्हिक्टोरिया राणीच्या कारकिर्दीच्या हीरक महोत्सवाचा तो प्रसंग

स्पष्टपणे त्याच्या डोळ्यांसमोर आला. त्या वेळच्या संचलनाचे सूर त्याच्या कानांत घुमू लागले. ब्रिटिश साम्राज्याच्या प्रत्येक विभागातून सम्राज्ञीचे अभिनंदन करण्यासाठी जमलेल्या विविध वंशांच्या, धर्मांच्या, वर्णांच्या लोकांचे चेहरे तो पाहू लागला. केवढे भव्य आणि हेवा करण्यासारखे दृश्य होते ते! पिढ्यान् पिढ्या जतन करून ठेवलेल्या त्या स्वप्नवत सृष्टीची समाप्ती करण्याचे महत्कार्य करण्यासाठी चाललेला तो माणूस होता — लॉर्ड माऊन्टबॅटन. एका ऐतिहासिक अपरिहार्यतेच्या जाणिवेतून त्याला ते करावे लागणार होते. इतिहासाच्या कालौघात साम्राज्यवादी युगाचा अंत व्हावयाचा होता. वास्तविक त्या क्षणी माऊन्टबॅटन स्वित्झर्लंडमध्ये नाताळची मौज लुटण्यात आढळले असते. परंतु नियतीच्या मनात काही वेगळे होते. अचानक आलेल्या आदेशामुळे सुट्टी अर्धवट सोडून त्यांना शाही विमानदलातील एका विमानाने लंडनला आणून सोडले होते.

थोड्याच वेळात त्यांची गाडी पार्लमेंट स्ट्रीटवरून एका अरुंद आळीत आली व तेथील एका निवासस्थानासमोर येऊन थांबली. त्या निवासस्थानाच्या प्रवेशद्वाराने जगातील बहुसंख्य छायाचित्रकारांचे लक्ष वेधून घेतले होते. अलीकडच्या सहा वर्षांच्या काळात विन्स्टन चर्चिलनी त्या द्वाराला अजरामर करून ठेवले होते. त्या प्रवेशद्वारातून घेतलेले चर्चिलचे छायाचित्र जगातील अनेकांना परिचित होते. डोक्यावर हाम्बुर्ग पद्धतीची काळी टोपी, ओठात भला मोठा सिगार, एका हातात वेताची काठी व दुसऱ्या हाताच्या बोटांनी V च्या आकाराची केलेली खूण असे चर्चिलचे ते रूप अनेक डोळे वृत्तपत्रांतून नेहमी पाहात होते. त्या निवासस्थानातून चर्चिलने दोन महायुद्धे लढवून जर्मनी व जपानचा पराभव करत ब्रिटिश साम्राज्याचे संरक्षण केले होते. ब्रिटिश पंतप्रधानांच्या त्या सरकारी निवासस्थानाचे नामाभिधान होते - १०, डाऊनिंग स्ट्रीट. आज त्याच चर्चिलच्या जागी पंतप्रधान होते मजूर पक्षाचे क्लेमंट ॲटली. आज ते लॉर्ड माऊन्टबॅटन यांची वाट पाहात होते. ब्रिटनच्या या नव्या पंतप्रधानांनी आश्वासन दिल्याप्रमाणे ब्रिटिश साम्राज्याची शकले होणार होती. त्यासाठीच त्यांनी माऊन्टबॅटनना पाचारण केले होते. ॲटलींच्या आश्वासनपूर्तीचा प्रारंभ भारतापासून होणार होता. खैबर खिंडीपासून केप कामोरीनपर्यंत पसरलेला हिंदुस्थानदेश त्यांच्या स्वामित्वाखाली 'ब्रिटिश-राज' या नावाने कीर्ती व अपकीर्ती दोन्ही मिळवून होता. ब्रिटिश साम्राज्याची कोनशिलाच जणू. ब्रिटिश राज्यकर्त्यांनी त्यासाठीच या प्रदेशाची सतत काळजीपूर्वक देखभाल केलेली होती. तेथले ते राजेमहाराजे, त्या बंगाली भालाइतांच्या पलटणी, वाघाच्या शिकारी, व्हिस्कीचे पेग, सुवर्णांकित हत्ती, त्या मदनमस्त मडमा, पोटे खपाटीला गेलेले साधू अशा एक ना अनेक नावीन्यपूर्ण घटकांनी त्या साम्राज्याचे स्वप्न साकारले होते. याच बलाढ्य साम्राज्यावर तिलांजली सोडण्यासाठी वापरण्यात येणारे देखणे व रुबाबदार हात होते लॉर्ड माऊन्टबॅटन

यांचे. पंतप्रधान ॲटलींनी त्यांची योजना हेतुपूर्वक केली होती!

लुई फ्रान्सिस अल्बर्ट व्हिक्टर निकोलस माऊन्टबॅटन! व्हायकाऊंट ऑफ बर्मा! उमर शेहेचाळीस, उंची सहा फुटांपेक्षा थोडी जास्तच. तसा उंचापुरा, धिप्पाड आदमी. पण थुलथुलीतपणाचा अंशही आढळणार नाही शरीरात. गेल्या सहा वर्षांत अनेक अरिष्टांना धीराने तोंड देऊनही चेहऱ्यावर एकही ओरखडा किंवा सुरकुती पडलेली नव्हती. सगळे काही जिथल्या तिथे. चकित करून सोडण्याइतके रेखीव-जणू एखादी कोरीव मूर्तीच! काळ्याभोर केसांखाली चमकणारे लालसर पिंगट डोळे त्यांच्या वयाची पाचएक वर्षे तरी निश्चित कमी करत होते. आपल्याला लंडनहून कशासाठी बोलावणे आले असेल याची माऊन्टबॅटनना चांगलीच कल्पना होती. आग्नेय आशियाचे सर्वोच्च सेनापती या नात्याने परतल्यानंतर त्या प्रदेशातील घडामोडींवर सरकारी विचारविनिमय करण्याच्या निमित्ताने १०, डाऊनिंग स्ट्रीटवर त्यांनी अनेक चकरा मारल्या होत्या. अगदी अलीकडच्या भेटीत पंतप्रधानांनी त्यांना विचारलेले प्रश्न भारतावरच केंद्रित झालेले त्यांना जाणवले होते. 'एक प्रकारच्या अस्वस्थपणाची भावना' त्यांच्या मनात निर्माण झाली. त्यांची हुरहुर अनाठायी ठरली नाही. ॲटलींच्या मनात त्यांना भारताचा व्हाईसरॉय म्हणून नियुक्त करावयाचे होते. फरक एवढाच होता की, त्या पदावरून ते सत्ता गाजवणार नव्हते. उलट कोणाही इंग्रजाला क्लेशदायक वाटणारी कामगिरी त्यांच्या वाट्याला आली होती. सत्तात्यागाचे उदक सोडणे.

ब्रिटनने भारतावर पाणी सोडण्याची वेळ येऊन चुकली आहे, याबद्दल माऊन्टबॅटनना तिळमात्रही शंका नव्हती. पण या प्राचीन ऋणानुबंधातून सुटका करून घेण्यासाठी आपण पुढाकार घ्यावा या गोष्टीला त्यांची मान्यता नव्हती. त्यांच्यातला 'इंग्रज' माणूस त्याला राजी होत नव्हता. आपल्यावरची ही नियोजित जबाबदारी झटकून टाकण्यासाठी त्यांनी ॲटलीसाहेबांना लहानमोठ्या अनेक अटी घालून पाहिल्या. ॲटलींनी त्यांना ताबडतोब रुकार दिल्यामुळे त्यांची पंचाईत होऊन बसली. आज त्या क्षणी कॅबिनेट-रूममध्ये प्रवेश करताना अजूनही त्यांनी ॲटलींच्या प्रयत्नांना खो घालण्याची आशा सोडली नव्हती. क्लेमंट ॲटली, मजूर पक्षाचा नेता, आणि मी? ब्रिटनच्या राजघराण्याची संबंध असलेला, पोलोप्रिय माणूस. एक मजूरपक्षीय एका शाही माणसाची निवड करतो. कशासाठी? तर ज्या राजवंशाने ज्या एका साम्राज्यावर अबाधितपणे राज्य केले त्या साम्राज्यावर उदक सोडण्यासाठी? छे! प्रथमदर्शनी ही कल्पनाच मोठी विसंगत व विलक्षण वाटत होती.

जनमानसातील त्यांची प्रतिमा व प्रत्यक्षातील माऊंटबॅटन यांत खूपच फरक होता. लोक त्यांना 'प्रस्थापितांचे आधारस्तंभ' मानायचे. त्याउलट, सरंजामदार त्यांना व त्यांच्या पत्नीला 'धोकेबाज प्रागतिक' मानत. माऊंटबॅटन यांच्या गाठीस

असलेला आग्नेय आशियाचा अनुभव त्यांना आशियातील राष्ट्रीय चळवळीचे ज्ञान देऊन राहिला होता. इंडोचीनचे हो-चि-मिन्ह, इंडोनेशियाचे डॉ. सुकर्ण, ब्रह्मदेशाचे ऑंग सान, मलायातील कम्युनिस्ट वा सिंगापूरमधील कामगार-संघटनेतील बेबंद चळवळे यांना पाठिंबा देणाऱ्यांचा त्यांना पुरेसा परिचय होता. वास्तविक या साऱ्या चळवळ्यांना दडपण्याच्या त्यांच्या हाताखालच्या लोकांच्या इच्छेविरुद्ध त्यांनी त्यांच्याशी शक्य तेवढे मिळते घेण्याचाच उद्योग केला होता. ही सारी माणसे आशियाच्या भवितव्याचे प्रतिनिधी आहेत हे त्यांना पुरेपूर पटले होते. परंतु भारतातील परिस्थिती त्यांना नवीन होती. भारतीय राष्ट्रीय चळवळ त्या मानाने पुष्कळच - जवळजवळ सर्वांत ज्येष्ठ व इतरांहून वेगळ्या पद्धतीने घडवली गेलेली होती. गेल्या पाव शतकाचा स्फूर्तिदायक इतिहास तिच्या पाठीशी होता. त्या चळवळीच्या नेतृत्वाने जगाच्या इतिहासात अस्तित्वात असलेल्या एका प्रचंड साम्राज्याला हादरून सोडले होते. केवळ तिच्या प्रभावातूनच ॲटलींच्या मजूर पक्षाला वरील निर्णय घेणे भाग पडले होते. इतिहासाचा रेटा व सशस्त्र क्रांती होऊन हाकलेले जाण्यापूर्वी ब्रिटनने हिंदुस्थानातून योग्य वेळी काढता पाय घेणे श्रेयस्कर या निर्णयाप्रत मजूर पक्ष येऊन पोचला होता.

मंत्रिमंडळाच्या बैठकीस आरंभ करताना ॲटलींनी भारतातील एकंदर परिस्थितीचा आढावा घेऊन तिचे गांभीर्य विशद केले. दिवसेंदिवस परिस्थिती हाताबाहेर जात असून तातडीचा निर्णय घेण्याची किती गरज आहे हे त्यांनी स्पष्ट केले. या आणीबाणीच्या क्षणी भारताला स्वातंत्र्य देण्याची आपली इच्छा असूनही ते कोणत्या मार्गाने बहाल करावे तो मार्ग त्यांना सुचू नये हा इतिहासातील एक मोठा विरोधाभासच वाटला. वास्तविक, असा एखादा क्षण ब्रिटनच्या इतिहासातील एक सुखद क्षण असायला हवा; पण वस्तुस्थिती मात्र अगदी उलट होती. एक अनाकलनीय भीषणता भेडसावताना दिसू लागली. उगीचच भयाण व भेसूर अशी. इतर वसाहतींच्या तुलनेने पाहता भारतावर स्वामित्व मिळवून त्याच्यावर राज्य करताना ब्रिटनला फारच थोडे रक्त सांडावे लागले होते. पण देश सोडण्याचा क्षण मात्र एका हिंस्र, दुराचारी वातावरणाने भरून राहिला होता. गेल्या तीन-साडेतीन शतकांत अनुभवला नसेल असा हिंसेचा प्रचंड स्फोट होण्याची चाहूल राज्यकर्त्यांना लागून राहिली होती. असे का वाटावे त्यांना?

भारतातील या गंभीर समस्येचे मूळ होते तेथील लोकसंख्या व तिचे विभाजन. तीस कोटी हिंदू व दहा कोटी मुसलमान यांच्यातील युगानुयुगे चालत आलेला वैरभाव, परंपरागत विभिन्नता, परस्परविरोधी धर्मनीती, आर्थिक तफावत आणि त्यांच्या भरीला राज्यकर्त्यांची 'फोडा व झोडा' ही नीती. या साऱ्यांमुळे हा प्रश्न पराकोटीच्या दाहकताबिंदूला जाऊन भिडला होता. अत्यंत कष्टाने एकसंध राखलेल्या

भारताचे तुकडे करून आपल्याला आपले स्वत:चे इस्लामी राष्ट्र निर्माण करून द्यावे अशी मुसलमान नेत्यांची मागणी होती. 'या आपल्या मागणीला नकार देऊन तर बघा, आशियाच्या इतिहासात लढले गेले नसेल असे भीषण रक्तरंजित यादवीयुद्ध घडवून आणू' असा इशाराही त्यांनी दिला होता. मुसलमान नेत्यांच्या या धमकीवजा मागणीला क्रॉंग्रेसचा कडक विरोध होता. या उपखंडाचे विभाजन म्हणजे त्यांच्या पवित्र व प्राणप्रिय मातृभूमीचे शरीरखंडनच होय, अशी कॉंग्रेसची भावना होती. अशा दोन परस्परविरोधी आग्रहाच्या कात्रीत ब्रिटन सापडले होते. या समस्येची उकल करण्याचे ब्रिटनने वेळोवेळी केलेले प्रयत्न अपयशाच्या खाईत लोटले गेले होते. परिस्थिती झपाट्याने चिघळत चालली होती. तिची तीव्रता वाढत जाताच त्या वेळच्या व्हाईसरॉयनी— लॉर्ड वेव्हेल यांनी - ॲटली सरकारला एक निर्वाणीचा संदेशही धाडला होता. त्यांनी सुचविले होते : 'सरकारचे सामोपचाराचे सगळे प्रयत्न फसल्यास ब्रिटनने जाहीर करावे की, आमच्या हितसंबंधांना बाधा न आणता, आम्ही आम्हाला योग्य वाटेल त्या वेळी, योग्य वाटेल त्या पद्धतीने या देशातून बाहेर पडू. या आमच्या निघून जाण्याच्या कार्यक्रमात होणारा कोणताही अडथळा म्हणजे आमच्याशी युद्ध असे मानून त्याचा मुकाबला करून, सर्व सामर्थ्यानिशी त्यांचा पाडाव करू.' लॉर्ड वेव्हेल हे एकेकाळचे सेनानी. एक सरळ स्वभावाचे, धोपटमार्गी सैनिक. त्याच्या करारी बाण्याला साजेलशी अशी ही सूचना होती.

ॲटलींनी माऊन्टबॅटनना सांगितले : 'ब्रिटन व भारत एका दखलपात्र अरिष्टाच्या दिशेने वाटचाल करीत आहेत. परिस्थिती अशी बिघडू देणे धोक्याचे आहे. ही दु:खदायक गोष्ट आहे. वेव्हेल तसे मितभाषी आहेत. त्यामुळे संवादपटू भारतीय नेत्यांशी बोलताना त्यांना खराखुरा सांधा सापडत नाही. म्हणून आम्हाला हवा आहे एक नवा चेहरा, एक नवी पद्धती. 'माझ्याकडे रोजच्या रोज दंगलीच्या बातम्या येताहेत. तेव्हा तुम्हांला आम्ही देत असलेले व्हाईसरायचे पद स्वीकारणे हे तुमचे पवित्र कर्तव्य ठरावे'. (माऊन्टबॅटन यांना भारतात पाठविण्याची सूचना प्रथमत: व्ही. के. कृष्ण मेननने सर स्टॅफर्ड क्रिप्सना त्यांच्याच विचारण्यावरून केली होती. कृष्ण मेनन यांच्या मते नेहरूंना माऊन्टबॅटनविषयी वेगळा लोभ वाटत होता.)

माऊन्टबॅटन ॲटलींचे म्हणणे शांतपणे ऐकून घेत होते. अजूनही त्यांच्या मनात नकाराचीच भावना प्रबळ होती. 'भारताची सध्याची समस्या संपूर्णत: निराशाजनक आहे' असे त्यांना वाटत होते. लॉर्ड वेव्हेलविषयी त्यांना आदर वाटत होता. त्यांचे कौतुकही होते. त्यांच्या विचाराशी ते सहमतही होत होते. शेवटी त्यांना असेही वाटायला लागले की, 'जे वेव्हेलना जमत नाही ते माझ्या गळ्यात बांधून उपयोग काय?' अर्थात आता यातून आपली सुटका नाही हे त्यांनी ओळखले. युद्धकाळात संपादन केलेल्या आपल्या लौकिकास बट्टा लागण्याचा धोका पत्करणे भाग होते.

अखेर त्यांनी एक निर्णय घेतला. ॲटली ऐकणारच नसतील तर त्यांच्यावर आपल्या काही राजकीय अटी लादण्याची त्यांनी तयारी केली. निदान, त्यामुळे थोड्याफार यशाची आशा करायला हरकत नसावी म्हणून.

अट पहिली — भारताला स्वातंत्र्य प्रदान करण्याची निश्चित तारीख ब्रिटनने जाहीर करावी. त्यामुळे भारतीय नेत्यांच्या मनातील शंका दूर होऊन ते वास्तव पातळीवरून चर्चा करण्याची तातडी करतील. अट दुसरी — आपल्या वाटाघाटीत, कार्यवाहीत लंडनचा हस्तक्षेप न होता निर्णयाचा सर्वाधिकार आपल्याकडेच असावा. (अशी अट घालण्याचे धाडस करणारा पहिला व्हाईसरॉय लॉर्ड माऊन्टबॅटनच असावा!) या अटीवर ॲटलींनी भाष्य केले- "आपण ब्रिटिश सरकारच्या अधिकारावर कुरघोडी करण्याची सत्ता तर मागत नाही ना?"

माऊन्टबॅटननी तितक्याच तडफेने उत्तर दिले, "मला तसंच म्हणायचंय जवळजवळ. माझ्या मानगुटीवर मंत्रिमंडळ सतत बसणार असेल तर मी वाटाघाटी काय करणार कपाळ!" त्यांच्या या प्रतिप्रश्नावर सगळीकडे स्तब्धता पसरली. अशा मुलखावेगळ्या अटी घालून ॲटलींच्या चेहऱ्यावरची प्रतिक्रिया पाहताना माऊन्टबॅटन मनातल्या मनात खूश होते. आपल्यावर सोपविलेली कामगिरी रद्द होणार याची स्वप्ने ते पाहू लागले. पण काय चमत्कार! ॲटलींना त्यांच्या सर्व अटी एकदम मान्य झाल्या, आणि एक तासानंतर १०, डाऊनिंग स्ट्रीटमधून बाहेर पडणाऱ्या माऊन्टबॅटन यांच्या खांद्यावर भारताच्या व्हाईसरॉयपदाचे ओझे मोठ्या ऐटीत लटकलेले दिसले. या पदावर आरूढ होऊन आपल्या देशबांधवांना प्रिय असलेल्या साम्राज्याचे तर्पण करण्याचे अप्रिय कार्य करणे एवढेच त्यांच्यासमोरचे एकमेव ध्येय होते. निवासस्थानाबाहेर येऊन मोटारीत बसताना त्यांच्या नजरेसमोर पुन्हा ते दृश्य तरळले. बरोबर सतरा वर्षांपूर्वी, जवळजवळ त्याच क्षणाला त्यांच्या पणजीने- राणी व्हिक्टोरियाने- भारताचे महाराणीपद स्वीकारले होते. दिल्लीतील एका पटांगणात जमलेल्या भारताच्या राजे-रजवाड्यांनी राणीची सत्ता व सार्वभौमत्व चिरकाल टिकावे म्हणून परमेश्वरापाशी प्रार्थना केली होती. आता, नववर्षाच्या प्रभातकाली त्याच महाराणीचा एक पणतू ते साम्राज्य विसर्जित करण्याच्या औपचारिक विधीच्या तयारीस लागला होता. केवढा दैवदुर्विलास हा! किती चमत्कारिक योगायोग!

इतिहासातील महान चमत्कारांचा उगम असल्याच एखाद्या क्षुल्लक गोष्टीतून होतो हेच खरे. भारतात प्रथम आलेले डच व्यापारी मिऱ्याच्या किमतीत केवळ पाच शिलिंगांची वाढ करतात काय आणि त्याला शह देण्यासाठी ग्रेट ब्रिटन आपल्या वसाहतवादाचे घोडे पुढे दामटते काय! सगळेच विचित्र. परिणामांची पुसटशी कल्पनाही येणार नाही अशी ती घटना. २४ सप्टेंबर १५९९ ला लंडन शहरातील फक्त चोवीस व्यापारी एकत्र जमले आणि त्यांनी ईस्ट इंडिया कंपनीची मुहूर्तमेढ

रोवली. भांडवल होते सुरुवातीस फक्त बहात्तर हजार पौंड. कंपनीचा उद्देश होता या व्यापारातून शक्य तितका नफा मिळवायचा. पण त्या एका साध्यासुध्या उद्देशापोटीच पृथ्वीवरच्या एका महान साम्राज्याचा जन्म झाला. एका नव्या साम्राज्यशाही युगाचाच प्रारंभ झाला. २४ ऑगस्ट १६०० या दिवशी ईस्ट इंडिया कंपनीची पहिली मालवाहू बोट सुरत बंदरास लागली. ब्रिटिशांच्या भारतातील आगमनाचा हाच तो दिवस! त्यावेळी देशावर मोगल सम्राट जहांगीरचा अंमल चालू होता. त्याच्या तुलनेने इंग्लंडची राणी एलिझाबेथ 'किस झाडकी पत्ती!' एखाद्या छोट्या संस्थानची राणी! पण यथावकाश याच व्यापारी कंपनीने हातपाय हालवायला सुरुवात केली. १७५७ च्या प्लासीच्या लढाईनंतर कंपनीचे आसन भक्कमच होऊन बसले. त्या एका विजयापाठोपाठ अनेक विजय मिळवत सर्व भारत त्यांनी पादाक्रांत केला. १८५७ च्या बंडाने कंपनीच्या २५८ वर्षांच्या कारभाराची इतिश्री होऊन भारतावर व्हिक्टोरिया राणीची सत्ता निर्माण झाली.

२,००० सनदी नोकर व १०,००० सैन्याधिकारी यांच्या साहाय्याने इंग्रजांनी भारतावर अधिराज्य गाजवले. त्यांच्या दिमतीला साठ हजार ब्रिटिश सैनिक व दोन लक्ष भारतीय सैनिक होते. या साऱ्यांनी तीस कोटी हिंदी जनतेला काबूत ठेवून दिलखुलास कारभार केला. या गोऱ्या सोजिरांनी भारतीय भूपृष्ठावर उपभोगलेले आयुष्य मोठे रंगतदार व अद्‌भुत होते. ज्या साहसी व धीरवृत्तीने ते जगले त्याची वाखाणणी केलीच पाहिजे. आपल्या रंगेल आयुष्यात वेगळे रंग आणून त्यांनी आयुष्याची मौज मनमुरादपणे चाखली यात शंका नाही. स्वत:च्या देशातील चालीरीती, वातावरण, सामाजिक व्यवस्था यातील फरक लक्षात घेऊन त्यांनी येथे एका नव्या आयुष्याचा पट उभारला. कामातून मिळालेला फावला वेळ त्यांनी विविध क्रीडा, मेजवान्या, मदिरा, मृगया व मदिराक्षी यांच्या संगतीत मजेत घालविला. स्वदेश सोडून आलेले अनेक येथेच निजधामास गेले. त्यांना आलेले मृत्यू त्यांना स्वत:ला अपरिचित असलेल्या कारणांनी झाले. मलेरिया, कॉलरा अशा जीवघेण्या व्याधीच्या साथींनी पुष्कळांचा बळी घेतला. काही जण शिकारीचा नाद करताना- आपल्याच भक्ष्याचे भक्ष्य बनले. वाघ, हत्ती यांची शिकार करता करता ते स्वत:च त्यांची शिकार बनले. त्यांत अधिकारी, कारकून, सैनिक, परिचारिका अशा विविध व्यावसायिकांचा समावेश होता. मात्र त्याबद्दल कोणाही इंग्रजाने कसलीही कुरकुर केली नाही. उलट भारतात येताना 'परमेश्वराने सत्ता गाजविण्यासाठीच आपला वंश निर्माण केला आहे' असा सार्थ अभिमान बाळगून प्रत्येक जण भारतीय भूमीवर पाऊल ठेवायचा, मोठ्या मिजाशीत अधिकार गाजवायचा, मनमुराद मौज करायचा आणि कसलीही हळहळ न करता जगायचा. ब्रिटिशांनी भारतावर पितृभावनेने राज्य केले. दंगेखोर शाळकरी पोरांवर एखादा पंतोजी जशी जरब बसवतो, तशी

वागणूक त्यांनी प्रजाजनांना दिली. जे योग्य व चांगले आहे ते मन लावून शिकविले. स्वत:चे हितसंबंध उत्तम प्रकारे सुरक्षित राहतील याची काळजी त्यांनी घेतली. शासक म्हणून त्यांनी अत्यंत समर्थपणे व भ्रष्टाचारास बळी न पडता सत्ता गाजवली. शेवटपर्यंत सत्तेचा आसूड आपल्याच हातात राहील याची दक्षता घेतली.

पहिल्या महायुद्धात सहा लक्ष ऐंशी हजार इंग्रज सैनिक धारातीर्थी पडले. तेथून भारताविषयीच्या कल्पनारम्य आकर्षणाची अखेर होत गेली. सनदी नोकरीत इंग्रज तरुण रस घेईना. हळूहळू त्या क्षेत्रात भारतीयांना प्रवेश मिळू लागला. १९४७ च्या सुरवातीला सनदी सेवेत फक्त एक हजाराच्या आसपासच इंग्रज उरले. ब्रिटिश साम्राज्याची ध्वजपताका फडकवण्याचे त्यांचे काम संपुष्टात आणण्याचे मनसुबे लंडनमधील एका गुप्त संभाषणात रचले जात होते. अखेर, कालपुरुषापुढे मान तुकवण्याखेरीज गत्यंतरच नव्हते. लॉर्ड माऊन्टबॅटन यांच्या नेतृत्वाखाली 'सूर्य कधीही न मावळणारे साम्राज्य' भारतापुरते का होईना, अस्ताला चालले होते. ●

‖ चल अकेला चल...

श्रीरामपूर, नौखाली, नववर्षदिन १९४७. हा देखील एक नव-वर्ष-दिनच! ही घटना लंडनच्या डाऊनिंग स्ट्रीटपासून सहा हजार मैलांवर असलेल्या गंगा नदीच्या खोऱ्यातील एका छोट्या खेड्यात पहायला मिळत होती. एका शेतकऱ्याच्या झोपडीतील शेणाने सारवलेल्या जमिनीवर एक वयोवृद्ध गृहस्थ ऐसपैस पडलेला आढळत होता. वेळ नेमकी माध्यान्हीची होती. बरोबर बाराच्या ठोक्याला त्या व्यक्तीने आपल्या साहाय्यकाकडून भिजून चिंब झालेली एक पोत्याची पिशवी मागून घेतली. पिशवीच्या छिद्रातून आत भरलेल्या चिखलाचे थेंब गळताना दिसत होते. त्या माणसाने ती पिशवी अतिशय काळजीपूर्वक आपल्या पोटावर थापटून ठेवली. त्यानंतर तशीच आणखी एक किंचित लहान दुसरी पिशवी त्याने आपल्या तुळतुळीत टकलावर थापून घेतली. हा सारा उपचार त्या माणसाच्या दिनचर्येचा नित्याचा भाग होता. त्याच्या निसर्गोपचाराचा हा परिपाठ होता. जमिनीवर पसरलेला तो माणूस दिसायला अगदी किरकोळ, बारकेला होता. पण त्यावरून त्याच्या शक्तीचा अजमास घेणे वेडेपणाचे ठरणार होते. सत्त्याहत्तर वर्षांचा तो काटकुळा माणूस बलाढ्य ब्रिटिश साम्राज्यशाहीला खिळखिळी करण्यास कारणीभूत होत होता हे कळताच थक्क व्हायला होत होते. त्याने दिलेल्या धक्क्यांनीच तर ब्रिटिश सरकारला जाग आली होती. त्याने उभ्या केलेल्या चळवळीचा परिपाक म्हणूनच व्हिक्टोरिया राणीचा पणतू लंडनहून भारताच्या स्वातंत्र्याची सनद घेऊन

भारतात प्रवेश करणार होता. जगाला त्याची ओळख होती **मोहनदास करमचंद गांधी** या नावाने! मात्र सर्व भारतवासी त्याला 'महात्मा गांधी' म्हणूनच संबोधताना दिसत. म.गांधींची प्रतिमा रूढार्थाने 'क्रांतिकारका'ची नव्हती. तो त्यांचा साचाच नव्हता. तरी जगाच्या इतिहासात लढल्या गेलेल्या एका अभूतपूर्व स्वातंत्र्यसंग्रामाचे ते उद्गाते होते यात शंका नाही. त्यांच्यापाशी सेनानीला लागणारे भव्य व्यक्तिमत्त्व बिलकूल नव्हते. दिसायला अगदी लहानगे. उंची जेमतेम पाच फुटांची. वजन एकशे चौदा पौंडाच्या जवळपास. हातपाय कंबरेच्या मानाने ऐसपैस. अवयवात प्रमाणबद्धता अशी कमीच म्हणा. बरे, चेहरा तरी देखणा असावा! तोही तुलनेने कुरूपातच जमा. डोक्याचा आकार नको तेवढा मोठा, कान काटकोनात चिकटवल्यासारखे. साखरदाणीच्या मुठीसारखे नाक. पुष्कळच बसके, नाकपुड्यांना टोके आलेली. त्याखाली पांढऱ्याशुभ्र मिशांचा झुपका. दातांचे बोळके झालेले. त्यामुळे ओठांचा आकार संपूर्णपणे दृश्यमान. थोडक्यात, म.गांधींचा चेहरा दर्शनसुख देणाऱ्यापैकी नव्हता. नाकाडोळ्यांनी नीटस नसणाऱ्या त्या चेहऱ्यावरचे तेज मात्र आगळे होते. रूपसौंदर्यापेक्षा भावसौंदर्यात सरस भासणाऱ्या त्या मुखावरचे भाव त्यांच्या प्रवाही विचारशक्तीचा व विनोदबुद्धीचा चटकन प्रत्यक्ष आणून देत व त्यातील विलोभनीय चैतन्य साकार करत.

आपल्या अहिंसेच्या तत्त्वज्ञानाने गांधींनी हिंसाचारात लडबडलेल्या शतकापुढे एक नवा पर्याय ठेवला होता. त्याच्या प्रभावाखाली आणलेल्या भारतीय जनतेला त्यांनी इंग्रजाविरुद्ध उभे केले होते. त्यांची शस्त्रे होती प्रार्थना व तिरस्कारदर्शक मौनव्रत. त्यांना मशिनगन्स, दहशतवाद्यांचे बॉम्ब नको होते. त्यांना सशस्त्र उठाव अभिप्रेत नव्हता. त्यांना उभारायचे होते नीतितत्त्वावर आधारलेले धर्मयुद्ध!

हातवारे करून गर्जना करणाऱ्या जुलमी हुकूमशहांच्या पिसाट अमलाखाली भांबावून गेलेल्या पश्चिम युरोपमधील जनतेला भारतातील घटनांची अपूर्वाई वाटावी इतके त्यांचे कार्य महान होते. हिंदुस्थानची प्रचंड लोकसंख्या आपल्यामागे खेचून घेताना गांधींनी आपला आवाज किंचितही चढवला नव्हता. अगदी मोजक्या शब्दांनी व कृतींनी त्यांनी लोकांना प्रोत्साहित केलेले होते. आपल्या अनुयायांसाठी सत्ता व संपत्ती यांची आमिषे लावलेले गळ त्यांच्यापाशी नव्हते. उलट त्यांनी एक ताकीदच देऊन ठेवलेली : 'ज्यांना माझ्यामागून यायचे असेल त्यांनी उघड्या जमिनीवर झोपण्याची, जाडेभरडे कपडे घालण्याची, मिळेल ते अन्न खाण्याची, पहाटे उठण्याची आणि विशेष म्हणजे शौचकूप साफ करण्याची तयारी ठेवून यावे.' गांधींच्या अनुयायांचा पोषाख साधा, स्वहस्ते कातलेल्या खादीच्या कापडाचा होता. पण त्यामुळे त्याचा परिणाम कमी झाला असे आढळत नव्हते. सहजासहजी उठून दिसणारा हा वेष सर्वांना एकत्र आणणारा होता. युरोपीय देशातील हुकूमशहांनी घालून दिलेल्या वेषांशी त्याची तुलना होऊ शकत होती.

प्रचाराच्या आधुनिक तंत्राचा गांधींनी वापर केला नाही. त्यांचा बराचसा पत्रव्यवहार त्यांच्याच अक्षरात असायचा. आपल्या कार्यकर्त्यांशी संवाद साधण्यात त्यांना कमीपणा वाटत नसे. निरनिराळ्या माध्यमांतून ते लोकांशी संपर्क साधत. जनतेत सक्तीची बांधिलकी निर्माण करण्याचा मार्ग त्यांनी चोखाळला नाही. तरीही त्यांचा आवाज देशाच्या कानाकोपऱ्यात जाऊन पोचत होता. आपल्या एखाद्या छोट्या कृत्याने ते काश्मीरपासून कन्याकुमारीपर्यंत कोठेही सहजासहजी भिडत असत. शतकानुशतके 'नेमेचि येणाऱ्या' दुष्काळाचा अनुभव असणाऱ्या साध्यासुध्या भारतीय जनतेच्या अंत:करणास भिडण्यासाठी त्यांनी एक नवे अस्त्र शोधून काढले होते - प्राणांतिक उपोषण. साधे पण समर्थ. कृती छोटी पण परिणती मोठी. गांधींची सारी शक्ती त्यांच्या 'उपोषणा'त होती. सोडा बायकार्बोनेटमिश्रित पाण्याच्या एका पेल्यात सबंध ब्रिटिश साम्राज्याला त्यांनी रिचवून टाकले होते.

भारताची श्रद्धाळू, भोळीभाबडी, परमेश्वराची पाईक असणारी जनता गांधींच्या कृश आकृतीत एका थोर महात्म्याची लक्षणे अनुभवत होती. ते ज्या मार्गाने नेतील त्या मार्गाने, निमूटपणे, आज्ञाधारक मुलाप्रमाणे, त्यांचे बोट धरून जात होती. त्या शतकातील ते एक थोर व्यक्तिमत्त्व होते. त्यांच्या अनुयायांनी तर त्यांना संतपदाला नेऊन पोचवले होते. इंग्रज अधिकाऱ्यांना, उच्चपदस्थांना मात्र गांधी धूर्त व कारस्थानी वृत्तीची व्यक्ती वाटत. त्यांच्या आमरण उपोषणाचा अंत मृत्यूच्या सीमारेषेवर घडताना दिसत होता. त्यांनी आरंभलेल्या अहिंसक चळवळीचे पर्यवसान नकळत हिंसेत झालेले आढळून येई. व्हाईसरॉय लॉर्ड वेव्हेल तसे मृदू अंत:करणाचे; पण त्यांनाही गांधींच्या या पवित्र्याचा तिटकारा होता. त्यांच्या मते गांधी म्हणजे 'संधिसाधू, आपलाच वरचष्मा ठेवण्याची हाव असलेला, एक दुतोंडी माणूस' होता.

गांधींबरोबर चर्चा करण्याचे योग आलेल्या ब्रिटिश अधिकाऱ्यांपैकी फारच थोड्यांना ते प्रिय होते. त्यातही फारच थोड्यांना ते खऱ्या अर्थाने समजले होते. थोडक्यात गांधी म्हणजे नियतीने ब्रिटिशांना घातलेले एक अनाकलनीय कोडेच होते म्हणा ना! तसा माणूस अजबच. महान नैतिक आचरणाबरोबर एक प्रकारचा विचित्र विक्षिप्तपणा त्यांच्या व्यक्तिमत्त्वात सामावून राहिला होता. गहन अशा राजकीय कूट प्रश्नावर चालू असलेल्या एकीकडच्या चर्चेत मध्येच लैंगिक संयम किंवा मिठाच्या पाण्याचा एनिमा अशासारख्या वेगवेगळ्या विषयांवर अगदी सहजपणे बोलण्यात त्यांना कसलीही भीती वाटत नसे.

असे म्हणत की, ज्या ठिकाणी गांधी वास करत ते स्थळ भारताची राजधानी बनून राहायचे, तात्पुरते. आजच्या एक जानेवारीच्या शुभदिनी ते बंगालमधील श्रीरामपूरसारख्या एका लहानशा खेड्यात येऊन ठाकले होते. त्या खेड्यात कोणतीही आधुनिक सुविधा नव्हती. नुसता फोन करायचा झाल्यास तीस मैल चालायची गरज

लागे. पण या असल्या एकाकी खेड्यातून गांधी सर्व उपखंडावर आपला वचक ठेवून होते. नौखाली विभागातील भौगोलिक स्थिती तशी अडचणीची. अगदी दुर्गम असा प्रदेश, जेमतेम चाळीस चौरस मैल. चारी बाजूंनी पाणी. पण तरीही पंचवीस लाखाच्या आसपास लोकसंख्या ठेचून भरलेला. त्या संख्येपैकी ऐंशी टक्के जनता मुसलमान.

तसे बघायला गेले तर तो दिवस गांधींच्या आयुष्यातील एक अतिशय समाधानाचा दिवस असायला हवा होता. कारण ज्या एका ध्येयसिद्धीसाठी त्यांनी अविरत असा झगडा दिला ते स्वातंत्र्य आता दृष्टिपथात आलेले दिसत होते. संघर्षाचा हा अत्युच्च क्षण नजीक येत असताना गांधी मात्र अत्यंत खिन्न व निराश मन:स्थितीत चाचपडत होते. त्याला कारणही तेवढेच सबळ होते. स्वातंत्र्यदेवतेच्या स्वागतासाठी भयानक जातीय दंगलीच्या पायघड्या घातल्या जात असलेले पाहणे त्यांच्या नशिबात होते. नौखाली हा त्या दंगलीचा केंद्रबिंदू ठरला होता. जिकडेतिकडे अमानुष अशा कतलींना ऊत आलेला. एकमेकांच्या घरांच्या होळ्या पेटलेल्या. या दंगलीची झळ साऱ्या देशाला लागण्याची भीती वाटत होती. एवढेच नव्हे, तर तिचे पडसाद ॲटलींच्या संभाषणात देखील उमटलेले दिसले. लॉर्ड माऊन्टबॅटनना दिल्लीला तातडीने पाठवण्याच्या त्यांच्या धोरणाचे निमित्तही तेच होते. आज गांधीही त्यासाठीच श्रीरामपुरात तळ ठोकून राहिले होते.

वास्तविक विजयोत्सवाच्या तयारीला ज्यांनी लागायला हवे तेच एकमेकांच्या उरावर बसून गळे घोटत होते ही केवढी दु:खाची गोष्ट! गांधींचे अंत:करण शतशः विदीर्ण होत होते हे बघताना. अद्यापही आपल्यामागून मोठ्या आदराने आलेल्या आपल्या देशबांधवांना अहिंसेची महती पटू नये! युरोपातील युद्धात झालेल्या अत्याचारी अणुबॉम्बच्या वापरामुळे झालेली हानी बघून त्यांची अहिंसेवरील श्रद्धा अधिकच दृढमूल झाली होती. नव्याने स्वतंत्र होणाऱ्या भारताने आशियाला एक नवा मार्ग दाखवावा, नवी प्रेरणा द्यावी याकडे त्यांचे लक्ष होते आणि नेमक्या याच वेळी आपल्याच देशबांधवांनी अहिंसेकडे पाठ फिरवावी ना! कोणत्या आशेवर जगायचे आता, असा प्रश्न गांधींना पडला. स्वातंत्र्यप्राप्तीकडे राष्ट्र करत असलेली आगेकूच या अमानुष कृत्यांमुळे कुचकामाची ठरणार होती. त्या विजयश्रीला कसलाच अर्थ उरणार नव्हता. तिचा उन्माद तो कोठून येणार अशाने?

याशिवाय आणखी एक गोष्ट गांधींना छळत होती. ती म्हणजे भारताचे विभाजन. तेही धर्मतत्त्वाच्या आधारावर. आजपर्यंत गांधींनी ज्या निधर्मी तत्त्वाचा हिरिरीने पुरस्कार केला त्याचा चोळामोळा झाला होता. तो त्यांचा मोठा पराभव होता. भारतातील मुसलमानधर्मी राजकारणी पुरुषांनी मागणी केलेल्या त्यांच्या परमप्रिय मातृभूमीच्या फाळणीने त्यांच्या शरीरातील कण न् कण आक्रंदत होता. एखाद्या

पौर्वात्य गालिच्यातील धाग्यांप्रमाणे भारतातील वेगवेगळ्या धर्मांचे लोक गुंतले गेले आहेत असे त्यांचे मत होते.

'भारताचे खंडन करण्याआधी तुम्हाला माझ्या शरीराचे तुकडे करावे लागतील' असे त्यांनी वारंवार घोषित केले होते. जातीय दंगलीत होरपळून गेलेल्या श्रीरामपुरात गांधी आपल्या अंत:करणातील निस्सीम श्रद्धेचा शोध घेत होते. तेथील दंगल इतरत्र पसरू नये याची खबरदारी त्यांना घ्यावयाची होती. 'सगळीकडे दाट काळोख पसरला आहे. त्याचा भेद करणारा एकही प्रकाश-किरण मला दिसत नाही. सत्य, अहिंसा ही माझी श्रद्धास्थाने आहेत. गेली पन्नास वर्षे मी त्यांच्याच आधारावर जगत आहे. परंतु आज त्या माझ्या प्राणप्रिय तत्त्वांची प्रचीती मला येऊ नये, हेच माझे दुर्दैव! मी जी तत्त्वे जिवापाड जोपासली, ज्यांच्यामुळे माझ्या आयुष्याला अर्थ प्राप्त झाला त्या तत्त्वांची ताकद आजमावण्यासाठी, एक नवीन तंत्र शोधून काढण्यासाठी मी येथे मुद्दाम आलो आहे.' गांधींनी आपल्या अनुयायांना सांगितले.

दिवसामागून दिवस घालवत गांधी त्या गावातून फिरत राहिले. तेथील लोकांशी बोलत राहिले. स्वत:शी चिंतन करू लागले. ते आपल्या 'आतल्या आवाजा'च्या आदेशाची प्रतीक्षा करत होते. त्या आवाजाने त्यांना यापूर्वीच्या अनेक पेचप्रसंगांतून मार्ग दाखवला होता; आणि अखेर तो आदेश आला. त्या दिवशीच्या निसर्गोपचार-कार्यक्रमानंतर त्यांनी आपल्या सहकाऱ्यांना एकत्र केले. आपला मनसुबा त्यांनी जाहीर केला. आता गांधी एका क्लेशयात्रेस आरंभ करणार होते. दंगलग्रस्त नौखाली भागात त्यांची पदयात्रा सुरू होणार होती. नौखालीची सत्तेचाळीस गावे - म्हणजे जवळजवळ एकशेसोळा मैलांचा भूप्रदेश-ते पालथा घालणार होते. पश्चात्तापाची खूण म्हणून 'अनवाणी' चालत चवताळलेल्या मुसलमानांना आवर घालण्यासाठी हा हिंदू त्यांच्यात जाऊन मिळणार होता. झोपडी-झोपडीत जाऊन शांततेचा पाठ देणार होता. त्यांच्या या पश्चात्तापदर्शक प्रवासात त्यांना साथ हवी होती ती फक्त परमेश्वराची! आपल्या जोडीला त्यांना केवळ चौघेजणच हवे होते. खेड्यातून हिंडताना जो कोणी जे काही देईल त्यावरच गुजराण करायची त्यांची जिद्द होती.

'काँग्रेस व मुस्लीम लीग या पक्षाचे राजकारणी दिल्लीत बसून चर्चेचा वाटेल तेवढा घोळ घालत भारताच्या भवितव्याच्या खुशाल चिंध्या करू देत. अखेर त्यांच्यापुढील समस्यांचे उत्तर त्यांना नेहमीसारखे या देशातील खेड्यातच शोधावे लागणार आहे. हिंदु-मुसलमान बंधुभाव व सलोखा निर्माण करण्याचा हा माझा शेवटचा महान प्रयोग आहे. बरं, तो यशस्वी झाला तर सारे राष्ट्र त्याच्या तेजाने उजळून निघेल. या नौखालीत पुन्हा एकदा अहिंसेची मशाल प्रज्वलित होईल व तिच्या झळीने भारताला पछाडणारे जातीयवादाचे भूत पार पळून जाईल असा माझा विश्वास आहे.'

ही गांधीवाणी अपार विश्वासाची होती.

गांधींनी एका भल्या पहाटे त्यांच्या पदयात्रेस आरंभ केला. त्यांच्यासमवेत त्यांची एकोणीस वर्षांची नात-मून-होती. जवळच्या सामानात कागद, चरखा व त्यांना गुरुस्थानी असणारी तीन हस्तिदंती माकडे- कानांवर, डोळ्यांवर व तोंडावर हात धरून बसलेली, भगवद्‌गीता, कुराण, येशू ख्रिस्ताच्या तत्त्वांची व आचरणाची पुस्तिका यांचा समावेश होता. हातात बांबूची लाठी घेतलेला तो सत्त्याहत्तर वर्षांचा वृद्ध आपल्या हरवलेल्या स्वप्नांचा शोध घेण्यासाठी निर्धाराने पावले टाकत चालला. निरोप देणारे गावकरी गुरुदेव टागोरांचे गीत गात होते. गांधींना प्रिय असणाऱ्या त्यातील एका गीताचे स्वर गांधीही गुणगुणत होते.

'जरी त्यांची साद ऐकू आली नाही, तरी तू तसाच पुढे चल - एकटा चल अकेला चल...'

हिंदु-मुसलमानातील जातीय दंगली हा भारताला नियतीने दिलेला एक कठोर शाप होता. हजारो वर्षांची परंपरा पाठीशी घेऊन आलेला तो शाप थेट ख्रिस्ती सनापूर्वी पंचवीसशे वर्षांमागून छळत येत होता. हिंदूंच्या या मातृभूमीवर मध्ययुगात मुसलमानांनी आक्रमण करून अठराव्या शतकापर्यंत त्या देशात राज्य केले होते.

या दोन्ही धर्मांत अगदी कमालीचा फरक होता. अगदी आधिभौतिक तत्त्वांपासून ते थेट सामाजिक रूढीपर्यंत त्यांचे आचारविचार परस्परविरोधी होते. अठराव्या शतकात इंग्रज आले व मुसलमानी साम्राज्य संपले. मात्र या दोघांतील संशयाचे वातावरण कायमच टिकले. मुसलमानांनी केलेल्या अत्याचारांचा हिंदूंना विसर पडला नाही. शिवाय, या दोन्ही समाजांत आर्थिक स्पर्धाही होतच राहिली. त्यामुळे मूळच्या सामाजिक व धार्मिक प्रश्नांचे गांभीर्य वाढतच गेले. आध्यात्मिक व धार्मिक प्रवृत्तीच्या या खंडप्राय देशात स्वातंत्र्ययुद्धास धर्मयुद्धाचे रूप येण्यात नवल नव्हते. कळत नकळत ते रूप देण्यास गांधीच कारणीभूत झाले. वास्तविक, धर्मसहिष्णुतेच्या बाबतीत गांधींचा हात कोणीही धरला नसता. भारताच्या स्वातंत्र्यलढ्यात मुसलमानांना सहभागी करून घेण्याचा आग्रहही त्यांचाच. पण अखेर गांधी स्वत: एक 'हिंदू' होते. परमेश्वराच्या अस्तित्वावर त्यांची अविचल श्रद्धा होती. तो त्यांच्या जीवनाचा अविभाज्य घटक होता. अजाणतेपणी त्यांच्या चळवळीला हिंदुत्वाची छटा लाभली. कदाचित ते अपरिहार्यही असेल. पण नेमकी तीच गोष्ट भारतीय मुसलमानांच्या मनात संशय व अविश्वासाचे बीज रोवून राहिली. चातुर्वर्ण्यभेद व पुनर्जन्म यांवर हिंदूंचा असणारा विश्वास हा एक अडथळाच ठरला. ती एक अढी होऊन बसली.

वेळोवेळी झालेल्या निवडणुकींत मुसलमानांना सहभागी करून घेण्यास स्थानिक काँग्रेस नेत्यांनी सतत नकार दिला. त्यामुळे स्वातंत्र्यप्राप्तीनंतर हिंदुस्थानात आपण अल्पसंख्याकच राहणार, बहुसंख्याक हिंदू आपल्यावर अन्यायच करणार ही जाणीव

दृढ झाली. ज्या भूमीवर आपले पूर्वज सत्ताधीश म्हणून राहिले त्याच भूमीत आपल्याला दुबळे, अवमानित जीवन जगावे लागणार, ही कल्पनाच त्यांना असह्य वाटू लागली. या फेऱ्यातून सुटका करून घेण्याचा एक मार्ग त्यांच्यापुढे उरला व तो म्हणजे या उपखंडावर आपल्या समाजासाठी स्वतंत्र अशा इस्लामी राज्याच्या निर्मितीची मागणी करणे.

मुसलमान मागणी करत असलेल्या या राज्याच्या योजनेचे बीजारोपण प्रत्यक्षात इंग्लंडातील केंब्रिजमधल्या एका साध्या निवासात झाले म्हणे! चार-साडेचार पानांच्या टंकलिखित केलेल्या त्या आराखड्याचा उद्गाता होता एक भारतीय मुसलमान पदवीधर. रहिमत अली त्याचे नाव. त्याचे वय त्यावेळी चाळीस होते. २८ जानेवारी १९३३ या दिवशी त्याने काही मंडळी जमवली. भारत हे एकसंध राष्ट्र आहे या मूळ कल्पनेची संभावना त्याने 'एक पूर्णत: विसंगत वाटणारे असत्य' या शब्दांत केली. पंजाब, सिंध, सरहद्द प्रांत, बलुचिस्थान, काश्मीर या भूप्रदेशात मुसलमानांची संख्या अधिक आहे. सबब त्या भूमीचे एका वेगळ्या मुसलमान राष्ट्रात रूपांतर झाले पाहिजे असे त्याने सुचविले. त्या राष्ट्रासाठी त्याने नावही दिले— पाकिस्तान (पवित्र प्रदेश). 'हिंदू राष्ट्रवादाच्या वेदीवर आम्ही बळी जाऊ इच्छित नाही' अशा अलंकारिक शब्दात त्याने आपल्या निवेदनाचा समारोप केला होता.

रहिमत अलीच्या या गाभ्याचा भारतीय मुसलमानांच्या राजकीय आकांक्षांना खतपाणी घालणाऱ्या मुस्लीम लीगने स्वीकार केला व त्याच पायावर आपली चळवळ उभी केली. बॅ.जिना त्या मूळच्या सभेला उपस्थित होते. आपल्यासाठी स्वतंत्र राष्ट्र ही कल्पना मुसलमानांना रुचली यात नवल नाही. शिवाय काँग्रेसच्या पुढाऱ्यांची वागणूक त्यांना उपकारकच ठरली. '१६ ऑगस्ट' हा दिवस 'प्रत्यक्ष कृति-दिन' म्हणून पाळण्याची हाक लीगच्या नेत्यांनी मुसलमान जनतेला दिली. जरूर पडल्यास प्रत्यक्ष कृतीनेच पाकिस्तान स्थापन करण्याची प्रतिज्ञा त्यांनी केली. बस्स! एवढे निमित्त पुरे झाले.

कलकत्ता शहरात जातीय दंग्याची ठिणगी पडली. मुसलमानांच्या झुंडी हिंदूंचा नि:पात करण्यासाठी रस्त्यावर आल्या. प्रतिकाराने पेट घ्यायला वेळ लागलाच नाही. कलकत्ता, बिहार, नौखाली, मुंबई या शहरांत अत्याचारांनी थैमान घातले. हुगळीचा रंग रक्तरंजित झाला. गिधाडांची चैन झाली. एकट्या कलकत्त्यात सहा हजार लोक यमसदनास गेले. भारताच्या भूमीवर एक नवे यादवी युद्ध सुरू झाले. भारताच्या इतिहासाला कलाटणी मिळण्याचा क्षण जवळ आला. 'आमचे राष्ट्र आम्हाला मिळाले नाही, तर सगळा भारत आम्ही आमच्या ताब्यात घेऊ' अशी धमकी मुसलमानांनी दिली होती. तिची चाहूल लागायला आरंभ झाला. पुण्यभूमी नरकभूमी बनली. गांधी अतिशय व्यथित झाले.

एकीकडे गांधी दु:खी, तर दुसरीकडे महंमदअली जिना खूश. गेल्या पाच शतकांचा गांधींचा प्रमुख राजकीय वैरी - बॅ. जिना. एक चाणाक्ष व बुद्धिमान वकील. भारतात उसळलेल्या जातीय दंग्याचे भांडवल कितपत करावे हे कळण्याइतकी अक्कल त्यांना होती. इतिहास जिनांच्या कर्तृत्वाची नोंद घेईल की नाही याची शंका आहे. (अर्थात, त्यांच्या जमातीच्या इतिहासात ती होणारच!) पण तरीही गांधी किंवा इतर कोणाच्याही हातात नसलेली भारताच्या भवितव्याचा दरवाजा खोलण्याची चावी फक्त जिनांच्याच हातात होती. अशा या कठोर प्रवृत्तीच्या, मिळतेजुळते न घेणाऱ्या दुराग्रही माणसाशी व्हिक्टोरिया राणीच्या पणतूची - लॉर्ड माऊन्टबॅटन यांची- गाठ होती.

१९४६ च्या ऑगस्ट महिन्यात मुंबईबाहेरील एका तंबूत आपल्या अनुयायांसमोर परिस्थितीचे मूल्यमापन करताना जिनांनी त्यांना 'प्रत्यक्ष कृती' चा अर्थ विशद करून सांगितला होता. त्यांनी जाहीर केले : 'जर काँग्रेसला युद्धच खेळायचे असेल तर त्यासाठी आम्ही एका पायावर उभे आहोत.' आपल्या निर्विकार चेहऱ्यावर स्मितहास्याची लकेर उमटवत, आपल्या भेदक डोळ्यांतून अंत:करणातील दबलेल्या विकारांना वाट करत बॅ. जिनांच्या निस्तेज ओठातून आलेले आव्हान असे होते :

'हिंदुस्थान खंडित तरी होईल किंवा खत्म तरी! आम्ही मुसलमान त्याशिवाय गप्प बसणार नाही हे ब्रिटिशांनी व काँग्रेसने नीट ध्यानात ठेवावे...!'

●

॥ भाग्य भारताचे देवाहाती!

लंडन : जानेवारी १९४७. बकिंगहॅम राजवाड्यातील खाजगी बैठकीच्या खोलीत ते एकमेकांशी जिव्हाळ्याची चर्चा करत बसले होते. त्यांच्या बोलण्यात कसलाही औपचारिकपणा नव्हता. दोन शाळकरी सवंगडी गप्पा मारताहेत असे वाटावे. लॉर्ड माऊन्टबॅटन व सम्राट सहावे जॉर्ज या एकमेकांच्या नात्यातील व्यक्ती तितक्याच एका महत्त्वाच्या गोष्टीवर बोलत होत्या.

''बरं का, एक भयानक गोष्ट घडली आहे.'' लुई माऊन्टबॅटननी सुरुवात केली.

''मला त्याची कल्पना आहे. पंतप्रधानांनी नुकतीची माझी भेट घेऊन मला सर्व सांगितलंय.'' सम्राटांनी स्मित केले.

''आणि तुम्ही त्याला मान्यता दिली? त्यावर तुम्ही विचार तरी केलाय का खरोखर?''

''केलाय ना. अगदी पूर्ण विचार केलाय मी.'' राजांनी अगदी उत्साहपूर्ण स्वरात उत्तर दिले.

''कमाल आहे. अहो, फार धोकादायक आहे सगळं. त्या समस्येवर यशस्वी तोडगा काढण्यात कोणालाच यश आलेलं नाही. आणि आता ते शक्यही नाही, हे ठाऊक आहे ना आपल्याला? मी तुमचा चुलत भाऊ आहे. त्यामुळे सरकारच्या आदेशाप्रमाणे मी भारतात गेलो व तेथे जाऊन त्या प्रकरणाचा विचका केला, गुंतागुंत वाढवली तर लोक काय म्हणतील? विनाकारण तुमची प्रतिष्ठा धोक्यात

येईल असं नाही वाटत तुम्हाला?''

''कबूल. पण समजा, ही निरगाठ सोडवण्यात तू यशस्वी झालास तर आपल्या राजवंशाची मान ताठ होईल, असंही का म्हणू नये?'' सम्राटांनी तितक्याच जोशात मुद्दा मांडला.

माऊन्टबॅटन आपल्या आसनात मागे रेलले व एक नि:श्वास टाकत म्हणाले, ''छान! आपण भलतेच आशावादी आहात, महाराज!''

माऊन्टबॅटन यांच्या डोळ्यासमोर आणखीन एक व्यक्ती तरळून गेली. तीही त्यांच्याशी इतक्याच जवळिकीने बोलत असायची. कदाचित सहाव्या जॉर्जहूनही अधिक निकट अशी. तिचे नाव होते - डेव्हिड, प्रिन्स ऑफ वेल्स. १९३६ मध्ये आपल्या प्रेयसीखातर राज्यपदाचा त्याग करणारा, सहावा जॉर्जचा थोरला भाऊ. त्यांचे व माऊन्टबॅटन यांचे नाते अधिक जिव्हाळ्याचे होते. त्याच्या छायेत वावरतच त्यांनी बकिंगहॅम प्रासाद पालथा घातला होता. काय मजा पहा! प्रिन्स ऑफ वेल्सच्या शरीरसंरक्षकाच्या भूमिकेत ज्या माऊन्टबॅटनननी भारताच्या भूमीवर आपले पहिले पाऊल टाकले होते त्याच माणसाला, भारताला स्वतंत्र करण्याची आज तयारी करायची होती.

१७ नोव्हेंबर १९२१ या दिवशीची ती आठवण त्यांनी आपल्या दैनंदिनीत नोंद करून ठेवली होती. भारतातील राजेरजवाड्यांनी शाही पाहुण्यांचे आगतस्वागत करताना कशाचीही कमतरता भासू दिली नाही. तरुण माऊन्टबॅटन त्या भव्य, ऐशआरामी, डोळ्यांना दिपवून टाकणाऱ्या पाहुणचाराने भारावून गेले होते. 'आपण स्वप्नात पाहिलेल्या, ऐकलेल्या, वाचलेल्या या देशाचे व्हाईसरॉयपद भूषवणे ही एक महान अशी कामगिरी असेल, नाही? असा विचार त्या वेळी भारत सोडताना त्यांच्या मनात येऊनही गेला होता; आणि आज त्यांचाच आणखी एक चुलतबंधू त्यांनी त्या पदाचा स्वीकार करावा म्हणून अधिकृत संमती देत होता. किती विचित्र योगायोग हा! थोडा वेळ नि:स्तब्धतेत गेला. राजांच्या मन:स्थितीत बदल झाल्याचा भास झाला. राजेसाहेब बोलू लागले, ''डिकी, तू आग्नेय आशियात लढत होतास तेव्हा युद्धआघाडीस भेट देऊन तुझी कर्तबगारी स्वत: या डोळ्यांनी बघावी असं मला सारखं वाटायचं पण विस्टननी त्यात खो घातला. निदान युद्धसमाप्तीनंतर तरी भारतात जाऊन यावं असं मनात आलं; पण आता... आता ते जमेल असं नाही वाटत. भारताच्या सम्राटपदाचा मुकुट माझ्या शिरावर चढलाय खरा; पण तो देश मी कधीच पाहू शकलो नाही. काय दुर्दैव म्हणायचं! आज वेळ आली आहे की या राजवाड्यात बसूनच मला तो मुकुट शिरावरून खाली ठेवावा लागणार? छे! वाईट वाटतं.'' सहाव्या जॉर्जच्या त्या उद्‍गारातील केविलवाणेपणा जाणवण्याइतका स्पष्ट होता.

सहाव्या जॉर्जच्या कारकिर्दीत ब्रिटनचे साम्राज्य नष्ट होणार होते. रोमन, ग्रीक, मुसलमान राजांनी आटोकाट प्रयत्न करूनही त्यांना तसे सम्राटपद उपभोगायला मिळाले नव्हते. शिकंदर, चंगीझखान यांना हेवा वाटावा एवढे वैभव ब्रिटनच्या राजाला प्राप्त झाले होते. पण हे जग सोडून जाताना तो केवळ एका युरोपीय राष्ट्राचा- एका बेटाचा- राजा म्हणून निघून जाणार होता. भारतापासून अलग होताना त्यांना यातना होत होत्या. स्वतंत्र भारताने निदान राष्ट्रकुल तरी सोडू नये असे राजेसाहेबांना मनापासून वाटत होते. आधुनिक युगधर्माला अनुसरून एखाद्या नव्या रूपात का असेना, त्या महान साम्राज्याच्या परंपरा, खुणा टिकवून ठेवाव्यात, अशी मनीषा त्यांनी बोलून दाखवली. त्यायोगे जगाच्या राजकारणात हा गट प्रभावी होऊ शकेल, लंडनचे महत्त्व कमी होणार नाही; सांस्कृतिक, आर्थिक व व्यापार व्यवहारांचे केंद्र म्हणून लंडन पूर्वीइतकेच प्रभावशाली रहावे असे त्यांना वाटत होते. जरी साम्राज्याचा विलय झाला तरी ब्रिटनचा लोप होणार नाही यात त्यांना समाधान होते. बकिंगहॅम प्रासादाच्या त्या दालनात बसलेले राणी व्हिक्टोरियाचे ते दोघे पणतू एका खाजगी निर्णयाप्रत येऊन पोहोचलेले दिसले. भारत हा राष्ट्रसंघाचा घटक राहण्यासाठी नव्या व्हाईसरॉयनी आटोकाट प्रयत्न करावेत असे ठरले. कारण, एकदा का भारताने त्यास नकार दिला की त्याच्या पाठोपाठ आशिया व आफ्रिका या खंडातील नव्याने स्वातंत्र्यप्रदान होणारे देश बाहेरच राहणार हे अटळ होते. शेवटी राष्ट्रकुल म्हणजे केवळ गोऱ्या वसाहतवाद्यांचाच समूह ठरणार. सम्राटाच्या या प्रयत्नांना ब्रिटिश मजूर पक्षाचा पाठिंबा नसल्यामुळे राजेसाहेबांनी ही नाजूक कामगिरी लॉर्ड माऊन्टबॅटनांच्या कानावर घालून त्यांच्या खांद्यावरचे-त्यांना नको असलेले ओझे अधिकच अवघड करून टाकले. सुटकेचा एक शेवटचा प्रयत्न म्हणून घेतलेली सहाव्या जॉर्जची ही भेट माऊन्टबॅटनना अधिकाधिक गुंतवत गेली. आता त्यांची सुटका नव्हती. ॲटली साहेबांच्या गळी हे नवे धोरण कसे उतरवावे याचा विचार करत माऊन्टबॅटन बकिंगहॅम राजवाड्याबाहेर पडले.

गांधींची पदयात्रा चालू होती. प्रत्येक खेड्यातील त्यांचा कार्यक्रम ठरल्यासारखा असायचा. आशिया खंडातील सर्वांत लोकप्रिय असा हा माणूस प्रथम कोठल्यातरी झोपडीत शिरायचा. झोपडी बहुधा मुसलमानाचीच असे. जर तेथे आसरा मिळाला नाही, तर दुसरीकडे प्रवेश मागायचा. गंमत अशी की, काही वेळा गांधींना आतही न घेणारा एखादा भिडू निघायचा देखील. 'कोठेच निवारा सापडला नाही, तर एखादे झाडही मला पुरेल' असा त्यांचा निर्धार होता. खाण्याच्या बाबतीत लाड नसायचे. यजमानाच्या इच्छेनुसार मिळेल त्यावर पोट भरायचे - आंबे, भाज्या, दही किंवा नारळाचे दूध वगैरे चालवून घ्यायचे. प्रत्येक गावातील कार्यक्रम देखील ठरल्याप्रमाणे

पार पाडायचा. वक्तशीरपणाबद्दल गांधींची ख्याती होतीच. 'आयुष्यातला प्रत्येक क्षण ईश्वराच्या सेवेसाठी मिळालेला आहे' असा त्यांचा विश्वास होता. त्यांच्याजवळच्या इंगरसोल घड्याळाच्या काट्यानुसार त्यांच्या हालचाली अचूक व्हायच्या. त्या घड्याळाचा गांधींना मोठा अभिमान होता. पहाटे दोनला उठायचे, गीतापठणानंतर प्रार्थना, त्यानंतर पत्रलेखन. दररोज सकाळी खाऱ्या पाण्याचा एनिमा झालाच पाहिजे. एनिमा-प्रकरण गांधींच्या दिनक्रमातील एक जिव्हाळ्याची गोष्ट. इतरांना एनिमा देण्यास गांधी तयार झाले की समजावे, त्या व्यक्तीचा त्यांच्या निकटवर्तीयांत समावेश झाला म्हणून! सूर्योदयानंतर गावातील भ्रमंतीस आरंभ होई. भ्रमंतिकालात लोकांना जातीय तेढीच्या विखाराची कल्पना द्यायची. शांतता प्रस्थापित करण्याची याचना करायची, समजुतीच्या चार गोष्टी सांगायच्या असा त्यांचा कार्यक्रम असे. लवकरच त्यांनी त्या दिशेने एक नवे पाऊल टाकले. शांतता व सुरक्षितता निर्माण करण्यासाठी त्यांच्या मताशी सहमत होणाऱ्या लोकांपैकी एक हिंदू व एक मुसलमान अशी माणसे निवडून त्यांना आपल्या पदयात्रेत सामील करून घ्यायचे धोरण आखले गेले; पण फक्त शांतता प्रस्थापित करून गांधी थांबायचे नाहीत. गावातील वैरभाव नष्ट झाल्याचा अंदाज येताच आपल्या इतर मतांचा प्रसार ते गावकऱ्यांत करत. केवळ भाषणबाजीपेक्षा प्रत्यक्ष कृतीच्या आधारे ते लोकांना स्वच्छता, सार्वजनिक आरोग्यरक्षण, विहिरी, संडास आदींची सफाई यासारख्या गोष्टी समक्ष भाग घेऊन दाखवून देत. पिण्याचे पाणी कसे शुद्ध राखावे याचे प्रात्यक्षिक घरांघरातून स्वत: करून दाखवत. प्रत्येक दिवशी सामुदायिक सायंप्रार्थना होत असे. तिला मुसलमानांनाही आमंत्रण जायचे. त्या वेळी कुराणातील काही निवडक भागाचे पठण होई. त्या प्रार्थनासभेचे आणखी एक वैशिष्ट्य असायचे. त्या वेळी सभेतील कोणीही माणूस त्यांना कसलाही प्रश्न विचारण्यास मोकळा असायचा. एकदा एका खेडुताने गांधींना विचारले, 'वास्तविक जिना व मुस्लीम लीग यांच्याशी बोलणी करण्याऐवजी आपण येथे नौखालीत वेळ का वाया घालवत आहात?' त्यावर गांधी उत्तरले, 'नेत्यामध्ये त्याच्या अनुयायांची प्रतिमा आढळली पाहिजे. परस्परांमध्ये सलोखा निर्माण करण्याचा मार्ग त्याने लोकांना दाखवला पाहिजे. ते त्याचे आद्य कर्तव्य ठरते. लोक एकदा एकत्र नांदायला तयार झाले म्हणजे त्यांच्या नेत्यांनाही त्याच मार्गाने जावे लागेल.'

आपल्या विचारांचा लोकांवर प्रभाव पडत आहे याची जाणीव होताच गांधींचा त्या गावातील तळ उठायचा. बरोबर साडेसातच्या ठोक्याला आगेकूच व्हायची. गांधींच्या या पदयात्रेत त्यांच्या शरीराचे खूपच हाल होत असत. अनवाणी चालण्यामुळे, रस्ते खराब असल्यामुळे पायांना भेगा पडत, फोड येत. सत्त्याहत्तर वर्षांचा तो वृद्ध ते सारे निमूटपणे सहन करी. मुक्कामाला पोहोचल्यानंतर पुढील कामाला सुरुवात

करण्यापूर्वी गरम पाण्यात पाय घालून बसायचे, त्यानंतर मनूकडून पायाला दगडाने मालीश करून घ्यायचे. आत्मक्लेशास तयार झालेल्या त्या माणसाची एवढीच एकुलती एक चैन. गेली सतत तीस वर्षे ती पावले हालअपेष्टांची पर्वा न करता भारताच्या स्वातंत्र्ययात्रेत पुढे सरकत होती.

लंडन, १८ फेब्रुवारी १९४७. भूपृष्ठाच्या एक तृतीयांशाहून अधिक प्रदेशावर गोऱ्या ख्रिश्चन, युरोपियन बुद्धिवाद्यांचे राज्य अबाधित राखण्यास मदत करणाऱ्या त्या मूठभर सभासदांच्या भाषणांचे प्रतिध्वनी ब्रिटिश हाऊस ऑफ कॉमन्सच्या सभागृहाच्या भिंतींवर गेली तीन शतके आदळत होते. जगातील पन्नासएक कोटी लोकसंख्येची भवितव्ये त्या चर्चेतून निर्णायक अवस्थेत पोचताना आढळत होती.

आज हाऊस ऑफ कॉमन्सचे सभासद अशाच एका गहनगंभीर चर्चेच्या तयारीने आले होते. सभागृहात एक प्रकारची विषण्णता पसरली होती. वातानुकूलतेची सोय नसल्यामुळे सभासदमंडळी थंडीने कुडकुडत होती. त्यांचे पंतप्रधान थोड्याच वेळात करू इच्छिणाऱ्या घोषणेला सर्वथैव अनुकूल असे वातावरण तयार झाले होते. महान ब्रिटिश साम्राज्याची मृत्युघंटा वाजवण्याचे 'शुभकार्य' ते करणार होते. काळा ओव्हरकोट घातलेली विन्स्टन चर्चिलांची गलेलठ्ठ मूर्ती आपल्या पक्षाच्या रांगेत बसली होती. त्यांच्या चेहऱ्यावरील निराशेच्या छटा स्पष्ट दिसत होत्या. याच सभागृहात गेली चाळीस वर्षे त्यांनी ब्रिटिश साम्राज्यवादाची मोठ्या आवेशाने तरफदारी केली होती.

विन्स्टन चर्चिल. एक महान धोरणी राजकारणी पुरुष. त्यांच्या दूरदर्शीपणाला तोड नसलेला. आपल्या मतांशी ठाम चिकटून राहणारा. साम्राज्याच्या कानाकोपऱ्याविषयी अपार अभिमान बाळगणाऱ्या त्या माणसाला भारताविषयी एक वेगळेच प्रेम वाटायचे. भारताविषयीच्या त्याच्या भावना अजोड होत्या. त्या भावनांची तडफ, त्यांतील तीव्रता अनाकलनीय वाटावी एवढा वेगळेपणा त्यांच्यात होता. आपल्या आयुष्यातील बरीच वर्षे त्यांनी भारतात काढली होती. 'चौथे क्वीन्स् ओन हुस्सार्स' या पलटणीतील एक अधिकारी या नात्याने ते हिंदुस्थानात आले होते, तेथल्या धुळीने माखलेल्या मैदानावर त्यांनी पोलोच्या चकरा मारल्या होत्या, शिकार केली होती. खैबरखिंडी-पलीकडल्या वायव्य सरहद्दीवरील पठाणांशी लढाई केली होती. आपल्या भारतातील वास्तव्यात त्यांच्यापाशी असलेल्या नोकरास ते अजूनही आठवणीने दरमहा दोन पौंड न चुकता पाठवत. भारताविषयीच्या त्यांच्या त्या सुखद स्मृती त्यांना दिवसेंदिवस भारताच्या अधिक निकट नेत होत्या. त्यामुळे या देशावर इंग्रजांनी राज्य केलेच पाहिजे, त्याचे स्वामित्व स्वत:हून सोडता कामा नये असे त्यांचे ठाम मत बनले

होते. आपल्या या मताचा त्यांनी प्राण पणाला लावून पाठपुरावा केला होता. वडीलकीच्या वर्चस्वाखाली भारत ब्रिटिश अमलाखाली राहिलाच पाहिजे असा त्यांचा दृढ विश्वास होता. साम्राज्यवादावरील त्यांची श्रद्धा अढळ होती. ब्रिटनच्या जगातील स्थानाचे बीज त्याच्या साम्राज्यातच आहे याविषयी त्यांना शंका नव्हती. एतद्देशीय सत्ताधीशांच्या जुलुमशाहीपेक्षा युरोपीयनांचे कल्याणकारी राज्यच भारतासारख्या मागास देशाला जास्त उपकारक आहे, या व्हिक्टोरियाकालीन सिद्धांताचा पुरस्कार त्यांनी सतत केला. हिंदुस्थानातील जनतेला आपल्या इंग्रज राज्यकर्त्यांबद्दल प्रेम व कृतज्ञता वाटते याची त्यांना खात्री होती. स्वातंत्र्य चळवळीचे नेतृत्व करणारे लोक मूठभर उच्चवर्णीय, अर्धशिक्षित व संकुचित वृत्तीचे लोक असून त्यांना जनतेचा पाठिंबा नाही असे त्यांचे ठाम मत होते. सर्वसामान्य जनतेच्या आकांक्षांचे, हितसंबंधांचे प्रतिनिधित्व करण्याची या नेत्यांची कुवत नाही असा दावा ते करत. 'तिसऱ्या जॉर्जला अमेरिकन वसाहतींच्या मनाचा जेवढा ठाव लागला असेल तितकाच तो चर्चिलना भारताबद्दल लागला होता' असा शेरा त्यांच्याच एका भारतमंत्र्याने मारला होता.

सन १९१० पासून सतत कडक विरोध करत चर्चिलनी भारतीय स्वातंत्र्यप्राप्तीला अडसर घातला होता. गांधी व त्यांचे काँग्रेस अनुयायी हे त्यांच्या लेखी 'वाळक्या गवताच्या काड्या' होते. पंतप्रधानपदावर आरूढ झालेला आपला वारसदार या महान ब्रिटिश साम्राज्याची शकले करू पाहात आहे व तेही मोठ्या खुशीने, या कल्पनेने सर्वात अधिक व्यथित झालेला त्या सभागृहातील एकमेव सभासद म्हणजे विन्स्टन चर्चिलच! १९४५ च्या निवडणुकीत त्यांच्या हुजूरपक्षाचा पराभव होऊन त्यांना सत्ता सोडावी लागली होती. त्यामुळेच त्यांचा तात्पुरता नाइलाज झाला होता. ते चडफडत होते. असे असले तरी त्यांच्या भात्यात अजूनही एक बाण होता. हाऊस ऑफ लॉर्डस् या ब्रिटिश संसदेच्या वरिष्ठ सभागृहात अद्यापही त्यांच्या पाठीशी निर्णायक बहुमत होते. त्याच्या आधारावर किमान दोन वर्षे तरी ते भारतीय स्वातंत्र्याचा गाडा अडवून ठेवू शकत होते. नापसंतीच्या छटांनी लालेलाल झालेल्या चेहऱ्याचे चर्चिल आपल्या आसनावरून स्वातंत्र्याची घोषणा असलेले सरकारी निवेदन उच्चारण्यासाठी उभ्या राहिलेल्या समाजवादी पंतप्रधानांची - क्लेमंट ॲटलींची - कृश मूर्ती लक्ष देऊन न्याहाळत होते.

ॲटलींच्या हातात असलेल्या कागदावरचा मसुदा तरुण माऊन्टबॅटन यांच्या हस्तेच लिहिलेला होता. (अद्याप ॲटलींनी त्यांचे नाव घोषित केले नव्हते!) स्वत: ॲटलींनी तयार केलेल्या लांबलचक सनदेला फाटा देण्याचे धाडस माऊन्टबॅटननी दाखवले होते. त्यामध्ये व्हाईसरॉयची नियोजित कामगिरी अगदी साध्यासोप्या भाषेत स्पष्ट केली होती. आपल्या मनात असलेल्या सर्व नवीन व ठळक गोष्टी नमूद

करण्याची दक्षता त्यांनी घेतली. त्यासाठी गेले सहा आठवडे त्यांनी हुज्जत घालण्यात कसलीच हयगय बिलकुल केली नव्हती. त्यांच्या त्या हट्टामुळे स्वातंत्र्यसनदेत त्यांना हवा असणारा काटेकोरपणा आला होता.

त्या ऐतिहासिक घोषणेचा उच्चार ॲटलींच्या मुखातून स्त्रवू लागताच, गारठलेल्या हाऊस ऑफ कॉमन्समध्ये हालचाल सुरू झाली. ॲटली बोलू लागले, 'राणी सरकार हे स्पष्ट करू इच्छितात की, कोणत्याही परिस्थितीत जून १९४७ पूर्वी जबाबदार भारतीयांच्या हाती सत्ता सुपूर्त करण्याच्या दिशेने आवश्यक ती पावले टाकण्याचा सरकारचा पक्का इरादा आहे.'

सारे सभागृह कान टवकारून ऐकत होते. त्यामुळे ॲटलींचे शब्द कानावर पडताच सारे जण स्तंभित झाले. सगळीकडे भयाण शांतता पसरली. इतिहासाच्या ओघात या अपरिहार्यतेचा उगम आहे. खुद्द ब्रिटनने आपणहून चोखाळलेल्या मार्गानेच सरकार निघाले आहे याची जाणीव असूनही त्या साऱ्यांच्या मनात एक विलक्षण खळबळ उडाली. केवळ चौदा महिन्यांनंतर 'ब्रिटिश राज' संपुष्टात येणार या वास्तवाचा स्वीकार करताना प्रत्येकाच्या मनात उगीचच कालवाकालव होऊ लागली. ब्रिटिशांच्या जीवनातील एका युगखंडाचा अंत जवळ येत चालला होता. 'मँचेस्टर गार्डियन' या प्रसिद्ध वृत्तपत्राने दुसऱ्या दिवशी या घोषणेचे वर्णन 'इतिहासातील एक महान ताटातूट' या शब्दात केले.

विरोधात उभे राहिलेले विन्स्टन चर्चिल बोलताना, अंत:करणातील भावनावेग व बाहेरील थंडीचा कडाका या दोहोंचा परिणाम होऊन, किंचित थरथरताना दिसले. साम्राज्याला मूठमाती देण्यास निघालेल्यांचा निषेध करताना त्यांनी साम्राज्यवादाच्या वतीने आपल्या घणाघाती वक्तृत्वाची तोफ डागली. 'एका अत्यंत विषण्ण व विनाशकारी व्यवहारावर पांघरूण घालण्यासाठी नुकत्याच झालेल्या युद्धातील खर्चाचा मोठ्या कौशल्याने उपयोग करण्याचा सरकारचा हा खटाटोप व्यर्थ आहे. भारताला स्वातंत्र्य प्रदान करण्याचा दिनांक निश्चित करून ॲटली, गांधींच्या सुपीक मेंदूतून निघालेल्या एका अनवधानी उक्तीचा स्वीकार करत आहेत - गांधी बोलून गेले होते, 'परमेश्वर बघून घेईल भारताला! तुम्हाला नको त्याची चिंता.' - मानवजातीच्या कल्याणार्थ ब्रिटनने केलेली सेवा पाहता, त्या वैभवशाली साम्राज्याच्या होत असलेला अंत पाहताना माझे अंत:करण शतश: विदीर्ण होत आहे. या ब्रिटन देशाचे अनेकांनी शत्रूपासून संरक्षण केले आहे. पण स्वत:हून विनाशाच्या गर्तेत उडी घेणाऱ्या ब्रिटनला कोण कसे वाचवू शकणार? अशा या पळ काढण्याच्या लज्जास्पद कृतीने, अशा अर्धवट, पूर्ण विचार न करता घाईघाईने कसाबसा गाशा गुंडाळण्याच्या तयारीने, निदान आपल्यापैकी अनेकांना होत असलेल्या दु:खपूर्ण यातनात मानहानीची भर तरी घालू नका...'

एक महान वक्ता आपल्या जोशपूर्ण शब्दांनी फाटलेल्या आकाशाला आवर घालण्याचा निष्फळ प्रयत्न करत होता — मावळतीस निघालेल्या सूर्याला थोपवण्यासारखा. चर्चा संपली. ठराव मतदानास टाकण्यात आला. इतिहासपुरुषाने घातलेली साद हाऊस ऑफ कॉमन्सने ऐकली. जून १९४८ पूर्वी भारतावरचे आपले अधिराज्य संपुष्टात आणण्याच्या सरकारी ठरावास प्रचंड बहुमत मिळून तो संमत झाला.

तिकडे नौखालीतील गांधींची पदयात्रा पुढेपुढे सरकत नौखालीतील अंतर्भागात प्रवेश करत होती. दुर्दैवाची गोष्ट ही की त्यांच्या यशाला आता मर्यादा पडू लागल्या. आरंभास मिळविलेले यश अल्पजीवी ठरू लागले. गांधींच्या यशाचा अंदाज घेतलेले स्थानिक मुसलमान नेते जागे झाले. अधिकाराचा बाण आपल्या हातून सुटत आहे, याची कल्पना येताच त्यांनी आपल्या अनुयायांना गांधींविरुद्ध चिथावणी देण्याचा उद्योग सुरू केला. विशेष म्हणजे त्याचा प्रत्ययही गांधींना ताबडतोब आला.

एके दिवशी सकाळी गांधींची पदयात्रा एका उर्दू शाळेजवळ पोचली. सात-आठ वर्षांची पोरे घेऊन एक मौलवी उघड्यावर बसले होते. मोठ्या उत्साहाने- नातवाला जवळ घेणाऱ्या आजोबाच्या उत्साहाने - गांधी त्या मुसलमान बालकांच्या जवळ गेले. जवळजवळ धावतच म्हणा ना. पण त्यांचे हे कृत्य त्या मुसलमान पंतोजीला बिलकुल रुचले नाही. त्याने गांधींच्या दिशेने एक जळजळीत दृष्टिक्षेप टाकत आपल्या विद्यार्थ्यांना हुसकत आत झोपडीत नेले. गांधी जणू काय त्यांच्यावर कसला तरी जादूटोणा करायला आले आहेत असे त्याला वाटले. गांधी थक्कच झाले. त्यांना तीव्र वेदना झाल्या. झोपडीच्या दारात उभे राहून त्यांनी आतल्या मुलांना काही खुणा केल्या. त्या बिचाऱ्या कोवळ्या मुलांना त्याचा अर्थ लागेना. ती त्यांच्याकडे कुतूहलाने पाहातच राहिली फक्त. नाइलाजाने गांधींनी त्यांना त्यांच्याच पद्धतीचा ‘कुर्निसात’ केला. त्यालाही कसलाच प्रतिसाद मिळाला नाही. गांधी निमूटपणे पुढे चालू लागले.

आणखी एक असाच प्रतिकाराचा प्रसंग आला. त्यांच्या वाटेवरच्या एका लहानशा लाकडी पुलाचे बांबूच कोणीतरी उखडून टाकले. गांधींच्या सुदैवाने ही गोष्ट कोणाच्या तरी ध्यानात आली म्हणून ठीक, नाहीतर वृद्ध गांधी व त्यांचे सहकारी पुलाखालच्या दहा फूट खोल खड्ड्यातल्या चिखलात केव्हाच रुतून पडले असते. दुसऱ्या एका दिवशी त्यांच्या स्वागतासाठी बांबूच्या बेटांवर, नारळाच्या झाडांवर फलक लागले होते. त्यांवर शब्द होते - ‘तुम्हाला ताकीद मिळाली आहे त्याप्रमाणे परत फिरा.’ ‘पाकिस्तानला मान्यता दिलीच पाहिजे.’ ‘तुमच्या भल्यासाठी मागे जा.’

अर्थात, या सगळ्या गोष्टींचा गांधींवर कसलाच परिणाम झाला नाही. त्यांच्या

अहिंसातत्त्वात चपखल बसणारी - कुरकुर न करता मार खाण्याची तयारी, कोणत्याही संभाव्य धोक्याचा मुकाबला करण्याचा निर्धार— सर्व वैशिष्ट्ये त्यांनी अंगीकारली. सर्व प्रकारचे दु:ख आतल्या आत दाबून टाकत ते शांतपणे पुढे चालत राहिले. परंतु आता एक नवेच संकट पुढ्यात आले. खाली वाकून पाहतात तो त्यांच्या मार्गावर इतस्तत: काचांचे तुकडे व माणसांची विष्ठा विखुरलेली त्यांना आढळली. लागलीच गांधींनी जवळच्या झाडाची एक लहान फांदी तोडून घेतली व हिंदूंना हलकी व अपवित्र वाटणारी 'सफाई' करायला सुरुवात केली. सत्त्याहत्तर वर्षांचा म्हातारा आपल्या नशिबातील भोग मोठ्या निर्धाराने भोगू लागला. त्यांच्या आयुष्यात असे अनेक क्षण येऊन गेले होते. त्यांचे 'महात्मेपण' त्यातच होते!

अशा या संयमशील, शांत वृत्तीच्या माणसाला अविरत विरोध करणारा इंग्रज माणूस म्हणजे विन्स्टन चर्चिल! एक हुकमी वक्ता. त्याच्याच वक्तृत्वशैलीतील गांधींचे वर्णन करणारे सोळा वर्षांपूर्वीचे एक उच्चारण होते- 'गांधी : एक अर्धनग्न फकीर!'

१७ फेब्रुवारी १९३१. एका हातात बांबूची लाठी व दुसऱ्यात अंगावर पांघरलेल्या पांढऱ्या शुभ्र खादीच्या शालीचे टोक. महात्मा गांधी नव्या दिल्लीतील व्हॉइसरॉयच्या निवासस्थानच्या तांबड्या संगमरवरी पायऱ्या चढताना दिसत होते. मिठाचा सत्याग्रह करण्यासाठी केलेली दांडीयात्रा संपवून ब्रिटिशांचा तुरुंगातील पाहुणचार त्यांनी नुकताच घेतला होता. त्यांच्या रूपाने अखिल भारतच व्हाईसरॉयच्या भेटीला निघालेला होता. आणि तोही खुद्द व्हाईसरॉयच्या- लॉर्ड आयर्विन यांच्या - आमंत्रणावरून. आजपर्यंत तुरुंगाच्या दारातून थेट वाटाघाटीच्या दालनाच्या दिशेने कोणताही अरब, आफ्रिकी किंवा आशियायी नेता यापूर्वी निघाला नव्हता. दांडी-यात्रेचा प्रभाव अपेक्षेबाहेर पडल्यामुळेच हा क्षण निर्माण झाला होता. गांधींच्या मागोमाग तशी वाटचाल करण्याची संधी नंतरच्या नेत्यांना मिळणार होती.

या भेटीतून काय निष्पन्न होणार याचा अचूक अंदाज चर्चिलनी त्या वेळीच केला होता. आपल्याच इनर टेम्पलमधून बॅरिस्टर झालेला त्या वेळचा माणूस आता राजद्रोही बनून राहिलाय. 'असला हा अर्धनग्न फकीर व्हाईसरॉयच्या प्रासादाच्या पायऱ्या काय चढतोय, मांडीला मांडी लावून सम्राटाच्या प्रतिनिधीशी वाटाघाटी काय करतोय! छे:! हे दृश्यच अतिशय किळसवाणे व मान खाली घालावयास लावणारे आहे.' अशा कडक शब्दात त्यांनी, भारतीयांच्या दृष्टीने अपूर्व वाटणाऱ्या त्या घटनेची निर्भत्सना केली. त्या वेळेस त्यांनी जी भविष्यवाणी उच्चारली तिचा प्रत्यय सोळा वर्षांनंतर आला. 'ज्या क्षणी आपण भारतावर पाणी सोडू तो क्षण ब्रिटिश साम्राज्याचा अंतिम व जीवघेणा क्षण ठरेल. तशी प्रतिक्रिया एकदा का सुरू

झाली रे झाली की, तिचे पर्यवसान ब्रिटन ही जगातील एक कनिष्ठ सत्ता उरण्यात होईल, हे विसरू नका.' इति चर्चिल.

अर्थात, चर्चिलांच्या या उच्चारणाचा नव्या दिल्लीतील त्या बोलण्यांवर परिणाम झाला नाही ही गोष्ट अलाहिदा! त्या वाटाघाटी तीनएक आठवडे चालल्या. अखेर, त्यांची परिणती 'गांधी-आयर्विन करारात' झाली. त्या कराराच्या मसुद्यावर दोन सार्वभौम सत्तांतील कराराची छाया पडल्याचा भास झाला. तोच गांधींचा विजय ठरला. त्या करारानुसार गांधींच्या अनुयायांची कारावासातून मुक्तता झाली, गांधींनी सत्याग्रहाची चळवळ थांबवली व गोलमेज परिषदेस उपस्थित राहण्यास मान्यता दर्शविली.

त्यांच्या या कराराचा दृश्य व विलक्षण फायदा गुरुचरण सिंग नावाच्या एका क्रांतिकारी शीख युवकास झाला. त्याच दिवशी सकाळी गुरुचरणच्या फाशीची तयारी चालली होती. मागे हात बांधलेला गुरुचरण वधस्तंभाकडे चालला होता. इतक्यात, मागच्या बाजूने कोणीतरी पळत येताना ऐकू आले. गुरुचरण मागे वळला. जेलर मार्टिन आपल्या हातातला निळा कागद फडकावत, धापा टाकत टाकत त्याच्यापाशी पोचला. 'अभिनंदन' असे ओरडला. गुरुचरण जवळजवळ कोसळलाच खाली. 'तुम्ही इंग्लिश लोक म्हणजे अजबच आहात अगदी! मला फाशी देणारे तुम्ही, माझे अभिनंदन कसले करता?' आ वासून गुरुचरण त्याला म्हणाला. 'नाही, खरंच अभिनंदन! चेष्टा नाही ही. आताच दिल्लीत एक करार झाला, सर्वांची फाशी तहकूब झाली; समजलं?' मेजर मार्टिनने धाडधाड उत्तर दिले. नंतर बऱ्याच आठवड्यांनी गुरुचरणसिंग तुरुंगातून बाहेर पडला. तडक त्याने गांधींच्या आश्रमाचे दार ठोठावले. गांधींना धन्यवाद देऊन त्याने त्यापुढे त्यांच्या अहिंसेच्या मार्गाने जाण्याची प्रतिज्ञा केली. आणि दैवगती कसा उपहार करते पहा - ज्या गुरुचरणचे प्राण गांधींच्या निमित्ताने वाचले, त्याच गुरुचरणच्या हातावर विसावत गांधींनी आपली जीवनयात्रा संपवली.

गांधी-आयर्विन करारानंतर सहा महिन्यांतच गांधी लंडनला पोहोचले. बकिंगहॅम राजवाड्यात ब्रिटनच्या राजाबरोबर चहापान करताना घेतलेले त्यांचे छायाचित्र पाहून साऱ्यांना मौज वाटली. खादीचा पंचा नेसलेले, पायांत चपला घातलेले गांधी बघताना गंमत वाटली. त्यांच्या या चमत्कारिक अर्धनग्न अवस्थेबाबत विचारता गांधी उद्गारले, 'अहो, माझ्या वाटणीचे कपडे राजेसाहेबांनी नव्हते का घातले?'

गांधींच्या या भेटीला मोठी प्रसिद्धी मिळाली. साऱ्या ब्रिटनवर त्याचा परिणाम झाला. मात्र गोलमेज परिषद अयशस्वी ठरली. भारताला स्वातंत्र्य देण्याची लंडनची तयारी नव्हती. 'माझे खरे कार्य परिषदेबाहेरच व्हायचे आहे. ब्रिटनच्या प्रवृत्तीत सौम्यपणा निर्माण करण्याचे बीज आजच्या माझ्या प्रयत्नात आहे.' ब्रिटिश वृत्तपत्रे

व सामान्य जनता गांधींच्या विनयशील वागणुकीने भारावून गेली. अहिंसेच्या मार्गाने ब्रिटिश साम्राज्य उलथून पाडण्याचे स्वप्न प्रत्यक्षात आणणाऱ्या या माणसाबद्दल त्यांना अप्रूप वाटत राहिले. खाजगी चिटणीस, नोकरचाकर यांचे अवडंबर न माजवता केवळ काही निवडक अनुयायी व दुधासाठी शेळी जवळ बाळगत गांधींनी दिवस काढले. एखाद्या आलिशान हॉटेलऐवजी लंडनच्या पूर्वेकडील गरीब वस्तीतील एक साधे घर त्यांनी वास्तव्यासाठी पसंत केले. लंडनच्या मुक्कामात त्यांनी अनेक नामवंतांची भेट घेतली. त्यांत जॉर्ज बर्नार्ड शॉ, इयान स्मट्स्, चार्ली चॅप्लिन, मारिया मॉंटेसरी, कॅन्टरबरीचे आर्चबिशप, हॅरोल्ड लास्की अशी विविध क्षेत्रांतील मंडळी समाविष्ट होती. एक विन्स्टन चर्चिल सोडून प्रत्येकाने मोठ्या आनंदाने त्यांचा सहवास स्वीकारला. चर्चिलनी मात्र आपला ताठरपणा कायम ठेवून गांधींना भेट नाकारली. प्रेमाच्या संदेशाचा प्रसार करणारा हा पौर्वात्य देवदूत सामान्य जनांना येशू ख्रिस्ताचे स्मरण करून देत होता.

आता साऱ्या जगाचे लक्ष भारताच्या स्वातंत्र्यलढ्याकडे लागले. ते म्हणाले, 'आम्ही स्वातंत्र्यप्राप्तीसाठी योजत असलेले साधन एकमेवद्वितीय आहे. रक्तपाताला जग विटले आहे. जगाला एखादी वेगळी वाट हवी आहे. तिच्या शोधात असलेल्या जगाला भारतासारखा प्राचीन देशच मार्गदर्शक ठरण्याच्या लायकीचा आहे अशी माझी श्रद्धा व्यक्त करताना मला उगीचच ओशाळल्यासारखे वाटत आहे.'

भारतात परतताना गांधी जेथे जेथे गेले तेथे तेथे त्यांच्या दर्शनासाठी लोकांनी चिक्कार गर्दी केली. मशिनगनऐवजी शेळी हातात घेऊन फिरणारा हा अवलिया क्रांतिकारक आहे तरी कसा हे पाहण्यासाठी पाश्चिमात्य जग मोठ्या उत्सुकतेने दाटीवाटी करत होते. फ्रान्स, स्वित्झर्लंड, इटली सगळीकडे एकच धूम उडाली. पॅरीसमध्ये स्टेशनवर एवढे लोक जमले की, गांधींना एका घोडागाडीवर उभे राहून भाषण द्यावे लागले. स्वित्झर्लंडमध्ये त्यांनी आपले मित्र रोमाँ रोलाँ यांची भेट घेतली. तेथल्या लेमन या गावच्या दूधवाल्यांनी भारताच्या या अनभिषिक्त सम्राटाचे आदरातिथ्य करण्यात अहमहमिका दर्शविली. 'मुसोलिनीची एकाधिकारशाही पत्त्यांच्या घराप्रमाणे कोसळणार एके दिवशी' असा इशारा त्यांनी दिला. रोममध्ये त्यांनी फुटबॉलचा सामनाही पाहिला. तेथल्याच सिस्टीन चॅपेलमधील क्रूसावरचा येशूचा पुतळा पाहताना त्यांना रडू कोसळले.

गांधी गोलमेज परिषदेहून परतले. 'मी हात हलवत परतलो आहे' या शब्दात त्यांनी स्वागतोत्सुक जमावाला आपल्या दौऱ्याचा अहवाल दिला. 'भारताला सविनय कायदेभंगाची चळवळ पुन्हा सुरू करायची आहे' अशी घोषणा त्यांनी केली. काही दिवसांपूर्वी बकिंगहॅम प्रासादात राजाच्या पाहुणचाराची चव घेणारे गांधी पुन्हा एकवार येरवडा कारागृहात त्याच राजाच्या सरकारचे 'वेगळे' आदरातिथ्य उपभोगू

लागले. पुढील तीन एक वर्षे गांधी तुरुंगाच्या आत-बाहेर करत राहिले. तिकडे लंडनमध्ये चर्चिलसाहेबांच्या गर्जना चालूच होत्या, 'गांधी व त्यांनी पुरस्कारलेली प्रत्येक चळवळ चिरडून टाकलीच पाहिजे.' पण त्यांच्या या विरोधाला न जुमानता ब्रिटिश सरकारने १९३५ चा प्रांतिक स्वायत्तता देणारा कायदा पास केला. इकडे कारावासातून सुटल्याबरोबर गांधींनी आपली चळवळ थांबवून त्यांना प्रिय असलेल्या समाजकार्याला स्वत:ला वाहून घेतले. लाखो अस्पृश्यांच्या व ग्रामीण जनतेच्या प्रश्नांत त्यांनी लक्ष घातले.

दुसऱ्या महायुद्धकाळात गांधींचा अहिंसेवरील विश्वास अधिकच दृढ झाला, मानवाच्याच हातून होणाऱ्या मानववंशाच्या संहारापासून मुक्ती मिळवायला केवळ अहिंसा तत्त्वच समर्थ आहे अशी त्यांची खात्री झाली. जेव्हा मुसोलिनीने इथिओपियाचा घास घेतला तेव्हा तेथल्या जनतेला गांधींनी आवाहन केले— 'करू द्यात त्यांना तुमची कत्तल! प्रतिकार करण्यापेक्षा तसे करू दिलेत तर तेच अधिक परिणामकारक होईल. कारण शेवटी मुसोलिनीला इथिओपियाचे वाळवंट तर बनवायचे नाही?' जर्मनीत होत असलेल्या ज्यूंच्या अमानुष कत्तलींची, हालअपेष्टांची माहिती ऐकून गांधी म्हणाले, 'एक सबंध समाज नष्ट करण्याचा अमानुष प्रयत्न करत असलेल्या जर्मनीविरुद्ध न्याय्य युद्ध करावयाचे असल्यास व त्याचा उपयोग मानवतेचे संरक्षण करण्याकडे होत असल्यास तसे युद्ध अवश्य व्हावे. अर्थात, अद्यापही माझा विश्वास युद्धावर नाही. मला असे वाटते की, जीओव्हाने ज्यूंना क्लेश सहन करण्याची जी ताकद दिली आहे तिच्या जोरावर नि:शस्त्र स्त्री-पुरुषांनी एक धीरगंभीर आणि निर्धारपूर्ण पवित्रा घेऊन जर्मनांना सामोरे जावे. त्यांच्या या नि:शस्त्र प्रतिकाराचा जर्मनांवर निश्चितच परिणाम होऊन माणुसकीचे मोल त्यांना समजू लागेल.' तिकडे चर्चिल आपल्या देशबांधवांना 'रक्त, घाम, श्रम व अश्रू' देण्याचा आदेश देत असताना गांधी इंग्रजांना एका वेगळ्याच पुरुषार्थाचा अवलंब करण्याचा आदेश देत होते. आपल्या अहिंसामार्गाची अंतिम कसोटी पडताळून पाहण्याची आशा धरून होते. आपल्या आवडत्या सिद्धांताचा कस पाहण्याइतके इंग्रज ध्येयवान आहेत असे वाटून गांधींनी त्यांना आपला एक पर्याय सुचवला- 'तुम्ही ज्याला स्वत:ची मालमत्ता समजता त्या प्रदेशातील त्यांच्या इच्छेला येईल तो भाग हिटलर व मुसोलिनींनी निवडून घेण्यासाठी त्यांना आमंत्रित करा. तुमच्या या नितांतसुंदर बेटाचा, तिथल्या सुंदर इमारतींसह, त्यांना ताबा घेऊ द्या. या सगळ्या ऐहिक गोष्टींचा तुम्ही त्याग केलात तरी शेवटी तुमची मने किंवा तुमचे आत्मे तुमच्यापाशीच राहणार....' गांधींचा हा उपदेश ब्रिटिशांच्या कानावर पडत असतानाच लंडनवर जर्मन विमानांनी प्रचंड बॉम्बहल्ले चढवले होते. गांधींच्या सिद्धांताचे ते एक तर्कशुद्ध पर्यवसान असू शकले तरी ब्रिटिश जनतेला किंवा त्यांच्या अविचल प्रवृत्तीच्या

नेत्याला त्यांचे शब्द म्हणजे एका मूर्ख म्हाताऱ्याची निरर्थक टकळी वाटली. खुद्द स्वत:च्या अनुयायांनाही - काँग्रेसच्या नेतृत्वाला - गांधी तो सिद्धांत पटवू शकत नव्हते. त्यांचे बहुतेक अनुयायी फॅसिझमचे कडवे विरोधक होते. भारताने फॅसिस्टांच्या विरुद्ध लढले पाहिजे असे त्यांचे मत होते. स्वतंत्र भारतात युद्धात सक्रिय भाग घेण्यास त्यांची हरकत नव्हती. पहिल्यांदाच - अर्थात अखेरच्या नव्हे - गांधी व त्यांचे शिष्य यांच्यामध्ये मतभेदाची दरी निर्माण झाली. आणि गंमत म्हणजे खुद्द चर्चिलसाहेबच त्यांना पुन्हा एकत्र आणण्यास निमित्त झाले. त्यांनी आपली ताठर भूमिका बदलली नाही. भारतीय राष्ट्रवाद्यांना युद्धप्रयत्नात सहभागी करून घेण्याच्या दिशेने झालेल्या समझोत्याच्या प्रत्येक पर्यायाला त्यांना वाटाण्याच्या अक्षता दिल्या. 'ब्रिटिश साम्राज्याचे विसर्जन करण्यासाठी मी ब्रिटनचा पंतप्रधान झालो नाही', या शब्दात त्यांनी आपल्या निकटवर्ती दोस्ताला - अमेरिकेच्या फ्रँक्लिन रूझवेल्टना - वारंवार बजावले. पण अखेर त्यांच्यावरही परिस्थितीने दबाव आणलाच. मार्च १९४२ मध्ये जपानी सेना भारताच्या दारात येऊन ठेपल्या. परिणामी, वॉशिंग्टनहून व त्यांच्या सहकाऱ्यांकडूनही दबाव आल्यामुळे त्यांनी नव्या दिल्लीला एक मुद्दा सुचवला. भारताच्या स्वातंत्र्याची एक नवी योजना पुढे आली.

योजनाचालक म्हणून धाडण्यात आले सर स्टॅफोर्ड क्रिप्स, काँग्रेसी नेतृत्वाचे दीर्घकालीन स्नेही. समाजवादावर श्रद्धा असणारे शाकाहारी गृहस्थ. क्रिप्स योजना तशी उदारमतवादीच होती. जपानच्या पराभवानंतर भारताला स्वायत्त राज्याचा दर्जा देण्यात आला होता. मात्र, तीत मुसलमान एकवटून करत असलेल्या इस्लामिक राज्याचाही समावेश केलेला होता.

भारतात येऊन क्रिप्सना अठ्ठेचाळीस तास होतात तोच गांधींनी ती योजना झिडकारली. त्यांच्या मते त्या योजनेत भारताची कायमची फाळणी गृहीत धरण्यात आली होती. शिवाय, तिच्या मोबदल्यात भारतीयांना सांप्रतच्या युद्धात भाग घेण्यासाठी प्रवृत्त करणे म्हणजे त्यांच्या अहिंसक प्रतिकार पद्धतीला सुरुंग लावण्यासारखे होते. त्यांच्या दृष्टीने जपान्यांना परतवून लावण्याचा मार्ग अहिंसकच असणे आवश्यक होते.

महात्मा गांधींनी स्वत:चे असे एक स्वप्न उराशी बाळगले होते. त्यांना रक्तपात नको होता असे नाही. फक्त ते रक्ताचे पाट न्याय्य कारणासाठी वाहणे त्यांना मंजूर होते. पुढे सरकणाऱ्या जपानी सैनिकांच्या संगिनीवर आहुती देण्यासाठी शिस्तबद्ध अशा नि:शस्त्र भारतीयांच्या रांगामागून रांगा निघाल्या आहेत, अशी एक वेळ येत आहे की, त्यांच्या आत्मसमर्पणाने प्रभावित होऊन जपान्यांनी आपली शस्त्रे म्यान केली आहेत; युद्ध थांबले आहे आणि मानवाच्या इतिहासाला एक निराळे वळण लागले आहे, असे ते स्वप्न होते.

त्यांनी जाहीर केले - 'चर्चिलनी क्रिप्सद्वारा धाडलेली ही योजना म्हणजे 'बुडत्या बँकेवरील पुढील तारखेची हुंडी' आहे. याखेरीज देण्यासारखे दुसरे काही त्यांच्याजवळ नसेल तर त्यांनी पुढच्याच विमानाने घरचा रस्ता धरावा,' असेही त्यांनी सुचवले. (मात्र क्रिप्ससाहेब ताबडतोब निघाले नाहीत हं! उलट, काँग्रेसच्या गळी आपली योजना उतरवण्यात ते जवळजवळ यशस्वीही झाले होते. त्यांनी महात्मा गांधींचा मार्ग सोडावा म्हणून केलेले प्रयत्नही सफल होणार होते. पण पुन्हा एकदा चर्चिल आडवे पडले व योजना बारगळली.)

क्रिप्स परतले. नंतरच्या सोमवारी- गांधींच्या मौनपालनदिनी - त्यांच्या 'आतल्या आवाजा'ने, त्यांना गप्प बसू दिले नाही. तो गांधींशी बोलतच राहिला आणि त्याने गांधींना दिलेला सल्ला विनाशकारक ठरला. केवळ दोन शब्दांचा तो आदेश गांधींच्या नंतरच्या चळवळीचा मानबिंदू ठरला. 'चले जाव', 'छोडो भारत'. गांधींनी ब्रिटिशांना सुनावले, 'तुम्ही चालते व्हा! परमेश्वर घेईल आमची काळजी! तुम्ही गेल्यानंतर बेबंदशाही माजली तरी चालेल!' एकदा का ब्रिटिश निघून गेले की मग जपान्यांना भारतावर हल्ला करण्याचे कारणही उरणार नाही. ८ ऑगस्ट १९४२ च्या मध्यरात्रीनंतर काही क्षणांत गांधींनी आपल्या अनुयायांसमोर- अखिल भारतीय काँग्रेस समितीसमोर - बोलताना सांगितले, 'मला ताबडतोब स्वातंत्र्य हवे आहे. अगदी याच रात्री. मिळणार असेल तर पहाटेपूर्वी देखील! मी आज एक नवा मंत्र देतोय तुम्हाला. अगदी संक्षिप्त असा : 'करेंगे या मरेंगे' 'एकतर आपण भारताला स्वतंत्र करू वा तसे करताना मरून जाऊ. आपल्या गुलामगिरीचे चिरंतन स्वरूप पाहण्याकरता आपण जगू इच्छित नाही.' मात्र त्याच पहाटे गांधी ब्रिटिशांच्या तुरुंगात बंदिस्त झाले. त्यांच्या मागोमाग ब्रिटिशांनी इतर काँग्रेस नेत्यांची धरपकड करून त्यांना युद्धकाळात अडकवून ठेवले.

गांधींच्या या डावपेचाचा फायदा मुस्लिम लीगच्या नेत्यांनी उचलला. त्यांनी ब्रिटनच्या युद्धप्रयत्नांना साथ दिली. राजकर्त्यांवर उपकाराचे ओझे टाकले. गांधींच्या योजनेने इंग्रज भारत तर सोडून गेलेच नाहीत, उलट ते निघून जाण्याआधी भारताची फाळणी केल्याशिवाय गत्यंतर नाही या निष्कर्षाप्रत राज्यकर्ते येऊन पोचले. गांधींचा हा तुरुंगवास त्यांच्या आयुष्यातील शेवटचा प्रवास होता. त्या दिवसापर्यंत त्यांनी एकंदर २३३८ दिवस तुरुंगात घालवले होते. त्यांतले २४९ दक्षिण आफ्रिकेत व उरलेले २०८९ भारतात. आगाखान पॅलेसमध्ये ठेवलेल्या गांधींनी एकवीस दिवसांचे उपोषण जाहीर केले. ब्रिटिश राज्यकर्ते समझोता करण्याच्या मन:स्थितीत नव्हते. चर्चिलनी नव्या दिल्लीला आदेश दिला : 'उपोषणाच्या मार्गाने गांधींना मरायचे असेल तर त्यांनी खुशाल तसे करावे.' उपोषणकालाच्या मध्यंतरात गांधींची तब्येत खालावली. तिकडे राजकर्त्यांनी त्यांच्या अंत्यसंस्काराची तयारीही आरंभली. दोघा

ब्राह्मण भटजींना तुरुंगात बोलावून घेतले - अंत्यविधी उरकण्यासाठी. अंधाराचा फायदा घेऊन चिता रचण्यासाठी लागणारे चंदनाचे लाकूडदेखील गुपचूपपणे आणवून घेतले. एकट्या ७४ वर्षीय गांधींच्याशिवाय इतर सगळे त्यांच्या मरणाची चाहूल घेत बसले होते. पण तो अंतिम क्षण आलाच नाही. मीठमिश्रित पाणी, अधूनमधून लिंबू किंवा मोसंबी यांचा रस यांच्या आधारे त्यांनी आपल्या चैतन्यवृत्ती जागृत ठेवल्या. स्वत:हून लादून घेतलेल्या त्या दिव्यातून ते पार झाले.

त्यांनी स्वत:चे मरण चुकवले खरे, पण त्यांच्या चितेसाठी जमवलेले ते चंदन पुढे त्यांच्या प्रिय पत्नीच्या प्रेतासाठी उपयोगी पडले. २२ फेब्रुवारी १९४४ रोजी गांधींच्या मांडीवर डोके ठेवून कस्तुरबांनी प्राण सोडला. कस्तुरबांच्या आजारपणात गांधींनी निसर्गोपचाराच्या आपल्या निर्धाराचा त्याग केला नाही. मानवी शरीरास इंजेक्शनची सुई टोचणे हा त्यावर होणारा अत्याचार आहे असे ते मानत. कस्तुरबांच्या अखेरच्या क्षणी, ब्रिटिशांनी त्यांच्यासाठी अगदी दुर्मीळ व मौल्यवान अशी पेनिसिलिनची इंजेक्शने पाठवली. पण इंजेक्शनद्वारा ते औषध द्यावे लागेल म्हणून गांधींनी त्यांना नकार दिला. कस्तुरबांच्या मृत्यूनंतर गांधी अधिकच क्षीण झाले. आता ते जास्त दिवसांचे सोबती नाहीत याची कल्पना येऊन त्यांची कारावासातून मुक्तता करण्यात आली. त्यांचा तुरुंगातील मृत्यू टाळण्यासाठी ही कारवाई झाली. त्यांच्याच एका श्रीमान पाठीराख्याच्या बंगल्यातील एका कुटिरात गांधी राहू लागले. हळूहळू त्यांची प्रकृती पूर्वपदावर आली. व्हाईसरॉयकडून येणाऱ्या तातडीच्या तारांना उत्तर न देणाऱ्या पंतप्रधान चर्चिलनी नव्या दिल्लीला एक तिरसट तार करून विचारणा केली : 'गांधी अजून मेले कसे नाहीत?'

काही थोड्या दिवसांनंतर गांधींचे यजमान त्यांच्या कुटिरात गेले असता त्यांना एक मजेशीर दृश्य दिसले. महात्माजींचा एक शिष्य शीर्षासन करत होता, दुसरा समाधी लावून बसला होता, तिसऱ्याने ताणून दिली होती. खुद्द महात्माजी आपल्या उघड्या स्वच्छतागृहात आकाशाकडे नजर लावून बसले होते. हसून हसून तो बेजार झाला होता बिचारा. गांधी बाहेर आले व त्यांनी त्याचे कारण विचारले. यजमान हसत हसत म्हणाले, 'बापू, या खोलीकडे तरी बघा. एक खाली डोके वर पाय करून उभा, दुसऱ्याची ब्रह्मानंदी लागली टाळी, तिसरा कुंभकर्णाच्या जातीचा आणि तुम्ही, तुमच्या शौचकूपात-छान! आणि हे लोक म्हणे भारताला स्वातंत्र्य मिळवून देणारे! वाहवा!'

नॉर्थहोल्ट विमानतळ, २० मार्च १९४७. शाही विमानदलाचे एक विमान धावपट्टीवर माऊन्टबॅटनांच्या प्रतीक्षेत उभे होते. नव्या वर्षाच्या पहिल्या दिवशी याच ठिकाणी लुई माऊन्टबॅटन उतरल्याला दोन-अडीच महिने होऊन गेले होते. वेळ

सकाळची होती. माऊन्टबॅटन यांचा व्यक्तिगत सहायक - चार्ल्स स्मिथ - याने त्यांचे साहित्य विमानात रचून ठेवले होते. जवळजवळ सहासष्ट डाग नीट घेतले होते बरोबर. नूतन व्हाईसरॉयांच्या घराण्याची मुद्रा कोरलेल्या चांदीच्या ॲश-ट्रेचाही समावेश करण्याची दक्षता घेतली गेली होती. सौ.माऊन्टबॅटननी बॅट ठेवण्याची एक जुनीपुराणी पेटीही सहज हाताला लागेल अशी ठेवून दिली होती. त्या सामानात बाईंना आपल्या वंशाचा वारसाहक्काने मिळालेला हिऱ्याचा एक हार होता. व्हाईसरॉयपदाचा स्वीकारसमारंभ होत असताना तो गळ्यात घालून मिरवण्याची त्यांची मनीषा होती. इतर सामानाबरोबर सर्व महत्त्वाची कागदपत्रं, दस्तऐवजही होते. येत्या दोन महिन्यांत त्यांच्याच आधाराने राज्यकारभार करावयाचा होता त्यांना. सर्वांत मोलाचा कागद होता दोन पानांचा. त्यावर पंतप्रधान क्लेमंट ॲटलींचा सही-शिक्का होता. माऊन्टबॅटनांच्या कामगिरीची पूर्ण कल्पना त्यावरून येत होती. आजपर्यंत असे निश्चित अध्यादेश कोणाही व्हाईसरॉयला इंग्लंड सोडण्यापूर्वी मिळालेले नव्हते. खालची सही जरी पंतप्रधानांची होती तरी मसुदा माऊन्टबॅटन यांचाच होता. त्यांच्या हस्ताक्षरातला. त्यातील कलमे सुस्पष्ट व साधी होती.

३० जून १९४८ पूर्वी राष्ट्रकुटुंबाचे घटक असलेले भारताचे सार्वभौम राज्य निर्माण करून ते भारतीयांच्या हाती सुपूर्द करण्यासाठी सर्वतोपरी प्रयत्न करण्याच्या आज्ञा त्या आदेशात होत्या. आठ महिने आधी सर स्टॅफोर्ड क्रिप्सच्या आधिपत्याखाली भारतात जाऊन आलेल्या मंत्रिमंडळाने सादर केलेल्या योजनेचा आधार घेऊन आगेकूच करायची होती. मुसलमानांच्या पाकिस्तान-निर्मितीच्या मागणीशी तडजोड म्हणून भारतीय संघराज्याची कल्पना त्यात मांडण्यात आली होती. त्यात घटक राज्यांना दिलेले अधिकार मध्यवर्ती सरकारपेक्षा अधिक होते. अर्थात, आपापसात भांडत असलेल्या भारतीय राजकारणी नेत्यांवर कोणताही करार सक्तीने लादण्याचा प्रश्न मात्र नव्हता. भारत अविभाज्य राखण्याचा त्यांचा प्रयत्न जर एक ऑक्टोबरच्या आत - माऊन्टबॅटननी सत्ताग्रहण केल्यानंतर सहा महिन्यांच्या आत - अयशस्वी झाला, तरच भारताच्या विभाजनाचा पर्याय पुढे आणण्याच्या सूचना होत्या.

उड्डाणाची वेळ जवळ आली. यॉर्क एमडब्ल्यू १०२ जातीचे ते विमान सज्ज आहे का याची शेवटची तपासणी झाली. या विशिष्ट विमानाचा माऊन्टबॅटन यांच्याशी जुळलेला सांधा वेगळा होता. आग्नेय आशियाच्या सेनाप्रमुखाचे काम करताना त्यांनी याच विमानातून असंख्य चकरा मारल्या होत्या. कदाचित, केवळ त्या विमानामुळेच त्यांचे भारतात येणे रहित झाले असते. प्रसंग असा घडला - एके दिवशी माऊन्टबॅटन लंडनमधील आपल्या कचेरीत बसले असताना एक फोन आला. त्यांच्या शरीरसंरक्षकाने तो घेतला. विमानदलाच्या कॅप्टनने माऊन्टबॅटनना निरोप कळवायला सांगितले, 'नव्या व्हाईसरॉयना हवे असलेले विमान उपलब्ध

होऊ शकत नाही. क्षमस्व.’ ताडकन माऊन्टनी एडीसीच्या हातातून फोन आपल्याकडे घेतला.

“ग्रुप कॅप्टन, मी आपले आभार मानू इच्छितो हं!”

“माझे आभार?” ऑफिसर गोंधाळला.

“हो, आपलेच! त्याचं काय आहे - ज्या वेळी मी या नव्या पदाचा स्वीकार करण्यास पंतप्रधानांना रुकार दिला ना, त्या वेळी मी एक अट घातली होती त्यांना. माझे हे आवडते यॉर्क मला माझ्याबरोबर दिल्लीला न्यायची अनुमती असावी. आता तुम्ही म्हणता आहात मला ते नेता यायचे नाही. छान झालं. सुंठीशिवाय खोकला गेला. नाही तर मला तरी कोठे व्हाईसरॉय व्हायचे होते! खरोखर मी ऋणी आहे आपला. तुमचे उपकार मी कोणत्या शब्दांनी मानू? माझ्यावरचा एक फार मोठा बोजा कमी केलात तुम्ही. धन्यवाद.” माऊन्टबॅटन बोलायचे थांबले. खोलीत नि:शब्द शांतता पसरली. काही मिनिटांतच माऊन्टचे लाडके विमान त्यांच्या सेवेस रुजू झाले.

लॉर्ड माऊन्टबॅटननी आपले दोघे युद्धकालीन सहकारी आपल्याबरोबर घेतले होते. त्यांच्या व्यक्तिगत सेवकांवरील प्रमुख कॅ. रोनाल्ड ब्रॉकमन आणि त्यांचे ज्येष्ठ शरीररक्षक लेफ्टनंट कमांडर पीटर हॉव. ब्रॉकमनच्या नजरेसमोर भूतकाळ आला. त्या लॅंकेस्टर बॉम्बर विमानातून अनेक वेळा तो माऊन्टबरोबर ब्रम्हदेशाच्या जंगलातून युद्धआघाडीवर जाऊन आला होता. मोठमोठ्या युद्धकालीन वाटाघाटीत बरोबर होता. नेहमी आनंदित असलेले लॉर्ड माऊन्टबॅटन आज आपल्याच विचारात गढून गेले होते. पायलटने विमान सज्ज झाल्याचे घोषित केले.

“चला, निघू या आपण भारताकडे! माझ्या मनात तिकडे जायचे नाही. खरोखर मी त्यांना तिकडे यायला नको आहे. कदाचित परतताना पाठीत गोळ्या घेऊन आलो नाही तर नशीब.” सुस्कारा टाकत माऊन्ट म्हणाले. ते दोघे जण विमानात चढले. इंजिनांची घरघर सुरू झाली. विमानाने भारताची दिशा धरली.

●

‖ अखेरचा हा तुला दंडवत...

गांधींच्या शांतताप्रस्थापनेच्या कार्यात कोणीही कसलाही खोडा घालू शकत नव्हते. त्यांची जिद्दच इतकी जबरदस्त होती. अनवाणी पायांनी, सर्व प्रकारची दुखणी सहन करत ते गावांमागून गावे पालथी घालत होते. भारतीय राष्ट्रपुरुषाचे सांत्वन करत होते. हळूहळू त्याच्या वेदना कमी होऊ लागल्या. नौखालीच्या दलदलमय प्रदेशात हळूहळू शांतता निर्माण होत गेली.

पण आता त्यांच्या खाजगी जीवनात एक नवेच नाट्य आकार घेऊ लागले होते. त्यांची ही पदयात्रा चालू असताना तो प्रसंग पुढे यावा ही एक दैवगतीच! त्याचा अर्थ लावताना गांधींच्या ज्येष्ठ सहकाऱ्यांची, त्यांना इतिहासपुरुष मानून त्यांचे मूल्यमापन करणाऱ्यांची, लाखो भाबड्या भारतवासीयांची तारांबळ उडणार होती. भारतराष्ट्राच्या सदसद्विवेकबुद्धीचा केंद्रबिन्दू असलेल्या सत्याहत्तरवर्षीय वृद्ध नेत्याच्या आयुष्यातील तो पेचप्रसंग खरोखरच गुंतागुंत निर्माण करत होता यात संशय नाही.

गंमत अशी होती की, ज्या राजकीय कार्यात गांधी पुढेपुढे करत होते त्याच्याशी त्याचा सुतरामही संबंध नव्हता. त्याचे मूळ होते व्यक्तीच्या कामवासनेत! गेली चाळीस वर्षे गांधींनी मोठ्या कटाक्षाने आपल्या कामवासनेचे दमन करण्याचा निष्ठापूर्वक प्रयत्न केला होता. त्यात त्यांना यशही मिळण्याची खात्री होती. सांप्रतच्या त्यांच्यासमोरील पेचप्रसंगाची नायिका होती त्यांची एकोणीस वर्षांची

नात- मनू! गांधी व त्यांच्या पत्नी- सौ. कस्तुरबा - यांनी लहानपणापासून तिचे पालनपोषण केले होते, अगदी स्वत:च्या मुलीप्रमाणे. आपल्या मृत्यूपूर्वी सौ. कस्तुरबांनी मोठ्या आत्मीयतेने तिला गांधींच्या हवाली केले होते. मनूनेही मोठ्या भक्तिभावाने मृत्युशय्येवरील कस्तुरबांची सेवाशुश्रूषा केलेली होती.

'मी अनेकांना वडिलांच्या नात्याने वागवले आहे' गांधींनी मनूला अभिवचन देताना म्हटले, 'पण तुझ्या बाबतीत मात्र मी तुझी आई आहे!' त्यामुळे मनूचे सर्व प्रकारचे संगोपन गांधींनी मातेच्या वत्सल, दक्ष अंत:करणाने केले. तिचे कपडे, खाणेपिणे, धार्मिक संस्कार यांवर बारकाईने देखरेख ठेवली. नेमक्या याच जिव्हाळ्यातून ती बिकट समस्या पुढे आली. आपल्या नौखालीच्या पदयात्रेला प्रारंभ करण्यापूर्वी गांधी व मनू बोलत बसले होते. बोलता बोलता विषय निघाला. मनूनेच तो काढला - एखादी लाजाळू मुलगी आपल्या आईजवळ अंत:करण उघड करते तसा. मनूने गांधींना सांगितले, 'माझ्या वयाच्या मुलीत निसर्गत: निर्माण होणाऱ्या लैंगिक भावनांचा मागमूसही मला या क्षणापर्यंत लागलेला नाही.' बस्स. गांधींच्या विक्षिप्त सिद्धांतांना आव्हान मिळाले. मनूच्या उद्गाराचे महत्त्व त्यांना विशेष वाटले. आपल्या स्त्री-पुरुष अनुयायांनी अहिंसा तत्त्वाचे पालन करताना ब्रह्मचर्यपालनाकडेही कटाक्षाने लक्ष देणे अगत्याचे आहे असे त्यांचे ठाम मत होते. त्यांच्या आदर्शानुसार तयार होणाऱ्या अहिंसावादी सैन्यातील प्रत्येकाने प्रथम आपल्या वैषयिक भावनांवर विजय मिळवला पाहिजे. कोणत्याही प्रकारच्या कामवासनेपासून तो अलिप्त असलाच पाहिजे असा यांचा दंडक होता. 'एखाद्या आणीबाणीच्या क्षणी समोर असलेल्या उद्दिष्टांपासून ऐनवेळी त्याला डळमळवण्याची शक्ती माणसाच्या या लैंगिक भावनेतच दडलेली असते' हा गांधींचा आवडता सिद्धांत होता. 'कामवासनेवरील काबू' ही कठोर कसोटी लावूनच तो सैनिक तयार व्हावा अशी त्यांची धारणा होती.

मनूच्या शब्दांनी गांधींना नवा साक्षात्कार झाला. त्यांनी मनूला पूर्णत्वाला पोहोचलेली जोगीण बनवण्याचा ध्यास घेतला. 'एका आदर्श मातेच्या भावनेने मी तुझ्यावर आदर्श असे संस्कार घडवू शकलो तर अखिल स्त्रीजातीची एक महान सेवा करण्याचे सौभाग्य मला लाभेल. कारण आपल्या भारतभूमीतील लक्षावधी कन्यकांची तू प्रतिनिधी आहेस.' गांधी मनूला म्हणाले. पण त्यापूर्वी मनूच्या 'त्या' उच्चारातील सत्य त्यांना पडताळून पाहायचे होते. नौखालीच्या नियोजित दौऱ्यात त्यांच्यासमवेत त्यांचे अगदी निकटवर्तीय सहकारीच राहण्याचे ठरले होते. 'तेव्हा माझ्याबरोबर राहून, मी घालून दिलेली शिस्त काटेकोरपणे पाळून त्या कसोट्यांना उतरण्याची तुझ्या मनाची तयारी असेल तर माझ्याबरोबर चल.' गांधींनी मनूसमोर प्रस्ताव मांडला व लगेच आपल्या कसोट्यांची कल्पनाही दिली.

'माझ्या पदयात्राकाळात मी खरखरीत अशा गवतांच्या काड्यांच्या बिछान्यात

झोपेन. तुला माझ्याजवळ झोपावे लागेल. मी स्वतःला तुझी आईच मानतो ना! माझ्या ठायी तुला केवळ मातेची मायाच मिळते असं तूच म्हणतेस ना वारंवार? मग आपण दोघांनी आपल्या स्वतःच्या शब्दांना जागून त्यांच्यातील सत्याचा शोध घ्यायचा असेल, माझ्या ब्रह्मचर्यव्रताची प्रतिज्ञा खोटी ठरणार नसेल आणि तुझ्या मनाला लैंगिक भावनांचा स्पर्शही होत नाही यात काहीतरी तथ्य असेल, तर एखाद्या आईच्या कुशीत तिच्या मुलाने झोपावे तसे आपण झोपू शकू. एकत्र-अगदी निरागसपणे. अर्थात, यात दोघांचीही परीक्षा होणार आहे. आपल्यापैकी कोण सत्याचा अपलाप करत आहे याचाही शोध लागेल. पहा विचार करून!'

त्यांची आणखी एक कल्पना होती. या आपल्या प्रयोगातून मनूच्या प्रामाणिकपणाचा प्रत्यय आलाच तर त्यांच्या निकट व सतत देखरेखीखाली तिचे व्यक्तित्व अधिकाधिक विकसित होईल. त्यांची स्वतःची कामविरहित अवस्था मनूमधील उरल्यासुरल्या वासनांची विल्हेवाट लावेल. पिग्मॅलियनप्रमाणे तिच्यात एक महान बदल घडून येईल. तिच्या विचारात विशुद्धता निर्माण होऊन तिच्या उच्चारात दृढता येईल. विशाल व महान ध्येयसिद्धीच्या दिशेने चाललेल्या तिच्या वाटचालीला एक नवे चैतन्य प्राप्त होईल. तिच्या सेवाभावी वृत्ती स्फटिकवत होतील. एक 'नवी' मनू जगासमोर उभी राहील.

गांधींच्या या अग्निदिव्यास सामोरे जाण्याची मनूने तयारी दर्शविली. दगदग वा दलदल पार करीत पुढे जाणाऱ्या गांधींच्या साथीला मनू राहू लागली, गांधींचा 'हा' निर्णय त्यांच्या सहकाऱ्यांना अर्थातच धक्का देऊन गेला. लागलीच त्यांच्या सभोवतालच्या माणसातील उत्साहाला मरगळ प्राप्त होऊ लागली. पुढ्यात वाढून ठेवलेल्या संकटाची चाहूल त्यांना लागली. गांधी हे सारे जाणून होते. मनूबरोबर काही रात्री एकत्र घालवल्यानंतर त्यांनी तिला सांगितले, 'हे सगळं बघून त्यांना वाटतंय माझी बुद्धी भ्रष्ट झालीय! त्यांच्या या अडाणीपणाचं मला हसू येतंय! बिचाऱ्यांच्या लक्षात काहीच कसं येत नाही?' खरोखरच फारच थोड्या जणांना गांधींच्या त्या वागण्याचा अर्थ लागत होता. गांधींच्या अगदी एकनिष्ठ व विशुद्ध मनाच्या अनुयायांनाच त्यांच्या त्या आध्यात्मिक संघर्षाची परिणती कशात होणार आहे हे कळण्याची समज होती. फारपूर्वीच आपल्या प्रिय पत्नीसमोर त्यांनी ब्रह्मचर्यव्रताची दीक्षा घेतली होती. वास्तविक, त्यात नवे असे काही नव्हते. शतकानुशतके चालत आलेल्या प्राचीन हिंदू धर्माच्या रूढीचेच ते पालन करत होते. पूर्णत्वाकडे पोहोचण्यासाठी ते आवश्यकच होते. हिंदू धर्माने ब्रह्मचाऱ्यासाठी अनेक निषिद्ध गोष्टी सांगितल्या होत्या.

गांधींचे ब्रह्मचर्य वेगळ्या प्रकारचे होते. हिमालयाच्या एखाद्या गुहेत बसून त्याचे पालन करण्याची त्यांची जात नव्हती. त्यासाठी फार मोठा नैतिक निग्रह

लागत नाही असे ते मानत. त्यांचा आग्रह लैंगिक भावनांच्या दमनावर अधिक होता. स्त्रियांच्या सहवासात राहून, त्यांच्यात मिळून मिसळून वागत असूनही ज्याच्या मनास लैंगिकता स्पर्श करत नाही असा माणूस त्यांना हवा होता. ते म्हणायचे, 'खरा ब्रह्मचारी बायकांपासून पळ काढत नसतो; कारण तो स्त्रीपुरुष भेदच मानत नसतो मुळात!' त्यांच्या मते खऱ्या ब्रह्मचाऱ्यांच्या जननेंद्रियाचे रूपही वेगळे असू शकेल. कोणाही स्त्रीच्या कुशीत जाऊनही ज्याच्या वैषयिक भावना चाळवल्या जाणार नाहीत, तोच खऱ्या अर्थाने ब्रह्मचारी मानावा असे त्यांचे म्हणणे होते. आपल्या अंगी ते बाणावे यासाठी गांधींनी खडतर सायास केले होते. आपल्या जननेंद्रियावर अपेक्षित परिणाम करणाऱ्या खाद्यपदार्थांचा प्रयत्नपूर्वक शोध घेण्याचे कष्ट त्यांनी घेतले. साधारणत: तीसएक वर्षांच्या नियमबद्ध आचरणाने त्यांना हवा असलेला परमोच्च बिंदू त्यांनी गाठला अशी त्यांची खात्री झाली, पण हाय - ! ! हा हंत, हंत - ! !

तीस वर्षांच्या त्यांच्या कठोर परिश्रमांवर, निर्धारयुक्त यशप्राप्तीवर १९३६ सालातल्या मुंबईतील एका रात्रीच्या अनुभवाने पाणी पडले. ब्रह्मचर्यव्रताची बायकोसमोर केलेली प्रतिज्ञा फुकट गेली. त्यांच्या स्वत:वरच्या विश्वासाला तडा गेला. त्या वेळी त्यांचे वय सदुसष्ट वर्षांचे होते. एका विशिष्ट क्षणी त्यांना 'स्वप्नावस्था' झाली. एका स्वप्नातून जाग येताच त्यांना त्याची जाणीव झाली. वास्तविक, त्यांच्या वयाच्या माणसाला तसे स्वप्न म्हणजे नियतीने गांधींवर केलेला एक प्रचंड उत्पातच होता. अरेरे, काय झाले हे! ज्या आदर्शाची जीवापाड जपणूक केली तो एका क्षणात मातीमोल व्हावा ना! 'त्या भयानक अनुभवाने' गांधी हादरले. त्यांना मनस्वी यातना होऊ लागल्या. 'आयुष्यातील एक काळाकुट्ट क्षण' असे त्यांनी त्या क्षणाचे वर्णन केले. परिणामी सहा आठवड्यांचे संपूर्ण मौनव्रत पाळून त्या पापाचे क्षालन करण्याचा त्यांनी निर्णय घेतला. ते भलतेच अस्वस्थ झाले. महिनोन् महिने त्यावर विचार करू लागले. आपल्यामधील या दौर्बल्याचा त्यांनी धसका घेतला व स्वत:भोवती 'हिमालयीन गुहेचे' वातावरण निर्माण केल्यास काय होईल याची चर्चाही केली. सैतानी शक्तींनी आपल्यातील दैवी शक्तींना त्या रात्री दिलेल्या भयानक आव्हानाचा स्वीकार करण्याचा निर्धार त्यांनी केला. आपल्यामधील उरलीसुरली वैषयिक भावना समूळ नष्ट करण्याच्या कामगिरीस ते लागले.

आपल्या वासनांवर पुन्हा एकदा स्वामित्व मिळविल्याची खात्री होताच त्यांनी स्त्रियांशी शारीरिक संपर्क ठेवण्यास सुरुवात केली. आजारी बायकांची शुश्रूषा करणे, त्यांच्याकडून आपली सेवा करून घेणे, आश्रमवासीयासमोर स्नान करणे, जवळजवळ नग्नावस्थेत असताना तरुण युवतींकडून अंग चोळण्याचा आपला दैनंदिन कार्यक्रम पुरा करणे, इकडे मालिश चालू असताना वाटाघाटीस, मुलाखतीस येणाऱ्या

काँग्रेसच्या नेत्यांशी बोलणे चालू ठेवणे असे अनेक कार्यक्रम त्यांनी चालू ठेवले. गांधी स्वत: मोजकेच कपडे घालत. अनुयायांनीही तसेच करावे असा त्यांचा सल्ला होता. कपड्यांमुळे भ्रामक सौजन्याला वाव मिळतो असे ते म्हणत. विन्स्टन चर्चिलांनी त्यांच्या बाबतीत काढलेल्या त्या सुप्रसिद्ध उक्तीला— 'एक अर्धनग्न फकीर' - त्यांनी एकदाच उत्तर दिले. 'मी वस्त्रांकितही आहे व वस्त्ररहितही आहे. मला अभिप्रेत असलेल्या व ज्यासाठी मी धडपडत आहे त्या खऱ्याखुऱ्या निरागस अवस्थेचे प्रतिनिधित्व नग्नावस्था करत असते.' आपले कर्तव्य करीत असता एकत्रित झोपणाऱ्या स्त्री-पुरुषांना अशी अवस्था प्राप्त झाली तर कोणतीच समस्या उद्भवणार नाही. मनूने गांधींच्या बिछान्यात झोपणे ही गोष्ट त्यांच्या या तत्त्वज्ञानाचा नैसर्गिक प्रवाह होता. त्यात काहीच गैर नव्हते. त्यांच्या क्लेशयात्रेच्या दु:खद अवस्थेत ती सतत त्यांच्या छायेत वावरत असे. गावागावांतून भ्रमंती करत असताना शेतकरी व्यवस्था करतील तसल्या ठिकाणी त्यांना रहावे लागे. ती त्यांना मालिश करी. त्यांच्या निसर्गोपचाराची व्यवस्था करी. त्यांना झालेल्या अतिसाराच्या आजारात तिने त्यांची देखभालही केली. पूर्वी स्वीकारल्याप्रमाणे ती त्यांच्याच शेजारी झोपायची. त्यांच्याजवळ बसून प्रार्थना म्हणायची व त्यांच्याच ताटातील अन्न ग्रहण करायची.

फेब्रुवारी महिन्यातील अशी एक रात्र. बाहेर कडाक्याची थंडी पडलेली. मनूला मध्येच जाग आली. पाहते तो काय! जवळच निजलेले गांधी थंडीने लटलट कापत होते. मनू ताडकन उठली. तिने त्यांचे अंग चोळले. त्यांच्या कुडकुडत्या शरीरावर झोपडीतील होते नव्हते तेवढे कपडे गच्च लपेटले. शेवटी, गांधींना डुलकी लागली. मनूने नंतर आपल्या रोजनिशीत नोंद केली : 'प्रार्थनेची वेळ होईपर्यंत आम्ही दोघे एकमेकांच्या उबेत आरामशीर झोपलो.' स्वत:च्या विवेकबुद्धीवरील विश्वासाची खात्री असल्यामुळे आपल्या या - इतरांच्या दृष्टीने तऱ्हेवाईक वाटणाऱ्या - आचरणात त्यांना गैर दिसत नव्हते. त्यांच्या व मनूच्या संबंधात लैंगिक भावनेचा कसलाही लवलेश नव्हता - अगदी दूरान्वयाने देखील. अर्थात, वरवर बघणाऱ्याला त्यात काहीही आढळावे. पण एक गोष्ट सत्य होती की, गांधी त्या संबंधाकडे केवळ 'कर्तव्य' म्हणूनच पाहात होते. त्यांच्या कृतीचा पाठपुरावा करण्यासाठी तेवढे कारण पुरेसे होते. कदाचित, त्यांच्या अंतर्मनात, कोठेतरी खोल दडलेली एखादी सुप्त भावना - त्यांनी आजपर्यंत अव्हेरलेली अशी - त्यांना त्यासाठी उद्युक्त करत असल्याचा संभवही नाकारता येणार नव्हता.

आयुष्याच्या संधिकालात गांधी अगदी एकाकी होते. कारागृहात असतानाच त्यांची प्रिय पत्नी व जवळचा मित्र निजधामास गेले होते. आपल्या काही जुन्या सहकाऱ्यांचा पाठिंबा निसटत चालला होता. त्यांना मुलगी अशी नव्हतीच. त्यांच्या आयुष्यात त्यांना कदाचित एकाच बाबतीत अपयश आले होते. पित्याची भूमिका

वठवताना ते कमनशिबी ठरले. पित्याचे प्रेम आपल्यापेक्षा इतरांनाच अधिक मिळते या भावनेने जळणारा त्यांचा सर्वांत थोरला मुलगा मृत्युशय्येवरील मातेला चिक्कार दारू पिऊन भेटायला आला होता. दुसरे दोघे जण दक्षिण आफ्रिकेतच राहत होते. त्यांचे संबंधही यथातथाच होते. त्यातल्यात्यात त्यांचा सर्वात लहानगा मुलगाच काय तो बापाकडे मुलगा म्हणून पाहात होता. सांगायचा मुद्दा असा की, त्यांच्या आयुष्याच्या या उतरणीवर त्यांना मिळणारा दिलासा किंवा जिव्हाळा या लाजाळू, सेवाभावी मुलीकडूनच मिळाला.

नौखालीच्या पदयात्रेतील या प्रकाराची वार्ता हळूहळू बाहेर पसरली. मुस्लिम लीगच्या पुढाऱ्यांनी त्यांच्या नालस्तीची एक मोहीमच उघडली. भारताच्या नव्या व्हाईसरॉयशी बोलणी करण्याच्या तयारीत असलेल्या दिल्लीस्थित काँग्रेसी नेत्यांना या बातमीमुळे तीव्र धक्काच बसला. अखेर, खुद्द गांधींनीच या अफवेच्या आक्रमणाला सामोरे जायचे ठरवले. एका सायंप्रार्थनेच्या समुदायासमोर त्यांनी या क्षुद्र कुजबुजीबद्दल तीव्र नापसंती व्यक्त केली. आपण आपल्या नातीला जवळ घेऊन का झोपतो याची कारणमीमांसा त्यांनी स्पष्ट विशद केली. त्यांच्या जवळच्या लोकांचे त्यामुळे समाधानही झाले. परंतु आपला हा खुलासा प्रसिद्धीसाठी त्यांनी आपल्या वृत्तपत्राकडे - हरिजनला - पाठवताक्षणीच पुन्हा वादळ उठले. त्यांच्या निषेधार्थ संपादक मंडळातील दोघांनी आपले राजीनामे सादर केले. बदनामीच्या भयाने नियतकालिकाच्या विश्वस्तांनी गांधींचा खुलासा छापण्यास नकार दिला. ही गोष्ट त्यांच्या स्वप्नातही आली नव्हती कधी! या पेचप्रसंगाचा कळस गांधींच्या दौऱ्याच्या शेवटच्या टप्प्यात झाला. गांधी हैमाचाराला पोचले. तेथून त्यांनी बिहारात जाण्याचा आपला मनोदय व्यक्त केला. तिकडे दिल्लीतील काँग्रेस पुढाऱ्यांची छाती दडपलीच एकदम. बिहारच्या सनातनी हिंदूंच्या कानावर गांधी-मनूचे प्रकरण गेले तर अनर्थ ओढवेल अशी भीती वाटली. एकामागून एक तसा संदेश घेऊन गांधींच्या गोटात थडकू लागला. त्यांना परावृत्त करण्याची खटपट सुरू झाली, पण गांधी बधेनात. शेवटी, त्यांच्यापैकी एकाने मनूलाच गळ घातल्यामुळे असेल कदाचित, मनूने आपणहून गांधींना त्या 'गोष्टीचा' त्याग करण्याची विनंती केली. 'आपण तुमच्याशी संपूर्णत: एकरूप झालो आहोत' याची ग्वाही दिली. त्यांनी आखून दिलेल्या रेषेपासून यत्किंचितही ढळणार नाही असे अभिवचन दिले. ही सर्व व्यवस्था तात्पुरती असेल, सभोवतालच्या क्षुद्र वावटळीला शांत करण्यासाठीच केवळ असेल, याची खात्री दिली. आपल्या या तडजोडीचा अंतिम ध्येयसिद्धीवर कोणताच परिणाम होणार नाही हे पुन्हा पुन्हा सांगितले. मग गांधींचा आग्रह कमी झाला. गांधी बिहारला निघाले. मनूने मागे राहावे असे ठरले. जड अंत:करणाने गांधींनी या योजनेस होकार दिला.

नवी दिल्ली, मार्च-एप्रिल १९४७. २०मार्च १९४७. लंडनच्या नॉर्थहोल्ट

विमानतळावरून उडालेले लॉर्ड माऊन्टबॅटन यांचे विमान दिल्लीत दाखल झाले. नाविकदलाच्या रुबाबदार पांढऱ्या शुभ्र गणवेशातील माऊन्टबॅटन त्यांच्या एका शरीररक्षकाला 'एखाद्या चित्रपट अभिनेत्या'सारखे दिसले. सम्राट पंचम जॉर्ज यांच्यासाठी बांधलेल्या पन्नास वर्षांपूर्वीच्या एका सोनेरी घोडागाडीतून ते व्हाईसरॉयच्या निवासाकडे निघाले. त्यांच्या बाजूला त्यांच्या पत्नी बसल्या होत्या. माऊन्टबॅटन यांचा चेहरा शांत व हसतमुख होता. बॅगपाईपांच्या सुरांनी त्यांचे स्वागत झाले.

निवासाच्या पायऱ्यांवर निवृत्त व्हाईसरॉय- लॉर्ड वेव्हेल- उभे होते. त्यांच्या चेहऱ्यावर किंचित फिक्कट, थोड्याशा दु:खपूर्ण छटांचे हसू होते. वास्तविक प्रथा अशी होती की, जाणाऱ्या व्हाईसरॉयने नेहमीच्या डौलात गेटवे ऑफ इंडियातून समारंभपूर्वक गमन केल्यानंतर दुसऱ्या बोटीने येणाऱ्याने भारतात पाऊल टाकायचे; पण माऊन्टच्या आग्रहावरून या परंपरेला फाटा देण्यात आला. कारण त्यांना लॉर्ड वेव्हेलांकडून पुष्कळ गोष्टी समजून घ्यायच्या होत्या. पायऱ्या चढून गेल्यानंतर लॉर्ड माऊन्टबॅटननी लॉर्ड वेव्हेलना औपचारिक अभिवादन केले. छायाचित्रकारांच्या प्रकाशझोतात दोघे जण थोडा वेळ बोलत उभे राहिले. त्या दोघांच्या व्यक्तित्वातील विरोध सहज ध्यानात यावा. आत्मविश्वास व चैतन्य यांनी मुसमुसलेले माऊन्टबॅटन, एक गाजलेले युद्धप्रमुख, भोवती वेगळे असे वलय पसरलेले रुबाबदार पुरुष. त्याच्या उलट लॉर्ड वेव्हेल. एकाक्ष वृद्ध सैनिक, कनिष्ठांकडून गौरवलेला, राजकारण्यांकडून बेमुर्वतपणे झिडकारलेला एक साधा माणूस. (अॅटली सरकारने लॉर्ड वेव्हेलना दिलेली वागणूक अमानुष होती. माऊन्टबॅटन यांची नियुक्ती करण्याचे ज्या वेळी ठरले त्यावेळी वेव्हेल लंडनमध्ये असूनही त्यांना त्याची सूचना मिळाली नाही. सरकारचे हे वागणे तसे शिष्टाचार सोडूनच झाले!) वेव्हेल माऊन्टबॅटनना घेऊन आपल्या अभ्यासिकेत गेले.

"तुम्हांला माझ्या जागेवर पाठवले आहे याबद्दल खरोखर मला वाईट वाटतंय!" वेव्हेलनी सुरुवात केली.

"असं?" थोडे चकित होतच माऊन्ट बोलले, "आपण अगदी स्पष्टच बोललात छान झालं. मी या पदास पात्र नाही असं तर म्हणायचं नाही ना?"

"छे, छे, बिलकुल नाही. मला तसं म्हणायचं नाही हं!" वेव्हेल उत्तरले, "खरं तर, मला तूम्ही खूपच आवडता पण त्यांनी तुमच्यावर सोपवलेली कामगिरी अशक्य कोटीतील आहे याची कल्पना मला असल्यामुळे मी तसं म्हटलं. ही समस्या सोडवण्याचे सर्वतोपरी प्रयत्न मी केले आहेत परंतु अद्यापही मी अंधारातच चाचपडत आहे. प्रकाश माझ्या डोळ्यांना दिसतच नाही. सगळेच मार्ग खुंटलेत. व्हाईट हॉलकडून कसलीच मदत मिळाली नाही. शिवाय, आता तर आपण चांगलेच अडकलो आहोत."

अशा रितीने वेव्हेलनी त्यांनी केलेल्या प्रयत्नांची माहिती माऊन्टला दिली. सर्व

सांगून संपल्यावर ते उभे राहिले व त्यांनी आपली तिजोरी उघडली. आतील बाजूस दोन गोष्टी बंद करून ठेवल्या होत्या - आपल्यामागून येणाऱ्या व्हाईसरॉयला देण्यासाठी. त्यांपैकी एक होती व्हाईसरॉयपदाची रत्नखचित राजमुद्रा; आतापासून अठ्ठेचाळीस तासांच्या अवधीत ती त्यांच्या गळ्यात रुळायची होती - अधिकारग्रहणाच्या समारंभप्रसंगी. दुसरी वस्तू होती एक मनिलाटाईप फाईल. तीवर लिहिले होते, 'ऑपरेशन मॅडहाऊस.' भारतातील पेचप्रसंगावरचा त्यांच्या मनातला तोडगा त्यांनी त्या फाइलीत नमूद करून ठेवला होता. वेव्हेलनी जड हाताने ती बाहेर काढली व आपल्यासमोरच्या डेस्कवर ठेवली.

"या फाईलला मी 'मॅडहाऊस' असं नाव दिलंय. कारण ही समस्या खुळ्यांच्या बाजारासाठीच आहे. मला दुसरा कोणताच मार्ग सुचत नाही, हो" वेव्हेलनी खुलासा केला. त्या योजनेनुसार ब्रिटिश हिंदुस्थान खाली करणार होते. प्रथम बायकामुले, त्यांच्या पाठोपाठ अधिकारीवर्ग, नंतर सैनिक या क्रमाने त्यांना निघून जायचे होते. गांधींच्या शब्दात 'हिंदुस्थानला बेबंदशाहीच्या हवाली करून निघायचे.'

"हा तोडगा भयानक आहे पण आता केवळ त्याचाच अवलंब केला पाहिजे." वेव्हेलनी निःश्वास टाकला. त्यांनी ती उचलली व आपल्या वारसाच्या हाती सुपूर्त केली.

"मला खूप म्हणजे खूपच वाईट वाटतंय" त्यांनी समारोप केला. "पण देण्यासारखी एवढी एकच गोष्ट आहे माझ्यापाशी"

अशा प्रकारे नव्या व्हाईसरॉयना आपल्या नव्या कार्याचा इतका शोकपूर्ण परिचय होत असता त्याच अभ्यासिकेच्या वरच्या मजल्यावर त्यांची पत्नी नव्या जीवनाची ओळख मोठ्या रसपूर्णतेत करून घेत होती. लंडनहून भारतात येताना माऊन्टबॅटन दांपत्याने आपल्याबरोबर त्यांची सीलीहॅम जातीची कुत्री घेतली होती. त्यांच्यासाठी मांसाचे काही तुकडे घेऊन येण्यासाठी त्यांनी नोकरांना फर्मावले. अर्ध्या तासानंतर दोन पगडबंद सेवकांनी त्यांच्या शयनगृहात गंभीरपणे प्रवेश केला. त्यांच्या हातात एका चांदीच्या तबकात चिनी मातीची एक प्लेट होती. त्या प्लेटमध्ये कोंबडीच्या मांसाचे नुकतेच तळलेले अनेक तुकडे होते. आश्चर्याने विस्फारलेल्या डोळ्यांनी एड्विना त्या पदार्थाकडे बघत राहिली. इंग्लंडमधल्या काटकसरीच्या काळात त्यांनी असले पदार्थ अनेक आठवडे पाहिले नव्हते. त्यांच्या पायापाशी घोटाळत भुंकणाऱ्या कुत्र्यांकडे त्यांनी नजर टाकली. पुन्हा एकदा प्लेटकडे पाहिले. इतके मिजासदार अन्न कुत्र्याच्या पुढ्यात टाकायला त्यांचे शिस्तबद्ध मन कच खाऊ लागले.

"इकडे आणा ते" त्यांनी आज्ञा केली.

मांसाच्या तुकड्यांनी भरलेल्या दोन्ही बशा आपल्या हातात घट्ट पकडत त्या

तडक स्नानगृहात गेल्या व त्यांनी दरवाजा आतून लावून घेतला. येत्या काही महिन्यांत पंचवीस एक हजार लोकांना व्हाईसरॉय निवासाच्या आदरातिथ्याची चव देणारी व्हाईसरॉयची ती बायको आपल्या कुत्र्यांसाठी आणलेल्या कोंबडीच्या मांसाचा मोठ्या चवीने चट्टामट्टा करू लागली.

एका महान कादंबरीच्या अंतिम अध्यायाला आता आरंभ होणार. २४ मार्च १९४७ च्या सकाळी भारतावर अधिराज्य गाजवणारा शेवटचा व्हाईसरॉय आपल्या सिंहासनावर आरूढ होणार. लुई माऊन्टबॅटन : ब्रिटिश राजवंशाचा विसावा प्रतिनिधी. वॉरन हेस्टिंग्ज, लॉर्ड वेलस्ली, लॉर्ड कॉर्नवालीस, लॉर्ड कर्झन आदींच्या हस्तस्पर्शाने पुनीत झालेल्या राजदंडाभोवती माऊन्टची मूठ अखेरच्या वेळी आवळणार. हा समारंभ व्हाईसरॉय निवासातील दरबार हॉलमध्ये साजरा होणार. नव्या दिल्लीतील हा भव्य स्वर्गतुल्य प्रासाद झारच्या कोणत्याही प्रासादांशी नक्कीच स्पर्धा करण्याच्या लायकीचा होता. आता एका माणसासाठी - आपल्या राजाच्या प्रतिनिधीसाठी - अशी इमारत कोणीही रचली नसती. भारतासारख्या भुकेल्या माणसांच्या देशातच ते शक्य होते.

या आलिशान निवासासाठी जो खर्च केला गेला, जे मौल्यवान साहित्य वापरले गेले त्यास तोडच नव्हती. इमारतीची फरशी, जमिनी यांच्याकरता पांढरे, पिवळे, हिरवे, काळे संगमरवरी दगड निरनिराळ्या खाणींतून काढून आणले होते. इमारतीचे व्हरांडे इतके रुंद होते की इकडे-तिकडे ये-जा करणारे नोकर सायकलीवरून देखील रपेट करू शकत. सदतीस प्रशस्त दालने व तीनशेचाळीस खोल्यांमधील संगमरवरी फरशांना; लाकडावरील नक्षीकाम, पितळी तावदाने यांना चकाकी आणण्याचे काम मोठ्या जोशात चालू होते. त्या सकाळी, प्रासादाच्या प्रांगणातील 'मोगल उद्यानात' चारशेअठरा माळी तेथल्या हिरवळीला, फुलझाडांना, कारंज्यांना शोभिवंत आकार आणण्यासाठी राबत होते. त्यांपैकी पन्नास पोरे केवळ पक्ष्यांना हुसकावून लावण्याकरता नेमली होती. आपल्या काळाशार घोड्यांवर स्वार होण्याच्या तयारीत असलेले पाचशे पंजाबी घोडेस्वार आपल्या शुभ्र व सोनेरी डगल्यांवर शेवटचा हात फिरवत होते. सगळ्या प्रासादात धमाल उडाली होती. आपले केशरी फेटे मिरवत नोकर पळापळ करीत होते. त्यांच्या शुभ्र डगल्यांवर नव्या व्हाईसरॉयची मुद्रा झळकत होती. संपूर्ण राजवाडा, तेथील माळी, नोकरनामे स्वयंपाकी, वाढपी, घोडेस्वार, सरंजामशाहीचे प्रतीक असलेले सारे जण आपल्या धन्याच्या सत्ताग्रहणासाठी उत्सुकतेने तयारी करत होते. बाहेर ही धामधूम चालू होती. तेव्हा त्या निवासातील एका खाजगी खोलीत माऊन्टबॅटन यांचा खास नोकर - चार्ल्स स्मिथ - आपल्या धन्याच्या पोशाखाची तयारी करत होता. गेली पंचवीस वर्षे तो त्यांची खिदमत करत असल्यामुळे सर्व बारीकसारीक तपशिलाची जाण त्याला होती. सगळे काही जेथल्या

तेथे लटकवण्यास तो विसरला नाही. लॉर्ड माऊन्टबॅटन यांच्या पोशाखावर झळकावयाची सर्व सन्मानदर्शी पदके, फिती अत्यंत काळजीपूर्वक जतन केल्या जात होत्या. चार्ल्स स्मिथ त्याच्या वयाच्या अठराव्या वर्षापासून माऊन्टच्या सेवेत होता. माऊन्टच्या सन्मानार्थ झालेल्या कित्येक समारंभांत तो त्यांच्या छायेत वावरला होता. स्वत: लॉर्ड माऊन्टबॅटन आपल्या पोशाखाबद्दल अतिशय दक्ष असत. शिवाय, आजचा दिवस, प्रसंग परम भाग्याचा! अखेरची नजर टाकून त्याने तो गणवेश समोरच्या स्टँडवर लटकवला. स्वत:च्या खांद्यावर टाकत पुन्हा एकदा त्याच्यावरून ब्रश मारला. समोरच्या आरशात शेवटची नजर टाकली. एक क्षणभर आपण स्वत:च भारताचे व्हाईसरॉय आहोत असे त्याला वाटले!

थोड्या वेळाने माऊन्टबॅटन खोलीत आले. त्यांच्या सुंदर देहावर आरूढ होण्यासाठी आतुर झालेला तो सुसज्ज व सुसह्य गणवेश आपल्या खांद्यावरून आत सरकवताना त्यांचे मन एकाएकी भूतकाळात शिरले. आपल्या मावस भावाबरोबर - प्रिन्स ऑफ वेल्सबरोबर ते प्रथम हिंदुस्थानात आले होते. प्रथम हिंदुस्थानच्या व्हाईसरॉयभोवतीच्या राजेशाही थाटाने, वैभवाने, सरंजामाने, ते दोघे पार दिपून गेले होते. त्या वेळी प्रिन्सने काढलेले उद्गार पुन्हा एकदा त्यांच्या कानात घुमू लागले - 'आज मला पहिल्यांदा समजलं, राजानं कसं राहायचं असतं ते! हिंदुस्थानच्या व्हाईसरॉयचा थाटच और आहे बुवा!' आज मनात नसताना त्यांना या राजवैभवाचा स्वीकार करावा लागत होता. मात्र काळपुरुषाने परिस्थितीत फरक करून ठेवला होता. त्या वेळी तरळत असलेली त्यांच्या डोळ्यांसमोरची स्वप्नसृष्टी व आजची वास्तवता यात कमालीची विसंगती होती. आज त्या वैभवाचा उपभोग घेण्यासाठी नव्हे, तर त्या सर्वांचा त्याग करण्यासाठी ते सिंहासनाधिष्ठित होणार होते!

आपल्याच तंद्रीत - चिंतनात गढून गेलेल्या माऊन्टच्या कानांवर दाराची टकटक पडून त्यांची समाधी भंग पावली. ते मागे वळले. त्यांच्या शयनगृहाच्या दरवाजात उभ्या असलेल्या व्यक्तीकडे पाहून सहजासहजी भावविवश न होणारे माऊन्टबॅटन दचकून मागे सरले, थक्क झाले. त्यांच्यासमोर उभी होती त्यांची प्रिय पत्नी! पिंगट केशसंभारात शोभून दिसणारा तो हिऱ्याचा चमकणारा अलंकार मूळच्या सुस्वरूप चेहऱ्यावर वेगळेच तेज पसरवत होता. पांढरा शुभ्र रेशमी पायघोळ झगा मूळच्या सडपातळ व कमनीय शरीराकृतीला आगळे रूप देत होता. पुन्हा एकदा माऊन्टबॅटन गतकाळाच्या आठवणीने ओथंबून गेले. आता त्यांना आठवण झाली आपल्या विवाहघडीची! थेट वेस्टमिन्स्टर चर्चच्या प्रांगणात त्यांच्या अंतर्मनाने प्रवेश केला. त्या परमोच्च आनंदाच्या क्षणी त्यांच्या हातात हात घातलेली एड्विना माऊन्टबॅटन आजदेखील अशीच पावले टाकणार!

आपल्या पतीप्रमाणे एड्विना माऊन्टबॅटनवर देखील थट्टेखोर नियतीची मेहेरनजर

होती. त्या स्वरूपवान होत्या. त्यांची बुद्धी कुशाग्र होती. कदाचित पतीपेक्षा किंचित वरचढच म्हणा. त्यांचा जन्म एका श्रीमंत खानदानी कुटुंबात झाला होता. त्या विख्यात ब्रिटिश पंतप्रधान लॉर्ड पामर्स्टन व दानशूर राजकारणी अर्ल ऑफ शाफ्ट्सबरी या थोर पुरुषांचा वारसा सांगत होत्या. अर्थात त्यांच्या सुखासीन जीवनातही मळभ येऊन गेले होते. त्यांच्या आईच्या अकाली निधनाने त्यांना खूपच अंतर्मुख बनवले होते. लहान-सहान गोष्टी मनाला लावून घ्यायची खोड त्यांना लागली होती. आपल्यावर होणाऱ्या टीकेला तोंड देताना त्यांचे पती नेहमीच दिलखुलास असत. त्यांच्या उलट पत्नीचा स्वभाव होता. तशा त्या लाजाळूही होत्या. त्यांची इच्छाशक्ती जबरदस्त होती. मोठमोठ्या सभांतून त्या भाषणेही करत. त्यांची तब्येत मात्र तोळामासाच - एखाद्या काचेच्या भांड्यासारखी. त्यांना डोकेदुखीचा विकार होता. पण त्याबद्दल त्या वरवर काही दाखवत नसत. त्यांना सतत कशाची तरी चिंता असे. त्यांना सुखेनैव निद्रेचा अनुभव नव्हता. विवाहोत्तर कालातील पहिल्या पर्वात— पहिल्या चौदा वर्षांत— त्या फुलपाखराचे जीवन जगल्या. आयुष्यातील आनंदाच्या क्षणांचा मनमुराद उपभोग घेतला. त्यांच्या त्या निश्चिंत, निरागस जीवनाला हुकूमशहा मुसोलिनीच्या इथिओपियावरील स्वारीने विराम दिला. म्युनिचच्या शरणागतीने त्यांचे जीवन पार बदलून गेले. तेथून पुढे त्यांनी एकच ध्यास घेतला. कोणत्या ना कोणत्या तरी सामाजिक वा राजकीय कल्याणकारी बाबीत स्वत:ला गुंतवून न घेणे म्हणजे एक अनैतिक वर्तन आहे असे त्यांनी मानले. युद्धकाळात त्यांनी सैनिकांसाठी शुश्रूषापथकाचे नेतृत्व केले. जपानच्या शरणागतीनंतर पतीच्या सूचनेवरून त्यांनी युद्धकैद्यांच्या छावणीतील शरणार्थींची काळजी घेतली. त्यांच्या त्या मानवतावादी कार्याबद्दल त्यांना गौरवार्थी पदकेही मिळाली आणि आज त्यांना आपल्या पतीसमवेत राहून एक नवी जबाबदारीची भूमिका वठवायची होती.

आता त्याच आपल्या पतीच्या एकमेव विश्वासार्ह व्यक्ती होत्या. भावी पेचप्रसंगात साथ त्यांचीच मिळणार होती. भारतीय नेत्यांबरोबर संपर्क साधण्याची नाजूक कामगिरी त्यांच्याच शिरावर पडणार होती. आपल्या पतीप्रमाणेच भारतावर त्यांच्या वागण्याच्या पद्धतीचा, त्यांच्या स्वभाववैशिष्ट्यांचा ठसा त्यांना उमटवायचा होता. लेडी माऊन्टबॅटन यांच्या वागण्यात एक असाधारण वैविध्य होते. एखाद्या रात्री शंभरएक पाहुण्यांसाठी आयोजित केलेल्या औपचारिक मेजवानीच्या वेळी रेशमी पायघोळ पोशाखात, डोक्यात हिरेजडित अलंकार घालून मिरवणाऱ्या लेडी माऊन्टबॅटन दुसऱ्या दिवशी सकाळी अगदी साधासुधा वेष करून झोपडपट्टीतल्या एखाद्या दुर्गंधीयुक्त झोपडीत पटकीच्या तडाख्याने मृत्युपंथाला लागलेल्या बालकाचे मस्तक मांडीवर घेऊन बसलेल्या दिसतील. त्यांच्या मृदू अंत:करणातील ही कणव त्यांच्या पतीच्या अंत:करणात काहींना आढळत नव्हती. बरे, हे सगळे निव्वळ देखावा

म्हणून नव्हते घडत. खरोखरच, त्यांना दीनदुबळ्या भारतीयांविषयी करुणा वाटायची. त्यांच्या या तळमळीच्या भावनांची भारतीय माणसांनी मोठीच कदर केली यांत शंका नाही. कोणाही इंग्रज स्त्रीला मिळाले नसावे एवढे प्रेम एड्विना माऊन्टबॅटनना भारतात निश्चितच लाभले.

दारात उभ्या असलेल्या लेडी माऊन्टबॅटन पुढे आल्या तसा माऊन्टच्या मनात एक विचार चमकून गेला. त्या उभयतांच्या भवितव्याशी किती विलक्षण रितीने तो दिवस जोडलेला होता! त्यांच्या सध्याच्या शयनगृहापासून मैलभरच अंतरावर होते ते ठिकाण. पंचवीस वर्षांपूर्वी त्या ठिकाणी उभे राहून त्यांनी पूर्वाश्रमीच्या एड्विना अ‍ॅशलीला लग्नाची मागणी घातलेली त्यांना आठवले. तो दिवस होता १४ फेब्रुवारी, १९२२ चा. प्रिन्स ऑफ वेल्सच्या सन्मानार्थ होत असलेल्या नृत्याच्या कार्यक्रमाचा पाचवा चरण पुरा करून ते बाजूस बसले होते. त्या सायंकाळचे यजमानपण त्या वेळच्या व्हाईसरॉयच्या सहचारिणी लेडी रीडिंग यांच्याकडे होते. या शुभवार्तेने त्या आनंदून गेल्या नव्हत्या. एड्विना अ‍ॅशलींच्या आत्याला त्यांनी कळवले होते, 'तरुण माऊन्टबॅटनचा भावी काळ तितकासा आशादायक नाही'. त्या वेळचे लेडी रीडिंगचे ते शब्द माऊन्टना आठवले, त्या आठवणीने त्यांना आलेले हसू ते आवरू शकले नाहीत. पुढे आलेल्या आपल्या पत्नीचा हात त्यांनी हातात घेतला आणि लेडी रीडिंगनी एकेकाळी विभूषित केलेल्या सुवर्णाच्या सिंहासनाच्या दिशेने ती दोघे चालू लागली.

नूतन व्हाईसरॉयच्या अधिकारग्रहणाचा हा समारंभ नेहमीच्या थाटामाटात पार पडला. अनेक उच्चपदस्थ समारंभास उपस्थित होते. त्यात हायकोर्टाचे न्यायमूर्ती, आय.सी.एस. अधिकारी, राजेरजवाडे आणि खादीधारी कॉंग्रेस नेते यांचा समावेश होता. त्यांमध्ये जवाहरलाल नेहरू शोभून दिसत होते. माऊन्टबॅटननी आपल्या पदाची शपथ घेताक्षणीच रॉयल हॉर्स आर्टिलरीकडून तोफांची सलामी दिली गेली. एकतीस तोफांच्या त्या सलामीला खैबर खिंडीतील लांडी कोटाल, कलकत्त्यातील फोर्ट विल्यम, लखनौची रेसिडेन्सी, केप कामोरीन, मद्रासची सेंट जॉर्ज. पुणे, पेशावर, सिमला येथील लष्करी पलटणींनी एकसमयावच्छेदेकरून साथ दिली. दरबार हॉलमधील घुमटात शेवटच्या तोफेचा गडगडाट घुमण्याचे थांबताच नूतन व्हाईसरॉय ध्वनिक्षेपकासमोर उभे राहिले. परिस्थिती एवढी गंभीर होती की आपल्या अधिकाऱ्यांचा सल्ला धुडकावून लावत माऊन्टबॅटननी नेहमीच्या प्रथेचा त्याग करून उपस्थितांसमोर भाषण करण्याचा निर्णय घेतला.

'माझ्यासमोरच्या नियोजित महान कार्यातील अडचणींची मला पूर्ण कल्पना आहे. त्याबाबतीत मी कोणत्याच भ्रमात नाही. आज मला सर्वांत जास्त गरज आहे अधिकाधिक लोकांच्या सर्व प्रकारच्या सदिच्छांची. साऱ्या भारताने आज मला त्या

द्याव्यात अशी माझी याचना आहे.’ त्यांचे भाषण संपताच रक्षकांनी त्या दिवाणखान्याचे दरवाजे खुले केले. त्यासरशी माऊन्टबॅटन यांच्या नजरेसमोर सारी दिल्ली उभी राहिली. आपण साऱ्या पृथ्वीवरील समर्थ पुरुषांपैकी एक आहोत याची जाणीव त्या भव्य देखाव्याने त्यांच्याठायी उद्भवली.

कार्यक्रम पार पडल्यानंतर पंचेचाळीस मिनिटांत समारंभाचा वेष बदलून नागरी पोशाखात माऊन्टबॅटन आपल्या कामाला लागले. ते आपल्या आसनावर आले न आले तोच त्यांच्या चपराशाने त्यांच्यासमोर एक हिरव्या रंगाची चामड्याची पेटी ठेवली. माऊन्टनी ती उघडून तिच्यातील कागदपत्रं बाहेर काढून घेतली आणि काय गंमत! त्यांना नुकत्याच बहाल केलेल्या सर्वोच्च अधिकारपदावर त्यांच्या या निर्णयाने शिक्कामोर्तब होणार होते, तो कागद म्हणजे फाशीवर जाणाऱ्या एका कैद्याचा दयेचा अर्ज होता. भयमिश्रित कुतूहलाने त्यांनी सर्व तपशील वाचून काढला. एका माणसाने आपल्या बायकोला अमानुषपणे मारहाण करून तिचा खून केला होता - अनेकांच्या साक्षीने! त्या गुन्ह्याची संगतवार तपासणी झालेली होती. अनेक याचिका फेटाळण्यात आल्या होत्या. त्यामुळे सवलतीला वावच उरला नव्हता. एक क्षण पूर्ण विचार केल्यानंतर जड अंत:करणाने त्यांनी लेखणी उचलली आणि व्हाईसरॉयपदाने प्राप्त झालेल्या अधिकाराची पहिली-वहिली अंमलबजावणी केली. त्यांनी कव्हरवर शेरा मारला - ‘मृत्युदंडास माफी देण्याचा शाही हक्क वापरण्यास कोणतेही सबळ कारण नाही.’

आपल्या कल्पना भारतीय नेत्यांच्या गळी उतरवण्यापूर्वी प्रथम आपल्या व्यक्तिमत्त्वाची छाप साऱ्या देशावर पाडायचा निर्णय माऊन्टबॅटननी घेतला. ‘व्हाईसरॉय म्हणून जगायचे असेल तर एक भलेमोठे डोळे दिपवून टाकणारे सोंग आणले पाहिजे’ यावर त्यांचा दृढ विश्वास होता. ब्रिटिशांना भारताबाहेर सुरक्षितपणे काढण्यासाठी त्यांना धाडले होते खरे पण त्यांच्या मनात मात्र वेगळेच होते. ब्रिटनने आपल्या साम्राज्याचा डौल व थाट कायम राखून एका निराळ्या दिमाखात ही वसाहत सोडून जावे अशी त्यांची मनीषा होती. त्यासाठी त्यांनी योजनाबद्ध हालचाली सुरू केल्या.

युद्धकालात काटकसरीच्या नावाखाली स्थगित केलेल्या गोष्टींना त्यांनी चालना दिली. सगळीकडे व्हाईसरॉयच्या वैभवाचे प्रदर्शन होईल, त्यातील रुबाब कायम राहील, त्या पदाभोवती असलेले सत्तेचे वलय अधिक तेजस्वी दिसू लागेल अशी व्यवस्था केली. या प्रकाशझोतात राहूनच त्यांना आपले नियोजित कार्य पूर्ण करायचे होते. आपल्याआधीच्या व्हाईसरॉयने तयार केलेल्या ‘ऑपरेशन मॅडहाऊस’ ची (वेड्यांच्या इस्पितळाची मोहीम) जागा त्यांनी ‘ऑपरेशन सिडक्शन’ ला (भुलवण्याची मोहीम) दिली. भारतीय जनता व वाटाघाटीसाठी येणाऱ्या भारतीय नेत्यांशी जमवून घेण्याच्या पद्धतीत एक प्रकारची क्रांती करण्याचा मनोदय त्यांनी आखला. एकीकडे

राजेशाही दिमाख तर दुसरीकडे साधेपणावर भर देत त्यांनी एक वेगळा मेळ साधण्याचा प्रयत्न हाती घेतला.

यातली गंमत ही की आपली ही तथाकथित क्रांती त्यांनी रंग लावण्याच्या ब्रशाने आरंभली. प्रथम त्यांनी वाटाघाटींच्या दालनाच्या भिंतींना मोहक असा फिक्कट रंग द्यायला लावला. व्हाईसरॉयनिवासातील आरामशीर कार्यक्रमांना फाटा दिला, त्याला निमलष्करी छावणीचे स्वरूप आणले. माऊन्टबॅटन यांच्या कामाच्या पद्धती पाहून त्यांच्या हाताखालचे सनदी नोकर चकित झाले. कोणत्याही प्रश्नाच्या मुळाशी जाऊन शक्य तितक्या तातडीने काम उरकायचे हा त्यांचा बाणा होता. निकालात निघायच्या कामकाजाच्या कागदांवर खाजगीत सह्या करण्याऐवजी तोंडी सूचना देणेच त्यांना पसंत होते. त्यांच्याच एका अधिकाऱ्याची आठवण अशी— 'त्यांच्या निर्णयासाठी पाठविलेल्या कागदपत्रावर तुम्ही 'मी काही बोलू का?' असे लिहिले की तुम्ही पक्के लक्षात ठेवावे की तुम्हांला बोलावे लागणारच आणि ते केव्हा बोलून दाखवायचे हे तुमच्या हातात उरणारच नाही. कारण कदाचित रात्री दोन वाजता देखील त्यांच्याकडून बोलावणे येईल त्यासाठी.'

जनमानसातील स्वत:ची प्रतिमा कशी उजळ होईल त्यावर त्यांनी मोठा कटाक्ष ठेवला. आजपर्यंतचे व्हाईसरॉय जनतेपासून दोन हात दूर राहात. यापूर्वीच्या दोघांवर झालेल्या प्राणघातक हल्ल्यांचा परिणाम होऊन व्हाईसरॉयभोवती सुरक्षिततेचे जाळेच विणण्यात यायचे. व्हाईसरॉयची पांढरी-सोनेरी रंगाची आगगाडी भारताच्या भ्रमंतीसाठी बाहेर पडली रे पडली की तिच्या आगमनाआधी चोवीस तास दर शंभर यार्डावर पोलीस उभे असत. शेकडो पोलीस, सुरक्षा अधिकारी, शरीररक्षक यांचा ताफा त्यांच्याभोवती घुटमळायचा, मग ते गोल्फ खेळायला जावोत अथवा घोड्याच्या रपेटीला निघोत.

माऊन्टबॅटन यांनी सुरक्षेचे हे अवडंबर थांबवण्याचा निर्धार केला. त्यांनी पहिली गोष्ट ही केली की, आपण स्वत:, आपली पत्नी अथवा कन्या सकाळच्या फिरण्यासाठी बाहेर पडताना कोणालाही बरोबर घेणार नाहीत, अशी घोषणा केली. त्यांच्या या निर्णयाचा धक्का सगळ्या प्रासादाला बसला. थोड्याच दिवसांत हिंदी खेडुतांना व्हाईसरॉयच्या परिवारातील माणसे कसलेही संरक्षण न घेता आपल्यासमोरून अभिवादन करत निघालेले दृश्य पाहताना अचंबा वाटू लागला. पण त्यांनी याच्याही पुढे आणखी एक पाऊल टाकले. गेल्या दोनशे वर्षांत तसे घडले नव्हते. त्यांनी चक्क एका हिंदी माणसाच्या घरी जाऊन त्याची भेट घेतली. वास्तविक तो मान फक्त एखाद्या संस्थानिकासाठी राखून ठेवलेला. सारा भारत त्यांच्या या अनौपचारिक आचरणाने थक्क होऊन गेला. प्रसंग होता जवाहरलाल नेहरूंनी आयोजित केलेल्या एका उद्यानोपाहाराचा. व्हाईसरॉय दांपत्याचे आगमन झालेले पाहताच नेहरूंचे मित्र

चाट पडले. स्वत:च्या डोळ्यांवर त्यांचा विश्वासच बसेना. पण माऊन्टनी नेहरूंच्या हातात हात घालून जमलेल्या पाहुण्यांशी गप्पा केल्या, हस्तांदोलनही केले. त्यांच्या या कृतीचा अपेक्षित असाच परिणाम झाला. त्या समारंभानंतर नेहरूंनी आपल्या भगिनीस सांगितले, 'चला, शेवटी व्हाईसरॉय म्हणून आपल्याला एक 'माणूस' मिळाला, भुसा भरलेला रेडा नव्हे! याबद्दल आपण परमेश्वराचे आभार मानू या-'

भारतीयांविषयी वसत असलेल्या सद्भावनांचे प्रतीक म्हणून त्यांनी आपल्या शरीररक्षकदलात त्यांच्या हाताखालच्या पलटणीत काम केलेल्या तिघा हिंदी सेनाधिकाऱ्यांना रुजू करून घेतले. वास्तविक ही प्रथा यापूर्वीच सुरू व्हायला हवी होती. त्याच्या पाठोपाठ त्यांनी व्हाईसरॉयनिवासाचे दरवाजे सर्व भारतीयांना खुले केले. व्हाईसरॉय निवासातील मेजवानीला हिंदी पाहुण्यांना मज्जाव करता कामा नये अशा सूचना दिल्या. आमंत्रितांपैकी निदान निम्मे जण हिंदी असलेच पाहिजेत असा शिरस्ता घालून दिला. त्यांच्या पत्नीने याहीपेक्षा अधिक नाट्यपूर्ण निर्णय घेतला. मेजवानीसाठी तयार करावयाच्या पदार्थात भारतीय शाकाहारी पदार्थ शिजवले जातील अशी व्यवस्था केली. एवढे करून त्या थांबल्या नाहीत, तर ते अन्न भारतीय पद्धतीने - ताटवाटीत - वाढले जाईल, त्यांच्या इच्छेप्रमाणे पाहुणे हातानेच जेवतील व जेवल्यानंतर खळाखळा चूळ भरत हात धुतील याकडेही त्यांनी लक्ष पुरविले. त्यांच्या या सदिच्छापूर्ण, निर्हेतुक व आपुलकीच्या वागण्याने लोक भारावून गेले. नूतन व्हाईसरॉय हा जेता नसून एक मुक्तिदाता आहे ही भावना लोकांत रूढ होऊ लागली. माऊन्टबॅटन दांपत्याला जनतेच्या अंत:करणात जिव्हाळ्याचे स्थान प्राप्त झाले. त्यांच्या भारतातील आगमनानंतर थोड्याच दिवसांत न्यूयॉर्क टाइम्सने त्यांच्याबद्दल लिहिले : आजपर्यंतच्या इतिहासात कोणाही व्हाईसरॉयने भारतीय जनतेचा विश्वास, आदर व प्रेम एवढ्या प्रचंड प्रमाणात संपादले नव्हते. खरोखर, काही आठवड्यातच 'ऑपरेशन सिडक्शन' खऱ्या अर्थाने यशस्वी झाले. भारतीयांना आपल्या भजनी लावण्याची त्यांची मोहीम यशोमार्गावर वाटचाल करू लागली. एकदा खुद्द नेहरूंनीच अर्धवट थट्टा करताना त्यांना म्हटले, 'तुमच्याशी वाटाघाटी करणं कठीणच होतंय दिवसेंदिवस कारण इतर कोणाहीपेक्षा लोक तुमच्या पाठीमागेच जास्त लागताहेत!'

त्या भयानक उद्गारावर माऊन्टचा विश्वासच बसेना प्रथम. पण ते कल्पित उद्गार जॉर्ज एबलसारख्या एका चाणाक्ष माणसाच्या मुखातून आले होते. शिवाय जॉर्ज एबेल म्हणजे साधीसुधी व्यक्ती नव्हती. माऊन्टबॅटनच्या पूर्वसूरींशी त्यांची खूपच जवळीक होती. त्यांनी माऊन्टना सांगितले, 'हिंदुस्थान यादवी युद्धाच्या दिशेने निघाला आहे. त्याच्या समस्यांवर शक्य तितक्या लवकर तोडगा निघाला

तरच देश वाचू शकेल. भारतातील प्रचंड प्रशासनयंत्रणा कोलमडण्याच्या मार्गावर आहे. युद्धकाळात भरती थांबवल्याने सनदी नोकरांची तूट पडत आहे. नोकरवर्गातील हिंदू-मुस्लिमांच्यात वितुष्ट वाढत आहे. अशा स्थितीत एक वर्ष देखील निघणे अवघड होत आहे. आता चर्चेचा घोळ घालण्यात अर्थ नाही. अरिष्टच टाळायचे असेल तर कामाचा वेग वाढवला पाहिजे. गती, अधिक गती हीच आजची एकमेव गरज आहे.' एबेलचे वरील उद्‌गार ऐकून माऊन्टना चांगलाच धक्का बसला. पण पहिल्या पंधरवड्यातील अनेक अहवालांपैकी तो केवळ पहिला अहवाल होता. त्यांनी चीफ ऑफ स्टाफ म्हणून नियुक्त केलेल्या माणसाकडूनही - जनरल लॉर्ड इस्मे - त्याच प्रकारचे वृत्त मिळाले : 'भारत म्हणजे दारूगोळ्यांनी ठासून भरलेले, समुद्राच्या मध्यावर आगीच्या तडाख्यात सापडलेले एक जहाज आहे. आपल्यापुढे प्रश्न एवढाच आहे की, आगीच्या ज्वाला दारूगोळ्यापर्यंत पोहोचण्याआधी आपण ती विझवू शकू का?' पंजाबच्या ब्रिटिश गव्हर्नरानेही तसेच कळवले होते : 'साऱ्या प्रांतभर यादवीयुद्धाची हवा भरून राहिली आहे.' त्याने आपल्या अहवालात रावळपिंडीजवळच्या एका खेड्यातील घटना वर्णन केली होती. एका मुसलमानाची म्हैस सहज चरतचरत जवळच्या शिखाच्या शेतात शिरली. तिचा मालक तिला परत नेण्यासाठी गेला असता तंटा सुरू झाला. थोड्याच वेळात त्याचे पर्यवसान दंग्यात झाले. दोन तासांनी पाहावे तर आजूबाजूच्या शेतांतून शंभरएक मृतदेह विखुरलेले - कुऱ्हाडी, सुऱ्यांच्या घावांनी खांडोळी केलेले. एका भाकड म्हशीवरचे हे भांडण इतके वाढत गेले होते. मुंबई, कलकत्ता या शहरांतही अशीच प्राणहानी झाली.

हिंसाचाराचा हा उद्रेक पाहून माऊंटबॅटननी वरिष्ठ पोलीस अधिकाऱ्यांची एक बैठक आपल्या अभ्यासिकेत बोलावून त्यांना सुव्यवस्था व शांतता याबद्दल विचारले. त्यांच्याकडून नकारार्थी उत्तर आले. तोच प्रश्न त्यांनी सरसेनापती सर क्लॉड आचिन्लेक यांना केला. पुन्हा उत्तर तेच. माऊन्टबॅटननी ताबडतोब शोध घेतला. त्यांच्या मदतीला दिलेले काँग्रेस व मुस्लिम लीग यांचे संमिश्र मंत्रिमंडळ म्हणजे परस्परांविरुद्ध असलेल्या वैऱ्यांची मोट आहे. त्यांच्यामधील मतभेद इतके तीव्र स्वरूपाचे होते की, सारे आपापसात बोलतही नाहीत असे त्यांना आढळून आले. असले सरकार कोलमडणार नक्कीच हे स्पष्ट होते. लॉर्ड वेव्हेलनी मोठ्या कष्टाने जमवलेला हा मेळ फुटण्याच्या मार्गावर होता. तसे झाल्यास सर्व सत्ता त्यांनाच सांभाळावी लागणार होती.

सर्व बाजूंनी येणाऱ्या हिंसाचाराच्या वार्ता, त्यांच्या मुरब्बी सल्लागारांनी दिलेले इशारे यांनी व्यथित झालेल्या माऊन्टबॅटनना सुरवातीच्या दहा दिवसांतच एक महत्त्वाकांक्षी निर्णय घ्यावा लागला. त्यांच्या या धाडसी निर्णयाचा प्रभाव येथून पुढच्या प्रत्येक निर्णयावर पडणार होता. लंडनमध्ये ॲटलींना त्यांनी आपणहून

सुचवलेला सत्तांतराचा दिवस होता जून १९४८ चा! पण आता त्यासाठी थांबून भागणार नव्हते. काही आठवड्यांतच, महिन्यात नव्हे, कोणत्यातरी निर्णयाप्रत येणे क्रमप्राप्त होते.

२ एप्रिल १९४७ ला त्यांनी आपला पहिला अहवाल लंडनला ॲटली-सरकारकडे धाडला : 'येथील दृश्य अत्यंत निराशाजनक आहे. भारताच्या भवितव्यावर सर्वमान्य तोडगा काढण्यासाठी कोणताच आधार मला सापडत नाही सध्यातरी' देशातील अशांत वातावरणाचे वर्णन केल्यानंतर नाविकदलाच्या त्या तरुण ॲडमिरलने त्याला भारतात पाठवणाऱ्या माणसाला व्यथित अंत:करणाने सावध केले : 'या सर्व परिस्थितीवरून मी एकच अनुमान काढत आहे की, जर मी शक्य तितकी जलद कृती केली नाही, तर यादवी युद्ध माझ्या दारात आलेले पाहण्याची वेळ माझ्यावर येईल.'

●

॥ स्वप्न त्यांचे भंगले हो!

नवी दिल्ली, एप्रिल १९४७. त्या दोघांशिवाय तिसरे कोणी खोलीत नव्हते - टिपणे घेणारा चिटणीसही. भारतीय नेत्यांबरोबर वाटाघाटी करण्याच्या पद्धतीत माऊन्टबॅटन यांनी एक नवा क्रांतिकारक डावपेच लढवला होता. परिस्थितीच्या गांभीर्याची जाण आल्यामुळे त्यांना ते करावे लागले होते. इतिहासात पहिल्यांदाच परिषदांना फाटा देण्यात आला. त्याऐवजी खाजगी संभाषणातून निर्माण होणाऱ्या जवळिकीला प्राधान्य देण्यात आले. व्हाईसरॉय यांच्या नव्याने रंगवलेल्या अभ्यासिकेत जमलेली ही मैफल त्या मालिकेतील पहिलीच. लॉर्ड माऊन्टबॅटननी लंडनला पाठवलेल्या आपल्या पहिल्या अहवालाची छाया साहजिकच तेथील वातावरणावर पडलेली. आपापसांतील युद्धाची भीषणता कशी टाळायची यावर खल होणार होता. संभाषणात भाग घेणार होते स्वत: माऊन्टबॅटन व इतर हिंदी नेते - नेहरू, गांधी, पटेल व जिना- एकामागोमाग!

ती चारी माणसे भारताच्या राजकारणात मुरलेली होती. ब्रिटिशांशी लढा देण्यात त्यांच्या आयुष्याचा पुष्कळसा काळ गेला होता. सर्वांनी आयुष्याची मध्यान्ह पार केली होती. सर्व जण लंडनच्या कायदेशिक्षण संस्थांतून तयार होऊन आलेले. गेल्या पाव शतकात जमवलेल्या अनुभवाच्या आधारे आज ते सारे भारताच्या नव्या व्हाईसरॉयसमोर आपली बाजू मांडणार होते. त्यांच्या दृष्टीने हा त्यांच्या जीवनमरणाचा प्रश्न होता.

या चर्चेचे फलित कोणते याविषयी माऊन्टच्या मनात संदेह नव्हताच मुळी.

अनेक इंग्रज माणसांप्रमाणे त्यांनाही भारताच्या ऐक्याची चिंता होतीच. भारताचे ऐक्य हा देश सोडून जाणाऱ्या ब्रिटनचा सर्वांत महान असा वारसा ठरणार याची खात्री त्यांना होती. त्यांच्या श्रद्धाळू अंत:करणात खोलवर ती इच्छा दडलेली होती. त्यामुळे, मुस्लीम लीगला अभिप्रेत असलेल्या भारताच्या फाळणीत एका शोकपर्यवसायी नाट्याचे बीजारोपण होणार यात त्यांना शंका नव्हती. लोकांच्या गळी आपले म्हणणे उतरवण्याच्या स्वत:च्या शक्तीवर माऊन्टचा मोठाच विश्वास होता. आपल्या आधीच्या व्हाईसरॉयना जे वर्षानुवर्षे जमले नाही ते आपण काही आठवड्यांतच साध्य करून दाखवू असा त्यांचा प्रयत्न होता. स्वत:जवळ असलेल्या तर्कसंगतीवर ते भलतेच विसंबून होते. हिंदी नेत्यांना मान्य होईल अशी ऐक्यभावना राखण्याचा तोडगा आपण संमत करून घेऊ शकू याची त्यांना खात्री होती आणि त्यासाठीच तर त्यांनी औपचारिकपणा टाकून अनौपचारिकपणाचा आधार घेतला होता.

आपल्या केशविहीन शिरावर पांढरी खादीची टोपी घातलेली, जाकिटाच्या तिसऱ्या बटनात ताजे टवटवीत गुलाबाचे फूल मिरवणारी माऊन्टबॅटनांच्या समोरची व्यक्ती भारताच्या राजकीय क्षितिजावरील एक सर्वपरिचित व्यक्ती होती - जवाहरलाल नेहरू नाव तिचे. किंचित मिस्किल भासणारे नेहरूंचे व्यक्तिमत्त्व भारताच्या नव्या व्हाईसरॉयइतकेच भारदस्त होते. त्यांच्या चेहऱ्यावरचे भाव चटकन बदलत. एका क्षणापूर्वी देवदूताचा ममताळूपणा जाणवून देणारा चेहरा सैतानीच्या संतापाला सहजासहजी कवटाळत असे. मात्र त्या मोहक चेहऱ्यावर कोठे तरी खोलवर दडलेल्या वेदनेचीही छटा आढळायची. माऊन्टच्या चेहऱ्यावरचे भाव बेतशीर, स्थिर. नेहरूंचे तसे क्वचितच! एखाद्या सरोवराच्या पृष्ठभागावरून ढगांच्या सावल्या विरत जाव्यात तसे!

समोर बसलेल्या नेत्यांपैकी नेहरूच काय ते माऊन्टच्या परिचयाचे. युद्धकाळात नेहरूंनी सिंगापुरास भेट दिली तेव्हा ते तेथे सेनापती होते. आपल्या सल्लागारांना भीक न घालता त्यांनी त्या वेळी नेहरूंची भेट घेतली होती. पहिल्या भेटीतच त्या दोघांची मने जुळली. माऊन्टबॅटन दांपत्याच्या सहवासात नेहरूंना चाळीस वर्षांत प्रथमच एका वेगळ्या इंग्लंडचा नव्याने शोध लागला. एक शाळकरी मुलगा म्हणून पाहिलेल्या इंग्लंडचा त्यांना पडलेला विसर निघून गेला. नेहरूंच्या वागण्यातील मोहकता, सुसंस्कृतपणा, खेळकरपणा माऊन्टना आनंदित करायचा. नेहरूंच्या समवेत उघड्या मोटारीतून सिंगापूरच्या रस्त्यांवरून फेरफटका मारण्याचा माऊन्टबॅटन यांचा निर्णय त्यांच्या हाताखालच्या अधिकाऱ्यांना धक्का देऊन गेला. त्यांची ही कृती ब्रिटिश सरकारविरोधी असणाऱ्या या बंडखोराची प्रतिष्ठा वाढवेल असा इशारा त्यांच्या सल्लागारांनी दिला होता.

'त्याची प्रतिष्ठा? अरे, मूर्ख आहात की काय! उलट त्यांच्यामुळे माझाच लौकिक वाढेल. ध्यानात ठेवा, एक दिवस हाच माणूस भारताचा पंतप्रधान झाल्याचे पाहाल

स्वप्न त्यांचे भंगले हो! । ५३

तुम्ही!' माऊन्टनी प्रतिटोला हाणला आणि खरोखरच त्यांची ती भविष्यवाणी खरी ठरली होती. तात्पुरत्या भारत सरकारचे प्रधानमंत्री या नात्याने जवाहरलाल नेहरूंनी माऊन्टबॅटन यांच्या अभ्यासिकेत सर्वांच्या आधी प्रवेश केला तो त्यांचा मानच होता.

तसे पाहिले तर जवाहरलाल नेहरूंना या गोष्टी नवीन नव्हत्या. त्यांचे सारे आयुष्यच अशा तऱ्हेच्या विविध प्रकारच्या स्वागतात गेले होते. अगदी ब्रिटिश सम्राटाच्या प्रासादापासून ते थेट त्यांच्या कारागृहापर्यंतचा पाहुणचार त्यांनी घेतला होता. त्यांच्या सहवासात खुद्द सम्राट तर आलेच होते, पण विविध क्षेत्रांतील, देशांतील नामवंतांच्या व उच्चपदस्थांच्या भेटीचा लाभही त्यांना झाला होता.

काश्मिरी ब्राम्हणाच्या खानदानी कुटुंबात जन्म घेतलेल्या नेहरूंना त्यांच्या सोळाव्या वर्षीच इंग्लंडला शिक्षणासाठी धाडण्यात आले. तेथे त्यांनी सात वर्षे काढली. आपल्या आकर्षक व्यक्तिमत्त्वाचा व मोहक शिष्टाचारांचा त्यांना मोठाच फायदा झाला. अगदी सहजासहजी ते इंग्रज समाजात मिसळू शकले. त्यांच्यावर इंग्लंडमध्ये झालेले संस्कार इतके भक्कम होते की भारतात परतलेल्या नेहरूंना इतके बदललेले बघून त्यांचे निकटवर्तीय चकितच झाले. ते संपूर्णत: आंग्लाळलेले आढळले त्यांना! पण लवकरच नेहरूंचा भ्रमनिरास झाला. अलाहाबादेतील एका ब्रिटिश क्लबचे सभासदत्व मिळावे म्हणून त्यांनी केलेला अर्ज फेटाळल्यानंतर त्यांचे डोळे उघडले. भले ते हॅरो व केम्ब्रिजचे पदवीधर असतील, पण त्याचे भारतातील इंग्रजांना कौतुक कोठले! कारण, अखेर ते एक 'काला आदमीच' नव्हते? बस्स! नेहरूंच्या मानी मनाने ही मानहानी म्हणजे एक आव्हानच आहे अशा भावनेने त्या घटनेकडे पाहिले आणि आपल्या भावी कार्याची व धोरणाची दिशा ठरवली. त्यांनी काँग्रेस पक्षात प्रवेश केला. लवकरच त्यांना ब्रिटिशांच्या तुरुंगाची हवा खावी लागली. कारावासातील एकांतवासात नेहरू त्यांच्या मनात घर करून राहिलेल्या राजकीय विचारसरणींचा समन्वय साधण्याची स्वप्ने पाहू लागले. इंग्लंडमधील संसदीय लोकशाही व कार्ल मार्क्सचा आर्थिक समाजवाद या दोहोंचे सांधे भारतात कसे जुळतील याचे चिंतन त्यांनी सुरू केले. भारताला त्याच्या दारिद्र्यापासून, अंधश्रद्धेपासून, भांडवलशाहीच्या जोखडातून कसे मुक्त करावे याची योजना करू लागले. त्यांच्या आयुष्यातील नऊ वर्षे त्यांनी कारागृहात काढली. एका प्रकारे ती त्यांची पाठशाळाच ठरली. भारताच्या भवितव्याचे चित्र रेखाटण्यास तिचा उपयोग झाला.

खरोखर, भारताला प्रगतीपथावर नेण्यास नेहरूच सर्वस्वी लायक होते. त्यांच्याशी स्पर्धा करू शकणारा माणूस काँग्रेसी नेत्यांत आढळत नव्हता. काँग्रेसने घालून दिलेल्या शिस्तीनुसार सुताची खादी वापरणाऱ्या नेहरूंच्या शरीरात वास करणारे मन होते अस्सल इंग्रज सद्‌गृहस्थाचे! गूढवादी व्याक्तिमत्त्वांच्या या देशात त्यांच्यातील संथ व संयमी बुद्धिवादी उठून दिसायचा! आपल्या खास ज्योतिष्यांनी घालून

दिलेल्या लक्ष्मणरेषा ओलांडायचे धाडस नसणाऱ्या आपल्या सहकाऱ्यांच्या आचरणाने दडपून न जाणारे, केंब्रिजमध्ये विज्ञान-वैभवाची चाहूल घेतलेले आधुनिक मन नेहरूंजवळ होते. परमेश्वराच्या अस्तित्वावर गाढ श्रद्धा असलेल्या जगातील या सर्वोच्च क्षेत्रात त्यांनी स्वतःला 'नास्तिक' म्हणून जाहीर करण्याचे धैर्य दाखवले होते. 'धर्म' या शब्दाच्या उच्चारानेही आपल्याला कापरे भरते याची त्यांनी जाहीर जाणीव दिली होती. भारतात धुमाकूळ घालणाऱ्या भटजींचा, साधुसंन्याशांचा, मांत्रिकांचा, मुल्लामौलवींचा ते तिरस्कार करत. त्या सर्वांच्या कार्याचा परिपाक भारताची प्रगती खुंटण्यात, भारतीय समाजात फूट पाडण्यात आणि त्यायोगे विदेशी सत्ताधाऱ्यांचे आसन बळकट करण्यात झाला आहे असे त्यांचे ठाम मत होते. पण अशा जनविरोधी विचारसरणीच्या या माणसाला त्याच लक्षावधी जनांनी आपला नेता मानले, त्यांची पूजा केली, त्यांच्या दर्शनासाठी गर्दी केली. त्यांच्यामागून जाण्यास स्वतःला धन्य मानले.

जवाहरलाल नेहरू हे पट्टीचे वक्ते व खंदे लेखक होते. एखादी नर्तिका रत्नांना जेवढी जपेल तेवढे ते शब्दांना जपत. आरंभापासूनच गांधींचा कृपाप्रसाद त्यांना लाभल्यामुळे ते हळूहळू पुढे सरकत गेले. तीन वेळा अखिल भारतीय काँग्रेसचे अध्यक्ष बनले. आपल्यामागून नेहरूंच्या खांद्यावरच आपण देशाची धुरा ठेवू इच्छितो ही गोष्ट गांधींनी कधीच सांगून ठेवलेली होती. नेहरूंच्या नजरेत गांधी म्हणजे एक अलौकिक पुरुष. नेहरूंच्या संथ, व्यवहारवादी मनाला गांधींच्या त्या महान चळवळी - असहकारिता, मिठाचा सत्याग्रह, छोडो भारत - जवळजवळ नापसंत होत्या म्हटले तरी चालेल पण अंतःकरणाच्या कोठल्या तरी कोपऱ्यात आपले व गांधींचे सूर जुळतात अशी त्यांची भावना होती. म्हणूनच ते निमूटपणे त्यांच्या मागे जात व मान्यही करत की गांधींचेच बरोबर आहे. एका अर्थी गांधी नेहरूंचे गुरूच होते. जेव्हा संधी मिळे तेव्हा निदान अर्धा तास तरी ते गांधींच्या - त्यांच्या पूज्य बापूंच्या - पायाशी बसून राहात. कधी बोलत, तर कधी नुसते ऐकत. कधी फक्त पाहात व विचारात गढून जात. असे क्षण त्यांच्या सर्वोच्च आत्मिक समाधानाचे क्षण ठरत. तेवढ्या क्षणापुरता त्यांच्यातील 'नास्तिक' गांधीप्रणित धर्मश्रद्धेसमोर नतमस्तक होत असे.

तरीही, ते दोघे एकमेकांपासून खूपच वेगळे होते. धर्मद्वेष व नास्तिकता नेहरूंच्या पाचवीला पूजलेली, तर परमेश्वरावरील अढळ श्रद्धा गांधींनी जन्मापासून जपलेली. नेहरूंचा चिडखोरपणा हा अहिंसातत्त्वाला डागच होता— संयमी सत्याग्रहापाशी क्षणभरही न राहणारी त्यांची वृत्ती होती. त्याच्या उलट गांधी म्हणजे एक धीरगंभीर, संयमी, अविचल अशी व्यक्ती. साहित्य, चित्रकला, विज्ञान, तंत्रशास्त्र इत्यादींबद्दल नेहरूंच्या ठायी अपार प्रीती. तर या सर्व गोष्टीच मानवाच्या दुःखाच्या मुळाशी आहेत असा गांधींचा ग्रह! सकृद्दर्शनी एवढा विरोध असूनही गांधी-नेहरू एकमेकांना

पितापुत्रासारखे होते, आहे की नाही मजा? अर्थात, त्यालाही कारण आहे. आपल्या सान्निध्यात कोणीतरी प्रभावशाली व्यक्ती असावी, आयुष्यातील आणीबाणीच्या क्षणी तिचा आधार असावा असे नेहरूंना राहून राहून वाटायचे. त्यांच्या वडिलांनी ही भूमिका उत्तम उठवली होती. चांगले खेळकर, प्रसन्न व्यक्तिमत्त्वाचे, ऐसपैस बॅरिस्टर होते ते. आधुनिक राहणीची, शौकांची सवय होती त्यांना. त्यांच्या निधनानंतर गांधींनी ती जागा घेतली. गांधींवर असलेली नेहरूंची भक्ती अखेरपर्यंत अबाधित राहिली. जो काही सूक्ष्म असा फरक पडला तो त्यांच्या संबंधात. भिंतीपलीकडच्या नव्या जगाच्या शोधार्थ बाहेर पडण्यासाठी आतुर झालेला 'पुत्र' पित्याचे छत्र सोडण्यास अधीर झाला होता. त्या नव्या जगात त्यांना गुरूही नवाच हवा होता, कारण तेथील समस्याही नव्याच नव्हत्या काय? व्हाईसरॉयच्या अभ्यासिकेत बसलेल्या नेहरूंना कदाचित त्याची जाणीव नसेल देखील. पण त्यांच्या मानसिक अवस्थेत एक 'पोकळी' निर्माण झाली होती एवढे मात्र खरे होते.

पंडित नेहरू व लॉर्ड माऊन्टबॅटन यांच्या पहिल्या भेटीनंतर आज बराच काळ लोटला होता. उभयतांचे जीवन, भोवतालचे जग दोन्ही खूपच बदलली होती. तरीही परस्परांच्या अंतर्मनांतील सहानुभूतीचा प्रवाह प्रभावी होता आणि त्यात तथ्यही होतेच. अर्थात, माऊन्टबॅटनना जरी त्याची कल्पना नव्हती, तरी अंशत: नेहरूंमुळेच तसे घडत होते. शिवाय तीन हजार वर्षांचा इतिहास असणारा काश्मिरी ब्राह्मणांचा वंश व प्रॉटेस्टंटपंथीयांची कुळी सांगणाऱ्या जगातील सर्वांत जुन्या राजवंशाचा वारस यांच्यामध्ये एक दुवा सांधलाच जात होता. एकमेकांच्या संगतीत ते दोघे खूश असत. नेहरूंच्या स्वप्निल विचारवृत्तीला माऊन्टच्या व्यावहारिक द्रुतगतीची साथ मिळाली की मजा यायची. नेहरूंच्या सुसंस्कृत वागणुकीतून माऊन्टना स्फूर्ती मिळायची, त्यांच्या विचारातील धार पाहून ते थक्क व्हायचे. नवा भारत व ब्रिटन यांच्यामध्ये सामंजस्य साधून नेहमीचा जिव्हाळा टिकविण्याच्या त्यांच्या इच्छेला प्रतिसाद देऊन ते ईप्सित साध्य करण्याला साह्य करणारा एकच भारतीय राजकारणी पुरुष आपल्यासमोर आहे व तो म्हणजे जवाहरलाल नेहरू! माऊन्टच्या मनात पुन्हा पुन्हा येत होते ते हेच विचार.

आपल्या नेहमीच्या सफाईदार भाषेत ॲडमिरलनी आपल्यावरील बिकट जबाबदारीची कल्पना त्यांना दिली. कठोर वास्तववादी दृष्टिकोनातून आपण भारताच्या प्रश्नाकडे पाहात आहोत हे स्पष्ट केले. चर्चा चालू असताना उभयतांचे - नेहरू व माऊन्टबॅटन यांचे - दोन महत्त्वाच्या मुद्यांवर तत्काळ एकमत झाले. रक्तपात टाळण्यासाठी त्वरित निर्णय घेण्याची आवश्यकता हा पहिला व भारताचे विभाजन म्हणजे एक शोकांतिका ठरावी हा दुसरा. त्यानंतर चर्चेचा ओघ गांधींच्या कृतीकडे वळला. (माऊन्टच्या अभ्यासिकेत त्यांचीही फेरी होणार होतीच!) नौखाली व बिहार येथे आपल्या क्लेशदायक पदयात्रेत

गुंतलेल्या गांधींबद्दल- त्यांच्याविषयी आत्यंतिक आदर असूनही नेहरू म्हणाले, ''जखमेच्या उद्भवाचे कारण शोधून काढायचे सोडून, संपूर्ण शरीराला औषधपाणी करण्याऐवजी गांधी आज एका भागाला तर उद्या दुसऱ्या भागाला मलमपट्टी करत हिंडताहेत!'' नेहरूंच्या या शब्दांनी भारतीय स्वातंत्र्याचा मुक्तिदाता व त्यांचे निकटवर्ती सहकारी यांच्यामधील दरी रुंदावत चालल्याची चाहूल माऊन्टबॅटनना लागली. आपला देश एकसंध राखण्याची कल्पना भारतीय नेत्यांच्या गळी उतरवण्यात अपयश आलेच तर विभाजनाखेरीज गत्यंतर नाही हे त्यांना पटवण्याचे त्यांनी ठरविले. त्यांच्या मार्गात अडथळा होता गांधींचाच. हिंदुस्थानच्या फाळणीला त्यांचा कट्टर विरोध होता. त्यामुळे, काँग्रेसी नेत्यांनाच गांधींपासून तोडायचे व त्यांना फाळणीचा स्वीकार करायला लावायचा, असा वेगळाच बेत माऊन्टबॅटननी आखला. त्यासाठी त्यांची सारी भिस्त नेहरूंवर होती. महात्मा गांधींच्या विरोधात राहिलेच उभे तर एकटे नेहरूच असा त्यांचा होरा होता. त्यामुळे नेहरूंच्या उद्गारांत त्यांना नवी कळ सापडली. बस्स! याचा फायदा घ्यायचाच. काय वाटेल ते करून त्यांनी नेहरूंचा पाठिंबा मिळवला. त्यांच्या 'ऑपरेशन सिडक्शन'चा प्रभाव त्या वास्तववादी काश्मिरी ब्राह्मणावर पडणारच याची त्यांना खात्री वाटली. त्या दिवशीच्या दुपारी जुळलेल्या तारा भारताच्या नव्या रागिणीचे सूर छेडणार यात शंकाच उरली नाही. नेहरूंना निरोप देताना माऊन्ट म्हणाले, ''मिस्टर नेहरू, माझ्याकडे हिंदुस्थानातील ब्रिटिशांचा गाशा गुंडाळणारा शेवटचा व्हाईसरॉय म्हणून न पाहता नव्या स्वतंत्र भारताच्या दिशेने निघालेला पहिला व्हाईसरॉय म्हणून पाहिलंत तर धन्य वाटेल मला!'' नेहरूंनी मागे वळून पाहिले. ते म्हणाले, ''अच्छा, आता माझ्या ध्यानात आलं तुमच्या मोहक व्यक्तिमत्त्वाचा धसका लोकांनी का घेतलाय ते!'' आणि हे शब्द उच्चारताना नेहरूंच्या चेहऱ्यावर फिकटसे स्मित होते.

नेहरू निघून गेले. आता व्हाईसरॉयसमोर बसला होता चर्चिलच्या शब्दांतला 'भारताचा अर्धनग्न फकीर!' इंग्लंडच्या राजप्रतिनिधीशी समान पातळीवरून वाटाघाटी करायला. आपल्यासमोर बसलेल्या गांधींकडे पाहताना माऊन्टबॅटन यांच्या मनात एक विचार चमकला - 'हा माणूस म्हणजे पंख दुमडून घेतलेला एक चिमुकला, लोभस, उदासवाणा चिमणापक्षी वाटतोय!' एकमेकांशी खूपच विसंगत असणारी ती दोन माणसे पाहताना कोणाही पाहणाराला मौजच वाटावी.

एकीकडे आपल्या नीटनेटक्या, टापटिपीतील गणवेशात रुबाबदार दिसणारे माऊन्टबॅटन, तर दुसरीकडे वस्त्रांची जास्तीत जास्त काटकसर करण्यासाठी केवळ जाडाभरडा खादीचा पंचा पांघरून अंग झाकलेले गांधी; नसानसांतून, पीळदार शरीरातून चैतन्याचा अखंडस्त्रोत पाझरत असलेले राजबिंडे माऊन्टबॅटन, तर समोरच्या हाताच्या खुर्चीत संपूर्णतः सामावून गेलेले कृश देहाचे महात्माजी; एक व्यावसायिक युद्धपटू; तर दुसरा अहिंसेचा पुजारी. एक खानदानी ब्रिटिश सरदार घराण्यात जन्मलेला तर दुसरा जगातील

स्वप्न त्यांचे भंगले हो! । ५७

महादरिद्री अशा देशातील गरिबांचे जीवन सुखी करण्यासाठी आपणहून गरिबांच्याच पद्धतीचे जेवण पसंत करणारा! आधुनिक तंत्रविज्ञानाच्या साहाय्याने सर्वांशी संपर्क साधता येण्यासारखे एखादे उपकरण शोधण्याच्या नादात असणारा सेनानी एकीकडे तर अशा तऱ्हेच्या कृत्रिम साधनांवर विश्वास नसलेला, केवळ स्वत:च्या व्यक्तिमत्त्वाच्या जोरावर त्या शतकातील कोणाही नेत्यापेक्षा जनतेशी अधिक जवळीक साधू शकणारे गांधी दुसरीकडे, अशा तऱ्हेच्या मूलभूत विरोधी व्यक्तिमत्त्वाच्या माणसांत एकमत कसे होणार? तरीही गांधींना त्यांच्याविषयी प्रेम निर्माण झाले. आपल्या एका निकटच्या सहकाऱ्याजवळ गांधी म्हणाले, 'या धंदेवाईक युद्धखोराच्या अंत:करणातून माझ्या काही आध्यात्मिक मूल्यांना प्रतिसाद मिळतोय!' तिकडे माऊन्टनाही गांधींबद्दल तेवढाच आदर वाटत होता. माऊन्ट म्हणाले, 'जगाच्या इतिहासात महात्मा गांधींचे नाव ख्रिस्त व बुद्ध यांच्याबरोबर घेतले जाईल!' माऊन्टबॅटनना गांधींच्या भेटीची आतुरता व महत्त्व वाटत होते याचा पुरावा त्यांनी गांधींना पाठवलेल्या आमंत्रणात आढळावा. व्हाईसरॉयपदावर रीतसर आरूढ होण्यापूर्वीच गांधींनी आपली भेट घ्यावी अशी त्यांची इच्छा होती. त्यांच्या त्या आमंत्रणाला गांधींनी ताबडतोब उत्तरही लिहिले. पण ते पत्र पोस्टात टाकण्याची सूचना देताना गांधी मिस्किलपणे म्हणतात, 'इतक्यातच नको टाकू हे पत्र पोस्टात! एकदोन दिवस जाऊ देत. हो, नाहीतर त्या पोराला वाटेल मी त्याच्या भेटीसाठी मरतोय!'

याच वेळी त्या 'तरुण माणसाने' आणखी एक शिष्टाचारही पाळला होता, आमंत्रणासोबत. गांधींना बिहारहून दिल्लीला घेऊन येण्यासाठी स्वत:चे खाजगी विमान पाठविण्याची व्यवस्था करण्यास तयार होते ते! आपल्या नेहमीच्या प्रथेस अनुसरून गांधींनी त्यास नकार दिला. गांधी नेहमी रेल्वेच्या तिसऱ्या वर्गाने प्रवास करत. माऊन्टचे हे शिष्टाचार त्यांना कधीकधी महाग पडत. त्यांच्या सहकारी इंग्रजी अधिकाऱ्यांच्या नजरेत गांधींबरोबरच्या या पहिल्याच भेटीला आपण दिलेले महत्त्व अधिक दृढ करण्यासाठी परस्पर वेगळी जवळीक व जिव्हाळा निर्माण व्हावा म्हणून माऊन्टबॅटननी त्या वेळी आपल्या पत्नीलाही हजर ठेवले.

गांधी समोर येऊन बसताच व्हाईसरॉय दांपत्याच्या चेहऱ्यावर चिंतेचे सावट पसरले. त्यांना कसलीतरी काळजी वाटू लागली. महात्माजींच्या मनात कसले तरी गाढ दु:ख साठलेले आहे, कोणत्या तरी गूढ अनुतापाच्या कचाट्यात ते सापडलेले दिसत आहेत, हे दोघांच्याही ताबडतोब लक्षात आले. आपल्याकडून काही चुकले तर नाही? कोणता तरी शिष्टाचार कमी पडला की काय? काय झालं तरी काय, कळेना. माऊन्टनी पत्नीच्या दिशेने एक व्यथित दृष्टिक्षेप टाकला. 'परमेश्वरा' त्यांच्या मनात विचार आला, 'काय भयानक सुरुवात होत आहे ही! आरंभालाच अशुभ!' ''आपल्याला कशाचा त्रास होतोय का?'' अतिशय विनयपूर्ण शब्दात माऊन्टनी गांधींना प्रश्न केला.

गांधींनी एक खोल, क्लेशपूर्ण निःश्वास टाकला. ते बोलू लागले, "तुम्हाला ठाऊक आहे दक्षिण आफ्रिकेत असल्यापासून माझ्या संपूर्ण आयुष्यात मी अपरिग्रहाचे तत्त्व पाळत आलो आहे. स्वतःच्या मालकीची अशी कोणतीही ऐहिक वस्तू मी जवळ बाळगत नाही म्हटलं तरी चालेल. अगदी मोजक्याच गोष्टी असतात माझ्यापाशी. कोणत्या म्हणाल तुम्ही? एक माझा परमप्रिय ग्रंथ - श्रीमद्‌भगवदगीता, माझे तिघे गुरुजन - तीन माकडांच्या मूर्ती, माझी जेवणाची टिनची भांडी आणि माझ्या कमरेस लटकणारे माझे इंगरसोल कंपनीचे, आठ शिलिंगांचे खिशातले घड्याळ, परमेश्वराच्या कार्यात वेचला जाणारा प्रत्येक क्षण कळावा म्हणून; बस्स! आज काय झाले सांगू? माझे घड्याळ चोरले कोणीतरी! दिल्लीला येताना रेल्वेत कोणीतरी हात मारला हो त्यावर!" गांधी बोलायचे थांबले तेव्हा त्यांच्या डोळ्यांत पाणी आल्याची जाणीव माऊन्टना झाली. एका क्षणात व्हाईसरॉयना त्यांच्या क्षीणतेचा अर्थ उमगला. घड्याळ गेल्याचे विशेष दुःख नव्हते त्यांना, ते 'चोरावे' याचेच अधिक दुःख, वेदना झाल्या होत्या. त्या आठ शिलिंगांच्या घड्याळावर डल्ला मारणाऱ्या माणसाने गांधींच्या श्रद्धास्थानाचा एक तुकडाच काढून घेतला त्या योगाने! गांधींच्या हळव्या, भावविवश अंतःकरणाला तो धक्का पुरेसा होता.

(त्यानंतर जवळजवळ सहा महिने लोटले. १९४७ च्या सप्टेंबर महिन्याचा दिवस. गांधींचा मुक्काम बिर्ला भवनात होता. दुपारची वेळ होती. एक अनोळखी व्यक्ती त्यांची भेट मागू लागली. गांधींच्या चिटणीसांनी तिचे नाव-गाव, भेटीचा हेतू वगैरेबद्दल चौकशी केली. प्रथम तो तयारच होईना. खूप आढेवेढे घेत अखेर त्याने सांगितले, "मी महात्माजींचे घड्याळ चोरणारा! मी ते परत करायला आलोय. माझ्या अपराधाची मला क्षमा करावी!" चिटणीस उद्‌गारले, "अरे क्षमा कसली मागतोस! महात्माजी तुझ्या गळ्यात पडतील गळ्यात! चल आत आधी!" त्यांनी त्या 'चोरा'ला आत नेले. तो मांडी घालून गांधीजींच्या समोर बसला. चिटणीसांना ऐकू गेले नाहीत असे शब्द पुटपुटला. गांधी आनंदून गेले. हर्षभराने त्यांनी त्याला मिठी मारली. एखाद्या लहान मुलाला त्याचे हरवलेले खेळणे मिळाल्यानंतर आनंद व्हावा तसा आनंद झाला त्यांना. अगदी खळखळून खिदळायला लागले बिचारे! आपल्या जवळच्या माणसांना त्यांनी बोलावून घेतले. त्यांना ते घड्याळ दाखवले व ते परत करणाऱ्या त्या 'पश्चात्तापदग्ध' माणसाची ओळख करून दिली. असो)

बराच वेळ शांततेत गेला. भारताच्या सांप्रतच्या समस्येवर बोलायला त्यांनी सुरुवात केली. माऊन्टबॅटननी त्यांना मध्येच थांबवले, "मिस्टर गांधी, प्रथम मला तुमच्याविषयी अधिक सांगा." व्हाईसरॉयच्या त्या उद्‌गारांना खूप अर्थ होता. त्यांच्या हेतुपुरस्सर आखलेल्या डावपेचाचा तो एक भाग होता. प्रथम त्यांना भारतीय नेत्यांचा परिचय करून घ्यायची इच्छा होती. त्यानंतर त्यांच्याकडून येणाऱ्या किमान

मागण्यांचा व अंतिम उद्दिष्टांचा बोध करून घ्यायचा होता. शक्य तितक्या खेळीमेळीच्या वातावरणात त्यांना घेऊन जात परस्परसंबंधी श्रद्धा व सहानुभूती निर्माण व्हावी यासाठी ते धडपडत होते. हे सर्व केल्यानंतर मूळ मुद्दयाला हात घालायचे त्यांनी ठरवले होते.

महात्माजींनाही त्या प्रश्नाचा आनंद वाटला. स्वत:बद्दल बोलणे त्यांना आवडत असे आणि आज समोर बसलेले माऊन्टबॅटन दांपत्य आपल्या बोलण्यात खरोखरच रस घेत आहे हे बघून त्यांना अतिशय समाधान झाले. त्यांनी थेट दक्षिण आफ्रिकेपासून ते मिठाच्या सत्याग्रहापर्यंतची कहाणी सांगितली. एक काळ असा होता की, पाश्चिमात्यांनी झरतुष्ट्र, बुद्ध, मोझेस, येशू ख्रिस्त, महंमद पैगंबर, प्रभू रामचंद्र यांच्या संदेशांतून प्रेरणा घेतली होती. अर्थात, पाश्चिमात्यांनी पौर्वात्यांवरची आपली सांस्कृतिक पकड शतकानुशतके घट्ट धरून ठेवली हे त्यांना मान्य होते पण त्याचबरोबर अणुबॉम्बच्या भीषणतेने भांबावून गेलेले पाश्चिमात्य जग पुन्हा एकदा पूर्वेकडे डोळे लावून बसले होते हे त्यांनी मांडले. आपण पुरस्कार करत असलेल्या विश्वबंधुत्वाचा व प्रेमाचा संदेश जग पुन्हा स्वीकारेल अशी त्यांना आशा होती.

जवळजवळ दोन तास त्यांचे संभाषण झाले. मध्येच एक साधा पण असाधारण उपचार घडून आला. गांधी व माऊन्टबॅटन यांच्यातील मेळ किती चटकन जमून आला याचे ते चिन्ह होते. बोलण्याच्या मध्यावर मंडळी छायाचित्र घेण्यासाठी मोगल उद्यानात गेली. तो उपचार आटोपताच प्रासादात पुन्हा परत आली. परतताना त्या सत्त्याहत्तर वर्षीय वृद्धाचा हात ब्रिटनच्या शेवटच्या व्हाईसरॉयपत्नीच्या खांद्यावर मोठ्या प्रेमळपणे विसावलेला दिसत होता. इतक्या सहजपणे ते घडले की त्यामुळे आपल्या सायंप्रार्थनेला निघालेल्या गांधींचे स्मरण पाहाणाऱ्यांना व्हावे. आपल्या दोन्ही बाजूला असणाऱ्या नातींच्या खांद्यावर - विनोदाने ते त्यांना आपल्या 'कुबड्या' म्हणायचे - हात टाकून चालणारे गांधी पुन्हा एकदा व्हाईसरॉयच्या अभ्यासिकेत आले.

आपल्या दुसऱ्या फेरीसाठी गांधी अभ्यासिकेत आले तेव्हा दिल्ली उन्हाळ्याच्या तीव्रतेने ग्रासून गेलेली होती. उन्हाचे चटके खात मोगल उद्यानातील ढाक वृक्ष ठिणग्या बाहेर सोडताहेत की काय असे वाटावे. मात्र बाहेरच्या या उष्णतेची झळ अभ्यासिकेला पोचत नव्हती. कारण, विशिष्ट हेतू ठेवून रंगवलेल्या त्या दालनात सर्वोत्तम वातानुकूलित यंत्र बसवायला व्हाईसरॉय विसरले नव्हते. पण नेमकी हीच सोय गांधींच्या बाबतीत एक अनपेक्षित संकट ठरली. बाहेरची कडक उष्णता खाऊन आत आलेले गांधी त्या कृत्रिम थंड हवेमुळे गारठूनच गेले. तशात ते उघडेही होतेच. गांधींना कुडकुडताना पाहून माऊन्टबॅटननी आपल्या ए.डी.सी.ला बोलावले. त्यांच्याबरोबर लेडी माऊन्टबॅटनही येऊन पोहोचल्या. गांधींना त्या स्थितीत पाहून त्या किंचाळल्याच "अरे देवा! तुम्ही लोक त्या बिचाऱ्यांना न्युमोनियाने आजारी पाडणार!" ताबडतोब

त्या यंत्राच्या दिशेने धावल्या, त्यांनी ते बंद केले, खिडक्या उघडल्या आणि गांधींच्या अंगावर टाकण्यासाठी नवऱ्याचा रॉयल नेव्ही स्वेटर आणण्यासाठी लगबगीने आत गेल्या.

गांधींना ऊब आल्यानंतर माऊन्टबॅटन त्यांना चहापानासाठी गच्चीवर घेऊन गेले. व्हाईसरॉयची राजमुद्रा असलेल्या कपबशा, तबक इत्यादीतून चहा आणण्यात आला. गांधींबरोबर आलेल्या मनूने त्यांचे भोजन— लिंबू सरबत, शेळीच्या दुधाचे दही व खजूर - पुढ्यात ठेवले. आपल्या मोडक्या चमच्याने गांधींनी ते खाल्ले. त्यांच्यासमोरचे पत्र्याचे ताट मात्र व्हाईसरॉयसमोरच्या काट्याचमच्याइतकेच इंग्लिश बनावटीचे होते. ते त्यांना येरवड्याच्या तुरुंगात मिळाले होते. स्मित करत, गांधींनी आपले दही माऊन्टना देऊ केले- "घ्या ना. चाखून तर बघा. चांगलं असतं ते!" पिवळ्या लापशीसारख्या त्या पदार्थाकडे माऊन्टनी पाहिले. "नाही, मला ते चालेल असे वाटत नाही." ते पुटपुटले. त्यांना वाटले, गांधी गप्प बसतील. पण तसे झाले नाही. गांधींचा आग्रह चालूच राहिला. "काही हरकत नाही. कोणतीही नवी गोष्ट करताना होतंच तसं! घ्या, घ्या, प्रयत्न करून पहा." आता माऊन्टबॅटन कसले सुटतात! पुरत्या कचाट्यात सापडले ते. निमूटपणे कर्तव्य म्हणून त्यांनी एक चमचाभर दही चाखून पाहिले. तो पदार्थ 'भयानक' वाटला त्यांना त्या वेळी.

आता प्राथमिक उपचार संपले. आपल्याआधीच्या व्हाईसरॉयना आलेल्या वाटाघाटींचा अनुभव जमेस धरून त्यांनी चर्चा पुढे सुरू केली. गांधींबरोबरच्या वाटाघाटी म्हणजे सहनशीलता व संयम यांचा अंतच! गांधी हा माणूस तसा अवघडच! त्यांच्या दृष्टीने सत्याचे स्वरूप अंतिम वास्तवतेत होते. त्याची रूपे दोन होती— केवळ व सापेक्ष. जोपर्यंत माणूस जगत असतो तोपर्यंत केवलरूप सत्याची त्याला फक्त चाहूल लागत असते. आपल्या दररोजच्या जीवनात त्याला सापेक्ष सत्याशी व्यवहार करावा लागतो. आपल्या सत्याची कल्पना समजावून देताना गांधी एक दृष्टांत देत. बर्फासारखे थंडगार पाणी असलेल्या एका भांड्यात तुमचा डावा हात घाला, नंतर तोच हात कोमट पाण्यात बुडवा. आता तुमचा उजवा हात गरम पाण्यात घालून नंतर मघाचच्या कोमट पाण्यात घाला. आता ते कोमट पाणी गार लागेल. पण त्याचे उष्णतामान मात्र स्थिरच असेल. अंतिम सत्याचे रूप त्या उष्णतामानासारखे असते. हाताला लागलेले पाणी म्हणजे सापेक्ष सत्य. त्यास अनुसरून गांधींचे सापेक्ष सत्य म्हणजे ठोकळेबाज सिद्धांत नसायचे. प्रश्नाकडे पाहण्याची त्यांची दृष्टी बदलली की त्यांचे मत बदलायचे. त्यामुळे त्यांच्या धोरणात एक प्रकारची लवचिकता यायची व ब्रिटिशांना ते दुतोंडे, कावेबाज वाटायचे. एवढेच काय, त्यांचाच एक शिष्यदेखील वैतागून म्हणाला होता, "गांधीजी, मला तुमचे काही कळतच नाही. तुम्ही आज एक उद्या एक कसे काय बोलता?" गांधींनी उत्तर दिले, "असं होय?

अरे, कारण गेल्या आठवड्याभरात मी काहीतरी नवीन शिकलो आहे ना!''

म्हणून गांधींबरोबरच्या वाटाघाटींना गंभीर रूप देताना भारताचे नवे व्हाईसरॉय वेगळ्या धास्तीतच होते. त्यांच्याजवळ बसलेली 'चिमणीसारखी छोटी, चिवचिव करणारी मूर्ती', भारतासमोरची समस्या सोडवण्याचा एखादा उपाय सुचवू शकेल असा त्यांचा भ्रम मुळीच नव्हता. मात्र एका गोष्टीची पक्की खात्री होती. ती म्हणजे शोधून काढलेल्या एखाद्या उपायाला सुरुंग लावण्याची ताकद गांधींपाशी आहे याची. गांधींच्या या अनाकलनीय व्यक्तिमत्त्वाने अनेक इंग्रजमध्यस्थांच्या मसलतींवर पाणी टाकले होते. सन १९४२ मध्ये क्रिप्सना हात हलवत परत धाडणारे गांधीच! भारतीय प्रश्नांची निरगाठ उकलताना वेव्हेलांच्या प्रयत्नांना खीळ घालण्यासाठी आपल्याच तत्त्वाला घट्ट चिकटून बसणारेही गांधीच! अगदी अलीकडे ब्रिटिश कॅबिनेट मिशनची योजना फेटाळून लावण्यासाठी डावपेच लढविणारे व्यक्तिमत्त्वही गांधींचेच! आदल्या दिवशी सायंप्रार्थनेच्या वेळी जमलेल्या समुदायाला त्यांनी सांगितले होते, 'माझ्या जिवात जीव असेतो मी भारताच्या विभाजनास मान्यता देणार नाही. फाळणी झालीच तर ती माझ्या प्रेतावरच होईल..!'

आणि खुद्द माऊन्टबॅटन तरी फाळणीला कोठे अनुकूल होते! समजा, तशी पाळी आलीच तर मात्र आपले म्हणणे गांधींवर लादण्याचे कटू काम त्यांना करावे लागणार होते. त्या वेळी त्या वृद्ध माणसाच्या देहाचेच नव्हे, तर त्याच्या हृदयाचे तुकडे करण्याचे त्यांच्या नशिबात असणार होते.

कसल्याही प्रकारच्या दहशतवादाला शरण जायचे नाही असे ब्रिटिशांचे प्रथमपासून धोरण आहे. तुमच्या अहिंसक चळवळीला यश येत आहे व काय वाटेल ते होवो ब्रिटन भारत सोडून जाणार आहे नक्की, या गोष्टी सांगत व्हाईसरॉयनी वाटाघाटींस आरंभ केला. ''तुमच्या निघून जाण्याआड एकच गोष्ट येत आहे.'' गांधी म्हणाले, ''हिंदुस्थानची फाळणी नका करू.'' त्यांनी याचना केली, ''भारताचे तुकडे नका करू कृपा करून, रक्ताचे पाट वाहिले तरी बेहत्तर!'', अहिंसेचा प्रेषित पुकारू लागला. ''भारताचे विभाजन हा निर्वाणीचाच उपाय राहील'', माऊन्टनी खात्री दिली, ''पण फाळणीला पर्याय आहे का दुसरा?'' त्यांनी पृच्छा केली.

गांधींच्याजवळ एक पर्याय होता. फाळणी टाळण्यासाठी करावे लागणारे ते दिव्य त्यांच्यापाशी होते. सालोमन राजाच्या न्यायाने त्यांनी तो पर्याय शोधून काढला होता. 'बालकाचे दोन तुकडे करण्यापेक्षा बालकच देऊन टाका त्या बाईला!' असे खऱ्या आईने सांगितले होते त्या वेळी. गांधींनी तीच चाल स्वीकारली. देऊन टाका हिंदुस्थान प्रतिस्पर्धी जिना व त्यांच्या मुस्लिम लीगला! तीस कोटी हिंदू जाऊ देत त्यांच्याच छत्राखाली. बनवू दे सरकार त्यांना. करू देत साऱ्या देशाचा कारभार. भारताचा एखादा भाग घेण्याऐवजी संपूर्ण हिंदुस्थानच देऊन टाका त्यांच्या ताब्यात!

हाताला लागेल ती काडी धरून फाळणी टाळण्याचा प्रयत्न माऊन्टबॅटन करण्यास उत्सुक होतेच. गांधींच्या वरील सूचनेत त्यांना आशेचा किरण दिसला. गांधींजवळ इतरही काही कल्पना होत्या. ''पण तुमच्या काँग्रेस पक्षाला याविषयी काय वाटेल?'' त्यांनी विचारले. परीकथेतील ॲलिससारखी गांधींची स्थिती होती- तेवढीच अद्‌भुत व भ्रामक. तथापि तशा काही कल्पना यशस्वी झाल्या होत्या हे अलाहिदा!

''काँग्रेस!'' गांधी उत्तरले ''त्याची चिंता नको. त्यांना फाळणी टाळायची आहे. त्यासाठी तो पक्ष वाटेल ते करेल.''

''ठीक आहे. जिनांना काय वाटेल असे तुम्हांला वाटते?''

''त्यांना ना? मी या योजनेचा प्रवर्तक आहे असे तुम्ही त्यांना सांगाल तेव्हा त्यांचे उत्तर येणार- गांधी लुच्चा आहे लेकाचा!'' गांधी हसतहसत उद्‌गारले.

क्षणभर व्हाईसरॉय गप्प राहिले. गांधींनी मांडलेला पर्याय कार्यवाहीत आणणे अशक्यप्राय भासत होते त्यांना. इतक्या लवकर स्वत:ची प्रतिष्ठा पणाला लावण्याची त्यांची तयारी नव्हती. पण त्याचबरोबर भारत एकसंध राखण्यासाठी पुढे करण्यात आलेली ही योजनाही धुडकावून लावण्यास ते राजी होत नव्हते.

''बरं, असं पहा, तुमच्या या योजनेस काँग्रेस पक्षाचा पाठिंबा आहे असे एखादे औपचारिक आश्वासन आपण त्यांच्याकडून आणलेत, ही योजना प्रत्यक्षात येण्यासाठी ते तळमळीने प्रयत्न करतील असे तुम्हांला जाणवले तर मी विचार करायला तयार आहे.'' ते म्हणाले.

गांधी जवळजवळ ताडकन उडाले आपल्या आसनातून. ''माझ्यापुरता मी संपूर्णत: कळकळीचे प्रयत्न करेन. भारताचा कानाकोपरा धुंडाळेन. जनतेला माझे म्हणणे पटवून देईन. तुमचा निर्णय त्यांना मान्य करायला भाग पाडेन याची खात्री आहे मला.'' गांधी आश्वासक सुरात म्हणाले.

काही तासानंतर सायंप्रार्थनेला चाललेल्या गांधींशी वार्तालाप करणाऱ्या एका भारतीय पत्रकारास गांधी 'आनंदाने मुसमुसताना' आढळले. जेव्हा ते प्रार्थनास्थळी पोहोचले तेव्हा गांधी एकदम त्याच्याकडे वळत, खुशीत येत कुजबुजले, 'मी प्रवाह उलटवलाय!' त्यांच्या चेहऱ्यावर स्मित होते.

'हा माणूस मला धमकावण्याचा का प्रयत्न करत असावा?', चकित झालेल्या माऊन्टबॅटन यांच्या मनात विचार आला. त्यांच्या खास मोहिमेची गती रोखण्यात आली होती. अचानक वाटेत एक पहाडसदृश आकृती उभी होती. इतिहासकालीन रोमन नागरिकाप्रमाणे खांद्याभोवती गुंडाळलेले खादीचे धोतर, प्रकाशात लखलखणारे टक्कल, नापसंतीदर्शक रेषांनी सुरकुतलेला चेहरा. पुष्कळसा निर्विकार असा तो

माणूस भारतीय राजकारण्यापेक्षा प्राचीन रोमन सिनेटराचीच आठवण करून देत होता. ते होते सरदार वल्लभभाई पटेल!

खरोखरच, वल्लभभाई पटेल भारताचे एक अस्सल राजकारणी नेते होते. काँग्रेस संघटनेवरची त्यांची पकड पोलादी होती. अत्यंत कणखर शिस्तीने ते पक्षावर हुकमत गाजवत. वास्तविक त्यांचे व माऊन्टबॅटनांचे चटकन जुळायला हवे होते कारण व्हाईसरॉयप्रमाणे ते स्वत:ही तितकेच व्यवहारवादी, वस्तुनिष्ठ दृष्टिकोनातून परिस्थितीचे मूल्यमापन करणारे गृहस्थ होते. पण का कोणास ठाऊक त्या दोघात विचित्र तणाव निर्माण झाला. अर्थात, त्या तणावामागचे कारण तसे क्षुल्लकच होते म्हणा, भारतासमोरच्या कूट प्रश्नांशी त्याचा संबंधही नव्हता. तणावाला कारण ठरला होता कागदाचा एक कपटा. पटेलांकडे असलेल्या गृहखात्याने एका अधिकारपदावर करावयाच्या नेमणुकीच्या संदर्भात काढलेला एक कामचलाऊ आदेश. ज्या पद्धतीने तो काढण्यात आला त्यावर व्हाईसरॉयचा होता आक्षेप. त्यातून ध्वनित होणाऱ्या आव्हानाची व्हाईसरॉयना आली होती चीड. हा सर्व बनाव विचारपूर्वक घडवून आणण्यात पटेलांचा पुढाकार आहे ही होती त्यांची समजूत. त्यांच्या अंगच्या कणखरपणाबद्दल पटेलांची ख्याती होतीच. आपल्यासमोरच्या या माणसाचा अंदाज घेण्यापूर्वी त्याला कितपत चाचपून पाहायचे याचा विचार करता माऊन्टबॅटन आपल्या डेस्कवरच्या त्या कागदाच्या कपट्याकडे नजर ठेवून होते. एक प्रकारची परीक्षाच घेणार होते ते! नंतरच ते अधिक गंभीर विषयाकडे वळणार असे दिसले.

मुंबई शहरातील एक न्यायालय. सर्व काही सज्ज आहे. ज्युरीतील मंडळी त्यांच्यासमोर येरझाऱ्या घालत खटला समजावून देत असलेल्या वकिलांचे म्हणणे लक्षपूर्वक ऐकत आहेत. एक माणूस आत येतो. वकिलाच्या हातात एक तारेचा कागद देतो, ते त्याच्याकडे पाहातात. आपल्या खिशात तो खुपसतात व मागील वाक्याचा धागा पकडून बोलणे चालू ठेवतात. काम चालू राहते. ते वकील आहेत वल्लभभाई पटेल आणि ती तार होती त्यांच्या पत्नीच्या निधनाची वार्ता देणारी!

वरील प्रसंगच इतका बोलका आहे की त्यावरून पटेलांच्या उपजत भावविवशतेवर प्रकाश पडावा. त्यांच्या स्वभावात तिला बिलकुल स्थान नव्हते. अर्थात, त्यात संपूर्ण तथ्य नसावे. पण एक गोष्ट निश्चित होती. स्वत:च्या भावनांवरचा त्यांचा ताबा विलक्षण होता. त्यांचे प्रदर्शन जगासमोर करणे त्यांना मानवत नव्हते. जनमानसात निर्माण झालेल्या त्यांच्या या प्रतिमेचा त्यांना खचितच अभिमान वाटत असावा.

तीन-चार महिने सागरप्रवास करून आलेले खलाशी ज्या बेफिकीरीने जवळच्या पैशाची उधळण करतात त्या गतीने शब्दांची खैरात करणारे लोक हिंदुस्थानात भरपूर. पण असल्या देशात एखादा कंजूष माणूस आपल्याजवळच्या धनाची जशी

कमालीची जपणूक करेल तितक्याच काटेकोरपणे पटेल शब्दांचा वापर करत. पत्नीच्या निधनानंतर त्यांच्या कन्येने त्यांची काळजी वाहिली. त्या सांगतात, दिवसभरात वडील त्यांच्याशी दहाएक वाक्येदेखील बोलत नसत. पण पटेलांचे बोलणे-जेव्हा खरोखर ते बोलत- लोक विशेष लक्षपूर्वक ऐकत यात शंका नाही.

सरदार वल्लभभाई पटेल नखशिखान्त भारतीय होते. दिल्लीच्या त्यांच्या निवासस्थानातील पुस्तकांच्या कपाटात भारतीय लेखकांनी भारताविषयी लिहिलेलीच पुस्तके आढळणार. हिंदुस्थानच्या मातीस जागलेला तो एकमेव भारतीय राजकारणी नेता होता. गुजरातेतील एका शेतकऱ्याच्या पोटी जन्मलेला तो माणूस शेतकऱ्याच्याच तालात जीवन जगायचा. पहाटे चारला उठायचे व रात्री साडेनऊला झोपायचे हा त्यांचा दिनक्रम. भारतातील घडामोडींवर त्यांचे बारीक लक्ष असायचे. त्यांच्यावर त्यांच्या ज्येष्ठ कन्येची कडक नजर असायची. जवळजवळ दोन दशकांचा काल ती त्यांची कार्यवाह, शरीररक्षक, विश्वासू व्यक्ती व घरची कारभारीण या विविध नात्यांनी त्यांच्या सान्निध्यात राहायची. त्यांचे संबंध इतके जिव्हाळ्याचे होते की ती दोघे एकाच खोलीत झोपत.

सरदार पटेलांच्या प्रखर राष्ट्रवादाचे मूळ त्यांच्या वडिलांच्या वृत्तीत होते. १८५७ च्या स्वातंत्र्यसमरात त्यांनी भाग घेतला होता. पटेलांचे पूर्वायुष्य तसे कठीणच गेले. अहमदाबादमधील कापडाच्या गिरणीत काम करून त्यांनी पैसे जमा केले व वयाच्या तेहेतिसाव्या वर्षी कायद्याचा अभ्यास करण्यासाठी लंडन गाठले. नेहरूंप्रमाणे त्यांना लंडनमधील खानदानी पाहुणचार मिळाला नाही. बसभाड्याला पैसे नसल्यामुळे त्यांना कोर्टात चालत जावे लागायचे. बॅरिस्टर झाल्याबरोबर त्यांनी चालत जाऊनच भारताकडे जाणाऱ्या बोटीचे तिकीट काढले. एकदा मायदेशी परतल्यानंतर मात्र त्यांनी पुन्हा किनारा सोडला नाही.

अहमदाबादेत त्यांनी वकिली सुरू केली. ज्या गिरणीमालकाचे ते एकेकाळी नोकर होते तेच मालक आता त्यांचे पक्षकार बनले. अचानक त्यांना गांधींच्या प्रयत्नांचे दर्शन झाले. त्यांनी गांधींची मुलाखत मागितली. त्यांच्या विचारांनी प्रभावित झालेले पटेल राष्ट्रकार्यास लागले. १९२२ मध्ये गांधींनी पटेलांवर बार्डोलीची चळवळ संघटित करण्याची जबाबदारी टाकली ती त्यांनी इतक्या सुव्यवस्थितपणे पार पाडली की त्या मोहिमेस अपेक्षेबाहेर यश मिळाले. त्या क्षणापासून पटेलांना नेहरूंच्या जोडीचे स्थान प्राप्त झाले. स्वातंत्र्यचळवळीत आघाडीवर राहून त्यांनी काँग्रेसच्या पक्षांतर्गत यंत्रणेला मजबुती आणली. काँग्रेसचे नाव देशाच्या कानाकोपऱ्यात स्थिर केले.

सरदार पटेल आणि पंडित नेहरू, खांद्याला खांदा लावून चालणारे राजकीय धुरंधर. गांधींच्या आशीर्वादाने पुनीत झालेले राजकीय सहप्रवासी. आपल्या या काँग्रेसी सहबांधवाविषयी पटेल कमालीचे सावध होते. त्या दोघांत एक नैसर्गिक

स्पर्धाच होती. स्वतंत्र भारताविषयीच्या त्यांच्या कल्पनांतील तफावत लक्षणीय वाटावी. नेहरूंच्या नवसमाज निर्मितीच्या कल्पनावादी स्वप्नांवर पटेलांचा बिलकूल विश्वास नव्हता. नेहरूंच्या नजरेसमोर तरळत असणाऱ्या नव्या धैर्यशील समाजवादी जगाची संभावना करताना 'समाजवादाची पोपटपंची' हे शब्द ते योजत. भांडवलशाही समाजपद्धतीला योग्य असे भारतीय रूप दिल्यास ती अधिक उपयुक्त ठरेल असे त्यांचे ठाम मत होते. एखाद्या अव्यवहार्य आदर्शाच्या वेदीवर तिचा बळी देण्यात त्यांना कसलेच स्वारस्य वाटत नव्हते.

त्यांच्या एका विश्वासू सहकाऱ्याच्या शब्दातच सांगायचे झाल्यास, 'एका औद्योगिक शहरात यंत्रे, कारखाने व कापडगिरण्यांचे केंद्र असलेल्या परिसरात पटेलांची वाढ झाली होती. तर नेहरूंचा परिसर फुलाफळांच्या निर्माणांनी भरला होता.'

परराष्ट्रव्यवहाराविषयी, जगातील वादविवादांविषयी नेहरूंना असलेल्या आकर्षणाचा पटेल तिरस्कार करत. कोणत्याही राष्ट्रातील सत्तेचे केंद्रस्थान त्याच्या गृहमंत्रालयात असते याची त्यांना पुरेशी जाण होती. स्वतंत्र भारताच्या पोलीस, सुरक्षा व प्रचार यंत्रणांची निष्ठा प्राप्त करून घेण्याचा त्यांचा यत्न असे. गांधींची गादी आपल्याला मिळणार याबद्दल नेहरूंना शंका नव्हती. तरीही त्यांची चाल डळमळीत होती. आपल्यामागून येणाऱ्या लक्षावधी लोकांना आणखी एखादा सीझर हवा आहे याची त्यांना कल्पना होती. जिनांबरोबरचे त्यांचे संबंध तसे जिव्हाळ्याचे होते. गांधी व नेहरू यांच्याचभोवती रुंजी घालणाऱ्या जगाला जिनांप्रमाणे पटेलांचेही योग्य मूल्यमापन करता आले नाही. ती एक चूक होती. त्यांच्या सहकाऱ्याने म्हटल्याप्रमाणे 'सरदार वल्लभभाई पटेल हिंदुस्थानचे अखेरचे मोगल सम्राट होते.'

व्हाईसरॉयनी आपल्या डेस्कवरच्या त्या टिपणीकडे एकदा पाहिले व तो कागद पटेलांच्या हातात दिला. शांतपणे तो आदेश मागे घेण्याची सूचना केली. पटेलांनीही तितक्याच तत्परतेने नकार दिला.

माऊन्टनी आपल्यासमोरच्या भारतीय नेत्याला नीट न्याहाळले. या माणसाचा व त्याच्या पाठीशी असणाऱ्या यंत्रणांचा त्यांना आधार हवा होता. परंतु आज जर आपण त्याला माघार घ्यायला लावू शकलो नाही, तर तो कधीही मिळणार नाही याचीही खात्री त्यांना होतीच.

"ठीक आहे. छान झालं. आता मी काय करणार आहे ते ऐका. मी माझे विमान मागवणार आहे ताबडतोब." माऊन्ट म्हणाले.

"असं? का बरं?" पटेलांची पृच्छा.

"का? अहो, मी चाललो परत! एवीतेवी मला हे काम नकोच होते. मी निमित्तच शोधत होतो त्यासाठी. तुम्ही बरे सापडलात. चला, सुटलो एकदाचा!

कोणाला हवी आहे ही कटकट?'' माऊन्टबॅटन यांचे उत्तर.

''म्हणजे, खरंच म्हणता हे आपण?'' पटेलांची पृच्छा.

''खोटं वाटतं तुम्हाला? तुमच्यासारख्यांनी वाटेल तसं वागलेलं खपवून घेत मी येथे राहणार असं वाटतंय तरी कसं तुम्हाला? अशा तऱ्हेचा उद्धटपणा सहन नाही होणार माझ्याच्यानं. कोणीही उठावं व मला बाजूस सारावं हे चालणार नाही मला. मी तुम्हाला शेवटचं सांगतो, तुम्ही तो आदेश परत तरी घ्यावा किंवा आपणा दोघांपैकी एकानं राजीनामा तरी द्यावा. त्याबरोबरच हे देखील जाणून असा की, जर माझ्यावर जाण्याची पाळी आलीच तर मी तुमचे पंतप्रधान व मिस्टर जिना यांना त्यामागचे कारण स्पष्ट करणार. माझ्या गमनानंतर देशात जे काही घडेल, जे रक्त सांडेल त्याचे डाग तुमच्यावर- केवळ तुमच्यावरच - पडतील समजलं?'' माऊन्टबॅटननी जाणीव दिली. वल्लभभाई त्यांच्याकडे बघत राहिले. माऊन्टच्या शब्दांवर त्यांचा विश्वासच बसेना.

''छे, छे! असं कसं होईल? अहो, पुरता एक महिनाही झाला नाही आपल्याला व्हाईसरॉय होऊन!''

''मिस्टर पटेल, माझा स्वभाव तुम्हाला ठाऊक नाही अजून! तुम्ही हा आदेश या क्षणी येथल्या येथे मागे घेता की नाही? का बोलावून घेऊ पंतप्रधानांना आणि देऊ माझा राजीनामा?''

बराच वेळ खोलीत शांतता पसरली. अखेर पटेलांनी एक दीर्घ सुस्कारा टाकला. ''या सर्व प्रकरणातील सर्वांत भयानक गोष्ट म्हणजे तुम्ही तुमचं म्हणणं खरं करणार ही.''

''अर्थातच! तुमच्या मनात आलेलं शंभर टक्के बरोबर आहे!'' माऊन्टनी पुन्हा एकदा आपला निर्धार व्यक्त केला.

सरदार पटेलांनी हात पुढे केला. माऊन्टबॅटन यांच्या डेस्कवरचा तो, त्यांना अन्यायकारक वाटणारा आदेशाचा कागद त्यांनी उचलला, हळूहळू त्याचे तुकडे केले.

दिल्लीच्या भंगी कॉलनीतील एक झोपडी, गवताच्या एका चटईवर महात्मा गांधी मांडी घालून बसले होते. त्यांच्याभोवती बसलेली मंडळी तावातावाने चर्चा करत होती. बाहेरच्या बाजूस कॉलनीतली पोरे विस्फारलेल्या, चमकणाऱ्या डोळ्यांनी आत बघत होती. गांधींच्या सभोवती बसलेली माणसे स्वतंत्र भारताची भावी नेतेमंडळी होती. आपल्या हरिजनसेवेचे प्रतीक म्हणून गांधींनी आपला मुक्काम भंगी कॉलनीत टाकला होता. त्या दुर्गंधीने भरून राहिलेल्या झोपडपट्टीत जमलेल्या त्या नेत्यांसमोर कोणती जबाबदारी वाढून ठेवली आहे याची जाण त्यांना यावी असाही उद्देश त्यामागे असावा. अस्पृश्यांना भारतीय समाजाकडून मिळणाऱ्या वागणुकीची

महात्मा गांधींना मोठी खंत वाटे.

गांधींच्या झोपडीत जमलेल्या त्या नेत्यांना राजकीय वास्तवाच्या चिंतेने ग्रासले होते. बाहेर बराच उष्मा होत होता. आपल्या तुळतुळीत डोक्याला गांधींनी ओला टॉवेल गुंडाळला होता. बाहेरच्या उकाड्याच्या जोडीला आपल्या अनुयायांनाही ताव चढलेला बघताना गांधींना यातना होत होत्या. काही दिवसांपूर्वी त्यांनी व्हाईसरॉयना दिलेले आश्वासन त्यांच्या मनात घोळत होते. त्यांचा अंदाज चुकला होता. जराग्रस्त गांधी व त्यांचे सहकारी यांच्यामधील मतभेदाची दरी रुंद होत चालली होती. आपल्याच हाताने वाढवलेल्या काँग्रेस पुढाऱ्यांच्या त्या वर्तनाचा त्यांना बोध होत नव्हता. फाळणी टाळण्यासाठी आपण सुचविलेल्या पर्यायाचा स्वीकार काँग्रेस नक्की करेल असा त्यांना वाटणारा विश्वास अनाठायी ठरला.

गेली पंचवीस वर्षे त्यांनी गांधींना साथ दिली होती. त्यांच्या आग्रहानुसार जाडीभरडी खादीची वस्त्रे घातली होती. चरख्यावर सूत कातले, लाठ्या खाल्ल्या, तुरुंगवास भोगला. अधूनमधून उठणाऱ्या शंकांची वादळे सहन करत, त्यांच्या असंभाव्य चळवळीद्वारे असंभवनीय विजय मिळवला. त्यांच्या अहिंसक नेतृत्वाखाली काम करून स्वातंत्र्यही मिळवण्याच्या मार्गावर होते ते सारे जण! अनेक कारणांनी ते गांधींच्या मागे गेले असावेत. सर्वांत प्रबळ कारण असावे जनसामान्यांना काँग्रेसच्या ध्वजाखाली खेचून आणण्याची गांधींच्या ठायी असलेली अपूर्व शक्ती! सर्वांचे ध्येय एकच होते. ब्रिटिशांशी लढण्याचे. त्यामुळे त्याच्या प्रभावाखाली छोट्या मोठ्या मतभेदांची आहुती पडली. तेवढ्यापुरते सगळे ठीक झाले. पण आज बॅ.जिनांना भारताचे पंतप्रधान करण्याचा महात्माजींचा प्रस्ताव पुढे येताक्षणी सर्वांची माथी भडकली. या गोष्टीला नकार देण्यात आपण व्हाईसरॉयची कुचंबणा करून भारताच्या फाळणीस वाट करून देत आहोत असा दावा गांधींनी पुढे केला. फाळणीचे पर्यवसान किती भीषण असेल याचे चित्र त्यांनी रंगवले. नौखाली, बिहार येथील अनुभव त्यांच्या गाठीस होता. भारत एकसंध राखून हे हत्याकांड रोखण्याचा तोच एकमेव मार्ग आहे, असे आवर्जून सांगून त्यांनी आपला पर्याय स्वीकारण्याची भीक त्यांच्याकडे मागितली.

गांधींचा हा युक्तिवाद नेहरू व पटेल यांना मंजूर नव्हता. त्यांच्यावर त्याचा कोणताच परिणाम झाला नाही. भारत अविभाज्य राखण्यासाठी मोजाव्या लागणाऱ्या किमतीला काही मर्यादा आहेत. आपला वैरी बॅ.जिना यांच्या हातावर सत्तेचे उदक सोडण्यात कोणता फायदा आहे असा सवाल त्यांनी केला. फाळणीच्या पर्यवसानाबद्दल असलेली गांधींची कल्पना त्यांना मान्य नव्हती. म्हणजे अखेर गांधींना निराश होण्यावाचून मार्ग उरला नाही. आपल्या सहकाऱ्यांना स्वत:बरोबर नेण्यात आपल्याला अपयश आले आहे हे व्हाईसरॉयच्या कानावर घालण्याशिवाय गत्यंतर नव्हते. भांडे फुटायला अजूनही

थोडा वेळ होता. पण वाटा वेगळ्या व्हायला सुरुवात झाली होती, हे नक्की. गांधींनी सुरू केलेले धर्मयुग अंतिम पर्वात प्रवेश करत होते. ज्या रितीने त्याचा आरंभ झाला त्याच पद्धतीने त्याची परिणतीही होणार - त्यांच्या आत्मशांतीत!

एप्रिल महिन्यातील त्या दोन प्रहरी व्हाईसरॉयच्या अभ्यासिकेतील वातानुकूलन यंत्राची घरघर सुरू असण्याची गरज नव्हती. उगीचच ताठपणे वागणारे, मुद्दाम फटकून राहणारे मुस्लिम लीगचे पुढारी बॅ. महंमदअल्ली जिना तिथे उपस्थित राहिल्याने वातावरण पुरेसे शांत झाले होते. त्यांच्या आगमनाबरोबरच जिनांच्या व्यक्तिमत्त्वातील हटवादीपणा, तुच्छता यांची जाणीव माऊन्टबॅटनना झाली. त्या अभ्यासिकेत प्रवेश करणारे शेवटचे पण महत्त्वाचे पुढारी होते जिनासाहेब! त्यांच्याजवळच्या भात्यात शेवटचा बाण होता. भारतीय पुढाऱ्यांतील तो हुकमाचा पत्ता होता. पाव शतकानंतर त्यांची आठवण काढताना अजूनही माऊन्टबॅटन यांच्या स्वरातील वेदना जाणवत होत्या- 'महंमदअल्ली जिनांना प्रथम भेटेपर्यंत भारतातील माझ्या कामगिरीच्या अशक्यप्रायतेची कल्पनाच मला आली नव्हती.'

त्या भेटीची सुरुवातच एका कडवट उद्‌गाराने झाली. त्यावरून जिनांच्या वागण्यातील हिशोबीपणा, कटाक्ष, सावधगिरी लक्षात यावी. कोणताही शिष्टाचार उत्स्फूर्त नसतो असे मानणारे होते बॅ. जिना! व्हाईसरॉय दंपतीबरोबर आपले छायाचित्र घेतले जाणार याची जाणीव ठेवून त्यावेळी लेडी एड्‌विनांना खूश करण्यासाठी त्यांनी एक सुंदर शब्दपंक्ती योजून तोंडपाठ केली होती. त्यांनी अशीही खूणगाठ बांधलेली होती की छायाचित्रणाचेवेळी लेडी माऊन्टबॅटन मध्येच उभ्या राहणार. बिच्चारे जिना! योगायोगाने एड्‌विन यांच्याऐवजी दस्तुरखुद्द जिनासाहेबांनाच मध्यभाग भूषवावा लागला. एवढे होऊनही गप्प बसले तर ते जिना कसले! एखाद्या कॉम्प्युटरमध्ये घालून ठेवल्यासारखी ती ओळ त्यांच्या ओठातून बाहेर पडली देखील - 'वाहवा, झकास येणार फोटो. शीर्षक देऊ या - 'दोन काटे, मध्ये गुलाब!' नकळत नियतीने सत्यच वदवले जिनांच्या तोंडून. कारण त्यावेळी निघालेल्या फोटोप्रमाणे जिनाच काटा बनून राहिले प्रत्यक्षात!

बैठकीला सुरुवात करतानाच आपल्याला नक्की काय व्हावेसे वाटते, आपणाला काय मान्य आहे याचा खुलासा त्यांनी सुरू केला. गांधींप्रमाणेच जिनांनाही व्हाईसरॉयनी रोखले. ते म्हणाले, "मिस्टर जिना, या घटकेला मला तुमच्या अटी काय आहेत याची चर्चा करायची नाही. कृपया प्रथम तुमचा माझा परिचय करून घेऊ या." जागच्या जागी जिनासाहेब थिजून गेले. स्वभावाने तुसडा व आतल्या गाठीचा तो माणूस आपणहून आपले पूर्वायुष्य, आपले व्यक्तिमत्त्व एका अनोळखी माणसापुढे कसे उलगडून दाखवू शकणार? मोठे संकट वाटायला लागली ती गोष्ट! त्यांच्या अगदी निकटच्या सहकाऱ्यांना देखील ते ठाऊक नव्हते. पण माऊन्टबॅटननी

चांगलाच जोर धरला. तुटकतुटक शब्दात बॅ. जिनांनी सुरुवात केली. जवळजवळ दोन एक तासांनी त्यांची गाडी रुळावर आली. अखेर मुलाखत संपली. जिना अभ्यासिकेबाहेर पडून निघून गेले. माऊन्टबॅटन आपल्या वृत्तपत्रसंपर्काधिकाऱ्याला- ॲलन कॅम्पबेल जॉन्सनला - म्हणतात- ''परमेश्वरा! केवढा थंड माणूस हा! अरे, त्याला ऊब देण्यातच मुलाखतीचा बराचसा वेळ गारठून गेला.''

बॅ. जिनांना जग 'पाकिस्तानचे जनक' म्हणून ओळखते हे खरे आहे, पण गंमत अशी की, पाकिस्ताननिर्मितीची कल्पना मात्र त्यांच्या डोक्यातून निघालेली नाही. तिचा जनक एक वेगळाच माणूस होता. त्याचे नाव रहमत अली, लंडनस्थित एक पदवीधर युवक. त्याने तिला साकार केले कागदावर आणि तो पुढ्यात ठेवला बॅ.जिनांच्या - एका भोजनासमयी! त्यानेच ती मेजवानी आयोजित केली होती. १९३३ च्या वसंतऋतूत लंडनच्या वाल्डॉर्फ हॉटेलात. सगळा खर्च स्वत: सोसला होता त्याने. भारतीय राजकारणात बॅ.जिनांचे स्थान कोणते आहे याची कल्पना त्याला नीट होती. भारतीय मुस्लिमांचे नेतृत्व ते करू शकतील याचा अंदाज त्याला होता. त्यामुळेच इतरांबरोबर त्याने जिनांनाही त्या मेजवानीचे आमंत्रण दिले होते. जेवणाचा बेत व जामानिमा मात्र खास इंग्रज वळणाचा होता. जिनांनी तो आराखडा वाचला आणि बाजूस सारला. रहमत अली चकित झाला 'पाकिस्तान हे एक अशक्यप्राय स्वप्न आहे.' या शब्दांनी त्या योजनेचा जिनांनी अव्हेर केला. बिचारा रहमत अली!

आणखी एक दैवदुर्विलास पाहा. मुस्लिमांसाठी वेगळ्या राष्ट्राची सातत्याने मागणी करून ती पदरात पाडून घेणाऱ्या जिनांच्या राजकीय कार्याला सुरुवात मात्र झाली होती हिंदु-मुस्लिम ऐक्याचा प्रचार करण्याने! महात्मा गांधींच्या काठेवाड प्रांतातच त्यांच्या पूर्वजांचे वास्तव्य होते. जिनांच्या आजोबांनी, त्यांनाच ठाऊक असलेल्या कारणास्तव, इस्लामचा स्वीकार केला नसता तर गांधी-जिना एकाच जातीत जन्मले असते. गांधींप्रमाणेच तेही लंडनहून बॅरिस्टर बनून परतले. मात्र परतताना त्यांच्यात इंग्रज माणसाचे व्यक्तिमत्त्व साकारले हा एक फरक उरला.

जिनांची राहणी रुबाबदार होती. डोळ्यांवर एकभिंगी चष्मा, अंगावर अत्यंत नीटनेटका असा लिननचा सूट, असा त्यांचा रुबाब असे. कपड्यांबद्दलचा काटेकोरपणा त्यांच्या नसांनसांत मुरला होता. दिवसातून तीनचारदा कपडे बदलण्याचा त्यांना शौक होता. विशेष म्हणजे मुंबईच्या दमट हवेतही त्यांना सूट घालण्याचे काहीच वाटत नसे. त्यांच्या खाण्यात इंग्लिश पदार्थ असत. पेयांची पद्धतही विदेशीच. उंची मद्यांचे प्रकार त्यांना रुचत. एक अतिशय प्रामाणिक माणूस, स्वत:च्या मतांशी चिकटून राहण्यात हार न जाणारा राजकारणी पुरुष, आर्थिक व्यवहाराबाबत दक्ष राहणारी संसारी व्यक्ती या विशेषणांनी त्यांचे व्यक्तिमत्त्व खुलवता यावे. कायदापद्धतीवरचे त्यांचे प्रेम विलक्षणच होते. त्यांचा एक निकटवर्ती म्हणतो, 'त्यांच्या व्यक्तित्वात

आम्हाला अखेरच्या व्हिक्टोरियनाचे दर्शन व्हायचे. संसदपटुत्वात ग्लॅडस्टन किंवा डिझराएलीची प्रतिमा आढळायची...... ' एक विख्यात कायदेपंडित म्हणून जिना ख्यातनाम झाले होते. साहजिकच ते राजकारणाकडे वळले व काँग्रेसच्या झेंड्याखाली ब्रिटिशांविरुद्ध लढताना त्यांनी आपले लक्ष हिंदु- मुस्लिम ऐक्यावर जवळजवळ एक दशकाच्या कालावधीत केंद्रित केले.

मात्र, काँग्रेसच्या राजकारणात गांधींचा वरचश्मा झाला आणि त्याबरोबरच जिनांचा भ्रमनिरास व्हायला आरंभही! कसले तरी जाडेभरडे धोतर नेसून, डोक्यावर ती खुळचट पांढरी टोपी चढवून त्या घाणेरड्या ब्रिटिश तुरुंगाची हवा खाण्यासाठी चळवळ करणे टापटिपीत राहणाऱ्या जिनांना कोठले परवडायला! गांधींच्या सविनय कायदेभंगाच्या चळवळीला त्यांनी धुडकावून लावले. त्यांनी गांधींना स्पष्ट शब्दात सुनावले, 'तुमची ही चळवळ अडाणी नि अशिक्षितांकरता आहे.'

१९३७ च्या निवडणुका झाल्या आणि जिनांच्या आयुष्याला कलाटणी मिळाली. काँग्रेसला बहुमत मिळाले होते. पक्षावर प्रांतिक सरकारे बनवण्याची जबाबदारी पडली. नेमक्या याच वेळी काँग्रेसचे धोरण चुकले. मुसलमानांची बहुसंख्या असलेल्या प्रांतात जिना व त्यांच्या मुस्लिम लीगबरोबर सरकार बनवण्यास काँग्रेसने नकार दिला. स्वभावत:च अतिशय घमेंडखोर असलेल्या जिनांना तो स्वत:चा अपमान वाटला. काँग्रेसचे प्राबल्य असलेल्या हिंदुस्थानात त्यांना व त्यांच्या मुस्लिम लीगला थारा नाही याची त्यांना खात्री झाली. एकेकाळी हिंदु-मुस्लिम ऐक्याची हाक देणारे जिना स्वतंत्र पाकिस्तानचे पाठीराखे बनले. रहमत अलीच्या कल्पनेला 'अशक्य कोटीतील स्वप्न' म्हणून धुडकावून लावणारे महंमदअली जिना त्या 'स्वप्ना'ला शक्य कोटीत आणण्याची कोशीश करू लागले. नियतीची ख्याती असल्याच अघटित घटनांत असते ना!

बॅ. महंमदअली जिना! भारताच्या राजकीय क्षितिजावरील एक विक्षिप्त आदमी. भारतातील मुसलमानांना इतका विचित्र, विसंगत नेता मिळेल असे कोणाच्या स्वप्नातही नसावे. केवळ त्यांचे मातापिता मुसलमान म्हणून जिनादेखील मुसलमानच. तेवढी एक वस्तुस्थिती विसरली की झाले. जिनांकडे मुसलमानांना शोभणाऱ्या कोणत्याच गोष्टी नव्हत्या. ते मद्यपान करत, निषिद्ध असे डुकराचे मांस भक्षण करत, रोज सकाळी न चुकता दाढी करत आणि कोणत्याही शुक्रवारी मशिदीत जात नसत. त्यांच्या जगात परमेश्वर व कुराण यांना जागा नव्हती. कदाचित गांधींनाच- त्यांच्या राजकीय विरोधकाला-कुराणातील अधिक भाग मुखोद्‌गत होता. आणि सगळ्यात विस्मयजनक वस्तुस्थिती म्हणजे आपल्या ज्ञातिबांधवांची मातृभाषा उर्दू - त्यांना चांगली बोलता येत नव्हती. दोन-चार वाक्यांपलीकडे त्यांची मजलच जात नसे. आहे की नाही मजा! तरी देखील त्यांनी भारतीय मुस्लिमांचे यशस्वी नेतृत्व

केले आणि स्वत:च्या डोळ्यांदेखत पाकिस्तान घडवून आणले.

सर्वसामान्य भारतीय जनतेचा जिना मनापासून तिरस्कार करत. भारताच्या वस्त्यांतून आढळणारी घाण, तेथील उष्मा व आढळणारी दाटीवाटी त्यांना चीड आणी. लोकांच्यात मिसळता यावे म्हणून गांधी रेल्वेच्या तिसऱ्या वर्गाने प्रवास करत, तर त्यांचा संपर्क नको म्हणून जिना पहिला वर्ग पसंत करत. गांधींना साध्या राहणीची हौस तर जिनांना डामडौल प्रिय. जिनांना मिरवणुकीतून मिरवायची भलती हौस! अगदी बँड लावून, शोभिवंत कमानीखालून, नटवलेल्या हत्तीमागून जिना निघाले की स्वारी खूश! त्यांचे एकंदर जीवन अत्यंत शिस्तबद्ध व नियमित. त्यांच्या निवासस्थानाभोवतालची फुलझाडे देखील एका रांगेत डोलत असताना आढळावीत. त्यांच्या वाचनात फक्त कायद्याची पुस्तके व वृत्तपत्रे असत. वृत्तपत्रवाचन हा त्यांचा एक छंदच. साऱ्या जगातील नियतकालिके त्यांच्या टेबलावर येणारच. ती नीट वाचून, महत्त्वाच्या मजकुरावर अधोरेखा करून, बाजूस शेरे मारून, चिकटबुकात ती स्वत: काळजीपूर्वक चिकटवून ठेवणार.

आपल्या हिंदू प्रतिस्पर्ध्यांबद्दल मात्र जिनांच्या मनात भलताच आकस होता. त्यांची टर उडविण्यात ते रस घ्यायचे. त्यांनी नेहरूंना एक नवे नामाभिधान बहाल केले होते. - भारताचा पीटर पॅन! 'हा माणूस साहित्यक्षेत्रात शिरायचे सोडून राजकारणात आला उगाच! वास्तविक व्हायचा इंग्रजीचा प्राध्यापक, पण झालाय राजकारणी! पाश्चिमात्य शिक्षणाच्या व शिष्टाचाराच्या बुरख्याखाली स्वत:ची हिंदुत्वनिष्ठ लबाडी लपवणारा एक उद्धट ब्राम्हण!' या शब्दांत नेहरूंना हिणवायचे बॅ. जिना.

महात्मा गांधींचीही अशीच थट्टा. 'लुच्चा कोल्हा' हे त्यांना दिलेले नाव. एकदा जिनांच्या निवासस्थानी चर्चा चालू होती. मध्येच गांधींचा निसर्गोपचार कार्यक्रम सुरू झाला. जमिनीवर अंथरलेल्या एक उंची पर्शियन गालिच्यावर गांधी झोपले आहेत. उताणे, पोटावर ते चिखलाचे मडके ठेवलेले. मोठ्या नाइलाजाने जिनांना ते पाहावे लागत होते. त्यांच्या स्मरणातून ते कधीही गेले नाही, जाणारही नव्हते. मनातल्या मनात चडफडत त्यांनी ते सहन करून घेतले. त्याबद्दल गांधींना दूषणही दिले असल्यास नवल वाटू नये.

एखाद्याला 'मित्र' म्हणावे असे जिनांना कोणी नव्हतेच, खुद्द त्यांच्या समाजातही. त्यांना मिळत फक्त 'अनुयायी'. कोणीही त्यांचे 'शिष्य' म्हणवून घेऊ शकत नसे. त्यांच्याभोवती होते फक्त त्यांचे 'सहकारी'. त्यांनी चिंता केली फक्त आपल्या भगिनीची. कुटुंबाची काळजी त्यांच्या ध्यानीमनीही नसायची. केवळ दुर्लक्षच! एक वैराण जीवन जगले ते. त्यांच्या सान्निध्यात सदैव असायचे ते एकमेव स्वप्न— पाकिस्तान निर्मितीचे! जिना चांगले उंचेपुरे आदमी होते. जवळजवळ सहा फुटास पोचलेले. उंची झकास, वजन भकास अशी त्यांची स्थिती होती. साधारण एकशेवीस

पौंड जेमतेम. त्यांच्या चेहऱ्यावरची कातडी मुलायम होती. गालाची हाडे उजळताना दिसत. केस मात्र विपुल रुपेरी. एक गोष्ट मात्र वस्तुस्थितीशी विसंगत वाटे. त्यांच्या भगिनी दंतवैद्य असूनही, सतरा वर्षांच्या त्यांच्या सतत सहवासात, नजरेत राहूनदेखील जिनांच्या दातांचे भंपाळे वाजले होते. त्यांचे दात भरपूर पिवळे व किडलेले होते. जिनांच्या चेहऱ्याकडे पाहिले की भीती वाटायची. एक प्रकारचा दरारा होता त्यांच्या आविर्भावात. त्यांच्या वागण्यातही वेगळा कणखरपणा असायचा. आपला दिल पोलादी आहे असा रुबाब आणायचे ते बोलण्या-चालण्यात. पण हे सगळे वरवरचे! प्रत्यक्षात ते अतिशय किरकोळ, आजारी प्रकृतीचे. त्यांच्या डॉक्टरांच्या शब्दात सांगायचे तर 'गेली तीन वर्षे ते इच्छाशक्ती, व्हिस्की व सिगारेट यांच्या आधारावरच जगत होते.' असीम इच्छाशक्ती हेच जिनांच्या स्वभावाचे व कर्तृत्वाचे रहस्य ठरले. त्यांच्या वैऱ्यांनी त्यांना 'पापी' म्हटले असेल, त्यांच्या मित्रांनी त्यांच्या 'चुकां'बद्दल त्यांना दोषी ठरवले असेल. पण महंमदअली जिनांच्या इच्छाशक्तीविषयी त्यांच्या वैऱ्यांच्या वा स्नेह्यांच्याही मनात चुकूनही शंका येत नव्हती एवढे मात्र खरे!

सन १९४७ मधील एप्रिल महिन्याच्या पहिल्या पंधरवड्यात माऊन्टबॅटन व जिना यांच्या जवळजवळ सहा महत्त्वाच्या बैठकी झाल्या. भारताच्या समस्येची उकल त्यातून झाली असे म्हणावयास हरकत नाही. लोकांचे मन वळविण्यांच्या आपल्यापाशी असलेल्या ताकदीतील सर्व अफाट सुप्तशक्ती पणाला लावून त्यांना योग्य मार्गाने नेण्याचा त्यांचा प्रयत्न होता. कोणतीही वस्तुस्थिती शक्य तेवढ्या अनुकूल बाजू घेऊन मांडायचा त्यांनी प्रयत्न केला. आपल्याजवळ ते कौशल्य आहे असा त्यांना विश्वास होता. 'होत्या त्या सर्व युक्त्या मी वापरल्या, करता येईल तेवढे आवाहन केले,' माऊन्टबॅटननी नंतर सांगितले, 'पण जिनांना त्यांच्या निर्धारापासून परावृत्त करण्यात मला यश आले नाही. कोणालाच ते शक्य नव्हते. पाकिस्तानच्या आपल्या मागणीपासून एक रेसभरही मागे जाण्याची त्यांची इच्छा नव्हती, तयारी नव्हती. पाकिस्ताननिर्मितीचा त्यांना लागलेला ध्यास अजब होता. जिनांच्या या वरचढपणामागची कारणे दोन होती. एक, मुस्लिम लीगवर त्यांची अनियंत्रित संपूर्ण सत्ता होती. त्यांच्या हाताखालच्या सहकाऱ्यांना कदाचित एखादा मध्यम मार्ग मान्यही झाला असता पण जोवर महंमदअली जिना जिवंत आहेत तोपर्यंत त्यांची तोंडे बंदच राहणार. दुसरे, पहिल्याहून महत्त्वाचे. एक वर्षापूर्वी कलकत्त्याच्या रस्त्यावरचा रक्तपात त्यांच्या स्मरणातून अद्याप गेला नव्हता.

मात्र एका मुद्द्यावर त्या दोघांचे ताबडतोब एकमत झाले. जो काही निर्णय होईल तो शक्य तितक्या तातडीने झाला पाहिजे. जिनांच्या मते समझोत्यांच्या पलीकडे पोचली आहे समस्या. आता केवळ 'तातडीची शस्त्रक्रिया' केल्यावाचून दुसरा इलाज नाही. तसे झाले नाही, तर हिंदुस्थान नष्ट होऊन जाईल. फाळणीचे

पर्यवसान हिंसाचार व रक्तपात यात होईल अशी भीती माऊन्टबॅटननी व्यक्त केली. जिनांच्या मते ती भीती अनाठायी होती. जिनांनी त्यांना आश्वासन दिले की एकदा हे सोपस्कार झाले की सगळे काही सुरळीत चालेल. भारताचे हे दोन्ही खंड सलोख्याने, आनंदात दिवस काढतील. वडिलांनी केलेल्या मृत्युपत्रातील वाटणीवर नाखूश झालेल्या भावांचा एक खटला जिनासाहेबांनी चालवला होता. दोन वर्षांनी त्यांचा निकाल लागल्यानंतर त्या दोघांची मने झकास जमली. त्या खटल्याचा दृष्टांत देऊन जिनांनी तसे अभिवचन दिले.

'भारतीय मुसलमानांचा समाज हे एक वेगळे राष्ट्रच आहे मुळी! त्यांची संस्कृती व नागरी व्यवस्था, भाषा व साहित्य, कला व वास्तुशास्त्र, नीतीनियम व कायदेकानून, रूढी व दिनमान, इतिहास व परंपरा या बाबी संपूर्णत: भिन्न आहेत', असा जिनांनी आग्रह धरला. त्याच्या उलट, 'हिंदुस्थान हे खऱ्या अर्थाने राष्ट्र नव्हतेच कधीही. होते ते फक्त नकाशावरच. मला खावेसे वाटणारे गाईचे मांस खाण्यासाठी मी निघालो की हिंदू मला ती गाय मारू देत नाही. एखाद्या हिंदूवर माझ्याशी हस्तांदोलन करण्याची पाळी आली व त्याने ते केले की लागलीच आपले विटाळलेले हात धुण्याला चाललाच गृहस्थ. हिंदू व मुसलमान यांच्यात फक्त एकच गोष्ट समान आहे ती म्हणजे ब्रिटिशांची गुलामगिरी!' जिनांनी आपली बाजू मांडली.

त्यांच्या या वादावादीबद्दल माऊन्टबॅटन म्हणतात- 'तो एक गोलगोल फिरण्याचा खेळच होऊन बसला.' ॲलिस इन वंडरलँडच्या कथेतील मार्च हेअरची भूमिका जिनांनी घेतली. आपला हेका बिलकूल सोडला नाही. ऐक्याचे कट्टर पुरस्कर्ते असलेल्या माऊन्टनी जिनांना पुन: आपल्या दिशेने खेचून आणण्याची पराकाष्ठा केली. इतक्या टोकाला ते गेले की कदाचित आपल्या पायी तो वृद्ध सद्‌गृहस्थ वेडा होईल अशी भीती त्यांना चाटून गेली.

फाळणी हाच एक नैसर्गिक मार्ग आपल्यासमोर उरतो असे जिनांचे म्हणणे. पंजाब व बंगाल या दोन प्रांतांचा पाकिस्तानात समावेश व्हावा असा मुद्दा त्यांनी मांडला. तेथील हिंदूंची लोकसंख्या भरपूर असूनही तसे झाल्यानेच त्या नवीन राष्ट्राला आर्थिक बळकटी येईल असे ते म्हणू लागले.

त्यांचा हा मुद्दा व्हाईसरॉयनी फेटाळला. जिनांना मुळातच पाकिस्तान का हवे होते? बहुसंख्य हिंदूंनी अल्पसंख्य मुसलमानांवर सत्ता गाजवू नये म्हणूनच ना? मग जो निकष त्यांनी पाकिस्तानला लावला तोच त्यांनी पंजाब व बंगाल यांना लावलाच पाहिजे. त्या प्रांतांचे विभाजन वाजवी होते. जिनांनी त्यास विरोध केला. 'वाळवी लागलेले पाकिस्तान' त्यांना नको होते. "मग तुम्ही तरी ते कशाला मागता?" माऊन्टनी उलटा सवाल केला.

"व्हाईसरॉयमहाशयांना कळायचं नाही ते. एखादा माणूस हिंदू किंवा मुसलमान

असण्यापूर्वी प्रथम तो पंजाबी किंवा बंगाली असतो हे नका विसरू. त्यांचा इतिहास, त्यांची भाषा त्यांची संस्कृती, त्यांची अर्थव्यवस्था एक असते. तुम्ही त्यांना विभागता कामा नये. तसे करून तुम्ही रक्तपात व इतर कटकटी यांना आमंत्रण द्याल विनाकारण.'' जिनांनी प्रतिवाद केला.

''मिस्टर जिना, मला तुमचे म्हणणे संपूर्णपणे मान्य आहे.''

''खरंच म्हणता?''

''अगदी खरं! कोणताही माणूस हिंदू वा मुसलमान असण्यापूर्वी केवळ पंजाबी व बंगालीच नसतो, तर अखेर तो असतो भारतीय. छान! अहो, भारत एकसंध राखण्याच्या बाजूने अविवाद्य असा एक झकास मुद्दा तुम्हीच मांडलात हो!''

''छे, तुमच्या लक्षात काहीच येत नाही.'' जिना म्हणत व वादविवाद पुन्हा 'येरे माझ्या मागल्या'च्या चालीवर घोळायला लागे.

जिनांच्या या आडमुठेपणाचा अनुभव घेणारे माऊन्टबॅटन थक्कच झाले. त्यांना आठवत होते- 'जिनांइतका विद्याभूषित, बुद्धिमान, लंडनच्या इनमध्ये तयार होऊन आलेला माणूस इतक्या सहजासहजी आपल्या मनाची कवाडे बंद करतो तरी कसा? माझ्या बोलण्यातील अर्थ त्यांना समजत नव्हता असे मुळीच नव्हते. त्यांना सर्व काही कळत असूनही त्यावर ते एकप्रकारचा पडदाच टाकत. या साऱ्या प्रकरणात ते 'दुष्टा'ची भूमिका वठवत होते. इतरांचे मन वळवण्यात मला सायास पडत नव्हते. अपवाद फक्त जिनांचाच. जोपर्यंत जिना जिवंत असतील तोपर्यंत काहीही करणे शक्य नव्हते.'

दहा एप्रिलला त्यांच्या बोलण्याचा कळस झाला. भारतात आल्याला माऊन्टना तीन आठवडेही झाले नव्हते. जवळजवळ दोन तास त्यांनी जिनांची सर्वतोपरी समजूत घातली. स्वतंत्र भारताचे महान चित्र त्यांच्यासमोर उभे केले. औद्योगिक विकासाची कास धरत चाळीस कोटींचा हा देश जगाच्या पाठीवर केवढे वैभव प्राप्त करेल, अतिपूर्वेकडील एक प्रबल राष्ट्र म्हणून मिरवेल हे सगळे त्यांनी विशद केले. जिनांच्या हट्टामुळे केवळ या उपखंडाला तिसऱ्या दर्जाची शक्ती म्हणून राहावे लागेल, हे पटवण्याचा प्रयत्न केला. पण जिनांच्या चेहऱ्यावरची रेषाही हलली नाही. शेवटी माऊन्टबॅटन उद्‌गारले, 'एका विचित्र मानसिक विकृतीने पछाडलाय हा माणूस! पाकिस्तानच्या कल्पनेवर मरतोय बिचारा!' जिना अभ्यासिकेतून बाहेर पडल्यानंतर माऊन्टबॅटन एकटेच विचार करू लागले. जिनांना हवे आहे ते देणे भाग आहे याची जाणीव त्यांना झाली. आपल्या मायदेशाशी असलेल्या कृतसंकल्पाचा विचार त्यांना आला. भारत एकसंध राहावा हे जेवढे खरे होते, तेवढेच ब्रिटनने हिंसा व अंदाधुंदी यांचे धनी व्हावे हे देखील नको होते. वास्तवाकडे तोंड फिरवून भागणार नव्हते. आता वेळ काढण्यात अर्थ नव्हता. कोणताही निर्णय सक्तीने लादायचा

स्वप्न त्यांचे भंगले हो! । ७५

नव्हता. होईल त्या टीकेचे घाव सहन करण्याची तयारी ठेवायची होती. आता फक्त फाळणीचाच पर्याय उरला. त्यासाठी नेहरू व पटेल यांची मनधरणी करणे बाकी राहिले. दुसऱ्या दिवशी सकाळी त्यांनी आपल्या अधिकाऱ्यांशी विचारविनिमय करून परिस्थितीचे सिंहावलोकन केले. शेवटी लॉर्ड इस्मे यांना व्यथित स्वरात ते म्हणाले, "भारताच्या विभाजनाची आखणी करण्याच्या कामाला लागण्याची वेळ आली, चला!"

माऊन्टबॅटन यांच्या या निर्णयामुळे आधुनिक जगाच्या इतिहासातील एका महान नाट्यास आरंभ होणार होता. दीडशे वर्षे ब्रिटिश अमलाखाली सुखाने नांदणारा प्रचंड भारत खंडित करावा लागणार! पंजाब व बंगाल यांच्या सीमारेषा नव्याने आखाव्या लागणार. पाकिस्तानच्या एका भागातून दुसऱ्या भागाकडे प्रवास करावयाचा झाल्यास समुद्रमार्गे कराचीहून मार्सेसीसला पोहोचण्यास जितके दिवस लागतील त्यापेक्षा वीस दिवस जास्त लागणार, हवाईमार्गे जायचे म्हटले तर चार इंजिनांच्या विमानावाचून नाही भागणार कारण, या दोन विभागांत आडवा येणारा भारतीय प्रदेश नऊशे सत्तर मैलांचा होता. हे झाले भौगोलिक भूमिकेतून घेतलेले दर्शन. मानसिक अंतराचा विचार तर त्याहून धक्कादायक! एक अल्ला सोडला तर बाकीच्या प्रत्येक बाबतीत पंजाबी व बंगाली लोक अगदीच भिन्न प्रवृत्तीचे, देहयष्टीचे, इतिहासाचे, संस्कृतीचे! त्यांना एका धाग्यात गुंफणे एकदम तर्कविसंगत व्हावे.

पंजाब प्रांत म्हणजे भारताच्या राजमुकुटातील हिराच! पाच हजार वर्षांचा इतिहास - तोही धामधुमीचा, देदीप्यमान - पाठीशी असलेला प्रदेश. भारताला ललामभूत असणाऱ्या भगवद्‌गीता ग्रंथाची जननभूमी! दीड कोटी साठ लाख मुसलमान व अर्धा कोटी शिखांनी व्यापलेली सतरा हजार नऊशे छत्तीस शहरे व खेडी त्यात समाविष्ट होत होती. भिन्न असणाऱ्या त्या कडव्या लोकांना आपल्यातील 'पंजाबी' ढंगाचा सार्थ अभिमान होता. अविरत श्रम करून, पडतील ते कष्ट करून त्यांनी आपली प्रिय भूमी सुजलाम् करून सोडली होती. तिचा त्याग करायचा त्यांच्या जिवावर न आल्यास नवलच! त्या प्रदेशाच्या फाळणीची झळ सिंधू नदीपासून दिल्लीच्या पुलापर्यंत पसरलेल्या सुमारे पाचशे मैलांच्या टापूतील एकूणएक शहरांना, खेड्यांना लागणार होती.

जी स्थिती पंजाबची तीच बंगालची! पंजाबवर ईश्वरी कृपेचा वरदहस्त असला तर बंगालवर त्याची वक्रदृष्टी. निसर्गाच्या तांडवनृत्यास अनुकूल अशा त्या भूमीत दोन गोष्टी मात्र भलत्याच विपुल- तांदूळ आणि ज्युट! नियतीने त्यांची विभागणी देखील धार्मिक तत्त्वांचा अवलंब करून केली होती की काय कोण जाणे! पश्चिमेकडे हिंदू भाताचे पीक काढत, तर पूर्वेकडचे मुसलमान ज्यूट! बंगालच्या अस्तित्वाचा केंद्रबिंदू कलकत्ता. फाळणीची मागणी करताना जिनांनी एक गोष्ट ध्यानात येऊनही दुर्लक्षिली असावी. पाकिस्तानच्या स्थापनेमुळे भारतातील मुस्लिम लोकसंख्येचा

निम्मा भाग हिंदूंच्या जोखडातून मुक्त करण्याचे श्रेय त्यांना मिळत असतानाच दुसरीकडे उरलेले मुसलमान साऱ्या हिंदुस्थानात विखुरले जाणार होते एखाद्या प्रचंड सागरातील छोट्या-छोट्या बेटांच्या पुंजक्यांप्रमाणे. कोणत्याही जातीय संघर्षाची ठिणगी पडायचा अवकाश, की बनलेच बिचारे हिंसेचे बळी. पाकिस्तानच्या शिष्ट वर्तणुकीचे जामीनदारच जणू! सन १९४७ च्या एप्रिलमध्ये सर फ्रेडरिक बरोज या ब्रिटिश गव्हर्नररांनी पूर्व बंगालबद्दल एक भविष्यवाणी उच्चारली होती- 'हा प्रदेश इतिहासातील एक सर्वांत प्रचंड ग्रामीण झोपडपट्टी ठरणार!' कालाच्या ओघात याच पूर्व बंगालमधून एका नव्या राष्ट्राचा- बांगला देशाचा-उदय व्हावयाचा होता!

खरोखरच दैवगती फार लबाड असते. एखादी गोष्ट ती अशी बेमालूमपणे दडवून ठेवते की बस्स! तेवढ्याशा त्या गोष्टीनेही भविष्यातील अनर्थ टळण्याचा संभव असतो. याही बाबतीत तोच प्रत्यय आला असता कदाचित. १९४७ च्या त्या एप्रिल महिन्यात लुई माऊन्टबॅटन, जवाहरलाल नेहरू किंवा महात्मा गांधी यांपैकी एकालाही जर ते गुपित ठाऊक असते तर काय बहार उडाली असती! कदाचित त्यामुळे भारतासमोर असलेला फाळणीचा धोका टाळता आला असता. ते रहस्य दडले होते एका फिल्मच्या करड्या पृष्ठभागावर. भारतीय राजनीतीचे रंग बदलून टाकण्याची, राजकीय समीकरणाचे अर्थ चुकवण्याची, आशिया खंडाच्या इतिहासाला झक्कू देण्याची शक्ती त्या छोट्याशा तुकड्यात सामावलेली होती. जगात नावाजलेल्या ब्रिटिश गुप्तहेर खात्यापासूनही ती दडून राहावी हे नवलच! पण ती एक ठोस वस्तुस्थिती होती मात्र.

असे काय होते त्या भागात? टेबल-टेनिसच्या चेंडूच्या आकाराची दोन काळपट वर्तुळे दिसत होती त्या फिल्मच्या अंतर्भागात. सूर्यग्रहणाच्या कालात सूर्याभोवती काळ्या रेषा दिसतात ना तशी. शिवाय वरच्या भागात लहानलहान पांढरे ठिपकेही आढळत होते. ती फिल्म म्हणजे मानवी फुफ्फुसांचा क्ष-किरणांच्या साहाय्याने घेतलेला फोटो होता. वैद्यकीय दृष्टिकोनातून तिचा अभ्यास करताना कळत होते की, या व्यक्तीला क्षयरोगाच्या विकाराने ग्रासले होते. त्याची व्याप्ती इतकी तीव्र होती की, त्या व्यक्तीचे आयुष्य येत्या दोन-तीन वर्षांतच संपुष्टात येणार असे अनुमान सहज काढता यावे.

मुंबईचे एक विख्यात हृद्रोगतज्ज्ञ डॉ. जाल आर. पटेल यांच्या कार्यालयातील तिजोरीत एका साध्या पाकिटात सीलबंद करून ठेवलेली होती ती फिल्म! तिच्या पृष्ठभागावर दृश्यमान होणारी फुफ्फुसे होती त्या ताठर, हटवादी माणसाची. भारत एकसंध राखण्यासाठी जिवापाड प्रयत्न करणाऱ्या लॉर्ड माऊन्टबॅटन यांना हताश करून सोडणाऱ्या त्या कट्टर धर्माभिमान्याची- बॅ. महमंदअली जिनांची! व्हाईसरॉय

व भारतीय ऐक्य यांच्यात आडवे पडलेल्या जिनांच्या डोक्यावर कालपुरुषाची टांगती तलवार लटकत होती. साऱ्या आयुष्यभर त्याने जिनांची पाठ पुरवली होती. प्ल्युरसीच्या विकारावर उपचार करण्यासाठी त्यांनी युद्धकालापूर्वी बर्लिनलाही धाव घेतली होती. शिवाय, दम्याचा आजारही त्यांच्यावर वचक ठेवून होताच. सन १९४६ च्या मे महिन्यात सिमल्यात त्यांना दम्याचा मोठा झटका आला. त्यांच्या भगिनीने त्यांना ताबडतोब मुंबईकडे जाणाऱ्या रेल्वेत घातले. पण प्रवासात असतानाच त्यांची प्रकृती अधिकच बिघडली. ताबडतोब डॉ.पटेलांना संदेश गेला. त्यांनी गाडीतच प्रकृती तपासून ती अतिशयच गंभीर आहे असे निदान केले. मुंबईच्या रेल्वेस्टेशनवरच्या अपेक्षित स्वागत समारंभाला फाटा देण्याची सूचना केली. तो सल्ला मानून एका उपनगरी स्थानकावर त्यांना उतरवून घेण्यात येऊन तेथून थेट रुग्णालयात नेण्यात आले. त्या काळात डॉ. पटेलांना आपल्या पेशंटला लागलेल्या खग्रास ग्रहणाची जाणीव झाली. त्यांनी अत्यंत दक्षतेने ते रहस्य आपल्याजवळच ठेवून दिले, सुरक्षित!

जिनांच्या जागी आणखी कोणी असता तर त्याने आपले उर्वरित आयुष्य एखाद्या सॅनॅटोरियममध्ये घालवले असते. पण जिना असाधारण रुग्णाईत होते. हॉस्पिटलमधून बाहेर पडल्यानंतर डॉ. पटेलांनी त्यांना आपल्या ऑफिसमध्ये आणले. त्यांना मित्रत्वाच्या भावनेने, दु:खद अंत:करणाने त्यांच्यासमोरच्या संभाव्य धोक्याची कल्पना दिली. यापुढे जिनांची शारीरिक क्षमता संपुष्टात आल्याची जाणीव दिली. 'तुम्हाला गाढ विश्रांतीची गरज आहे. तुम्ही आपल्यावरच्या कामाचा बोजा कमी करणे आवश्यक आहे, तुम्ही मद्य व सिगारेट यांचा त्याग केला पाहिजे.' असा सल्ला दिला. अर्थात, हे जर त्यांना मंजूर नसेल तर येत्या दोन वर्षांत त्यांना कबरस्तानचा रस्ता धरावा लागणार असा इशाराही देऊन ठेवला.

चेहऱ्यावरची सुरकुतीही न ढळू देता जिनांनी तो तपशील ऐकला. आपल्यासमोरच्या इतिहासदत्त ध्येयाला वाटेतच सोडून देऊन हॉस्पिटलच्या बिछान्यावर दिवस काढणे त्यांना बिलकूल मान्य नव्हते. केवळ मृत्यूच त्यांना त्यापासून परावृत्त करू शकत होता. मात्र आपल्या डॉक्टर मित्रांच्या सल्ल्याप्रमाणे त्यांनी आपले काम कमी करण्याची योजना आखली. त्यांना आपल्याभोवतालच्या वातावरणाची जाण पक्की होती. आपल्या परलोकगमनाच्या संभाव्य वार्तेने हर्षभरित होणाऱ्या हिंदू राजकीय प्रतिस्पर्ध्यांचे चेहरे त्यांच्या समोर येत होते. त्या विषण्ण करणाऱ्या वार्तेने सारा राजकीय थाट पार बदलून जाईल याची त्यांना खात्री होती. दर दोन आठवड्यांनी गुप्तपणे मिळणाऱ्या इंजेक्शनांच्या बळावर जिना पुन्हा कामाला लागले. कालपुरुषाच्या आमंत्रणापेक्षा इतिहासपुरुषाचे आमंत्रण त्यांना अधिक मोलाचे वाटले. एकप्रकारच्या असाधारण धैर्याने, आपल्या जीवनज्योतीला जिद्द व उत्साह याचे तेलपाणी करत ते आपल्या जीवितध्येयाकडे झेपावू

लागले. 'जलदी करा' असे त्यांनी आपल्या पहिल्याच भेटीत व्हाईसरॉयच्या मनावर ठसविले होते. 'जलदगती हाच आपल्यामधील कराराचा गाभा असेल' अशी इच्छा प्रदर्शित केली होती. खरोखरच महंमदअली जिनांनी आपल्या भवितव्याबरोबरही तसलाच एखादा करार तर नव्हता ना केला? (जिनांच्या त्या जीवघेण्या रोगाची त्यांच्या भगिनींनाच कदाचित माहिती असल्यास ठाऊक नाही.)

व्हाईसरॉय निवासातील परिषद दालनात एका अंडाकृती टेबलाभोवती बसलेले ते अकरा जण लॉर्ड माऊन्टबॅटन यांच्याकडे कामकाजास आरंभ करण्याच्या अपेक्षेने पाहात होते. त्यांची पूर्वपीठिका ईस्ट इंडिया कंपनीच्या चोवीस संस्थापक-सभासदांपर्यंत जाऊन भिडत होती. ब्रिटिश साम्राज्याच्या आधारस्तंभाची भूमिका बजावणारे ते अकरा जण आपल्या कारकिर्दीच्या शिखरावर पोचले होते. भारताच्या अकरा प्रांतांची गव्हर्नरपदे भूषवणारी ती माणसे आपल्या कार्याला संपूर्णपणे वाहून घेतलेली जबाबदार व कार्यक्षम माणसे होती. अर्थात, त्यांच्या या कामाचे चीज त्यांच्या वैभवशाली राहणीत व्हायचे. त्यांना शक्य तितक्या डौलात, रुबाबात ठेवायचे धोरण असे. त्यामुळे त्यांच्याकडून असणाऱ्या अपेक्षाही मोठ्या असायच्या. आज तेथे जमलेल्या गव्हर्नरांपैकी फक्त दोघेच हिंदी होते.

अग्रक्रमाने बसलेल्या त्या राजकारण्यांत प्रथम बसले होते मुंबई, मद्रास व बंगालचे गव्हर्नर. त्यानंतर क्रम होता पंजाब, सिंध, संयुक्त प्रांत, बिहार, ओरिसा, आसाम, मध्यप्रांत व शेवटी वायव्य सरहद्द प्रांत. त्यांच्यासमोर बसले होते शेहेचाळीस वर्षांचे माऊन्टबॅटन. त्यांना जरा अवघडल्यासारखे होत होते त्या क्षणी. कारण त्या सर्वांत वयाने लहान तेच होते. समोरची ती माणसे राज्यकारभारात मुरलेली होती. त्यांना राज्यकारभाराचा अनुभव भरपूर होता. त्या मानाने तुलना करता स्वत: व्हाईसरॉयच नवखे होते त्या समुदायात. अशा या अननुभवी अधिकाऱ्याने समोर ठेवलेल्या योजनेची ती मुरब्बी माणसे कशी वासलात लावतील कोण जाणे!

प्रथम व्हाईसरॉयनी प्रत्येक गव्हर्नरास त्याच्या प्रांतातील परिस्थितीचे वर्णन करण्याचा आदेश दिला. आठ जणांनी ती 'गंभीर' असली तरी हाताबाहेर गेलेली नाही, असे सांगितले. मात्र पंजाब, बंगाल व वायव्य सरहद्द प्रांतांकडून आलेले अहवाल चिंताजनक होते. सुरुवात केली वायव्य सरहद्द प्रांताचे गव्हर्नर सर ओलाफ कॅरो यांनी. त्या पर्वतमय प्रदेशातील पठाण अद्यापही पूर्वीइतकेच बंडखोर होते. अफगाणिस्थानातून येणाऱ्या त्यांच्या टोळ्या तितक्याच कडवेपणाने खैबरखिंड पार करत पेशावरवर चाल करून येण्याचा संभव नजरेआड करता येत नव्हता. 'आपण जर योग्य ती दक्षता घेतली नाही, तर लवकरच एका आंतरराष्ट्रीय पेचप्रसंगाला आपल्याला सामोरे जावे लागेल', अशी भीती त्यांनी व्यक्त केली.

स्वप्न त्यांचे भंगले हो! । ७९

पंजाबचे गव्हर्नर, सर इव्हान जेन्किन्स यांचा अहवाल अधिक गंभीर होता. अद्यापही अविवाहित असलेल्या या माणसावर त्याचे टीकाकार 'त्यांचे पंजाबशी लग्नच लागले असल्यामुळे भारतात इतर प्रांत आहेत हे ते विसरून गेलेत', असा मारा करत. त्यांच्या मते कोणत्याही निर्णयाने पंजाबमध्ये हाहाकार उडणार नक्की. 'फाळणी झाल्यावर पंजाबमध्ये भडका उडेल अशी भविष्यवाणी उच्चारण्याची गरजच नाही, सध्याच तसे घडत आहे' असे त्यांनी सांगितले.

बंगालचे सर फ्रेड्रिक बरोज आजारी असल्यामुळे त्यांनी आपल्या साहाय्यकाकरवी पाठवलेला अहवालही निराशाजनकच होता. सर्वांचे अहवाल ऐकल्यानंतर प्रत्येक गव्हर्नरांना कागदपत्रांचा एक संच देण्यात आला. 'सहजासहजी संदर्भ लक्षात यावा म्हणून आम्ही तयार केलेल्या एका अतिसंभाव्य योजनेचा तपशील त्यात आढळेल आपल्याला— ' माऊन्टनी सांगितले. लॉर्ड इस्मे या त्यांच्या प्रमुख अधिकाऱ्याने एक आठवड्यापूर्वी ती योजना तयार केली होती. पानामागून पाने उलटले जाऊ लागली तसतसे गव्हर्नरांच्या चेहऱ्यावरचे भाव बदलत गेले. प्रत्येकाला वेगवेगळे धक्केच बसण्यास सुरुवात झाली. प्रत्येकाने आपापल्या परीने हा देश एकसंध राखण्यास हातभार लावला होता. भारतीय ऐक्याचे प्रवर्तक व शिल्पकार होते ते अकराही जण!

पहिल्या जागतिक युद्धानंतर मध्य युरोपातील राष्ट्रांचे बाल्कनीकरण ज्या तत्त्वावर करण्यात आले होते त्याच धर्तीवर व त्याच नावाने योजना पुढे आली होती. अकराही प्रांतांना कोठे सामील व्हायचे-पाकिस्तान वा भारत-याची मुभा देण्यात आली होती. यदाकदाचित हिंदू-मुसलमान दोघांनाही वाटले स्वतंत्र राहावे तर तसेही करण्यास मोकळीक होती. अर्थात अखंड भारताची कल्पना अजूनही वाऱ्यावर सोडण्यात आलेली नाही, असे माऊन्टबॅटननी जमलेल्या गव्हर्नरांना सांगितले. त्यांचा उद्देश एकच होता- ब्रिटनची जगातील प्रतिमा निष्कलंक राखण्याचा. आपल्याकडून आटोकाट प्रयत्न करूनही भारताचे तुकडे झाले तर जगाने त्याचा दोष ब्रिटनच्या माथी मारण्याऐवजी भारतीय जनमताला द्यावा. त्यांचा स्वत:चा विचार असाच होता-'स्वत:च्या पायावर उभे राहू न शकणारे पाकिस्तान त्याच्याच कर्माने कोसळेल व पुन्हा एकदा मुस्लिम लीगच्या प्रयत्नाने अखंड भारताची कास मोठ्या सन्मानाने धरावी लागेल.' राज्यकर्त्यांच्या या योजनेबद्दल त्या अकरांनी उत्साहही दाखवला नाही किंवा तिला विरोधही केला नाही. कारण अखेर त्यांच्यापाशी तरी दुसरा पर्याय होताच कोठे? त्या दिवशी रात्री, माऊन्टबॅटननी गव्हर्नरांना मेजवानी दिली. त्या प्रशस्त दालनात लटकत असलेल्या तैलचित्रांतील भारताचे पहिले एकोणीस गव्हर्नर जनरल भुताच्या डोळ्यांनी तेथे जमलेल्या गव्हर्नरांकडे, त्यांच्या बायकांकडे बघत होते. भोजनानंतर आलेले मद्यपात्र उंचावत माऊन्टबॅटननी त्यांना शुभेच्छा व्यक्त केल्या. त्या त्यांच्या कृतीने एका परंपरागत प्रथेची समाप्ती

होत आहे हे कोणाच्या ध्यानात आले नाही. यानंतर केव्हाही कोणीही व्हाईसरॉय हातातील ग्लास उंचावून, चार हजार मैल दूर असलेल्या आपल्या मावसभावाला उद्देशून शुभचिंतन करणार नव्हता- 'सभ्य स्त्रीपुरुष हो, आपल्या सम्राटास...!'

वायव्य सरहद्द व पंजाब प्रांत १९४७ एप्रिलचा उत्तरार्ध. व्हाईसरॉयांच्या यॉर्क विमानातून नंगा पर्वताचे हिमाच्छादित शिखर दिसत होते. हळूहळू विमानाने हिंदुकुश पर्वताच्या रांगा पार केल्या. आता पेशावरचा भुईकोट किल्ला दृष्टिपथात आला. विमानाने दिशा धरली. खाली पाहतात तर विमानतळावर प्रचंड जमाव जमलेला. जमावाच्या तुलनेत पोलीस कमी पडत असल्याचे चटकन लक्षात येत होते. विमानात होते माऊन्टबॅटन पतिपत्नी व कन्याही. आपले वातानुकूलित कार्यालय सोडून स्वत:च्या डोळ्यांनी वायव्य सरहद्द व पंजाब या दोन सर्वांत अशांत अशा प्रांतांतील परिस्थितीचा अभ्यास करण्यासाठी त्यांनी प्रस्थान ठेवले होते— तेथील राजकीय तपमानाची नोंद घेण्यासाठी.

त्यांच्या आगमनाची वार्ता यायचा अवकाश, मुस्लिम लीगने चोवीस तासांत हजारो पठाण जमवले. प्रांताच्या कानाकोपऱ्यातून मिळेल त्या वाहनाने, आपल्या बंदुका सरसावत घोषणा देत धावले ते पेशावरच्या दिशेने. वाट बघून थकलेले ते टोळीवाले केव्हा उसळी खातील याचा नेम नव्हता. त्र्याण्णव टक्के मुस्लिम लोकसंख्या असलेल्या त्या प्रांतात सत्ता होती काँग्रेसपक्षाची. खान अब्दुल गफारखान यांच्या नेतृत्वाखाली महात्मा गांधींच्या मार्गाने निमूटपणे जाणाऱ्या त्या आडदांड लोकांना जिनांच्या हस्तकांनी चांगलेच फितवले होते. त्या प्रचंड निदर्शनाद्वारे त्यांना दाखवून द्यायचे होते की जनता सरहद्द गांधींच्या मागे नसून ती सध्या मुस्लिम लीगची अनुयायी आहे. माऊन्टबॅटन, त्यांची पत्नी व सतरा वर्षांची कन्या पामेला यांचे स्वागत करण्यासाठी जमलेले लोक हर्षातिरेकाने, तारस्वराने जयजयकार करत होते. गर्व्हनर सर ओलाफ कॅरोंनी सगळ्यांना एका मोटारीत घालून त्यांच्या निवासस्थानाकडे नेले. आतापर्यंत बेबंद असलेला जमावदेखील त्यांच्यामागून निघाला. आली का पंचाईत! समजा, ते तसे राजभवनात घुसले तर तेथील मोजक्या पहारेकऱ्यांनी त्यांना रोखायचे कसे? विनाकारण बाचाबाची, दंगल व त्याच्यामागोमाग कत्तल. यातून सुटण्याचा मार्ग एकच - माऊन्टबॅटननी जमावाला सामोरे जाणे. मात्र त्याविषयी पोलीस व लष्करी अधिकारी बिलकूल नाराज होते. काही क्षण विचार केल्यानंतर व्हाईसरॉय म्हणाले, 'ठीक आहे. करू या तसं. जाऊ या त्यांना सामोरं.' इकडे एड्विनाही त्यांच्याबरोबर येण्याचा हट्ट धरून बसल्या.

काही मिनिटांतच एका जीपने माऊन्टबॅटन दांपत्यास एका रेल्वेच्या बंधाऱ्याच्या पायथ्याला पोचवले. पलीकडच्या बाजूस, उन्हात तापलेले, घामाने भिजलेले, चिडचिडणारे सुमारे एक लाख पठाण उगीचच आरडाओरडा करत होते. माऊन्टबॅटननी

पत्नीचा हात आपल्या हातात घेतला व ती दोघे बंधारा चढू लागली. वर चढून टोकाला पोचतात तो काय! पठाणी पागोट्यांचा पूरच होता त्यांच्यासमोर. त्या सागराच्या लाटा केवळ पंधरा फुटांवर येऊन आदळत होत्या त्यांच्यापासून. एक क्षणभर माऊन्टबॅटन यांच्या डोळ्यावर अंधारी आली. पुढे सरकणाऱ्या पायांनी उडालेली धूळ सगळीकडे भरून राहिली होती. आवाजांच्या लाटा डोक्यावर आदळत होत्या. कोणत्याही क्षणी काहीही घडणे शक्य होते. खालून दिसणाऱ्या माऊन्टबॅटन जोडप्याच्या छायाकृती पाहून गव्हर्नरची छाती दडपली. जमावातील निदान तीसचाळीस हजारांजवळ रायफली होत्या. एखादे बदक टिपावे त्याप्रमाणे कोणीही माथेफिरू गंमत म्हणून त्यांचा जीवघेणा उपयोग करू शकलाही असता. काही सेकंद तसेच गेले. कॅरोंना जमावाच्या विकृतीचा भास झाला. 'काहीतरी विपरीत घडणार' असे चाटून गेले त्यांच्या मनाला.

माऊन्टबॅटनना मात्र काय करावे कळेना. त्यांना जमावाच्या भाषेचा-पुश्तूचा गंधही नव्हता. ते विचारात पडले. कोणीतरी मंत्र घातल्यानंतर भारून जावे तसा अनपेक्षित चमत्कार घडला. हळूहळू सर्व जण शांत झाले. या त्यांच्या अकल्पित भेटीस जाताना माऊन्टबॅटननी त्यांचा अर्ध्या बाह्यांचा सैलसर बुशशर्ट घातला होता. ब्रह्मदेशात युद्धआघाडीवरचा हा गणवेश त्यांना प्रिय होता. त्याची एक छटा जमावाच्या मनात भरली. ती म्हणजे त्या कपड्याचा हिरवा रंग, मुसलमानांना मंजूर असणारा पवित्र रंग. मक्केच्या यात्रेला जाणाऱ्या हाजींचा आवडता रंग. नकळत त्या हजारो आडदांडांना त्या हिरव्या गणवेशात स्वत:शी असलेले साहचर्य आढळले. आपल्या धर्माबद्दलचा आदर आढळला. अजूनही पत्नीचा हात त्यांनी पकडून ठेवला होता. नजर मात्र समोर लावलेली. माऊन्ट पत्नीवर हिसकले- 'हात हलवून त्यांचे स्वागत कर.' एकमेंकात गुंतलेले ते दोन हात हळूहळू एका लयीत वर गेले-जणू काही साऱ्या हिंदुस्थानाचे दैवच तोलत होते ते हात! जमाव शंका येण्यासारखा शांत झाला. अचानक जमावातून नारा आला— 'माऊन्टबॅटन झिंदाबाद! माऊन्टबॅटन चिरायू होवोत!'

पठाणांना भेटून अठ्ठेचाळीस तास झाल्यानंतर माऊन्टबॅटन पंजाबात दाखल झाले. गव्हर्नर सर इव्हान जेन्किसनी त्यांना ताबडतोब रावळपिंडीपासून पंचवीस मैलावरच्या एका गावात नेले. ३५०० वस्तीचे ते छोटेसे गाव- कहुता. २०० हिंदू-शीख आणि १५०० मुसलमान लोकसंख्या. शतकानुशतके गुण्यागोविंदाने राहिलेले लोक. ज्या दिवशी माऊन्टबॅटन तेथे पोहोचले तेव्हा गावाच्या मध्यभागी एकमेकाला लागूनच उभ्या असलेल्या दोनच वास्तू त्यांना दिसल्या. - मशिदीचा दगडी स्तंभ आणि गुरुद्वाराचा गोल दगडी घुमट. बाकी सगळे गाव बेचिराख!

माऊन्टच्या भेटीच्या किंचित्काल अगोदर ब्रिटिश सैन्याची एक पहारेकरी तुकडी गावात येऊन गेली होती. त्यांनी गाव आरामात झोपलेले पाहिले होते रात्रीच्या

वेळी. सकाळी बघतात तर चित्र बदललेले. कहुताची निशाणीही नव्हती. सगळीकडे सामसूम. गावातील शीख व हिंदूंचा मागमूस नाही. एकतर ते यमसदनाला गेलेले किंवा गाव सोडून भीतीने पळालेले. एखादी लांडगेतोड व्हावी तशी मुसलमानांची धाड आली. बरोबर आणलेल्या पेट्रोलच्या बादल्या त्यांच्या घरावर रिकाम्या करत त्यांनी ती पेटवून दिली. काही मिनिटांत हलकल्लोळ माजला. कुटुंबेच्या कुटुंबे आगीच्या भक्ष्यस्थानी पडली. जे बाहेर पडले त्यांना पकडून, एकत्र बांधून, त्यांच्यावर रॉकेल शिंपडून जिवंत जाळण्यात आले. चवताळलेला अग्नी पसरतच गेला व त्याने मुसलमानांच्या घरांना स्वाहा केले. कहुताच्या विनाशाचे वर्तुळ पुरे झाले. बिछान्यातून ओढून आणलेल्या हिंदू स्त्रियांपैकी काहींवर बलात्कार करून इस्लाम धर्माची दीक्षा घेण्याच्या बोलीवर जिवंत ठेवले. दुसऱ्या काहींनी विटंबना नको म्हणून अत्याचाऱ्यांच्या हातून सुटका करून घेऊन जाळात उड्या घेऊन स्वत:च्या कुटुंबासमवेत अग्निप्रवेश केला. माऊन्टबॅटननी लंडनला या घटनेचा अहवाल पाठवला. 'कहुताला जाईपर्यंत परिस्थितीच्या भीषणतेची मला कल्पना आली नव्हती.' बस्स! पेशावर व पंजाब यांनी माऊन्टबॅटन यांच्या निर्णयावर शिक्कामोर्तब केले. नव्या दिल्लीच्या त्यांच्या निवासस्थानातील अभ्यासिकेत दहाएक दिवसांच्या चर्चेनंतर घेतलेला त्यांचा निर्णय अपरिहार्य होता. आता त्वरित हालचाल झाली नाही, तर भारत व त्याच्याबरोबर ब्रिटिश राज, त्यांची व्हाईसरॉयकी, सारेच मातीमोल होणार. हिंदुस्थानातील राजकीय परिस्थितीने आता हिरवा कंदील दाखवला होता- फाळणीच्या दिशेने!

१ मे १९४७. सायंकाळची वेळ आहे. नव्या दिल्लीतील भंगी कॉलनी. तीच जुनी झोपडी. पंधरवड्यापूर्वीचेच दृश्य दिसत आहे. गांधींनी पुढाकार घेऊन बोलावलेली बैठक चालू होती. आज काँग्रेस पक्षाच्या हायकमांडची सभा चालू आहे. आधीच्या बैठकीत वर डोके काढलेले गांधीत्व, त्यांच्या अनुयायांतील मतभेद आता खुद्द डोक्यावरच बसलेले दिसत आहेत. गांधींच्या जेलयात्रा, त्यांचे जीवघेणे उपवास, त्यांच्या आदेशानुसार पडलेले हरताळ, बहिष्कार यांच्या पायघड्यांवरूनच सारी मंडळी या सभेसाठी एकत्र आलीत. अहिंसेच्या तत्त्वज्ञानाचा पाठपुरावा करत त्यांनी भारताचा चेहरामोहरा बदलून टाकला होता, त्याला स्वातंत्र्याच्या उंबरठ्यापर्यंत नेऊन भिडवले होते आणि नेमक्या या सर्वोच्च विजयाच्या क्षणी त्यांना एका भयानक दु:खांतिकेचा प्रत्यय येत होता. स्वातंत्र्यप्राप्तीचा अनिवार्य मार्ग म्हणून फाळणीचा स्वीकार करण्याची काँग्रेसची तयारी होती.

अखंड हिंदुस्थानाबद्दलच्या कोणत्या तरी अनाकलनीय श्रद्धाभावामुळे गांधी फाळणीला विरोध करत होते असे नाही. हिंदुस्थानच्या खेड्याखेड्यांची नस जाणणारा तो वृद्ध नेता भवितव्यात वाढून ठेवलेल्या भीषणतेला भीत होता. जिनांच्या

स्वप्न त्यांचे भंगले हो! । ८३

आश्वासनानुसार फाळणी म्हणजे केवळ एक वैद्यकीय शस्त्रक्रिया म्हणून भागणार नव्हते. तो एक महान खून ठरणार होता. हजारो खेडी, पिढ्यान्-पिढ्या एकत्र आयुष्य काढलेले निरपराध लोक एकमेकांच्या नरडीचा घोट घेण्यास उत्सुक झालेले त्यांना दिसत होते. आज होत असलेल्या प्रमादाचा परिणाम सर्वांना पश्चात्ताप करायला लावणार. मात्र या परिस्थितीवर निघणारा तोडगा एखादा नवा पर्याय त्यांना सुचू नये याचेच दुःख व्हावे. त्याच्यातील प्रेषित तेवढ्यापुरता संपला होता. "ते मला 'महात्मा' म्हणतात. पण खरं सांगू, मला एखाद्या भंग्याची देखील किंमत देत नाहीत कोणी!," गांधींनी आपल्या एका स्नेह्याला नंतर सांगितले. नेहरू, पटेल आणि बाकीचे सारे फाळणीस अनुकूल होते हे पाहून गांधी व्यथित झाले. फाळणीचे पर्यवसान संभाव्य दुर्दशेत झाले तरी त्या सगळ्यांना काही वाटणार नव्हते. म्हणून त्यांनी आपल्या अनुयायांना काही गोष्टी पटवून देण्याचा अखेरचा प्रयत्न केला.

जिनांना पाहिजे असलेले पाकिस्तान त्यांना ब्रिटिशांकडूनच मिळणार ना? काँग्रेस हा बहुमतवाला पक्ष आहे. त्यांच्या विरोधात उभे राहून ब्रिटिश तसे कधीही करणार नाहीत. माऊन्टबॅटननी मांडलेली योजना काँग्रेस फेटाळू शकते. त्यांनी सभासदांना विनवणी केली, 'ब्रिटिशांना निघून जायला सांगा फक्त. एकदाचे ते गेले की काय व्हायचे ते होऊ द्या. हा देश ईश्वराच्या, अनागोंदीच्या, उद्ध्वस्ततेच्या हवाली करून का असेना, जा म्हणावं त्यांना. पुढे हा देश आणि त्याचं नशीब. घेऊ देत एकमेकांना बघून. लागेल त्या अग्निदिव्यातून जाऊ या आपण. निदान तावून सुलाखून निघू तरी त्यातून.' पण नाही, गांधींचा तो आक्रोश म्हणजे एक अरण्यरुदन ठरले. मातेच्या ममतेने मोठे केलेल्या त्यांच्या मानसपुत्रांनीही त्यांच्याकडे शेवटी पाठ फिरवली.

वल्लभभाई पटेल प्रथमपासूनच विभाजनाला अनुकूल होते - माऊन्टबॅटन येण्यापूर्वीच म्हटले तरी चालेल. त्यांचे वय झाले होते, त्यांना दोन वेळा हृदयविकाराचा झटका येऊन गेला होता. या बाष्कळ बडबडींना विराम मिळून स्वतंत्र भारताच्या महान रचनाकार्यास सर्वांनी वाहून घ्यावे असा त्यांचा विचार. ते म्हणत, 'देऊन टाका जिनांना त्यांचे पाकिस्तान. ते पाच वर्षांपेक्षा अधिक काल टिकायचंच नाही. भारताच्या एकीकरणाची मागणी घेऊन मुस्लिम लीग आपले दार ठोठावते की नाही बघा.'

जवाहरलाल नेहरूंची मात्र कुतरओढच झाली. एकीकडे गांधींवर गाढ श्रद्धा, तर दुसरीकडे माऊन्टबॅटन यांची मैत्री, अशा कात्रीत सापडले बिचारे! गांधींचा आवाज त्यांच्या हृदयाला साद घाली, तर माऊन्टबॅटन यांचा त्यांच्या बुद्धीला. नेहरूंचे अंतर्मन फाळणीविरोधात होते. त्यांचा बुद्धिवाद त्यांना बजावत होता 'फाळणी हेच अंतिम उत्तर आहे सांप्रतच्या समस्येवर' फाळणीशिवाय तरणोपाय नाही या अनुमानाप्रत पोहोचलेले माऊन्टबॅटन आपल्याजवळचे सर्व कौशल्य पणाला लावून नेहरूंना आपल्या बाजूस झुकवण्याची पराकाष्ठा करत होते. 'ऑपरेशन सिडक्शन' हे नाव उगीच नव्हते दिले

त्यांनी आपल्या मोहिमेला. त्याशिवाय आणखी एक हातचा त्यांनी राखून ठेवला होता, खास नेहरूंसाठी. एकदा जिनांचा अडसर दूर झाला की शेष भारताचे एका बलाढ्य समाजवादी शक्तीत परिवर्तन करायला नेहरू मोकळे! अखेर, नेहरूदेखील गांधींच्या विरोधात गेले. मग काय, उरलेल्या साऱ्यांनी ताबडतोब त्याच दिशेने माना डोलावल्या. काँग्रेसचा निर्णय व्हाईसरॉयना कळवण्याची जबाबदारी नेहरूंवर सोपवण्यात आली- 'अखंड भारताच्या कल्पनेला काँग्रेसचा अव्यभिचारी पाठिंबा असला तरी पंजाब व बंगाल या दोन्ही मोठ्या प्रांतांचे विभाजन करण्याची योजना अंतर्भूत असलेली देशाची फाळणी काँग्रेस स्वीकारते.' ज्याचे बोट धरून ते विजयपथावरून चालत गेले, विजयद्वारापाशी पोचले त्याच माणसाला एकटे टाकून ते आत शिरले. तो बिचारा बाहेरच थांबला. आपल्या कलंकित विजयाची सोबत घेत. आयुष्यभर केलेल्या स्वप्नाचा चुराडा बघत!

नव्या दिल्लीत आल्यानंतर, बरोबर चाळीस दिवसांनी, २ मे १९४७ ला सायंकाळी सहा वाजता व्हाईसरॉयच्या यॉर्क एमडब्ल्यू १०२ या विमानाने दिल्ली सोडली. पालम विमानतळावरून उडालेल्या त्या खास विमानात आसनस्थ होते लॉर्ड इस्मे-माऊन्टबॅटन यांचे चीफ ऑफ स्टाफ. भारताच्या फाळणीला ब्रिटिश सरकारची संमती आणण्यासाठी चाललेले. जिनांच्या हेकेखोरपणाच्या खडकांवर माऊन्टबॅटन यांच्या आशांचे तारू फुटले. जिनांच्या आजाराची त्यांना कल्पना असती तर त्यांनी वेगळे गणित मांडले असते कदाचित! जिनांचे मतपरिवर्तन करण्यात त्यांना आलेले अपयश म्हणजे माऊन्टबॅटन यांच्या आयुष्यातील एकमेव महान निराशेचा क्षण ठरणार होता. 'भारताच्या फाळणीला जबाबदार असणारा एक माणूस' अशी त्यांची नोंद इतिहास घेणार याचे त्यांना दु:ख होते. ॲटली सरकारला पाठवलेल्या आपल्या पाचव्या व्यक्तिगत अहवालात त्यांनी नमूद केले- 'भारताची फाळणी हा एक शुद्ध वेडेपणा आहे. या देशातील भयानक जातीय वेडाचाराने प्रत्येकाला झपाटले आहे. केवळ त्यामुळेच माझ्यासमोर दुसरा कोणताही पर्याय उरलेला नाही. या दुष्ट प्रवृत्तीचा प्रत्यय मला आला नसता तर मी फाळणीस कधीही उद्युक्त झालो नसतो. आज मी घेत असलेल्या या वेडगळ निर्णयाचे संपूर्ण खापर भारतीयांच्या माथ्यावर मारावे लागेल जगाच्या नजरेत! एक दिवस असा उगवेल की या नियोजित निर्णयाचा त्यांना मनस्वी खेद होईल...'

●

पहिली सलामी सिमल्याला!

सिमला, मे १९४७. आता वातानुकूलनाची गरज नव्हती. त्यांच्या अभ्यासिकेतून बाहेर बघितले तरी खोलीतील वातावरणात थंड वाटत होते. खिडकीतून हिमालयाच्या बर्फाच्छादित शिखरांचे, भारत व चीन यांच्यामधील हिमभिंतीचे दर्शन होत होते. आज माऊन्टबॅटन दिल्लीत नव्हते. ते होते सिमल्याच्या थंड हवेत. गेले अनेक आठवडे ताणून व त्रासून गेलेल्या मनाला थोडा आराम मिळावा म्हणून ते तिकडे गेले होते. तसे करताना त्यांनी आपल्या पूर्वसूरींची परंपरा राखली होती. लॉर्ड इस्मेंना लंडनला पाठवून ते सिमल्याला पोहोचले होते.

इंग्रजांच्या दृष्टीने सिमल्याला एक आगळे महत्त्व होते. वर्षातील पाच महिने सिमला ही भारताची राजधानी असायची. समुद्रसपाटीपासून ७३०० फूट उंचीवर असलेले ते शहर अतिशय रम्य बनवले होते चाणाक्ष इंग्रजांनी. भारतात असूनही इंग्लिश वाटावे असे तेथील वातावरण होते. एप्रिल महिन्याच्या मध्यावर दिल्लीहून व्हाईसरॉय सिमल्याला आपला तळ हलवायचे. त्याची पांढरी, सोनेरी आगगाडी हलली की समजावे सिमला-सीझन सुरू झाला. राजाच्या पाठोपाठ लवाजमा आलाच. लवाजम्याची पाठ धरून बाकीचा जामानिमा-शिंपी, न्हावी, चांभार, सोनार, दारूचे व्यापारी आणि मेमसाहेब आल्या की सिमल्याची वर्दळ सुरू झालीच. प्रथा अशी होती की, फक्त तिघांनाच—व्हाईसरॉय, सरसेनापती व पंजाबचे गव्हर्नर—घोडागाडी व नंतर मोटारी वापरण्याची मुभा असायची. लोक थट्टेने म्हणायचे—

'गाडी ठेवण्याचा परवाना खुद्द परमेश्वराने मागितला होता पण त्यालाही सरकारकडून नकार आला.' त्यामुळे सिमल्यातील मुख्य वाहन म्हणजे रिक्षा. त्याही माणसांनी ओढायच्या. सिमल्याचे आणखी एक वैशिष्ट्य म्हणजे तेथील घरगडी. प्रत्येक कुटुंब आपल्या घरगड्याला तो चांगला दिसावा म्हणून छानछान कपडे द्यायचे. त्यांच्यांत उगीचच स्पर्धा आढळायची. सजवलेल्या रिक्षांतून हिंडताना गोऱ्या माणसांना मौज वाटायची. जुन्या काळच्या आठवणी काढून लोक हळहळायचे. व्हाईसरॉयने आयोजित केलेल्या नृत्यसमारंभास नटूनथटून जाताना मजा यायची. सिमल्याचा थाट एकंदर न्याराच!

मात्र, १९४७ च्या त्या काळात तो पूर्वीचा नूर पार बदलून गेला होता. आता कोणीही हिंदी आदमी मोकळेपणाने सिमल्याच्या रस्त्यावरून हिंडू-फिरू शकत होता. भारतात पाऊल ठेवल्यापासून माऊन्टबॅटन वाटाघाटीच्या चक्रात पुरेपूर सापडल्यामुळे कातावून गेले होते. तरीही त्यांच्या मनोवृत्ती उल्हसित होत्या. गेल्या सहा आठवड्यांत त्यांच्या आधीच्या कोणाही व्हाईसरॉयच्या खात्याला जमा झाले नसेल एवढे कर्तृत्व त्यांच्या खात्यावर जमा होते. १०, डाऊनिंग स्ट्रीटसाठी त्यांनी पाठवलेल्या योजनेमुळे त्यांच्या कार्याची इतिश्री झालेली होती. इंग्लंडहून येतानाच आवश्यक ते सर्वाधिकार त्यांना मिळाल्यामुळे ते निश्चिंत होते. आपल्या स्वत:बद्दल त्यांना इतका विश्वास होता की सिमल्यास निघण्यापूर्वी एक औपचारिक घोषणा करून १७ मे रोजी भारतीय नेत्यांना ती योजना सादर केली जाईल असे त्यांनी कळवूनही टाकले होते.

असे जरी असले तरी सिमल्याच्या शांत वातावरणात त्यांच्या मनात काही शंका निर्माण होऊ लागल्या. त्यांचा मसुदा लंडनला पोहोचल्यापासून त्यात दुरुस्त्या सुचवणारे आदेश ॲटली सरकारकडून सतत येऊ लागले. अर्थात, योजनेचा मूळ गाभाच राखून होते सगळे! माऊन्टबॅटन-योजनेत तीन स्वतंत्र घटक गृहीत धरले होते. एखाद्या प्रांतातील दोन्ही जमातींनी एकत्र येऊन बहुमताने स्वतंत्र राज्य मागितले तर ते मंजूर करावे अशी तरतूद त्यात होती. या कलमामुळे बंगालच्या साडेसहा कोटी हिंदु-मुस्लिमांना कलकत्ता राजधानी असणारे स्वतंत्र राष्ट्र मिळू शकत होते. या कल्पनेचे जनक होते बंगालचे मुस्लिम नेते शाहिद सुऱ्हावर्दी. दहा महिन्यांपूर्वी याच माणसाने 'प्रत्यक्ष कृतिदिना'च्या निमित्ताने कलकत्त्यात मोठा उच्छाद मांडला होता. ती कल्पना व्हाईसरॉयनाही आवडली. शिवाय बंगालच्या हिंदू पुढाऱ्यांनाही ती मान्य होती. त्यांना असेही आढळले की, जिनांचाही तिला विरोध नव्हता. मात्र एका गोष्टीकडे दुर्लक्ष झाले होते चुकून. माऊन्टनी ही गोष्ट नेहरू-पटेलांच्या कानावर घातली नव्हती. त्यामुळे ते बरेच अस्वस्थ झाले होते. कारण कलकत्त्यासारखे मोक्याचे स्थान; तेथील तागाच्या व कापडाच्या गिरण्या यांवर सहजासहजी पाणी

सोडणे नेहरू-पटेलांना शक्य नव्हते. शिवाय काँग्रेसला आर्थिक साह्याचा होणारा ओघ कलकत्त्याच्या उद्योगपतींकडूनच वाहात होता. तेव्हा ही गोष्ट काँग्रेसच्या प्रमुख नेत्यांपासून दडवून ठेवणे म्हणजे हिंदुस्थान, ब्रिटन व जग या सर्वांच्या डोळ्यांत धूळ फेकण्यासारखे होते. विचार करताकरता त्यांना एक साक्षात्कार झाला. त्यांनी नेहरू-पटेलांना सुट्टी घालवण्याच्या इराद्याने सिमल्याला बोलवायचे ठरवले. त्यांच्याशी खाजगी चर्चा करून अजमास घेण्याचा बेत केला. नेहमीप्रमाणे जवाहरलाल नेहरूंवर त्यांनी सारी भिस्त ठेवली. ब्रिटन व त्याला प्रिय असलेले हिंदी साम्राज्य यांच्यातील संबंध टिकवून ठेवण्यासाठी नेहरूंचा खूपच उपयोग होणार होता. जवाहरलाल नेहरू त्यांचे एक प्रबल आशास्थान होते.

मधल्या काळात भारतीय पंतप्रधान व त्यांच्या पत्नी एड्विना यांचा स्नेह चांगलाच जमून आला होता. एड्विना माऊन्टबॅटनसारख्या स्त्रिया साऱ्या जगात व त्यातल्या त्यात १९४७ च्या भारतात तर अधिकच दुर्मीळ होत्या. त्यांच्याजवळ उच्चकुलीन संस्कार, सुयोग्य व्यक्तिमत्त्व व स्नेहशील अंतःकरण होते. परिस्थितीच्या फेऱ्यामुळे चक्रावून गेलेल्या नेहरूंना त्या विशिष्ट कोशातून मुलायमपणे बाहेर काढण्याची खुबी त्यांच्याजवळ होती. कधी चहापानाच्या वेळी, कधी मोगल-उद्यानात चकरा मारताना, कधी व्हाईसरॉय निवासाच्या तलावात डुंबताना नेहरूंच्या मनावरील खिन्नतेचे पटल आपल्या आकर्षक, मोहक वागण्याने दूर करण्याचे काम करून त्या आपल्या पतीच्या परिश्रमांना साथ देत.

एकदा मनाने घेतल्यावर माऊन्टबॅटन पुढे सरसावले. त्यांनी अधिकाऱ्यांची बैठक बोलावली. आपला मनोदय त्यांच्यापुढे ठेवला. अधिकारी घाबरून गेले. जिनांना डावलून ही योजना नेहरूंसमोर उघड करणे म्हणजे विश्वासघात होईल. त्यातल्या त्यात ही मसलत जिनांना कळली तर हाहाकार उडेल. खुद्द व्हाईसरॉयसाहेबांची प्रतिष्ठा धुळीस मिळेल, असे मत त्यांनी व्यक्त केले. आपल्या बोटांनी समोरच्या टेबलावर ताल धरत माऊन्टबॅटननी बराच वेळ काढला. 'ठीक आहे, तुम्ही मांडलेला विचार वास्तवाला धरून आहे. अगदी योग्य आहे. तरीही माझ्या मनातील शंका त्यामुळे दूर होत नाही. तो संशय काढून टाकण्यासाठी मूळ मसुदा नेहरूंना दाखवलाच पाहिजे.'

त्यांच्या आमंत्रणाचा स्वीकार करून नेहरू सिमल्यास आलेच होते. त्या दिवशी रात्री माऊन्टबॅटननी नेहरूंना सहज मद्यपानासाठी आपल्या अभ्यासिकेत बोलावून घेतले. पेयाचा आस्वाद घेताघेता त्यांच्या हातात लंडनहून दुरुस्त होऊन आलेल्या फाळणीच्या योजनेचा मसुदा दिला. ''घेऊन चला तुमच्याबरोबर, झोपण्यापूर्वी काढा वाचून. सांगा तुम्हांला व तुमच्या काँग्रेस पक्षाला कितपत पसंत पडेल तो! अच्छा. शुभरात्री!'' नेहरू आनंदित झाले. तो मसुदा घेऊन खोलीकडे गेले.

काही तासांतच नेहरूंची उत्सुक नजर त्या कागदावरील मजकुरावरून फिरू लागली. आपल्या प्रिय मातृभूमीच्या भविष्यकालीन स्वप्नांचा शोध घेऊ लागली. जसजसे ते वाचत पुढे निघाले तसतसे त्यांचे भावविवश अंत:करण विदीर्ण होत चालले. त्यांच्या हृदयाचे स्पंदन वाढू लागले, ठोके चुकू लागले, त्याचे तुकडे पडत आहेत की काय असा भास होऊ लागला. काय वाचतोय काय आपण! राष्ट्रपुरुषाच्या तेजस्वी, बांधेसूद शरीराची अशी छिन्नविछिन्न चिरफाड झालेली पाहण्यासाठीच जन्म आहे, का आपला! भाषा भिन्न, संस्कृती भिन्न, आचार भिन्न! याच विविधतेतून एकात्मता साधणे किती अवघड अगोदर, त्यात ही शकले! छे, छे! नामंजूर आहे मला हे सारे! गेली तीन शतके 'फोडा व झोडा' या चालीवर अधिराज्य गाजवणाऱ्या ब्रिटिश राजकर्त्यांनी निघून जाताना 'तोडा व सोडा' ही चाल स्वीकारावी ना! धिक्कार असो त्यांचा. नेहरूंचा राजबिंडा चेहरा पांढराफटक पडला. संतापाने त्यांचे शरीर थरथरू लागले. तसेच कापतकापत ते जवळच्या खोलीतील आपल्या विश्वासू सहकारी मित्राकडे—कृष्ण मेननकडे— आले. चिडलेल्या स्वरात हातवारे करत आपल्या हातातले कागद त्यांच्या बिछान्यावर फेकत ते ओरडले— 'खलास... संपलं सारं... लागला निकाल.'

आपल्या जिव्हाळ्याच्या स्नेह्याची ती जीवघेणी प्रतिक्रिया माऊन्टबॅटन यांना दुसऱ्या दिवशी सकाळी कळली. नेहरूंनी एक पत्र लिहून त्यांना ती कळवली. नेहरूंचे ते पत्र म्हणजे एक 'बॉम्बगोळाच' पडला त्यांच्यावर. त्यांनी पत्र वाचले. मोठ्या परिश्रमाने उभी करत आणलेली रचना पत्त्याच्या बंगल्याप्रमाणे कोसळली. नेहरूंनी लिहिले होते- 'आपल्या योजनेने मला घाबरवून टाकले आहे. त्या योजनेचे पर्यवसान अंतर्गत दुही, संघर्ष व अशांतता यांतच होणार. काँग्रेस पक्षाला ती पसंत पडणारच नाही, ती तिचा धिक्कारच करेल.' बिचारे व्हाईसरॉय! भारतीय समस्येवरचा तोडगा दहा दिवसांत जगासमोर येईल अशी घोषणा करून चुकले होते ते! आणि आता त्यांच्या हातात काहीच उरले नव्हते. त्याच वेळी लंडनमध्ये ब्रिटिश कॅबिनेटच्या बैठकीत त्याची चर्चा चालू होती. आपल्या या योजनेला भारताचा पूर्ण पाठिंबा असल्याची खात्री देणाऱ्या त्यांच्या उत्साहावर काँग्रेसने विरजण टाकले.

पण असल्या एखाद्या छोट्या धक्क्याने विचलित होण्याइतका लेचापेचा माणूस नव्हता लुई माऊन्टबॅटन! नेहरूंच्या प्रतिकूल प्रतिक्रियेने ते निराश नाही झाले. उलट, आपण तो मसुदा त्यांना दाखवला याबद्दल त्यांनी स्वत:चे अभिनंदनच केले व आपली चूक दुरुस्त करण्याच्या तयारीस लागले. त्यांनी नेहरूंना आपला मुक्काम एक दिवसाने वाढवण्याची विनंती केली. काँग्रेसला मान्य व्हावी अशी सुधारित योजना करण्यासाठी वेळ मागितला. नव्या योजनेत फक्त दोनच पर्याय ठेवले सर्वांपुढे— **हिंदुस्थान वा पाकिस्तान!**

स्वतंत्र बंगालचे स्वप्न विरले. दोन डोक्यांचे पाकिस्तान जास्त काल टिकाव धरू शकणार नाही याची माऊन्टबॅटन यांना खात्री होती. काही दिवसांनंतर चक्रवर्ती राजगोपालाचारी यांच्याबरोबर बोलताना त्यांनी सांगितले, 'येत्या पंचवीस वर्षांत पूर्व बंगाल पाकिस्तानबाहेर पडेल.' १९७१ च्या बांगला देश युद्धाने त्यांचे हे भाकित खरे ठरले. विशेष म्हणजे एक वर्ष आधीच!

आपल्या नव्या योजनेचा मसुदा तयार करण्यासाठी व्हाईसरॉयनी आपल्या हाताखालच्या एका सर्वोच्च भारतीय अधिकाऱ्याची नियुक्ती केली. नियती माणसाचा कसा उपहास करते बघा! या कामासाठी माऊन्टबॅटननी निवडलेला अधिकारी त्यांच्या नेहमीच्या दर्जाचा- आय. सी. एस. ही- नव्हता. त्याच्यापाशी ऑक्सफर्ड किंवा केंब्रिज विद्यापीठाची पदवीही नव्हती. कोणाचाही वशिला न लावता तो या उच्च पदाला येऊन पोचला होता. स्वयंकर्तृत्वावर या स्थानाला पोहोचलेला माणूस त्या काळी विरळाच! तेराव्या वर्षी शाळा सोडून हरतऱ्हेची कामे करणारा तो एक धडपड्या माणूस होता. बांधकाम मजूर, कोळसा खाण-कामगार, कारखान्यातला कामगार, रेल्वेचा स्टोकर, कापूस दलाल, शाळामास्तर अशा नाना तऱ्हा! शेवटी गडी सिमल्यास आला. टायपिंगचे शिक्षण घेऊन १९२९ साली कारकून म्हणून नोकरीस लागला. १९४७ मध्ये सध्याच्या पायरीस पोहोचला. आपल्या कामाच्या पद्धतीमुळे त्याने प्रथम माऊन्टबॅटन यांचा विश्वास व नंतर प्रेम संपादन केले. या माणसाचे नाव होते व्ही. पी. मेनन. (या मेननसाहेबाची एक गोष्ट सांगते त्यांची कन्या. एकदा दिल्लीमार्गे मेनन सिमल्याला निघाले होते. तेथे आपल्याजवळच्या पैशावर कोणीतरी डल्ला मारल्याचे त्यांच्या ध्यानात आले. शेवटी एका वयस्कर, प्रसिद्ध अशा शीख माणसाकडे त्यांनी हात पसरले. पंधरा रुपये उसने मागितले. त्या शिखाने त्यांना पैसे दिले. परत करण्याकरता मेननंनी त्याचा पत्ता मागितला. तो शीख गृहस्थ म्हणाला, 'तुम्ही मरेपर्यंत जो कोणी प्रामाणिक माणूस तुमच्याकडे मदत मागेल त्याला तुम्ही तेवढे पैसे देत जा. बस्स!' त्यांच्या निधनापूर्वी सहा आठवडे एक भिकारी त्यांच्या बंगलोरच्या राहत्या घरी आला. मेननंनी आपल्या कन्येकडून पैशाची थैली आणवली. पंधरा रुपये काढले व त्या माणसाला दिले. त्या वेळचे ते कर्ज फेडतच होते ते अद्याप) माऊन्टबॅटननी मेननना सायंकाळपर्यंत सुधारित मसुदा तयार करण्याचा आदेश दिला. त्यात फाळणीचा अंतर्भाव होताच. मात्र प्रत्येक राज्याच्या विधिमंडळाला हिंदुस्थान वा पाकिस्तान या दोहोंपैकी एकाची निवड करावयाची होती. माऊन्टबॅटन यांच्या सूचनेप्रमाणे मेननंनी आपले काम पूर्ण केले. केवळ सहा तासांत ऑफिस पोर्चमध्ये बसून त्यांनी या उपखंडाचे व पर्यायाने जगाचे रूप बदलून टाकण्याचा पराक्रम केला. टायपिस्ट म्हणून सुरुवात करत इतका मोठा झालेल्या त्या लहान माणसाची ती एक महान कामगिरी होती.

तिकडे, व्हाईसरॉयची धांदल उडालेली तर इकडे गांधींची तिरपीट. अपेंडिसायटीसच्या जोरदार आजाराने मनू बिछान्यावर तळमळत होती. आजोबाने रचलेल्या ब्लँकेटच्या ढीगाखाली फणफणत होती. तापाने तिचे डोळे निस्तेज दिसत होते. गांधी व्यथित अंत:करणाने, शांतपणे तिच्या बाजूस येरझाऱ्या घालत होते.

मनूचा हा आजार म्हणजे गांधींच्या निसर्गोपचाराला आव्हान! आधुनिक औषधांचा, गोळ्यांचा, रसायनांचा त्यांना भलता राग होता. शरीरावर होणारा त्यांचा अत्याचार त्यांना आत्म्यावरचा अत्याचार वाटे. संयम व स्वयंशिस्त यांच्या अवलंबनाने कोणत्याही रोगावर काबू मिळवणे अवघड नाही असे त्यांचे ठाम मत होते. भारतभूमीतील जमिनीत परमेश्वराने अनेक तऱ्हेच्या औषधी वनस्पती निर्माण केल्या आहेत. त्यांचा उपयोग करून राष्ट्राने आपल्या व्याधी बऱ्या कराव्यात अशी त्यांची इच्छा होती. हा सिद्धांत अहिंसा तत्त्वाला धरून होता अशी त्यांची श्रद्धा होती. त्यामुळेच त्यांनी मृत्युशय्येवरील आपल्या पत्नीला इंजेक्शनची सुई टोचण्यास आक्षेप घेतला होता. मनूच्या पोटदुखीवर गांधींनी नेहमीचा चिखलपाण्याचा प्रयोग सुचविला. परंतु तिची प्रकृती कमालीची बिघडली. छत्तीस तासांनंतर तर पेचच उभा राहिला. त्यांच्या मनाने हाय खाल्ली. त्यांनी पराभव मान्य केला. निर्वाणीचा उपाय म्हणून शस्त्रक्रियेचा प्रयोग करण्यास त्यांनी संमती दिली. मनूला पुढील उपचारासाठी तातडीने रुग्णालयात हलवण्यात आले. 'माझ्यावर सोपविलेले तिचे आयुष्य असे फुकाफुकी घालवण्याचे धैर्य माझ्याजवळ नाही हो!' असाहाय्यपणे गांधी उद्गारले.

शस्त्रक्रियेपूर्वी द्यावयाची भूल मनूला देण्यात आली. गांधींनी हळुवारपणे तिच्या कपाळावर आपला हात ठेवला. 'रामाचे नाव घे, सर्व काही ठीक होईल' ते तिला म्हणाले. गांधींची ही विकलांग स्थिती पाहून एका डॉक्टरांनी त्यांना बाजूला नेत म्हटले, "कृपा करून आराम करा. देशाला तुमच्या सेवेची सदैव गरज आहे." निष्प्राण नयनांनी गांधी त्यांच्याकडे पाहात राहिले. "अहो, आता माझा उपयोग कोणालाच नाही. ना जनतेला ना सत्तेवर असलेल्यांना! आता एकच इच्छा उरलीय - ईश्वराचे नामस्मरण करत असताना, रोजचे काम करताना डोळे मिटावेत. बस्स." गांधी केविलवाण्या स्वरात उत्तरले.

●

‖ हिरे, माणके, हत्ती, घोडे! वाघही तितुके, खडे राजवाडे...!

नवी दिल्ली, मे १९४७. एक शयनगृह. जमिनीवर सगळीकडे वाघ, चित्ते, काळवीट यांची कातडी अंथरलेली आहेत. भिंतीवर, कोपऱ्यात भुसा भरलेली शिकारीची मुंडकी लटकत आहेत. चांदीच्या ढाली चमकताहेत. एक पोलोस्टिक व एक क्रिकेट बॅटही दिसत आहेत त्या दालनात. निद्रावश झालेल्या तेथील माणसाच्या कर्तृत्वाच्या खुणा आहेत त्या! तेथील बिछान्यात पसरलेली आकृतीही चांगली उंचीपुरी आणि रुबाबदार आहे. तिच्या दिशेने एक सेवक पुढे सरकत आहे. सेवकाचा गणवेशही शोभिवंत आहे. त्याच्या डोक्यावर एक सुंदर पागोटे आहे. हातात चांदीचे तबक आहे - १९२१ साली प्रिन्स ऑफ वेल्सच्या आगमनाची खूण म्हणून मुद्दाम लंडनहून मागवलेले. त्या तबकात चहाचे पात्र आहे. हा चहा देखील लंडनच्या फोर्टनम आणि मेसन कंपनीकडून महिन्यातून दोनदा विमानाने येतो. चहाच्या जोडीला बिस्किटेही दिसताहेत. सेवक पलंगानजीकच्या टेबलावर तबक ठेवतो व झोपलेल्या आपल्या धन्याच्या कानाजवळ कुजबुजतो. अतिशय अदबीने, मुलायम सुरात. 'चहा आणलाय, महाराज!' बिछाना हलतो. झोपलेला माणूस जागा होतो, एखादे मांजर आळोखेपिळोखे देते ना त्या पद्धतीने.

बराच वेळ घेत ती सहा फूट चार इंच उंचीची आकृती खडी झाली. कोपऱ्यातील मंद प्रकाशातून लागलीच दुसरा एक सेवक लगबगीने पुढे सरकला. त्याने महाराजांच्या

खांद्यावर एक झुळझुळीत रेशमाचा झगा पांघरला. त्या झग्याखाली महाराजांचे पीळदार बाहू विसावले. महाराजांनी डोळे चोळत झोप झटकली. उगवत्या दिवसाकडे नजर टाकली. पतियाळाचे महाराज यादवेन्द्रसिंग यांच्या आयुष्यातील आणखी एक नवा दिवस असा सुरू झाला.

महाराज यादवेन्द्रसिंगजी जगातील सर्वांत विलक्षण अशा एका संस्थेचे अध्यक्ष होते. तशी संस्था याआधी किंवा पुढे कधीही अस्तित्वात येणार नव्हती. भारतातील नरेन्द्र मंडळाचे ते प्रमुख - चॅन्सेलर - होते. हिरोशिमाचा भयानक संहार, भीषण जागतिक युद्ध यांच्या प्रत्ययाने सारे जग मुळापासून हादरून गेले असले तरी हिंदुस्थानातील हे पाचशेपासष्ट महाराजे, नबाबजादे, राजेसाहेब व संस्थानिक अद्यापही भारताच्या एकतृतीयांश पृष्ठभागावर आणि एकंदर लोकसंख्येच्या एकचतुर्थांश भागावर वंशपरंपरागत अनियंत्रित सत्ता उपभोगत होते—पिढ्यान्पिढ्यांची निरंकुश सत्ता. त्यांच्या निमित्ताने ब्रिटिशांच्या हिंदुस्थानातील राज्याला दोन वेगवेगळ्या प्रतिमा लाभल्या होत्या. एक दिल्लीच्या मध्यवर्ती सरकारच्या नियंत्रणाखालील खालसा मुलुख व दुसरी, या राजेरजवाड्यांच्या ताब्यातील संस्थानी मुलुख.

ही दुहेरी पद्धत अस्तित्वात येण्याचे कारण असे की, ब्रिटिशांनी या राजांना विरोध केला नाही. त्यांचे स्वागत तरी केले किंवा त्यांच्याशी दोन हात तरी केले. त्या सगळ्यांना त्यांनी एका अटीवर आपापल्या सत्तेवर राहू दिले - त्या प्रत्येकाने ब्रिटनचे सार्वभौमत्व मान्य केले पाहिजे. एकामागून एक तहनामे झाले. ब्रिटिश सम्राटांचा प्रतिनिधी म्हणून दिल्लीस्थित व्हाईसरॉयना संस्थानिकांनी मान्यता दिली. परराष्ट्र व्यवहार व संरक्षण या बाबी त्यांच्याकडे सोपवल्या. त्याच्या मोबदल्यात संस्थानिकांच्या स्वायत्ततेला ब्रिटनने मान्यता दिली. इंग्रजांचे मांडलिक बनून राहण्यात संस्थानिकांना धन्यता वाटली. नामधारी का असेना 'राजे' आहोत ही भावना दिलखूश ठरली. इंग्रजांचा धोरणीपणा तो हाच! बेगड्या सत्तेचे हाडूक चघळत धन्यांशी इमान राखणाऱ्या कुत्र्यांची दशा करून टाकली त्यांनी संस्थानिकांची! एखाददुसरा अपवाद वगळता कोणाही संस्थानिकाने इंग्रजांना त्रास दिला नाही बिलकूल.

हैद्राबादचा निजाम किंवा काश्मीरचे महाराज यांच्या आधिपत्याखालील संस्थाने पश्चिम युरोपातील राष्ट्रांच्या तोडीची होती. त्याच्या उलट काठेवाडच्या द्वीपकल्पातील राजे तबेलावजा घरात राहात. त्यांच्या राज्याचा विस्तार लंडनच्या रिचमंड पार्कपेक्षा कमी होता. एकीकडे, सर्व जगात श्रीमंत म्हणून गणला जाणारा राजा, तर दुसरीकडे सबंध राज्याचे क्षेत्रफळ एखाद्या गायरानापेक्षाही कमी असणारे दरिद्री संस्थानिक अशी स्थिती होती. चारशेहून अधिकांजवळ असलेल्या राज्यांची क्षेत्रफळे प्रत्येकी वीस चौरस मैलांहून कमी होती. त्यांच्यापैकी काही जण आपल्या प्रजेला ब्रिटिशांपेक्षा चोख राज्यकारभार देत तर काही जण स्वतःच्या चैनीत, इतमामात संस्थानचा सारा

महसूल उधळून टाकण्याकडेच ध्यान देत. लोककल्याणाचा विचारही त्यांच्या मनात शिवत नसे.

संस्थानिकांचा राजकीय कल कोणत्या का बाजूस झुकेना, १९४७ च्या वसंत ऋतूत त्यांचे ठरणारे भवितव्य ही एक गंभीर समस्याच होती. या तथाकथित महाराजांजवळ प्रत्येकी सरासरी अकरा पदव्या, पाच अष्टमांश बायका, साडेबारा पोरे, नऊदशांश हत्ती, दोनपूर्णांक आठ दशांश खाजगी रेल्वे गाड्या, तीन पूर्णांक नऊ दशांश रोल्सराईस कंपनीच्या मोटारी आणि बावीस पूर्णांक नऊ दशांश वाघाच्या शिकारी असल्या, तरी त्यांचे काय करायचे हा प्रश्नच होता.

गांधी, नेहरू व त्यांची काँग्रेस यांचेजवळ त्याचे उत्तर स्पष्ट होते. संस्थानिकांची सत्ता संपुष्टात आणून त्यांचे स्वतंत्र भारतात विलिनीकरण करणे हाच एकमेव उपाय होता त्यांच्या मते. पण यादवेन्द्रसिंग व त्यांचे जातभाई यांना ते मंजूर नव्हते. पंजाबच्या मध्यभागी असलेले त्यांचे पतियाळा संस्थान हिंदुस्थानातील श्रीमान संस्थानांपैकी एक होते. त्यांच्याजवळ स्वत:चे सैन्य होते. अगदी सेंच्युरियन रणगाड्यांनी सुसज्ज केलेले.

चहा पितापिता नरेन्द्रमंडळाच्या प्रमुखाच्या मनास एक प्रकारची काळजी लागून राहिली होती. त्यांच्याभोवतीच्या मानसिक वातावरणात तणाव आढळत होता. त्या दिवशी सकाळी त्यांना एक गोष्ट माहीत झालेली होती, जिचा मागमूस भारताच्या व्हाईसरॉयनाही नव्हता. त्यांच्या पंजाबी संस्थानापासून सहा हजार मैल असलेल्या लंडनमध्ये एक माणूस त्यांच्या व त्यांच्यासारख्या इतर संस्थानिकांची वकिली करत होता. काँग्रेसमधील नेहरू व त्यांचे समाजवादी साथी संस्थानिकांचा नामशेष करण्याची मनीषा बाळगत असताना ते घडत होते.

संस्थानिकांची ही वकिली करण्याचे काम करणारा माणूस कोणी एखादा महाराजा नव्हता, तो होता एक इंग्रज! हे काम स्वीकारताना त्याने व्हाईसरॉयची संमतीही घेतलेली नव्हती. सर क्रॉनरॅड कॉर्नफील्ड त्याचे नाव. एका युरोपियन मिशनऱ्याचा मुलगा. त्याच्या नोकरीची बरीचशी वर्षे त्याने हिंदी संस्थानांच्या सेवेत घालवली होती. त्यामुळे भारताविषयीच्या त्याच्या कल्पना संस्थानी मुलखाभोवतीच रुंजी घालत होत्या. ज्यात संस्थानिकांचे भले, त्यात भारताचे भले असा त्यांचा अंदाज होता. जेवढ्या तीव्रतेने राजेमहाराजे नेहरू व काँग्रेसचा द्वेष करत तेवढ्याच निकराने तोदेखील त्यांच्याशी वैरभाव बाळगून होता.

सन १९४७ च्या मे महिन्यात कॉर्नफील्ड व्हाईसरॉयच्या राजकीय सचिवाच्या हुद्दयावर होता. त्याच्या अखत्यारीत संस्थानांनी मध्यवर्ती सरकारवर सोपवलेल्या खात्यांची जबाबदारी होती. एक प्रकारे तो संपर्काधिकाऱ्याचेच काम करत होता म्हणू

या. काँग्रेस व मुस्लिम लीग या प्रमुख पक्षात समन्वय साधण्यासाठी झटणाऱ्या माऊन्टबॅटनना कॉर्नफील्ड व त्याचे संस्थानिक दोस्त यांच्याबाबत विचार करायला वेळच मिळाला नव्हता. त्यामुळे कॉर्नफील्ड आरामात होते. आपल्या वरिष्ठांची व नेहरूंची वाढत चालेली दिलजमाई पाहून शंकित झालेले कॉर्नफील्डसाहेब गुपचुप लंडनला गेले व तेथे त्यांनी आपल्या अधिराजांसाठी विशेष सवलती मिळवण्याचा प्रयत्न सुरू केला. भारताच्या सेक्रेटरी ऑफ स्टेट्सशी त्यांनी बोलणी चालवली. ज्या दालनात ते बसले होते, त्या अष्टकोनी कार्यालयाचे वैशिष्ट्य होते तेथील समोरासमोरचे दरवाजे. दोन्ही दरवाजे हुबेहूब एकमेकांसारखे. आपल्याला कमी मान मिळतोय असे एकाच वेळी प्रवेश करणाऱ्या राजांना वाटायला नको अशी व्यवस्था होती ती. सेक्रेटरीसाहेबांचे लक्ष दोघांकडे एकाच क्षणी जावे म्हणून. जॉन मोर्लेसाहेबांच्या काळापासून त्या कार्यालयाला 'सोनेरी पिंजरा' असे म्हणत.

त्या वेळी अर्ल ऑफ लिस्टोवेल हे सेक्रेटरी होते. कॉर्नफील्डसाहेबांनी मोठ्या उत्साहाने व आवेशाने आपली बाजू त्यांच्यासमोर मांडली. त्यांचा मुद्दा असा की, संस्थानिकांनी आपली सत्ता ब्रिटिश राजाच्या चरणी समर्पित केली आहे. ज्या क्षणी भारत स्वतंत्र होईल, त्या क्षणी ती त्यांची त्यांना परत मिळणे आवश्यक आहे. हिंदुस्थान किंवा पाकिस्तान, या नव्याने निर्माण होणाऱ्या राष्ट्रांशी कसे संबंध ठेवायचे याचा निर्णय घेण्यास ते स्वतंत्र असावेत. समजा, त्यांना दोघांपासून स्वतंत्रच राहावे वाटले तर तसेही करू द्यावे. यापेक्षा कोणतीही कमी अधिक गोष्ट त्यांच्या माथी मारणे म्हणजे या संस्थानिकांनी ब्रिटनच्या सार्वभौम सत्तेशी केलेल्या करारांचा भंग ठरेल. कायद्याच्या भाषेत बोलायचे झाल्यास कॉर्नफील्डसाहेबांचा सर्व युक्तिवाद योग्यच होता. फक्त त्याची व्यावहारिक बाजू भयानक होती. कॉर्नफील्डची कल्पना प्रत्यक्षात उतरवण्याची वेळ आली असती तर सिमल्यात नेहरूंना भेडसावणारी भारताच्या बाल्कनीकरणाची प्रतिमा अधिक भेसूर दिसली असती.

रुडयॉर्ड किपलिंग एकदा म्हणाले होते की, नियतीने हे महाराजे निर्माण करताना एक उदात्त हेतू बाळगला असावा. त्यांच्या योगे मानवजातीसमोर डोळे दिपवून टाकणारे संगमरवरी राजवाडे, वाघ, हत्ती आणि विविध प्रकारची रत्ने यांचे एक भव्य प्रदर्शन सतत उभे राहावे. त्यांच्यापैकी काही जण अतिशय बलवान तर काही खूपच विनम्र; काही भलतेच श्रीमंत तर काही तसे गरीब! एकंदरीत ही जातच सर्वांहून वेगळी निपजली. या संस्थानिकांच्या लीला वर्णन करणाऱ्या अनेक दंतकथा प्रचलित होत्या. अलीकडे त्यांचा ऱ्हास होत चालला असूनही, त्यांच्या गुणावगुणांच्या, त्यांच्या उधळपट्टीच्या, कंजूषपणाच्या, त्यांच्या मूर्खपणाच्या व विक्षिप्तपणाच्या अनेक कहाण्यांनी लोककथांना सामग्री पुरवली होती. अद्भुतरम्य स्वप्नांची जगाला लागलेली तहान भागवली होती. आता त्यांचे दिवस भरत आले असले तरी एक

हिरे, माणिक, हत्ती, घोडे! वाघही तितुके, खडे राजवाडे...! । ९५

गोष्ट सत्य होती की, या भारतीय राजेरजवाड्यांच्या विलयामुळे जग शून्यवत भासणार होते.

अर्थात या सहजरम्य दंतकथांचा उगम फार थोड्याच राजांच्या 'कर्तृत्वात' आढळत होता, म्हणा. आपल्या या भलत्याच तऱ्हेवाईक कल्पनांना आकार देण्याइतकी संपत्ती, समय आणि सवड ज्यांच्यापाशी होती असे फार थोडे राजे हिंदुस्थानात होते. एखाद्या गोष्टींचा अतोनात हव्यास धरून मोठ्या चिकाटीने ती पुरी करण्यात त्यांचा हात कोणी धरत नसे. अशा गोष्टी म्हणजे शिकार, मोटारी, क्रीडा, त्यांची निवासस्थाने, त्यांचा जनानखाना वगैरे! या सर्वांहून त्यांना प्रिय असणारी त्यांची हिरे-माणके!

आता एकेकाची ख्याती पाहा. बडोद्याचे महाराज सोने व हिऱ्यांची जवळजवळ पूजाच करत. त्यांचा दरबारी पोशाख सुवर्णाच्या धाग्यांनी विणला होता. त्याचे विणकाम संस्थानातील एकाच विशिष्ट कुटुंबावर सोपवले होते. त्या कारागीरांनी त्यासाठी आपल्या नखांची लांबी भरमसाठ वाढवून ती एखाद्या कंगव्याप्रमाणे कातरून घेतली होती- त्यातील खाचांमुळे त्यांना सुवर्णधागे नीट विणता यावेत म्हणून. त्यांच्या संग्रहात जगातील सातव्या क्रमांकाचा स्टार ऑफ दि साऊथ हा हिरा होता. तसेच सम्राट नेपोलियनने आपली प्रेयसी युजीन हिला बहाल केलेला एक हिराही होता. त्यांच्या खजिन्यातील आणखी एक मौल्यवान वस्तू म्हणजे माणके व पाचू यांची वेलबुट्टी काढलेले पडदे.

भरतपूरचे महाराज त्यांच्याहून वरच्या पट्टीतले. त्यांना आवड होती हस्तिदंती कलाकुसरीची. प्रत्येक वस्तू तयार होण्यासाठी एका संपूर्ण कुटुंबाचे कष्ट कारणी लागलेले. कपूरथळ्याच्या शीख संस्थानिकाच्या मंदिरात तीन हजार हिरे व मोती यांच्या संगतीत जगातील सर्वात मोठा पुष्कराज दिमाखाने तळपत असे. जयपूरच्या महाराजांचा प्रचंड रत्नसागर राजस्थानातील एका टेकडीवर पुरलेला होता. त्याच्या रक्षणासाठी एक कडवी लढाऊ रजपूत फौज पिढ्यानपिढ्या तेच काम करत होती. त्या राजवंशातील प्रत्येक महाराजाने आयुष्यात फक्त एकदाच त्या ठिकाणी जाऊन आपल्या कारकिर्दीस शोभा आणणारे जवाहीर निवडून घ्यायचे अशी प्रथा होती. त्या संग्रहातील एक अदभुत दागिना म्हणजे कबुतराच्या अंड्याच्या आकाराच्या माणकांचा व तीन गरगरीत पाचूचे खडे असलेला तीन पदरी कंठा. त्यातील सर्वांत मोठ्या पाचूच्या खड्याचे वजन नव्वद कॅरेटहून जास्त होते. पतियाळाच्या शीख महाराजांच्या संग्रहातील एका मोत्याच्या हाराचा लॉईडस् कंपनीने दहा लाख डॉलर्सचा विमा उतरवला होता. पण त्याहीपेक्षा आणखी एक विस्मयकारक वस्तू त्यात होती. एकापेक्षा एक सरस अशा एक हजार एक निळ्या, पांढऱ्या तेजस्वी हिऱ्यांनी मढवलेले एक चिलखत. गेल्या शतकाच्या अखेरपर्यंत पतियाळा संस्थानात एका मनोरंजक रूढीचे निष्ठापूर्वक पालन होत असे. वर्षांतील एक दिवस केवळ त्यासाठी

खास राखून ठेवलेला असायचा. त्या दिवशी पतियाळाचे महाराज त्यांच्या संग्रहातील ते विशिष्ट चिलखत छातीवर लटकवून संपूर्ण नग्नावस्थेत आपल्या प्रजाननांना दर्शन द्यायचे. महाराजांची ती मिरवणूक हान्स अँडरसनच्या परीकथेतील विवस्त्र राजाची आठवण करून द्यायची. तशा अवस्थेत आपल्यासमोरून चालत निघालेल्या महाराजांना पाहून त्यांचे श्रद्धावान प्रजाजन हर्षोत्फुल्ल होऊन टाळ्या वाजवायचे व त्यांच्या उन्नत अशा जननेन्द्रियाच्या दर्शनाने स्वतःला धन्य मानायचे. लोकांची एक समजूत होती की, महाराजांच्या लिंगात भगवान शंकराच्या लिंगाची शक्ती आहे. त्यांच्यातून उत्सर्जित होणारी तेजोमय शक्ती आपल्या राज्यातील अस्मानी संकटाला पळवून लावते अशी त्यांची श्रद्धा होती.

एकेकाळच्या म्हैसूरच्या महाराजांना कोण्या एका चिनी साधूने एक मंत्र दिला होता लैंगिक शक्ती वाढवण्याचा. हिऱ्यांच्या चूर्णाचा उपयोग करून ती साध्य करायची. मग काय विचारता! महाराजांच्या आज्ञेनुसार खजिन्यातील शेकडो हिऱ्यांचे दळण घातले गेले. उरल्यासुरल्या हिरेमाणकांचा हत्ती सजवण्यासाठी वापर झाला. कारण त्या सजवलेल्या हत्तीवरूनच ज्यांच्यावर त्या मंत्राचा प्रयोग व्हायचा त्या नाटकशाळांची मिरवणूक निघायची.

बडोद्याच्या महाराजांकडे असाच एक लाडका हत्ती होता, जवळजवळ शंभरी गाठलेला. त्याच्यावर लादायचे सर्व साहित्य सुवर्णखचित होते. हौदा, साखळ्या, पाठीवरील तख्त-सगळे सोन्याचे. त्याच्या कानापासून खाली लोंबणारी एकेक साखळीच पंचवीस हजार पौंडाची, अशा एकंदर वीस. इतक्या का म्हणाल? तर त्या हत्तीने आपल्या प्रचंड सुळ्यांनी वीस प्रतिस्पर्ध्यांना लोळवले होते. त्या प्रत्येक झुंजीची स्मृतिचिन्ह होती ती एकेक साखळी. संस्थानिकांच्या जीवनात हत्ती या प्राण्याला भलताच मान. हत्तीवरून मिरवायची प्रत्येकाला हौस. हिंदूंच्या पुराणकथांत हत्ती म्हणजे सारे विश्व तोलून धरणारे स्तंभच. म्हैसूरचे महाराज दरवर्षी आपल्याजवळच्या कळपातील बलिष्ठ अशा नरासमोर साष्टांग नमस्कार घालून त्याची विधिपूर्वक पूजा करत. सजवलेल्या अंबारीतून मिरवणूक काढून राजधानीच्या हमरस्त्यावरून देवदर्शनाला जायची एक प्रथाच पडलेली. म्हैसूरच्या दसरा मिरवणुकीची ख्याती साऱ्या भारतात मोठी. हत्तींची झुंज लावण्याचा बडा शौक होता बडोदेकरांना. एक दुसऱ्याला ठार मारेपर्यंत चालायची अशी झुंज. पूर्व भागातील एक संस्थानिक-धनकनालचे राजे-याच पंथातील. हजारो पाहुण्यांसमोर ते प्रात्यक्षिक व्हायचे. मात्र त्यात बडोदेकरांपेक्षा निकड थोडी कमी असल्यामुळे रक्तपातही कमी असायचा. शिवाय, त्या झुंजीचा मोहरा न्यारा. म्हणजे काय म्हणाल? तर ती झुंज दोन मारक्या हत्तींची नसून दोन प्रणयरत हत्तींची रतिक्रीडा करत असतानाची प्रणयी कृती असे. आहे की नाही और?

ग्वाल्हेरच्या एका महाराजांच्या मनात एकदा आले की आपल्या राजवाड्यात

इंग्लंडच्या बकिंगहॅम पॅलेससारखी झुंबरे लटकवायची. त्यांच्यापेक्षाही वरच्या तोडीची. निघाले महाराज व्हेनिसला. दिली ऑर्डर त्यासाठी. ऑर्डर दिल्यानंतर लक्षात आले कोणाच्यातरी, 'महाराज आपल्या राजवाड्याच्या छताला पेलेल का त्याचे वजन?' शंका निघाल्याबरोबर ती दूर झाली पाहिजेच. महाराजांनी हुकूम सोडला- 'हत्तीखान्यात जाऊन सर्वांत दांडगा हत्ती घेऊन या. त्याला क्रेन लावा आणि टांगा छताला!' लगेच तजवीज झाली. अगोदर एक खास क्रेन तयार करावी लागली. हत्ती टांगून बघितला. छत शाबूत. 'आणवून घ्या नवे झुंबर!' महाराजांनी आदेश दिला.

मोटारगाड्या आल्या आणि हत्ती मागे पडले. आता त्यांचा उपयोग समारंभापुरताच उरला. भारतात मोटारीची आयात आपल्यासाठी करणारे पहिले संस्थानिक पतियाळाचे महाराज. १८९२ मध्ये त्यांनी फ्रेंच बनावटीची द दियॉन बुटान गाडी आपल्या गॅरेजला लावली. भावी पिढ्यांना तिची अपूर्वाई लक्षात यावी म्हणून तिच्या लायसेन्स प्लेटवर आकडा होता - शून्याचा. हैद्राबादच्या निजामांची रीत आगळीच. स्वत:च्या पदराला चाट न लावता गाडी यावी राजवाड्यात. एखाद्या वैशिष्ट्यपूर्ण मोटारीवर त्यांची नजर पडली की त्या मोटारीच्या मालकाला गेलाच निरोप- निजामसाहेबांना देणगी म्हणून तिचा स्वीकार करणे आवडेल. मग काय, गाड्याच गाड्या साठल्या त्यांच्या गॅरेजमध्ये. १९४७ च्या सुमारास अशा न वापरलेल्या कित्येक गाड्या निजामाच्या गॅरेजमध्ये पडून होत्या.

भारताच्या संस्थानिकांना सर्वात प्रिय असणारी मोटार म्हणजे रोल्सराईस. त्या कंपनीच्या कारखान्यात तयार झालेल्या विविध बनावटीच्या, नमुन्याच्या गाड्या त्यांनी आयात केल्या. पतियाळाच्या महाराजांजवळ सत्तावीस मोठ्या रोल्सराईस मोटारी होत्या. भारतात कोठेही न आढळणारा गाडीचा नमुना भरतपूरच्या महाराजांपाशी होता- चांदीच्या पत्र्यांनी मढवलेली रोल्स. त्या गाडीच्या चांदीच्या फ्रेममधून गूढ, कामुक भावना उत्तेजित करणाऱ्या लाटा उठतात अशीही एक अफवा उठली होती. त्या काळी आपल्या एखाद्या संस्थानिक मित्राच्या लग्नात महाराजांनी ही मोटार तात्पुरती उसनी देणे म्हणजे औदार्याची कमाल असे मानण्यात येई. खास शिकारीसाठी एक वेगळी रोल्स त्यांच्या वापरात होती. सन १९२१ मध्ये एके दिवशी त्यांनी प्रिन्स ऑफ वेल्स व त्याचे युवा संरक्षक लॉर्ड लुई माऊन्टबॅटन यांना त्या गाडीत घालून काळविटाच्या शिकारीला नेले. त्या रात्री भारताच्या भावी व्हाईसरॉयनी आपल्या दैनंदिनीत नोंद केली : 'महाराजांची ती मोटार उघड्या मैदानातून, खड्ड्यांतून, दगड-धोंड्यातून धक्के देत, हिंदकळत, आदळत, समुद्रातून चाललेल्या एखाद्या बोटीप्रमाणे गेली.' अलवारच्या महाराजांच्या तऱ्हेवाईक मागणीनुसार खास बनवलेली लॅंकेस्टर धर्तीची गाडी अख्ख्या हिंदुस्थानात असाधारण मानावी लागली. आतून-बाहेरून सोन्याच्या पत्र्याने मढवलेली. गाडीचे स्टिअरिंग कोरीव काम केलेल्या

हस्तिदंताचे. चालकाचे आसन सुवर्णांच्या जरीचे कलाबुती असलेले. मोटारीचा सांगाडा म्हणजे इंग्लंडचा बादशहा राज्यारोहणासमयी वापरात असलेल्या खास रथाची हुबेहुब प्रतिकृतीच. तसला तो अवजड सांगाडा कोणत्या तरी यांत्रिक खुबीच्या साहाय्याने ताशी सत्तर मैल वेगाने धावायचा.

या राजेलोकांच्या व्यक्तिगत लहरबाजीला सीमाच नव्हत्या. ग्वाल्हेर संस्थानचा कारभार तसा आदर्शच. पण त्याच्या राजाला एक वेगळेच वेड- विजेवर चालणाऱ्या आगगाडयांचे. एखाद्या सणासुदीला खेळण्याचा हट्ट धरून बसलेल्या मुलाप्रमाणे महाराजांना तसल्या गाड्यांचा नाद होता. त्यांच्या प्रासादातील भोजनाच्या दालनात अडीचशे फूट लांबीचे अस्सल चांदीचे रूळ एका प्रचंड लोखंडी टेबलावर टाकले होते. राजवाड्याच्या भिंतीतून खास बोगदे खणले होते. त्या रेल्वेचा मार्ग तेथून निघून थेट शाही मुदपाकखान्यात पोहोचला होता. मेजवानीच्या प्रसंगी महाराजांचे निमंत्रित पाहुणे त्या टेबलाभोवती जेवणाच्या तयारीने बसत. महाराजांच्या आसनाजवळ आगगाडीचा वेग, दिशा, स्विचेस व धोक्याचा इशारा देणारी यंत्रे असत. वेगवेगळ्या कळा दाबून महाराज पाहुण्यांच्या पुढ्यात अन्न पोचवत. एखादा पदार्थ कमी पडतोय असे वाटायचा अवकाश, की धावलीच जलद गाडी. क्वचित प्रसंगी महाराजांची लहर फिरली की पाहुण्याला हवा असलेला पदार्थ त्यांच्या हाताला लागण्यापूर्वीच गाडी त्याच्या पुढ्यातून भरधाव निघून जाई.

एका रात्री नामदार व्हाईसरॉयसाहेबांसाठी जंगी खाना आयोजित केला होता. नेमक्या त्याच वेळी महाराजांच्या नियंत्रण व्यवस्थेत बिघाड झाला आणि अशी त्रेधातिरपीट उडाली म्हणता! अन्नपदार्थ घेऊन जाणाऱ्या गाड्या दिवाणखान्याच्या या कडेपासून त्या कडेला बेफाम धावायला लागल्या. महाराजांच्या पाहुण्यांच्या अंगावर रस्सा, भाजलेले मांस, वाटाण्याच्या पुऱ्या यांचा यथेच्छ शिडकावा होऊ लागला. त्या रेल्वेच्या इतिहासात अशा तऱ्हेच्या दुर्घटनेला तोडच सापडली नसावी. महाराज बिचारे आ वासून पाहात राहिले तो चमत्कार!

मुंबईजवळच्या जुनागडच्या नबाबाचे वैशिष्ट्यपूर्ण वेड म्हणजे त्यांनी बाळगलेली कुत्र्यांची कुळे! त्यांच्या त्या पिल्लावळीला राहाण्याची सोय इतकी झकास होती की बस्स! सगळ्या सुखसोयी त्यांच्या सेवेस हजर. टेलिफोन, वीज, नोकरचाकर, सर्व प्रकारचा आराम देणारी उपकरणे वगैरे सर्व गोष्टी तेथे आढळत होत्या. त्यांच्या मूठभर प्रजेला त्या मानाने कसलेच सुख नव्हते. जिवंतपणी असा असाधारण ऐशआराम उपभोगणाऱ्या त्या श्वानांच्या परलोकगमनाची व्यवस्थाही तेवढयाच इतमामाने व्हायची. शॉपिनच्या अभिजात पाश्चात्य संगीताच्या सुरांवर त्यांना त्यांच्या संगमरवरी कबरीकडे पोहोचवण्याची व्यवस्था असे.

त्यांची एक अतिशय आवडती कुत्री होती, रोशन या नावाची. तिची शादी मुक्रर

हिरे, माणिक, हत्ती, घोडे! वाघही तितुके, खडे राजवाडे...! । ९९

केली त्यांनी बॉबी नावाच्या एका लॅब्रेडॉर जातीच्या कुत्र्याशी! विवाहाचा सोहळा इतका भव्य आयोजित केला गेला की वाहव्वा! अगदी व्हाईसरॉयसकट प्रत्येक संस्थानिकाला, ख्यातनाम व्यक्तींना निमंत्रण-पत्रिका गेल्या. व्हाईसरॉयचा नकार आल्यामुळे नबाबजादा चांगलेच चिडले. तरीदेखील वरातीच्या दुतर्फा दीड लाख लोकांनी गर्दी केली. वरातीच्या आघाडीवर नबाबाचे अंगरक्षक, शाही हत्ती मोठ्या थाटात मिरवत चालले होते. त्यानंतर नवविवाहित दांपत्यांच्या सन्मानार्थ बडा खानाही झाला. त्यांच्यासाठी एक सुशोभित खोलीही नटूनथटून तयार ठेवली होती - सुहागरातीसाठी सजवलेली. या सगळ्या समारंभाचा खर्च बारा लाख रुपयांच्या घरात गेला. तेवढ्या पैशात नबाबाच्या सहा लाख वीस हजार दरिद्री प्रजाजनांपैकी किमान बारा हजार लोकांचा एक वर्षाचा उदरनिर्वाह होऊ शकला नसता काय?

आकार व खर्च यांच्या तुलनेत ताजमहालासही मागे टाकणारे या संस्थानिकांचे प्रासाद म्हणजे एक प्रकारची स्मारकेच म्हणानात. अर्थात त्या जगप्रसिद्ध 'ताज' ची सर त्याना नक्कीच नाही. म्हैसूरच्या महाराजांचा सहाशे दालनांचा राजवाडा खुद्द व्हाईसरॉय निवासापेक्षा मोठा होता विस्ताराने. त्यातील वीस खोल्या निव्वळ शिकार करून भुसा भरलेले वाघ, चित्ते, हत्ती, गवे यांच्यासाठी राखून ठेवलेल्या. महाराजांच्या तीन पिढ्यांची कमाई साठवलेली होती त्या खोल्यांतून! रात्रीच्या वेळी छत आणि खिडक्या यांच्यावर टांगलेल्या विजेच्या झगझगत्या दिव्यांच्या माळांमुळे तो राजवाडा जणू सागराच्या मध्यावर असणाऱ्या समारंभासाठी सुशोभित केलेल्या अवाढव्य जहाजाप्रमाणे दिसायचा. जयपूरच्या महाराजांच्या संगमरवरी 'हवामहल' राजवाड्याच्या एका बाजूस नुसत्या हाताने कोरलेल्या चौकटीच्या नऊशे त्रेपन्न खिडक्या होत्या. तळपणाऱ्या तलावाच्या काठावरचा उदेपूरच्या महाराजांचा महाल एखाद्या पिशाच्चासारखा उठून दिसत असे. कपूरथळ्याच्या महाराजांना फ्रान्समधील व्हर्सायच्या राजवाड्याला भेट देण्याचा प्रसंग आला. त्या प्रासादाच्या दर्शनाने महाराज इतके प्रभावित झाले की आपण स्वत: सम्राट चौदाव्या लुईचेच अवतार आहोत असे त्यांच्या मनाने घेतले. ताबडतोब त्यांनी आपल्या छोट्याशा राज्यात व्हर्साय राजवाड्याची प्रतिकृती रचण्याचा निर्णयही घेऊन टाकला. फ्रेंच वास्तुशास्त्रज्ञ, शिल्पकार बोलावून घेतले व हिमालयाच्या पायथ्याशी प्रासाद उभा राहिला. तेवढेच करून थांबले नाहीत ते. राजवाड्यात जिकडे तिकडे फ्रेंच धर्तीच्या शोभिवंत वस्तू मांडल्या, राजभाषा म्हणून फ्रेंच भाषेला मान्यता देऊन टाकली. आपल्या दरबारातील सर्व शीख सरदारांना फ्रेंच पद्धतीचा वेष परिधान करायला भाग पाडले. थोडक्यात कपूरथळा संस्थान फ्रान्समय करून सोडले.

या संस्थानिकांच्या राजवाड्यातील सिंहासने म्हणजे उधळपट्टी व ऐशआराम, तऱ्हेवाईकपणा व तिरकसपणा यांचे स्वैर साम्राज्यच जणू! म्हैसूरच्या महाराजांचे

सिंहासन शुद्ध सुवर्णाचे बनवलेले होते. प्रभू विष्णूच्या अंतिम सत्याच्या दिशेने केलेल्या संचाराचे प्रतीक म्हणून त्याला नऊ पायऱ्या बसवल्या होत्या. त्याही अस्सल सोन्याच्याच. ओरिसाच्या संस्थानिकांचे सिंहासन म्हणजे एक अवाढव्य पलंगच-लंडनमधील एका पुराण वस्तुविक्रेत्याकडून खरेदी केलेला. तो प्रशस्त पलंग सगळीकडे विविध रत्ने जडवलेला होता. असे कोणते वैशिष्टय होते त्यात? ते सिंहासन राणी व्हिक्टोरियाच्या विवाहप्रसंगी तयार केलेल्या पलंगाची एक हुबेहूब नक्कल होती. रामपूरच्या नबाबाचा रुबाब औरच. एखाद्या चर्चच्या आकाराच्या दालनात उभे असावे तसेच होते त्यांचे सिंहासन. त्याच्या चौथऱ्यांवर सभोवती दगडाचे पुतळे असलेले स्तंभ होते. त्या प्रत्येक स्तंभावर एकेक नग्न सुंदरी शिल्पांकित केलेली होती. त्या निर्मितीतही चौदाव्या लुईच्या कल्पकतेची साथ होतीच. सिंहासनाच्या सुवर्णांकित जरतारी उशीखाली एक फट ठेवलेली होती. दरबाराच्या कामकाजात खंड पडू न देता नबाबसाहेबांचा निसर्गविधी त्या फटीद्वारे चाले. आहे काही तोड या तिरक्या डोकेबाजीला?

या सौभाग्यशाली सद्गृहस्थांजवळ असलेला रिकामा वेळ एवढा प्रचंड होता की तो कसा घालवायचा हा एक प्रश्नच पडायचा त्या सर्वांना! करून करून करायचे काय! लुटा मौज आयुष्याची, करा चैन मनमुराद! आहेतच सुखाच्या परिसीमा गाठणारे दोन विषय गाठीला- विषयोपभोग व मृगयानंद. संस्थानिक हिंदू असो, वा मुस्लिम त्यांच्या पदरी नाटकशाळा असायच्याच. त्यात नित्यनूतन येणाऱ्या नृत्यांगना व कुणबिणी यांची रेलचेल असायचीच. राज्यातील जंगले ही केवळ त्यांचीच मिरासदारी. त्यांतील वनचरांत वाघ सर्वांचा आवडता प्राणी. संस्थानिकांच्या संहारपर्वातून जीव वाचवून राहिलेले वीस हजार वाघ १९४७ मध्येही टिकून होते. भरतपूरच्या संस्थानिकाने आपल्या वयाच्या आठव्या वर्षापासून आरंभ केला शिकारीला. पस्तिशीस पोहोचण्यापूर्वी त्यांनी मारलेल्या वाघांच्या मुंडक्यांनी राजवाड्याच्या सगळ्या भिंती खच्चून भरल्या होत्या. व्हाईसरॉय लॉर्ड हार्डिंग यांच्या सन्मानार्थ झालेल्या शिकारीत तीन तासांच्या अवधीत चार हजार चारशे ब्याऐंशी बदकांना यमसदनाची वाट धरावी लागली. ग्वाल्हेरच्या महाराजांनी आपल्या जीवितकाळात चौदाशेहून अधिक वाघांचा घास घेतला होता. वाघाची शिकार कशी करावी याचे मार्गदर्शन करणारे एक पुस्तकही त्यांनी लिहिले होते इंग्रजीत.

वर वर्णन केलेल्या दोन्ही क्षेत्रात भरपूर नाव कमावून होते शीख संस्थानिक - सर भूपिंदरसिंग. पतियाळाच्या राजवंशातील सातवे वारस. नरेंद्र मंडळाचे प्रमुख महाराज यादवेन्द्रसिंग यांचे वडील. दोन महायुद्धांच्या कालखंडात तर भूपिंदर भारतातील राजेरजवाड्यांचे एकमेव प्रतीक होते. त्यांच्याकडे बघितले की एखाद्या मोगलकालीन शिल्पाकृतीतून बाहेर पडून त्यांनी विसाव्या शतकातील या मानवी

आकृतीत कायाप्रवेश केला असावा असा भास व्हायचा. सहा फूट चार इंच उंचीचा, तीनशे पौंड वजनाचा, विषयासक्त ओठांचा, बेगुमान नजरेचा हा धिप्पाड माणूस प्रथमदर्शनीच भयानक वाटायचा. या सगळ्याच्या साथीला सुईची टोके असलेल्या काळ्याभोर मिशा आणि चापून-चोपून बसवलेली टोकदार दाढी. त्यांची वासनाशक्ती अजबच होती. आहार व शृंगार दोहोंवर सारखीच हुकमत! दिवसाकाठी किमान वीस रत्तल अन्नपदार्थ पोटात गेलेच पाहिजेत. निव्वळ चहाबरोबर एक दोन कोंबड्या फस्त झाल्याच समजा. त्यांचा आवडता खेळ म्हणजे पोलो. त्यासाठी त्यांच्या तबेल्यात जगाच्या बाजारातून खरीदलेली सर्वोत्कृष्ट अशी पाचशे तट्टे होती.

त्यांच्या दुसऱ्या प्रकारच्या वासनेविषयी सांगावे तितके कमीच. अगदी वयात आल्यापासूनच ती चटक त्यांना लागली. यथावकाश ती एवढी वाढली की, हळूहळू त्यांच्या पोलो व शिकारीच्या छंदावर तिने मात केली. अगदी वेचक, विविध अशा सौंदर्यशाली व कामशास्त्रपारंगत युवतींचा संग्रह खुद्द स्वदस्तुरांच्या चोखंदळ नजरेखाली करण्यात येऊ लागला. अखेरअखेरीस, त्यांच्या शृंगारपुरात जमलेल्या जवळजवळ साडेतीनशे नारी त्यांना हवे असणारे विविधांगी विषयसुख बहाल करू लागल्या. त्यातला हा एक मासला पाहा-

पंजाबचा उन्हाळा तसा कडकच असतो. अंगाची लाही होते अगदी. अशा एखाद्या सायंकाळी महाराजांचा हा काफिला त्यांच्या खास जलाशयाकडे निघायचा. काही निवडक भरदार वक्षस्थळाच्या तरुणी उघड्या छातीने काठावर ठरावीक अंतरावर जलदेवतांच्या आविर्भावात बसवून ठेवायच्या. बाहेरच्या हवेतील उकाड्याचा त्रास होऊ नये म्हणून जलाशयात बर्फखंड सोडलेले असायचे. अशा त्या मुद्दाम निर्माण केलेल्या सुखद गारव्यात महाराज प्रसन्नचित्ताने पाण्यावर पसरलेले. अधूनमधून काठावर यायचे, व्हिस्कीचा किंवा काठावरील सुंदरीच्या स्तनाचा एखादा घुटका घ्यायचा व पुन्हा डुंबायला लागायचे. आहे काही तोड! भूपिंदरसिंगांच्या अंत:पुरातील भिंतीवर, छतांवर, हिंदू मंदिरातील संभोगासक्त मूर्तींच्या शिल्पाकृती चित्रित केल्या होत्या. त्या प्रतिकृतींबरहुकूम करावयाच्या काही कूट कृतींचे प्रात्यक्षिक करता यावे म्हणून एका कोपऱ्यात एक प्रशस्त रेशमी झोपाळाही टांगला होता. आपल्या या अतृप्त अशा वैषयिक सुखोपभोगात सदैव नावीन्य राखण्यासाठी या कल्पक महाराजांनी एक वेगळा कार्यक्रमच आखला होता. आपल्या कल्पनांना अभिप्रेत असणारे सौंदर्य आपल्या पदरी असणाऱ्या सौंदर्यवतींच्यात साकार करण्यासाठी त्यांनी अनेक सुगंधी, जवाहिरे, केशभूषाकार, वेशभूषाकार, सौंदर्यप्रसाधक आपल्या जनानखान्यात नियुक्त केले होते, लंडनमध्ये प्रकाशित होणाऱ्या नियतकालिकांतून नव्यानव्या फॅशन्सप्रमाणे आवश्यक ते शारीरिक बदल त्यांच्यात घडवून आणण्यासाठी महाराजांनी काही फ्रेंच, ब्रिटिश व भारतीय प्लॅस्टिक सर्जन्सचा संचही तयार ठेवला

होता. त्याहूनही अजब अशी एक गोष्ट म्हणजे जनानखान्याच्या एका विभागाचे त्यांनी प्रयोगशाळेत रूपांतर करून टाकले. त्या प्रयोगशाळेत तयार झालेल्या कामोत्तेजिक रसायनांचा, अत्तरांचा, सौंदर्यप्रसाधनांचा,त्यांना खूप उपयोग व्हायचा आपल्या रतिक्रीडेसाठी.

अशी सर्व कडेकोट, काटेकोर व्यवस्था होऊनही महाराजांच्या रंगमहालात एक महत्त्वाचा कच्चा सांधा उरलाच शेवटी. अहो, निसर्गदत्त रूप व शरीरसंपदा लाभलेला हा शीख अखेर एक माणूसच होता ना! असा हा एकटा पुरुष, रतिक्रीडाशास्त्रात मुद्दामहून तयार केलेल्या, केवळ त्याच उद्देशाने भारून टाकलेल्या साडेतीनशे स्त्रियांना कोठला पुरा पडतोय! शक्य आहे का ते? अर्थात, त्यासाठी कामोत्तेजक, लैंगिक सामर्थ्याची वृद्धी करणाऱ्या औषधांचा, उपचारांचा आश्रय अपरिहार्यच ठरत होता. म्हणजे पुन्हा भारतीय धन्वंतऱ्यांचा ताफा आलाच मदतीला. सुवर्ण, रौप्य, मसाल्याचे पदार्थ, लोह, औषधी वनस्पती यांचा वापर करून खास औषधे बनविण्यात आली. शिवाय एक अतिशय जहाल गुणकारी औषधही तयार केले गेले. त्यासाठी किसलेली गाजरे आणि चिमणीचा चेचलेला भेजा वापरावा लागे. पण पुढे पुढे एक वेळ अशी येऊन ठेपली की त्यांचाही प्रभाव पडेना झाला. मग त्यांनी त्या विषयातील फ्रेंच विशेषज्ञांना पाचारण केले. त्यांनी महाराजांवर 'रेडियम थेरपी' चाही उपयोग करून पाहिला. पण व्यर्थ! पण आता महाराज उपचारापलीकडे जाऊन पोचले होते, त्याला ते काय करणार बिचारे! वस्तुस्थिती ही होती की, महाराजांतील पौरुषत्वाचा ऱ्हास हे त्याचे खरे कारण नव्हते. त्यांच्याच इतर संस्थानिक मित्रांप्रमाणे त्यांचा मूळ रोग होता त्यांच्या रतिसुखात आलेला तोचतोचपणा. किती दिवस रमणार त्याच्यात ते! शेवटी महाराज भूपिंदरसिंगांचे निधनही त्यातच झाले.

हिंदुस्थान हा धर्मभोळ्या श्रद्धावान माणसांचा देश आहे. दंतकथा व लोककथांतून आढळणाऱ्या देवादिकांचा वारसा संस्थानिकांकडे आला आपोआपच. म्हैसूरचे महाराज स्वत:ला चांद्रवंशी मानत. नवरात्र उत्सवात महाराजांना जनतेच्या नजरेत देवाचे रूप घ्यावे लागायचे. नऊ दिवस हिमालयाच्या एखाद्या गुहेत स्वत:ला कोंडून घेतलेल्या योग्याप्रमाणे महाराज राजवाड्यातील एका अंधाऱ्या दालनात बसून राहात. सर्व नित्यक्रम थांबलेल्या अवस्थेत. स्नान नाही, दाढी नाही. कोणाचा स्पर्श नाही, संसर्ग नाही. नऊ दिवस परमेश्वराचा वास त्यांच्या देहात असतो अशी समजूत. नवव्या दिवशी ते बाहेर पडत. मग आपल्या असंख्य प्रजाजनांच्या साक्षीने, ब्राह्मण भटजींच्या मंत्रघोषात महाराज स्नान, केशवपन व भोजन करीत. सूर्यास्ताच्या सुमारास एक काळकभिन्न घोडा आणत. त्यावर स्वार होऊन सभोवार पेटवलेल्या मशालींच्या प्रकाशात महाराज रेसकोर्सला फेरा मारत. लोकांच्या जयजयकारात वेढा पूर्ण होत असे.

हिरे, माणिक, हत्ती, घोडे! वाघही तितुके, खडे राजवाडे...! । १०३

उदेपूरचे महाराज स्वत:ला सूर्यवंशी समजत. त्यांची गादी हिंदुस्थानातील सर्वांत पुरातन म्हणजे दोन हजार वर्षांची होती. त्यांच्याकडेही वर्षातून एकदा असा समारंभ व्हायचा. त्यांच्या राजवाड्याभोवतीच्या, सुसरींनी भरलेल्या तलावात क्लिओपात्राकालीन नौकेसारख्या एका नौकेत बसून महाराज राजवाड्यात समारंभपूर्वक पुनर्प्रवेश करत. बनारसच्या महाराजांचा भपका त्या मानाने कमी होता. अर्थात, धर्मश्रद्धा तितकीच पुराणी. प्रात:काळी उठल्याबरोबर पवित्र गोमातेचे दर्शन घेतल्याखेरीज त्यांचा दिनक्रम सुरूच होत नसे. त्यासाठी दररोज पहाटे त्यांच्या शयनगृहाच्या खिडकीखाली एक गाय नेण्यात येत असे. तिच्या हंबरण्याने महाराजांना जाग येई. एकदा महाराजांची मजा झाली. ते रायपूरच्या नबाबांच्या भेटीसाठी तिकडे गेले होते. महाराजांचा मुक्काम राजवाड्याच्या दुसऱ्या मजल्यावर होता. नबाबांनी शक्कल लढवली. प्रत्येक दिवशी पहाटे एक गाय क्रेनला बांधून तिला दुसऱ्या मजल्यावरच्या एका खिडकीजवळ टांगून ठेवायचे. बिचारी भेदरून गेलेली ती गरीब गाय एवढा हंबरडा फोडायची की बनारसचे महाराज नव्हे, तर सारा राजवाडाच खडबडून जागा व्हायचा!

संस्थानिकांचे वागणे कसेही असो - आस्तिक वा नास्तिक, हिंदू वा मुसलमान, श्रीमंत-गरीब, तत्त्वशील- दुर्वर्तनी पण ते सारे गेली दोन शतके ब्रिटिशांच्या साम्राज्याचे खंदे आधार होते. आपल्या 'फोडा व झोडा' या नीतीचा फार मोठ्या प्रमाणात अवलंब करून ब्रिटिशांनी सगळ्यांना वचकात ठेवले होते. ब्रिटिशांशी स्वामिनिष्ठा ठेवली की आपल्या संस्थानात स्वैराचार करायला त्यांना मुभा होती. त्यामुळे खालसा मुलुखात वाहणाऱ्या क्रांतीच्या ज्वालांची धग संस्थानी मुलखास लागत नव्हती. आपल्या या निष्ठेचे प्रदर्शन करण्यासाठी अनेक संस्थानिकांनी ब्रिटिश राजकर्त्यांच्या दिमतीला आपली सैन्यपथके पाठवलेली असत. जोधपूर, ग्वाल्हेर, जयपूर, बुंदी यांसारख्या अनेकांनी युद्ध आघाडीस सक्रिय साहाय्य केले होते. या त्यांच्या सेवेच्या मोबदल्यात ब्रिटिशांनी त्यांना अनेक सन्मानदर्शक पदव्या, बिरुदावल्या, रत्नखचित पदके बहाल केलेली होती. त्याहीपेक्षा एक नवी रीत त्यांनी शोधून काढली होती - संस्थानिकांच्या दर्जानुसार त्यांच्या सन्मानार्थ मिळणाऱ्या तोफांची सलामी. पारितोषिक म्हणून तोफांची संख्या वाढवायची किंवा शासन म्हणून ती कमीही करायची पद्धत होती. हैद्राबाद, ग्वाल्हेर, काश्मीर, म्हैसूर व बडोदा या संस्थानांना एकवीस तोफांचा मान मिळत होता. त्याच्या खालोखाल एकोणीस, सतरा, पंधरा, तेरा, अकरा व नऊ या प्रमाणात इतरांचा क्रम होता. असा मान नसणाऱ्या दुर्दैवी राजांची व नबाबांची संख्या चारशे पंचवीस होती.

अर्थात, पाश्चिमात्य विद्याभूषित अशा काही जाणत्या संस्थानिकांनी प्रजाहितदक्ष कारभार केला हे सत्य आहे. काही वेळा ते आपल्या सार्वभौम सत्ताधीशांच्या दोन

पेशावरच्या पठाण टोळीवाल्यांचा प्रक्षोभ - भारतातील दंगलीवरून प्रक्षुब्ध झालेल्या १ लाख पठाण टोळीवाल्यांना माउन्टबॅटन - दांपत्य धिटाईने सामोरे गेले. वातावरण स्फोटक होते. सुदैवाने, माउन्ट बॅटनचा सैनिकी गणवेष त्यांच्या मदतीस आला. त्याच्या गर्द हिरव्या रंगाने पठाण सुखावले, त्यात त्यांना त्यांच्या धर्माचे - इस्लामचे - प्रतिबिंब पाहायला मिळाले. वेळ निभावून गेली.

-: १ :-

स्वातंत्र्यप्राप्तीची किंमत अशीही मोजावी लागली - १९४७ साली स्वातंत्र्य आले पण जातीय हिंसाचाराला बरोबर घेऊन. पंजाबचे गव्हर्नर इव्हान्स जेंकिन्स यांच्या समवेत त्या वणव्यात उद्ध्वस्त झालेल्या एका खेडेगावाची पाहणी करताना लॉर्ड व लेडी माउन्टबॅटन.

आम्ही जातो आमच्या गावा - १९४८ च्या फेब्रुवारीत ब्रिटिश सैन्याने भारतभूमीतून पाय काढला. ब्रिटिश सम्राट राजे जॉर्ज (५ वे) व त्यांच्या सम्राज्ञी राणी मेरी यांच्या भारतभेटीच्या निमित्ताने उभारलेल्या गेटवे ऑफ इंडिया या स्मारक कमानीखालून शेवटचा ब्रिटिश सैनिक गेला.

गुलाबपुष्पाचा डौल मिरवणारे पं. नेहरू - आपल्या जाकिटाच्या बटनहोलमध्ये ताजे गुलाबाचे फूल खोचल्याशिवाय पं. नेहरूंना चैनच पडत नसे. व्हाईसरॉय भवनाच्या बागेत घेतलेले त्यांचे छायाचित्र.

राज्यारोहणासाठी नटूनथटून निघालेले पतियाळाचे महाराज - शिरावर सुवर्णछत्र आणि कंठात लंडनच्या सुविख्यात लॉईड्समधून खरेदी केलेला ५ लाख पौंडांचा हिऱ्याचा हार या थाटात...

वाढदिवसाची भेट - बिकानेरच्या वृद्ध महाराजांची सुवर्णतुला होत आहे.

व्हाईसरॉय व त्यांचा लवाजमा - भारताचे शेवटचे व्हॉईसरॉय आणि त्यांच्या पत्नी; आपल्या व्हाईसरॉय - भवनातील जवळपास ५००० सेवक वर्गापैकी काहींच्या- चेम्बरलेन, आचारी, सेवई, किरकोळ कामे करणारे, वाढपी, निरोपे, व्यक्तिगत सेवक, अश्वधारी, संरक्षक आणि बागकामासाठी माळी वगैरें – समवेत.

अनपेक्षितपणे झालेली अर्थपूर्ण गफलत...! - व्हाईसरॉय लॉर्ड माउन्टबॅटन, लेडी माउन्टबॅटन व बॅ. महंमद अली जिना यांच्या हिंडता-फिरताना, गप्पा चाललेल्या असताना अचानक लेडी माउन्टबॅटन बोलत बोलत दोघांच्या मध्यभागी आल्या. ती संधी घेऊन बॅ. जिनांनी गंमत करण्याच्या हेतूने शेरा मारला- 'वा, काय छान दृश्य आहे - अलीकडे काटा, पलीकडे काटा मध्ये सुंदर गुलाबपुष्प!' बॅ. जिना बोलून गेले तसे; पण प्रत्यक्ष फोटो घेतला गेला तेव्हा ते स्वत:च नकळत माउन्टबॅटन दांपत्याच्या मध्यभागी उभे असलेले दिसले.

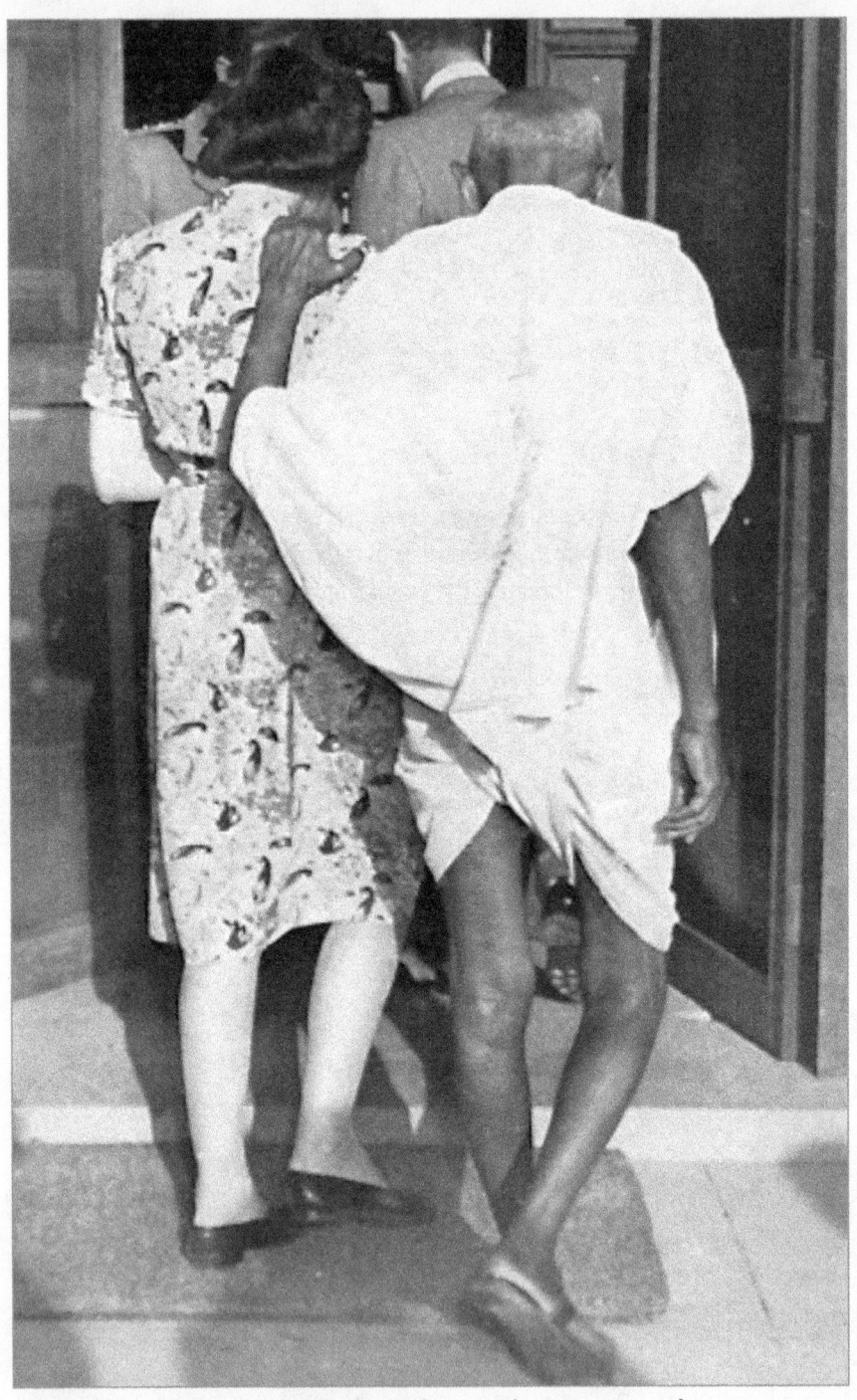

म. गांधी व लॉर्ड माउन्टबॅटन यांची पहिली भेट - व्हॉईसरॉय भवनाच्या प्रवेशद्वारातून आत पाऊल टाकताना वयोवृद्ध महात्माजींचा हात लेडी माउन्टबॅटन यांच्या खांद्यावर विसावला...

भारताच्या फाळणीस मान्यता मिळाली - ३ जून १९४७ च्या ऐतिहासिक बैठकीत भारतीय नेत्यांनी फाळणीचा प्रस्ताव स्वीकारला. लॉर्ड माउन्टबॅटन यांच्या अभ्यासिकेत जमलेले नेते व्हाईसरॉयांच्या डावीकडे मुस्लीम लीगचे प्रतिनिधित्व करणारे बॅ. जिना, लियाकत अली खान आणि अब्दुल रब निश्तर. उजवीकडे काँग्रेसचे पं. नेहरू, सरदार पटेल व आचार्य कृपलानी, शिखांचे सरदार बलदेव सिंग. व्हाईसरॉयांच्या मागे भिंतीस टेकून त्यांचे दोन प्रमुख सल्लागार : (डावीकडे) सर एरिक मेल्व्हिल आणि त्यांच्याजवळचे लॉर्ड इस्मे.

पंजाब व बंगाल यांच्या सीमांची निश्चिती - छायाचित्रात मध्यभागी बसलेले दिसतात सर सिरिल रॅडक्लिफ्, एक विख्यात ब्रिटिश न्यायाधीश. त्यांच्या नावानेच तो दस्तऐवज नोंदला गेलेला आहे 'रॅडक्लिफ अवॉर्ड!' म्हणून.

स्वतंत्र भारताच्या पंतप्रधानांचा शपथविधी - लॉर्ड माउन्टबॅटन भारताचे शेवटचे व्हॉईसरॉय होते. स्वतंत्र भारताने त्यांनाच आपले पहिले गव्हर्नर जनरल निवडून त्यांचा उचित बहुमान केला. स्वतंत्र भारताचे पहिले पंतप्रधान पं. जवाहरलाल नेहरूंना अधिकारग्रहणाची शपथ देताना घेतलेले हे छायाचित्र. मागच्या बाजूस लेडी माउन्टबॅटन ते दृश्य न्याहाळताना दिसत आहेत.

पाकिस्तान जन्मास घालताना लॉर्ड माउन्टबॅटन - पाकिस्तानची रीतसर निर्मिती करण्यासाठी शेवटचे ब्रिटिश व्हॉईसरॉय कराचीत, सैनिकांची मानवंदना स्वीकारताना...

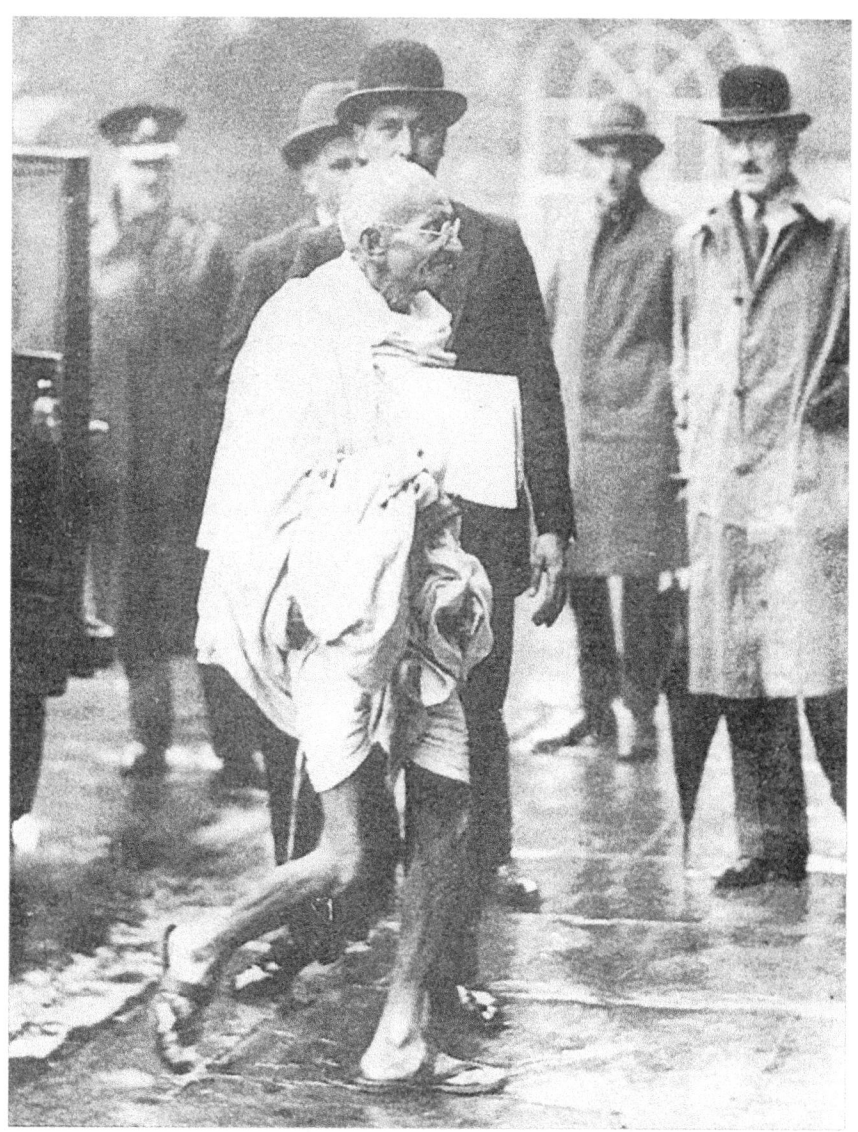

गोलमेज परिषदेसाठी भारताचा अर्धनग्न फकीर - १९३१ च्या गोलमेज परिषदेसाठी म. गांधी आपला नेहमीचा खादीचा पंचा व उपरणे परिधान करूनच गेले. तोच वेष त्यांनी ब्रिटिश सम्राटाच्या भेटीसाठी बकिंगहॅम राजवाड्यात जातानाही घातला. सम्राट ५ वे जॉर्जनी त्यांना त्याबद्दल डिवचले. त्याचा प्रतिवाद करताना म. गांधी नंतर म्हणाले,

'अहो, राजेसाहेबांनी त्याची भरपाई केलेलीच आहे. आम्हा दोघांना पुरणारे कपडे आहेतच की त्यांच्या अंगावर !...'

पाकिस्तान निर्मितीचा प्रथमोच्चार - १९३१ मध्ये लंडनमधील हॉटेलात पुढ्यातील भोजन पदार्थांवर ताव मारणाऱ्या मंडळींनी प्रथमच पाकिस्तानची कल्पना विचारात घेतली. त्या मेजवानीचे छायाचित्र. (बॅ. जिना तेथे हजर होते. फोटोत उजवीकडून तिसरे)

बॅ. महंमद अली जिना, पाकिस्तानचे संस्थापक - १४ ऑगस्ट १९४७ रोजी कराचीहून मायदेशी परतणाऱ्या बिटिश सैनिकांची मानवंदना स्वीकारताना.

सायंप्रार्थनेसाठी निघालेले म. गांधी -
३० जानेवारी १९४८ रोजी सायंकाळी
म. गांधींची हत्या झाली. त्या वेळीही ते
अशाच एका सायंप्रार्थनेला चालले
असताना. ज्यांचा उल्लेख ते थट्टेने
'फिरण्याच्या काठ्या' म्हणून करत त्या
आपल्या लाडक्या पतवंडांबरोबर -आभा व
मनू - महात्माजी !

गांधी वधाच्या कटातील आरोपी - म. गांधी खून खटल्यातील आरोपींचे छायाचित्र. पहिली ओळ :
बसलेले (डावीकडून) नारायण आपटे (३४) फाशी, वीर सावरकर (६५) - बंधमुक्त, नथूराम गोडसे
(३९) फाशी, विष्णू करकरे (३४) जन्मठेप, जवळ उभा दिगंबर बडगे (३७) माफीचा साक्षीदार
बंधमुक्त... मागील ओळ : उभे - (डावीकडून) शंकर किस्तया (बडगेचा नोकर) - बंधमुक्त,
गोपाळ गोडसे (२९) जन्मठेप, मदनलाल पाहवा (२०) - जन्मठेप.

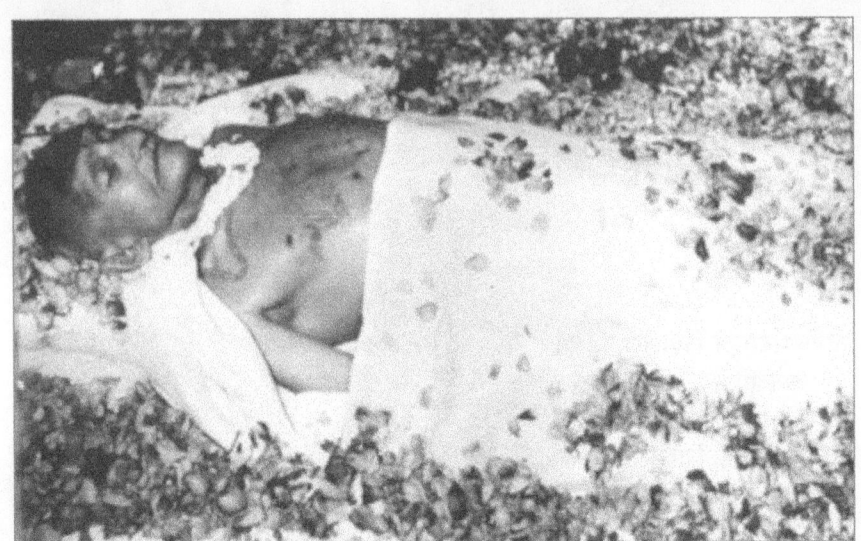

म. गांधी अमर रहे ! - मोहनदास करमचंद तथा महात्मा गांधी!
राष्ट्रपिता म. गांधी. मारेकऱ्याच्या गोळ्यांना सामोरी गेलेली त्यांची निधडी छाती आणि अखेरची झोप
घेणारी शांत मुद्रा !

अखेरचा हा तुला दंडवत... - एका अर्धनग्न फकिराला कोट्यवधींनी आपला अनभिषिक्त सम्राट
मानले. त्यांच्या अंत्यविधीसाठी देश-विदेशांतून माणसे राजघाटावर आली. त्यांत राष्ट्रप्रमुख,
पंतप्रधान, मुत्सद्दी, विचारवंत आणि लक्षावधी स्त्री-पुरुष आदींचा समावेश होता. फोटोत दिसतात
लॉर्ड व लेडी माउन्टबॅटन, कन्या पामेला, मौलाना आझाद, दलाई लामा वगैरे.

पावले पुढे गेल्याचेही दिसते. त्यात आघाडीवर असलेल्यांपैकी बडोदा, बिकानेर, भोपाळ, म्हैसूर ही काही नावे. बडोद्यात अस्पृश्योद्धार, बिकानेरमध्ये सामान्यांना मुक्त सरोवरसंचार, भोपाळात स्त्री-स्वातंत्र्य व समानता, म्हैसुरात विज्ञान-संशोधन, जलविद्युतप्रकल्प, जयपुरात जगातील सर्वोत्तम वेधशाळा. या गोष्टींचा प्रामुख्याने उल्लेख व्हावा. दुसऱ्या महायुद्धानंतर गादीवर आलेल्या, नव्या बदलांची जाण असलेल्या तरुण संस्थानिकांनी आपल्या पूर्वजांच्या दुष्कृत्यांना हद्दपार करून टाकले. पतियाळाच्या आठव्या महाराजांनी आपल्या पिताजींचा रंगमहाल, त्यांचा जनानखाना ताबडतोब कडीकुलपात बंदिस्त केला. ग्वाल्हेरच्या महाराजांनी एका सनदी नोकराच्या बुद्धिमान कन्येशी विवाह करून नवी प्रथा पाडली. मात्र, त्यांच्या वाडवडलांची 'पुण्याई' इतकी जबरदस्त होती की या उमद्या, उदारमतवादी राजाचे विलोभनीय व अनुकरणीय कर्तृत्व तिच्याखाली सहज झाकले जावे.

अशा या सुप्रसिद्ध संस्थानिकांची बाजू मांडण्याचे काम नरेन्द्रमंडळाने सर कॉन्रॅड कॉर्नफील्ड यांच्यावर सोपविले होते. हिंदुस्थानातील पहिल्या क्रमांकाच्या दोन संस्थानांच्या संदर्भात त्या वकिलीला खास अर्थ होता. दोन्हींचा विस्तार लक्षणीय होता. दोहोंच्या हद्दींना भारतभूमीचा वेढा पडला होता. दोघांच्याही राज्यात एक समान वस्तुस्थिती होती. त्यांचे स्वत:चे धर्म त्यांच्या बहुसंख्य प्रजाजनांच्या धर्माशी विसंगत होते. शिवाय, दोघांनीही एकच एक स्वप्न उराशी बाळगले होते - स्वतंत्र, सार्वभौम राज्याचे...!

हिंदुस्थानात सर्वांत विलक्षण व विक्षिप्त संस्थानिक होता हैद्राबादचा सातवा निजाम. रुस्तुम-ई-दौरान, अरस्तु-ए-जमाल, वलमा मलीक, असिफ झा, नबाब मीर उस्मान, अलिखाँ बहादूरू मुझफ्फर-उल्-मुदकनिजाम-अल् मूद, सिपहसालार फत्तेह जंग, हिज एक्झाल्टेड हायनेस - ब्रिटिशांचा एकनिष्ठ सेवक! एक धर्मश्रद्ध व विद्वान मुसलमान. दोन कोट हिंदू व तीस लक्ष मुसलमान प्रजाजनांचा राजा. त्याच्या मुलुखातील सर्व सत्तास्थाने मुसलमानधर्मीयांच्या हातात होती. नव्वद पौंड वजनाचा, पाच फूट तीन इंच उंचीचा एक काटकुळा म्हातारा. पान खाण्याचा शौक करणारा, किडलेल्या रंगीत दातांचा. कोणीतरी दरबारी मानकरी आपल्याला अन्नातून विष घालून मारणार या संशयाने ग्रस्त व व्यथित असलेला निजाम आपले खाद्यपदार्थ चाखून पाहायला आपल्याबरोबर सतत एक माणूस बाळगत असे. त्याचे अन्नही ठरलेले-मलई, मिठाई, फळे, पानसुपारी आणि वाटीभर अफू. पहिल्या महायुद्धाचे वेळी त्याने दिलेल्या पन्नास कोटींच्या युद्धफंड देणगीवर खूश होऊन ब्रिटिशांनी केवळ त्याला एकट्यालाच हिज एक्झाल्टेड हायनेस हे बिरुद बहाल केले होते. सन १९४७ मध्ये हैद्राबादचा निजाम जगातील सर्वांत धनाढ्य व्यक्ती म्हणून गणला जात होता. त्याच्या संपत्ती एकत्रित करण्याच्या, धनलोभाच्या कथा अनेक

हिरे, माणिक, हत्ती, घोडे! वाघही तितुके, खडे राजवाडे...! । १०५

आहेत. एक अतिकंजूस आदमी म्हणून सर्व जगाला त्याचा परिचय होता.

त्याचे कपडे अतिशय हलक्या सुती कापडाचे असायचे. अंगात साधा अंगरखा, सुती पायजमा. पायांत कसल्यातरी चपला. सगळी खरेदी स्थानिक बाजारातून जास्त किंमत न देता केलेली. गेली पस्तीस वर्षे तो एकच मळकी, विटकी फेजटोपी घालत असे. वास्तविक शंभर लोकांना पुरतील अशी जेवणाची भांडी असूनही स्वत: निजाम मात्र एका टिनच्या ताटात जेवण घ्यायचा- आणि ते देखील झोपण्याच्या खोलीत, एका चटईवर मांडी घालून. एकदा एका शाही भोजनसमारंभाच्या वेळी त्याला शॅम्पेनची एक बाटली बाहेर काढणे परिस्थितीने भाग पाडले. मोठ्या नाखुशीने टेबलावर ठेवलेली ती बाटली तीन-चार जणातच वाटली जाईल याची दक्षता काळजीपूर्वक घेतली गृहस्थाने. त्याच्या चिक्कूपणाची आणखी एक गोष्ट सांगतात. आपल्या पाहुण्यांनी ओढून टाकलेली सिगारेटची थोटके ओढायची त्याला सवय होती. १९४४ मध्ये लॉर्ड वेव्हेल व्हाईसरॉय या नात्याने हैद्राबादच्या दौऱ्यावर गेले होते. युद्धकालात काटकसर करण्याच्या मिषाने, त्या वेळी निजामसाहेबांनी त्यांना शॅम्पेन दिलीच पाहिजे काय अशी चौकशी करून ठेवली होती. दर आठवड्याला आपली रविवारची प्रार्थना आटोपून हैद्राबादचा रेसिडेंटसाहेब निजामसाहेबाच्या भेटीला जात असे. त्या वेळी एक हुजऱ्या तबकात चहाचा एकच कप, एकच बिस्किट आणि जोडीला निजाम व त्याच्या पाहुण्यासाठी एकच सिगारेट घेऊन हजर राहायचा. एका रविवारी, रेसिडेंटसाहेबांनी आपल्याबरोबर आणखी एक प्रसिद्ध पाहुणा अनाहूतपणे बरोबर नेला. निजामसाहेब नोकराच्या कानात कुजबुजले. नोकर आत गेला व त्याने तसेच एक तबक आणून पाहुण्यांच्या पुढ्यात ठेवले!

बऱ्याच संस्थानांत वर्षातून एकदा दरबारी लोक राजाला एक सोन्याचे नाणे प्रतीकात्मकरीत्या भेट देत असत. प्रथा अशी होती की, त्या नाण्याला राजाने नुसता हात लावायचा व ते त्याच मालकाला परत करायचे. निजामसाहेबांची पद्धत मात्र न्यारीच. ते नाणे ताबडतोब हिसकावून घ्यायचे व त्यासाठी सिंहासनाजवळ ठेवलेल्या एका कागदाच्या पिशवीत टाकायचे. एकदा नाणे चुकून पिशवीबाहेर घरंगळत गेले. लागलीच निजामसाहेबांनी हातपाय टेकून त्याचा शोध घेण्यास सुरुवातही केली. पाठोपाठ मालकालाही धावाधाव करायला लावली.

या सगळ्या कथांत अतिशयोक्तीचा भाग मुळीच नाही हं! एकदा निजामांचे डॉक्टर मुंबईहून त्यांची प्रकृती तपासायला हैद्राबादला आले. येताना त्यांनी आपल्या बरोबर इलेक्ट्रोकार्डियोग्रॅम काढण्याचे यंत्र घेतले होते. पण यंत्र काम देईना. अखेर डॉक्टरांना शोध लागला. विजेचे बिल वाढेल म्हणून निजामसाहेबांनी राजवाड्यातील विजेचा प्रवाहच बंद करून ठेवला होता. मग कसे चालणार ते यंत्र?

निजामांचे शयनगृह म्हणजे एखाद्या झोपडपट्टीतील झोपडीच. एक मोडका

पलंग, एक टेबल, जेवणाच्या वेळी वापरायच्या तीन खुर्च्या, भरून वाहणारी रक्षापात्रे आणि कचऱ्याच्या टोपल्या. वर्षातून एकदा-निजामाच्या वाढदिवसादिवशी - ती रिकामी करायची पद्धत होती. त्यांच्या कार्यालयातील छताला चिक्कार कोळिष्टके लागलेली असत. जिकडे तिकडे धूळ खात पडलेल्या फायलीही दिसायच्या.

एवढे असूनही त्या राजवाड्याच्या एका कोपऱ्यात मोजता येण्यापलीकडची संपत्ती पडून होती. निजामाच्या डेस्कच्या एका खणात, एका जुन्या वृत्तपत्राच्या कागदात गुंडाळलेला, लिंबाच्या आकाराचा 'जेकब' हिरा होता. त्या हिऱ्याचे वजन दोनशे आठ कॅरेट होते. निजाम त्या हिऱ्याचा उपयोग पेपरवेट म्हणून करी. राजवाड्याबाहेरच्या अस्ताव्यस्त बागांतून एक डझनभर ट्रक चिखलात बुडालेल्या अवस्थेत उभे होते - आतल्या वस्तूंच्या वजनाने रुतून राहिलेले. त्या सगळ्यांमध्ये साक्षात सुवर्णाच्या चिपा साठवल्या होत्या. निजामाच्या जवाहिराचा संग्रहही अवाढव्य होता. त्यातले मोती जरी पसरून ठेवायचे ठरले तर लंडनच्या पिकॅडली सर्कलचे सर्व फूटपाथ पुरायचे नाहीत. अशी ही रत्ने- मोती, पाचू, माणिके, हिरे - एखादा कोळशाचा ढीग रचून ठेवावा तशी पडली होती. तळघराच्या जमिनीवर, जुन्या कागदांच्या कपट्यांत बांधून ठेवलेल्या पैशांची मोजदाद जवळजवळ चार कोटी रुपये होती. राजवाड्याच्या तळघरात धूळ खात पडलेल्या त्या नाण्यांवर आपले दात घासून घेण्याचे काम तेथील उंदरांकडून पार पाडण्यात येत असे. त्या अफाट संपत्तीवरचे नकारात्मक व्याजच वसूल करायचा तो एक प्रकार होता म्हणा हवे तर!

आपले स्वातंत्र्य अबाधित राखण्यासाठी आवश्यक असलेले सैन्य, युद्धसाहित्य, तोफखाना, वायुदल निजामाजवळ होते. नव्हत्या फक्त दोनच गोष्टी - एक बंदर व दुसरा जनतेचा पाठिंबा. त्याच्या बहुसंख्य हिंदू प्रजेला संस्थानातील अल्पसंख्य मुसलमान आपल्यावर सत्ता गाजवतात याचा राग होता. मात्र, संस्थानच्या भवितव्याविषयी त्यांना कसलीच कल्पना नव्हती.

जून १९४७ च्या सुमारास भारत सोडण्याचा ब्रिटनचा निर्णय सर कॉर्नफील्डकडून ऐकताच बसलेल्या खुर्चीवरून उडी मारत निजामसाहेब म्हणाले होते,

'म्हणजे, अखेर मी स्वतंत्र होणार तर!'

भारताच्या दुसऱ्या टोकाचा एक असाच प्रबळ राजा या पद्धतीचीच आकांक्षा बाळगून होता. काश्मीरच्या मोहमयी निसर्गरम्य खोऱ्यावर, जगाच्या नंदनवनावर स्वामित्व सांगणारा काश्मीरचा महाराजा हरिसिंग धर्माने हिंदू होता. त्याची उपजात उच्चकुलीन ब्राह्मणाची होती. चाळीस लाख मुसलमानांच्या प्रजेवर अधिराज्य गाजवणारा तो माणूस स्वतःला तसा शहाणा मानत होता. हिमालयाच्या उत्तुंग शिखरांच्या साक्षीने त्या ठिकाणी पाकिस्तान, चीन व अफगाणिस्तान यांच्या सीमा भिडणार

होत्या. जगाचे छत म्हणून ओळखले जाणारे लडाखचे पठारही त्याच्या अखत्यारीत येत होते. एकूण, काश्मीरला भूगोलाच्या भाषेत एक मोक्याचे स्थान प्राप्त झाले होते.

महाराजा हरिसिंग हा तसा एक दुबळ्या मनोवृत्तीचा, चंचल आणि निर्णयबुद्धी नसलेला माणूस होता. हिवाळ्यात जम्मू व उन्हाळ्यात श्रीनगर या दोन राजधान्यांच्या नगरात ख्यालीखुशालीत वेळ घालवायचा त्याचा धंदा. आपल्या कारकिर्दीला सुरुवात करताना त्याने राज्यघटनेत काही सुधारणा करण्याचा प्रयत्न भीतभीत केला. पण नंतर एकाएकी त्याचा कल एकाधिकारी राज्यपद्धतीकडे झुकल्यामुळे काश्मीरचे तुरुंग त्यांच्या राजकीय वैऱ्यांनी भरून गेले. त्याचा सरकारी पाहुणचार भोगून जाणाऱ्यांत खुद्द जवाहरलाल नेहरूही होते. आपल्या पूर्वजांच्या भूमीला भेट देण्याचा त्यांनी प्रयत्न केला असता एका विपर्यस्त राजकीय शंकेने भेदरून गेलेल्या हरिसिंग महाराजांनी त्यांना अटक करण्याचा आदेश दिला होता. त्यांनी आपल्या राज्याच्या रक्षणासाठी फौजही उभी केली होती. तिच्या आधारावरच ते सार्वभौमत्वाचा दावा करत होते.

●

|| कसला अशुभ दिवस निवडलात!

लंडन, मे १९४७. पुन्हा एकदा १०, डाऊनिंग स्ट्रीटच्या दिशेने लुई माऊन्टबॅटन यांची मोटार धावत होती. सहा महिने झाले होते त्यांना तेथे गेल्याला. आज तिकडे जाताना त्यांना थोडा पश्चात्ताप किंवा निदान धाकधूक तरी वाटत असावी. आज ते चालले होते प्रधानमंत्री ॲटलींच्या आमंत्रणावरून. मधल्या काळात सिमल्यात झालेल्या घडामोडींबद्दल समक्ष खुलासा हवा होता ॲटलींना. विमानतळावर त्यांचे चीफ ऑफ स्टाफ लॉर्ड इस्मे, ज्यांच्याकरवी माऊन्टनी आपली मूळ योजना लंडनला पाठवली होती, त्यांना उतरून घ्यायला आलेच होते. आल्याआल्या त्यांनी माऊन्टना जाणीव दिली- 'सरकार कातावून गेलंय. त्यांनी थयथयाट मांडलाय सारा. तुम्ही तेथे काय करताहात हे त्यांना कळेनासं झालंय. खरोखरच तुम्ही काही तरी ठोस करताहात याची त्यांना खात्री वाटेनाशी झालीय.'

माऊन्टबॅटन यांच्या बीफ्रकेसमध्ये व्ही. पी. मेननी तयार केलेला सुधारित योजनेचा मसुदा असल्यामुळे ते तसे निश्चिंतही होते. तो मसुदा नेहरूंनी स्वीकारलाच होता. काँग्रेस तो स्वीकारील याची त्यांनी हमीही घेतली होती. त्यामुळे, आपल्याकडून एखादा खुलासाबिलासा करण्याचा विचार त्यांच्या मनात नव्हता. त्याऐवजी तो आपला नवा मसुदाच ते ॲटली मंत्रिमंडळापुढे ठेवणार होते. त्यांना सांगणार होते - 'बघितलंत का तुमचं नशीब! माझ्या मनात जे होतं ते घडवून आणलंय अगदी व्यवस्थित...!'

माऊन्टबॅटन मोटारीतून उतरले. ॲटली, सर स्टॅफोर्ड क्रिप्स व मजूर मंत्रिमंडळातील इतर महत्त्वाचे सभासद- ज्यांचा भारतीय समस्यांशी संबंध होता असे - त्यांची वाटच पाहात होते. त्या सर्वांनी माऊन्टचे अगत्यपूर्वक पण थोड्या गंभीरपणे स्वागत केले. मनाची चलबिचल होऊ न देता माऊन्टबॅटन आसनस्थ झाले. 'मी त्यांची क्षमायाचना नाही केली किंवा कसला खुलासाही नाही केला. भीतभीत का होईना, घमेंडीत नव्हे हं, मला एक निर्णायक विश्वास होता की, सगळ्या नाड्या माझ्याच हातात होत्या. मी जे काही म्हणेन ते केल्याखेरीज गत्यंतर नव्हतेच मुळी!' माऊन्टनी नंतर आठवून सांगितले.

नंतर त्यांनी आपल्या सुधारित योजनेचा तपशील, तो तयार होताना झालेल्या हालचाली व वाटाघाटी याविषयी सभासदांना निवेदन केले. मूळचा मसुदा मान्य झाला असता तर केवढा अनर्थ ओढवला असता याची कल्पना दिली. आपण सादर करत असलेला हा मसुदा सर्वांना मान्य होणारच याची खात्री दिली आणि अखेरीस या सगळ्या प्रयत्नांती साध्य केलेल्या आणखी एका वेगळ्या यशाची वार्ता ॲटलींना देण्याचे आपले सौभाग्य विशद केले. काय होते ते आनंददायी गुपित?

भारताचा व्हाईसरॉय म्हणून अधिकारसूत्रे ग्रहण करण्यासाठी प्रस्थान ठेवण्यापूर्वी त्यांनी इंग्लंडचे सम्राट सहावे जॉर्ज यांची भेट घेतली होती. त्या वेळी राजेसाहेबांच्या विचारांचा मागोवा घेऊन त्यांच्यासमोर एक प्रतिज्ञाही केली होती. या उपखंडातील नवा स्वतंत्र भारत राष्ट्रकुलाचा घटक राहील यासाठी आपण पराकाष्ठा करू असे अभिवचनही त्यांना त्या वेळी दिले होते. आज ॲटली व त्यांचे सरकार यांना ते अभिमानापूर्वक निवेदन करू इच्छित होते की, स्वतंत्र भारत व स्वतंत्र पाकिस्तान, दोघेही ब्रिटिश राष्ट्रकुलाचे घटक म्हणून राहू इच्छितात. बॅ. जिनांबद्दल प्रश्नच नव्हता. अडचण होती काँग्रेसच्या बाबतीत. ब्रिटिश राजमुकुट हा त्यांना जुलूमशाहीचे, त्यांच्या स्वातंत्र्यलढ्याला विरोध करणाऱ्या, तो दडपून टाकण्यासाठी सतत कार्यरत राहणाऱ्या शक्तीचे प्रतीक वाटत होता. एखाद्या स्वतंत्र राष्ट्राने आपल्या शत्रूंशी संधान राखावे - मग ते कोणत्याही रूपाने असेना - त्या पक्षाला गैर वाटत होते. पण माऊन्टबॅटननी धीर सोडला नव्हता. अत्यंत संयमाने, शिस्तीने, चिकाटीने त्यांनी त्या संबंधाचे महत्त्व, त्यापासून मिळणारे फायदे काँग्रेसच्या नेत्यांना समजावून दिले होते. भारतीय सीमांच्या संरक्षणासाठी आवश्यक असणारे लष्करी अधिकारी त्यामुळे त्यांना लाभणार होते. त्यांच्या मार्गदर्शनाखाली त्या सैन्याचा विकास त्यांना करता आला असता. त्यांच्या या जिव्हाळ्याच्या प्रयत्नांना अचानकपणे सरदार पटेलांचा पाठिंबा मिळाला. धूर्त पटेलांनी माऊन्टबॅटनना लागलेली सत्तात्यागाची घाई ओळखून त्यांना एक सल्ला दिला - प्रत्यक्ष स्वातंत्र्यप्रदान - डोमिनियन स्टेटस - बहाल करून भारत ब्रिटिश राष्ट्रकुलातच ठेवावे. त्यायोगे घटना तयार करणे,

निवडणूक-संस्था निर्माण करून त्यांच्याकडे औपचारिकरीत्या सत्ता सोपवणे वगैरे सोपस्कार करायला वेळ मिळेल. पटेलांच्या या सल्ल्याचा माऊन्टबॅटनना अतिशय आनंद झाला. ताबडतोब त्या बाबीचा समावेश सुधारित मसुद्यात करण्याचा आदेश त्यांनी व्ही.पी.मेनन यांना दिला. त्याप्रमाणे सर्व तयारी पूर्ण झाली.

आज माऊन्टबॅटननी ॲटली सरकारला सांगितले की, हे सर्व टिकवून ठेवायला गरज आहे तातडी करण्याची. त्यात होणारी संभाव्य दिरंगाई उपखंडाला यादवीच्या खाईत लोटेल. तेव्हा आता खेळी त्यांच्या हातात आहे. भारतीय स्वातंत्र्याच्या मसुद्याला संसदेची संमती शक्य तितक्या जलदीने मिळवणे हे एकच काम उरले आहे. दुसऱ्याचे मन आपल्या बाजूला वळवण्याच्या अप्रतिम कौशल्याचा झकास अवलंब करून माऊन्टनी काही तासांपूर्वी चाललेला ॲटलीसाहेबांचा थयथयाट एकदम थांबवला. आता स्वत: माऊन्टबॅटनच आपल्या हातातील घास त्यांच्या घशात उतरवताना दिसत होते. एका स्वल्पविरामातही बदल न करता ॲटली मंत्रिमंडळाने माऊन्टबॅटननी सादर केलेला सुधारित नवा मसुदा स्वीकारला. माऊन्टबॅटन व लॉर्ड इस्मे बैठक संपवून बाहेर आले. या आधीच्या काळात लॉर्ड इस्मे असल्या अनेक वादळी बैठकांचे साक्षीदार होते. माऊन्टचा आजचा पराक्रम व प्रभाव पाहून थक्क झाला तो कसलेला सनदी नोकर! या साऱ्याचा त्याला अचंबाच वाटून राहिला. ते माऊन्टना म्हणाले, 'देवा, कमाल झाली आज. अहो, माझ्या आजपर्यंतच्या आयुष्यात असले अनेक समरप्रसंग पाहिलेत मी पण त्या सगळ्यावर ताण केलीत हो तुम्ही आज! आत बसलेल्या 'त्या' साऱ्यांना चितपट करून टाकलंत! शाब्बास!'

जाताजाता पंतप्रधान ॲटलींनी माऊन्टबॅटनवर एक नवी जबाबदारी टाकली. आपल्या या नियोजित स्वातंत्र्यदानाला विन्स्टन चर्चिलांचा त्यांना आशीर्वाद हवा होता. चर्चिलना प्रिय असणाऱ्या ब्रिटिश साम्राज्याची शकले करण्याची त्यांची कृती त्यांना मनापासून आवडत नव्हती याची खात्री ॲटलींना असूनही तो त्यांना हवा होता. ॲटली माऊन्टना त्यासाठी विनंती करताना म्हणाले, "आजच्या घडीला चर्चिलच्या हातात इंग्लंडच्या चाव्या आहेत. मी किंवा माझे सहकारी त्यांचे मन वळवू शकण्याचा संभव फारच कमी आहे. तुम्ही त्यांना खूप आवडता. त्यांचा तुमच्यावर विश्वास आहे. तुम्हीच हे काम करू शकाल. खात्री आहे माझी." माऊन्टबॅटननी ती कामगिरीदेखील स्वीकारली.

विन्स्टन चर्चिलचा लुई माऊन्टबॅटनशी असलेला परिचय तसा जुनाच होता. आपल्या वडिलांशी गप्पा मारताना माऊन्टबॅटननी त्यांना पाहिले होते कल्पनेने. त्यांच्या आईने माऊन्टना एकदा सूचना दिली होती की, हिटलरच्या आक्रमक हुकूमशाहीला प्रतिकार करणाऱ्या युरोपचे प्रतीक मानण्यात येणारा हा माणूस तसा विश्वास ठेवण्याच्या लायकीचा नाही. तिच्या दृष्टीने त्यांच्या हातून एक अक्षम्य असे

कसला अशुभ दिवस निवडलात! । १११

पातक घडले होते— तिच्याकडून वाचायला म्हणून मागून नेलेले पुस्तक त्यांनी अद्यापही परत केले नव्हते.

कालप्रवाहात सापडून माऊन्टबॅटन नाविकदलात अधिकारी झाले व चर्चिल राजकारणात पडले. म्युनिचच्या शरणागतीनंतर ब्रिटनचा शस्त्रसंभार वाढवण्याच्या त्यांच्या आरडाओरडीस कोणी साद दिली नाही. पण चर्चिल-माऊन्टबॅटन जोडी मात्र जमली. नंतर चर्चिलनी त्यांना युद्धआघाडीवरचे पहिले महत्त्वाचे काम दिले व ही गट्टी पक्की झाली. १०, डाऊनिंग स्ट्रीटवर माऊन्टच्या फेऱ्या बऱ्याच वाढल्या. माऊन्टबॅटन यांच्या राजकीय मतांची कल्पना चर्चिलना नव्हती. त्यांच्या दृष्टीने ते एक युद्धखोर सेनानी होते केवळ. तरीही चर्चिलना ते आवडत होते निश्चित. त्याची एक आठवण माऊन्टबॅटननी आजही जतन करून ठेवली आहे.

२१ जून १९४१ चा शनिवार. चर्चिलनी त्यांना दुपारच्या भोजनासाठी आमंत्रित केले होते. जोडीला होते एक वृत्तपत्रप्रकाशक, मॅक्स बीव्हरब्रूक. भोजनास सुरुवात होण्यापूर्वी चर्चिलनी जाहीर केले - ''माझ्याजवळ एक खळबळजनक बातमी आहे तुमच्यासाठी. उद्या हिटलर रशियावर आक्रमण करणार आहे. आज सकाळपासून त्याचा अर्थ लावण्याचा प्रयत्न आम्ही करत आहोत.''

''मी सांगतो काय होईल ते'' बीव्हरब्रूक म्हणाले, ''जर्मनी एका चुटकीसरशी रशियाला खाऊन टाकेल. जास्तीत जास्त महिना दीडमहिना लागावा त्यांना.''

त्यावर चर्चिल म्हणाले, ''अस्सं, अमेरिकनांचा अंदाज आहे त्यांना किमान दोन महिने तरी पाहिजेतच. आमच्या सेनाधिकाऱ्यांनाही तेच म्हणायचं आहे. मला स्वतःला वाटतंय ते किमान तीन महिने तरी टिकाव धरतील. त्यानंतर मात्र त्यांचा गाशा गुंडाळला जाईल आणि पुन्हा एकदा भिंतीला पाठ लावून लढावं लागेल आपल्याला पहिल्यासारखंच!''

त्यांच्या या बोलण्यात माऊन्टबॅटनना घेतलेच नाही कोणी. पण चर्चिलच्या लक्षात ते आले. क्षमायाचना करतच ते म्हणाले, ''माफ कर, डिकी. तुझ्या क्रीटच्या मोहिमेबद्दल काहीतरी सांग आम्हाला.''

''अहो, इतिहासजमा झाली ती गोष्ट आता. पण रशियात काय घडेल हे सांगण्याची परवानगी आहे का मला?'' माऊन्ट म्हणाले.

किंचित नाखुशीनेच चर्चिलनी होकार दिला.

''मी मॅक्सशी, अमेरिकनांशी, आपल्या सेनाप्रमुखांशी आणि माफी असावी मिस्टर पंतप्रधान, तुमच्याशीदेखील बिलकूल सहमत नाही. अगदी प्रामाणिकपणे विचार करता मला असे वाटते की, रशियन लोक गाशा गुंडाळणार नाहीतच मुळी. या युद्धात त्यांचा पराभव होणार नाही. झालीच अखेर तर ती हिटलरचीच होईल. जर्मनी रशियावर करत असलेल्या या आक्रमणाने संबंध महायुद्धालाच नवे वळण

मिळेल.'' माऊन्टबॅटन शांतपणे म्हणाले.

''छान, पण डिकी, तुझी ही मतं इतकी वेगळी असण्याचं कारण तरी कळू दे.'' चर्चिल म्हणाले.

''ठीक आहे. पहिलं कारण - पक्षाच्या शुद्धीकरणाची मोहीम चालवून स्टॅलिनने अंतर्गत विरोधी शक्तींना नेस्तनाबूत करून टाकले आहे. त्यांचा पाठिंबा मिळवण्याचे नाझींचे मनोदय आता धुळीस मिळणार. दुसरं असं, रशियन जनतेला आपल्या राष्ट्राची प्रतिष्ठा राखण्यासाठी युद्धात सहभागी होण्याची गरज आहे याची जाणीव होत आहे. या वेळी ते शत्रूशी जिद्दीने लढणार. गमावण्याच्या लायकीचं काहीतरी आहे आपल्यापाशी, अशी त्यांची भावना झाली आहे आज. माझ्या कुटुंबीयांनी त्यांच्यावर बराच काळ राज्य केले आहे म्हणून हे सांगताना मला वेदना होत आहेत.''

माऊन्टबॅटन यांच्या या विश्लेषणाची छाप चर्चिलवर पडली नाही. ते म्हणाले, ''तुझ्यासारख्या उत्साही तरुणाच्या तोंडून असं काही ऐकायला मिळालं हे छान झालं. पाहू या काय घडतंय प्रत्यक्षात.''

अशा प्रकारच्या माणसाचे मन वळवायचे म्हणजे महाकठीण कर्मच! तरीही माऊन्टबॅटन चर्चिलपर्यंत जाऊन पोहोचले एकदाचे. त्यांच्या भेटीची सुरुवात तशी अवघडच झाली. भारतीयांच्या हातात राज्यप्रशासन सोपवणे हा शुद्ध खुळचटपणा आहे. अननुभवी, सिद्धांतवादी व बहुश: भ्रष्ट अशा हिंदी अधिकाऱ्यांना कार्यक्षमतेची पातळी कशी गाठता येईल याविषयी चर्चिलना दाट शंका होती. आपण भारतात गेल्यापासून काय काय परिश्रम केले याचा आढावा माऊन्टबॅटननी घेतला. सारा वेळ चर्चिल त्यांच्याकडे रोखून बघताहेत असे वाटले. जवळजवळ अर्धशतकाहून अधिक काळ चर्चिलनी भारतीय स्वातंत्र्यप्रदानाच्या हालचालीस खो घातला होता. त्यांचा पुन्हा एकदा येणारा नकार माऊन्टबॅटन यांच्या सर्व आशांचा चुराडा करणार होता. वस्तुस्थिती अशी होती की, ब्रिटिश संसदेच्या वरिष्ठ सभागृहात - हाऊस ऑफ लॉर्डस्‌मध्ये - टोरी पक्षाचेच बहुमत होते. त्याच्या जोरावर भारताला स्वातंत्र्य प्रदान करण्याच्या सरकारी बिलाचा मार्ग ते संपूर्ण दोन वर्षांपर्यंत रोखू शकत होते. तशी वेळ येणे म्हणजे या महत्त्वाकांक्षी तरुण व्हाईसरॉयच्या दृष्टीने 'प्राणघातकच' होते. जातीय विद्वेषाने पोखरलेल्या उपखंडास दोन वर्षांची दिरंगाई परवडणारी नव्हती. आत्मचिंतनात मग्न असणाऱ्या बुद्धाच्या आविर्भावात, मिटलेल्या डोळ्यांनी चर्चिलसाहेब माऊन्टबॅटन यांचा युक्तिवाद ऐकत होते. त्यांच्या निर्विकार चेहऱ्यावर कसलाच परिणाम दिसून येत नव्हता. अखेरीस माऊन्टबॅटननी आपल्या भात्यातील निर्वाणीचे अस्त्र बाहेर काढले. त्यात त्या वृद्ध नेत्याच्या भावनांना आवाहन करण्याची शक्ती होती. डोमिनियन स्टेटसचा स्वीकार करणारे काँग्रेसने दिलेले अभिवचन, हेच ते अस्त्र!

आपल्या संभाषणकौशल्याचा सावकाशीने वापर करत त्यांनी चर्चिलना ब्रिटिशांच्या अभिजात वैऱ्यांची मनीषा बोलून दाखवली. ब्रिटिश राष्ट्रकुटुंबात नांदण्याची भारताची- पर्यायाने काँग्रेसची- तयारी आहे कळल्यावर चर्चिलसाहेबांची कळी किंचित खुलली. चला, त्यांचे प्रिय ब्रिटिश साम्राज्य जरी विलयास जाणार असले तरी त्याचा अवशेष कोणत्या तरी कारणाने उरणार याचा त्यांना आनंद झाला. त्यांच्या ऐन तारुण्याचे दिवस त्यांनी हिंदुस्थानात घालवले होते. त्यातील काही अंश तरी आपल्यात राहणार याचे त्यांना समाधान वाटले. भारताच्या भवितव्यास उपकारक अशा अपरिहार्य ब्रिटिश परंपरा आता जतन केल्या जातील असा त्यांना विश्वास वाटला. तरीही त्यांनी शंकित नजरेने माऊन्टना न्याहाळले. "तुमच्यापाशी तसं लेखी आहे काही?" त्यांनी प्रश्न केला. माऊन्टबॅटन उत्तरले, "हो, त्या अर्थाचे एक पत्र आहे नेहरूंचे. सध्या ते पंतप्रधानांकडे दिलंय. विलंब न करता भारताला डोमिनियन स्टेटस मिळालं तर आमची तयारी आहे असं म्हटलंय त्यांनी." "ठीक, पण आमच्या जुन्या मित्रांचं (?) काय म्हणणं आहे? म्हणजे गांधींचं?" चर्चिलनी विचारले, "हां, गांधींच्याबद्दल नक्की काही नाही सांगता येत सध्या तरी. त्यातल्या त्यात धोका आहे त्यांच्या बाजूनंच. पण नेहरू व पटेल यांच्या साह्यानं त्यावर मात करेन मी." माऊन्ट उत्तरले.

चर्चिलनी उशीवर मान टेकली, थोडा वेळ विचारात गढून गेले ते. ओठातील सिगार पेटतच होती. ती दातात दाबून धरूनच शेवटी त्यांनी सांगून टाकले, "भारतातील सर्व राजकीय पक्षांकडून माऊन्टबॅटन योजनेचा जाहीर औपचारिक स्वीकार करून घेण्यात तुला खरेखरे यश आले तर 'सारा देश' तुझ्या पाठीशी उभा राहील. उन्हाळ्याच्या विश्रांतीसाठी संसद स्थगित होण्यापूर्वी माऊन्टबॅटनना हव्या असलेल्या ऐतिहासिक विधेयक मंजूर करण्याच्या मजूर सरकारच्या प्रयत्नास मी व माझा हुजूर पक्ष सर्व प्रकारची साथ देऊ." म्हणजे, हिंदुस्थान आता स्वतंत्र होणार! काही वर्षांच्या, काही महिन्यांच्या नव्हे, तर काही आठवड्यांच्या, काही दिवसांच्या अवधीतच!

नवी दिल्ली, मे-जून १९४७. भारतीय उपखंडात ठिकठिकाणी धुराचे काळेकभिन्न लोट सारे आसमंत भरून टाकत होते. चितांवर चिता धडाडत होत्या. मोठ्या घाईने पेटवलेल्या. या चितांसाठी तूप किंवा चंदनाची लाकडे वापरण्यात आली नव्हती. त्यांच्याभोवती मंत्रघोष करणारी शोकाकुल माणसे बसलेली नव्हती. त्या अग्निकांडाभोवती उभे होते निर्विकार चेहऱ्याचे इंग्लिश अधिकारी. त्या भडकत्या ज्वालात स्वाहा होत होती टनावारी कागदपत्रे, दस्तऐवज, अहवाल, फायली. सर कॉन्रॅड कॉर्नफील्ड यांच्या आदेशानुसार भारतीय इतिहासातील काही रोमहर्षक व रंगील्या प्रकरणांचा तपशील भस्मीभूत होत होता. त्या प्रकरणांचे नायक होते

हिंदुस्थानी राजेरजवाडे. त्यांच्या पाचेक पिढ्यांतील वेचक दुष्कृत्यांची, भानगडींची संगतवार माहिती आढळत होती त्या जळणाऱ्या कागदांत. अत्यंत दक्षतापूर्वक केलेल्या त्या नोंदी स्वतंत्र हिंदुस्थान व पाकिस्तानच्या हाती गेल्यास त्यांचा गैरवापर होण्यास वेळ लागला नसता. संस्थानिकांच्या अब्रूचे धिंडवडे चव्हाट्यावर आणून त्यांची बदनामी झाली असती. प्रशासनाचा एक भाग म्हणून ब्रिटिशांनी जरी ते केले होते तरी त्या वेळी त्यांच्या मनालादेखील तो विचार शिवला नव्हता, कॉर्नफील्डसाहेबाने प्रयत्न करूनही महाराजांच्या भवितव्याची हमी त्यांना मिळाली नव्हती. निदान त्यांचा भूतकाळ तरी सुरक्षित ठेवण्याच्या दृष्टीने ही कारवाई होत होती. भारतात परतल्याबरोबर ताबडतोब सर्व संस्थानांच्या रेसिडेंट व एजंटांना तसे करण्याचा आदेश गेला होता.

पहिली काडी कॉन्रॅडनी स्वतःच्या हाताने लावली. त्यांच्या कचेरीतील दोन फूट उंचीच्या एका लोखंडी कपाटात बंदिस्त करून ठेवलेली कागदपत्रं त्या आगीत जळून खाक होत होती. दीडशे वर्षांच्या वास्तव्यात अगदी निवडक व रोचक अशा राजेशाही कर्तृत्वाची झलक त्यांत सापडत होती. दिल्लीच्या रस्त्यांवरून पसरलेल्या धुराचा वास लागताच नेहरूंनी त्यास विरोध केला. कारण भारताच्या ऐतिहासिक वारशातील बहुमोल भाग नष्ट करण्याचा अधिकार ब्रिटिशांना नाही असे त्यांना वाटले. पण आता उशीर झाला होता. पतियाळा, हैद्राबाद, इंदूर, म्हैसूर, बडोदा, पोरबंदर, चित्रळ, कोचीन आदी भारताच्या कानाकोपऱ्यातील संस्थानात ब्रिटिश अधिकारी हुकमाची तामिली करत होते, युगायुगांच्या गटारगप्पांना ज्वालांच्या हवाली करून मोकळे झाले होते.

या कागदपत्रात प्रामुख्याने, संस्थानिकांच्या शृंगारलीलांच्या, त्यांच्या लैंगिक व्यवहारांच्याच कथा भरपूर होत्या. रामपूरचा एक पूर्वीचा नबाब अतिशय विषयासक्त होता. आपल्या शेजारच्या संस्थानिकाबरोबर त्याने एक बेमुर्वतखोर पैज मारली होती. एका वर्षाच्या कालावधीत सर्वांत जास्त कुमारिकांचा कौमार्यभंग करणाऱ्यास ती पैज मिळणार होती. आपल्या त्या उन्मादक कर्तृत्वाचे विजयचिन्ह म्हणून प्रत्येकाने त्या कुमारिकेच्या नाकातील परंपरागत नथ काढून घेऊन तिला घालवून द्यायचे. लागले हरामजादे उद्योगाला. आपल्या राज्यातील गावांगावांतून निष्पाप तरुणींच्या शोधार्थ त्यांनी आपले मानकरी धाडले - एखाद्या सावजाला उठवण्यासाठी हाके निघतात तसे. साहजिकच नबाबांनीच आपण लावलेली पैज जिंकली सहज. वर्षअखेरीस त्यांच्याजवळ जमलेल्या नथींचे वितळून सोने तयार झाले कित्येक पौंड!

आणखी एक भानगड होती काश्मीरच्या महाराजांची. अगदी किळसवाणी गोष्ट. त्या निर्लज्ज उतावळ्या महाराजांना लंडनच्या सॅव्हॉय हॉटेलमध्ये एका माणसाने पुराव्यासहित पकडले. त्यांच्या बिछान्यातील 'पात्र' त्या माणसाची पत्नीच होती. त्याने तो बनाव आपल्या दोस्तांच्या मदतीने घडवून आणला होता. त्या टोळीने

काश्मीरच्या महाराजांच्या बँकेतील खात्याच्या माध्यमातून राज्याच्या खजिन्याला भोक पाडायचा डाव रचला होता. त्यांच्या जाळ्यात ते सावज पुरेपूर अडकले होते. शेवटी, त्या तरुणीचा खराखुरा नवरा पुढे झाला, आपल्याला पत्नीच्या मोबदल्यात मिळालेली रक्कम वाजवी नाही अशी तक्रार त्याने पोलिसात केली आणि मग रीतसर खटला सुरू झाला. खटल्याच्या कागदपत्रात महाराजांना 'मिस्टर ए' या टोपण नावाने संबोधले होते. या क्लेशातून श्रमनिरास झालेले महाराज हरिसिंग काश्मीरला परतल्यानंतर नवनवीन शृंगारसाहसात रमू लागले. त्यांच्या सर्व कार्यक्रमांची योग्य ती दखल घेऊन तयार झालेले त्या वेळचे अहवाल आज हिमालयाहून निघालेल्या वाऱ्याच्या लहरींवर स्वार होऊन आकाशात विलीन होत होते.

हैद्राबादचा निजामही याला अपवाद नव्हता म्हणे! फोटोग्राफी व पोर्नोग्राफी या दोन्हीचा त्याला असलेला नाद विलक्षण होता. अखिल भारतात आढळणार नाहीत इतकी अश्लील छायाचित्रे त्याच्या संग्रही होती. ती त्याने कशी जमविली होती आहे ठाऊक? त्यासाठी त्याने आपल्या शाही पाहुण्यांच्या खोल्यांच्या भिंतीत स्वयंचलित कॅमेरे लावून ठेवले होते. त्यांच्यासाठीच्या स्नानगृहातील आरशामागे देखील तसा एक कॅमेरा दडला होता. निजामासंबंधीच्या फाईलमधील एक अलीकडचा अहवाल त्याच्या वारसाबद्दल- त्याच्या पुत्राबद्दल- होता. गादीचा भावी अधिपती या नात्याने त्याच्या वारसाच्या लैंगिक प्रवृत्ती संशयातीत नव्हत्या अशी माहिती रेसिडेंटनी मिळवली होती. मोठ्या खुशीने त्यांनी ते निजामाच्या कानावर घातले. निजाम संतापला. त्याने आपल्या पुत्राला बोलावून घेतले. पाठोपाठ आपल्या जनानखान्यातील एका विशेष सौंदर्यवतीला. आणि काय! रेसिडेंट साहेब नको नको म्हणत असतानाही आपल्या पुत्राला त्याच्या पौरुषत्वाचे प्रात्यक्षिक करून दाखवण्याची आज्ञा केली. प्रत्यक्ष पुराव्यानिशी सिद्ध केली आपला वारस होण्याची त्याची पात्रता आणि लोकांनी उठवलेल्या अफवेतील निरर्थकता!

कॉन्रॅड कार्नफील्डच्या या अग्निकुंडात आणखी एका अशाच गलिच्छ प्रकरणाची आहुती पडताना आढळली. या प्रकरणाचे नायक होते अलवारचे महाराज. आठ लाख लोकवस्तीचे राजस्थानच्या सीमेवरील संस्थान. चाळीस वर्षे राज्य भोगले पठ्ठ्याने. त्याच्या अंगच्या काही विशिष्ट गुणांमुळे म्हणा किंवा मोहक वागणुकीमुळे म्हणा, त्याने साऱ्या व्हाईसरॉयना खूश राखले होते. ते त्याच्या विक्षिप्त व विचित्र वर्तनाकडे सोयीस्करपणे डोळेझाक करत. आपण स्वत: प्रभू रामचंद्राचे अवतार आहोत असा त्यांचा समज होता. त्याचा परिणाम म्हणून ते काळ्या रंगाचे रेशमी हातमोजे सदैव वापरायचे- मर्त्य मानवाचा त्यांच्या दैवी हातांना स्पर्श होऊ नये म्हणून! अगदी इंग्लंडच्या सम्राटांबरोबरही हस्तांदोलन करण्यास एकदा त्यांनी या कारणाने नकार दिला. प्रभू रामचंद्राच्या शिरावरच्या मुकुटाचा नेमका आकार ठरविण्यासाठी

त्यांनी अनेक हिंदू धर्मशास्त्रवेत्त्यांना कामाला लावले होते. त्यांच्या अनुमानाधारे स्वत:साठी तशी एक प्रतिकृती निर्माण करण्याचा त्यांचा मानस होता.

राजा या नात्याने दैवी विश्वात रमणाऱ्या या महाराजाला ऐहिक सत्ताप्रदर्शनाचा मोहही थोडका नव्हता. एक तरबेज नेमबाज म्हणून त्याची ख्याती होती. पण त्याच्या या मृगयेचे मोल केवढे भयानक होते पाहा! शिकार करावयाच्या वाघापुढे बांधण्यासाठी आमिष म्हणून कोवळ्या अर्भकांचा उपयोग करायचा तो. कोणत्याही झोपडीत शिरायचे व हाताला लागेल ते लहानगे मूल उचलून आणायचे हा त्याचा शिरस्ता. वर आणखी हमी द्यायची त्या छाती फुटलेल्या आईबापांना की वाघाने त्याच्यावर झडप घालायच्या आधी त्यालाच उडवून लावतो, ही! सर्वांवर कडी म्हणजे त्याच्या लैंगिक विकृतीची. स्वत:ला प्रभू रामचंद्राचा अवतार मानणारा, बालकांना वाघाच्या पुढ्यात बांधणारा हा दुष्ट माणूस समलिंगसंभोगवादी होता. त्याचे शयनगृह म्हणजे एक सैनिक-प्रबोधिनीच जणू. त्या केंद्रातील प्रवेशपरीक्षा देऊन उत्तीर्ण झाले की अलवारच्या सैन्यातील अधिकारपदावर आरूढ झालाच तो तरुण! मात्र काहींच्या वाट्याला एखादे खुनी हत्यार येण्याची शक्यताही नाकारता येत नव्हती.

अलवारच्या महाराजांचे एवढे 'नाव' झाले की विचारू नका. त्यांच्या घमेंडखोर स्वभावाचे दर्शन लॉर्ड विलिंग्डन या व्हाईसरॉयच्या कारकिर्दीत झाले. एकदा व्हाईसरॉयनिवासात भोजनाचा प्रसंग आला त्यांच्यावर. त्यांच्याशेजारी व्हाईसरॉय यांच्या पत्नी लेडी विलिंग्डन होत्या. महाराजांच्या बोटातील हिऱ्याच्या अंगठीकडे बाईंचे लक्ष जाऊन त्यांनी तिची प्रशंसा केली. ते लक्षात येताच राजेसाहेबांनी अंगठी बोटातून काढून त्यांच्या हातात दिली. अर्थात लेडी विलिंग्डनचा त्यातला हेतूही स्वार्थीच होता. साधारणपणे त्यांची नजर एकदा अशा वस्तूवर गेली की ती त्यांनाच मिळायची अशी प्रथाही होती. आपल्या भारताच्या वास्तव्यात त्यांनी या तऱ्हेने भरपूर माया जमा केली होती. त्यांनी मोठ्या कौतुकाने ती अंगठी आपल्या बोटात सरकवली. कुतूहलमिश्रित आनंदाने ती न्याहाळली व तिच्या मालकास परत केली. ताबडतोब महाराजांनी सेवकाला बोलावून घेऊन हात धुण्याचे भांडे मागवले. विस्फारलेल्या डोळ्यांकडे दुर्लक्ष करून अतिशय बारकाईने ती अंगठी भांड्यातल्या पाण्यात धुऊन घेऊन मगच बोटात सरकवली. प्रभू रामचंद्राच्या त्या अवताराला गोऱ्या मडमेचा स्पर्श कसा सहन होणार?

आणखी एक अखेरचा अक्षम्य प्रसंग निवेदन करून अलवारपुराण संपवू या. एकदा पोलोचा सामना चालू होता. खेळ चालू असताना त्यातले एक तट्टू मध्येच अडून बसले. बस्स. महाराज संतापले. तट्टाचा हट्ट कितपत पुरवायचा उगीचच! त्यापेक्षा तट्टालाच जगातून घालवणे श्रेयस्कर नव्हे काय! लागलीच महाराजांनी

हुकूम सोडला, महाभयंकर असा - 'आणा रे केरोसीन. ओता या भडव्याच्या अंगावर!' आज्ञेचे पालन तत्काळ झाले. त्या मुक्या बिचाऱ्या प्राण्यावर रॉकेलचा शिडकावा झाला आणि स्वत: महाराजांनी त्यावर काडी शिलगावली! केवढे हे क्रौर्य! त्यांच्या या जाहीर नैष्ठुर्याची योग्य ती दखल घेणे सरकारला भाग पडले. वास्तविक, त्यांच्या खाजगी शृंगारलीलांना साथ करणाऱ्यांचीही अशीच दशा झाली होती. परिणामी, महाराजांना सिंहासनावरून खाली येऊन हद्दपार व्हावे लागले.

अलवार महाराजांची ही कथा तशी अपवादात्मकच! त्यांच्या जोडीला असेही काही संस्थानिक होते की ज्यांच्या मूर्ख व उधळ्या स्वभावामुळे त्यांच्यात व शिस्तप्रिय इंग्रज राजकर्त्यांत संघर्ष निर्माण होत असे. असाच एक संघर्ष बडोद्याच्या महाराजांच्या संदर्भात उद्भवला. त्यांच्या संस्थानात रेसिडेंट म्हणून एका विशेष प्रसिद्ध नसलेल्या, महाराजांच्या मानाने सामान्य वाटणाऱ्या अशा कर्नलची नियुक्ती झाली. नियमाप्रमाणे त्यालाही योग्य अशी तोफांची सलामी व्हाईसरॉयकडून मुक्रर करण्यात आली. महाराजांना ते पसंत नव्हते. ताबडतोब त्यांनी स्वत:साठी सोन्याच्या दोन नव्या तोफा बनवून घेतल्या. महाराजांच्या या कृतीचा रेसिडेंटला राग आला. त्याने बडोदेकरांच्या बदफैली वर्तनाचा, जनानखान्यातील स्त्रियांचा छळ करण्याचा साद्यंत अहवाल सरकारकडे पाठवला. याची बातमी लागताच महाराजांनी रेसिडेंटचा काटा काढण्याचा घाट घातला. आपल्या अत्यंत विश्वासू, तज्ज्ञ ज्योतिषाकडून मुहूर्त काढून घेतला. आपल्या भटजींकडून त्यासाठी कोणता उपाय योजावा हे ठरवून घेतले. त्यांनी सल्ला दिला - भोजनातून हिऱ्याचे चूर्ण देऊन विषप्रयोग करावा. त्याप्रमाणे तजवीज झाली. योग्य असा हिरा निवडून त्याची पूड करून घेतली. एका रात्री कर्नलसाहेबांच्या ताटातील पदार्थात ती मिसळली. पण महाराजांच्या दुर्दैवाने त्याचा परिणाम अपेक्षित न होता कर्नलसाहेबांना दवाखान्यात नेऊन त्यांच्या पोटातून विष बाहेर काढण्यात आले. ब्रिटिश राजाच्या प्रतिनिधीचा खून करण्याच्या आरोपाखाली महाराजांवर फिर्याद झाली. पुढे आलेला युक्तिवाद ग्राह्य न मानता महाराजांना पदभ्रष्ट करण्यात येऊन वनवासात धाडण्यात आले.

आपल्या मित्राच्या व सहकारी संस्थानिकांच्या हद्दपारीचा सूड म्हणून पतियाळाच्या महाराजांनी एक विलक्षण प्रकार केला. ज्या व्हाईसरॉयने त्या हद्दपारीच्या हुकमावर स्वाक्षरी केली होती त्याच्या भेटीच्या वेळी देण्यात यावयाच्या एकतीस तोफांच्या सलामीसमयी त्या तोफांत ठेचून भरावयाच्या सुरंगी दारूचे प्रमाण मुद्दामहून कमी ठेवण्याच्या सूचना त्यांनी दिल्या. म्हणजे काय व्हावे - तोफांचा आवाज लहान मुले उडवतात त्या फटाक्यांच्या आवाजापेक्षा कमी यावा. तेवढेच आसुरी समाधानसुख!

तेव्हा संस्थानिकांविषयीचे असले गुप्त रेकॉर्ड जाळून टाकूनच ते गप्प नाही बसले. साऱ्या भारतातून व्हाईसरॉयच्या कचेरीत खलिते आले - मध्यवर्ती सरकारशी

संस्थानांनी केलेले करारमदार रद्दबातल केल्याची दखल देणारे. त्यानुसार त्यांच्या प्रदेशातून धावणाऱ्या रेल्वेगाड्या, पोस्ट, तारायंत्रे वगैरेवर बंधने पडणार होती. सत्तांतराच्या कालात आपली बाजू भक्कम करून स्वत:ची किंमत वाढविण्यासाठी घेतलेला तो एक पवित्रा होता - आनुषंगिक परिणामांची पर्वा न करता घेतलेला.

व्हाईसरॉयच्या अभ्यासिकेत टांगलेल्या त्या भव्य तैलचित्रातील रॉबर्ट क्लाईव्ह आपल्या निस्तेज डोळ्यांनी तेथे जमलेल्या सात भारतीय नेत्यांना न्याहाळत होता. त्या दिवशी तारीख होती दोन जून एकोणीसशे सत्तेचाळीस. अठ्ठेचाळीस तासांपूर्वी ब्रिटिश मंत्रिमंडळाने संमत केलेली सत्तांतराची योजना घेऊन माऊन्टबॅटन दिल्लीस परतले होते. पुन्हा एकदा चाळीस कोटी भारतीय जनतेच्या प्रतिनिधित्वाचा दावा करणाऱ्या त्या नेत्यांकडून तिची छाननी होऊन तिच्यावर अंतिम शिक्कामोर्तब होणार होते.

त्या दालनाच्या मध्यभागी एक गोलाकार टेबल ठेवले होते. एकामागून एकेक आपापल्या आसनावर स्थानापन्न झाले. काँग्रेसतर्फे पक्षाध्यक्ष आचार्य कृपलानी, जवाहरलाल नेहरू व सरदार वल्लभभाई पटेल; मुस्लिम लीगतर्फे बॅ. महंमदअल्ली जिना, लियाकत अलीखान व सरदार अब्दुल रब्-निश्चर; शिखांचे प्रवक्ते म्हणून सरदार बलदेवसिंग उपस्थित होते. मागच्या बाजूस भिंतीला टेकून बसले होते व्हाईसरायांचे प्रमुख सल्लागार - लॉर्ड इस्मे आणि सर एरिक मेल्व्हिल. टेबलाच्या मध्यभागी आसनस्थ झाले माऊन्टबॅटन. बैठकीस सुरुवात होण्यापूर्वी एका छायाचित्रकाराने घाईघाईने सर्वांचे फोटो घेतले. नंतर सगळीकडे शांतता पसरली. अधूनमधून खाकरण्याचे आवाज निघत होते. थोड्या वेळाने एका चिटणीसाने प्रत्येकाच्या पुढ्यात योजनेची एकेक प्रत ठेवली.

आज प्रथमच माऊन्टबॅटननी अशा तऱ्हेची एक बैठक घेतली होती. याआधी अवलंबलेल्या, प्रत्येकाला वेगवेगळे भेटून त्यांचे मत अजमावण्याच्या पद्धतीचा त्यांनी आज त्याग केला होता. आज फक्त तेच बोलणार होते. सर्वसाधारण चर्चेचा घोळ घालून आरडाओरडीला आमंत्रण देण्याचा त्यांचा मानस नव्हता. प्रथम गेल्या पाच वर्षांत आपण युद्धकालातील बैठकांतून कसा भाग घेतला, त्यातील निर्णय किती परिणामकारक ठरले याचे विवेचन त्यांनी केले. त्यानंतर आजच्या बैठकीचे महत्त्व कसे ऐतिहासिक आहे हेही विशद केले; त्याबरोबरच आपण दिल्लीत आल्यापासून केलेल्या वैयक्तिक वाटाघाटींचाही थोडक्यात आढावा घेतला. प्रत्येक वेळी त्यांनी या निर्णयाची निकड सर्वांच्या लक्षात आणून दिली. या प्रास्ताविकानंतर बैठकीच्या रीतसर कामकाजास आरंभ झाला.

कामकाजात नोंद व्हावी, इतिहासाने दखल घ्यावी म्हणून माऊन्टबॅटननी जिनांना एक औपचारिक प्रश्न केला - "कॅबिनेट मिशन योजनेत अंतर्भाव असलेल्या

भारताचे ऐक्य अबाधित राखण्याची योजना तुम्हांला मान्य आहे काय?'' जिनांनी तितक्याच औपचारिकपणे उत्तर दिले, ''नाही.'' माऊन्टबॅटननी आपल्या सुधारित योजनेच्या तपशिलास हात घातला. त्या योजनेतील 'डोमिनियन स्टेटस'चा उल्लेख करून त्यांनी स्पष्ट केले की, त्याचा अर्थ ब्रिटिशांचा एक पाय आत, एक पाय बाहेर असा करू नये. त्याच्या उलट, जोपर्यंत तुम्हांला ब्रिटिशांची गरज असेल तोपर्यंत ते तेथे राहतील असा करावा. या तरतुदीला विन्स्टन चर्चिलांचा पाठिंबा मिळाला आहे, हेही त्यांनी जाहीर केले. त्यानंतर त्यांनी कलकत्त्याच्या परिस्थितीवर, शिखांवर कोसळणाऱ्या संकटावरही भाष्य केले. ''मी आपण सर्वांच्या सदसद्विवेकबुद्धीला आवाहन करत आहे. त्या बुद्धीला पटत असेल तरच आपला संपूर्ण पाठिंबा या योजनेला मिळावा. मला कल्पना आहे की, त्यासाठी तुम्हांला तुमच्या काही तत्त्वांना तिलांजलीही द्यावी लागणार आहे. या योजनेचा स्वीकार सर्वांनी शांततेच्या भावनेने करून तिचा पाठपुरावा करताना कोणाचेही रक्त सांडणार नाही अशी प्रतिज्ञा करावी अशी माझी कळकळीची इच्छा आहे.'' बैठक संपली.

सर्व नेत्यांनी दुसऱ्या दिवशी सकाळी पुन्हा आपल्याला भेटावे अशी इच्छा त्यांनी व्यक्त केली. त्याआधी, मध्यरात्रीपूर्वी तिन्ही पक्षांनी - मुस्लीम लीग, काँग्रेस व शीख- आपला रुकार कळवल्यास अंतिम निर्णय घेण्याच्या दिशेने पावले टाकणे सुकर होईल अशी आशाही व्यक्त केली. जर शक्य झालेच तर दुसऱ्या दिवशी सायंकाळी आकाशवाणीवरून या तिघांनी - नेहरू, जिना व बलदेवसिंग - संयुक्त घोषणा करून जगाला ही शुभवार्ता कळवावी म्हणजे त्याच सुमारास लंडनहून पंतप्रधान क्लेमंट ॲटलींना त्या घोषणेवर आपले शिक्कामोर्तब करणे सोयीचे होईल असेही सुचवले.

''सद्गृहस्थहो, मध्यरात्रीच्या सुमारास तुमच्या प्रतिक्रिया कळून घेणे मला आवडेल''माऊन्टनी समारोप केला. लंडन ते दिल्ली या विमान-प्रवासात माऊन्टबॅटन यांच्याबरोबर सहप्रवासी म्हणून एक गोष्ट सतत होती - अनाकलनीय महात्मा गांधींची सावली! लंडनमधील आपल्या कर्तव्यपूर्तीवर आणि भविष्यकालाबद्दल प्रचंड आशावाद जवळ बाळगून परतरणाऱ्या व्हाईसरॉयच्या समाधानावर त्यामुळे एक विचित्र सावट पसरले होते. केवळ तीच एक रुखरुख त्यांना लागून राहिली होती. युद्धाच्या अनेकविध अनुभवांना अविचलित मनाने तोंड दिलेल्या त्या धीरगंभीर पुरुषाची झोप संभाव्य घटनांचा अंदाज करताना उडाली होती. अहिंसेच्या त्या उद्गात्याच्या विरोधाने आपल्या भावी योजना ढासळणार तर नाहीत अशी शंकाही भेडसावत होती. खरोखरीच, ते एक मोठा धोका पत्करून चालले होते दिल्लीला. भारताला एकसंध राखण्याच्या त्यांच्या प्रयत्नांना सुरुंग लावण्याचे कार्य जिना करत होते, तर त्याच्या विभाजनाचा विचका गांधी करू शकत होते. या पेचातून सुटका

करून घेण्यासाठी त्यांना काँग्रेसच्या नेत्यांचा आधार मिळणार होता ही त्यातल्या त्यात समाधानाची गोष्ट. तशी वेळच आली तर गांधींना काही काळ तरी बाजूस सारण्यात ते यशस्वी होणार होते. पण गांधी म्हणजे कोणी लेचापेचा माणूस नव्हे, हे ते ओळखून होते. इतर काँग्रेस नेत्यांपेक्षा त्यांचा सामान्य जनतेवरचा प्रभाव विलक्षण होता. यदाकदाचित या नेत्यांना डावलून त्यांनी जनताजनार्दनाचाच कौल मागितला तर भलतीच पंचाईत होणार; स्वतःच्या आध्यात्मिक नेतृत्वाची कसोटीच लावून पाहायचे त्यांनी मनात आणले तर आपण, नेहरू व पटेल या साऱ्यांचा धुव्वा उडणार याची पुरेपूर जाणीव होती त्यांना. साऱ्या देशात गांधींनी तशी हवाही निर्माण केली होती हे त्यांना दिसत होते. माऊन्टबॅटन परतण्याच्या दिवशीच आपल्या सायंप्रार्थनेत गांधींनी जाहीर केले होते - 'जळून खाक होऊ दे सारा हिंदुस्थान. आपण पाकिस्तानला एक इंचही भूमी देऊ शकत नाही.' मात्र अंदरकी बात निराळी होती. काँग्रेस कार्यकारिणीच्या बैठकीस एक महिना होऊन गेला होता. तिच्या फाळणीस अनुकूल अशा निर्णयामुळे गांधी अतिशय व्यथित झाले होते. काँग्रेसचे नेतृत्व आपल्यापासून हळूहळू दुरावत चालले आहे याची कल्पना त्यांना आली होती आणि विशेष म्हणजे आयुष्यात प्रथमच आपल्या आवाहनाला भारतीय जनता अनुकूल प्रतिसाद देईल का याची शंका गांधींना भेडसावत होती. त्यांच्या शरीरातील कण न् कण त्यांना बजावत होता - फाळणीचा निर्णय चुकीचा आहे. पण करणार काय ते परिस्थितीच्या दडपणापुढे? असेच एका सकाळी आपला नेहमीचा फेरफटका मारत असता त्यांचा एक कार्यकर्ता त्यांना म्हणाला, "महात्माजी, निर्णयाच्या या अत्यावश्यक घडीला तुम्ही कोठेच कसे दिसत नाही? तुम्ही तुमचे आदर्श बाजूस ठेवलेले दिसताहेत आम्हांला.''

"खरं आहे ते. माझ्या प्रतिमेला, पुतळ्यांना पुष्पहार घालण्याची उत्सुकता प्रत्येकाला आहे. फक्त एकच गोष्ट त्यांना नको आहे - माझा सल्ला!'' गांधींनी एक गाढ निःश्वास टाकत कडवटपणे उत्तर दिले.

त्यानंतर काही दिवस गेले. एके दिवशी गांधींना अचानक जाग आली. घड्याळात साडेतीन वाजले होते फक्त. त्यांच्या सकाळच्या प्रार्थनेला अजून अर्धा तास अवकाश होता. जवळ त्यांची मनू झोपलेली होती. गांधींच्या व्यथित अंतःकरणातील वेदना शब्दाकार घेताना तिच्या कानावर पडत होती. आपल्याशीच पुटपुटत होते बिचारे! 'आज मी एकाकी पडलो आहे. पटेल व नेहरू यांनाही माझे म्हणणे चुकीचे वाटावे ना! फाळणीस मान्यता दिली तर सारा देश शांत होईल असे मानून चालले आहेत ते दोघे. मी आता म्हातारा झालो आहे, थकलो आहे असं वाटतंय त्यांना. खरं आहे ते. पण अजूनही माझी बुद्धी शाबूत आहे याची त्यांना कल्पना नाही.' बऱ्याच वेळाने त्यांनी एक दीर्घ सुस्कारा टाकला व ते पुन्हा पुटपुटू लागले - 'असंही

असेल, कदाचित त्या सगळ्यांचे चुकतही नसेल. एकटा मी मात्र अंधारात चाचपडतोय खरा!' पुन्हा बराच वेळ शांततेत गेला आणि त्यांच्या ओठातून शेवटचे वाक्य बाहेर पडलेले मनूने ऐकले - 'हे सारं बघायला मी जिवंतही नसेन कदाचित! पण ज्याची मला धास्ती वाटत आहे त्या दुष्ट आवर्ताने माझ्या परमप्रिय भारतभूमीला ग्रासून टाकले व त्यामुळे तिचे नवजात स्वातंत्र्य धोक्यात आले तर भावी पिढ्यांनो, मला - या वयोवृद्ध आत्म्याला - त्या विचाराने केवढे क्लेश सहन करावे लागले असतील हे कृपा करून ध्यानात ठेवा हं!'

माऊन्टबॅटन गांधींची वाट पाहात होते. गांधींचा 'आतला आवाज' त्यांना कोणता आदेश देईल, त्याचे पर्यवसान कशात होईल, त्यांच्या तोंडून कोणते शब्द ऐकायला मिळतील वगैरे कल्पना त्यांच्या विचारविश्वात विहरत होत्या. आधीच्या बैठकीस जरी ते उपस्थित नव्हते तरी त्यांची सावली तिथल्या प्रत्येक क्षणावर पडलेली होती. बरोबर १२ वाजून ३० मिनिटांनी गांधीजी अभ्यासिकेत प्रविष्ट झाले. व्हाईसरॉयनी सामोरे जाऊन सुहास्यवदनाने व सुमधुर शब्दांनी त्यांचे स्वागत केले. नंतर अर्ध्या वाटेवर ते थांबले. एखाद्या आईने आपल्या मुलाला गप्प बसवण्याकरता ओठांवर बोट ठेवून 'शू ऽ' करावे त्याप्रमाणे गांधींनी खूण केली. व्हाईसरॉयांच्या लक्षात त्याचा अर्थ आला व त्यांना हायसे वाटले. 'परमेश्वरा, मी आभारी आहे तुझा! आज गांधींच्या मौनाचा वार आहे.' खरोखरच त्या दिवशी सोमवार होता. प्रत्येक सोमवारी मौन धारण करण्याचे त्यांनी व्रत घेतले होते. अनेक वर्षे त्यांनी मोठ्या कटाक्षाने त्याचे पालन केले होते. मात्र त्यामुळे माऊन्टबॅटन यांची निराशा झाली. ते ज्याची मोठ्या आतुरतेने वाट पाहात होते ते उत्तर आज त्यांना मिळणार नव्हते.

गांधी एका हाताच्या खुर्चीत विसावले. आपल्या वस्त्राखालून त्यांनी वापरलेल्या मळक्या पोस्टाच्या पाकिटांची एक जुडी व पेन्सिल बाहेर काढली. हा देखील त्यांच्या शिस्तीचाच एक भाग. माऊन्टबॅटननी आपल्या योजनेचा तपशील त्यांना सांगितला. त्यांचे सांगून झाल्यावर गांधींनी पेन्सिलीच्या त्या तुकड्याचे शीस जिभेवर ठेवले आणि आपल्या हातातील पाकिटांच्या पाठीवर आपली प्रतिक्रिया उतरवण्यास सुरुवात केली. जवळजवळ पाचएक पाकिटे लागली त्यांना सगळे लिहून काढायला. गांधी निघून गेल्यावर माऊन्टबॅटननी ती काळजीपूर्वक जपून ठेवली भावी पिढ्यांच्या माहितीसाठी.

'आज मी बोलू शकत नाही याचे मला वाईट वाटते' गांधींनी लिहिले होते, 'सोमवारी मौनव्रत धारण करण्याचा जेव्हा मी निर्णय घेतला तेव्हा त्यासाठी दोन गोष्टींचा अपवाद केला होता - उच्चपदस्थ व्यक्तींशी अत्यावश्यक बाबीसंबंधी व आजारी लोकांशी बोलायचे असल्यास मौन सोडायचे. पण मी मौन सोडावे असे तुम्हाला वाटत नसावे याची मला माहिती आहे. एक दोन गोष्टी अशा आहेत की ज्याबद्दल मला बोललेच पाहिजे; पण ते आज नाही. आपली पुन्हा भेट झालीच तर

बोलेन मी' एवढे लिहून ठेवून गांधी खोलीतून बाहेर पडले.

सगळीकडे अंधार पडला होता. सगळीकडे शांतता पसरली होती. अधूनमधून एखादा शुभ्रवेषधारी सेवक निरोप घेऊन जाताना दिसत होता. एखाद्या भुतागत. फक्त लुई माऊन्टबॅटन यांच्या अभ्यासिकेत मात्र दिवे जळत होते. त्या संत्रस्त दिवसातील शेवटची बैठक चालू होती तेथे. आपल्यासमोर बसलेल्या व्यक्तीकडे त्यांनी न समजणाऱ्या अविश्वासाच्या नजरेने पाहिले. काँग्रेसने व शिखांनी आपली संमती कळविली होती आणि ज्या माणसाच्या हटवादीपणाचा परिणाम म्हणून विभाजनाचा आश्रय घेण्यात आला होता तो माणूस मात्र आज आपल्याच नादात बसून होता, गप्प. एका अर्थाने त्याचाही वार मौनाचाच होता की काय कोण जाणे! आपण जिवापाड जतन केलेले ध्येय साकार होण्याच्या क्षणी महंमदअली जिना असे गप्प का होते बरे? ज्यांच्याकडून 'हो'कार मिळणे मुष्कील असायचे त्या होकारासाठी आसुसलेल्या त्यांच्या मनाला देखील त्यांच्या या मौनाचे आकलन होत नव्हते. आपल्या ओठात सतत जळत ठेवलेली सिगारेट ओढत जिना त्यांना 'हो' म्हणायला तयार नव्हते. त्यांना मुस्लिम लीगच्या कौन्सिलची बैठक व्हायला हवी होती. त्यासाठी त्यांना निदान एक आठवड्याचा तरी अवधी पाहिजे होता.

आता मात्र माऊन्टबॅटन यांची सहनशीलता संपुष्टात आली. जिनांबरोबरच्या प्रत्येक भेटीतील साठलेल्या वैफल्याचा स्फोट होण्याची वेळ आली. काय माणूस आहे हा! म्हणावे तरी काय त्याच्या या घमेंडानंदन स्वभावाला! त्याला हवे असलेले पाकिस्तान त्याला मिळत असतानाही तो गप्प आहे याचा अर्थ काय? का उगीचच खेळवतोय आम्हाला हा? अगदी अंतिम क्षणी सगळेच उडवून देण्याचा बेत तर नसेल याचा? अशा अनेक विचित्र विचारांनी माऊन्टबॅटन तडकून उठले. काय वाटेल ते झाले तरी त्यांना जिनांची संमती घेणे भागच होते. तिकडे लंडनमध्ये पंतप्रधान ॲटली आपली ऐतिहासिक घोषणा करण्याच्या तयारीत होते, तर इकडे सर्व भारतीय नेत्यांना स्वीकारार्ह वाटणारी योजना तयार होती. ब्रिटिश सरकारला व्हाईसरॉयनी आपला शब्द दिला होता. नाखूश काँग्रेसला आपल्या बाजूला वळवण्याची पराकाष्ठा त्यांनी केली होती. गांधींचीही तात्पुरती का असेना समजूत काढली होती. ज्या अर्थी जिना सहजासहजी 'हो' म्हणत नाहीत त्या अर्थी त्यांना आणखी एखादी जादा सवलत तर नको असेल? शेवटी माऊन्टबॅटननी जिनांना सांगितले,

"मिस्टर जिना, तुमच्या अनुयायांना दिल्लीत एकत्र आणण्याकरता लागणारा आठवड्याचा वेळ काढावा असे जर तुम्हाला वाटत असेल तर तुम्हाला वेड लागलंय असं मी समजेन. अगदी कढ निघेपर्यंत सगळं जमवत आणलं असताना चालायचं नाही हे. वास्तविक, तुम्हाला हवं असलेलं पाकिस्तान तुमच्या पदरात पडलंय! जगाच्या स्वप्नातही नसेल आलं ते कधी. त्याला तुम्ही कसरीनं खाल्लेलं

कसला अशुभ दिवस निवडलात! । १२३

म्हणणार याची कल्पना आहे मला, पण तरीही ते पाकिस्तान आहे हे खूप समजून असा. उद्या इतरांबरोबर त्याला तुमची संमती मिळण्यावर सगळं अवलंबून आहे. तुमची संमती गृहीत धरूनच कॉंग्रेसने योजना स्वीकारली आहे. आता या शेवटच्या क्षणी तुम्ही त्यातून अंग काढून घेताहात असा त्यांना किंचितही संशय यायचा अवकाश ते आपला पाठिंबा ताबडतोब मागे घेतील आणि एक भयानक भडका उडेल. आपण सारेच त्यात होरपळून जाऊ.''

—''असं म्हणून भागणार नाही. सगळं काही कायद्यानं झालं पाहिजे. शिवाय, मी एकटा म्हणजे मुस्लिम लीग नव्हे हे विसरताहात आपण.'' जिना उलटून म्हणाले.

-''वाहवा, मिस्टर जिना, छान हं, छान! हे तुम्ही मला सांगताहात! शाब्बास! अहो, एक वेळ तुम्ही जगाला फसवू शकाल या तुमच्या मखलाशीनं, पण मी काही कच्च्या गुरूचा चेला नाही, समजलात! मुस्लिम लीगमध्ये कोण कसा आहे आणि कोण कोठे आहे याची रेघ न् रेघ जाणतोय मी!'' मनात वैफल्याचा भडका उडत असतानाही बर्फाइतक्या थंड स्वरात माऊन्ट म्हणाले.

—''माफ करा. सगळं काही पद्धतशीर झालं पाहिजे.'' जिनांच्या उत्तरात फत्तराचा भाव होता.

—''मिस्टर जिना, आता मी काय म्हणतोय ते नीट ऐकून घ्या. स्वत:च्याच हातांनी स्वत:चाच डाव उधळून लावावा, असं करू देणार नाही मी तुम्हांला! ज्यासाठी तुम्ही हा सारा खटाटोप केलात, जे मिळवलंत - मिळवण्यासाठी अपार कष्ट घेतलेत ते सहजासहजी मोडू द्यायचं नाही मला! उद्याच्या बैठकीत मी स्वत: तुमच्यातर्फे नव्या योजनेचा स्वीकार करू इच्छितो. मी बैठकीसमोर पुढील निवेदन करेन : 'मला कॉंग्रेस पक्षाचे उत्तर मिळाले आहे. त्यांना काही मुद्दयांची स्पष्टीकरणे हवी आहेत. मी त्यांचे समाधान करू शकेन याची मला खात्री आहे. त्यांनी योजनेचा स्वीकार केला आहे. शिखांचीही संमती मी मिळवली आहे-' नंतर मी म्हणेन, 'काल रात्री मी मिस्टर जिनांबरोबर अतिशय मैत्रीपूर्ण अशी प्रदीर्घ बोलणी केली. योजनेचा तपशीलवार अभ्यास केला आम्ही. मिस्टर जिनांनी आपल्याला ही योजना मान्य असल्याची वैयक्तिक हमी मला दिलेली आहे.' माझ्या या उद्‌गारावर मी तुमच्याकडे बघेन. तुम्ही काही बोलू नका. कॉंग्रेससमोर तुम्ही तोंड उघडू नका. तुमच्या तोंडून त्यांना काही ऐकावं लागू नये अशी माझी इच्छा आहे. तुम्ही फक्त एकच गोष्ट करायची - माझ्याशी तुम्ही सहमत आहात असे दाखवण्यासाठी फक्त आपली मान डोलवायची, बस्स. आणि जर का तुम्ही तसं केलं नाहीत ना, तर मिस्टर जिना, तुम्ही संपलात. मी तुमच्यासाठी यापेक्षा जास्त काही नाही करू शकणार. सगळाच खेळ खलास होईल. कृपा करून ही एक धमकी नका समजू. ही एक भविष्यवाणी

आहे. त्याक्षणी तुम्ही मान नका डोलावू, की खतम सगळं! माझी उपयुक्तता खतम. तुमचं पाकिस्तान खतम... माझ्यापुरतं बोलायचं झाल्यास तेथून पुढं तुम्ही आणि तुमचं नशीब. दोघंही जा खड्ड्यात!'' माऊन्टबॅटननी अखेरचा मंत्र दिला जिनांना.

माऊन्टबॅटन योजनेला हिंदी नेत्यांची औपचारिक मान्यता मिळविण्यासाठी आयोजित केलेली बैठक ज्या पद्धतीने सुरू व्हावी अशी त्यांची इच्छा होती त्याचप्रमाणे सुरू झाली. सर्व काही माऊन्टबॅटन यांच्या मनासारखे झाले. आपली हनुवटी अर्धाएक इंच खाली झुकवत जिनांनी आपली संमती दर्शवली. त्या तेवढ्याशा थोडक्या आविर्भावाने साडेचार कोटींचे एक नवे राष्ट्र जन्माला घालण्याच्या निर्णयास अंतिम मंजुरी मिळाली. 'अशक्यप्राय वाटणारे स्वप्न' साकार होण्याच्या मार्गाला लागले. त्या सात माणसांना बोलण्याची संधी न देता माऊन्टबॅटननी घोषणा केली की, त्यांच्या योजनेच्या आधारेच भारतीय समस्येची उकल होईल.

माऊन्टबॅटन यांच्या डोक्यावरचे एक मोठे ओझे उतरले. आता त्यांनी सर्वांसाठी एक दुसरा मसुदा तयार ठेवला होता. चौतीस पृष्ठांच्या त्या मसुद्याच्या मुखपृष्ठावर शीर्षक होते - 'भारतीय फाळणीचे प्रशासकीय पर्यवसान' फाळणी स्वीकारली. आता पुढचे सोपस्कार पूर्ण करायचे. तेथे जमलेल्या सातही जणांना कदाचित त्याची सुतरामही कल्पना नसावी इतके ते कार्य प्रचंड होते. त्याच्या पानापानावर ब्रिटिश प्रशासनयंत्रणेच्या पद्धतशीर कार्यक्रमाची रूपरेषा, तपशील अतिशय नेमक्या शब्दात निर्देशिलेला होता. माऊन्टबॅटन पाने उलटत पुढे चालले तसे भारताच्या त्या भावी शासकांच्या छातीवरचे दडपण वाढत निघाले. गेली तीन शतके एकत्र नांदलेले कुटुंब आता वेगळे होणार. त्या तीन शतकात साधलेल्या तंत्रज्ञानाची वाटणी करायचे काम वाटले तितके सोपे नव्हते. अखंड हिंदुस्थानच्या कोषातील अनेक बाबी - बँकांतील रोकड, पोष्ट कचेऱ्यातील तिकिटे, ग्रंथालयातील पुस्तके, डोक्यावरचे कर्ज, जवळचे भांडवल, जगातील तिसऱ्या दर्जाची रेल्वे, तुरुंग, त्यातील बंदिवान, शाईच्या दौती, खराटे, संशोधन केंद्रे, रुग्णालये, विद्यापीठे, वेगवेगळ्या संस्था, निरनिराळ्या असंख्य वस्तू - अशा बारीकसारीक गोष्टी गोडीगुलाबीने कशा वाटून घ्यायच्या याचे रेखीव दिग्दर्शन यात आढळत होते.

मसुद्याचे वाचन चालू असताना सारे जण अगदी पुतळ्यासारखे बसून होते. माऊन्टच्या मनाजोगता देखावा परिपूर्णतेत उभा ठाकला त्यांच्यासमोर. त्यांची अपेक्षा संपूर्णपणे फळाला आली. खरोखर गंभीर व बराचसा मजेशीर होता त्या पुढाऱ्यांचा प्रतिसाद! त्यांच्यापुढील भावी कार्यक्रमाची छाननी एवढ्या कौशल्याने केलेली होती की तेथून पुढच्या काही थोड्या आठवड्यांत एकमेकांची उणीदुणी काढायला त्यांना फुरसतच मिळू नये अशी बेमालूम व्यवस्था झालेली होती. तो मसुदा म्हणजे ब्रिटिशांच्या प्रशासनप्रभुत्वाचा, त्यांच्या धूर्तपणाचा एक उत्कृष्ट

कसला अशुभ दिवस निवडलात! । १२५

नमुनाच म्हणा ना!

या अंतिम बैठकीची वार्ता गांधींच्या कानावर पडत असताना गांधी आपल्या सायंकाळच्या फेरफटक्यानंतर पायांना मालीश करून घेत होते. त्यांची एक शिष्या पायाचे तळवे गुळगुळीत दगडाने घासत होती. तोपर्यंत दुसरीने बाहेरून आत प्रवेश केला व सर्व वृत्तांत कथन केला त्यांना. गांधींच्या चेहऱ्यावर विषण्णतेची छटा पसरली तो वृत्तांत ऐकताना. तिचे सांगून संपल्यावर त्यांनी एक सुस्कारा सोडून म्हटले - 'परमेश्वर त्यांचे रक्षण करो. त्यांच्या ठायी सर्व प्रकारचा सुज्ञपणा निर्माण होवो!' त्यानंतर थोड्याच वेळाने आकाशवाणीच्या दिल्ली केंद्रावरून चार प्रमुख हिंदी नेत्यांनी फाळणीस मान्यता दिल्याची औपचारिक घोषणा केली. तारीख होती तीन जून, एकोणीसशे सत्तेचाळीस!

प्रथम व्हाईसरॉय माऊन्टबॅटन बोलले. त्यांच्या शब्दात आत्मविश्वास होता, स्वरात किंचित खालची पट्टी. त्यांनी थोडक्यात आटोपले. त्यांच्या मागून नेहरू बोलले - हिंदीत. बोलताना त्यांचा चेहरा दुःखी होता - 'भारताच्या भवितव्याचा जन्म कठोर परिश्रम व असीम यातना यांच्या संकरातून होत आहे. तरीही ते उज्ज्वल आहे यात शंका नाही. भारताच्या विभाजनाची ही योजना स्वीकारताना व्यक्तिश: माझे हृदय विदीर्ण झाले आहे, माझ्या अंत:करणात आनंदाचा लवलेशही नाही. तरीही मी आपल्याला ही योजना स्वीकारण्याची शिफारस करतो.' आपल्या भावनावेगाला आवर घालत नेहरूंनी जनतेला आवाहन केले.

त्यानंतर पाळी होती जिनांची. त्यांच्या असंबद्ध व्यक्तिमत्वाला साजेलसेच भाषण केले त्यांनी. एवढ्या अफाट कर्तृत्वाचा माणूस आपल्या ध्येयसिद्धीचा क्षण आपल्या लोकांसमोर त्यांना समजेल अशा भाषेत मांडू शकला नाही. ते शुद्ध इंग्रजीत बोलले. हिंदी मुसलमानांच्या इतिहासातील हा एक 'मोलाचा निर्णय' आहे हे सांगून भाषणाच्या शेवटी 'पाकिस्तान झिंदाबाद' ची घोषणा दिली (आपल्या अस्खलित इंग्रजीचा प्रवाह एकदम तोडून त्यांनी दिलेली ती घोषणा अनेक श्रोत्यांना Pakistan's in the bag-! अशी ऐकू आली.) नंतर निवेदकाने त्यांच्या भाषणाचा उर्दू तर्जुमा वाचून दाखविला.

चार जून उजाडला. माऊन्टबॅटनना एक तातडीचा संदेश मिळाला. गांधी काँग्रेसी नेतृत्वापासून विभक्त होऊ इच्छितात. आजच्या आपल्या सायंप्रार्थनेसमोर बोलताना ते या योजनेचा निषेध करणार आहेत असे वाटते. ताबडतोब माऊन्टबॅटननी आपला माणूस गांधींकडे पाठवून त्यांना आपल्याला भेटण्याची विनंती केली. बरोबर सहा वाजता गांधीजी व्हाईसरॉयना भेटण्यास आले. सायंप्रार्थनेची वेळ सातची होती. म्हणजे एक तासापेक्षा कमीच वेळ उरला होता संभाव्य संकट टाळायला. महात्माजींकडे दृष्टिक्षेप टाकताच त्यांच्या व्यथित अंत:करणाचा ठाव लागला व्हाईसरॉयना. 'एखाद्या

पंख तुटलेल्या पक्ष्यासारखे' गांधी कसेबसे बसले त्यांच्यासमोर. आपला हात वरखाली करत, ऐकू येणार नाही अशा खालच्या आवाजात गांधी म्हणत राहिले - 'हे सारं भयंकर आहे हो, अतिशय भयानक!' गांधींच्या या मन:स्थितीचीच माऊन्टबॅटनना अधिक भीती वाटली. त्यांच्या जाहीर निषेधाचा परिणाम काहीही होऊ शकतो याची त्यांना जाणीव झाली. आपल्याजवळच्या मनधरणीपटुत्वाचा व कल्पकतेचा उपयोग करत माऊन्टबॅटन त्यांची समजूत काढू लागले. गांधींच्या जीवितस्वप्नाचा - भारत एकसंध राखण्याच्या ध्येयाचा चुराडा होत आहे. आपणाला त्याबद्दल पूर्ण सहानुभूती वाटते हे त्यांनी स्पष्ट केले.

बोलता बोलता त्यांना अचानक एक कल्पना सुचली. वृत्तपत्रे ज्या योजनेला 'माऊन्टबॅटन योजना' म्हणत होते ती खरी पाहता 'गांधी योजना'च नव्हती का? तिच्यातील बहुसंख्य तरतुदी सर्वांच्या विचारासाठी गांधींनीच मांडल्या होत्या. महात्माजी गोंधळलेल्या नजरेने बघत राहिले. शिवाय गांधींनीच त्यांना सुचवले होते की, अंतिम निर्णय जनतेवर सोपवावा. योजनेचा आधारही तोच होता. शेवटी, लोकनियुक्त प्रांतिक कायदेमंडळांनीच भारताचे भवितव्य ठरवायचे होते. भारत किंवा पाकिस्तान यांची निवड त्यांच्याकरवीच होणार होती. 'डोमिनियन स्टेटस' च्या घोषणेनुसार ब्रिटिश लागलीच निघून जाणारही. आणखी काय हवे गांधींना याच्यापेक्षा अधिक?

''आणि बरं का, मिस्टर गांधी, असा काही चमत्कारच झाला व प्रांतिक विधिसभांनी अखंड हिंदुस्थानच्या बाजूने कौल दिला तर बहारच ठरेल! तुमच्या मनाप्रमाणे होईल सारं! त्यांचा निर्णय उलटच गेला तर सैनिकी बळाच्या जोरावर आम्ही तो धुडकावून लावणे पसंत पडेल तुम्हांला?'' माऊन्टबॅटन गांधींना म्हणाले. आपल्या सुप्रसिद्ध मोहक व्यक्तिमत्त्वाची मोहिनी टाकत, वाद घालत, याचना करत माऊन्टनी महात्माजींसमोर आपली बाजू मांडली. मोठ्या ताकदीने उभी केलेली ती भलावण अठ्ठ्याहत्तरीस पोचलेल्या त्या वृद्ध नेत्याला सहजासहजी दूर सारता येईना. दु:ख याचे की आज त्यांचा आत्मविश्वासही तितकाच डळमळत चालला होता. एक प्रकारची अनिश्चितता त्यांना छळत होती. आयुष्यातील अनेक बिकट व किचकट पेचप्रसंगातून मार्ग सुचवणाऱ्या त्यांच्या आत्म्याचा आतला आवाजही असा गप्प का होता याचे कोडे त्यांना पडले होते. भारताला जातीय विद्वेषाच्या खाईत लोटून, हिंसाचार व बेबंदशाही यांना आमंत्रण देऊनही का असेना फाळणीचा निषेध करायचा की या क्षणी व्हाईसरॉय करत असलेल्या सततच्या युक्तिवादाचा पाठपुरावा करायचा हा प्रश्न त्यांना भेडसावू लागला.

सात वाजत आले. गांधींच्या प्रार्थनेची वेळ जवळ आली. अजूनही माऊन्टबॅटन बोलतच होते. आपल्याला प्रार्थना चुकवणे जड जाते असे सांगून गांधींनी त्यांची रजा मागितली. गांधी प्रार्थनेला बसले. समोर जमलेल्या लोकांनी कान टवकारले. आज

त्यांची मनोवृत्ती प्रार्थकांची नव्हती. त्यांच्यापैकी अनेक जण अहिंसाधर्माच्या त्या प्रेषिताकडून आदेशाची उत्सुकता बाळगून होते. महात्मा गांधींच्या तोंडून त्यांना माऊन्टबॅटन योजनेचा निषेध ऐकण्याची इच्छा होती. तो एकदा मिळाला की त्यावर मोठ्या निकराने हल्ला चढवण्याचे मनसुबे त्यांनी बाळगले होते. पण त्यांच्या पदरी घोर निराशा आली. 'देशाच्या विभाजनाआधी माझ्या देहाचे तुकडे करा' असे शब्द उच्चारणाऱ्या त्या मुखातून निषेधाचा चकार शब्दही निघाला नाही.

'देशाच्या फाळणीचा दोष व्हाईसरॉयांच्या माथी मारू नका. त्याचा काही उपयोग नाही. त्यापेक्षा स्वत:चा शोध घ्या आधी. आपल्या अंत:करणात डोकावून बघा. खरा दोषी कोण आहे हे तेव्हा कळेल.' महात्मा गांधींनी देशाला सांगितले.

आपल्या व्हाईसरॉयपदाच्या कारकिर्दीच्या कीर्तिशिखरावर कळस चढवणारी कृती माऊन्टबॅटन यांच्या खाती जमा झाली. त्यांच्या मनमिळाऊ, आर्जवी वाक्पटुत्वाच्या सामर्थ्यावर त्यांनी एका अतिशय अवघड संकटावर मात केली. माऊन्टबॅटन स्वत:वर खूश झाले असतील यात शंकाच नाही.

मात्र महात्मा गांधींच्या या मौनाचे मोल त्यांना महागात पडण्याची शक्यता वाढली. अनेक भारतीयांच्या मनातून ते झटकन उतरले असावेत. भारताच्या भविष्यकालीन विभाजनाचे शल्य मनोमनी खुपणाऱ्या त्या कृश, वृद्ध नेत्याला एके दिवशी त्यांच्या रोषाला बळी पडावे लागणार होते. नियतीचा खेळ असा असतो...!

मध्यवर्ती कायदेमंडळाचे सभागृह आज प्रथमच एका पत्रकार परिषदेचा अनुभव घेत होते. ब्रिटिश साम्राज्याच्या भारतीय इतिहासात अशी परिषद घेणारे लॉर्ड लुई माऊन्टबॅटन हे दुसरे व्हाईसरॉय. आणि आता तर ते शेवटचेच. रशिया, अमेरिका, चीन, युरोप येथील विदेशी वार्ताहर, भारतीय नियतकालिकांचे प्रतिनिधी अशी सुमारे तीनशे मंडळी परिषदेस हजर होती. या परिषदेच्या निमित्ताने गेले दोन महिने सुरू असलेल्या एकपात्री प्रयोगाची विधिपूर्वक सांगता होत होती. कोणत्याही टिपणाचा आधार न घेता मोठ्या अधिकारवाणीने व सुस्पष्ट शब्दात माऊन्टबॅटननी आपली स्वातंत्र्यप्रदानाची योजना जगातील जनमतप्रदर्शनाकरता सर्वांसमोर मांडली. आपण केलेल्या प्रयत्नांना, परिश्रमांना कशी फळे येत गेली याचे सुंदर विवेचन केले. त्यांच्या मार्गातील अडथळ्यांना दूर करण्यात त्यांना कसे यश आले हेही सांगितले. सर्वांत मोठा अडथळा होता विन्स्टन चर्चिलांचा. त्या वयोवृद्ध सिंहाच्या गुहेत शिरून त्याच्या पंजातील नख्या त्याने आत ओढून घ्याव्यात म्हणून त्याचे मन कसे वळवले याचीही कहाणी निवेदली. व्हाईसरॉयचे एकतर्फी निवेदन संपताच टाळ्यांचा कडकडाट झाला. त्यानंतर सुरू झाल्या वार्ताहरांच्या प्रश्नांच्या फैरी. एखाद्या सराइताच्या कौशल्याने त्यांनी त्या परतवून लावल्या. अगदी निर्भयपणे त्यांना तोंड दिले. प्रश्न संपले. एक शेवटचा प्रश्न उरला. कोणातरी अनामिक भारतीय पत्रकाराच्या मुखातून

उमटलेला. माऊन्टबॅटन यांच्या समोर ठेवलेल्या त्या शब्दकोड्यातील शेवटचा चौकोन भरायचा होता.

"महाशय, सर्वांनाच स्वातंत्र्यप्राप्तीची व सत्तांतराची ओढ लागली आहे असे आपण म्हणता, मग या महान ऐतिहासिक क्षणाचा मुहूर्त आपण निवडलात काय?'' वार्ताहराने विचारले.

"हो, निवडलाय ना!'' उत्तर आले.

"कृपा करून आपण निवडलेला तो दिवस आम्हाला कळेल काय?'' वार्ताहराने घोडे पुढे दामटले.

व्हाईसरॉयनी ताबडतोब आकडेमोड करायला सुरुवात केली. तशी कोणतीच तारीख त्यांच्या मनात नव्हती. एक गोष्ट ते जाणून होते. आता जलदी करायला हवी. ब्रिटिश संसदेला उन्हाळ्याची सुट्टी पडण्यापूर्वी बिल पास करून घेतलेच पाहिजे. आपण एका ज्वालामुखीच्या तोंडावर, एका फ्यूज लावलेल्या बॉम्बवर बसलो आहोत, केव्हा भडका उडेल याची कल्पना नव्हती. भारत आणि भीषणता यांच्यामधील अंतर कमी कमी होत चालले होते. त्यांनी त्या खच्चून भरलेल्या हॉलवर नजर फिरवली. छताला लागलेल्या विजेच्या पंख्यांची घरघरच तेवढी ऐकू येत होती. प्रत्येक जण कान टवकारून त्यांचे शब्द न चुकवण्याचा प्रयत्न करत होता. 'मलाही दाखवून द्यायचे होते त्यांना, सगळ्या चाव्या माझ्याच हातात आहेत हे!' त्यांना आजही आठवत होते.

'होय, सत्तांतराचा दिवस निश्चित केलाय मी.' झरझर अनेक तारखा त्यांच्या नजरेसमोरून निघाल्या. चक्र फिरत राहिले. अचानक ते थांबले. एक तारीख ताडकन उभी राहिली समोर. त्यांच्या स्वत:च्या आयुष्यातील परमोच्च आनंदाचा असा तो क्षण त्यांच्यापुढे साकारला. ब्रह्मदेशाच्या जंगलयुद्धात जपान्यांनी बिनशर्त शरणागती लिहून दिल्याचा दिवस आठवला त्यांना! आशियाखंडात उदयाला येणाऱ्या एका नव्या लोकशाही राष्ट्राच्या प्रस्थापनेत जपानच्या शरणागतीच्या दुसऱ्या वर्धापनदिनाखेरीज दुसरा कोणता दिवस योग्य असणार आणखी!

एकाएकी भावनावेगाने त्यांचा गळा दाटून आला. ब्रह्मदेशातील जंगलयुद्धाचा जेता आता हिंदुस्थानचा मुक्तिदाता ठरणार होता.

"१५ ऑगस्ट १९४७ या तारखेस भारतीय जनतेच्या हाती सत्ता सुपूर्द केली जाईल-!'' माऊन्टबॅटनने जाहीर केले.

स्वत:च्या अधिकारात ही तारीख जाहीर करून टाकली खरी, पण तिकडे हाऊस ऑफ कॉमन्समध्ये, १० डाऊनिंग स्ट्रीटवर, बकिंगहॅम राजवाड्यात हाहाकार उडाला. कोणाच्या स्वप्नातदेखील तो दिवस आला नव्हता. व्हाईसरॉयच्या नजीकच्या वर्तुळातील अधिकाऱ्यांनाही तो धक्काच होता. भारतीय पुढारी तर अंधारातच होते.

कसला अशुभ दिवस निवडलात! । १२९

पण सर्वांत मोठा हादरा बसला तो एका वेगळ्याच भारतीय संस्थेला - ब्रिटिश राजकर्ते, काँग्रेसपक्ष, हिंदी संस्थानिक एकत्र येऊनही जेवढी सत्ता एकहाती एकवटली नसावी एवढे अधिराज्य गाजवत होती ती संस्था लक्षावधी भारतीयांवर! तिला डावलून तारीख जाहीर करण्याचे अक्षम्य पातक घडले होते माऊन्टबॅटन यांच्या हातून! परमेश्वर त्यांचे बघून घेईल कधीतरी! या संस्थेचे सभासद होते भारतीय ज्योतिर्विद! ग्रहगोलांच्या आधारे भविष्यकथन करणारे पंडित, शास्त्री, महाराज वगैरे! भारतीय समाजावरची या प्रतिष्ठितांची मोहिनी अजबच होती. काय करायचे ते त्यांना विचारून - मग तो महाराजा असो वा मवाली, राजकारणी असो वा रखवालदार, स्त्री असो वा पुरुष, कोणीही त्याला अपवाद नव्हता. बरे, सल्ला घ्यायचा कोणत्या कामात यालाही गणित नसायचे. प्रत्येक गावात एक-दोन ज्योतिषी आढळणारच. त्यांच्या अंदाज वर्तविण्याच्या बुद्धीचा खूप आदर व्हायचा गावात. आकाशवाणीवरून पंधरा ऑगस्टची तारीख जाहीर होताक्षणीच ही तज्ज्ञ मंडळी लागली खटपटीला. साऱ्या भारतभर ग्रहांच्या आवर्तनाची गणिते मांडू लागली. तिकडे बनारसहून, इकडे दक्षिणेतून अनुमान निघाले - पंधरा ऑगस्ट हा दिवस भारताच्या दृष्टीने केवळ अशुभ आहे. कायमची ग्रहदशा ओढवून घेण्यापेक्षा ब्रिटिशच या देशात आणखी एखादा दिवस जादा राहिलेले परवडेल. कलकत्त्यात स्वामी मदनानंद आपले ग्रंथ घेऊन बसले अभ्यासाला. पंधरा ऑगस्ट या दिवशी भारताच्या पत्रिकेत सगळ्या अशुभ ग्रहांनी गर्दी केल्याचे त्यांना दिसून आले. भारतापुढे वाढून ठेवलेल्या संकटांची, दुर्दशेची चाहूल लागताच त्यांनी कपाळावर हात मारून घेतला. 'काय करून बसलेत हे!' असा आक्रोश करत त्यांनी आकाशाला साकडे घातले. मदनानंदासारख्या हजारो भारतीय ज्योतिर्विदांनी पंधरा ऑगस्ट या तारखेच्या निश्चितीवर नाके मुरडली.

आसामातील पर्वतीय प्रदेशातील एका पुरातन मंदिरात वास करून, यौगिक, आध्यात्मिक व तांत्रिक मनोबलोपासनेतून प्राप्त झालेला संयम सुटण्याची वेळ तेथील एका ज्योतिषावर आली. कसलाही विचार न करता त्याने माऊन्टबॅटनना ग्रहांच्या माध्यमातून उद्भवणाऱ्या संभाव्य भीषण अरिष्टांची कल्पना लिहून कळवली. आपल्या भविष्यकथनात त्याने म्हटले,

'जर आपली ईश्वरावर श्रद्धा असेल तर पंधरा ऑगस्ट या दिवशी भारताला त्याचे स्वातंत्र्य प्रदान करू नये. आपल्या हातून तसे कृत्य घडले तर स्वातंत्र्यापाठोपाठ महापूर, अवर्षण, दुष्काळ व अमानुष मानवसंहार यांची पीडा भारताच्या भाळी लिहिली आहे याची नोंद घ्यावी. स्वतंत्र भारताच्या जन्मस्थानावर या सर्वांची वक्रदृष्टी आहे!'

।। असा काडीमोड ऐतिहासिकच!

नवी दिल्ली, जून १९४७. इतिहासपुरुषाच्या आयुष्यात त्यातील प्रत्येक गोष्ट नवीन होती. प्रथमच घडताना दिसत होती. तिला कोणताही पूर्वाधार नव्हता. पूर्वपीठिका नव्हती, भूतकाळाचा मागोवा नव्हता. चाळीस कोटी लोकसंख्येच्या त्या विशाल प्रदेशाचे विभाजन - तेही बारीकसारीक तपशिलांसह- करावयाचे काम सोपे नव्हते मुळीच! १५ ऑगस्टला मोजून ७३ दिवस उरले होते. दिल्लीतील प्रत्येक सरकारी कार्यालयात रोजच्या रोज फाडावयाची तारीख असलेल्या दिनदर्शिका व्हाईसरॉयच्या खास आज्ञेवरून लावण्यात आल्या होत्या. प्रत्येक पानाच्या मध्यभागी लाल चौकोनात पंधरा ऑगस्टला किती दिवस उरलेत ते ठळकपणे दिसत होते. एखादा प्रचंड स्फोट करताना उलटे अंक मोजावयाचे असतात ना त्या पद्धतीने! भारत व पाकिस्तान या दोहोंत अखंड भारताची जायदाद वाटण्याचे कार्य राक्षसी गुंतागुंतीचे होते यात शंका नाही. आणि असले हे महान कार्य पूर्ण करण्याची जबाबदारी दोघा कार्यक्षम सनदी अधिकाऱ्यांवर सोपविण्यात आली होती. दोघांचाही दर्जा समानच होता. दोघेही समर्थ प्रशासक होते. ब्रिटिशांच्या तालमीत तयार झालेले. दोघेही एकसारख्याच बंगल्यात राहत होते. सारख्याच बनावटीच्या मोटारींतून फिरत होते. सारखाच पगार घेत होते. मात्र आज नियतीने त्यांच्यावर संबंधित पक्षांची वकिली करण्याचे काम टाकले होते. त्या दोघांपैकी एक जण होता हिंदू, तर दुसरा होता मुसलमान- एम. एच. पटेल व चौधरी महंमद अली.

जून ते ऑगस्टच्या दरम्यान आपल्या ब्रिटिश मार्गदर्शकांच्या मदतीने, शंभरेक साहाय्यक अधिकाऱ्यांच्या विविध समित्यांनी, उपसमित्यांनी तयार केलेल्या अहवालांच्या आधारे त्यांनी आपले काम पूर्ण करून ते आपल्या शिफारशींसह अंतिम मंजुरीसाठी व्हाईसरॉयच्या अध्यक्षतेखाली काम करणाऱ्या विभाजन मंडळाकडे पाठवले.

अगदी आरंभालाच काँग्रेसने पहिला हक्क बजावला. नवोदित राष्ट्रासाठी योजलेले 'हिंदुस्थान' हे नामाभिधान त्यांनी नाकारले व मूळच्या 'इंडिया-भारत' याच नावावर हक्क सांगितला. ज्या अर्थी 'पाकिस्तान' अखंड भारतापासून फुटू पाहत आहे त्या अर्थी भारत व त्याच्याशी निगडित असणाऱ्या राष्ट्रसंघांतर्गत संस्थांमधून तेच नाव कायम राहावे असा काँग्रेसने हेका धरला.

कोणत्याही काडीमोडकज्जात वाद असतो पैशाचा. युद्धकाळात ब्रिटनला प्रचंड कर्ज झाले होते. जवळजवळ पाचपन्नास अब्ज डॉलर्सच्या आसपास होते ते. आता या कर्जाचा बोजा भारत-पाकिस्तानच्या बोडक्यावरच बसणार. त्याशिवाय, काही रोकडही होतीच ना-सरकारी खात्यावरचा बँकनिधी, बँक ऑफ इंडियामधील सोन्याची गंगाजळी ते अगदी दुर्गम अशा नागा टेकड्यातील जिल्हाकमिशनरच्या पैशाच्या छोट्याशा पेटीतील उरलेल्या मळकट नोटा किंवा काही थोडी पोस्टाची तिकिटे या साऱ्यांची मोजदाद होऊन पुन्हा त्याची वाटणी करावी लागणार होती. शेवटी शेवटी हे सर्व प्रकरण भलतेच किचकट झाले. पटेल व चौधरी या दोघांनाही सरदार पटेलांच्या शयनगृहातून कोंडून टाकले व पूर्ण एकमत झाल्यावरच बाहेर काढण्यात आले. अक्षरशः लाहोरच्या बाजारातील फेरीवाल्यांनी करावी तशी घासाघीस केल्यानंतर निर्णय झाला. पाकिस्तानच्या वाटणीला बँकेतील रोकड व सोने यांचा साडेसतरा टक्के भाग यावा व त्याच्या बदल्यात हिंदुस्थानच्या राष्ट्रीय कर्जाचाही तितकाच भाग त्यांनी उचलावा; हिंदुस्थानच्या प्रशासकीय कचेऱ्यांतून असलेल्या स्थावर मालमत्तेचा ऐंशी टक्के भाग भारताला व वीस टक्के पाकिस्तानला अशी विभागणी मान्य झाली. सर्व देशभर सरकारी कचेऱ्या आपल्या ताब्यातील साहित्याच्या याद्या तयार करू लागल्या. त्यात खुर्च्या, टेबल, खराटे, टंकलेखनयंत्रेही आली. त्या कारवाईतून काही विचार करायला लावणाऱ्या गोष्टी दृष्टोत्पत्तीस आल्या व त्याचा अचंबा वाटला. आता वानगीदाखल एकच बाब बघा- अखिल जगतात दुष्काळपीडित भाग म्हणून गणल्या जाणाऱ्या या राष्ट्रांच्या अन्न व शेतकी खात्याकडे असलेले संपूर्ण साहित्य किती असावे? कारकुनांची टेबले - ४२५, मोठ्या आकाराची टेबले - ८५, अधिकाऱ्यांच्यासाठी खुर्च्या -८५, साध्या खुर्च्या - ८५२, टोपी अडकवायची खुंटाळी - ५०, आरसा लावलेली टोपीची खुंटाळी - ६, पुस्तकांची फडताळे - १३०, लोखंडी तिजोऱ्या -४ , टेबलावरचे दिवे - २०, टंकलेखनयंत्रे - १७०, पंखे - १२०, घड्याळे - १२०, सायकली - ११०, दौती - ६००, मीटर

(स्टाफकरता) - ३, सोफासेट - २ आणि शौचपात्रे - ४०.

विशेष म्हणजे या सगळ्यांची वाटणी होत असताना चिक्कार वादावादी झाली. काही वेळा प्रत्यक्ष मारामाऱ्यादेखील. खातेप्रमुखांनी त्यातल्यात्यात उत्तमोत्तम टाईपरायटर लपवून त्याच्याबदली मोडकी यंत्रे दुसऱ्याकरता दाखवली आणि असल्या धांगडधिंग्यात 'मी-मी' म्हणणाऱ्या दर्जेदार, सुटाबुटातील अधिकाऱ्यांनीही सक्रिय भाग घेतला याची गंमत वाटते. ज्या माणसांनी आपल्या अधिकारखंडात हजारो निवाडे लिहिले ती माणसे दौत माझी, पाण्याचे भांडे तुझे, एका हॅट ठेवण्याच्या खुंटाळ्याची सांगड छत्री ठेवण्याच्या फडताळाशी, एकशे पंचवीस टाचणीपानांची सांगड एका शौचपात्राशी घालण्यात धन्यता मानू लागली. सरकारी निवासस्थानातील ताटे, वाट्या, चांदीची भांडी, तैलचित्रे याही गोष्टी वादग्रस्त ठरल्या. एकाच बाबतीत चर्चा झाली नाही. ती म्हणजे मद्याच्या बाटल्या ठेवण्याचे कोठे. ते राहिले हिंदुस्थानात. पाकिस्तानला त्या मालाचा मोबदला मिळाला.

अशी विभागणी होत असताना माणसाच्या क्षुद्र मनोवृत्तीचे, संकुचित भावनांचे जे दर्शन घडले ते भयानकच होते. लाहोरचे पोलीस अधिकारी पॅट्रिक रिच यांचा अनुभव पाहा. त्यांनी आपल्या अखत्यारीतील सर्व साहित्य -पायाला बांधायच्या पट्ट्या, पागोटे, रायफली, लाठ्या-आपल्या हाताखालच्या एका हिंदू व एका मुसलमान अधिकाऱ्यांत विभागले. शेवटी पोलीस बॅन्डचे साहित्य, वाद्ये उरली. मग पाकिस्तानला बासऱ्या तर भारताला ताशा अशा वस्तू वाटल्या. शेवटी एक ट्रॅम्बोन राहिला शिल्लक. तो कोणी घ्यायचा यावर मारामारी व्हायची पाळी आली. एकमेकांच्या हातात हात घालून एकत्र नोकरी केलेल्यांची ही कथा!

सागरावर प्राण गमावलेल्या खलाशांच्या विधवांना निवृत्तिवेतन कोणी द्यायचे? पाकिस्तानने एकूणएक मुस्लिमधर्माच्या विधवांची व हिंदुस्थानने हिंदुधर्मीय विधवांची, मग त्या कोठेही असोत, जबाबदारी घ्यायची का या तऱ्हेचे प्रश्नही पुढे आले. राष्ट्रीय हमरस्त्यावर वापरण्यात येणारे बुलडोझर, चाकाच्या मालगाड्या, खोरीकुदळी, रेल्वेची इंजिने, डबे, मालगाडीचे डबे यांची वाटणी करताना काय प्रमाण धरायचे याचाही निर्णय सहजासहजी झाला नाही. इंडिया लायब्ररीतील ग्रंथांची वाटणी मजेशीर झाली. एन्सायक्लोपीडिया टाट्रानिका ग्रंथांचे खंड एकाआड एक असे दोघांना दिले. शब्दकोशांची पाने अक्षरांच्या प्रमाणे 'ए ते के' पर्यंत हिंदुस्थानला व उरलेली पाकिस्तानला फाडून देण्यात आली. एखाद्या पुस्तकाची प्रत एकच असल्यास ज्या राष्ट्राला ज्या विषयात अधिक रस असेल त्याच्या हवाली ती केली. ते ठरवतानाही विद्वज्जनांनी मुद्दयाला हात घातला म्हणतात! पोस्टाची तिकिटे व चलनी नोटा छापण्याचा कारखाना एकच होता साऱ्या उपखंडात. भारताने तो आपल्याकडे ठेवून घेतला. त्यांचा परिणाम होऊन हजारो मुस्लिमांना भारतीय नोटांवर 'पाकिस्तान' असा रबरी शिक्का मारून ते चलन व्यवहारासाठी वापरावे लागले.

असा काडीमोड ऐतिहासिकच! । १३३

ही झाली नोकरशहांची रीत. जहाल कट्टरांची मागणी अजबच होती. ताजमहालाचे तुकडे करावेत व समुद्रमार्गे ते पाकिस्तानला पाठवावेत ही एक त्यांपैकी. कारण काय? ताजमहाल एका मोगल बादशहाने बांधला होता म्हणून. त्याच्या उलट हिंदू साधूंनी सिंधू नदीचा प्रवाह वळवून मागितला. कारण, पंचवीस शतकापूर्वी तिच्या तीरावरच त्यांच्या पवित्र वेदग्रंथांचे लेखन पुरे झाले होते. ब्रिटिश साम्राज्यांच्या झगमगाटाची साक्ष असणाऱ्या व्हाईसरॉयच्या राजेशाही, किमती गाड्या ताब्यात घेताना कोणीही पुसटसादेखील नाखुशीचा सूर काढला नाही. व्हाईसरॉयची शुभ्र व सुवर्णांकित रेल्वेगाडी भारताला मिळाली. सेनाप्रमुख व पंजाबचे गव्हर्नर यांच्या खाजगी मोटारी पाकिस्तानला. या सर्वांवर ताण करणारी विभागणी व्हाईसरॉय-निवासातील घोडागाडयांची. एकूण गाड्या होत्या बारा, नक्षीदार वेलबुट्टी काढलेल्या, सोन्याचांदीच्या पत्र्यांनी मढवलेल्या. त्यांची चकचकीत खोगिरे, त्यांच्या मखमलीच्या गाद्यागिरद्या, सगळी वैभवाची, डामडौलाची प्रतीके, एके काळी भारतीय जनतेच्या रोषास पात्र ठरलेली. तेव्हा या गाड्यांची मोडतोड करणे मूर्खपणाचे ठरणार निश्चितच. तेव्हा असे ठरले, एकाने सोन्याच्या व एकाने चांदीच्या घेऊन हा प्रश्न मिटवायचा. मग माऊन्टबॅटन यांचे ए. डी. सी. लेफ्ट. कमांडर पीटर हाव्ज यांनी सुचवले, नाणेफेकीचा कौल घ्यावा. मग एका बाजूला मेजर याकूबखान, दुसरीकडे मेजर गोविंदसिंग तैयार! रुपयाचे नाणे वर उडाले. गोविंदसिंग ओरडले- 'छाप!' नाणे खाली उतरले. जमिनीवर थोडा वेळ खळखळले. तिघेही जण खाली वाकले. शीख मेजरांच्या मुखातून हर्षोद्‌गार आला. भारताचे दैव फळफळले. त्यानंतर इतर साहित्याची वाटणी झाली. सर्वांत शेवटी, कोचमन वाजवत असलेले घोड्यांना हाकारायचे बिगुल उरले. आता त्याचे काय दोन तुकडे करायचे? हॉव्ज साहेबाने ते वर धरले व ते आपल्या सहकाऱ्यांना म्हणाले- 'आता याची वाटणी नाही करता येणार. त्यावर उपाय एकच आहे, मीच ते माझ्यासाठी घेतो ठेवून!' हसत हसत त्यांनी ते आपल्या काखेत अडकवले आणि धूम ठोकली. (अजूनदेखील ते शिंग आता निवृत्त ॲडमिरल म्हणून जगत असलेले हॉव्जसाहेब मोठ्या रसिकतेने आपल्या पाहुण्यांना दाखवतात.)

साहित्याची वाटणी संपली. आता माणसांची सुरू झाली. हजारो विविध अधिकारपदे भूषवणारी माणसे. सार्वजनिक सेवेतील नोकरांपासून ते रेल्वेबोर्डाच्या अध्यक्षांपर्यंत हुद्द्यांची. कनिष्ठ मंत्र्यांपासून झाडूवाल्यापर्यंत; त्यात निरोप देणारी मुले, नोकरचाकर, बाबू मंडळी आली. आणि सर्वांत शेवटी भारताच्या प्रशासनयंत्रणेत बांडगुळासारखी पसरलेली क्षुद्र मनाची कारकूनमंडळी. प्रत्येकाला पर्याय दिला होता - हिंदुस्थान वा पाकिस्तान. त्यांच्या इच्छेनुसार त्यांची रवानगी झाली जिकडे - तिकडे.

सर्वांत क्लेशकारक विभाजन होते भारतीय सैन्यदलाचे. वास्तविक माऊन्टबॅटननी

जिनांसमोर एक योजना मांडून त्यांना विनंती केली होती की, त्यांनी एक वर्षभर तरी भारत-पाकिस्तान यांचे संयुक्त सेनादल एका ब्रिटिश सरसेनापतीच्या आधिपत्याखाली ठेवावे. त्यायोगे या उपखंडात शांततेची हमी मिळेल. परंतु जिनांनी त्यास नकार दिला. त्यांना पाकिस्तानचे स्वतंत्र सेनादल, त्याच्या निर्मितिक्षणाबरोबरच हवे होते. त्यामुळे सर्वांचा नाइलाज झाला. एकूण सैन्यातील दोन तृतीयांश हिस्सा भारताला, एक तृतीयांश पाकिस्तानला या प्रमाणात विभागणी झाली.

भारतीय सैन्याची जगासमोरची प्रतिमा एक वेगळीच होती. त्याच्या नुसत्या उच्चाराने देखील अनेक अद्भुत गोष्टी नजरेसमोर येत. त्या सैन्याच्या पलटणींची नामावळीदेखील वैभव, साहस यांच्याशी निगडित असायची. अनेक युद्ध आघाड्यांवर पराक्रम गाजवून त्याने नाव कमावले होते. ईस्ट इंडिया कंपनीजवळचे सैन्य खाजगी स्वरूपाचे होते. स्वत:च्या पुढाकाराने काही जणांना एकत्र करून कंपनीच्या दिमतीला जायचे असा थोडासा भाडोत्री खाक्या होता त्या वेळी. अर्थात, अशा त्या शूरांचे ध्येय मुख्यत: संपत्तिसंपादन हेच असे. आपल्या शस्त्रांच्या जोरावर थोड्याफार बेबंदशाहीकडे झुकायचे ते वीर. सन १८५७ च्या बंडानंतर त्याला निश्चित असे रूप मिळाले. नंतरच्या ७५ वर्षांत भारतीय सैन्यदलात मानाची जागा मिळवण्यासाठी सँढर्स्टच्या सैनिकी प्रबोधिनीतून शिक्षण घेतलेले इंग्रज तरुण बाहेर पडू लागले. भारतातील जीवनमान स्वस्त व वेतनमान पन्नास टक्के अधिक अशी स्थिती फायद्याची वाटू लागली त्यांना.

भारतीय सैन्याची शिस्त वाखाणण्यासारखी होती. प्रत्येक पलटणीचा रुबाब वेगळा, वागण्याची तऱ्हा वेगळी. त्यांच्या कवायती, त्यांच्या मेजवान्या, त्यांनी मिळवलेली मानचिन्हे, पदके, ढाली, सगळेच वैशिष्ट्यपूर्ण. प्रत्येक इंग्रज अधिकारी मोठ्या इतमामात राहायचा सैन्यात. वायव्य सरहद्दीपासून ते काश्मीरपर्यंत भटकायचा. त्याच्या सेवेस सर्व प्रकारची चैन उपस्थित. मनाला येईल ते खावे-प्यावे अशी चैन. प्रत्येक पलटणीची परंपरा वेगळी. प्रत्येकाच्या नावाचा एक चांदीचा चषक असे. त्याशिवाय, वेगवेगळ्या प्रसंगांच्या निमित्ताने - कुणाच्या आगमनाची स्मृती, कधी पोलो, क्रिकेट सामन्यात विजय मिळाला म्हणून किंवा रणांगणात मर्दुमकी गाजवली म्हणूनही- असे चषक त्या पलटणीकडे साठत.

सन १९३० सालातील एक प्रसंग गंमत म्हणून ऐका. 'सातवी कॅव्हॅलरी' या नावाच्या पलटणीच्या संग्रहात असाच एक चषक होता त्याची ही कथा आहे. एकदा त्यांनी एक मोठी मेजवानी आयोजित केली. चिक्कार खाल्ले सर्वांनी. चिक्कार प्यालेही सर्व. अतिशय बेफाम व बेभान झालेल्या, त्या नशेत झिंगणाऱ्या तरुण अधिकाऱ्यांच्या मनात एकाएकी काय आले कुणास ठाऊक. जेवण झाल्यानंतर सगळे जण टेबलावर चढले आणि सर्वांनी एकसमयावच्छेदेकरून तेथे ठेवलेल्या एका मोठ्या चषकात सामुदायिक मूत्रप्रसारण केले. शॅम्पेन पिऊन तट्ट झालेली

आपली पोटे रिकामी केली. तेथून पुढे त्या पेल्याला नाव पडले 'ओसंडून वाहणारा कप.' अशा एकेक तऱ्हा!

जुलै महिन्याच्या प्रारंभी प्रत्येक सेनाधिकाऱ्याला एक फॉर्म देण्यात आला. त्यावर त्यांनी आपला पर्याय नोंदवायचा होता. अर्थात, हिंदू व शीख अधिकाऱ्यांबद्दल प्रश्नच नव्हता. कारण जिनांना ते कोणी नकोच होते. प्रश्न होता मुसलमानांचाच. पिढ्यान्‌पिढ्या ज्या देशात आयुष्य घालवले तो देश तडकाफडकी सोडायचा कसा? केवळ मुसलमान म्हणून निघून जायचे की संभाव्य मुस्लिमविरोधी वातावरणात टिकून राहण्याचा धोका पत्करायचा? अनेकांना हे प्रश्न भेडसावू लागले. त्यांच्या मनाची चलबिचल करू लागले.

लेफ्टनंट कर्नल इनायत हबीबुल्लांचीच स्थिती अशी झाली. अल्‌-अलामीनच्या युद्धात शौर्य गाजवलेला वीर तो. त्यांनी आठवड्याच्या शेवटी रजा काढली. आपल्या गावाला लखनौला गेले. त्यांचे वडील लखनौ विद्यापीठाचे कुलगुरू होते, आई कट्टर पाकधार्जिणी होती. भोजनानंतर वडिलांची मोटार काढून त्यांनी लखनौच्या रस्त्यावरून फेरफटका मारला. आपल्या पूर्वजांचे निवासस्थान पाहताना त्यांना भडभडून आले- 'माझ्या वाडवडिलांनी या भूमीसाठी प्राण वेचले. इंग्लंडमध्ये शाळेला असताना, आफ्रिकेच्या वाळवंटात जर्मनांच्या गोळ्या खाताना याच भारतभूमीचे स्वप्न मी पाहिले आहे. याच मातीत मी वाढलो, ही माती माझी आहे. मी येथेच राहणार...!'

व्हाईसरॉयच्या रक्षादलातील एक तरुण मुसलमान अधिकारी मेजर याकूबखान यांनाही असाच पेच पडला. आयुष्यातील एक सर्वांत महत्त्वाचा निर्णय घ्यावा लागला. त्यांनीही प्रथम आपल्या जन्मगावाला भेट दिली. रामपूर संस्थान त्यांचे गाव. त्यांचे वडील नबाबाचे मुख्य प्रधान. स्वतः याकूबखान नबाबांचे पुतणे. कमालीचे भावविवश होत ते आपल्या निवासस्थानात हिंडू लागले. जवळच नबाबांचा भव्य प्रासाद उभा होता. सगळा भूतकाळ त्यांच्यासमोर खडा झाला. त्या वेळचे ते राजशाही थाटाचे भोजन. त्या शिकारी, ती नृत्ये, ते संगीत, तो रुबाब, वैभव झर्रकन नजरेसमोर सरकू लागले. आणि या सगळ्याचा विचार संपताच उभा राहिला भविष्यकाळ! समाजवादी भारतात माझ्यासारख्या एका मुसलमान राजवंशातील माणसाला कोणते स्थान राहील?

त्या दिवशी रात्री आपल्या मातोश्रींना त्यांनी आपला मनोदय कळवला. ते पाकिस्तानात जाणे पसंत करणार होते. आईला त्यांनी सांगितले, "तुझे आयुष्य भोगून झाले आहे. माझ्यापुढे ते खडे आहे. जवळजवळ संपूर्णच! फाळणीनंतरच्या भारतात मुसलमानांना काही भवितव्य उरेल असं मला नाही वाटत."

पुत्राचे ते उद्‌गार ऐकून ती वृद्ध स्त्री थोडीफार चिडली. थोड्याशा साशंक नजरेने तिने मुलाकडे बघितले. ती म्हणाली, 'हे बघ, मला यातलं काही समजत नाही.

आपण गेली दोनशे वर्षं या देशात काढली आहेत. वाऱ्याच्या लहरीवर स्वार होऊन आम्ही हिंदुस्थानात उतरलो. दिल्लीचे सिंहासन खालसा झालेलं आम्ही पाहिलं; १८५७ च्या बंडाची झळ सोसली आम्ही; तुझ्या पणजोबांनी तेव्हा हौतात्म्य पत्करलं. तुझ्या पूर्वजांनी या देशासाठी ब्रिटिशांशी लढा दिला. अरे, आम्ही सारखे लढलो, लढलो, लढतच राहिलो आणि अखेर आपल्याला या भूमीतच आसरा मिळाला. त्या भूमीतच आपली थडगी पडतील. माझं वय झालंय. मी दिवस मोजत आहे अखेरचे. मला राजकारण कळत नाही. एक आई म्हणून मी स्वार्थ करणारच. तुझी-माझी ताटातूट होऊ नये म्हणून पाहा विचार करून.'' ती बोलायची थांबली.

''छे: छे: तसं नाही. दिल्लीऐवजी कराची इतकाच फरक असेल.'' मेजर याकूब म्हणाले.

दुसऱ्या दिवशी सकाळी याकूबखान निघाले. तो एक रम्य, प्रसन्न दिवस होता. त्यांच्या आईने पांढरी शुभ्र साडी परिधान केली होती. मुलाच्या डोक्यावर कुराणाचा ग्रंथ धरला त्यांनी. याकूबखान त्याच्याखालून गेले. नंतर त्यांनी तो पवित्र धर्मग्रंथ हातात घेऊन त्याला ओठ लावले. दोघांनी मिळून त्यातील काही श्लोकांचे पठण केले. शेवटचा शब्द उच्चारून होताच आईने मुलाच्या दिशेने एक हळूवार फुंकर मारली - आपण त्याच्यासाठी केलेल्या प्रार्थनेने त्याला साथ करावी म्हणून. याकूबखान आपल्या पॅकार्डजवळ गेले. त्यांनी मोटारीचे दार उघडले. निरोप घेण्यासाठी ते वळले. त्यांची मान ताठ उभी होती. उत्तरादाखल तिने केवळ मान झुकवली. त्यांच्यामागच्या खिडक्यातून गर्दी केलेल्या अनेक पगडबंद सेवकांनी मालकाला 'सलाम' ठोकले. त्यापैकी एक खिडकी याकूबच्या खोलीची होती. आजदेखील ती त्यांच्या क्रिकेट-पॅड्सनी, फोटोच्या संग्रहांनी, पोलोमधील प्रावीण्याबद्दल मिळालेल्या पेल्यांनी, त्यांच्या युवावस्थेतील मानचिन्हांनी भरून राहिली होती. 'एकदा पाकिस्तानात जाऊन स्थिरस्थावर झाली की येऊ परत व घेऊन जाऊ सगळं. आज गडबड नाही त्याची.' त्यांच्या मनात विचार आला.

याकूबखानांना कल्पना नव्हती आपण चुकलो आहोत याची. आता ते पुन्हा कधीही रामपूरला परतणार नव्हते, आईला भेटणार नव्हते. आणखी काही महिन्यातच ते काश्मीरच्या बर्फाच्छादित टेकडीवरून वर सरकणाऱ्या एका पाक बटालियनचे आधिपत्य करणार होते. एका मोक्याच्या लष्करी चौकीवर हल्ला चढवणार होते. त्यांच्या या चढाईचा मुकाबला करण्यासाठी सज्ज राहणार होती गढवाल रेजिमेंटची एक तुकडी. त्या तुकडीचा सेनानी असणार होता त्यांच्यासारखाच एक मुसलमान. मात्र त्याने जुलै १९४७ मध्ये याकूबखानांनी घेतलेल्या निर्णयाच्या नेमका उलट निर्णय घेतला होता. तो आपल्या जन्मभूमीतच राहणार होता. याकूबखानांप्रमाणे तोही रामपूरचाच निवासी होता. त्याच्या नावानंतरही 'खान' ही उपाधी लागलेली होती. पाकिस्तानी सेनाधिकारी याकूबखानांना सामोरे जाणारा होता भारतीय सेनाधिकारी

युनूसखान - त्यांचाच मोठा भाऊ!

'३, न्यू स्क्वेअर, लिंकन्स इन, लंडन,' या पत्त्यावरील आपल्या ऑफिसमध्ये बसला होता तो माणूस. पेशाने बॅरिस्टर असलेला, कुशाग्र बुद्धीचा म्हणून ख्यातनाम झालेला. आपल्या बुद्धिमत्तेच्या तेजोवलयात तळपणारा. एका धनाढ्य शिकाऱ्याचा मुलगा. वडिलांनी सर्वकाळ प्राण्यांच्या मागावर घालवलेला. मुलगा मात्र लागला त्याच हौसेने, कायद्याचे ज्ञान मिळवण्याच्या मार्गावर. हा माणूस तसा लठ्ठपणाकडेच झुकत होता. सर सीरिल रॅडक्लिफ त्यांचे नाव. जून १९४५ मध्ये भारताच्या विभाजनकार्यातील सर्वांत मोठा गुंता सोडवण्याची जोखीम त्यांच्या शिरावर पडलेली होती. रॅडक्लिफ यांच्या आवाक्यात जगातील सर्व ज्ञानशाखा येत असल्या तरी भारताविषयी मात्र त्यांच्या डोक्यात चक्क अंधारच हं! त्यांना हिंदुस्थानची कसलीच माहिती नव्हती. कधी तसा संबधच आला नव्हता. केवळ याच एका गोष्टीसाठी त्यांना लॉर्ड चॅन्सेलरांच्या कार्यालयात बोलावून घेण्यात आले होते खास. वेळ होती दुपारची. तारीख होती २७ जून १९४७.

माऊन्टबॅटनने फाळणीची कल्पना मांडली असली तरी पुढे बंगाल व पंजाब या प्रांतांच्या सीमारेषा कशा आखायच्या या प्रश्न उरलाच होता. नेहरू आणि जिना या दोघांचेही त्यावर एकमत व्हायचे नाही हे उघडच होते. त्यामुळे त्यांनी हे काम एखाद्या सीमा-मंडळाकडे सोपवावे असे सुचवले होते. अशा मंडळाच्या अध्यक्षस्थानी एखाद्या नामवंत बॅरिस्टराची नियुक्ती व्हावी अशीही त्यांनी अपेक्षा व्यक्त केली होती. शिवाय, त्या व्यक्तीला भारत संपूर्णपणे नवा वाटायला हवा. कारण त्यामुळे तो कोणाचीच बाजू घेऊन पक्षपात करणार नाही अशीही त्यांची कल्पना होती. रॅडक्लिफ यांचा लौकिक व भारताविषयीचे त्यांचे अज्ञान या दोन गोष्टी लक्षात घेता सीरिल रॅडक्लिफ हे या पदास सर्वस्वी लायक आहेत असे लॉर्ड चॅन्सेलरांनी त्यांना सांगितले.

लॉर्ड चॅन्सेलरांची ती सूचना ऐकून रॅडक्लिफ थक्कच झाले. बंगाल-पंजाब ही नावेही त्यांनी ऐकलेली नव्हती, अशा सर्वस्वी अज्ञात असलेल्या प्रदेशाची विभागणी करण्याचे काम त्यांनी मोठ्या मिनतवारीनेच स्वीकारले. कारण हे कामच किती किचकट आहे, कमालीचे तोंड फोडणारे आहे हे समजण्याइतके कायद्याचे ज्ञान त्यांच्यापाशी निःसंशय होते. त्यांच्या वयाचा आणि लौकिकाचा इंग्रज माणूस पुरेपूर उमगून होता त्यातली मख्खी. पण त्याचबरोबर त्यांच्यातील असामान्य कर्तव्यपरायणता त्यांना त्या कामापासून विन्मुख करू शकत नव्हती, हे देखील तितकेच सत्य होते. इंग्लंड व भारत यांच्यामधील नाते अतूट होते. शिवाय, प्रत्येक बाबतीत दुमत असणाऱ्या हिंदी नेत्यांचे त्यांच्या नियुक्तीबद्दल एकमत होते याचा अभिमान वाटून त्यांनी आपला होकार दिला. एका तासानंतर इंडिया ऑफिसमधील एका प्रमुख सचिवाने त्यांच्यासमोर हिंदुस्थानचा नकाशा उलगडून ठेवला, त्या वेळी आपल्यासमोरच्या

अवाढव्य कामगिरीची त्यांना कल्पना येऊन चुकली. जवळजवळ आठ कोटी लोकसंख्या व एकलक्ष पंच्याहत्तर हजार चौरस मैलांचा प्रदेश योग्य प्रकारे विभागायची जबाबदारी आपली आहे हे त्यांच्या लक्षात आले. एखादा शस्त्रक्रियातज्ज्ञ ज्या हुशारीने व सफाईने एखादा अवयव कापून काढताना हाड व मांस वेगळे करतो त्याप्रमाणे त्यांना या दोन्ही प्रांतांच्या सीमारेषा स्पष्ट करायच्या होत्या. नव्या दिल्लीस निघण्यापूर्वी त्यांनी पंतप्रधान अॅटलींचे मार्गदर्शन घेतले. सर रॅडक्लिफ यांना हिंदुस्थानमधील परिस्थितीची त्यांनी कल्पना दिली. सर रॅडक्लिफ यांचा त्यांना अभिमान वाटला कारण ते स्वत:ही त्यांच्याच पठडीतले होते - हेलीबरीचे पाठक.

तिकडे माऊन्टबॅटन यांच्या पुढ्यात एक नवेच संकट उभे. बिचारे नुकतेच कोठे स्वत:च्या समझोत्यावर खूश झाले होते. हिंदी नेत्यांच्या वादंगावर पडदा पडला नाही तोच नव्याने सामोरे आले मोराच्या तालाने नाचणारे महाराजाधिराज यादवेन्द्रसिंगांचे सोबती-भारताचे राजेमहाराजे, नबाबजादे. नरेन्द्र मंडळाच्या बैठकीत एकत्र आलेल्या, त्या देशातील पाचशे पासष्ट संस्थानिक सभासदांनी त्यांची झोप उडवायची वेळ आणली. वंश, धर्म, प्रदेश, भाषा यांच्यातील फुटीर प्रवृत्तींनी भारतीय ऐक्य आधीच पोखरून टाकलेले. त्यात या महाभागांनी भरच घालण्याचा बेत केला आहे असे कळले. त्या प्रत्येकास स्वायत्तता हवी होती. म्हणजे फाळणीपाठोपाठ तोडणी होणार व तीही शेकडो शकलांत! त्याचाच अर्थ - हिंदुस्थानचे राजकारणी पुरुष त्या राष्ट्राला विभाजनाप्रत नेत असले तर हे महापुरुष त्याला थेट विनाशाप्रत पोचवण्याच्या बेतात होते! प्रश्न होता त्यांच्या दडपणापुढे झुकण्याचा. हिंदुस्थानचा शेजारी जो चीन त्यालाही हेवा वाटावा असा कलह निर्माण होणार होता या महान देशात.

सर कॉन्रॅड कॉर्नफील्डनी केलेली लंडनची गुपचूप वारी फुकट गेलेली नव्हती. भारतीय संस्थानिकांनी ब्रिटिश सम्राटाला विनाशर्त बहाल केलेले खास हक्क त्यांना परत मिळाले पाहिजेत हे तत्त्व मंत्रिमंडळाने मान्य केले होते. सरसाहेबांनी संस्थानिकांना चोरदरवाजा दाखवून दिला होता. ज्यांना निसटून जायचे होते त्यांनी - विशेषत: बड्या संस्थानिकांनी त्याचा खुशाल उपयोग करावा असा कानमंत्रही देऊन ठेवला त्याबरोबर. 'कोणी एकानेही मला या प्रश्नामागच्या गांभीर्याची पुसटशीही कल्पना दिली नाही. संस्थानिकांचा हा प्रश्न मला खालसा मुलुखाच्या प्रश्नापेक्षा अवघड वाटत आहे,' व्हाईसरॉयनी आपल्या अहवालात नमूद केले. मात्र या सर्व गदारोळात एक गोष्ट बरी होती. संस्थानिकांना हाताळणारी व्यक्ती खुद्द माऊन्टबॅटनच होती. तसे पाहिले तर ते त्यांच्यापैकीच एक होते. युरोपातील जवळजवळ निम्म्या राजघराण्यांशी, विशेषत: संस्थानिकांचा आश्रयदायदाता-ब्रिटनचा सम्राट-यांच्याशी त्यांचे नात्याचे संबंध होते. प्रिन्स ऑफ वेल्ससह त्यांनी अनेक संस्थानिकांचा झकास पाहुणचार

असा काडीमोड ऐतिहासिकच! । १३९

घेतला होता. त्यांच्या सहवासात त्यांनी मनमुराद शिकारी केल्या होत्या, यथेच्छ खाल्ले होते, प्याले होते, एका अशा युवतीबरोबर नृत्य केले होते की जी भविष्यात त्यांची सौभाग्यवती बनली. अशा एक ना अनेक जिव्हाळ्याच्या बंधनांनी ते एकमेकांशी जोडलेले होते. त्या भारतभेटीत त्यांनी अनेक राजांशी इतका निकटचा स्नेह जुळवला होता की त्यांच्यापैकी बरेच जण त्यांना त्यांच्या लाडक्या-डिकी-या नावाने संबोधण्याइतके जवळ आले होते.

पण आजच्या या घडीला माऊन्टबॅटन कठोर वास्तववादी भूमिका घेऊन उभे होते. आज त्यांची मते प्रागतिकतेकडे झुकणारी होती. एका मजूरपक्षीय सरकारला ती मानवणारी होती. नव्या युगधर्माची चाहूल लागल्यामुळे संस्थानिकांच्या मैत्रीपेक्षा काँग्रेसमधील समाजवादी नेत्यांची दोस्ती त्यांना विशेष मोलाची वाटल्यास नवल नव्हते. भारताचे राष्ट्रीय हित सर्वश्रेष्ठ मानून ते त्यांच्याशी वाटाघाटी करणार होते. आपल्या मित्रांसाठी करण्यासारखी एक गोष्ट त्यांच्याजवळ होती. आपल्या संस्थानच्या एकाकी कोशात दडून केलेल्या स्वप्नरंजनातून, कल्पनारम्य अवस्थेतून जागे करण्याचा प्रयत्न करत त्यांना भावी आपत्तीतून वाचवणे त्यांच्या हाती होते. सन १९१८ साली त्यांचे चुलते रशियाचे झार व त्यांची चुलतभावंडे - त्यात एक राजकन्याही होती, माऊन्टच्या मनात भरलेली, मेरी तिचे नाव - यांच्या वधाचे दृश्य त्यांच्या नजरेत तरळत होते. एखादा माथेफिरू महाराज असे नशीब घेऊन जन्माला आलेला असेलही असा विचारही त्यांच्या मनात येऊन गेला. बऱ्याच राजांना वाटून गेले की व्हाईसरॉय आपल्या बाजूने उभे राहतील. काहीतरी चमत्कार करून आपले अस्तित्व व विशेषाधिकार टिकवून ठेवतील. पण माऊन्टबॅटन तसे काहीही करणार नव्हते. त्यांना तो अधिकारही नव्हता नि तशी इच्छाही नव्हती. त्यापेक्षा आपल्या जीवश्चकंठश्च मित्रांना 'शांतपणे प्राप्त परिस्थितीचा स्वीकार करावा' असाच सल्ला देण्याचा विचार त्यांनी करून ठेवला होता. स्वातंत्र्याच्या मृगजळापाठीमागे धावण्यापेक्षा भारत किंवा पाकिस्तान यापैकी एकात सामील होण्यातच त्यांचे हित आहे असे त्यांचे स्पष्ट मत होते. त्यासाठी वाटल्यास रदबदली करून संस्थानिकांकडून मिळालेल्या सहकार्याच्या मोबदल्यात काही सवलती मिळवून देण्याची त्यांची तयारी होती. त्यासाठी आपल्या व्हाईसरॉयपदाची प्रतिष्ठाही पणाला लावू इच्छित होते माऊन्टबॅटन! त्या दिशेने त्यांनी हालचालही सुरू केली.

प्रथम त्यांनी संस्थानी खात्याचे मंत्री सरदार वल्लभभाई पटेल यांच्याशी वाटाघाटी केल्या. जर काँग्रेसने संस्थानिकांना त्यांच्या पदव्या, राजवाडे, तनखे वगैरे विशेषाधिकार अबाधित ठेवू दिले तर संस्थानिकांनी भारतात सामील होण्याचा करार करावा यासाठी ते आपल्या परीने खटपट करतील. सरदारांना परिस्थितीची पूर्ण कल्पना होती. माऊन्टबॅटनखेरीज इतर कोणीही संस्थानिकांशी अधिकारवाणीने बोलणी करू शकत नव्हते. आपली मान्यता कळवताना सरदार त्यांना म्हणाले,

''आपली सूचना मी मान्य करेन पण एका अटीवर. प्रत्येक संस्थानिकाने आपण म्हणता तसे केले पाहिजे. आपल्या टोपलीत झाडावरचे प्रत्येक सफरचंद असेल तरच ती मी खरेदी करणार हं! एरव्ही नाही!''

''अहो, पण एक डझनभर माझ्यासाठी ठेवा की!''

''शाब्बास, तुम्ही जरा जास्तच मागताहात. अहो, तुमच्याकरता एक दोन ठेवून घ्या, झालं?''

''छे: बुवा, फारच कमी होतात.''

अशा तऱ्हेची घासाघीस करत शेवटी दोघांचे एका संख्येवर एकमत झाले - सहा संस्थानांचा प्रश्न व्हाईसरॉयवर सोपवला. अर्थात त्यामुळे माऊन्टबॅटन यांचे ओझे हलके नव्हते होत. पंधरा ऑगस्टला काही आठवडेच उरल्यामुळे त्यांची घाईच उडणार होती. पाचशे पासष्ट उणे सहा. शिवाय पाकिस्तानला थोडी. म्हणजे झाडाचा रोष पत्करूनही जवळ-जवळ पाचशेहून अधिक सफरचंदे तोडायचे श्रम पडणार.

एक भारतीय एका इंग्रजाला गळ घालत होता. आजपर्यंतचा इतिहास असा एखादा दाखला देत नसताना घडत होते ते. व्हाईसरॉयच्या अभ्यासिकेत, जवाहरलाल नेहरू भारताच्या शेवटच्या व्हाईसरॉयकडे एक औपचारिक विचारणा करत होते - स्वतंत्र भारताचे पहिले गव्हर्नर जनरल होण्याची. नेहरूंनी आपल्या या कल्पनेचे बीज आपले प्रतिस्पर्धी जिनांपासूनच मिळवले होते. या उपखंडातील जायदादीची वाटणी योग्य प्रकारे होण्यासाठी पंधरा ऑगस्टनंतरही माऊन्टबॅटननी सर्वोच्च मध्यस्थाची भूमिका घ्यावी असे जिनांना वाटत होते. हा सर्वोच्च सन्मान आपल्या पायांनी चालत येत असलेला पाहून माऊन्टबॅटन भारावून गेले. आपला रुकार कळवताना त्यांच्या मनात बरेच काही येऊन जात होते. शिवाय त्यांच्या पत्नींनाही त्यात विशेष रस नव्हता. गेल्या चार महिन्यांत त्यांनी जे देदीप्यमान यश प्राप्त केले होते त्याच्याच झोतात भारत सोडून जावे असे त्यांच्या मनात होते. शिवाय तशाच तऱ्हेची विचारणा जिनांनीही करावी अशी त्यांची अपेक्षा होती. कारण त्यामुळेच त्यांची भावी कारकिर्द सुखाची गेली असती. पण तेथेच अडचण आली नेमकी. आयुष्याचे अखेरचे दिवस मोजणाऱ्या जिनासाहेबांना सत्तेचा, समारंभांचा, डामडौलाचा मोह सोडवेना. ज्या पदावर नजर ठेवून त्यांनी एवढी खडतर वाटचाल केली ते सुखासुखी का सोडायचे? मी स्वत: पाकिस्तानचा पहिला गव्हर्नरजनरल होणार, असे त्यांनी माऊन्टबॅटनना कळवले.

''आपण चूक करताहात, मिस्टर जिना. ब्रिटिश घटनापद्धतीनुसार या दोन्ही स्वायत्त राष्ट्रांतील गव्हर्नर जनरलची सत्ता नाममात्र राहणार. खरी सत्ता पंतप्रधानाच्याच हाती असेल. गव्हर्नर जनरलचे अधिकार सार्वभौम ब्रिटिश सम्राटास असावेत तेवढेच आहेत.'' माऊन्टबॅटन जिनांना समजावू लागले.

असा काडीमोड ऐतिहासिकच! । १४१

त्यांच्या या युक्तिवादाचा जिनांवर कोणताच परिणाम झाला नाही. त्यांनी थंडपणे उत्तर दिले, ''पाकिस्तानचा गव्हर्नर जनरल मीच होणार! पाकिस्तानचा पंतप्रधान मी सांगेन तेच करेल.''

नेहरूंची ही विनंती माऊन्टबॅटननी अव्हेरू नये असे म्हणणाऱ्यांत ब्रिटिश पंतप्रधान ॲटली, विन्स्टन चर्चिल व खुद्द ब्रिटिश सम्राटही होते. शिवाय जिनांनीही त्यास पुष्टी दिली. पण अजूनही माऊन्टबॅटनना आणखी एका महापुरुषाचा आशीर्वाद मिळाल्याशिवाय चैन पडणार नव्हती. आयुष्यभर युद्धशास्त्राचा विचार करणाऱ्या व भारताच्या सर्वोच्च पदाची धुरा वाहणाऱ्या माऊन्टना अहिंसेच्या पुरस्कर्त्याचा पाठिंबा मिळाल्याखेरीज ती बाब पूर्ण होणार नव्हती. शिवाय महात्माजींच्या वैशिष्ट्यपूर्ण आवाहनातील एक भाग असा होता : 'माझ्या मते या पदावर एखाद्या कणखर, खंबीर अंत:करणाच्या, विशुद्ध चारित्र्याच्या व स्फटिकवत शुद्ध, नैतिक अधिष्ठान असलेल्या हरिजन महिलेची नियुक्ती करावी.' असे जरी असले तरी दिल्लीत आल्यापासून महात्माजी व माऊन्टबॅटन यांच्यात एक वेगळाच जिव्हाळा निर्माण झाला होता. दिवसेंदिवस तो दृढ होतच राहिला. गांधी मुळातच मायाळू होते. त्यामुळे जुलै महिन्यातील एका दुपारी व्हाईसरॉयच्या अभ्यासिकेत जाऊन त्यांनी माऊन्टबॅटनना काँग्रेसची विनंती मान्य करण्याचा सल्ला दिला. गांधींचे हे उद्गार म्हणजे केवळ माऊन्टबॅटन यांची प्रशस्ती नव्हती, तर ती साऱ्या ब्रिटिश जनतेला दिलेली एक पावतीच होती. आपल्यासमोरच्या खुर्चीत हरवून गेलेल्या महात्माजींच्या कृश आकृतीकडे बघत माऊन्टबॅटन विचारात गढून गेले— 'आम्ही या महामानवाला बंदिवासात टाकले. त्याला अपराधी मानून वागणूक दिली, त्याची हेटाळणी केली, त्याच्या आवाहनाची अवहेलना केली आणि तरीही ते सारं विसरून आज हा माणूस मला हा सन्मान देऊ पाहात आहे. केवढे विशाल व उदार आहे त्याचं अंत:करण!' माऊन्टच्या डोळ्यांत आंनदाश्रू आले. त्यांनी महात्माजींचे आभार मानले. महात्माजींनी मान डोलावून आपले बोलणे चालूच ठेवले. आता त्यांनी भावी गव्हर्नर जनरलांना त्यांच्या राहणीमानाच्या, निवासस्थानाच्या आपल्या कल्पना सांगायला सुरुवात केली. स्वतंत्र भारताचा हा सर्वोच्च पदाधिकारी अतिशय साधेपणाने जीवन जगणारा असावा, त्याच्याभोवतालचा थाटमाट, डामडौल, ऐशआराम यांना ताबडतोब फाटा मिळावा, लक्षावधी दरिद्री जनतेच्या मनात आदर्श निर्माण करण्याचा एक प्रयत्न म्हणून त्याने व्हाईसरॉय प्रासादाचा त्याग करून एक साध्या घरात प्रस्थान ठेवावे, त्याच्या अवतीभोवती घोंघावणाऱ्या सेवकांचा समूह संपुष्टात यावा, सध्याच्या त्याच्या या निवासस्थानाचे एखाद्या रुग्णालयात रूपांतर व्हावे, वगैरे. गांधींच्या या कल्पनांनी माऊन्टबॅटन चाट पडले. त्यांच्या चेहऱ्यावर एक मिस्किल स्मित उमटले, 'हा कावेबाज म्हातारा आता मला माझा शौचकूपही साफ करायला

सांगणार बहुधा!' माऊन्टबॅटन चमकलेच.

सर सीरिल रॅडक्लिफ दिल्लीत दाखल झाले अखेर. त्यांच्या नियोजित कामाची, कामकाजांच्या पद्धतीची रूपरेषा त्यांनी व्हाईसरॉयकडून समजावून घेतली. त्यांना प्रत्येक प्रांतातील चार न्यायमूर्ती संयुक्तरीत्या आपले अहवाल सादर करतील. मात्र अंतिम निर्णय सर्वस्वी रॅडक्लिफ यांच्यावरच अवलंबून असेल. सीमारेषा आखताना कोणत्याही जमातीच्या बहुसंख्यत्वाचा निकष लावून निर्णय घ्यायचा प्रथम. अर्थात, त्याच्या जोडीला इतरही परिस्थिती विचारात घेण्याची त्यांना मुभा होती. एक गोष्ट पक्की होती की, कोणाचाही कसलाही मुलाहिजा न ठेवता त्यांच्या स्वत:च्या बुद्धीला पटेल तोच निर्णय अमलात येणार. रॅडक्लिफसाहेबांसमोर हा खुलासा होत असताना एक संपूर्णत: चुकीचे गृहीत तत्त्व डोळ्यासमोर ठेवून कार्यवाही होत होती. ब्रिटिशांची समजूत होती की भावी कालात भारत व पाकिस्तान यांच्यातील संबंध सदैव सलोख्याचेच राहतील. असे मानण्यात मोठीच चूक करत होते राज्यकर्ते. त्यामुळे 'सीमासरंक्षणाच्या बाबीकडे विशेष ध्यान दिले नाही तरी चालेल,' सरसेनापती फील्ड मार्शल सर क्लॉड अचिन्लेक अधिकारवाणीने सांगून मोकळे झाले त्यांना.

सर रॅडक्लिफसाहेबांची दुसरी अडचण महत्त्वाची होती; या गुंतागुंतीच्या कामासाठी त्यांना दिलेला वेळ काही आठवड्यांचाच होता. तेवढ्या थोड्या दिवसांत हा प्रदेश स्वत:च्या डोळ्यांखालून घालण्यासही सवड मिळणार नव्हती त्यांना. या घिसाडघाईची अपत्ये निश्चितपणे खट्याळ निपजणारच. त्यास आपण जबाबदार राहणार नाही, हे त्यांनी व्हाईसरॉयकडून वदवून घेतले. तेवढ्यावरच थांबले नाहीत ते. त्यांची कठोर, स्वतंत्र निर्णयबुद्धी त्यांना स्वस्थ बसू देईना. माऊन्टबॅटन यांच्या आश्वासनावर विसंबून न राहता त्यांनी नेहरू व जिना यांची समक्ष भेट घेतली व त्यांच्याकडूनही तीच हमी वदवून घेतल्यानंतरच कामाला लागले. आता त्यांच्या हातात एखाद्या निष्णात शस्त्रक्रियाविशारदाची आयुधे नव्हती. त्यांच्याजवळ होती कसायाची कुऱ्हाड!

एका बाजूला माथेफिरू मुसलमान व दुसऱ्या बाजूस शहाजोग शीख या जमातींनी समृद्ध केलेल्या सुपीक पंजाब प्रांतावर या कुऱ्हाडीचा पहिला घाव पडणार होता. दोघांनाही ब्रिटिशांची सत्ता परवडत होती. पण एकमेकांचा सहवास नको होता. पंजाबची शोकांतिका ती हीच! दोघेही एकमेकांस पाण्यात पाहात होते. मुसलमानांची शिखांबद्दलची प्रतिमा अशी होती- 'उद्‌ध्वस्त मशिदी, भ्रष्ट केलेल्या स्त्रिया, उकरलेली थडगी, वय, लिंग यांची दखलही न घेता तोडलेले, भोसकलेले, गळा दाबलेले, गोळ्या घालून ठार केलेले, तुकडे झालेले, जिवंत जाळलेले आपले मुसलमान बांधव!' त्याच्या उलट शिखांना 'मुसलमान लोक म्हणजे रक्ताचे पाट वाहवणारे क्रूर दैत्य, अत्याचारी जमात, कडवे धर्मप्रसारक' वाटत होते. त्यांच्या सुवर्णमंदिरात प्रत्येक शीख युवकासमोर मुसलमानी सत्ताधीशांच्या अत्याचाराचा

असा काडीमोड ऐतिहासिकच! । १४३

पाढा वाचला जाई, शीख साधूंच्या झालेल्या छळाच्या हृदयद्रावक कहाण्यांचे कथन होई. अशा द्वेषमूलक प्रवृत्ती फोफावत गेल्यामुळे लाहोर हे मुसलमानांचे व अमृतसर हे शिखांचे धर्मपीठ बनून राहिले. प्रत्येक जमातीच्या नेत्यांनी आपापल्या अनुयायांना चेतवण्याचे अविश्रांत सायास केले. दोघांनाही रक्ताची तहान व मांसाची भूक लागून राहिली होती. भारताच्या विभाजनाच्या वेदीवर एकमेकांचा बळी देण्याची त्यांनी संपूर्ण तयारी केली होती. सर सीरिल रॅडक्लिफसाहेबाच्या हातातील लेखणीची कुऱ्हाड पंजाब व बंगाल यांच्या भौगोलिक सीमांवर पडली रे पडली, की या दोन्ही जमातींच्या कुऱ्हाडी एकमेकांच्या मुंडक्यावर पडणार हे ठरल्यासारखे होते. आता त्याचा दोष द्यायचा तरी कोणाला?

फाळणीचा प्रवास सुरू झाला. अगदी पहिल्या दिवसापासून अनेक छोट्यामोठ्या समस्या व्हाईसरॉय व त्यांच्या साहाय्यकांना भेडसावू लागल्या. स्वातंत्र्यप्रदानामुळे मुदतीआधीच निवृत्त होणे भाग असलेल्या इंग्रज अधिकाऱ्यांचे निवृत्तिवेतन कोणत्या सरकारने अदा करायचे हा त्यातलाच एक किचकट प्रश्न.

व्हाईसरॉयच्या तात्पुरत्या मंत्रिमंडळात बहुतेक जण काँग्रेस पक्षीय व मुस्लीम लीगचे सभासद होते. पंधरा ऑगस्टपर्यंत या सर्वांना सांभाळून घेण्यासाठी माऊन्टबॅटननी एक रचना केली. सर्व मंत्रालये काँग्रेसच्या अखत्यारीत देऊन त्या प्रत्येकावर लक्ष ठेवण्यासाठी मुस्लीम लीगचा एकेक माणूस नियुक्त केला. वायव्य सरहद्द प्रांतातील सार्वमत पूर्ण करण्यासाठी तर रॉबर्ट लॉकहार्ट या ब्रिटिश सेनानींची नेमणूक केली. काँग्रेसने बंगालच्या बाबतीत जो न्याय मागितला त्याच्याच आधारे त्यांनी वायव्य सरहद्द प्रांताला निर्णय घेण्यास मुभा दिली.

आता प्रश्न आला पंधरा ऑगस्टच्या शुभाशुभतेचा! भारतीय ज्योर्तिविदांच्या मते चौदा ऑगस्ट हा त्या मानाने अनुकूल दिवस होता. विचारविनिमयानंतर एक समझोता संमत झाला. ग्रहांचे त्यामुळे समाधान होणार होते. १४ ऑगस्ट १९४७ च्या मध्यरात्री भारत व पाकिस्तान स्वतंत्र स्वायत्त राष्ट्रे बनतील.

पाठोपाठ आला राष्ट्रध्वजाचा प्रश्न! स्वतंत्र भारताच्या क्षितिजावर फडकण्यासाठी ध्वज निवडायचा. गेली अनेक वर्षे मध्यभागी चरखा असलेला तिरंगा हातात घेऊन काँग्रेसने स्वातंत्र्यलढा चालवलेला होता. स्वत: महात्मा गांधींच्या प्रेरणेने त्याचा नमुना सर्वमान्य झाला होता. आता स्वातंत्र्य दृष्टिपथात येत असता काँग्रेसमधील काही लढाऊ वृत्तीच्या पक्षाभिमान्यांना 'गांधींचा चरखा' म्हणजे एक नाजूक मिळमिळीत मनोवृत्तीचे प्रतीक वाटला. त्याच्या जागी त्यांनी दुसऱ्या एका चक्राला स्थान दिले. हिंदू साम्राज्यांची प्रस्थापना करणाऱ्या सम्राट अशोकाच्या योद्ध्यांच्या ढालीवरचे चिन्ह त्यांनी निवडले. अशोकाच्या त्या धर्मचक्राला नवोदित भारताच्या राष्ट्रध्वजावर

मानाचे स्थान मिळाले. तिकडे गांधींच्या अंत:करणात आणखी एक खड्डा पडला. 'त्या चक्राचे नक्षीकाम कितीही मनोहर असेना का, त्याला अभिप्रेत असलेला संदेश मला मंजूर नसल्याने मी अशा ध्वजाला वंदन करू शकत नाही,' असे त्यांनी आपल्या लेखात नमूद केले.

महात्मा गांधींच्या नैराश्याचा मुहूर्त राष्ट्रध्वजाच्या निवडीने असा झाला. पण एवढ्यावरच संपणार नव्हते सारे. त्यांच्या स्वप्नांतील भारत त्यांना पसंत नसलेल्या वाटेनेच आपली वाटचाल करण्याचे मनसुबे बाळगून होता. पाश्चिमात्य जगाच्या प्रगतीचे अनुकरण गांधींना नको होते. मानवी मूल्यांवरील विज्ञानाचे प्रभुत्व त्यांना अमान्य होते. समाजावरील तंत्रज्ञानाचे वर्चस्व त्यांना मंजूर नव्हते. संस्कृती म्हणजे माणसांच्या गरजांचा कधी न संपणारा गुणाकार नसून त्यांची वजाबाकी करून त्या कमीत कमी शिल्लक राखणे असा अर्थ त्यांना अभिप्रेत होता. पाश्चिमात्य जगाच्या औद्योगिक विकासाने दिपून गेलेल्या लोकांना अविकसित देशातील दरिद्री जनतेची भूल पडलेली आहे असे त्यांचे मत होते. त्यांच्या नजरेसमोर भारतातील सहा लाख खेडी होती. त्यातील प्रत्येक खेडे धान्य, वस्त्र, दूध, फळफळावळ, शिक्षण वगैरे बाबतीत स्वयंपूर्ण झाले पाहिजे, असा त्यांचा आग्रह होता. माहात्म्य त्यांना पसंत नव्हते. कापडाच्या गिरण्या त्यांना नको होत्या. त्यांना हवा होता चरखा. कांडण्याच्या गिरणीऐवजी त्यांना उखळात भात कांडून हवे होते. आधुनिक ट्रॅक्टरमधून दूध, तूप, शेण मिळत असेल तरच हवा होता तो. शहराकडे उपजीविकेसाठी धाव घ्यावी लागेल हा संस्कृतीवर होणारा मोठा अन्याय होता त्यांच्या मते. माणसाच्या मनाची जोपासना त्याच्या भोवतालच्या निसर्गरम्य वातावरणातच व्हावी असे त्यांना वाटे. आधुनिक सुखसोयींच्या सहवासाने अनीतीला आमंत्रण मिळते असे ते मानीत. श्रमसंस्काराला प्रतिष्ठा मिळवून देणारा वर्गरहित समाज त्यांच्या नजरेसमोर तरळत होता. स्वतंत्र भारताच्या नेत्यांनी सामान्यजनांना आपल्या काटकसरीच्या साध्या राहणीने उदाहरण घालून देण्यावर त्यांचा कटाक्ष होता. विशेष म्हणजे महात्मा गांधी आपल्या परीने त्याचे पालन करत. त्या उपखंडातील कोणताही समाजवादी प्रेषित - लेनिन, स्टॅलिन किंवा माओ - आपल्या आदर्श तत्त्वांना इतक्या कटाक्षाने चिकटून राहिला नसावा.

मात्र गांधी प्रतिपादन करत असलेल्या या सिद्धांताच्या साथीला काही विचित्र विरोधी गोष्टीही त्यांच्या आसपास दिसायच्या. ज्या यंत्रयुगाचा ते धिक्कार करत त्याच युगातील एका अतिशय जवळच्या शोधाचा-मायक्रोफोनचा- उपयोग केल्याशिवाय त्यांची प्रार्थनासभा पूर्ण होत नसे. ज्या कापडाच्या गिरण्यांची वाढ त्यांच्या नजरेत खुपसत असे त्यांच्याच गिरणीमालकांपैकी एकाच्या - जी. डी. बिर्लांच्या - वार्षिक पन्नास हजारांच्या देणगीतून त्यांच्या पहिल्यावहिल्या आश्रमाचा खर्च भागायचा. नेहरू-पटेलांना गांधींच्या या पुराणमतवादाचा पाठपुरावा करणे खूप जड जात असे. तसे पाहिले तर नेहरू समाजवादाचे,

तर पटेल भांडवलशाहीचे पुरस्कर्ते मानावेत. पण राष्ट्रविकासाच्या दोघांच्याही कल्पना विज्ञाननिष्ठ, यंत्रप्रधान तत्त्वांवरच आधारलेल्या होत्या. त्यांची विशेष अडचण दुसरीही एक होती. आपल्या सार्वजनिक व्याख्यानांतून गांधी काँग्रेसी मंत्र्यासमोरच्या आदर्शाची चिकित्सा करत. गांधी सांगत- प्रत्येक मंत्र्याने खादीच वापरावी, त्यांनी एखाद्या साध्याच बंगल्यात राहावे, त्यांच्या खिदमतीला नोकर नसावेत, त्यांना स्वत:ची मोटार असू नये, त्यांनी जातीयतेचा अवलंब करू नये, निदान दिवसातील एक तास तरी शारीरिक श्रम करावेत, त्यांनी विदेशी फर्निचर वापरता कामा नये, आपल्याबरोबर शरीररक्षक बाळगू नयेत, वगैरे. गांधींना खात्री होती की, कोणताही भारतीय नेता स्वत:चा शौचकूप साफ करून तसे उदाहरण घालून देण्यास काकू करणार नाही. गांधींच्या सर्वच आदर्शभूत तत्त्वांत असा एखादा पेच असायचाच. त्यांच्या योजना परिपूर्ण असत. फक्त त्या राबवणारे धनी त्यांना पुरून उरणारे नसत. गांधींच्या मृत्यूनंतरच्या पाव शतकात भारताच्या राजकीय आघाडीवरील सर्वांत गंभीर चिंताजनक बाब कोणती असेल तर ती म्हणजे काँग्रेस मंत्र्यांचा भ्रष्टाचार!

जुलै १९४७ मधील गांधींचा उद्योग या उपखंडाच्या बोकांडी बसलेल्या जातीयवादाचा व त्यातून उद्भवणाऱ्या हिंसाचाराचा पाडाव कसा होईल हाच होता. पश्चिम पंजाबातून आलेल्या हिंदू-शीख निर्वासितांच्या छावणीला भेट देण्याचा आग्रह त्यांनी धरला. नेहरूंना बरोबर घेऊन ते तेथे आले.

त्या छावणीतले दृश्य भयानक होते. दिल्लीपासून १२० मैलांवर बत्तीस हजार निर्वासितांचा तळ पडला होता. सगळीकडे उष्मा व दुर्गंधी यांचा ताप झालेला दिसत होता. गांधींच्या मोटारीला वेढा घालणारा तो जनसागर संतापाने आणि शोकाने बेभान होऊन हातवारे करत होता. त्यांच्या चेहऱ्यावर चीड व द्वेष उफाळून येत असल्याचे दिसत होते. अजूनही ओल्या असलेल्या त्यांच्या जखमांवर माशांचे थवेच्या थवे घोंगावत होते. त्यांच्या पळत आलेल्या पायांनी उडवलेली धूळ नाकातोंडात शिरत होती. सर्व दिवसभर गांधी त्यांच्या सहवासात राहिले. आपल्या परीने त्यांच्यात शिस्त आणण्याचा त्यांनी प्रयत्न केला. त्यांना स्वच्छतेचे धडे दिले, दवाखाना कसा चालवावा ते शिकवले. त्यांच्यातील काहींची शुश्रूषाही केली त्यांनी. सायंकाळच्या सुमारास सत्त्याहत्तर वर्षांचे गांधी थकूनभागून परत निघाले. त्या केविलवाण्या दृश्याच्या अनुभवाने त्यांचे चैतन्य हरपले होते. नेहरूंच्या मांडीवर पाय पसरून त्यांनी गाडीतच ताणून दिली. दोन महिन्यांपूर्वीच त्यांच्या या शिष्याने त्यांना पाठ दाखवली होती.

नाकासमोर एकटक नजर लावून नेहरू बराच वेळ निमूट बसून होते. कदाचित स्वत:च्या पुढ्यात वाढून ठेवलेल्या भीषण भवितव्याचा विचारही त्यांच्या मनात येत असावा त्यावेळी. थोडा वेळ तसाच गेला. आपल्या मांडीवर असलेल्या आपल्या परमपूज्य गुरूंच्या पायाकडे त्यांनी पाहिले. आज त्यांना केवढे कष्ट पडले याची

आठवण नेहरूंना झाली. आपले आयुष्य ज्यांच्या सेवेत वाहिले त्या निद्रिस्त माणसाच्या पायांना नेहरूंची नाजूक बोटे मालिश करू लागली. सूर्यास्ताच्या सुमारास गांधी जागे झाले. मोटार वेगाने धावत होती. रस्त्याच्या दोन्ही बाजूंस ऊस, गहू, भात यांची शेते पसरली होती. त्या सपाट प्रदेशात अगदी क्षितिजाला टेकल्यासारखी भासत होती ती. मावळतीला निघालेल्या सूर्याचा धूसर लालिमा त्या विस्तीर्ण पठारावर पसरला होता. सांजवातीचा समय होता तो. आजूबाजूच्या प्रदेशातील हजारो मातीविटांच्या झोपड्यांतून संध्याकाळच्या जेवणाच्या चुली पेटल्या होत्या. त्यांचा धूर भारतभूमीच्या मातीतून येणाऱ्या वासात मिसळत होता. अंधार पडत असतानाच गांधींनी गाडी थांबवली. आपल्या सायंप्रार्थनेसाठी त्यांनी रस्त्याच्या कडेलाच आसन मांडले. समोर पसरलेल्या त्या अफाट, शोकाकुल पठाराशी त्यांची शरीराकृती एकरूप झाली. नेहरू गाडीतच बसून राहिले होते, मिटलेल्या डोळ्यांवर गच्च बोटे ठेवून. त्या काळीज फाटलेल्या वृद्धाचा उच्च स्वरात प्रार्थना म्हणतानाचा कापरा, थरथरता, आवाज त्यांच्या कानांवर पडत होता. आपल्या परमप्रिय मातृभूमीवर कोसळणाऱ्या भावी संकटातून तिची सुटका करण्याची हाक गांधी आपल्या भगवद्गीतेतल्या देवाला घालत होते. त्याचा आशीर्वाद मागत होते. तिकडे नेहरूंचे काळीज क्षणाक्षणाला तुटत होते, फुटत होते.

●

आपण राहू भाऊभाऊ!

लंडन, जुलै १९४७. शुक्रवार, १८ जुलै १९४७. ब्रिटिशांनी भारताबरोबरचे आपले संबंध कायमचे तोडण्यासाठी निवडलेला दिवस. त्या दिवशी हिंदुस्थानला स्वातंत्र्य बहाल करण्याचे विधेयक राजेसाहेबांच्या अंतिम संमतीची प्रतीक्षा करत होते. हाऊस ऑफ कॉमन्सच्या प्रथेनुसार सारे अगदी ठरल्याप्रमाणे घडत होते. वेस्टमिन्स्टरमधील बाकांवर बसणाऱ्या ब्रिटिश संसदेच्या सभासदांनी आपल्या साम्राज्याच्या उमेदीच्या काळात असे अनेक धाडसी निर्णय घेतले होते की ज्यांच्यामुळे जगातील अशांततेला, जुलूमशाहीला ताबडतोब आळा बसला होता. याच ठिकाणी झालेल्या निर्णयांमुळे ब्रिटिशांनी इतर कोणापेक्षाही अधिक सागर पार केले होते, अधिक भूमी पादाक्रांत केली होती, अधिक लढाया खेळल्या होत्या, अधिक रक्त सांडले होते, अधिक संपत्ती साठवली होती. इतर कोणत्याही साम्राज्य-सत्तेपेक्षा अधिक लोकांवर राज्य केले होते. आज त्याच वेस्टमिन्स्टरमधील एक नवी पिढी त्या अधिराज्याची अखेर झालेली पाहण्यात स्वत:ला धन्य मानत होती.

भारतीय स्वातंत्र्यविधेयक म्हणजे संक्षिप्तता व साधेपणा यांचा एक आदर्श नमुना होता. त्या विधेयकात फक्त वीस कलमांचा अंतर्भाव होता. सोळा टंकलिखित पानांत ते सामावलेले होते. इतके महत्त्वाचे विधेयक एवढ्या थोडक्या अवकाशात सादर व संमत केलेले क्वचितच आढळावे. अवघ्या सहा आठवड्यांत ते तयार झाले व संमतही झाले. विधेयकावरची चर्चाही अतिशय दर्जेदार व संयत झाली.

विधेयक सादर करताना पंतप्रधान ॲटलींनी सभागृहासमोर निवेदन केले- 'तलवारीच्या जोरावर सत्ता हिसकावून घेण्याचे दाखले इतिहासात मिळतात. पण दीर्घकाळ सत्तेचा उपभोग घेतल्यानंतर स्वत:हून ती जित राष्ट्राच्या हाती सोपवल्याची उदाहरणे विरळीच,' विन्स्टन चर्चिलनीदेखील दु:खी अंत:करणाने विधेयकाला पाठिंबा देताना म्हटले- 'हे विधेयक नीटनेटके वाटते' भारताचे शेवटचे व्हाईसरॉय म्हणून लुई माऊन्टबॅटन यांची निवड करण्यात जो शहाणपणा दाखवला त्याबद्दल आपले प्रतिस्पर्धी ॲटली यांचे त्यांनी कौतुक केले. चर्चेच्या ओघात व्हायकाउंट सॅम्युअलनी काढलेले उद्‌गार अतिशय समयोचित होते, ''विल्यम शेक्सपियरने कॉऊडरच्या थेनच्या संदर्भात जे म्हटले आहे तेच 'ब्रिटिश राज' बद्दल म्हणता येईल. 'हे आयुष्य सोडून जाताना त्याने जे वर्तन केले त्याच्याइतकी शोभादायक अशी दुसरी कोणतीही गोष्ट नव्हती.''' हाऊस ऑफ कॉमन्समधील चर्चा संपली. आपल्यासमवेत तीस सभासद घेऊन पंतप्रधान ॲटली वरिष्ठ सभागृहाच्या- हाऊस ऑफ लॉर्डस्च्या- सज्ज्यात आसनस्थ झाले होते, शेवटचा औपचारिक विधी पाहण्यासाठी. एकामागून एक अशा बिलांना संमती मागण्यात आली. संसदेच्या सचिवांनी घोषणा केली, 'भारतीय स्वातंत्र्यप्रदान विधेयक'- सम्राटाच्या सचिवांनी उत्तर दिले - मंजूर. (परंपरेनुसार ते शब्द फ्रेंच भाषेतील होते.)

शब्द कानावर पडताच ॲटलींचा चेहरा उजळला. त्यांनी आपली नजर खाली झुकवली. सचिवाचा आवाज सभागृहात थोडा वेळ घुमला. नंतर सगळीकडे स्तब्धता पसरली. पुरातन फ्रेंच भाषेतील ते चार शब्द ब्रिटनच्या त्या महान हिंदी साम्राज्यास इतिहासजमा करून रिकामे झाले.

साऱ्या जगातील वेचक अशा माणसांचा तो अखेरचा मेळावा होता. आपापल्या जरतारी पोशाखात, रत्नजडित गणवेशात, हिंदुस्थानातील प्रतिष्ठित असे राजेमहाराजे व नबाबजादे तेथे एकत्र आले होते. त्यांच्या जोडीला उरलेल्या चौऱ्याहत्तर जणांनी प्रतिनिधी म्हणून आपापल्या संस्थानांच्या दिवाणांची नियुक्ती केली होती. वातावरणात खूपच उष्मा होता. त्यामुळे त्यांच्या रुबाबदार पोषाखाखाली घामाच्या धारा लागल्या होत्या. त्यांच्या भवितव्याची कल्पना त्यांना द्यावी यासाठी माऊन्टबॅटन यांनी त्यांना एकत्रित केले होते. भारतीय स्वातंत्र्याची घोषणा झाल्यापासून त्या सर्वांच्या डोक्यावर टांगणारी तलवार आज खाली घेण्यात येणार होती.

थोड्या वेळाने माऊन्टबॅटन त्या दालनात प्रवेश करते झाले. आज त्यांनीही समयोचित असा ब्रिटिश नाविकदलाच्या ॲडमिरलचा पांढराशुभ्र गणवेश परिधान केला होता. त्यांच्या छातीवर युद्धोत्तर सन्मानचिन्हे मोठ्या डौलात झळकत होती. नरेन्द्र मंडळाचे चॅन्सेलर पतियाळाचे महाराज त्यांना व्यासपीठावर घेऊन गेल्यानंतर

आपल्यासमोर बसलेल्या त्या व्यथित माणसांकडे माऊन्टबॅटननी शांतपणे पाहून घेतले. सरदार पटेलांच्या टोपलीत टाकावयाच्या सफरचंदांची निवड करायची होती त्यांना आज. त्यांच्या सुदैवाने या त्यांच्या नियोजित बेताला सुरुंग लावू शकणारा विरोधक-सर कॉन्रॅड कॉर्नफील्ड त्या क्षणी आपल्या मुदतपूर्व निवृत्तीचा स्वीकार करून लंडनला निघालेल्या विमानात आसनस्थ होता. त्याने सुचवलेला मार्ग संस्थानिकांच्या हिताचा असला तरी प्राप्त परिस्थितीत तो अव्यवहार्य होता. त्यामुळे नाइलाजाने का होईना भारतीय संस्थानिकांना माऊन्टबॅटन यांच्या मार्गानेच जाणे श्रेयस्कर होते.

माऊन्टबॅटन यांच्या निवेदनात प्रांजलपणा व कळकळ यांचा सुंदर मिलाफ जमला होता. ''येत्या दहा वर्षांत काय होईल याचा कानोसा घ्या. भारत व जग पार बदललेले दिसेल तुम्हांला. काळाची चाहूल घेऊन पाऊल टाकण्यातच खरा शहाणपणा आहे. शस्त्राचा आधार घेतलात तर रक्तपात व विनाश यातच त्याची परिणती होईल,'' माऊन्टनी त्यांना सांगितले. ऐतिहासिक अपरिहार्यतेची जाणीव कदाचित त्यांना रुचणार नाही म्हणून की काय त्यांनी आणखी एक नवा मुद्दा मांडला. सरदार पटेल व त्यांचा काँग्रेस पक्ष संस्थानिकांना वाऱ्यावर सोडणार नाही असा त्यांना विश्वास होता. त्यांना प्रिय असणारे त्यांचे विशेषाधिकार, मानमरातब काँग्रेसी अमलाखाली सुरक्षित राहतील असा भरवसाही होता.

निवेदन संपवल्यानंतर माऊन्टबॅटननी जमलेल्या संस्थानिकांना काही खुलासा हवा असल्यास तो करण्याची तयारी दर्शविली. संस्थानिकांकडून आलेले प्रश्न पाहून माऊन्टना त्यांच्या जाणिवांची कीवच यावी इतके ते असंबद्ध व अदूरदर्शी होते. ''भारतातील सामिलीकरणानंतर मला असलेला वाघाच्या शिकारीचा खास हक्क उरेल काय?'' असा एक प्रश्न. या आणीबाणीच्या क्षणी युरोपातील जुगारखान्यात व नृत्यगृहात रंग उधळणाऱ्या एका संस्थानिकाच्या दिवाणाने महाराजांच्या गैरहजेरीत निर्णय घेण्यास आपण असमर्थ आहोत असे सांगितले. त्यांच्या या असाहाय्यतेची कीव करत व्हाईसरॉयनी आपल्यासमोरचा काचेचा वजनगोल उचलला व ते म्हणाले-''थांबा हं! माझ्यासमोरच्या या स्फटिकगोलात शोधू या तुमचे उत्तर.'' मुद्रेवर गांभीर्य आणून भुवया वर करत त्यांनी त्या काचेच्या गोलावर नजर केंद्रित केली -एखाद्या जिप्सी ज्योतिषाच्या ऐटीत. सगळे जण पाहात राहिले निमूटपणे.

''हां! मला तुमचे महाराज दिसताहेत. त्यांच्यासमोर पत्ते मांडून बसलेत ते. हां, काय म्हणता? सामिलीकरणाच्या करारावर सही करायची? ठीक, ठीक, तसेच करतो. अच्छा!'' दुसऱ्या दिवशी व्हाईसरॉयनी ब्रिटिश साम्राज्याच्या त्या एकनिष्ठ मांडलिकांना औपचारिक मेजवानी दिली. त्यांच्या समवेत ब्रिटिश सम्राटांना समारोपाच्या

शुभेच्छा दिल्या.

'एका क्रांतिपर्वाच्या उंबरठ्यावर उभे आहात आपण. एका क्षणात तुम्ही तुमचे सार्वभौमत्व गमावून बसणार आहात. अपरिहार्य आहे ते. पंधरा ऑगस्टला उदयास येणाऱ्या नवभारताकडे पाठ नका फिरवू. विदेशात या नवराष्ट्राचे प्रतिनिधित्व करणारी माणसे कमी पडणार आहेत. त्याच्या सैन्यदलात सध्या असलेल्या इंग्रज अधिकाऱ्यांची जागा घेणारे डॉक्टर्स, वकील, कार्यक्षम प्रशासक, प्रशिक्षित सेनाधिकारी यांची त्यांना गरज लागणार आहे. तुमच्यापैकी अनेकांजवळ ती पात्रता आहे. या नव्या समाजात आपण कोणते स्थान पटकावयाचे यावर नीट विचार करा. वाटल्यास रिव्हिएराच्या सागरतीरावरचे खुशालचेंडू बनून राहा अगर स्वदेशाच्या सेवेत जीवन समर्पित करा. आता तुमची लगीनगाठ या नव्या भारताशी लागली आहे हे ध्यानात धरून कालक्रमणा करा,' त्यांनी आपल्या संस्थानिकमित्रांना विनवले.

काश्मीर, जुलै १९४७. पाणी कापत नाव निघावी तशी ती स्टेशनवॅगन त्रिका नदीच्या जवळून चाललेल्या खडकाळ रस्त्यावरून चालली होती. गाडी चालवत असलेल्या चालकाचा चेहरा त्याच्या चारित्र्याची कल्पना देत होता. 'हिमायलयातील बोर्गिया' अशी पदवी प्राप्त झालेले ते महाराजा हरिसिंग होते. आपल्या 'कर्तृत्वाने' त्यांनी ब्रिटिश वृत्तपत्रसृष्टीत चांगलेच नाव कमावल्याचे आपल्याला स्मरावे. महाराजा हरिसिंग काश्मीर संस्थानचे अधिपती होते. भौगौलिकदृष्ट्या काश्मीरचे स्थान मोक्याचे होते. त्याच्या सरहद्दी भारत, चीन, तिबेट व पाकिस्तान यांना भिडलेल्या होत्या. त्या दिवशी सकाळी महाराजाधिराज आपल्याबरोबर एक नामांकित पाहुणा घेऊन चालले होते. त्यांच्या शेजारीच बसला होता तो. त्या पाहुण्याची व महाराजांची बरीच पुराणी जानपहेछान होती. ते दोघे जण जम्मूच्या मैदानावर पोलोचा खेळही खेळले होते. महाराजा हरिसिंगांच्या श्रीनगर या राजधानीस मुद्दामच त्याने आपली शाही भेट आयोजित केली होती. ते पाहुणे होते लॉर्ड लुई माऊन्टबॅटन! काश्मीरच्या 'त्या' डळमळीत महाराजांना संस्थानाच्या भवितव्याचा नेमका निर्णय घेण्यासाठी साहाय्य करणे हा त्यांच्या भेटींचा उद्देश होता.

अर्थात, त्यांच्या मनात काश्मीर पाकिस्तानकडे झुकावा अशी इच्छा होती कारण तेथील बहुसंख्य प्रजा मुस्लिम होती. रहमतअलीच्या मूळ पाकिस्तानी नकाशात दाखवलेला 'के' काश्मीरसाठीच होता. त्यामध्ये असलेली तर्कसंगती त्यांना मान्य होती. आपल्याबरोबर त्यांनी सरदार पटेलांनी दिलेली हमीदेखील आणलेली होती. शिवाय, जिनांचेही एक आश्वासन साथीला होतेच. हरिसिंग जरी हिंदुधर्मीय असले तरी त्यांना पाकिस्तानात योग्य त्या दर्जानेच वागवले जाईल याबद्दल जिनांनीही खात्री दिलेली होती.

''काय वाटेल ते झाले तरी मी पाकिस्तानात सामील होऊ इच्छित नाही'' हरिसिंग म्हणाले.

''ठीक आहे. जशी तुमची मर्जी. मला अजूनही वाटते की तुम्ही यावर नीट विचार करावा. तुमच्या संस्थानातील नव्वद टक्के प्रजा मुसलमान आहे हे नका विसरू. अर्थात, तुम्हाला ते नको असेल तर मात्र तुम्ही भारतात सामील व्हायलाच हवे. मात्र त्या वेळी तुमच्या सीमांचे रक्षण करण्यासाठी मला एक पायदळाची तुकडी पाठवावी लागणार नक्की.'' माऊन्टबॅटन म्हणाले.

''नाही. मला तेही करायचे नाही. मी स्वतंत्र राहू इच्छितो!'' महाराज उत्तरले.

व्हाईसरॉयना नेमके हेच शब्द नको होते ऐकायला. ते उसळून म्हणाले— ''मला खेद होतो तुमच्या या निर्णयाचा. तुम्ही स्वतंत्र राहूच शकत नाही. तुम्ही चोहोबाजूंनी वेढलेले आहात. तुमच्या प्रदेशाच्या आकाराच्या मानाने तुमची लोकसंख्या कमी आहे. तुमच्या या भलत्याच निर्णयाने भारत व पाकिस्तान या दोघांत वैरभाव निर्माण होईल. एकमेकांच्या उरावर बसण्यास उतावीळ असलेले दोन शेजारी जवळ बाळगणे परवडायचे नाही तुम्हांला. त्यांच्यामधील रस्सीखेचीचे निमित्त होऊन बसाल मात्र. आणि शेवटी तुमच्या काश्मीरचे एका रणक्षेत्रात पर्यवसान होईल. सिंहासन गमावून बसाल आणि कदाचित प्राणही! बघा विचार करून.''

महाराजांनी एक सुस्कारा टाकला. त्यांनी मान हलवली. बराच वेळ ते गप्प राहिले. थोड्या वेळात ते नदीच्या एका वळणावर पोहोचले. पाहुण्यांसाठी माशांच्या शिकारीची तयारी झालेली होती. सबंध दिवसभर महाराज माऊन्टच्या आसपास फिरकले नाहीत. त्यांनी व्हाईसरॉयना निराश करून सोडले होते. आज माऊन्टच्या गळाला मासेही नाही लागले. पुढले दोन दिवस त्यांनी महाराजांना भंडावून सोडले. तिसऱ्या दिवशी त्यांचा पुराणा मित्र खाली येऊ लागला. आपल्या प्रयाणापूर्वी माऊन्टबॅटननी महाराजांना एक बैठक आयोजित करण्याचा आदेश दिला. त्यांच्या दिवाणांना व इतर अधिकाऱ्यांनाही हजर ठेवण्याची सूचना दिली.

''ठीक आहे, तुमचा आग्रह असेल तर जमू या!'' महाराजांनी मान्य केले.

या विशिष्ट सफरचंदाने झाडालाच चिकटून राहण्याचा निर्धार केला होता. दुसऱ्या दिवशी सकाळी महाराजांचा शरीररक्षक व्हाईसरॉयच्या खोलीकडे गेला. महाराजांच्या पोटात अतिशय दुखत असल्यामुळे डॉक्टरांनी त्यांना बैठकीला उपस्थित राहण्याची मनाई केली आहे असा निरोप आणला होता त्याने. अर्थात, त्यामागचा 'कावा' माऊण्टना कळला. इतकेच काय, डॉक्टरांची आज्ञा प्रमाण मानून महाराजा हरिसिंग आपल्या मित्राचा निरोपही घेण्यासाठी बाहेर आले नाहीत. त्या दिवशीच्या काश्मीरच्या महाराजांच्या त्या 'राजनैतिक पोटदुखीतच' पुढील पाव शतकात भारत-पाकिस्तान यांच्यातील संघर्ष व पर्यायाने जागतिक शांतता धोक्यात येण्याचे बीज

सामावले होते.

काश्मीरहून रिकाम्या हातांनी परतलेल्या माऊन्टबॅटनच्या पदरात इतरत्र निराशा पडली नाही मात्र काहींनी खूपच खळखळ केली. सामीलनाम्यावर सही करायचे त्यांच्या जीवावरच आले. मध्यभारतातील एका राजाचा खरोखरच जीव गेला. सही केल्यानंतर काही सेकंदातच हृदयक्रिया बंद पडून मेला बिचारा! धोलपूरच्या राणांनी डोळ्यांत पाणी आणून माऊन्टबॅटनना सांगितले- ''सन १७६५ पासून आजतागायत असलेली माझ्या पूर्वजांची व ब्रिटिश सम्राटांच्या पूर्वजांची मैत्री आज खंडित होत आहे हो या कारणाने!'' बडोद्याचे गायकवाड एखाद्या लहान मुलाप्रमाणे ओक्साबोक्सी रडत रडत व्ही. पी. मेननांच्या गळ्यातच पडले. आणखी एका चिमुकल्या संस्थानिकाने करारावर सही करायला भलताच वेळ घेतला. त्याचा राजाच्या ईश्वरदत्त सत्तेवर अद्यापही विश्वास होता. पंजाबमधील आठ महाराजांनी पतियाळा येथे एकत्र येऊन सही करण्याचा सामूहिक समारंभच साजरा केला. मात्र त्यात कोणालाही नेहमीची रंगत आढळली नाही. कोणाच्या तरी दफनविधीला उपस्थित राहिल्याचा अनुभव त्यात सहभागी झालेल्या एकाला आला.

काही मूठभर संस्थानिकांनी उगीचच शड्डूही ठोकून पाहिले. त्यामध्ये भोपाळचे नबाब, उदयपूरचे महाराज, ग्वाल्हेरकर, त्रावणकोरचे महाराज वगैरे लोक होते. यांपैकी प्रत्येकाला स्वातंत्र्य हवे होते. पंधरा ऑगस्टची तारीख जशी जवळ येत चालली तसा सरदार पटेलांनी संस्थानी काँग्रेसला चळवळीचा आदेश दिला. निदर्शनांना ऊत आला. ओरिसाच्या महाराजांना जमावाने घेरा घालून त्यांना सही घेतल्याखेरीज सोडले नाही. तीच गत त्रावणकोरच्या राजाची झाली. त्यांच्या आग्रही दिवाणाचे तोंडच फोडले लोकांनी. भयभीत झालेल्या महाराजांनी ताबडतोब तार केली दिल्लीला आणि प्रश्न टाकला मिटवून!

सर्वांत मोठे वादळ उठवले जोधपूरच्या महाराजांनी. आपल्या वडिलांच्या मागून नुकतेच गादीवर आले होते साहेब. त्यांना शौकही होते झकास - विमानोड्डाण, बायका, जादूचे खेळ वगैरेचे. जैसलमेरच्या महाराजांना जोडीला घेऊन त्यांनी जिनांची गुपचूप भेट घेतली, पाकिस्तानात सामील झाल्यास कसे स्वागत होईल याची चाचपणी घेण्यासाठी. जिनासाहेब हरखून गेले त्यांच्या भेटीने. त्यांना खूपच आनंद झाला. क्षणाचाही विलंब न लावता त्यांनी टेबलाच्या खणातून एक कोरा कागद काढला व जोधपूरकरांच्या हातात दिला.

''हा घ्या कागद. लिहा तुमच्या अटी त्यावर. मी खाली सही करतो.'' जिना त्यांना म्हणाले.

''आम्ही आभारी आहोत. थोडा वेळ विचार करून कळवतोच तुम्हाला.'' असे सांगून स्वारी हॉटेलवर परतली. आणि काय चमत्कार! तेथे व्ही. पी. मेनन वाट

पाहात होते त्यांची. त्यांना कसा काय सुगावा लागला होता, कोण जाणे! व्हाईसरॉयनी तुम्हाला ताबडतोब बोलावले आहे असा निरोप मेनननी त्यांना दिला. झटक्यात त्यांना व्हाईसरॉयभवनावर नेले. प्रतीक्षालयात बसवून ठेवले आणि मग माऊन्टबॅटन यांचा पत्ता काढण्याचा उद्योग सुरू केला. माऊन्टबॅटन स्नानगृहात सापडले शेवटी. तेथे मेननी त्यांना सगळी हकिगत निवेदन केली आणि त्या अडून बसलेल्या महाराजाला चार युक्तीच्या गोष्टी सांगण्याची याचना केली. त्याप्रमाणे व्हाईसरॉयनी राजाला सुनावले - "तुमच्या पिताजींची व माझी सव्वीस वर्षांची दोस्ती होती. तुमच्या या वागण्याचा त्यांना संताप आला असता. केवळ वैयक्तिक स्वार्थाला भुलून आपल्या हिंदू प्रजेला पाकिस्तानच्या पाशात अडकवणे हा शुद्ध खुळचटपणा आहे. असा मूर्खपणा नका करू. त्यापेक्षा मी आणि मेनन पटेलांना सांगून तुमच्यासाठी जास्तीत जास्त सहानुभूती मिळवण्याचा प्रयत्न करू." जाण्यापूर्वी एका तात्पुरत्या करारावर त्या उतावळ्या संस्थानिकांची सही घेण्याची सूचना त्यांनी मेननला दिली. व्हाईसरॉय निघून गेल्यावर महाराजांनी आपल्या खिशातून एक फाउन्टनपेन काढले करारावर सही केल्यानंतर त्यांनी पेनचे टोपण निखळवले. पेनच्या आत एक चिमुकले पिस्तूल होते. पिस्तूल मेननांच्या डोक्यावर धरत ते त्यांना म्हणाले, "तुमच्या धमकावणीला मी जुमानत नाही!" आरडाओरडा ऐकून स्वत: माऊन्टबॅटन तेथे परत आले व त्यांनी ते पिस्तूल जप्त केले.

त्यानंतर तीन दिवसांनी कराराचा अंतिम मसुदा महाराजांच्या प्रासादाकडे पाठवला. विषण्ण मनाने महाराजांनी त्यावर स्वाक्षरी केली. नंतर झाले गेले विसरून जावे म्हणून त्यांनी मेजवानी आयोजित केली आणि मेननसाहेबांना नाइलाजाने तो पाहुणचार भोगावा लागला. त्या बिचाऱ्या अधिकाऱ्याला जुलमाने व्हिस्की पाजवली दुपारभर. व्हिस्कीनंतर शॅम्पेनची पाळी. त्याच्या मागोमाग चमचमीत, खमंग मांस, वाद्यवृंद व नृत्याप्सरांचा मनोहारी नाच. शाकाहारी मेननांच्या डोळ्यांसमोर भुतेच नाचायला लागली. एवढ्यावर भागवायचे नाही म्हणून की काय सरकारांनी अतिरेकी मद्यपानाने बेफाम झालेल्या स्थितीत मेननना स्वतः:च्या विमानातून दिल्लीला पोहोचवायचा बूट काढला. दिल्ली विमानतळावर विमान टेकण्यापूर्वी आपल्या वैमानिकपटुत्वाचे पुरेपूर प्रदर्शन घडवले. मेनन बिचारे घामाघूम झाले, त्यांना वांत्या होऊ लागल्या. अर्धवट सरपटतच बाहेर पडले ते विमानाच्या. तरीही त्यांच्या थरथरत्या हातात सामीलनाम्याचा कागद शाबूत होता. आणखी एक सफरचंद पटेलांच्या टोपलीत जमा झाले. पंधरा ऑगस्टपर्यंत ती भरून वाहायच्या बेतात आली. पाकिस्तानच्या प्रदेशातील पाच संस्थाने जिनांच्या बाजूस गेली. बाकीची सगळी माऊन्ट व मेनन यांनी खुडून घेतली. अपवाद होता फक्त तिघांचा. त्यापैकी एक होता हैद्राबादचा निजाम. कोणाच्याही विनवणीला भीक न घालता तो थेट ब्रिटनलाच भिडला.

आपल्या संस्थानाच्या सार्वभौमत्वाला संमती देण्याची विनंती करू लागला. काश्मीर हैद्राबादचाच कित्ता गिरवू लागले. तिसरे महाशय होते जुनागडचे नबाबसाहेब. मुस्लिम लीगच्या एका हस्तकाने त्यांचे कान फुंकले. "भारताला स्वातंत्र्य मिळताक्षणीच तुमच्या लाडक्या श्वान कुटुंबांना विषप्राशन करावे लागणार सरकारकडून!" त्यामुळे त्यांना एक स्वातंत्र्य तरी किंवा पाकिस्तानशी संधान तरी हवे होते. गंमत अशी होती की त्यांची बहुसंख्य प्रजा हिंदू होती. शिवाय संस्थानाच्या सीमा पाकिस्तानला भिडत नव्हत्या.

"महाशय, आमच्या गुप्तचर विभागाचे एक प्रमुख अधिकारी मिस्टर सॅव्हेज यांचा परिचय करून घ्या." लुई माऊन्टबॅटन आपल्या अभ्यासिकेत मूढ होऊन बसलेल्या त्या दोघा राजकीय नेत्यांना म्हणाले, "त्यांच्याजवळ तुमच्या कानावर घालण्यासाठी एक कहाणी आहे. कृपया लक्षपूर्वक ऐका ती." मिस्टर सॅव्हेजसाहेबांची कहाणी ऐकण्याची पाळी आज बॅ. जिना व लियाकत अली खान यांच्यावर आली होती. ब्रिटिश गुप्तचर खात्याने अतिशय योजनाबद्ध व परिश्रमपूर्वक प्रयत्न करून ती माहिती मिळवली होती. भारतातील प्रत्येक राजकीय पक्षाच्या तळापासून ते गळ्यापर्यंत त्यांनी मोठ्या कौशल्याने आपले धागेदोरे जुळवले होते. आजची ही कथा त्यांनी लाहोरच्या तुरुंगातील काही कैद्यांच्या चौकशीतून मिळवली होती. तिची गुप्तता अत्यंत कसोशीने राखून ती कागदावर न उतरवता केवळ मुखोद्गत करून सांगणार होते सॅव्हेजसाहेब!

शिखांच्या एका अतिरेकी गटाने भारतातील एका धर्मवेड्या हिंदुत्वनिष्ठ संघटनेशी संधान बांधले होते. ती संघटना राष्ट्रीय स्वयंसेवक संघ (R. S. S.) या नावाने ओळखली जात होती. शिखांच्या या गटाचे अध्वर्यु होते मास्टर तारासिंग या नावाचे एक शाळामास्तर. त्यांनी आपल्या अनुयायांची एक गुप्त बैठक बोलावून तीत सारा भारत मुसलमानांच्या रक्तात भिजवून काढण्याचे आवाहन केले होते. त्यांच्या या कडव्या आवाहनाला रा. स्व. संघाचीही साथ मिळण्याची खात्री होती त्यांना. शिखांकडे उत्कृष्ट संघटना, उत्तम प्रशिक्षण व आवश्यक अभ्यास यांची वानवा नव्हती. त्यांचे लक्ष्य होते दिल्लीहून कराचीला प्रयाण करणाऱ्या 'पाकिस्तानी स्पेशल' रेलगाड्या उद्ध्वस्त करण्याचे. कारण त्या गाड्यांतून नव्या राष्ट्रासाठी लागणारी मोक्याची माणसे व साधनसामग्री रवाना होणार होती. तारासिंगांनी आपल्याजवळच्या बिनतारी तारायंत्राच्या साहाय्याने गाड्या सुटण्याची वेळ, त्यांचे मार्ग, त्यांची अचूक वेळ वाटेत दबा धरून बसलेल्या सशस्त्र हल्लेखोरांना कळेल अशी व्यवस्थाही केली होती. आपल्या गटाकडे ती सर्व जबाबदारी त्यांनी घेतलेली होती.

संघाकडे वेगळे काम सोपवले होते. त्यांच्यापैकी अनेकांनी थेट कराची गाठायची.

प्रत्येकाजवळ ब्रिटिश सैन्यास पुरवण्यात येणारा एकेक हातबाँब ठेवायचा. कोणाची कोणाला ओळखही नसेल याची दक्षता घ्यायची. म्हणजे यदाकदाचित एखादा पकडला गेला तरी इतर सुरक्षित राहावेत. कराचीत जमलेल्या या दहशतवाद्यांनी चौदा ऑगस्टला आयोजित केलेल्या पाकिस्तानच्या पहिले गव्हर्नर जनरल बॅ. महंमदअली जिना यांच्या मिरवणुकीच्या मार्गावर विखरून उभे राहायचे. ज्याला जमेल त्याने जिनांवर हातबाँब टाकून त्यांची हत्या करायची. यशोगिरीच्या उत्तुंग शिखरावर विराजमान होण्याचा क्षण उपभोगताना होणाऱ्या पाकिस्ताननिर्मात्याच्या त्या वधानंतर उडणाऱ्या संभाव्य रणधुमाळीत बहुसंख्य हिंदूच यशस्वी होणार यात त्यांना कसलीही शंका वाटत नव्हती.

सॅव्हेजसाहेबाच्या तोंडून बाहेर पडत असलेले शब्द ऐकताच हिंदू-शिखांचे लक्ष्य असणाऱ्या जिनासाहेबांचा चेहरा पांढरा फटफटीत पडला. त्यांच्याशेजारी बसलेले लियाकत अली उसळून म्हणाले- ''व्हाईसरॉयनी शिखांच्या एकूणएक नेत्यांना अटक करावी.'' त्यांची ही मागणी ऐकून माऊन्टबॅटन हतबुद्धच झाले. ''तसे करणे योग्य नाही होणार. कदाचित त्यामुळेच रा. स्व. संघाला हवे असलेले यादवीयुद्ध सुरू होईल.'' व्हाईसरॉयनी अंदाज केला. थोड्या वेळाने त्यांनी सॅव्हेजनाच विचारले- ''समजा, गव्हर्नरांनी शीख नेत्यांना पकडून ठेवले तर?'' सॅव्हेज प्रथम मनात म्हणाले - 'मूर्खपणा होईल तसे केल्यास. हे सगळे लोक अमृतसरच्या सुवर्णमंदिरात एकत्र असतात. तेथे जाऊन त्यांना पकडून आणण्याची हिंमत एकाही हिंदू वा शीख पोलिसात असणार नाही आणि शिखांच्या मंदिरात मुसलमान पोलीस पाठवायचे म्हणजे अशक्यच!' नंतर त्यांनी उत्तर दिले, ''सर, अशा तऱ्हेची कृती करू शकणारे विश्वसनीय पोलीस आमच्यापाशी नाहीत. मला सांगायला संकोच वाटतोय खरा पण अशा तऱ्हेच्या आदेशाची अंमलबजावणी होणे सर्वस्वी अशक्य आहे.''

माऊन्टबॅटननी क्षणभर विचार केला. पंधरा ऑगस्टनंतर निर्माण होणाऱ्या दोन्ही राज्यांच्या राज्यपालांच्या व पंजाबचे गव्हर्नर सर इव्हान्स जेंकिन्स यांच्या संयुक्त शिफारशींवर आपण निर्णय घेऊ असे त्यांनी जाहीर केले. त्यांच्या या उद्‌गारांवर लियाकत अली म्हणाले, ''अच्छा, म्हणजे कायदेआझमांचा खून व्हावा अशी तुमची इच्छा आहे तर!'' एवढे बोलून ते निघण्यासाठी उठले.

माऊन्टबॅटननी त्यांना थांबवले - ''थांबा, खरोखरच तुम्हाला असं वाटत असेल तर मी स्वत: त्यांच्याजवळ बसून जाईन मिरवणुकीत आणि त्यांच्याबरोबर माझाही खून झालेला मी पत्करेन. पण माझ्या गव्हर्नरांचे म्हणणे ऐकून घेतल्याखेरीज पन्नास लाख शिखांच्या नेत्यांना मी तुरुंगात घालू शकत नाही.''

त्या रात्री सॅव्हेज लाहोरला परतले. त्यांच्या ब्रीफकेसमध्ये दिखावा म्हणून

शौचकूपात वापरण्याचा कागद घालून बंद केलेला एक 'अधिकृत खलिता' ठेवलेला होता. व्हाईसरॉयनी गव्हर्नर जेन्किन्सना लिहिलेले अस्सल पत्र मात्र त्यांनी आपल्या आतल्या चड्डीत खोचून ठेवले होते, सुरक्षिततेचा उपाय म्हणून. जेन्किन्ससाहेब फॅलेटी हॉटेलच्या हिरवळीवर चालू असलेल्या एका स्वागतसमारंभात गुंतले होते. व्हाईसरॉयचे पत्र वाचून होताच ते म्हणाले, ''करू तरी काय शकतो आपण? त्यांना कसे रोखू शकणार आम्ही?''

पाच दिवसांनंतर, ११ - १२ ऑगस्ट दरम्यानच्या रात्री, तारासिंगांच्या शीख अनुयायांनी कार्यक्रमाचा पहिला टप्पा पूर्ण केला. रेल्वेमार्गावर पुरून ठेवलेल्या सुरुंगांनी पहिली पाकिस्तान स्पेशल उडवून दिली.

सर सीरिल रॅडक्लिफ कामाला लागले आपल्या बंगल्यात बसूनच. त्याचे मुख्य कारण होते वेग. त्यामुळे प्रत्यक्ष जाग्यावर जाऊन पाहणी करण्याचे दूर राहिले. त्यांच्या दिमतीला दिले होते नकाशे, लोकसंख्या, तक्ते व इतर आकडेवारी. पंजाबमध्ये सगळीकडे माणसाच्या हातावरील शिरांप्रमाणे कालव्यांचे जाळेच जाळे पसरले आहे. रॅडक्लिफ साहेबांची एखादी रेषा अशा एखाद्या कालवायोजनेचाही भेद करून गेल्यास नवल नव्हते. त्यांची सीमारेषा तयार होत असताना शेकडो खेड्यांतील शेतकऱ्यांचे जीवन उद्‌ध्वस्त होण्याची शक्यता होती. अनेक उणिवा राहणार होत्या. अनेक कटकटी निर्माण होण्याची शक्यता होती. हिंदुस्थानी राजकीय नेत्यांना लागलेली अनावश्यक घाई त्याच्या मुळाशी होती. दररोज जवळजवळ सरासरी तीस मैलांची सरहद्द आखण्याचे काम त्यांना पूर्ण करावे लागे. पंजाबच्या सीमा आखण्याचे काम बंगालच्या मानाने अवघडच होते, त्याला कारण होत्या पंजाबच्या पंचकन्या - नद्या. त्या वाटेल तशा वाहत निघाल्याचे दाखवत होते त्यांचे नकाशे. कलकत्ता शहरासंबंधी निर्णय करताना रॅडक्लिफ बराच वेळ अडखळले. अलीकडे जिनांच्या म्हणण्यात त्यांना तथ्य आढळायचे. शेतातून निघणारा ज्यूट गिरणीतून बंदराकडे जाणे स्वाभाविकच होते. परंतु बंगालमधील बहुसंख्य हिंदू प्रजा लक्षात घेता आर्थिक कारणे मागे पडली. त्यानंतर त्यांचे काम सोपे होते. कारण वाटेत एखादी नदी किंवा टेकडी यांचा अडथळा नव्हता. पंजाबचा प्रश्न तसा किचकटच. लाहोर, अमृतसर ही शहरे म्हणजे स्वतंत्र मर्मस्थानेच होती हिंदु-मुसलमानांची. त्यांच्या बाबतीत लोकसंख्या प्रमाण मानावी की भौगोलिक परिस्थिती हे त्यांना नक्की करता येईना.

रॅडक्लिफसाहेबांची सर्वांत मोठी पंचाईत केली दिल्लीच्या उकाड्याने. त्यांच्या बंगल्याच्या तीन खोल्या नकाशे, दस्तऐवज, अहवाल यांनी खचाखच भरून गेल्या

होत्या. खोलीत असलेला लाकडी पात्यांचा पंखा हेच वारा येण्याचे एकमेव साधन होते. मध्येच कधीतरी विजेचा दाब वाढल्याने पंखा इतक्या वेगाने फिरायचा की रॅडक्लिफसाहेबांचे कागद भुर्रकन उडून जायचे, गिरक्या खायचे खोलीतल्या खोलीत. पण का कोणास ठाऊक त्यांना अगदी सुरुवातीपासून जाणवत होते की आपला हा अहवाल प्रकाशित झाल्यावर भयानक रक्तपात व कत्तल उडणार. पिढ्यान्‌पिढ्या उंबऱ्याला उंबरा लावून राहिलेली घरे एकमेकांवर दात खाऊन उठत होती, एकमेकांचे गळे घोटत होती. त्यांच्याकडे असे अहवाल सारखे येत होते. वास्तविक त्यांच्यापैकी कोणालाच त्यांनी पाहिले नव्हते. ते जेथे जातील तेथे त्यांच्याभोवती लोकांचा गराडा असायचा. प्रत्येकाला आपल्या मनाजोगत्या सीमा हव्या होत्या. त्यामुळे भर दुपारच्या उन्हात हिंडायला बाहेर पडण्यात त्यांना आनंद वाटायचा. कामाचा शीण आल्याने थकलेले रॅडक्लिफ आपल्या बागेतील निलगिरीवृक्षांच्या रांगांतून हिंडत. कित्येकदा त्यांचा साहाय्यक सनदी नोकर बरोबर असे. दोघांत बोलणे असे क्वचितच होई. अशा रितीने धिमेधिमे काम पुरे करत आणले त्यांनी. पण हे सगळे करत असताना एक विचार त्यांना सतत भेडसावत राहिला, 'मी हे भयानक काम शक्य तितक्या जलदीने व सुबकतेने करत आहे खरा, पण जेव्हा ते होईल तेव्हा ते सगळे जण एकमेकांच्या छातीवर बसणार यात शंकाच नाही! त्यामुळे एकूण गोळाबेरीज शून्यच येणार.'

पंजाबमध्ये हत्याकांडाचा नारळ फुटलाही. खरे तर पंजाब हा प्रांत उत्तम प्रशासनाबद्दल नाव गाजवून होता. परंतु आता तेथील नेहमीचे रस्ते व रेल्वेमार्ग अतिशय असुरक्षित बनले होते. इतिहासकालीन रेड इंडियन टोळ्यांप्रमाणे शिखांचे जथ्थे ग्रामीण भागातील मुसलमान वस्तीवर तुटून पडत. त्यांच्या अत्याचारात एक विशिष्ट तऱ्हेची अमानुष वृत्ती होती. ठार मारलेल्या पुरुषांची इंद्रिये एकतर त्यांच्या किंवा तशाच एखाद्या मुसलमान स्त्रीच्या तोंडात कोंबलेली आढळत. एका सायंकाळी लाहोरच्या एका गजबजलेल्या कॉफीगृहासमोरून एक सायकलधारी तुफान वेगाने गेला. ते कॉफीगृह एका अट्टल मुसलमान दादाचा अड्डा होता. जाताजाता त्या सायकलवाल्याने एक भली दांडगी पितळी घागर त्या दुकानाच्या गॅलरीच्या दिशेने भिरकावली. घागर गडगडत खाली आली. एका वेटरने ती उघडली. त्या मुसलमान 'दादा'ला अमृतसरमधील त्याच्याच सहव्यावसायिकाने ती भेट धाडली होती. आत खच्चून भरली होती कापलेली जननेंद्रिये!

लाहोरमध्ये खून व लुटालूट यांना आला होता निर्बुद्ध ऊत. तेथल्या हिंदूंना, शिखांना रोज हजारो पोस्टकार्डे यायची. त्यांच्यावर स्त्रीपुरुषांवर होणाऱ्या अत्याचारांची चित्रे काढलेली असायची. पाठीमागच्या बाजूस मजकूर असे : 'आमच्या शीख व हिंदू बंधुभगिनींची अशी स्थिती होत आहे, मुस्लिमांच्या हातून. तुमच्यावर तशी वेळ

येण्याआधी पळ काढा.' शीख व हिंदू जमातींमध्ये घबराट निर्माण करण्यासाठी मुस्लिम लीगने चालवलेले मानसशास्त्रीय युद्ध होते ते! लाहोरच्या सुशिष्ट मुसलमानांनी दंगलखोर जमावापासून रक्षण करण्यासाठी आपल्या घरांवर हिरवी चंद्रकोर रंगवून घेतली. लॉरेन्स रोडवरील एका पारशी सद्गृहस्थाने आपल्या कंपाऊंडच्या भिंतीवर एक वाक्य रंगवून ठेवले - 'मुसलमान, शीख व हिंदू हे सारे भाऊ भाऊ आहेत. पण माझ्या बांधवांनो येथे मात्र एक पारशी राहत आहे.' त्याचे हे वाक्य म्हणजे लाहोरमधील बंधुत्वाच्या स्वप्नाचा मृत्युलेखच होता.

सगळ्या पंजाबमध्ये होती तशीच लाहोरातही पोलीस व्यवस्था कोसळलेलीच होती. कारण पोलीस प्रामुख्याने मुसलमान होते. त्यामुळे हिंसाचाराची ही उसळी थोपवण्याचे काम मूठभर गोऱ्या अधिकाऱ्यांच्या शिरावरच पडले. आपल्या पंधरा वर्षांच्या सेवाकालात ज्याला फक्त एकदाच गोळी झाडावी लागली होती त्या पॅट्रिक फार्मरला आता टॉमीगन वापरण्याचे काहीच वाटेना. बिल रिचलाही हाच अनुभव आला. पंजाबविषयी आत्मीयता असणाऱ्या त्या अधिकाऱ्यांना या परिस्थितीची चीड आली. आपल्या वरिष्ठांना ते दोष देऊ लागले. त्यातल्या त्यात माऊन्टबॅटनना अधिक. 'भारताला स्वराज्य देण्याची एवढी कसली घाई झाली होती त्यांना!' असा विचार त्यांच्या मनात येत राहिला. त्यात भर म्हणून निसर्गानेही त्यांना साथ दिली. पावसाचा पत्ताच दिसेना. निदान त्यामुळे तरी दंगलींना, जाळपोळीला आवर बसला असता.

जे लाहोरात तेच अमृतसरात. तेथील बाजारपेठेत व गल्लीबोळात खून ही गोष्ट नित्याचीच बाब झाली होती. तेथल्या हिंदूंनी एक नवीनच असा क्रूर मार्ग शोधून काढला. संशय न घेणाऱ्या एखाद्या मुसलमानाजवळ जायचे व त्याच्या चेहऱ्यावर नैट्रिक किंवा सल्फ्यूरिक ॲसिड शिंपडायचे. आगी तर सर्वत्र पेटत होत्याच. शेवटी ब्रिटिश लष्कराला बोलावणे गेले. अठ्ठेचाळीस तासांची संचारबंदी जाहीर झाली. परंतु यामुळे जी शांतता निर्माण झाली तीही तात्पुरतीच. विशेष आश्चर्याची गोष्ट ही की, हताश झालेल्या पोलीस सुपरिन्टेन्डट रूल डीन यांनी त्या दिवशी मध्यवर्ती चौकात चक्क पोलीस बॅंडकडून संगीताच्या फैरी झाडून पाहिल्या - बंदुकीच्या फैरीऐवजी! अत्याचारी शहराच्या माथेफिरूपणावर फुंकर घालायला.

पंधरा ऑगस्टनंतर उडणाऱ्या संभाव्य हलकल्लोळाला थोपवून धरण्यासाठी माऊन्टबॅटननी पंचावन्न हजारांची एक खास सैनिक तुकडी राखून ठेवली. 'पंजाब सीमादल' या नावाने ओळखल्या जाणाऱ्या त्या दलात प्रामुख्याने गुरखा सैनिकांची भरती करण्यात आली होती. आपल्या हाताखाली ब्रह्मदेशात युद्धआघाडीवर काम केलेल्या मेजर जनरल टी. डब्ल्यू. 'पीट' रिज यांच्याकडे तिचे आधिपत्य होते. पंजाबच्या गव्हर्नरांनी अपेक्षिलेल्या संख्येपेक्षा त्यांचा आकडा दुप्पट होता. दुर्दैव

एवढेच की, समुद्रकिनाऱ्यावरील प्रचंड उत्पातात तेथील झोपड्या उडून जाव्यात तसाच, प्रत्यक्ष दंगलीच्या तुफानात एवढा प्रचंड फौजफाटा उडून गेला. पंजाबच्या मानसिक स्थितीचा अजमास नेहरू, जिना, पंजाबचे तज्ज्ञ गव्हर्नर आणि खुद्द व्हाईसरॉय यांच्यापैकी एकालाही आला नाही. त्यांच्या या अपयशाने सर्वच इतिहासकार बुचकळ्यात पडावेत आणि त्यांच्या टीकेचे आसूड शेवटच्या व्हाईसरॉयच्या पाठीवर फुटावेत हे साहजिकच होते. राजकीय नेते आपल्या अनुयायांच्या मनोवृत्तीचे, मागून येणाऱ्या सामान्य जनतेचे योग्य आकलन करू शकले नाहीत. दोघांनाही खात्रीपूर्वक वाटत होते की, फाळणीने भडकत्या भावना शांत होतील. हिंसाचाराला थारा मिळणार नाही. पण दोघांचीही अटकळ साफ चुकली. त्यांच्या या अनाकलनीय श्रद्धेमुळे कोणत्याही प्रशासकीय यंत्रणेलाही संभाव्य घटनांचा तर्क करता आला नाही वा आपल्या कौशल्याचा उपयोग करता आला नाही.

त्या काळी भारतात महात्मा गांधी हा एकच नेता असा होता की, ज्याला फाळणीच्या पर्यवसानाचा अचूक अंदाज होता. त्याला कारण एकच होते. सामान्य जनमानसाची नाडी त्यांच्या हातात होती. राष्ट्राच्या मनोविकासाचा मागोवा घेण्याची त्यांची हातोटी विलक्षण होती. एखाद्या प्राचीन भारतीय दंतकथेतील प्रेषिताप्रमाणे एखाद्या गारठ्याच्या दिवशी शेकोटीजवळ बसले असतानाही ते थंडीने कुडकुडायचे. 'जरा बाहेर जाऊन बघा. अंधारात कोणीतरी गारठून गेलाय!' गांधी आपल्या शिष्याला सांगत. आणि खरोखरच तसा एखादा माणूस सापडायचा देखील.

एके दिवशी एका मुसलमान स्त्रीने गांधींच्या फाळणीविरोधी धोरणावर हल्ला चढवून त्यांना प्रश्न केला होता- "एकाच घरात राहणाऱ्या दोन भावांना वेगवेगळ्या घरात राहण्याची इच्छा असताना तुम्ही त्यांच्या कृत्याला का आक्षेप घेता?"

गांधींनी उत्तर दिले होते- "आपलं बरोबर आहे पण ते दोघे 'भाऊ' म्हणून वेगळे होत आहेत का हा खरा प्रश्न आहे. सध्या तशी स्थिती बिलकूल नाही. एक प्रचंड रक्तपात होणार आहे. अगदी आईच्या पोटात असताना देखील आम्ही एकमेकांना फाडून खाण्याची ईर्षा करत आहोत आज!"

पंजाबपेक्षा कलकत्त्याचे भूत माऊन्टबॅटनना अधिक पछाडत होते. कलकत्त्याच्या रस्त्यावर, तेथील झोपडपट्ट्यांत, तेथील बाजारपेठांत एकदा का दंगलीचा वणवा भडकला की जगातील कोणतेही सैन्य तो विझवू शकणार नव्हते याची त्यांना पुरेपूर कल्पना होती. पंजाब सीमा-दलाच्या रचनेमुळे बहुतेक सर्व सैनिक तेथे गुंतले. मग कलकत्त्यासाठी काय करावे? त्यावर विचार करताना त्यांनी एक नवाच डावेपच खेळण्याचे ठरवले. त्यासाठी त्यांना साथ हवी होती व्यथित अंत:करणाच्या महात्मा गांधींची!

जुलैच्या उत्तरार्धात त्यांनी आपली कल्पना गांधींच्या कानावर घातली - "लष्कराच्या

जोरावर मी पंजाब काबूत आणू शकेन पण कलकत्ता भडकला की आम्ही खलास झालोच. मी काहीच करू शकणार नाही. सध्या तेथे एक ब्रिगेड सैन्य आहे. मी त्यांना अधिक कुमक पाठवणार नाही. भडका उडालाच तर होऊ दे खाक सारा कलकत्ता.''

''बरोबर आहे, मित्रा,'' गांधी त्यांना म्हणाले, ''फाळणीच्या योजनेचे हेच फळ मिळणार तुम्हांला!''

''तसंही असेल. पण आपण किंवा इतर कोणीही त्याला पर्याय सुचवू शकला नाहीत हेही सत्यच आहे. आता काय करायचं यावर विचार करू या आपण. तुमच्या व्यक्तिमत्त्वाच्या आणि अहिंसा तत्त्वाच्या आदर्शाच्या सामर्थ्यावर जे सैन्याला जमणार नाही ते करून दाखवू शकू आपण. केवळ तुमच्या उपस्थितीने कलकत्ता शांत राहील. आमच्या अनेक ब्रिगेड सैन्यदलाची शक्ती तुमच्या एकट्याच्या व्यक्तिमत्त्वात सामावली आहे अशी माझी श्रद्धा आहे. मी आपल्याला हात जोडून विनंती करतो, माझ्यासाठी आपण कलकत्त्याला जावं. आज आपणच माझे सीमा सुरक्षादल व्हा- केवळ एक सैनिक असलेले!'' माऊन्टबॅटनने गांधींना विनवले.

माऊन्टबॅटनने एवढी मनधरणी करूनही गांधी तयार होईनात. त्यांच्या योजनेत कलकत्त्याला स्थान नव्हते. भारताचा स्वातंत्र्यदिन ते नौखालीतच साजरा करणार होते. तेथील हिंदू अल्पसंख्याकांच्या सहवासात, प्रार्थनेत, सूतकताईत व उपोषणात. त्यांच्या या निर्धाराला डळमळीत करणारा दुसरा एक आवाज उमटला. तो आवाज होता त्यांच्या एका निस्सीम राजकीय विरोधकाचा. महात्मा गांधींना आदर्शभूत असलेल्या राजकीय वा वैयक्तिक आचरणांना बिलकूल न जुमानणाऱ्या, बेगुमानपणे ते उधळून लावणाऱ्या त्या आवाजाने गांधी किंचित का होईना विचलित झालेच. नियती माणसाच्या निश्चयाला कलाटणी अशीच देत असते! कोणाचा होता हा आवाज? कोठून आला होता तो? पडणार होता का त्याचा प्रभाव गांधींवर?

त्या आवाजाचे धनी होते शहीद सुऱ्हावर्दी! बंगाली मुस्लिमांचे एक नेते! सत्तेचाळीस वर्षांचे एक अतिशय लाचखाऊ, अनीतिमान राजकारणी पुरुष. त्यांचे राजकीय तत्त्वज्ञान अतिशय साधे होते - मिळालेली सत्ता मुळीच सोडायची नाही. सत्तेवर असताना हातात असलेल्या सार्वजनिक पैशाचा यथेच्छ वापर करत त्यांनी आपल्या पदरी एक गुंडसेना गोळा केली होती. त्या सेनेची शक्ती वापरून त्यांनी आपल्या अनेक राजकीय प्रतिस्पर्ध्यांना अक्षरश: गप्प केले होते. बंगालमध्ये पडलेल्या १९४२ च्या भीषण अवर्षणपर्वात उपाशी जनतेसाठी म्हणून आलेल्या धान्याचा काळाबाजार करून त्यांनी लाखो रुपये कमावले होते. त्यांची राहणी रंगेल, वेष अत्याधुनिक असे. रोज सकाळी स्वत:च्या न्हाव्याकडून कापून घेतलेले केस चापचोपून बसवलेले असत. त्यांच्या विलासी विषयवासनेचे दमन करायला कलकत्त्याच्या

नृत्यगृहातील एकूणएक कॅबरे नर्तिका व वेश्यागृहातील सर्वोच्च गणिका पुऱ्या पडायच्या नाहीत. मदिरा, मांस व मदिराक्षी यांवरच ते आयुष्य जगत होते. असे ऐशारामी आयुष्य जगणाऱ्या सुऱ्हावर्दींचा देह थबथबणाऱ्या चरबीने भलताच थुलथुलीत बनवला नसता तर नवलच. थोडक्यात, महात्मा गांधी आणि शहीद सुऱ्हावर्दी म्हणजे दोन ध्रुवच - आचारविचारात एकमेकांपासून खूपच दूर गेलेले! विरोधाभासाचा आदर्श नमुना!

या शहीदसाहेबाला आजच गांधींची आठवण का यावी? बरोबर आहे. ऑगस्ट १९४६ मध्ये जिनांच्या आदेशानुसार, 'प्रत्यक्ष कृतिदिना' दिवशी याच महाशयांनी आपल्या मुस्लिम लीगपक्षीयांच्या साह्याने जातीय दंगलीचे थैमान नव्हते घातले? त्या दिवशी सार्वजनिक सुट्टी जाहीर करून अगदी सरकारी इतमामाने त्यांनी कलकत्त्याच्या रस्त्यांवर हजारो हिंदूंना कंठस्नान नव्हते घातले? त्या काळी झालेल्या हिंदुहत्येचा बदला घेण्याची तयारी बंगालातील बहुसंख्य हिंदू जनता करत आहे या कुणकुणीने घाबरून गेलेले सुऱ्हावर्दीसाहेब आज महात्माजींच्या सोदेपूर आश्रमात दाखल झाले होते. त्यांनी महात्माजींसमोर पदर पसरला. आपल्या रक्तरंजित हातांनी त्यांची करुणा भाकायला सुरुवात केली - "गांधीजी, आपण कलकत्ता सोडून नका जाऊ. कलकत्त्याच्या मुसलमानांना तुमच्याशिवाय दुसरा कोणीच वाली नाही हो! शहरात धुमसत असणाऱ्या जातीय दंगलीच्या ज्वाला विझवण्याची ताकद फक्त तुमच्यातच आहे. आणि शेवटी, हिंदूंच्या इतकाच आम्हा मुसलमानांचाही तुमच्यावर अधिकार नाही का? तुम्हीच तसं नाही का सांगत वारंवार?"

आपल्या शत्रूच्या अंत:करणाचा छेद घेऊन त्याच्यातील सर्वोत्तम गुणांचा शोध घेण्याची, त्याच्यावर सूक्ष्म विचार करून त्या वैशिष्ट्याला आवाहन करण्याची कला गांधींजवळ होती. आपल्या मुसलमान बांधवांच्या भवितव्याबद्दलची सुऱ्हावर्दींच्या अंत:करणातील कळकळ त्यांनी जाणली आणि कलकत्त्यात राहण्याच्या आपल्या अटी त्यांच्यासमोर ठेवल्या. पहिली, नौखालीच्या मुसलमानांनी तेथील हिंदूंच्या केसालाही धक्का लावणार नाही अशी शपथ घेतली पाहिजे. नौखालीतील एखादा हिंदू जरी मारला गेला तरी गांधी ताबडतोब प्राणांतिक उपोषणास बसतील. आपल्या नेहमीच्या लकबीने त्यांनी सुऱ्हावर्दींच्या शिरावर एक भयानक नैतिक जबाबदारी टाकली. त्यांच्या स्वत:च्या जीविताची. सुऱ्हावर्दींनी तशी शपथ आणवली. मग गांधींनी आपली दुसरी अट पुढे केली. तीही अत्यंत विलक्षणच वाटावी. सुऱ्हावर्दी व ते, दोघे जण कलकत्त्याच्या एखाद्या झोपडपट्टीत एकत्र वास्तव्य करतील. त्यांना कोणाचेही संरक्षण असणार नाही. अशा तऱ्हेने परस्परविरुद्ध असलेली त्या उपखंडातील ही जोडी शहराच्या शांततारक्षणासाठी एकत्रितपणे आपल्या प्राणांची बाजी लावणार होती. सुऱ्हावर्दींनी

त्यालाही संमती दिली. त्यावर गांधींनी दिल्लीला लिहिले -

'मी आता येथे रुतून बसलो आहे - एका गंभीर प्रकारच्या धोक्याला घट्ट धरून! भविष्यकालच त्याचा साक्षी ठरेल. सर्वांनी त्यावर बारीक लक्ष ठेवावे.'

माऊन्टबॅटननी तयार केलेल्या कॅलेंडरची पाने एकापाठोपाठ फाटत चालली. पंधरा ऑगस्टची तारीख जवळ येत चालली. व्हाईसरॉय व त्यांचा अधिकारीवर्ग अविश्रांत काम करत होते. ब्रिटिश साम्राज्याच्या अस्तकालाचे ते अखेरचे पर्व विशेष घाईगर्दीतच पार होत होते. अजून वायव्य सरहद्द प्रांत, आसाम येथील सार्वमताची तयारी करायची होती. स्वातंत्र्योत्सव किती डौलात साजरा करावयाचा यावर विचार चालू होता. काँग्रेसच्या नेतृत्वाचा आग्रह होता की, समारंभ जुन्या ब्रिटिश साम्राज्याच्या परंपरेला धरून खूप थाटामाटात व्हावा. नेतृत्वाला अभिप्रेत असणारा समाजवाद, साधेपणा त्यानंतर येईल.

पंधरा ऑगस्ट या शुभदिनी देशातील सारे कत्तलखाने बंद ठेवण्याचा आदेश काँग्रेसने दिला. साऱ्या सिनेमागृहांतून मोफत प्रवेश देण्यात आला. दिल्लीतील प्रत्येक शाळकरी मुलाला मिठाई व स्वातंत्र्यपदक वाटण्यात आले. विजयोत्सवाबरोबर काही समस्याही उभ्या राहिल्या. लाहोरमधील चिंताजनक परिस्थिती लक्षात घेऊन समारंभांना फाटा मिळाला. उजव्या मताच्या हिंदू महासभेने आपल्या अनुयायांना हा दिवस 'शोकदिन' मानून अखंड भारताच्या पुनर्स्थापनेसाठी वाहून घेण्याचे आवाहन केले. तिकडे पाकिस्तानात जिनांच्या घमेंडखोर स्वभावामुळे स्वातंत्र्यसमारंभास तात्पुरती स्थगिती मिळाली. गर्विष्ठ जिनांना व्हाईसरॉयपेक्षा विशेष वेगळा मान हवा होता. वास्तविक मध्यरात्रीनंतर पाकिस्तान निर्माण होणार होते हे त्यांच्या लक्षात आलेच नाही. जिनांच्या दैवात नाउमेद करणारे आणखीही प्रसंग आले. नाणेफेकीतून प्राप्त झालेल्या ज्या घोडागाडीतून त्यांची मिरवणूक निघायची होती तिचा एक घोडाच खाली बसला. मग व्हाईसरॉयनी त्यांना उघडी रोल्सराईस मोटार दिली. पाकिस्तानच्या जन्मदिनाचा कार्यक्रम स्वत: जिनांनी तयार केला होता. त्यानुसार तेरा ऑगस्टला एक औपचारिक सरकारी खाना त्यांच्या निवासस्थानी आयोजित करावयाचा होता. त्या वेळी झालेल्या विचारविनिमयात त्यांच्या एका साहाय्यकाने जिनांच्या ध्यानात आणून दिले की त्या दिवशीचा गुरुवार हा रमजानच्या महिन्यातील शेवटच्या आठवड्यातला दिवस आहे. त्या दिवशी श्रद्धाळू मुसलमान दिवसभर कडक उपवास करतात. त्यामुळे सुरुवातीलाच कार्यक्रम फिसकटला. जगातील सर्वांत महत्त्वाच्या मुस्लिम राष्ट्रप्रमुखाला त्यापासून फटकून वागणे परवडणार नव्हते.

मुंबई, ऑगस्ट १९४७. आजही ते एकटेच होते नेहमीप्रमाणे. सकाळचे ऊन स्वच्छ पडले होते. मुंबईच्या मुसलमानांच्या दफनभूमीतील एका कोपऱ्यात असलेल्या साध्या दगडी कबरीसमोर बॅ. जिना थांबले. आपल्या वचनभूमीकडे प्रयाण करण्यापूर्वी त्यांनी आपल्या थरथरत्या हातांनी त्या कबरीवर फुलमाला चढवली व तिचा निरोप घेतला. त्या थडग्याखाली एक स्त्री चिरनिद्रा घेत पडली होती. जिनांचे व्यक्तिमत्त्व वैशिष्ट्यपूर्ण होते. आपल्या पत्नीवर त्यांनी ज्या जिव्हाळ्याचे प्रेम केले होते ते त्या व्यक्तिमत्त्वाला, त्याच्यापुढील आदर्शांना मानवणारे नव्हते कदाचित. पण खरोखरच ते निस्सीम होते यात शंकाच नाही. त्या काळच्या सामाजिक नीतिनियमांना झुगारून रतनबाई व महमंदअली या दोघांनी प्रेमविवाह केला होता. वास्तविक, रतनबाईचे थडगे त्या दफनभूमीत असणे प्रशस्त नव्हते. कारण धर्माने त्या पार्शी होत्या.

त्या वेळी जिनांचे वय होते एकेचाळीस. रतनबाई होत्या सतराच्या. दार्जिलिंगच्या माऊन्ट एव्हरेस्ट हॉटेलमध्ये त्यांची प्रथम भेट झाली. रतनचे वडील जिनांचे जिवलग मित्र होते. त्यांना हे बिलकुल पसंत नव्हते. जिना व रतन यांच्या प्रेमसंबंधांना त्यांनी कडाडून विरोध केला, थेट न्यायालयाकडे धाव घेतली. पण त्याचा काही उपयोग झाला नाही. वयाच्या अठराव्या वर्षी कृतनिर्धार रतन नेसत्या वस्त्रानिशी, काखेत कुत्र्याची दोन आवडती पिले घेऊन बाहेर पडली आपल्या लखपती पित्याचा राजेशाही निवास सोडून आणि तिने निका लावला बॅ. जिनांशी!

त्यांचा संसार दहा वर्षे चालला. रती जिना अत्यंत सुंदर व आकर्षक स्त्री म्हणून प्रसिद्ध होती. आपल्या मोहक सौंदर्याचे प्रदर्शन करणे तिला आवडत असे. तंग कपडे व पारदर्शक साड्या नेसून मिरवण्याची तिला हौस होती. ती एक अतिशय आनंदी, देखणी, लोकात मिळूनमिसळून वागणारी धीट बाई होती. तिचा राष्ट्रवादही प्रखर होता. सन १९२१ मध्ये एका भोजनसमारंभात त्या व्हाईसरॉय रॉर्ड रीडिंग यांच्या शेजारी बसल्या होत्या. त्या वेळेस पहिले महायुद्ध चालू होते. लॉर्ड रीडिंगना जर्मनीला जायला मिळत नसल्यामुळे ते हळहळत होते. रतींनी त्यांना विचारले - "एवढी कसली अडचण आहे?" रीडिंगनी खुलासा केला - "जर्मनांना ब्रिटिश लोक खरोखर आवडत नाहीत म्हणून मी जाऊ शकत नाही." त्यावर रतींनी शांतपणे विचारले, "मग, तुम्ही ब्रिटिश भारतात तरी का व कसे आलात?"

पतिपत्नींच्या वयात व स्वभावात फरक असल्यामुळे साहजिकच उभयतांच्यात तणाव वाढला. रतीचे रोखठोक बोलणे आणि उसळते व्यक्तिमत्त्व यांमुळे जिनांची पंचाईत होऊ लागली. त्यांच्या राजकीय प्रगतीत अडथळा येऊ लागला. पत्नीवर जिवेभावे प्रेम असूनही तिच्याशी जुळवून घेणे जिनांना जमेना. त्यात त्यांचा स्वभाव पडला कोणापुढेही मान न तुकवणारा. त्या सळसळत्या, तेजस्वी स्त्रीशी सुखसंवाद

साधणे त्यांना जड जाऊ लागले. सन १९२८ साली जिनांचा स्वप्नभंग झाला. त्यांची प्राणप्रिय पत्नी त्यांच्या घरातून बाहेर निघून गेली. तिने त्यांचा त्याग केला. पतीला टाकून गेल्यानंतर पुढील वर्षीच रतनबाई जिनांनी हे जगही सोडले. कोलायटीसच्या व्याधीपासून आराम पडावा म्हणून त्या घेत असलेल्या मॉर्फीनचा डोस जादा झाल्यामुळे त्यांना मृत्यू आला. त्यांच्या गृहत्यागामुळे उद्भवलेल्या सामाजिक अवहेलनेने व्यथित झालेले बॅ. जिना अतिशय शोकाकुल झाले. त्यांच्या कबरीवर माती लोटताना ते एखाद्या लहान मुलासारखे रडले होते. आपल्या भावनावेगाचे जाहीर प्रदर्शन करण्याची कदाचित ती शेवटचीच वेळ होती जिनांच्या जीवनातील. त्या क्षणापासून एकाकी व कडवटपणाने आयुष्य जगणारे जिना भारतीय मुसलमानांच्या उत्थापनासाठी झगडत राहिले - शेवटच्या श्वासापर्यंत!

नवी दिल्ली, ऑगस्ट १९४७. उजव्या डोळ्यावरचा तो एकभिंगी चश्मा सोडला तर त्या देहावर आता इंग्लिश सद्गृहस्थाचा कोणताच ठसा उरला नव्हता. त्या वेळचे ते लिननचे रुबाबदार सूट आता इतिहासजमा झाले. जवळजवळ पन्नास वर्षांपूर्वी, कायद्याचा अभ्यास करण्यासाठी लंडनला गेल्यापासून आजसारखे कपडे त्यांनी क्वचितच परिधान केले होते. आज महंमदअली जिना कराचीला चालले होते - आपल्या हक्काच्या घरी. त्यांचा वेष होता गुडघ्यापर्यंत पोहोचणारी, चापून बसणारी शेरवानी, चुणीदार पायजमा, पायात चपला. कराचीला त्यांना पोहोचविण्यासाठी - त्या ऐतिहासिक उड्डाणासाठी — व्हाईसरॉयनी आपले विमान सज्ज ठेवले होते. विमानाच्या शिडीच्या पायऱ्या चढून जिना वर पोचले. थोडे थबकले. मागे वळले. दूरच्या क्षितिजाकडे त्यांनी नजर टाकली. याच दिल्ली शहरात त्यांनी आपल्या इस्लामी राष्ट्राच्या निर्माणासाठी अविरत असा लढा दिला होता. ते पुटपुटले, ‘कदाचित दिल्ली डोळ्यांखालून घालण्याची ही माझी शेवटचीच वेळ असेल!’ कराचीस निघण्यापूर्वी औरंगजेब मार्गावरील आपल्या निवासस्थानाकडे त्यांनी पाहिले होते. भिंतीवर भारताचा एक प्रचंड पांढरा नकाशा टांगला होता व त्यावर हिरव्या रंगात त्यांनी आपल्या स्वप्नभूमीच्या सीमा दर्शवल्या होत्या. याच घरात बसून त्यांनी आपले ध्येय पूर्णत्वाला नेले होते. आता ते एका हिंदू उद्योगपतीने - शेठ दालमियांनी - विकत घेतले होते. त्या घराच्या ध्वजस्तंभावर जेथे आजवर मुस्लिम लीगचा हिरवा-पांढरा ध्वज फडकत होता, तेथे काही तासातच गोहत्याप्रतिबंधक चळवळीच्या कार्यालयाचे निशाण उभे राहणार होते.

शिडीच्या पायऱ्या चढताना जिनांना धाप लागली. त्यांचे शरीररक्षक सय्यद एहसान म्हणतात, ‘आपल्या आसनावर ते जवळजवळ कोसळलेच. निर्विकार नजरेने ते समोर बघू लागले. विमानाची घरघर सुरू झाली. धावपट्टीवरून ते धावू

लागले, वर वर चढले. खास कोणाला उद्देशून नसावे अशा आविर्भावात जिना पुटपुटले - 'चला, संपला इथला खेळ!' प्रवासातील सारा वेळ त्यांनी आपल्या आवडत्या छंदात - वृत्तपत्रवाचनात - घालवला. कोणाशी एक अक्षरही संभाषण केले नाही. आपल्या भावनांना शब्दरूप दिले नाही. आपल्या मनात काय चालू आहे याची पुसटशीही कल्पना दिली नाही. विमान कराचीच्या विमानतळावर उतरले. त्यांच्या शरीररक्षकाने खाली पाहिले. हजारोंचा जनसागर जमला होता त्यांच्या स्वागतार्थ. वरून एखाद्या विस्तीर्ण वाळवंटात टेकड्यांचे पुंजके दिसावेत तसे प्रथम दिसले. हळूहळू त्या टेकड्यांचे रूपांतर एका पांढऱ्या शुभ्र जलाशयात झाले. जिनांबरोबर त्यांच्या भगिनी होत्या. भावनावेगाने त्यांनी आपल्या बंधूंचा हात हातात घेतला. 'जिन, जिन, अरे बघ तरी!' त्या ओरडल्या. जिनांनी थंड डोळ्यांनी खिडकीकडे बघितले. त्यांच्या चेहऱ्यावरचे भाव बिलकूल बदलले नाहीत. तो पूर्वीइतकाच निर्विकार होता. सभोवतालच्या जनसमुदायाकडे त्यांनी क्षणभरच पाहिले - 'हो, खूपच लोक जमलेत!' ते म्हणाले. आता ते इतके थकले होते की त्यांना आपल्या जागेवरून उठवेनाही. त्यांच्या रक्षकाने त्यांना बाहेर नेण्यासाठी आपला हात त्यांच्यासमोर केला. त्यांनी तो झिडकारून टाकला. दुसऱ्यांच्या खांद्यावर हात टाकून कायदेआझम कराचीत प्रवेश करणार! शक्य नाही ते. आपल्या अचाट इच्छाशक्तीच्या जोरावर महंमदअली जिना ताठ खडे झाले. कोणाच्याही मदतीशिवाय पायऱ्या उतरून खाली गेले. त्यांच्या स्वागतासाठी जमलेल्या, हर्षातिरेकाने आरोळ्या ठोकणाऱ्या, किंचाळणाऱ्या लोकांमधून त्यांच्यासाठी आणलेल्या मोटारीजवळ ते पोहोचले. सारे कराची शहर - 'पाकिस्तान झिंदाबाद'च्या घोषणांनी दुमदुमून गेले होते. फक्त एकाच ठिकाणी लोक गप्प उभे होते. ती वस्ती हिंदूंची होती. 'त्यांना आनंद न वाटणं स्वाभाविकच आहे!' जिना म्हणाले. १८७६ च्या नाताळच्या दिवशी त्यांचा जन्म ज्या घरात झाला होता, त्या दुमजली वाळूच्या दगडी घरावरून त्यांची मोटार जातानाही जिनांच्या चेहऱ्यावरची एकही रेषा हलली नाही. त्यांच्या या अलिप्ततेचे कौतुकच वाटावे! गाडी थांबली. पाकिस्तानच्या पहिल्या गव्हर्नर जनरलच्या निवासस्थानासमोर गाडी उभी राहिली. पूर्वीचे गव्हर्नमेंट हाऊस हेच आता त्यांचे अधिकृत निवासस्थान होते. त्याच्या पायऱ्या चढून जात असताना जिनांच्या भावना किंचित उफाळून येताना आढळल्या. शेवटच्या पायरीवर पोहोचल्यानंतर श्वास घेण्यासाठी ते थांबले, मागे वळून त्यांनी आपल्या नव्या रक्षकाकडे बघितले. त्यांचे डोळे लखलखले होते. एक क्षणभरच का होईना त्यांच्या चेहऱ्यावर अस्पष्ट, अंधुक अशी स्मितरेषा उमटलेली दिसली. त्यांच्या मनात विचार आला, 'मी जिवंत असेपर्यंत पाकिस्तान पाहू शकेन अशी अपेक्षाच नव्हती मला कधी, आहे ठाऊक?'

तो महान क्षण - जो निर्माण व्हावा म्हणून लुई माऊन्टबॅटनना ब्रिटिश सरकारने हिंदुस्थानला पाठवले होते - आता हाताशी आला होता. जेमतेम छत्तीस तास उरले होते ब्रिटिशांचे हिंदुस्थानातील तीन शतकांचे वास्तव्य विसर्जित व्हायला. इतक्या लवकर हा क्षण येईल याची कल्पनाच नव्हती केली कोणी. लंडनच्या नॉर्थहोल्ट विमानतळावरून माऊन्टबॅटन यांचे यॉर्क विमान भारताच्या दिशेने उडाल्याला पाच महिने होऊन गेले होते. त्यांनाही तो अवचितच आला असे वाटायला लागले. आता त्यांना एक वेगळीच काळजी लागून राहिली. वैभवाचा शेवटचा प्रकाशझोत टाकून ब्रिटिशांनी निघून जावे, जाताना सदिच्छा व समजूतदारपणा एवढा प्रचंड प्रत्ययास यावा की त्याच्या प्रभावाखाली उदयोन्मुख भारत व अस्तास गेलेले ब्रिटन यांच्यामधे एक वेगळे नव्या प्रकारचे वातावरण निर्माण व्हावे; एक नवे अतूट नाते जोडले जावे अशी त्यांची इच्छा होती. त्यांच्या या प्रयत्नांना खो घालण्याचे काम एका गोष्टीमुळे होण्याची शक्यता होती. आपल्या हिरव्या झडपांच्या बंगल्यात बसून सर रॅडक्लिफसाहेब करत असलेली सीमाआखणी त्याच्याआड येण्याचा संभव होता. तिचा तपशील स्वातंत्र्योत्सवापूर्वी बाहेर पडण्यात धोका होता. माऊन्टबॅटनना काहीही करून नेमके तेच टाळायचे होते. त्यांच्या या निर्णयाचे परिणामही गंभीर होणार याची जाणीव त्यांना होतीच. पण त्याला नाइलाज होता.

चौदा-पंधरा ऑगस्टला हा उपखंड भारत व पाकिस्तान अशी दोन राष्ट्रे नव्याने जन्माला घालणार होता. या राष्ट्रांच्या नेत्यांना एक गोष्ट माहीत होणार नव्हती. त्यांच्या राष्ट्रपुरुषाच्या शरीरातील दोन महत्त्वाच्या अवयवांपैकी कोणता कितपत झडणार, कोणता टिकून राहणार याविषयी त्यांना अंधारातच चाचपडत राहावे लागणार होते. आपल्या सीमांची त्यांना अचूक कल्पना येणार नव्हती. पंजाब व बंगालमधील शेकडो खेड्यांतील हजारो लोक भयभीत व शंकाकुल अंत:करणाने ते दिवस व्यतीत करणार होते. आनंदोत्सव करण्याचे त्राणच त्यांच्या अंगी नसणार. काही क्षेत्रांत प्रशासनयंत्रणा व पोलीस यांची योजना नसणार. ही सगळी विचित्र परिस्थिती पूर्णपणे लक्षात येऊनही माऊन्टबॅटन आपल्या निर्णयाला चिकटूनच राहिले. पंधरा ऑगस्टपर्यंत रॅडक्लिफ निवाडा गुप्त राहिलाच पाहिजे असे त्यांनी निश्चित केले. 'प्रथम हिंदी जनतेला त्यांच्या स्वातंत्र्यप्राप्तीचा आनंद लुटू द्या. नंतर निर्माण होणाऱ्या परिस्थितीचे दु:ख भोगू द्या, योग्य वेळी.'

'पंधरा ऑगस्टपर्यंत रॅडक्लिफ निवाड्यातील तपशील हिंदी नेत्यांपासून आपण लपवून ठेवणेच श्रेयस्कर आहे असा मी निर्णय घेतला. आपण जर तसे केले नाही, तर आजपर्यंत आपण करत आलेल्या कामावर व हिंदुस्थान - ब्रिटन यांच्या संबंधावर सत्तांतराच्या दिवशीच पाणी पडेल. ते संबंध सदैव चांगले राहतील अशी आशा संपुष्टात येईल,' असा सल्ला त्यांनी सरकारला दिला. तेरा ऑगस्टच्या

सकाळी रॅडक्लिफच्या सनदी साहाय्यकाने दोन सीलबंद लखोट्यांत घातलेला आपल्या वरिष्ठांचा निवाडा व्हाईसरॉयभवनात जाऊन सादर केला. माऊन्टबॅटन यांच्या आदेशानुसार तो व्हाईसरॉयांच्या हिरव्या टपालपेटीत कुलूपबंद करण्यात आला. त्यानंतर ती पेटी व्हाईसरॉयांच्या टेबलावर ठेवण्यात आली. चौदा ऑगस्टच्या दुपारी पाकिस्तानच्या जन्मसोहळ्यात भाग घेण्यासाठी माऊन्टबॅटन कराचीला गेले. तेथून पुढे बहात्तर तास ते लखोटे व्हाईसरॉयांच्या टपालपेटीत अडकून पडणार होते. पँडोराच्या पेटीत अडकवून टाकलेल्या दुष्ट पिशाच्चाप्रमाणे. एखाद्या किल्लीची प्रतीक्षा करत. आपल्या अंतरंगातील संदेश त्या उत्सवोन्मुख उपखंडाच्या माथी मारण्याच्या उत्सुकतेने!

एकीकडे सरकार स्वातंत्र्योत्सवाच्या तयारीत मग्न तर दुसरीकडे हिंदी लष्करातील अधिकारी, सैनिक एकमेकांच्या निरोपसमारंभात धुंद! सगळ्या बराकीतून, कॅन्टोनमेन्टहद्दीतून, सैनिकी चाळीतून, नाचगाणी, मेजवान्या, यांची धामधूम चालू झाली. हिंदू, शीख, मुसलमान सारे जण सहभागी झाले. 'प्रोबिन्स हॉर्स' या नावाने ख्यात असलेल्या घोडदळ पलटणीच्या शीख व डोग्रा जवानांनी आपल्या मुसलमान सैनिकमित्रांना एक जंगी मेजवानी दिली. परेड मैदानावर एकत्र भोजन केले. भोजनाचा बेतही खास होता. पुलाव, कोंबडीचा रस्सा, मटणाचे कबाब, रेजिमेन्टचे परंपरागत पुडींग वगैरे. जेवणानंतर सर्वांनी मिळून शेवटचा 'भांगडा' नाचला. अगदी दिलखुलास. जिव्हाळ्याचा निरोपसमारंभ पार पडला.

पाकिस्तानही मागे राहिले नाही. त्या भागातील मुसलमान पलटणींनी भारतास निघालेल्या हिंदू-शीख बांधवांना तसेच खाने दिले. रावळपिंडीतील 'दुसऱ्या घोडदळ' पलटणीचा कार्यक्रमही संस्मरणीय झाला. त्यांनी आपल्या सहकाऱ्यांना साश्रू नयनांनी निरोप दिला. पलटणींच्या मुसलमान कर्नलांच्या - महंमद इद्रिस - गौरवार्थ बोलताना प्रत्येक हिंदू व शीख अधिकारी गहिवरून गेला. त्यांचे डोळे भरून आले. उत्तरादाखल बोलताना कर्नल इद्रिस म्हणाले - "आपण कोठेही असा, आपल्यातील बंधुभाव सदैव जागता राहील. कारण आपण सर्वांनी एकत्र रक्त सांडले आहे." या समारंभानंतर कर्नल इद्रिसनी पाकिस्तानी सैन्याच्या मुख्य कार्यालयाकडून मिळालेला एक आदेश रद्द केला. त्या आदेशानुसार भारताकडे निघालेल्या सैनिकांनी आपल्या जागा सोडण्यापूर्वी आपली शस्त्रे बराकीतच ठेवण्याचा आग्रह धरलेला होता. कर्नल इद्रिस आवेशाने म्हणाले - "ही माणसे सैनिक आहेत. येथे येताना ती शस्त्रे घेऊन आलीत, जातानाही ती त्यांच्याबरोबर राहतील." आणि खरोखरच त्या माणसांनी कर्नलसाहेबांचे जन्मभर ऋणी राहावे अशी वस्तुस्थिती होती. रावळपिंडी सोडून एक तास झाला नाही तोच त्या सैनिकांच्या रेल्वेवर मुस्लिम लीग नॅशनल गार्डस्मेननी छापा घातला. त्यांच्याजवळ हत्यारे नसती तर त्यांचा बुकणाच पडला असता.

इंपीरियल दिल्ली जिमखाना क्लबच्या नृत्यगृहात व हिरवळीवर झालेला निरोप समारंभ अतिशय हृदयस्पर्शी झाला. निमंत्रणपत्रिकेवर अक्षरे कोरलेली होती - 'भारतीय स्वायत्त राज्याच्या सेनाधिकाऱ्यांकडून - पाकिस्तानी स्वायत राज्याच्या सेनाधिकाऱ्यांच्या सन्मानार्थ आयोजित केलेल्या माजी सहकाऱ्यांच्या निरोपसमारंभासाठी' पाहुण्यांनी उपस्थित राहावे. संपूर्ण समारंभावर कठोर वास्तवाची दु:खद छाया पडली होती. सर्वांनी आपापले गणवेश मोठ्या टापटीपीने परिधान केले होते, सन्मानदर्शी पदके लटकवली होती. एकाच साच्यातून निघाल्यासारखा भासत होता प्रत्येक जण. नृत्यांच्या दालनात जमलेल्या त्यांच्या सहचारिणींच्या विविधरंगी साड्यांनी इंद्रधनुषी रंगांची उधळणच केलेली होती. प्रत्येक जण आपापल्या आठवणीत रंगून जात होता. वेगवेगळ्या युद्धआघाड्यांवरच्या रोमहर्षक प्रसंगाची उजळणी करत होता. मध्येच एखाद्याला आठवण यायची ब्रह्मदेशात स्वत:च्या देशबांधवांशी लढण्याच्या प्रसंगाची... आझाद हिंद सेनाकालाची. अशी ती रात्र मौजेत चालली होती. त्यांच्यापैकी एकाच्याही स्वप्नात आले नसावे की काही वर्षांतच आज गोडीगुलाबीत रंगून गेलेले आपण कोठे असू हे! आज एकमेकांच्या खांद्यावर हात टाकून ते खुशाल अभिवचने देत होते एकमेकांना- 'सप्टेंबरातच येऊ आम्ही डुकराच्या शिकारीसाठी हं!', 'लाहोरला पोलोची टीम घेऊन या हं!', 'गेल्या वर्षी काश्मीरमध्ये चुकवून गेलेल्या त्या रानबकऱ्याची शिकार केलीच पाहिजे पुरी!...' अखेर रात्र सरली.

पहिल्या-सातव्या रजपूत पलटणीचे हिंदू सेनाधिकारी, ब्रिगेडियर करिअप्पा व्यासपीठावर चढले - "मित्रहो, शांत रहा, आज आपण 'शुभास्ते पंथान: सन्तु' इच्छिण्यासाठी जमलो आहोत. आम्ही फक्त तेवढेच म्हणणार. कारण ज्या स्नेहभावनेने आपण एकमेकांना जखडले गेलो आहोत त्याच बंधुभावाने आपण पुन्हा भेटू या. आपण सर्व जण एका भवितव्य विश्वात इतके दिवस एकत्र राहिलो आहोत की त्यामुळे आपला सर्वांचा इतिहास आपल्याला वेगळा मांडता येणार नाही." नंतर त्यांनी गतकाळचा मागोवा घेऊन समारोप केला- "आपण सारे भाऊभाऊ आहोत. आपण सारे भावाप्रमाणेच राहणार आहोत, सदैवच. आपल्यापैकी एकालाही आजपर्यंत एकत्र घालवलेल्या त्या महान कालखंडाचा कधीही विसर पडणार नाही." एवढे बोलून ते बँडस्टँडच्या मागच्या बाजूस गेले. एका शुभ्र वस्त्रात गुंडाळलेले चांदीचे एक मानचिन्ह घेऊन पुढे आले. तेथे उपस्थित असलेल्या सर्वोच्च मुसलमान सेनाधिकाऱ्याला- ब्रिगेडियर आगा रझा यांना - तो करंडक स्मृतिचिन्ह म्हणून अर्पण केला. ब्रिगेडियर रझांनी त्यावरचे आवरण दूर केले व ते चिन्ह सर्वांच्या दर्शनासाठी वर उचलून धरले. पुराण्या दिल्लीच्या एका मूर्तिकाराने घडवली होती ती चांदीची मूर्ती. त्यावर दाखवले होते दोन सैनिक - एक हिंदू, दुसरा मुसलमान. खांद्याला खांदा लावून उभे! दोघांच्याही रायफली एकाच शत्रूवर रोखलेल्या!

ब्रिगेडियर आगा रझांनी उपस्थित मुसलमानांतर्फे करिअप्पांचे त्या स्मृतिचिन्हाबद्दल आभार मानले. वाद्यवृंदाने निरोपगीत वाजवले. उत्स्फूर्तपणे प्रत्येक अधिकाऱ्याने एकमेकाचे हात हातात घेतले. काही सेकंदातच एक वर्तुळ तयार झाले. हिंदु-मुसलमान एकमेकांत गुंफले गेले, गाऊ लागले, नाचू लागले - एका तालात, एका सुरात. दिल्लीतील दमट आणि उकाड्याच्या रात्रीच्या शांततेचा भंग करत.

शेवटच्या त्या समूहगीतानंतर बराच वेळ सगळीकडे स्तब्धता पसरली. त्यानंतर जमलेल्यातील हिंदी सेनाधिकारी नृत्यदालनाच्या दारात वाट धरून उभे राहिले. अगदी फाटकापर्यंत रांग लावली त्यांनी. प्रत्येकाच्या हातात निरोपाचा 'पेला' होता.

एकामागून एक अशा ओळीने पाकिस्तानी अधिकारी बाहेर पडले. एकेक माणूस जवळून जात असताना दोन्ही बाजूचे अधिकारी न बोलता आपापल्या हातातील पेले उंचावून त्यांना अंतिम शुभेच्छा देत होते. अशा गंभीर वातावरणात तो हृद्य निरोपसमारंभ काळाच्या उदरात गडप झाला.

ब्रिगेडियर करिअप्पांनी म्हटल्याप्रमाणे, एकमेकांना अभिवचन दिल्याप्रमाणे, खरोखरच त्यांची भेट पुन्हा होणार होती. नियतीने वेळापत्रक आखून तयारही केले होते. त्या कोणाच्याही ध्यानीमनी नसेल अशा दुःखद अवस्थेत एकत्र यायचे होते

ते. त्या रात्री त्यांनी रंगवलेली स्वप्ने निराळी होती. प्रत्यक्षात घडणार होते कल्पनातीत. ते आमनेसामने येणार होते काश्मीरच्या क्रीडांगणावर. पोलो स्टिकऐवजी रायफली हातात घेऊन! एकमेकांच्या खांद्याला खांदा लावून लढलेली ती माणसे आता एकमेकांशी शर्थीची झुंज घेणार होती. त्या रात्री ब्रिगेडियर रझांनी आपल्याबरोबर नेलेल्या भेटवस्तूतील सैनिकांच्या हातातील रायफली सामायिक शत्रूंवर रोखण्याऐवजी एकमेकांच्या छातीवर रोखल्या जाणार होत्या काही दिवसांतच! म्हणूनच म्हटले, नियतीच्या मनात त्यांच्या पुनर्भेटीला 'वेळ' नव्हता लावायचा जास्त. फक्त 'स्थळ' ठरले होते विपरीत!

●

जग शांत झोपलेले!

कलकत्ता, १३ ऑगस्ट १९४७. भारतीय स्वातंत्र्याची घडी यायला छत्तीस तास उरले. महात्माजी आपला रम्य सोदेपूर आश्रम सोडून निघाले. एक चमत्कार घडवण्यासाठी. केवळ दहा मैलांवर असलेले ते स्थळ अनेक प्रकाशवर्षांच्या अंतरावर असल्यासारखे भासत होते. या पृष्ठभागावर विधात्याने नरकाची प्रतिकृतीच निर्माण केल्याची जाणीव व्हावी इतका तो भाग गलिच्छ होता. जगातील एका हिंसक नगराचा तो भाग गांधींनी आपल्या उद्दिष्टपूर्तीसाठी निवडला होता. व्हाईसरॉयांच्या विनंतीवरून गांधींनी ती जबाबदारी अंगावर घेतली होती. आज आपल्या प्राणाची बाजी त्यांनी लावली होती ती ब्रिटिशांविरुद्ध नसून स्वत:च्या देशबांधवांच्या अंत:करणात ओलावा निर्माण व्हावा म्हणून. त्यांच्या या एकसैनिकी सैन्याचा तळ कलकत्त्याच्या अतिशय दरिद्री व दुस्सह जीवन जगणाऱ्या एका झोपडपट्टीत पडणार होता.

कलकत्ता नगर कालीमातेचे पूजास्थान. त्या संहारक देवतेला मनोभावे पुजणारे ते नगर तिच्या स्वभावधर्माला खरोखरच जागत असावे. दररोज हजारो कलकत्तावासी तिच्यासमोर भक्तिभावाने मान लववत. एके काळी कालीमातेला नवजात अर्भकांच्या रक्ताच्या अभिषेकाने न्हाऊ घालण्यात धन्यता मानीत. आजही अर्भकांऐवजी एखाद्या प्राण्याला बळी देण्याची प्रथा चालूच होती.

१९४७ च्या ऑगस्टमध्ये कलकत्ता शहर म्हणजे भरभराटीचे, समृद्धीचे एक मृगजळच वाटावे. चौरंगी भागात होणारी संपत्तीचा लयलूट, ऐशारामी हा केवळ एक

देखावा होता. सिनेमात मांडलेल्या सेटसारखा. याच कलकत्त्यात भिकारी व बेकारांची संख्या चार लाखांच्या आसपास होती. जवळजवळ चाळीस हजार महारोगी लूत भरलेल्या कुत्र्याचे जिणे जगत होते. ही सारी माणसे अशा वस्तीत वास्तव्य करत की त्याच्या नुसत्या कल्पनेनेच पोटात मळमळावे. सगळीकडे दुर्गंधी, दुर्दशा, दुर्वर्तन, दुष्परिणाम यांचे अधिराज्यच. माणसांबरोबर उंदीर, घुशी, झुरळे, माशा, मच्छर मोठ्या मजेत राहात. स्वातंत्र्याच्या उंबरठ्यावर उभ्या असलेल्या भारतातील या सर्वांत मोठ्या नगरात जवळजवळ तीन लाख लोक असे भयानक जीवन कंठत होते. हिटरलच्या कॉन्सेन्ट्रेशन कॅम्पमधील जीवनही त्यापुढे फिके पडावे. साहजिकच अशा वस्त्यांतून हिंसाचाराचे विविध प्रकार आढळल्यास नवल ते काय! जातीय विद्वेषाच्या वेताळाला तर रान मोकळेच. माणसाला ठार मारणे हा हातचा मळच जणू. लाठ्याकाठ्या, चाकूसुरे, पिस्तुले, लोखंडी वाघनखे इत्यादींचा यथेच्छ वापर करत अनेक प्रकारचे अत्याचार नित्यनेमाने पार पडत तेथे. सन १९४६ च्या ऑगस्टमधील प्रत्यक्ष कृतिदिनादिवशी मुस्लीम लीगने जो उच्छाद मांडला त्याने या हिंसाचाराला एक नवी पातळी प्राप्त करून दिली. स्वातंत्र्याची घडी जसजशी जवळ येऊ लागली तसतशी हिंदू व मुसलमान या दोन्ही जमातींची जंगी तयारीही सुरू झाली.

दुपारचे तीन वाजून गेले होते. एका खडखडणाऱ्या, युद्धपूर्व बनावटीच्या शेवरोलेट मोटारीतून महात्मा गांधी १५१ नंबरच्या पत्र्याच्या चाळीजवळच्या एका घरासारख्या दिसणाऱ्या इमारतीजवळ आले. पाऊस पडून गेला होता. सगळीकडे चिखलच चिखल झाला होता. पूर्वी हैदरी हाऊस म्हणून ओळखली जाणारी ही इमारत एका इंग्रज व्यापाऱ्याने बांधली होती. सध्याचा तिचा मालक एक श्रीमंत मुसलमान होता. सध्या तेथे राहात होती झुरळे व घुशी. गांधी येणार म्हणून थोडी डागडुजी केली होती तात्पुरती. गांधींच्या स्वागतासाठी लोक आधीच जमलेले होते. अर्थात त्यांच्यापैकी बहुतेक जण हिंदूच होते - मुसलमानांच्या अत्याचाराचे बळी असलेले. गांधींची मोटार नजरेच्या टप्प्यात येताच त्यांनी गांधींच्या नावाने किंचाळायला सुरुवात केली. गेल्या तीन दशकांत प्रथमच लोक गांधींचा जयजयकार न करता त्यांना शिव्यांची लाखोली वाहत होते. 'चालते व्हा. नौखालीत जाऊन हिंदूंचे रक्षण करा!' 'आधी हिंदूंना जीवदान, मग मुसलमानांना स्थान!' 'हिंदूंचा विश्वासघात करणाऱ्या माणसा, निघून जा!' अशा अर्थाचे चीत्कार ऐकू येत होते चोहोबाजूंनी. मोटारीस ब्रेक लागला. मोटार थांबताच घोषणांच्या मागोमाग दगड व बाटल्यांचा वर्षाव झाला. अर्धे जग ज्याला साधुतुल्य मानत होते त्याचे असे स्वागत व्हावे? सावकाश एक दार उघडले गेले. गांधींची सर्वपरिचित आकृती बाहेर आली. नाकावरून चश्मा घसरलेला, एका हाताने अंगावर पांघरलेली शाल पकडलेली, दुसरा हात जमावाला शांत राहण्याची सूचना देण्यासाठी उचललेला अशा आवेशात

सत्त्याहत्तर वर्षांचा तो वृद्ध माणूस दगडफेकीची पर्वा न करता जमावास सामोरा गेला - अगदी एकटा.

"तुमच्या मनात मला दुखापत करायची आहे ना? ठीक. मीच आपणहून तुमच्याकडे आलो आहे!" गांधी लोकांना म्हणाले.

गांधींना पाहून, त्यांचे ते शब्द ऐकून, निदर्शक थिजून गेले. गांधी त्यांच्याजवळ जाऊन पोहोचले. ज्या चिरक्या आवाजात त्यांनी ब्रिटिश राजे व व्हाईसरॉय यांच्याशी भारताची तरफदारी केली होती त्याच आवाजात त्यांनी लोकांचे आर्जव केले - "मी येथे आलो आहे तो हिंदू व मुसलमानांची सारखीच सेवा करण्यासाठी. मी स्वत: तुमच्या संरक्षणाखाली राहाणार आहे. तुमची इच्छा असेल तर तुम्ही माझ्यावर खुशाल चालून येऊ शकता. मी माझ्या जीवनयात्रेच्या जवळजवळ शेवटच्या मुक्कामापर्यंत पोहोचलोच आहे. माझ्याजवळ जगण्यासारखे असे फार थोडे दिवस उरले आहेत. पण पुन्हा तुमची माथी भडकलीच तर निदान ते पाहायला मी साक्षीदार असू नये अशी इच्छा आहे माझी. तुमच्यासोबत या बालीघाट रस्त्यावर राहून मी नौखालीतील हिंदूंचे प्राण वाचवत आहे. मुसलमान नेत्यांनी त्या अर्थाने घेतलेल्या शपथेवर विसंबून आहे मी. आता तुम्हा हिंदूंना माझी नम्र विनंती आहे की, तुम्हीही कलकत्त्यातील मुसलमान बांधवांच्या केसाला धक्का नका लावू. कोणाकडूनही- दोन्ही बाजूकडून- होणाऱ्या आगळिकीचे प्रायश्चित प्राणांतिक उपोषण करून घेण्याचे ठरविले आहे मी!"

गांधींच्या अहिंसा सिद्धांतातील डावपेचाचा हा एक पवित्रा होता. स्वत:च्या प्राणांचे मोल मोजून दोन हिंसक गटांना एकमेकांशी करारबद्ध होण्यास भाग पाडण्याची ती एक युक्ती होती.

"अरे, जन्माने, आचरणाने कोणाही हिंदुधर्मीयापेक्षा हिंदुत्वाचे कसोशीने पालन करणारा मी हिंदूंचा वैरी असेन तरी कसा?" खवळलेल्या जमावाला त्यांनी प्रश्न केला. गांधींच्या या सुतासारख्या सरळ युक्तिवादाने प्रभावित झालेल्या त्या प्रक्षुब्ध जमावाने पुढील वाटाघाटी करण्यासाठी एक शिष्टमंडळ पाठवण्याचे ठरल्यावर गांधी त्या मोडकळीस आलेल्या महालात शिरले. पण हे समाधान अल्पजीवीच ठरले. थोड्या वेळाने, ठरल्याप्रमाणे शहीद सुऱ्हावर्दींचे आगमन झाले. पुन्हा एकदा जमावाच्या संतापाचा नवा स्फोट झाला. त्यांनी इमारतीला नव्याने घेरावा घातला. पूर्वीसारख्याच घोषणा देत लोक फिरू लागले. पाठोपाठ एक दगड आला भिरभिरत. खिडकीच्या काचा गांधींच्या खोलीत विखुरल्या. पुन्हा एकदा हल्लकल्लोळ. उरलेल्या खिडक्यांचाही चुराडा उडाला. इमारतीचे अवशेष दगडाच्या माऱ्यांनी धडधडू लागले. आधीच कुरकुरणारी ती इमारत अधिकच खचत चालली. बाह्यात्कारी, भावनांचा आवेश आवरून गांधी शांतपणे आपला पत्रोत्तरांचा कार्यक्रम पूर्ण करत होते. पण

आयुष्यातील एका भयानक वळणावर पोहोचल्याची जाणीव त्यांना होत होती. १९१५ सालातील जानेवारी महिन्याचा तो दिवस त्यांना आठवला. त्या दिवसापासून आजतागायत कोणाही देशबांधवाने त्यांची अशी क्रूर हुर्यो उडवली नव्हती. भारतीय स्वातंत्र्यलढ्याच्या त्यांच्या प्रदीर्घ वाटचालीत जनतेच्या त्यांच्याविषयीच्या असंतोषाला असली वाट कधीही फुटली नव्हती आणि हे सारे ते परमप्रिय स्वातंत्र्य नजीकच्या दृष्टिपथात येत असतानाच घडत होते! त्या दिवशीच्या हैदरी हाऊसच्या भिंतीवर थरथरणाऱ्या दगडांचा, जातीय विद्वेषाने पेटलेल्या जमावाने केलेल्या धिक्कार-घोषणांचा नाद गांधींना, भारताला, जगाला, एखाद्या ग्रीक शोकांतिकेच्या आरंभीच्या सुरांची आठवण देत होता.

कराची, १३ ऑगस्ट १९४७. 'सर, कटाची सिद्धता झाली आहे', वरील शब्द ऐकताच माऊन्टबॅटन यांची चर्या एकदम लक्षात येण्याजोगी ताठरली. त्यांच्या निर्विकार चेहऱ्यावर एकाएकी भीतीची अस्पष्ट अशी रेषा उमटली. लागलीच ही वार्ता आणणाऱ्या त्या गुप्तचर विभागाच्या अधिकाऱ्याबरोबर ते विमानाच्या पंख्याखाली गेले. आता त्यांचे बोलणे कोणालाही ऐकू येणार नव्हते.

गुप्तचर विभागाकडे आलेल्या सर्व बातम्या माऊन्टबॅटननी दिल्लीत दिलेल्या सूचनांना दुजोराच देत होत्या. गुरुवार दि. १४ ऑगस्ट रोजी कराचीतील नियोजित मिरवणुकीवर निदान एखादा तरी हातबॉंब पडण्याची दाट शक्यता होती. आपल्याकडून प्रयत्नांची शर्थ करूनही कराचीत घुसलेल्या कोणाही आर.एस.एस. वाल्याला पोलीस पकडू शकले नव्हते. त्यांची ही बातचीत चालू असताना सौ.माऊन्टबॅटनही तेथे येऊन पोहोचल्या गुपचूप. त्यांच्या कानावर गुप्तचर विभागाच्या अधिकाऱ्याचे शेवटचे काही शब्द आलेच.

"मी तुमच्याबरोबर येणार," त्यांनी आग्रह धरला.

"नको, बिलकुल नको. आपणा दोघांच्या चिंधड्या उडायला नकोत!" माऊन्टबॅटन त्यांना म्हणाले.

त्यांच्या या संभाषणाकडे दुर्लक्ष करत अधिकारी पुढे म्हणाले, "एवढ्यावरही उघड्या गाडीतूनच जाण्याचा जिनांचा हट्ट आहे. तशी ती गाडी अतिशय सावकाश सरकत राहणार. तुमचे संरक्षण करण्याची आमच्या हातातील आमची साधने तशी मर्यादितच आहेत." संभाव्य संकट टाळण्याचा एकच मार्ग होता त्याच्या मते. तो पुन्हा म्हणाला - "सर, आपण जिनांना सांगून ही मिरवणूकच रद्द करावी."

गुरुवार, दि. १४ ऑगस्ट उजाडला. सकाळचे नऊ वाजले. कलकत्त्याच्या बालीघाट रस्त्यावर त्या शतकातील सर्वश्रेष्ठ भारतीयाने चिडखोर जमावाकडून दगड खाऊन अठरा तास उलटले होते. त्याच महात्मा गांधींचा राजकीय प्रतिस्पर्धी

आपल्या प्रदीर्घ लढ्याच्या फलश्रुतीचे सुख लुटण्याची तयार करत होता.

हैदरी हाऊसच्या अवशेषात बसून राहिलेला तो व्यथित नेता आयुष्यातील अपयशाचे गणित मांडत असतानाच इकडे महंमदअली जिनांना त्याचे उत्तरही सापडले होते. गांधींच्या विरोधाला धुडकावून लावत, तर्कबुद्धी व न्यायसंगती बाजूला सारत आणि सर्वांत महत्त्वाची गोष्ट म्हणजे स्वतःच्या जीवावरच्या दुखण्याची पर्वा न करत जिनांनी हिंदुस्थानच्या फाळणीला प्रत्यक्ष रूप दिले होते. अगदी थोड्या अवकाशातच कराचीमधील एका साध्या सभागृहात जगातील सर्वांत मोठ्या मुस्लिम राष्ट्राचा जन्मसोहळा पार पडणार होता. एका शंखाकृती सभागृहात साडेचार कोटी मुसलमानांच्या प्रतिनिधींसाठी घातलेली आसने वर्तुळाकार मांडून ठेवलेली होती. जिवापाड प्रयत्न करून जिनांनी त्यांना त्यांच्या मातृभूमीपासून वेगळे काढून राज्यपद प्राप्त करून दिले होते. तेथे जमलेल्यांत विविधरंगी लोक होते. पंजाबी, बलुची, स्त्री-पुरुष आपापल्या प्रादेशिक पोशाखात एकत्र आले होते. जिनांच्या बाजूस व्हाईसरॉय बसले होते. त्यांनी आपला नेहमीचा नौसेनादलाचा गणवेश, त्यावरील सन्मानपदकांसहित अंगावर चढवला होता. येत्या छत्तीस तासांतील हा पहिला समारंभ होता की ज्यायोगे या उपखंडावरची इंग्रज सत्ता संपुष्टात यावयाची होती.

आपल्या चेहऱ्यावरची स्मितरेषा खुलवत माऊन्टबॅटन ब्रिटनच्या सम्राटांच्या सदिच्छा या नव्या स्वायत्त राष्ट्राला देण्यासाठी उभे राहिले. अशा तऱ्हेचा समारंभ साजरा करण्याची अपेक्षा त्यांनी बाळगली नसताना त्यांना तसे करावे लागत होते. त्यांनी आपल्या भाषणात सांगितले - ''पाकिस्तानचा उदय ही एक ऐतिहासिक घटना आहे. इतिहास कधीकधी एखाद्या हिमखंडाच्या गतीने, तर कधीकधी एखाद्या पाण्याच्या लोटाच्या सुसाट गतीने पुढे सरकत राहतो. आत्ता या क्षणी, जगाच्या या विभागात तुमच्याआमच्या संयुक्त प्रयत्नाने आसपासचे बर्फ वितळवण्यात आपल्याला यश आले असून, प्रवाहातील काही अडथळेही दूर करून आपण भर पुरात स्वतःला झोकून देत आहोत. आता मागे पाहायला वेळ नाही. आता फक्त पुढे पाहायचे.'' त्यानंतर त्यांनी जिनांकडे वळून पाहिले. त्यांचा चेहरा नेहमीप्रमाणे तिरस्कारयुक्त, कोरडाच होता. एखाद्या इजिप्शियन फॅरोहाप्रमाणे त्यावर भावविवशतेचा लवलेशही नव्हता. ''या प्रसंगी मला मिस्टर जिनांना धन्यवाद द्यावयाचे आहेत. आम्हा दोघांमधील व्यक्तिगत जिव्हाळा व त्यामधून वाढत गेलेला परस्परांवरील विश्वास व समजूतदारपणा यांमुळे भावी कालातही आपले संबंध चांगले राहतील यात शंका नाही. त्याचीच ही शुभचिन्हे आहेत.'' असेच काही औपचारिक शब्द उच्चारताना माऊन्टबॅटनांच्या नजरेसमोर त्यानंतरची मिरवणूक येत होती. ज्या हटवादी माणसाला उद्देशून हे शब्द त्यांनी उच्चारले त्याला ती मिरवणूक रद्द करणे किंवा एखाद्या बंद

गाडीतून लोकांसमोर जाणे भित्रेपणाचे कृत्य वाटत होते. अशा तऱ्हेचे भ्याड कृत्य करून त्यांना आपल्या राष्ट्राचा जन्मोत्सव साजरा करायचा नव्हता. त्यामुळे अनिच्छेने का असेना, माऊन्टबॅटन त्यांना न आवडणाऱ्या माणसाच्या बाजूस बसून, ज्या राष्ट्राच्या निर्मितीस त्यांनी निकराने विरोध केला होता त्याच्या जन्मसोहळ्यात भाग घेऊन हत्याऱ्याच्या बॉम्बला सामोरे जाणार होते एवढे खरे.

"तुमचा निरोप घेण्याचा क्षण आला आहे. पाकिस्तानची सदैव भरभराट होवो... आपल्या शेजारी राष्ट्रांबरोबर व जगातील इतर सर्व राष्ट्रांशी त्याचा स्नेहभाव वृद्धिंगत होवो!" त्यांनी समारोप केला.

आता पाळी होती जिनांची. अगदी गळ्यापर्यंत बटनबंद केलेल्या शेरवानीत ते एखाद्या पोपटासारखे भासले. त्यांनी आपल्या भाषणात सांगितले— "ब्रिटन व त्यांच्या वसाहती एकमेकापासून विलग होतानाही त्यांच्यातील स्नेहभाव जागा आहे. गेली तेरा शतके अस्तित्वात असणाऱ्या इस्लामच्या इतर धर्माबद्दलच्या सहिष्णुतेचे आमच्याकडूनही पालन केले जाईल असे मी अभिवचन देतो. शेजारी राष्ट्रे व जगातील इतर सर्व राष्ट्रे यांच्याबरोबर मैत्रीपूर्ण संबंध निर्माण करण्यात पाकिस्तान मागे राहणार नाही असेही मी जाहीर करतो." त्यांच्या लक्षात येण्यापूर्वीच भाषणांचा कार्यक्रम संपून कसोटीच्या क्षणांना आरंभ झाला. त्या सभागृहाच्या सागवानी दरवाजातून ते दोघे जण एकाच वेळी बाहेर पडले. दारातच एक काळी उघडी रोल्स-मोटारगाडी सज्ज होती. 'मला तर ती गाडी एखाद्या शववाहिकेसारखीच भासली' व्हाईसरॉयच्या मनात विचार येऊन गेला. एक सेकंदभर त्यांची नजर आपल्या सौभाग्यवतीवर स्थिरावली. त्यांची गाडी आपल्यापासून बऱ्याच दूरवर राखण्याची कडक ताकीद त्यांनी तिच्या चालकाला दिलेली होती. त्यांचा त्याला विरोध होणार याबद्दल त्यांना खात्री होती. समोर उभ्या असलेल्या मोटारीकडे जाताना माऊन्टबॅटन यांच्या नजरेसमोर अनेक दृश्ये तरळत चालली. खुनीच्या हातून खुडल्या गेलेल्या आपल्या वंशवृक्षावरच्या फळांचा ते हिशोब मांडू लागले. प्रथम आले झार अलेक्झांडर - दुसरे, १३ फेब्रुवारी १८८१. त्यांच्या मागोमाग ग्रॅन्ड ड्यूक सर्ज, १९०४ मध्ये बळी गेले. त्यानंतर त्यांची चुलतबहीण इना, स्पेनच्या तेराव्या अल्फान्सोशी विवाहबद्ध होण्यासाठी गेलेली. तिच्या विवाहप्रसंगाच्या झग्यावर तिच्या सारथ्याचे रक्त सांडलेले त्यांना दिसले. अशी अनेक भुते त्यांना भेडसावत राहिली.

मोटार सुरू झाली. त्यांची व जिनांची नजरानजर झाली. कोणीही बोलले नाही. जिनांचा नेहमीचा उग्र चेहरा भावनांच्या तणावाखाली लपलपत असल्याचे त्यांना दिसले. एकतीस तोफांची सलामी झडली. कराचीच्या रस्त्यावरून मोटार निघाली. तीन मैलांच्या त्या मार्गावर मारेकरी कोठेही उभा असण्याची शक्यता होती. दुतर्फा हजारो लोक गर्दी करून उभे होते. सगळ्यांच्या चेहऱ्यावर आनंद ओसंडून वाहत

होता. दोन्ही बाजूंस सैनिक उभे होते, परंतु त्यांच्या पाठी लोकांकडे होत्या. तो अर्ध्या तासाचा प्रवास व्हाईसरॉयना चोवीस तास घेत आहे असा भासला. त्यांच्या मोटारीचा वेग भराभर चालणाऱ्या माणसाएवढा होता. पावलापावलाला लोक उभे होते. सहासहाच्या रांगेत. कोणी दिव्याच्या, टेलिफोनच्या खांबावर चढलेला, तर कोणी खिडकीत ओथंबलेला, तर तिसरा छपरावरच्या माणसांत मिसळलेला. गाडीतील त्या थोरांच्या मनात डोकावण्यास त्यांना वेळच नव्हता. तारस्वरात ते घोषणा करत होते— 'पाकिस्तान झिंदाबाद! कायदे - आझम झिंदाबाद, माऊन्टबॅटन झिंदाबाद '

अशा तऱ्हेने जयजयकार करणाऱ्या जमावाच्या तावडीत सापडलेले ते दोघे दोन्ही बाजूंचे चेहरे न्याहाळीत चालले पुढे. आनंदाने बेभान झालेल्या जनतेच्या अभिवादनाचा स्वीकार करणे त्यांना भागच होते. एखाद्या यंत्राप्रमाणे हात खाली-वर करत माऊन्टबॅटन समोरचा एखादा निष्प्राण नजरेचा चेहरा पाहून अटकळ बांधायचे, 'हाच का तो?' अर्थात अशा तऱ्हेच्या संभाव्य संकटाला सामोरे जाण्याची ही त्यांची पहिलीच वेळ नव्हती. ८ डिसेंबर १९२१ मध्ये प्रिन्स ऑफ वेल्सच्या भेटीच्या वेळी भरतपूर संस्थानात असाच एक कट शिजल्याची बातमी फुटली होती. त्या वेळी तरुण माऊन्टबॅटन 'प्रिन्स ऑफ वेल्स' बनून आघाडीच्या गाडीत बसले होते. त्या वेळच्या त्या चित्तथरारक अनुभवाच्या आठवणी त्यांच्या मन:चक्षूसमोर आल्या. समोरच्या जनसमुदायाकडे बघत असताना त्यांनी स्वत:ला अनेक प्रश्न विचारले- 'यातला कोण असेल तो? मी ज्याच्याकडे बघून हात हलवत आहे तो तर नाही ना? का त्याच्या शेजारचा?' त्याच वेळी त्यांना आणखी एक प्रसंग आठवला. बंगालच्या एका गव्हर्नरच्या चिटणिसाने त्याच्या दिशेने आलेला एक बॉम्ब क्रिकेटचा चेंडू जसा झेलावा त्याप्रमाणे झेलून तो परत तसाच भिरकावला होता. पण आपण क्रिकेट कधीच खेळलो नाही हे माऊन्टना आठवले. त्यानंतर त्यांच्या मनात आपल्या पत्नीचा विचार आला. आपली आज्ञा धुडकावण्यात तिला यश आले असेल का? पण मागे वळून पाहण्याचे धाडस त्यांना करवेना. एक सेकंदही आपली शोधक नजर विचलित करण्यास त्यांचे मन धजेना. सतत त्यांची नजर बॉम्ब कोठून येणार याचा अंदाज घेत होती.

मिरवणूक व्हिक्टोरिया रोडवर आली. तेथील एका हॉटेलच्या बाल्कनीत एक तरुण माणूस उभा होता. मिरवणूक नजरेच्या टप्प्यात येताच त्याचा हात आपल्या कोटाच्या खिशात गेला. त्याने खिशातील कोल्ट ४५ जातीच्या पिस्तुलावरील पकड घट्ट केली. समोरच्या इमारतीच्या खिडकीतील काही चेहरे तो न्याहाळत असताना त्याने पिस्तूल सज्ज केले. व्हाईसरॉयची गाडी जवळ येताच त्याने त्यांच्यासाठी प्रार्थना म्हटली. तो तरुण माणूस म्हणजे पंजाबचा सी. आय. डी. अधिकारी जी. डी. सॅव्हेज. त्यानेच त्या कटाची पहिली बातमी दिल्लीच्या कानावर

घातली होती. वास्तविक खिशातील हत्यार जवळ बाळगण्याचा आता त्याला हक्क उरला नव्हता. कारण पंजाब पोलीसखात्यातील त्याची सेवा संपुष्टात येऊन चोवीस तास उलटले होते. आता तो इंग्लंडला स्वगृही निघाला होता.

मोटारीत बसलेले माऊन्टबॅटन व जिना या दोघांच्याही अंतरंगात भीतीची पाल चुकचुकत असली तरी ते वरून तसे दाखवत नव्हते. जनतेच्या अभिवादनाचा सुहास्य वदनाने, डौलदार हातवाऱ्यांनी स्वीकार करत निघाले होते ते. दोघेही स्वत:मध्ये इतके गढून गेले होते की एकमेकांशी बोलायला त्यांना वेळच नव्हता मिळत. या वेळी स्वत:चा गर्विष्ठ स्वभाव माऊन्टबॅटन यांच्या कामी आला. जसजसा मनावरचा ताण वाढत चालला तसतसा तो अबोलाच त्यांचा मोठा आधार ठरला. ते स्वत:ची समजूत घालू लागले : 'या लोकांना मी प्रिय आहे, कारण मीच त्यांना त्यांचे स्वातंत्र्य मिळवून दिले आहे. या लोकांपैकी कोणालाही मला ठार मारणे आवडणार नाही. माझी आजची उपस्थितीच जिनांचा जीव वाचवू शकते. छे, ते त्यांना ठार नाहीच करणार. कारण त्यांच्याबरोबर माझाही प्राण जाणार हे त्यांना कळून चुकल्याशिवाय राहणार नाही.'

बाल्कनीत उभ्या असलेल्या सॅव्हेजसाहेबाने श्वास रोखून घेतला. आपल्या टप्प्याबाहेर मोटार जाईपर्यंत त्याने पिस्तुलावरचा हात तसाच ठेवला. नंतर तो आपल्या खोलीत गेला व त्याने व्हिस्कीचा एक पेग घशात रिचवला. आता त्यांची मोटार हिंदू वस्तीतून चालली होती. 'हां, येथेच घडणार ते!' माऊन्ट स्वत:शी म्हणाले. आता घोषणा बंद झाल्या होत्या. उगीचच भयाण अशी शांतता पसरली. पाचेक मिनिटे मनाला यातना देऊन गेली. कराचीचा एलफिन्स्टन स्ट्रीट म्हणजे बहुसंख्य हिंदू व्यापाऱ्यांची दुकाने असलेली बाजारपेठ. सगळे जण भयचकित होऊन गप्प बसलेले. पण काहीच घडले नाही. सगळे शिस्तीत पार पडले. सागरी तुफानानंतर बंदरावरचे दिवे पाहिल्यावर एखाद्या वादळात सापडलेल्या नौकेच्या कप्तानाला आनंद व्हावा तशी स्थिती झाली. आता ती रोल्स राईस गव्हर्नमेंट हाऊसच्या दारात येऊन थांबली. लुई माऊन्टबॅटन यांच्या आयुष्यामधील एक जीवघेणा प्रवास संपला. गाडी थांबताच प्रथमच जिनासाहेबांना हायसे वाटले. ते आरामशीरपणे मागे रेलले. त्यांच्या चेहऱ्यावरची उग्रता कमी झाली. त्यावर एक अतिशय प्रसन्न अशी स्मितरेषा उमटल्यामुळे तो उजळल्यासारखा भासला. आपला हाडकुळा हात व्हाईसरॉयांच्या गुडघ्यावर दाबत ते पुटपुटले, ''इन्शाल्ला! मी तुम्हाला जिवंत परत आणू शकलो!'' माऊन्टबॅटन तडकन उठून बसले आपल्या जागी. 'काय बदमाश गृहस्थ आहे हा!' त्यांच्या मनात विचार आला - ''अरे गृहस्था तू मला जिवंत परत आणलंस? कमाल आहे! अरे भल्या माणसा, माझ्यामुळेच तू जिवंत राहिलास! समजले?''

(त्या दिवशीचा कट का सिद्धीस गेला नाही याचे कारण शोधून काढण्याचा आम्ही खूपच निकराचा प्रयत्न केला. पण प्रत्यक्ष काहीच माहिती मिळाली नाही. फक्त एकच धागा-ज्याला अप्रत्यक्ष पुरावा म्हणता यावा-हाती लागला, जालंदरच्या सायकली दुरुस्त करणाऱ्या एका दुकानदाराकडून. प्रीतमसिंग नाव त्याचे. शिखांच्या बाजूने रेल्वेगाड्या उलथण्याच्या संदर्भात गुप्त पोलिसांनी त्याला पकडले होते. त्याच्या म्हणण्यानुसार आर.एस.एस.ने आपली माणसे कराचीत घुसवली होती हे खरे. मात्र त्या दिवशी त्यांच्या गटाच्या म्होरक्याने हाय खाल्ली आयत्या वेळी. अगोदर ठरल्याप्रमाणे त्याच्या समोरून मोटार जात असताना त्याने प्रथम बॉंबचा स्फोट करून इतरांना चालना द्यायची योजना होती. परंतु तो स्वत:च धैर्यगलित झाल्यामुळे साराच बेत फिसकटला.)

कलकत्ता, १४ ऑगस्ट १९४७. अगदी न चुकल्यासारखे ते तयार होते. सायंकाळचे पाच वाजले. हैदरी हाऊसच्या प्रांगणात जमलेल्या गर्दीसमोर येऊन दाखल झाले महात्मा गांधी. आपल्या ठरलेल्या सायंप्रार्थनेसाठी. तुरुंगाच्या कोठडीत बसून कटवाल्यांशी केलेल्या भाषणातून लेनिनची क्रांती साकारली होती. न्यूरेम्बर्गच्या चौकात भव्य मेळावे आयोजित करून फॅसिस्टांनी आपल्या सत्तेचा पाया घातला होता. त्याच धर्तीवर महात्माजींनी आपल्या सायंप्रार्थनेच्या सभांतून भारतीय स्वातंत्र्य-चळवळीस नियमितपणे मार्गदर्शन केले होते. या सभांतून त्यांनी अनेकविध विषयांवरची आपली मते जनतेसमोर निर्भयपणे मांडली होती. कोंडा न काढता खावयाच्या तांदळातील पोषक द्रव्ये, अणुबॉंबचे राक्षसी पर्यवसान, आतड्यांच्या नियमित हालचाली, भगवद्‌गीतेतील सौंदर्यस्थळे, ब्रह्मचर्यपालनाचे फायदे, साम्राज्यवादातील विसंगती, अहिंसातत्त्वामागची यथार्थता इत्यादी अनेक विषयांचा समावेश त्यात असे. त्यांचे हे विचार या कानावरून त्या कानांवर, आकाशवाणी, वृत्तपत्रे त्यांच्या माध्यमांतून साऱ्या देशात पसरत. महात्मा गांधींच्या तत्त्वज्ञानाचा ग्रंथ तयार होई.

आजची त्यांची ही प्रार्थनासभा ब्रिटिश अमलाखालील भारतातील शेवटची सभा होती. सर्व दिवसभर भेटलेल्या हिंदूंच्या शिष्टमंडळांना त्यांनी कलकत्त्याच्या संदर्भात आपण केलेल्या एका अहिंसक कराराची कल्पना दिली होती. आजच्या या सभेला जवळजवळ दहा हजार लोक जमले होते. त्यांच्या कार्याला थोडेफार यश येत असल्याची खूण होती ती. आपल्यासमोरच्या जनसमुदायास उद्देशून महात्माजी म्हणाले - "उद्यापासून आपण ब्रिटिशांच्या गुलामगिरीतून मुक्त होणार, त्याबरोबरच आजच्या मध्यरात्रीपासून हा देश दुभंगलाही जाणार. उद्याचा दिवस जसा आनंददायक तसाच दुःखदायकही. स्वातंत्र्यानंतर आपल्या शिरावर एक अवजड ओझेही पडणार आहे. जर कलकत्ता शहराची बुद्धी व बंधुभाव शाबूत राहिला तर कदाचित सारा

भारत एका मोठ्या संकटातून वाचेल. पण एकदा का जातीय वैमनस्याच्या ज्वालांनी सारा देश वेढून टाकला, तर मग आपले हे नवजात स्वातंत्र्य कसे टिकून राहणार? उद्याचा स्वातंत्र्यदिन व्यक्तिश: मला आनंदित करू शकत नाही हे सांगताना मला पराकाष्ठेचे दु:ख होत आहे. माझ्या अनुयायांनी उद्याचा दिवस उपोषण, प्रार्थना यात व्यतीत करावा, शक्य तेवढा वेळ सूतकताई करावी. भारताला वाचवण्याची आण भाकावी.''

जिनांच्या मिरवणुकीचा मार्ग 'पाकिस्तान झिंदाबाद'च्या घोषणांनी दणाणून गेला असला तरी पाकिस्तानचा जन्मदिन ज्या थंडपणाने साजरा झाला त्याचे एखाद्याला कोडेच पडावे. 'एक लेखनिक व एक टंकलेखनयंत्र' यांच्या जोरावर आम्ही पाकिस्तान पदरात पाडून घेतले अशी जिना बढाई मारत असत. मग असे का व्हावे बरे? त्यांच्या या थंडपणाची 'दि टाइम्स' या नियतकालिकानेही दखल घेतली. 'सर्व समारंभात नेहमी आढळणारा सामाजिक उत्साह अभावानेच झळकत होता.' त्यातल्या त्यात पूर्व पाकिस्तानात उत्सवपूर्ण वातावरण होते. पूर्व बंगालचे नियोजित मुख्यमंत्री-ख्वाजा नाजिमुद्दीन एका स्टीमरमधून ढाका या आपल्या राजधानीच्या शहराला मार्गस्थ होताना काठावरच्या लोकांनी त्यांचा जयजयकार केला. नाजिमुद्दीनांच्या चिरंजीवांनी नोंद केली, 'प्रत्येक जण गात होता. लोकांच्या डोळ्यांतून आनंद ओसंडून वाहताना दिसत होता.' एक गोष्ट मात्र प्रकर्षाने जाणवत होती. स्टीमरच्या मार्गावर कोठेही पाकिस्तानचा ध्वज फडफडत नव्हता. अख्ख्या पूर्व बंगालात अशी स्थिती होती.

लाहोर शहरात सगळीकडे भयाकुल वातावरण पसरले होते. मोगलांच्या राजधानीचे ते सुंदर शहर भीती व द्वेष यांच्या लाटांवर लहरत होते. पोलीस सुपरिटेंडेंट बिल रीशनी आपण पाहिलेल्या हिंसाचाराचा सारांश भावी पिढ्यांच्या माहितीसाठी ऑर्डर-बुकात नोंदून ठेवला आणि आपल्या मुस्लिम वारसाला बोलावून घेतले. त्याच्याकडे चार्ज देऊन ते दु:खी अंत:करणाने बाहेर पडले.

अमृतसरमध्ये त्यांचे सहकारी रूल डीन यांनीही तेच केले. आपल्या गोपनीय नोंदवहीचा ताबा त्यांनी आपल्या शीख वारसाकडे सुपूर्त केला. अमृतसर पोलिसांकडून मासिक एक हजार रुपयांपर्यंत बिदागी घेणाऱ्या खबऱ्यांची नावे त्यात होती. त्यात शहर काँग्रेस समितीचा एक सभासद, शिखांच्या सुवर्णमंदिरात 'अमृत' तयार करणाऱ्यांपैकी एक जण यांचाही समावेश होता. कोणतेही अनमान न करता त्यांनी ती यादी नव्या अधिकाऱ्याच्या हवाली केली. कारण डीनना खात्री होती की कोणत्याही धर्माचा व राजकीय विचारसरणीचा पोलीस अधिकारी आपल्या खबऱ्याचा घात करणार नाही.

तिकडे कराचीला, थकले भागलेले जिना आपला दुपारचा वेळ त्या दिवशी

मध्यरात्रीपासून होणाऱ्या त्यांच्या अधिकृत सरकारी निवासस्थानाचा शोध घेण्यात घालवत होते. त्यांच्या चौकस नजरेतून एकही गोष्ट निसटत नव्हती. साहित्याची यादी तपासताना त्यांना आढळले की त्यातला क्रोकच्या खेळाचा सेट सापडत नाही. ताबडतोब त्यांनी आपल्या एडीसीला औपचारिक हुकूम दिला - 'सापडत नसलेली मॅलेट्स व विकेट्स शोधून काढून, आणून ठेवा परत होती तिथे.' पाकिस्तानच्या संस्थापकाचा हा कार्यक्रम तसा कंटाळवाणाच चालला होता.

१४ ऑगस्टच्या मध्यरात्री पाकिस्तान निर्माण होणार. याच पाकिस्तानच्या अशक्यप्राय स्वप्नाची आखणी करणारा आद्य प्रवर्तक मात्र एकटाच वेळ काढत बसला होता आपल्या केम्ब्रिजमधल्या तीन, हंबरस्टोन रस्त्यावरील घरकुलात. बिचारा रहमत अली! त्याच्यासाठी कराचीच्या रस्त्यावरून विजयोत्सवाची मिरवणूक निघणार नव्हती, त्याचा जयजयकार करणाऱ्या घोषणा निनादणार नव्हत्या. त्याने दाखवून दिलेल्या दिशेचे ऋण कोणी मानणार नव्हते. कारण त्याच्या स्वप्नाची उचल दुसऱ्या एकाने केव्हाच केली होती. त्या दिवशी खुद्द रहमत अलीने त्या माणसाची याचना करत विनंती केली होती की त्याने या योजनेचा पाठपुरावा करावा. त्याची ती कळकळीची विनंती धुडकावून लावण्यात आली होती. ज्या दिवशी रहमत अलीचे महान स्वप्न सत्यसृष्टीत अवतरत होते त्या दिवशी तो एका नव्या योजनेचा मसुदा तयार करण्यात गढून गेला होता. त्याच्या त्या नव्या योजनेत बॅ. जिनांचा धिक्कार करण्यात आला होता. का? त्यांनी पंजाबच्या विभाजनाला संमती दिली होती म्हणून! पण वाऱ्याशी वाद घालण्याचा तो प्रकार होता. त्याच्याकडे लक्ष द्यायला वेळ होता कुणाला? महंमदअली जिनांच्या निधनानंतर लाहोरमधील त्यांच्या स्मारकासाठी लक्षावधी डॉलर्स देणगीदाखल जमा होणार होते. त्यांच्याविषयीची कृतज्ञता व्यक्त करण्यासाठी. पण ज्या माणसाच्या मूळ कल्पनेने प्रेरित होऊन बॅ. जिनांनी पाकिस्तान निर्माण केले तो मात्र न्यू मार्केटच्या दफनभूमीतील एक सर्वसामान्य थडग्यात चिरनिद्रा घेण्यासाठी विसावणार होता. कालपुरुषाची खेळीच विचित्र असते अशी! पायाचा दगड पायातच गडप होतो.

नवी दिल्ली, १४ ऑगस्ट १९४७. वेळ सूर्यास्ताची. एका मोटारीपुढे नादस्वरम् वाजवत चालला होता एक माणूस. रस्त्यातील रहदारीतून वाट काढत, प्रत्येक शंभर यार्डांवर बैठक मारत, हातातील त्या वाद्यातून एक कर्कश अशी सुरावट सायंप्रकाशात सोडून देत, आपल्यामागून येणाऱ्या गाडीला वाट दाखवत तो चालला होता. त्या मोटारीत दोघे संन्यासी नाकासमोर नजर लावून आसपासच्या ऐहिक विश्वाची पर्वा न करता, दखल न घेता बसलेले होते. दहा जन्म घेऊनही सामान्य माणसाला जे सामर्थ्य प्राप्त होणार नाही ते त्यांनी एकाच जन्मात जमवलेले

असते, त्यामुळे त्यांना एक प्रकारची दैवी शक्ती प्राप्त झालेली असते. कपाळावर भस्माचे पट्टे, छाती उघडी, जटा खांद्यापर्यंत वाढलेले असे ते दोघे प्राचीन भारतातून, अनंतातून आलेले यात्रिक होते. *त्यांच्याजवळ फक्त तीन वस्तू होत्या- कुबडी, कमंडलू आणि मृगाजिन.* १९३७ मॉडेलच्या त्यांच्या फोर्डजवळ एखादी स्त्री टपकल्याचा भास झाला रे झाला की त्यांची नजर वळलीच विरुद्ध दिशेला. समाजाने संन्याशांना स्त्रीदर्शन वर्ज्य करून टाकले होते. शरीराच्या क्षणभंगुरत्वाचे निदर्शक म्हणून साऱ्या अंगाला भस्म फासायचे, मिळालेले भिक्षान्न दिवसातून एकदाच उभ्या उभ्या भक्षण करायचे आणि अधूनमधून पवित्र गोमातेच्या दूध, दही, तूप, मूत्र व शेण यांपासून तयार केलेल्या पंचगव्याचे घोट घ्यायचे हा त्यांचा कार्यक्रम असायचा.

त्या दोघांपैकी एकाच्या हातातील चांदीच्या ताटात अस्सल जरीच्या शुभ्र रेशमी महावस्त्राची एक घडी होती-पीतांबरम्. हातात एक पाच फुटाचा राजदंड, तंजावर नदीचे पवित्र जल असलेला कलश. विभूतीचा एक बटवा व मद्रासमधील नटराजाच्या पहाटेच्या आरतीवेळी केलेला प्रसाद म्हणून भाताची मूद घेऊन दुसरा बसला होता. असे हे लटांबर शेवटी, १७, यॉर्क रोडवरच्या एका साध्या बंगल्यासमोर येऊन थांबले. अंधश्रद्धा व परमार्थ यांना पूजास्थानी मानणाऱ्या भारताचे ते प्रतिनिधी विज्ञान व समाजवाद यांना प्रमाण मानणाऱ्या प्रेषिताच्या भेटीसाठी पायऱ्यांवर येऊन ठाकले. आधुनिक भारताचे नेतृत्वस्थान स्वीकारण्याच्या मार्गावर असलेल्या जवाहरलाल नेहरूंच्या माथ्यावर ते प्राचीन विधी लादण्याचा त्यांचा इरादा होता. बिचाऱ्या नेहरूंनी ते सारे निमूटपणे सहन केले. एखाद्या राजाची विधिपूर्वक पूजा करावी त्याप्रमाणे त्यांनी जवाहरलालांच्या अंगावर प्रथम पवित्र जल शिंपडले, त्यांच्या कपाळावर पवित्र भस्माचे पट्टे ओढले, त्यांच्या हातात आपल्याजवळचा राजदंड दिला आणि शेवटी त्यांच्या अंगावर महावस्त्र पांघरले. 'धर्म' हा शब्द उच्चारला तरी ज्याच्या कपाळाची शीर उडत होती त्याने शक्य तितक्या खुशीने ते सारे करून घेतले. त्यांच्या या कृतीचा अर्थ लावताना असे म्हणता येईल की, आपल्यासमोरील राष्ट्रउभारणीचे खडतर कार्य मिळेल ती मदत व सदिच्छा स्वीकारण्याने सुकर व्हावे अशी त्यांची धारणा असावी. भारतीय स्वातंत्र्याच्या आगमनाची चाहूल अशी लागली.

शहरातील लष्कर विभाग, रॉबर्ट क्लाईव्हने साम्राज्याचा पाया घातलेला कलकत्त्याचा फोर्ट विल्यम, मद्रासचा फोर्ट सेंट जॉर्ज, सिमल्याचे व्हाईसरॉय भवन, काश्मीर, नागालँड, सिक्कीम व आसामातील जंगले इत्यादी ठिकाणी फडफडणारे हजारो युनियन जॅक आपापल्या स्तंभावरून जागा सोडून खाली घरंगळले. चौदा ऑगस्टच्या सूर्यास्तास कसलाही समारंभ न करता ते काढून घेण्यात आले. माऊन्टबॅटन यांच्या सक्त आदेशानुसार नेहरूंनीही त्यास मान्यता दिलेली होती. १५ ऑगस्टच्या सूर्योदयास त्यांची जागा घेणार होता स्वतंत्र भारताचा तिरंगा!

खैबरखिंडीच्या टोकाच्या एका भागात सायंकाळच्या साताचे टोले पडले. ब्रिटिश लष्कराला, त्याच्या प्रत्येक शिपायाला त्या टोल्यांची सवय झाली होती. शेवटचा टोला पडल्याबरोबर कॅप्टन केनेथ डान्स, लांडी कोतवाल फोर्टच्या छपरावर चढला. खालच्या बाजूला एक बिगुल वाजवणारा तयार झाला. थोड्याच वेळात ते ठरावीक सूर निघू लागले. त्या तालावर कॅप्टन डान्सने ध्वज खाली खेचला. त्याची नीट घडी घातली व तो इंग्लंडला नेण्याची तयारी केली.

लखनौच्या रेसिडेन्सी टॉवरमध्येही असाच एक अनौपचारिक समारंभ पार पडत होता. टॉवरवरचा युनियन जॅक आजपर्यन्त केव्हाही खाली उतरवून घेण्यात आलेला नव्हता. तो टॉवर म्हणजे साम्राज्यशाहीचे एक पवित्रस्थान बनले होते. रात्री दहा वाजता टॉवरचा व्यवस्थापक जे. आर. आयर्लंड याने ध्वज खाली आणला. त्यानंतर एकाने तो धातूचा ध्वजस्तंभ तळापासून कुऱ्हाडीने कापून काढला. दुसऱ्याने ध्वजाचा सिमेंटचा कठडा फोडून काढला. शेवटी त्यांनी ते भोक काळजीपूर्वक बुजवले. भविष्यकाळात लखनौच्या त्या पवित्र स्थानावर दुसऱ्या कोणत्याच राष्ट्राचा ध्वज फडकणार नव्हता.

'१७, यॉर्क' रस्त्यावरील आपल्या निवासस्थानी जवाहरलाल नेहरूंनी संन्याशांनी त्यांना लावलेले भस्म पुसून काढून तोंड धुतले व ते जेवायला बसले. त्यांनी पहिला घास घेतला न घेतला तोच फोनची घंटा खणाणली. नेहरू ताबडतोब उठून आपल्या अभ्यासिकेत गेले. त्यांनी फोन उचलला. पण आवाज नीट ऐकू येईना. काही तरी बिघाड झाला होता यंत्रणेत. त्यामुळे नेहरू मोठमोठ्याने ओरडून बोलत असल्याचे त्यांच्या कन्या इंदिराजी व पाहुण्या पद्मजा नायडू यांना ऐकू येत होते. फोन बंद करून नेहरू परतले. त्यांची अवस्था पाहून दोघींना आश्चर्यच वाटले. त्यांनी 'आ'च वासला. नेहरूंचा चेहरा पार उतरून गेला होता. त्यांनी आपले डोके दोन्ही हातांनी घट्ट दाबून धरले होते. त्यांच्या तोंडून शब्द फुटत नव्हता. डोळ्यांत पाणी उभे होते. त्यांनी केविलवाण्या नजरेने दोघींकडे पाहिले. फोन लाहोरहून आला होता. तेथील हिंदू व शीख मोहल्ल्यांचे पाणी तोडण्यात आले होते. तहानेने व्याकूळ झालेली माणसे रणरणत्या उन्हात वणवण भटकत होती. पाण्यासाठी याचना करणाऱ्या स्त्रियांची, मुलांची मुसलमानांच्या जमावाकडून कत्तल उडत होती. शहराच्या दहा-बारा भागात तरी आगी लागल्या होत्या - विझण्याच्या पलीकडे गेलेल्या. या धक्कादायक संदेशाने नेहरू पार थिजून गेले होते. त्यांच्या तोंडून आवाज देखील नीट फुटत नव्हता. ते म्हणाले - "अशा स्थितीत मी काय बोलणार आज? आमचे सुंदर लाहोर जळत असताना भारताच्या स्वातंत्र्याचा लटका आनंद कसा व्यक्त करू मी...!"

जवाहरलालना कल्पनेतही भेडसावणारे दृश्य प्रत्यक्षात अनुभवण्याचे नशिबात होते वीस वर्षांच्या इंग्रज कॅप्टन रॉबर्ट ॲटकिन्सच्या. लाहोरकडे जाणाऱ्या रेल्वेपुलावरून

जीपने निघालेल्या रॉबर्टने निदान अर्धा डझन आगी तरी मोजल्या. आकाशात उफाळलेल्या त्या ज्वाला पाहून अॅटकिन्सला लंडनमधील १९४० च्या नाझी बाँबहल्ल्यांनी लावलेल्या आगी आठवल्या. अॅटकिन्सच्या मागून येणाऱ्या दोनशे ट्रक व पन्नास जीप गाड्यातून त्याची संपूर्ण पलटण येत होती. वास्तविक पंजाबच्या बंदोबस्तासाठी ५५,००० सैनिक धाडण्याची योजना असताना स्वातंत्र्यदिनाच्या दिवशी १०,००० हून कमी सैनिक आपापल्या जागा घेऊ शकत होते. पंजाब सीमादलाची स्थिती ही होती. शहरातून फेरी मारताना अॅटकिन्सला रस्त्यावर एकही माणूस भेटला नाही. कॅप्टन अॅटकिन्सचा जन्म पुण्याला झाला होता. त्यांचे पिताजी ब्रिटिश लष्करात कर्नलच्या हुद्द्यावरून निवृत्त झाले होते. त्यांच्याच पावलावर पाऊल ठेवण्याची अॅटकिन्सची महत्त्वाकांक्षा होती. लाहोरच्या भयाण रस्त्यावरून त्या रात्री फिरत असताना त्याला आपल्या वडिलांबरोबर घालवलेली वर्षापूर्वीची रात्र आठवली. त्या रात्री मद्रास क्लबमध्ये बिलियर्ड खेळताखेळता बापलेक राजकारणावर गप्पागोष्टी करत होते. त्या वेळी वडील म्हणाले होते - ''हो, हिंदुस्थान लवकरच स्वतंत्र होणार ही गोष्ट खरी आहे. मात्र त्या वेळी भयानक रक्तपात झाल्याशिवाय राहणार नाही.'' तरुण अॅटकिन्सला पित्याची ती भविष्यवाणी आठवली आज. तो स्वत:शीच म्हणाला, 'माझ्या वडिलांना हिंदुस्थानची चांगलीच माहिती आहे.'

नवी दिल्ली, १४ ऑगस्ट १९४७ ची मध्यरात्र. भारताच्या घटनासमितीचे अध्यक्ष डॉ. राजेन्द्र प्रसाद यांच्या बंगल्याच्या बागेत धूर निघताना दिसत होता. थांबा! कोणा एखाद्या आगलाव्याचे कृत्य नव्हते ते! तेथे चालले होते होमहवन! बाजूला बसलेल्या ब्राह्मणांच्या मंत्रघोषांच्या तालावर त्या होमात वेगवेगळ्या आहुती पडत होत्या. भारतीय स्वातंत्र्याच्या शुभघडीला अग्निदेवाला आवाहन करण्यात येत होते. भारताचे भावी मंत्रिगण होमकुंडाला प्रदक्षिणा घालून त्याचा आशीर्वाद मागत होते. दुसरा एक ब्राह्मण प्रत्येकाच्या अंगावर मंतरलेले पाणी शिंपडत होता. त्यानंतर प्रत्येक जण तेथे जवळच उभ्या असलेल्या एका स्त्रीच्या हातातील तांब्याच्या कलशातील कुंकुमतिलक तिच्याकडून आपल्या भालप्रदेशावर लावून घेत होता. हिंदु तत्त्वज्ञानानुसार त्यास 'तिसरा डोळा' म्हणत. त्याच्या प्रभावाखाली कोणीही दुष्ट शक्ती त्या व्यक्तीकडे वर डोळा करून पाहू शकत नव्हती. अशा तऱ्हेने दैवी शक्तींचा विधियुक्त सोपस्कार अंगीकारून ते स्त्री-पुरुष राष्ट्रीय ध्वजांनी सजवलेल्या घटना-समितीच्या सभागृहात जाऊन आपापल्या जागा धरून बसले.

इकडे, व्हाईसरॉय लुई माऊन्टबॅटन आपल्या अभ्यासिकेत एकटेच बसून अखेरची निरवानिरव करत होते. समोर ठेवलेल्या सरकारी कागदपत्रांवर अखेरच्या सह्या, शिक्कामोर्तब पूर्ण होत होते. थोड्याच अवधीत त्यांना असलेला ऐतिहासिक दर्जा

संपुष्टात येणार होता. जगातील सर्वांत मोठ्या अधिकारस्थानाला पूर्णविराम मिळण्याचा क्षण जवळ येत चालला. त्यांना स्वत:शीच बोलावेसे वाटले - 'या पृथ्वीतलावरील सर्वांत शक्तिशाली माणूस थोड्याच अवधीत निर्माल्य होऊन जाणार! म्हणेन तो चमत्कार घडवून आणण्याचे माझे सामर्थ्य लुप्त होणार.' त्यांना एच. जी. वेल्सची एक कथा आठवली. कोणता चमत्कार घडवावा बरं या उरल्यासुरल्या वेळात? एकाएकी ते ताडकन उठून बसले. 'हां, आठवले! पालनपूर संस्थानच्या बेगमेला 'हर हायनेस'ची पदवी बहाल करून टाकू!' एका वेगळ्याच तडफेने त्यांनी आपल्या कार्यालयीन साहाय्यकाला बोलावून घेण्यासाठी भराभर घंटा वाजवली.

त्यांच्या या आकस्मिक निर्णयाच्या पाठीमागे एक सांगण्यासारखा इतिहास होता. मागे प्रिन्स ऑफ वेल्सच्या भारतभेटीत माऊन्टबॅटन व पालनपूरचे नबाब यांची चांगलीच गट्टी जमली होती. १९४५ मध्ये आशियाच्या सेनापतीपदावर असतांना त्यांनी पालनपूरला भेट दिली होती. त्यावेळी नबाबांची देखणी, कार्यक्षम ऑस्ट्रेलियन बेगम व त्यांचे रेसिडेंट सर विल्यम क्रॉफ्ट माऊन्टबॅटनकडे आले होते. नबाबांशी निका लावताना त्या ऑस्ट्रेलियन युवतीने मुसलमान धर्म स्वीकारला होता. त्यानंतर त्यानुषंगाने पाळावे लागणारे सर्व संस्कार अंगीकारले होते. बेगमसाहेब संस्थानाच्या क्षेत्रात उल्लेखनीय समाजकार्यही करून राहिल्या होत्या. त्यांना प्रजेचे प्रेमही मिळाले होते. पण नबाबसाहेबांना एका गोष्टीचे दु:ख सतत टोचत होते. त्या भारतीय नसल्याने त्यांना 'महाराणी' पदाची बिरुदावली वापरण्याचा अधिकार प्राप्त झालेला नव्हता. व्हाईसरॉय त्यांना 'हर हायनेस' मानायला तयार नव्हते. आपली ही तक्रार त्यांनी माऊन्टबॅटन यांच्या कानांवर घातली. दिल्लीला परतल्यानंतर माऊन्टबॅटन यांनी व्हाईसरॉय लॉर्ड वेव्हेलना व्यक्तिश: त्याबद्दल गळ घातली पण त्याचा काही उपयोग झाला नाही कारण सरकारलाच ते नको होते. एकदा का तशी सवलत मिळाली की संस्थानिकांत विदेशी युवतींशी विवाह करण्याची लाटच उसळेल व त्यायोगे त्यांच्या 'राजेशाही' थाटाच्या परंपरांना सुरुंग लागून त्या खाली कोसळतील अशी ब्रिटिश सरकारला भीती होती.

आपले मदतनीस आल्याबरोबर माऊन्टबॅटननी आपला नियोजित प्रस्ताव जाहीर केला. ''सर, आपण ते करू शकत नाही.'' एकाने सूर काढला.

''कोण म्हणतं असं? अजूनही मी हिंदुस्थानचा व्हाईसरॉय आहे ना? मग?'' माऊन्टबॅटन हसतहसत उत्तरले. ताबडतोब त्यांनी आपल्या शिक्क्याचा सरकारी कागद धुंडाळून आणण्याची सूचना आपल्या कार्यवाहाला दिली. त्यावर योग्य तो मजकूर लिहून घेण्यास सांगितले. काही शेलक्या स्तुतिपर विशेषणांनी बेगमसाहेबांच्या कार्याचा गौरव करून त्याप्रीत्यर्थ 'परमेश्वराच्या कृपेने' त्यांना 'हायनेस' च्या उच्च पदावर नेऊन बसवले. हे सगळे सोपस्कार पूर्ण व्हायला रात्रीचे अकरा वाजून

अठ्ठावन्न मिनिटे झाली. त्यांच्या डेस्कवर आलेला तो अंतिम आदेश पाहताना त्यांच्या चेहऱ्यावर कर्तव्यपूर्तीचे, वचनपूर्तीचे सुरेख सुहास्य खुलले होते. पुन्हा एकदा त्यांनी तो आदेश तपासून पाहिला. बाजूस ठेवलेले पेन उचलले आणि हिंदुस्थानचा व्हाईसरॉय या नात्याने असलेल्या अमर्याद अधिकाराचा अंतिम अंमल केला. व्हाईसरॉय म्हणून केलेल्या त्यांच्या सहीने पालनपूरच्या बेगमेला 'हायनेस' पदवी प्राप्त झाली! जवळजवळ त्याच क्षणाला व्हाईसरॉय भवनावर फडकत असलेला युनियन जॅक खाली उतरत होता.

माऊन्टबॅटन यांच्या या कृतीचे सर विल्यम क्रॉफ्टनी अत्यंत कृतज्ञतापूर्ण शब्दात स्वागत करून त्यांना हार्दिक धन्यवाद दिले. त्यांच्या या परोपकाराची परतफेड केव्हाही करण्याची तयारी दाखवली. योगायोग असा की, पुढे १९५० मध्ये माऊन्टबॅटन नाविकदलात एका ज्येष्ठ स्थानावर काम करत असताना एक प्रकरण उद्‌भवले. नाविकदलाला असलेल्या काही जकातसवलती काढून घेण्याचा सरकारी जकात अधिकाऱ्यांनी आदेश दिला होता. सरकारी खर्चात बचत करण्याचा उपाय म्हणून. ते हक्क परत मिळावेत म्हणून अनेकांनी खटपट करून पाहिली - अगदी नाविकदलाच्या सचिवांनी देखील. शेवटी माऊन्टबॅटननी प्रयत्न करून पाहायचे ठरवले. सचिवांनी त्यांना सल्ला दिला - "त्याचा काहीच उपयोग होणार नाही. कलेक्टर ऑफ कस्टम्स किंचितही बधणार नाही. कारण, यात सरकारच्या आर्थिक धोरणाचा प्रश्न आहे व त्यामुळे मंत्रिमंडळाचा त्याला भक्कम पाठिंबा आहे." पण माऊन्टबॅटनही इरेलाच पडले. ते स्वतःच कलेक्टराच्या कार्यालयात भेटीसाठी गेले आणि काय आश्चर्य! कलेक्टर ऑफ कस्टम्स म्हणून सर विल्यम क्रॉफ्टच साक्षात उभे त्यांच्या पुढ्यात. "तुम्ही भेटता आहात याचा मला अतिशय आनंद होत आहे. पालनपूरच्या बेगमेच्या बाबतीत तुम्ही जे काही केलंय त्याबद्दल मी तुमचा केव्हाच उतराई होऊ शकत नाही."

"असं कसं! ती संधी तुम्हाला मिळू शकेल!" माऊन्ट म्हणाले. आणि मग काय? नाविकदलाच्या सवलती अबाधित राहिल्या. सर विल्यम क्रॉफ्टनी परतफेड केली होती.

अनादि कालापासून, दंतकथायुगातून अश्मयुगात पदार्पण केलेल्या जगाची माणसाला आठवण राहणाऱ्या कालाच्याही पूर्वीपासून, भारताच्या भूमीवर शंखांचा नाद ऐकू येत असे. त्या शंखनादाच्या कर्कश पण पवित्र अशा सुरांवर नाचत नाचत उषःकालाची किरणे भारतभूला प्रकाशित करायची. भारताला त्याच्या गाढ निद्रेतून जागी करायची. आजही त्याच प्रकारचे पवित्र कार्य करायला एक माणूस सिद्ध झाला होता, आसुसलेल्या लक्षावधी मानवांच्या कानांवर एक शुभवार्ता घालण्यासाठी

नव्या दिल्लीतील घटनासमितीच्या सज्जाच्या एका कडेला आपल्या काखेत एक गुलाबी-जांभळ्या रंगाची झगमग करणारी तुतारी घेऊन उभा होता. पांढऱ्याशुभ्र खादी टोप्या व सदरे घालून सिद्ध झालेल्या, भारतातील गल्लीबोळांत जमलेल्या काँग्रेस सैनिकांना आदेश देण्यासाठी सज्ज होता तो. त्याने दिलेल्या इशाऱ्यासरशी साम्राज्याचे खांब उलथून टाकण्यासाठी सिद्ध झालेली भुतावळ पृथ्वीवरचे ते दीडशे वर्षांचे महान साम्राज्य खाली उतरून घेण्याच्या कामास आरंभ करणार होती.

त्याच्याच खालील बाजूस एका व्यासपीठावर उभे होते जवाहरलाल नेहरू! त्यांच्या खादीच्या सुती जाकिटाच्या बटनहोलमध्ये नेहमीप्रमाणे एक ताजा टवटवीत गुलाब खुलून दिसत होता, नेहरूंच्या तजेलदार व्यक्तिमत्त्वाचे प्रतिनिधित्व करत. सभागृहाच्या भिंतीवरील माजी व्हाईसरॉयांची तैलचित्रे जाऊन त्या जागी तिरंगी ध्वजांची सजावट करण्यात आलेली होती. त्यांच्या समोरच्या जागेत बसले होते त्या रात्री जन्म घेणाऱ्या नवोदित राष्ट्राचे प्रतिनिधी. विविध वंशांचे, भाषांचे, संस्कृतीची प्रतीके असणारी ती माणसे जगात इतरत्र कोठेही न सापडणारी विभिन्नता साकार करत होती. त्यांचा देश म्हणजे विरोधाभासाचा वास्तवपूर्ण आदर्शच जणू! एकीकडे सर्वोच्च पारमार्थिक उन्नती, तर दुसरीकडे जगातील अत्यंत खालच्या पातळीवरचे दारिद्र्य! त्या देशातील शेतजमिनीपेक्षा तेथील माणसंच अधिक फलदायी! परमेश्वरावर, दैवी चमत्कारांवर श्रद्धा असणारी अशी माणसे इतरत्र आढळणार नाहीत. जगातील इतर कोणत्याही देशासमोर नसतील एवढ्या समस्या या नव्या राष्ट्रासमोर खड्या राहणार होत्या. परंतु एक गोष्ट मात्र निर्विवाद होती. या देशाला लाभलेला सांस्कृतिक वारसा मानवतेच्या इतिहासात त्याला मानाचे स्थान मिळवून देत होता.

असा हा नवा स्वतंत्र भारत आपल्या विशाल बाहूंत अठ्ठावीस कोटी हिंदू - त्यांत सात कोटी अस्पृश्य-, साडेतीन कोटी मुसलमान, सत्तर लाख ख्रिश्चन, साठ लाख शीख, एक लाख पारशी आणि चोवीस हजार ज्यूंना सामावून घेणार होता. त्या सभागृहात बसलेल्या फारच थोड्यांना एकमेकांची मातृभाषा समजत होती. सर्वांना बोलता येत होते इंग्रजी. आता त्या देशात पंधरा प्रमुख भाषा व जवळजवळ आठशे पंचेचाळीस बोलीभाषांतून व्यवहार होणार होता. पंजाबमधील उर्दूभाषिक उजवीकडून डावीकडे वाचत जाणार तर त्यांच्याच शेजारचे उत्तर प्रदेशातील हिंदीभाषिक डावीकडून उजवीकडे. मद्रासमधील तामीळी तर कधीकधी वरून खाली, खालून वर. विशेष मौज म्हणजे त्यांच्या खाणाखुणांचा अर्थ एकदम विसंगत. दाक्षिणात्य मद्रासी माणसाने मान हलवली की समजावे 'हो' आणि तीच मान उत्तर भारतीयाने हलवली की अर्थ घ्यायचा 'ना'

या देशाच्या एकूण लोकसंख्येपैकी तेथील नुसत्या महारोग्यांची संख्या स्वित्झर्लंडच्या लोकसंख्येइतकी होती. पुजाऱ्यांची बेल्जियमइतकी, भिकारी हॉलंडइतके, साधू

जवळजवळ एक कोट, आदिवासी दोन कोट - नागालँन्डमधील अजूनही नरबळी घेणारे! एक कोट फिरस्ते-गारुडी, जादूटोणा करणारे, जिप्सी, मांत्रिक, वैदू वगैरे नाना धंदे करणारे. या सुपीक भारतभूवर रोज अडतीस हजार नवीन जीव अवतार घेत. त्यांतले पंचवीस टक्के पाच वर्षांच्या आधीच जगाचा निरोप घेत. जवळजवळ एक कोट लोक अपुरी वाढ, उपासमार, पटकी अशा तऱ्हेच्या रोगांना बळी पडत.

या उपखंडात पृथ्वीतलावर इतरत्र कोठेही न आढळणारी आध्यात्मिक उपासना चालत होती. या देशानेच जगातील एका महान धर्माला-बौद्धधर्माला-जन्म दिला होता. हा देश हिंदूंची मातृभूमी होता. याच देशावर इस्लामचाही प्रभाव भरपूर पडला होता. या देशात नाना तऱ्हेचे, नावांचे, रूपांचे देव वावरत होते. या देशात एकीकडे सर्वोच्च आत्मिक शक्तीच्या प्राप्तीसाठी योगसाधना आचरणात येत होती, तर दुसरीकडे त्याच दैवी शक्तीची पूजा करताना अनेक मुक्या प्राण्यांचे बलिदान किंवा किळसवाण्या वैषयिक कृती यांचे गुपचूप पालन करण्यात येत होते. निरनिराळ्या स्वरूपांत परमेश्वर या देशात वास करत होता. भारतीय हिंदूंना तो कधी वटवृक्षात, तर कधी या देशात वास्तव्य करणाऱ्या दहा लाख माकडांत, तर कधी दोन कोटी पवित्र गायींत, तर कधी वर्षाकाठी वीस हजारांचा जीव घेणाऱ्या सर्पराजांत आढळायचा. एकीकडे जगातील धनाढ्य माणसांत गणना करावी असे काही, तर दुसरीकडे तीन कोटी शेतकरी हातावर पोट भरणारे, गोळाभर अन्नाच्या विवंचनेत असणारे. लोकसंख्येच्या त्र्याऐंशी टक्के लोकांना अक्षरओळख नव्हती. दरडोई उत्पन्न फक्त चाळीस पैसे दिवसाचे. महानगरांमधील चौथा हिस्सा लोकांचे जीवन फूटपाथवर सुरू व्हायचे व तेथेच संपायचेही! पाऊस सरासरी एकशे चौदा सेंटीमीटर; विविध प्रदेशांत विविध प्रमाणात पडायचा तो. जवळजवळ तीस लाख चौरस मीटर प्रदेशात पावसाचा थेंब नाही. त्याच्या उलट काही ठिकाणी अतिवृष्टीमुळे जमिनीतील क्षार वर येऊन जमीन शेतीसाठी निकामी होण्याची पाळी. देशाच्या आर्थिक व्यवहारांवर तीन कुटुंबांची हुकमत - टाटा, बिर्ला, दालमिया. प्रामुख्याने सर्व व्यवहार मूठभर जमीनदार व भांडवलदार यांच्याच हातात. त्यांच्यावर राज्य करणाऱ्या साम्राज्यवाद्यांनी देशाच्या औद्योगिकीकरणासाठी कसलीच खटपट केली नव्हती. त्यामुळे निर्यात करता येण्यासारख्या वस्तू चारच - ज्यूट, चहा, कापूस व तंबाखू. बरीचशी यंत्रसामग्री परदेशातून आयात व्हायची. भारतात होणारा विजेचा वापर अतिशय कमी-अमेरिकेच्या अर्धा टक्का. जगातील एक दशांश लोखंड सापडणाऱ्या भूगर्भातून वर्षाला फक्त दहा लाख टनाच्या आसपास पोलाद निर्माण होत असे. अडतीसशे मैलांची किनारपट्टी असूनही लोकसंख्येच्या प्रमाणात दरडोई दरवर्षी एक पौंडही मासळी वाट्याला येत नव्हती. वास्तविक या सगळ्या दुर्दशेचे खापर त्याच्या वसाहतवादी राजकर्त्यांच्याच डोक्यावर फुटणे शक्य असतानाही त्या दिवशी त्या सभागृहात

एकत्र आलेल्या त्या स्त्री-पुरुषांच्या मनात इंग्रज राज्यकर्त्यांविषयी द्वेषाची किंवा विषादाची भावना निर्माण झालेली नव्हती. हा एक त्या देशाचा स्वभावविशेषच म्हणावा लागेल. असल्या उदासवाण्या विचारांना तेथे थारा नव्हता. तेथे होती एक भोळी आशा की सत्तांतर झाल्यावर आपल्या मायभूमीचे कष्टदायक दिवस सरतील, डोक्यावरचे ओझे हलके होईल.

आपल्या राज्यकर्त्यांचे हे ओझे उचलण्याचे भाग्य असलेला तो माणूस सभागृहाला उद्देशून चार शब्द सांगण्यासाठी उभा राहिला. लाहोरहून आलेल्या दूरध्वनिसंदेशाने विचलित झालेल्या नेहरूंना आपले भाषण लिहून काढण्यास वेळ नव्हता मिळाला. त्यामुळे आता ते उत्स्फूर्त, अंत:करणास जे जाणवेल ते बोलणार होते. त्यांनी सुरुवात केली—

"अनेक वर्षांपूर्वी आपण नियतीशी एक करार केला होता. आज त्याची पूर्ती सर्वांशाने नसली, तरी बहुतांशाने- करत आहोत आपण. मध्यरात्रीचा टोला पडताच, सारे जग शांत झोपलेले असताना, भारत स्वातंत्र्याच्या नव्या युगात नवा जन्म घेत आहे..." एकापेक्षा एक सरस अशी शब्दयोजना नेहरूंच्या ओठातून आकार घेत होती. त्यांचे शब्द लोकांना ऐकू येत असले तरी त्यांचे मन मात्र लाहोरच्या ज्वालांनी होरपळत होते. आपण काय बोलत आहोत याचे आपणाला भानच नव्हते, असे आपल्या भगिनीजवळ नेहरू नंतर म्हणाले. समारोप करताना नेहरूंनी सांगितले, "आज आपल्या दुर्दैवाची अखेर होत आहे. पुन्हा एकदा नव्या भारताचा शोध देश घेत आहे. ही वेळ क्षुद्र व विघातक टीकेला मूठमाती देण्याची आहे, एकमेकांविषयी दुष्ट हेतू किंवा दोष ठेवण्याची नाही. आपल्याला स्वतंत्र भारताचा एक उत्तुंग असा प्रासाद उभारायचा आहे, ज्यामध्ये या देशाची लेकरे सुखाने नांदतील." बरोबर बाराच्या ठोक्याला नेहरूंनी सर्वांना उत्थापित होण्याची सूचना देऊन भारत व भारतीय जनता यांच्या सेवेस वाहून घेण्याची प्रतिज्ञा घेण्याचा आदेश दिला. बाहेरच्या बाजूस पावसाच्या सरी सभागृहाच्या आसपास गर्दी केलेल्या हजारोंना भिजवून चिंब करत होत्या. मध्येच ढगांचा गडगडाटही कानावर पडत होता. येत्या क्षणाची विस्मयाने वाट पाहणाऱ्या सर्वांना त्याची बिलकूल क्षिती नव्हती.

सभागृहातील घड्याळाचे काटे बाराच्या आकड्यावर सरकले. सभागृहात आसनस्थ असलेल्या प्रतिनिधींच्या माना त्या अद्वितीय क्षणाची प्रतीक्षा करताना लवल्या होत्या. त्यांची मने शांतपणे चिंतन करण्यात गढली होती. त्यांचे कान घड्याळाच्या टोल्याकडेच लागले होते. सगळीकडे शांत, शांत झाले. घड्याळाचे काटे बारावर स्थिरावले. घणऽ घणऽ घणऽ नाद घुमू लागला. बसलेल्यांपैकी एकही जण हलला नाही. दहाऽ अकराऽ बाराऽऽऽ...! दिवस संपला. चौदा ऑगस्ट संपला. त्याबरोबरच एका युगाची समाप्ती झाली. बाराच्या ठोक्याचा नाद घुमत असतानाच सज्जात उभ्या

राहिलेल्या वादकाने नव्या राष्ट्राच्या उदयाची ललकारी दिली. जगाच्या दृष्टीने एका कालखंडांची ती अखेर होती.

त्या कालखंडाचा आरंभ झाला होता १४९२ मध्ये. त्या काळी ख्रिस्तोफर कोलंबसने आपले जहाज हाकारले हिंदुस्थानच्या शोधार्थ आणि तो पोहोचला मात्र अमेरिकेला. त्या शोधाची सावली साडेचारशे वर्षांच्या मानवी इतिहासावर पडत गेली. युरोपीय शासकांकडून झालेल्या गौरेतर जनसामान्यांच्या आर्थिक, धार्मिक व शारीरिक शोषणात त्याचे पर्यवसान झाले. वसाहतवाद्यांच्या कारस्थानाला अनेक जातीजमाती बळी पडल्या. युरोपीयन राजसत्तांपैकी रोम, बॅबिलोन, कार्थेज व ग्रीस यांच्या तुलनेने विस्तार, लोकसंख्या व प्रतिष्ठा या सर्वांच्या बाबतीत वरचढ ठरणारे एक साम्राज्य ब्रिटिशांनी स्थापन केले. त्यांच्या कब्जातून आज एक उपखंड स्वतंत्र झाला. साम्राज्यमुकुटातील हा कोहिनूर गळून पडल्यानंतर इतर छोटीमोठी रत्ने किती काळ टिकणार? भारतीय स्वातंत्र्याच्या निमित्ताने मानवाच्या मुक्तिगाथेचा नवा अध्याय सुरू झाला. कालप्रवाहाच्या या लाटेला थोपवण्याची ताकद वसाहतवाल्यांपाशी शिल्लक नव्हती. त्या दिवशी ललकारलेल्या त्या ध्वनीत जगाच्या युद्धोत्तर इतिहासाची नांदी उमटत होती.

आता पाऊस थांबला होता. बाहेरच्या जमावात आनंदाची लहर उसळली. सभागृहातून बाहेर पडलेल्या नेहरूंच्या दिशेने हजारो लोक धावले; त्यांना आनंदतिशयाने आलिंगन देण्याची अहमहमिका बाळगून. भोवतालचे काही मोजके पोलीस त्यांना आवर घालण्याचे प्रयत्न करत होते. नेहरूंच्या चेहऱ्यावर आनंदाने नवा फुलोरा उमलला होता. आपल्या शेजारी उभ्या असलेल्या एका सहकाऱ्याला ते म्हणाले - "बरोबर दहा वर्षे झाली त्या प्रसंगाला. मी लंडनमध्ये होतो त्यावेळी. लॉर्ड लिन्‌लिथ्‌गो हिंदुस्थानचे व्हाईसरॉय होते. माझी व त्यांची चांगलीच जुंपली. मी इतका संतापलो होतो की बस्स! त्यांच्यावर ओरडत मी त्यांना म्हणालो - "जर दहा वर्षांत आम्ही स्वातंत्र्य मिळवले नाही, तर आम्ही नालायक ठरू." त्यावर लिन्‌लिथ्‌गो उत्तरले - "छे, ते जमणार नाही तुम्हाला, मिस्टर नेहरू! निदान मी जिवंत असेपर्यंत तरी अशक्यच. तुम्ही जिवंत असेपर्यंत देखील नाही!" हा किस्सा सांगून नेहरू खळाळून हसले.

तो भव्य आणि अपराधी डोलारा - ब्रिटिश राज्य - आता कोसळलेला होता. स्वतंत्र देशातील नागरिकांना नवा उत्साह आला. मुंबईतील 'बॉंबे याट क्लब' वर 'बंद' चा फलक लटकला. येथून पुढे त्या इमारतीचा उपयोग भारतीय आरमाराच्या कॅडेट्‌सचे जेवणघर म्हणून होणार होता. कलकत्त्याच्या अतिउत्साही नागरिकांनी क्लाईव्ह रोडचा नामफलक तोडून काढून त्याचे सुभाष मार्ग असे नामकरणही करून टाकले. सिमल्याच्या माल मार्गावर मध्यरात्रीच्या ठोक्यावर हजारो स्त्री-पुरुष आपल्या नेहमीच्या पोशाखात नाचू लागले. कलकत्ता, मुंबई या महानगरातील ज्या ज्या उपाहारगृहात हिंदी लोकांना मज्जाव होता तेथे तेथे लोकांनी धुमाकूळ घातला.

जग शांत झोपलेले! । १९१

दिल्लीत सगळीकडे रोशणाई केलेली होती. सगळीकडे झगमगाट करणारे रंगीबेरंगी दिवे चमचमत होते. लाल किल्ला, बिर्ला मंदिर, कॅनॉट सर्कल सगळीकडे आतशबाजी चालू होती. लोक रस्त्यावर नाचत, गात एकमेकांचे अभिनंदन करत हिंडताना दिसत होते. इंपीरियल हॉटेलच्या बारमध्ये चिक्कार गर्दी झाली. मध्यरात्रीस त्यांच्यापैकी एक जण बारच्या काऊंटरवर चढला आणि जमलेल्या लोकांना त्याने आपल्याबरोबर राष्ट्रगीत म्हणायला सांगितले. पण आश्चर्याची गोष्ट ही की, त्यांच्यापैकी बहुतेकांना आपल्या नव्या राष्ट्रगीताचे शब्दच आठवेनात. बिचारे खजील झाले पार! जुन्या दिल्लीतील मेडन हॉटेलमध्ये एक सुंदर हिंदी युवती नृत्य करत टेबलाटेबलाजवळ फिरून प्रत्येकाला आपल्या लिपस्टिकने तिलक लावत होती. कॅनाट सर्कलजवळच्या बागेतील छायेत कर्तारसिंग नावाच्या एका पत्रकाराने स्वातंत्र्याची ती मध्यरात्र आपली प्रेयसी - आयेशा अली - हिचे पहिलेवहिले चुंबन घेऊन साजरी केली. काही दिवसांपूर्वीच त्या वैद्यकीय कॉलेजविद्यार्थिनीशी त्याचे प्रेमसंबंध जुळले होते. त्यांचे आलिंगन अशुभ क्षणाला सुरू होणाऱ्या एका प्रेमकथेची सुरुवात होती. कारण त्या वेळी उत्तर भारतातील एका महासंहाराला सुरुवात होत होती. कर्तारसिंग दुग्गल हा शीख व आयेशा अली ही मुसलमान होती.

इकडे स्वातंत्र्यजन्माचा सोहळा चालू असला तरी जुन्या दिल्लीतील काही वस्त्यांतून मुसलमान मोहल्ल्यातून - एक कुजबूज ऐकू येतच होती. 'पाकिस्तान हक्काने मिळवले, आता हिंदुस्थान हिसकावून घेऊ!' त्या दिवशी सकाळी दिल्लीतील एका मशिदीत आपल्या बांधवांसमोर बोलताना एका मौलवीने सांगितले - "गेली अनेक शतके आपण दिल्लीच्या सिंहासनावर बसलो होतो. अल्लाच्या कृपेने पुन्हा तो दिवस उजाडेल." मधल्या काही दिवसांत पंजाबहून येणाऱ्या हिंदू व शीख निर्वासितांच्या तांड्यांनी दिल्लीत तात्पुरता मुक्काम ठोकला होता. आपल्या संतापाला वाट मोकळी करून द्यायला मुसलमान मोहल्ले तयार होतेच त्यांच्यासाठी. तशी हवाही निर्माण झालेली होती.

माऊन्टबॅटन यांच्या सुधारित योजनेचे रचनाकार श्री. व्ही. पी. मेनन आपल्या कन्येसमवेत बैठकीच्या खोलीत बसून होते. जेव्हा जमावाचा जयजयकार त्यांच्या कानावर पडला तेव्हा मेनन यांची कन्या हर्षभराने नाचूबागडू लागली. पण तिचे वडील मात्र आपल्या खुर्चीतच बसून राहिले - खिन्न मनाने, उदासवाण्या चहऱ्याने. त्यांनी एक खोल सुस्कारा टाकला- "आता सुरुवात होईल दुस्सह स्वप्नांना!" ते उद्गारले.

उपखंडाच्या पलीकडे चौदा ऑगस्टच्या मध्यरात्री एका चोवीस तास चालणाऱ्या मेजवानीस आरंभ झाला. खैबरखिंडीच्या लांडी कोटाल किल्ल्यावर एक आख्खे बकरे भाजण्याचे काम चालू होते. परस्परांचे परंपरागत वैरी असलेले खैबर रायफल्सचे अधिकारी व सैनिक आणि पठाण टोळीवाले यांनी ती आयोजित केली होती. कॅप्टन

केनेथ डान्स सन्माननीय पाहुणे होते समारंभाचे. मध्यरात्रीचा ठोका पडताच उसळून उठलेल्या पठाण टोळीवाल्यांनी 'खैबर हमारा है' अशा घोषणा देत बंदुकीच्या फैरींनी मध्यरात्रीच्या नीरवतेचा भंग केला.

कानपुरात युरोपियन व हिंदी लोकांनी परस्परांना प्रेमभराने मिठ्या मारल्या. अहमदाबादेत १९४२ च्या चळवळीत ध्वजारोहण करण्याच्या आरोपावरून कारावासाची शिक्षा झालेल्या एका तरुण शिक्षकाच्या हस्ते टाऊन हॉलवर तिरंगा फडकवण्यात आला.

लखनौ रेसिडेन्सीच्या मध्यरात्रीच्या ध्वजारोहण समारंभाला अनेकांना आमंत्रणे गेली. आमंत्रण पत्रिकेत 'राष्ट्रीय पोशाख' घालून येण्याची सूचना होती - 'धोतरेही चालतील' असे सुचवले होते. चौदा वर्षे सनदी नोकरीत घालवलेले राजेश्वर दयाळ थक्कच झाले ती पत्रिका वाचून. त्यांच्याजवळ धोतर नव्हतेच स्वत:चे. त्या स्वागत समारंभात शिस्त अशी नव्हतीच. दरवाजा उघडण्याचा अवकाश, टेबलावर मांडलेल्या मिठाईचा फन्ना उडवला आत घुसलेल्या बायकापोरांनी. भारताचा राष्ट्रध्वज आपली मानाची जागा घेण्यासाठी वर सरकत निघाला असता राजेश्वर दयाळांच्या मनात एक विचार येऊन गेला. त्यांच्या चौदा वर्षांच्या चाकरीत त्यांना अनेक ब्रिटिश सहकारी लाभले होते. पण खेदाची गोष्ट ही की त्यांच्यापैकी एकही जण त्यांचा 'मित्र' बनू शकला नव्हता. हिंदुस्थानावर ब्रिटिशांनी ज्या पद्धतीने राज्य केले त्याची कल्पना राजेश्वर दयाळांच्या या अनुभवातून प्रकर्षाने जाणवत होती.

मद्रास, बंगलोर, पाटणा आदी हजारो नगरात, गावात, खेड्यात लोकांनी मंदिरात जाऊन देवाच्या चरणी फुले वाहून ती मध्यरात्र साजरी केली. पण खऱ्या अर्थाने सोहळ्याचा थाट पाहायला मिळाला मुंबईच्या महानगरात. मुंबईने स्वातंत्र्याच्या अनेक लढ्यांत, हरताळांत, संपांत सक्रिय भाग घेतला होता. त्यामुळे अख्ख्या मुंबईने स्वातंत्र्याची ही मध्यरात्र बेहोषीत घालवली. मरीन ड्राईव्हवरील आलिशान प्रासादापासून ते परळमधील गरीब वस्त्यांत, मलबार हिलवरील मोठमोठ्या व्हिलांपासून ते चोरबाजारातील चाळींपर्यंत सगळीकडे दिव्यांची मनमोहक आरास मांडलेली होती. वास्तविक समय होता मध्यरात्रीचा, पण वातावरण होते मध्यान्हीचे. ती एक नवी दीपावली, नवा ईद, एक नववर्षारंभाचा दिवस - या उत्सवप्रिय देशातील सगळे क्षण एकवटून साजरे होत आहेत असे भासले. ते योग्यच होते. कारण दिन होता स्वातंत्र्योत्सवाचा...!

संस्थानांच्या हद्दीत मेजवान्या व खाने यांना जोर चढला होता. मात्र त्यांना स्वातंत्र्यप्राप्तीच्या आनंदाचे अस्तर नव्हते. मुख्यत: निरोप समारंभच होते ते. कारण, त्या दिवसापासून संस्थानिकांच्याही सत्तेचा अस्त होत होता. त्यांच्यापैकी काहींना तो शोकदिन वाटल्यास नवल नव्हते. त्या दिवशी अनेक महाराजांनी आपल्या ब्रिटिश रेसिडेंटसाहेबांना समारंभपूर्वक निरोप दिला. पुष्कळांची अंत:करणे सत्तासमाप्तीमुळे

फाटून गेल्याने वातावरण उदासच होते सगळीकडे.

काहींच्या वाट्याला हर्ष तर काहींच्या दु:ख. शिवाय तिसरा एक प्रकारही होता. काहींच्या नशिबात साथ द्यायची होती भीषणतेला, साक्षी व्हायचे होते अत्याचारी दृश्यांना. फ्रंटिअर पोलीस रायफल्सच्या लेफ्टनंट कर्नल जे. टी. सातारवाला या पार्शी अधिकाऱ्याला आपल्यासमोरचे भयानक दृश्य पाहून भोवळ आली. वास्तविक युद्धआघाडीवर काम करून त्यांचे डोळे सरावले होते तरी. घडले असे : क्वेटा शहरातील एका संपूर्ण हिंदू कुटुंबाची खांडोळी करून टाकलेली होती. विशेष भयानक म्हणजे ज्या मुसलमान कुटुंबाने त्यांना आश्रय दिला त्यांचीही गय करण्यात आली नव्हती. दोन्ही कुटुंबाची धूळधाण करून अखेरीस त्यांच्या घराचीही होळी पेटवून दिली दंगलखोरांनी.

त्या उपखंडातील सर्वांत रगेल व रंगेल शहर म्हणून लाहोर ओळखण्यात यावे. आज त्या ठिकाणी उद्ध्वस्ततेचेच साम्राज्य पसरले होते. कॅप्टन रॉबर्ट ॲटकिन्सच्या गुरखा पलटणीने तेथे जे पाहिले त्याला तुलना नव्हती. माणसाच्या क्रौर्याची हद्दच तेथे आढळावी. त्याच्या छावणीभोवती पोरे छातीशी आवळून धरलेल्या असहाय मातांचा आक्रोश ऐकू आला त्यांना. संरक्षणाची भीक मागत होत्या त्या. हजारो हिंदु-शिखांना कोंडीत पकडून कत्तल चालवली होती मुसलमान माथेफिरूंनी. एका जमावाने शिखांच्या गुरुद्वाराला आग लावून दिली व आत जिवंत जळणाऱ्या दुर्दैवी जिवांच्या किंकाळ्या ऐकून टाळ्या पिटल्या. क्रौर्याची परिसीमाच होती ती.

या साऱ्या हिंसाचाराला अपवाद होता केवळ कलकत्त्याचा. वास्तविक, तेथेच हिंसाचाराचा प्रचंड उद्रेक, भडका उडायचा, पण तोंडात बोटे घालून पहावे एवढी शांतता तेथे पसरली होती. सूर्यास्ताच्या सुमारास हिंदु-मुसलमानांची एक सामूहिक मिरवणूक प्रमुख रस्त्यांवरून निघून महात्माजींच्या हैदरी हाऊसकडे गेली. त्यामुळे वातावरणात फरक झाला. केलढंगा मार्गावरील म्हणा किंवा सियालदा स्टेशनच्या आसपासच्या हिंदू व मुसलमान गुंडांनी आपापली हत्यारे म्यान करून दिव्यांचे खांब, गॅलऱ्या तिरंगी ध्वजांनी नटवल्या होत्या. मशिदीतील शेख-मौलवींनी कालीमातेच्या भक्तांना प्रवेश दिला. मशिदी - मंदिरे परस्परांना खुली केली. चोवीस तासांपूर्वी परस्परांचे गळे चिरण्याचा विचार करणारे लोक एकमेकांच्या गळ्यात गळे घालून शुभचिंतन करू लागले. स्त्री-पुरुष, म्हातारे-मुले एकमेकांना मिठाई चारू लागले. कुमार बोस या बंगाली लेखकाला 'All Quiet on the Western Front' मधील वातावरण आठवले, ज्यात फ्रेंच व जर्मन सैनिक खंदकातून बाहेर पडतांना एकमेकांचे अभिनंदन करतानाचे वर्णन वाचायला मिळते.

देशभर चालू असलेल्या या जल्लोशाची व्हाईसरॉय भवनाला फिकीर नव्हती. तेथे जुन्या राजवटीची निदर्शक चिन्हे निखळून टाकण्याची गडबड सुरू होती.

माऊन्टबॅटन यांची सक्त ताकीद होती की, येथून पुढे व्हाईसरॉय भवनात येणाऱ्या भारताच्या स्वतंत्र नागरिकाच्या अस्मितेला धक्का देईल असे परकीय राजवटीचे प्रत्येक प्रतीक त्या जागेवरून नष्ट झालेच पाहिजे. नोकरांचा एक गट प्रत्येक खोलीत जाऊन तेथे कोरलेल्या 'व्हाईसरॉय हाऊस' या अक्षरावर 'गव्हर्नमेंट हाऊस' या शब्दांच्या पाट्या चिकटवत होता. दुसऱ्या एका गटाने दरबार हॉलमधील प्रचंड अशा व्हाईसरॉयच्या राजमुद्रेवर पडदा पसरून ती झाकून घेतली. फक्त व्हाईसरॉयच्या व्यक्तिगत वस्तूंवरील निशाण्या कायम राखण्यात आल्या.

त्यांचे हे काम चालू असतानाच डॉ. राजेन्द्र प्रसादांच्या नेतृत्वाखाली भारतीय घटना समितीचे एक शिष्टमंडळ व्हाईसरॉयांच्या भेटीस आले. शिष्टमंडळाने लॉर्ड माऊन्टबॅटनना स्वतंत्र भारताचे पहिले गव्हर्नर जनरलपद स्वीकारण्याची औपचारिक विनंती केली. त्या दिवशी त्यांना मिळणारा हा दुसरा बहुमान होता. त्याआधी थोड्या वेळापूर्वी त्यांना ब्रिटिश सरकारने - राजे सहावे जॉर्जनी - व्हायकाऊंटपदावरून अर्लपदावर बढती दिली होती. माऊन्टबॅटननी राजेन्द्र प्रसादांच्या या आमंत्रणाचा आनंदाने स्वीकार केला. एखाद्या भारतीयाच्याच निष्ठेने मी सर्वांची सेवा करीन, असे अभिवचन दिले. त्यानंतर जवाहरलाल नेहरूंनी माऊन्टबॅटन यांच्या हातात एक लिफाफा दिला. स्वतंत्र भारताच्या पहिल्या सरकारच्या सदस्यांची यादी त्यात होती. घटनेनुसार त्या यादीस गव्हर्नर जनरलांची मान्यता मिळणे आवश्यक होते.

त्यानंतर खुद्द माऊन्टबॅटन यांनी स्वत:च्या हातांनी पोर्टची एक मोठी बाटली काढून पाहुण्यांचे पेले भरले. सर्वांच्या हातातील पेले भरल्यानंतर त्यांनी आपला पेला उचलला व 'स्वतंत्र भारतास...' असे शब्द उच्चारले. एक घोट घेतल्यानंतर नेहरूंनी माऊन्टबॅटन यांच्या पेल्यास पेला लावून म्हटले- 'राजे सहावे जॉर्ज यांस!' त्यानंतर मंडळी पांगली.

झोपण्यापूर्वी माऊन्टबॅटननी नेहरूंकडून आलेला लिफाफा उघडला आणि त्यांना हास्याची एक प्रचंड उकळीच फुटली. त्या दिवशीच्या घाईगर्दीत स्वतंत्र भारताच्या पहिल्या वहिल्या मंत्रिमंडळातील सभासदांची नावे कागदावर उतरायला वेळच मिळाला नव्हता पंतप्रधान नेहरूंना! बिचारे नेहरू! त्या लिफाफ्यातील कागद अक्षरश: कोरा करकरीत होता!

लाहोरच्या विस्तीर्ण स्टेशनात अंधार पसरला होता. स्टेशनात उभ्या असलेल्या बॉम्बे एक्स्प्रेसच्या दिशेने काही युरोपियन अधिकारी चालले होते. ब्रिटिश प्रशासकांच्या पलटणीतील ते शेवटचे सैनिक होते. त्यांच्या कर्तृत्वाने पंजाबचे नाव उज्ज्वल केले होते. त्यांनी मागे ठेवलेले कालवे, राजमार्ग, रेल्वेमार्ग, पूल आता स्थानिक लोकांच्या हातात जाणार होते. आपल्या डब्याकडे निघालेल्या त्या अधिकाऱ्यांना

रेल्वेचे काही नोकर प्लॅटफॉर्म धूत असताना आढळले. काही तासांपूर्वीच त्या स्टेशनवर पळून जाणाऱ्या निरपराध हिंदूंची बेसुमार कत्तल झाली होती. निवृत्त पोलीस अधिकारी बिल रिच यांना एक चित्तथरारक, हृदयद्रावक दृश्य दिसले. एक पोर्टर एक हातगाडी ढकलत नेत होता. त्यावर प्रेतांचा ढीग रचलेला त्यांना दिसला. स्वत: रिचसाहेबाला पायात पडलेल्या एका प्रेतावरून उडी मारून डब्यात प्रवेश करावा लागला होता. आत गेल्यावर त्याला स्वत:चाच अचंबा वाटला. त्या छिन्नविछिन्न प्रेताकडे आपण इतक्या बेफिकीरीने का पाहिले याचे त्याला आश्चर्य वाटले. पंजाबातील त्या घटनांनी आपले मन किती कठीण केले आहे याची जाणीव होऊन वाईटही वाटले. गाडी स्टेशनातून हलली.

अमृतसरचे मुख्य पोलीस अधिकारी - रूल डीन - आपल्या डब्याच्या खिडकीतून बाहेर बघू लागले. त्यांच्या नजरेत विषण्णता होती. त्यांच्या संरक्षणाखाली असलेली अनेक गावे आगीच्या ज्वाळांनी वेढली होती. त्या ज्वाला क्षितिज झाकोळून टाकत होत्या. त्यांच्या पार्श्वभूमीवर धुमाकूळ घालत असलेल्या शीख दंगलखोरांच्या आकृती त्यांना दिसल्या— आपण लावलेल्या आगीभोवती पिंगा घालणाऱ्या. त्यांचे अंत:करण हेलावून गेले. 'हा देश सोडून जाताना आपण चूक करत आहोत. एक विशिष्ट दर्जा ठेवून निघून जायला हवं होतं आपण! आम्ही निघालो आहोत, अंदाधुंदीला रान मोकळं ठेवून!' त्यांच्या मनात विचार आला. दिल्ली जवळ आल्यावर गाडीला जेवणाचा डबा जोडण्यात आला. तेथील थाटमाट पाहून डीनसाहेब वेगळ्याच जगात निघून गेले एकदम. (इंग्लंडला पोचल्यानंतर त्यांच्यावर दारीदारी फिरून प्लॅस्टिकच्या वस्तू विकण्याची वेळ आली; वेल्विन गार्डन सिटीमध्ये आजही दिसतात ते.)

'१५१, बेलियाघाट' रस्त्यावरच्या उद्ध्वस्त इमारतीत सारे शांत होते. तिच्या प्रवेशद्वारात काही हिंदू व मुसलमान स्वयंसेवक पहारा करत होते. हैदरी हाऊसच्या एखाद्या फुटक्या खिडकीत एखादा दिवा, एखादी मेणबत्ती मिणमिणताना दिसत होती. त्या महान मध्यरात्रीच्या निमित्ताने तेथे वास्तव्य करत असणाऱ्या स्त्री-पुरुषांच्या दिनचर्येत कसलाच फरक पडला नव्हता. त्यांच्या सामूहिक शयनगृहात गवताच्या चटयांवर शांतपणे पसरली होती ती सारी. अशाच एका चटईवर पहुडली होती ती सर्वपरिचित आकृती. जवळच नीट मांडून ठेवलेल्या लाकडी खडावा, भगवद्गीतेचे पुस्तक, दाताची कवळी आणि पोलादी फ्रेमचा चश्मा. त्या मोहमयी मध्यरात्रीच्या आवर्तनाची जाणीव देण्यासाठी घणाणणाऱ्या घड्याळांनी भारताला नवी जाग आणली असूनही हैदरी हाऊसमधील मोहनदास करमचंद गांधी मात्र गाढ झोपी गेले होते.

●

॥ शतकानंतर आज पाहिली
पहिली रम्य पहाट

बनारस, १५ ऑगस्ट १९४७. पहाटेच्या पहिल्या-वहिल्या किरणशलाकांनी गंगामाईच्या पृष्ठभागावर साठलेल्या धुक्याच्या ढगांना हुसकावून लावायला सुरुवात केली. भारताला अनादिकालापासून मातृस्थानी असलेली ही महान, पवित्र नदी पुण्यभूमीचे स्थान भूषवत होते. १५ ऑगस्ट १९४७ या ऐतिहासिक महत्त्वाच्या दिवशी तिच्या तीरावर एकत्र येऊन या नवोदित राष्ट्रबालकासाठी परमेश्वराकडे भावी शुभकालाची आण भाकण्यास हजारोंच्या संख्येने लोक जमणे स्वाभाविकच नव्हते का? बनारसला त्या दृष्टीने विशेष महत्त्व होते. इतिहासकालाच्या प्रारंभापासून लोक त्याच्या घाटावर पुण्यस्नान करण्यासाठी येत असत. आजही प्रत्येक जण हातात एक कापराच्या तेलाचा दिवा व फुले घेऊन सज्ज होता. कंबरभर पाण्यात उभे राहिलेल्या सर्वांचे डोळे पूर्वेकडे लागले होते, साक्षात विष्णूचा अवतार मानलेल्या रविराजाकडे! सूर्यनारायणाचे दर्शन होताक्षणीच त्यांनी मोठ्या भक्तिभावाने आपल्या हातातील फुले व दिवा गंगामाईच्या प्रवाहात सोडून दिला.

तिकडे शहरातील त्या प्रमुख सुवर्णमंदिरात पंडित भवानीशंकरांनी गाभाऱ्यात पहिले पाऊल टाकले. तो मान त्यांचा होता. त्या वृद्ध पुजाऱ्याचे मन आनंदाने भरून आले होते. आपल्या या देवालयात त्यांनी अनेक हिंदी राष्ट्रवाद्यांना आसरा देऊन ब्रिटिश गुप्तचरांच्या धरपकडीतून वाचवले होते. हातात चंदनाचा गंध व पवित्र

गंगोदकाचा कलश घेऊन पंडितजी गाभाऱ्यात शिरले. मुसलमान टोळीवाल्यांपासून बचावून ठेवलेल्या शिवलिंगासमोर उभे राहून त्यांनी आधुनिक भारताच्या वतीने परमेश्वरास हात जोडून त्याच्याविषयी कृतज्ञता व्यक्त केली.

रात्रीचे दोन वाजले. बेलिघाटा रस्त्यावरील हैदरी हाऊसच्या खिडकीत मेणबत्ती लुकलुकताना दिसली. वास्तविक गांधी नेहमी तीनला जागे व्हायचे. आज ते एक तास आधीच जागे झाले. साऱ्या जगाला विस्मयकारक वाटणाऱ्या भारतीय स्वातंत्र्यलढ्याचे यशस्वी नेतृत्व करणाऱ्या त्या वयोवृद्ध नेत्याच्या अंत:करणातील भावनांचे प्रतीक होती ती मेणबत्ती. शांतपणे तेवणारी. कसलाही झगमगाट नसणारी. पण आजच्या या शुभघडीला गांधींचे मन उदास होते. भारताच्या पुढ्यात वाढून ठेवलेल्या भीषणतेच्या कल्पनेने त्यांचे अंत:करण विदीर्ण झाले होते. आदल्या सायंकाळीच त्यांनी आपल्या एका मित्राला लिहिले होते - 'मी अंधारात चाचपडत आहे. खरोखरच, मी देशाला कोणत्या मार्गावर आणून सोडलंय?' अहिंसेच्या प्रेषिताच्या मनातील संभ्रमाला उत्तरच नव्हते सापडत. उरलेल्या वेळात महात्माजी त्यांच्या प्रिय ग्रंथाचे - भगवद्गीतेचे- पठण करू लागले; त्रासलेल्या मनाला विसावा मिळावा म्हणून. त्यानंतर गांधींच्या दिनक्रमास आरंभ झाला. त्यांच्या लेखी पंधरा ऑगस्टचा हा स्वातंत्र्य शुभदिन केवळ एक 'शोकदिन' होता. गीतेच्या पहिल्या अध्यायात अर्जुनाने विचारलेले प्रश्न गांधी स्वत:ला विचारू लागले.

दिल्लीजवळच्या छत्तरपूर खेड्यातील बावन्न वर्षांचा तो म्हातारा ब्राह्मण शेतकरी- रणजितलाल - आपल्या चारपाईवरून उठून बसला. शेजारच्या खोलीत त्याच्या बायकोने जात्यावर दळण घातले होते. रणजितलालने तोंडातल्या तोंडात विष्णु सहस्र नामाचा जप केला. जवळच्याच उघड्या शेतात जाऊन प्रातर्विधी पार पाडले. छत्तरपूरच्या तीन हजार खेडुतांच्या आयुष्याचे दिनचक्र सुरू झाले. भारतीय स्वातंत्र्याची उगवती पहाट त्यांना विशेष वेगळी वाटणार नव्हती. कारण दीडशे वर्षांच्या पारतंत्र्यकालात त्यांना वर्षातून एकदाच आपल्या गोऱ्या मालकाचे दर्शन व्हायचे. जमीनमहसूल गोळा करण्याकरता जिल्हाधिकारी गावात येऊन गेला की संपले. मात्र त्या दिवशी छत्तरपूरचे गावकरी उत्तरेस वीसेक मैलांवर असलेल्या राजधानीतील स्वातंत्र्यसोहळ्यात भाग घेण्याचे ठरवून बसले होते. त्यांच्यापैकी अनेक जण कदाचित प्रथमच गावाबाहेर पडणार होते, म्हटले तरी चालेल. स्वत: रणजितलालची ही बावन्न वर्षांतील फक्त दुसरी खेप होती. आपल्या थोरल्या मुलीला सोन्याच्या बांगड्या घेण्यासाठी गेला होता तो पहिल्यांदा दिल्लीला. आज सगळे चाललेत म्हणून तोही निघाला.

नवी दिल्ली, १५ ऑगस्ट १९४७. 'उगवली रम्य पहाट स्वातंत्र्याची...!' चोहोबाजूंनी माणसांचे लोंढ्यामागून लोंढे नुसते ओतत होते. बैलगाड्या, टांगे, घोडे, गाढवे, ट्रक्स, सायकली, मिळेल त्या वाहनांनी जनसागराच्या लाटांमागून लाटा आदळत होत्या दिल्लीतटी. काही लोक पायीही निघालेले; नुसते धावतपळत. नाना रंगांचे वेश, नाना रंगी पागोटी पेहेनलेले. पुरुषांच्या जोडीला बावरलेल्या बायका पोरांना कडेवर घेऊन चाललेल्या. सगळे जण मारे नटूनथटून आले होते. तेवढ्या वेळापुरते जात, धर्म, शीख, मुसलमान, पार्शी, अँग्लोइंडियन सगळे परस्परांशी हसतखिदळत जाताना दिसत होते. काही जणांच्या डोळ्यांतून आनंदाश्रूही ओघळत होते भावनावेगाने.

रणजितलालने चार आणे देऊन एक टांगा घेतला भाड्याने. त्यात तो स्वत:, बायको व त्याची सात पोरे बसली आणि स्वाऱ्या निघाल्या दिल्लीला. त्याच्या अवतीभोवतीचे लोक एकमेकांना सांगत होते - 'ब्रिटिश निघाले देश सोडून. नवा झेंडा फडकवणार आहेत. आपण स्वतंत्र झालो आहोत!'

चांदीच्या तुतारीतून निघालेली ललकारी आसमंत भेदून गेली. स्वातंत्र्यदिनाचा पहिला शासकीय समारंभ सुरू झाला. नव्याने निर्माण झालेल्या स्वायत्त भारताच्या पहिल्या गव्हर्नर जनरलांचा शपथविधी. वसाहतवादाला मूठमाती मिळत असतानाच त्याच वसाहतवाल्यांपैकी एक जण नव्या स्वतंत्र राष्ट्राच्या सर्वोच्चपदी विराजमान होणे ही घटना जगाच्या इतिहासात एकमेव होती. लुई माऊन्टबॅटन यांच्या आयुष्यातला तो दिवस 'अद्वितीय व प्रेरक' ठरावा यात विशेष ते काय! एका हाताने आपल्या पणजीच्या- व्हिक्टोरिया राणीच्या - साम्राज्यावर उदक सोडताना दुसऱ्या हाताने त्याच नवराष्ट्राची सूत्रे स्वीकारायची हा योगच अदभुत! त्या समारंभाची तपशीलवार आखणी खुद्द माऊन्टबॅटननीच केली होती. दिमाखात, थाटमाटात कोठेही न्यून राहणार नाही याची खबरदारी स्वत: घेतली होती. शक्य तेवढा डौल, शक्य तेवढा रुबाब येईल अशी व्यवस्था केली होती. त्यांना स्वत:ला या सगळ्याची हौस होती म्हणूनच अर्थात. पाच महिन्यांपूर्वी ज्या केशरी सिंहासनावर व्हाईसरॉय म्हणून ते आरूढ झाले त्याच सिंहासनावर ते गव्हर्नर जनरल म्हणून बसणार होते. आसन तेच, आसनस्थ तोच. फरक फक्त बिरुदात! त्यांच्या डाव्या-उजव्या बाजूला भारताचे नवे 'धनी' उभे होते एका रांगेत. नेहरू सुती जोधपुरी व लिननच्या जाकिटात. वल्लभभाई नेहमीच्या धोतरात. बाकी सगळे खादी टोप्या घालून. सिंहासनावर बसताना माऊन्टबॅटन यांच्या मनात एक गमतीचा विचार येऊन गेला. आपल्यासमोर उभ्या असलेल्या भारताच्या या नव्या शासकांच्या बाबतीत एक साधर्म्य होते. त्यांच्यापैकी प्रत्येकाने ब्रिटिशांच्या तुरुंगवासाचा भोग सोसलेला होता. आपल्या भूतकालीन 'सरकारी पाहुण्यांसमोर' त्यांनी आपला उजवा हात उंचावून नव्या

भारताशी एकनिष्ठ राहण्याची शपथ घेतली. त्यानंतर, नेहरू व त्यांचे सहकारी मंत्री यांचा शपथविधी पार पडला. बाहेर एकवीस तोफांची सलामी झडली. सभागृहाच्या प्रवेशद्वारात सुवर्णरथ सज्ज होता, पन्नास वर्षांपूर्वी लंडनच्या मेसर्स पार्कर आणि कंपनीकडून पंचम जॉर्ज व त्यांची महाराणी मेरी यांच्या हिंदुस्थान भेटीसाठी खास बनवून घेतलेला. त्याच्या अग्रभागी गुडघ्यापर्यंत चकचकीत काळे बूट, पांढऱ्या सफेद तुमानी, पांढरेशुभ्र कोट, लालभडक जरीचे पट्टे कंबरेभोवती आवळलेले असे सहा अश्वारूढ अंगरक्षक. व्हाईसरॉय भवनाच्या मार्गावरून मिरवणूक निघाली. व्हाईसरॉयांच्या दिमतीला असणाऱ्या सर्व सैनिकी पथकांनी दिलेली मानवंदना स्वीकारून माऊन्टबॅटन राजमार्गावर आले. तेथे जमलेल्या हर्षभरित पण बेशिस्त व बेलगाम गर्दीने त्यांना वेढून टाकले आणि सगळ्या बेतशीर योजना विस्कटून टाकल्या. सगळे अंदाज पार धुळीस मिळाले.

या धुमाकुळात आपला तो दोस्त कर्तारसिंग दुग्गल - स्वातंत्र्यप्राप्तीचे शिक्कामोर्तब आपल्या मुस्लिम प्रेयसीच्या ओठावर करणारा शीख भाईजान - सापडला. आपल्याभोवतालच्या शृंखला गळून पडताहेत असे त्याला वाटले. त्याच वेळी त्याला हेही आठवले की लहानपणी एका इंग्रज पोराने त्याला वाटेतून ढकलून दिले होते. 'आता तसे कोणी करू शकणार नाही मला! मी स्वतंत्र आहे.' आता त्या गर्दीत कोणी राव नव्हता, रंक नव्हता, स्पृश्य नाही, अस्पृश्य नाही. सर्व जण गळ्यात गळा घालून सांगत होते परस्परांना, 'हम आझाद हुये!' दिल्लीच्या लष्करी अधिकाऱ्यांच्या भोजनगृहावर स्वतंत्र भारताचा ध्वज फडकताना बघून एका भारतीय सेनाधिकाऱ्याच्या मनात आले 'आता आपण परकीयांच्या हाताखालचे बाहुले नाही. आमचे वरिष्ठ अधिकारी आता आपले देशबांधवच असतील.' कित्येक सामान्य साध्याभोळ्या भारतीयांना 'स्वातंत्र्य' हा शब्द अलिबाबाच्या 'तिळा उघड' या परवलीच्या शब्दासारखा वाटला असावा. छत्तरपूरचा रणजितलाल आपल्या मुलांना ग्वाही देऊ लागला. "आपला देश स्वतंत्र झाला. आता आपल्याला भरपूर खायला मिळणार हं!" स्वातंत्र्य मिळाले याचा अर्थ आता आपल्याला बसचे भाडे भरावे लागणार नाही असा लावून अनेकांनी फुकट प्रवास करण्याची मजा लुटली. असाच एक भिकारी समारंभस्थळी विदेशी राजनैतिक पाहुण्यांकरता राखून ठेवलेल्या जागेवर जाऊन बसताना एका पोलिसाने त्याला हटकले. "आपली आमंत्रणपत्रिका?" अशी पृच्छा त्याला केली. तर त्यावर तो म्हणतो कसा - "आमंत्रण? हॅट्. आज आमंत्रणाची आवश्यकता कशाला? आज मी मुक्त आहे. हेच आमंत्रण मानायचं!"

सामान्य लोकांच्या या उत्साहाला काही ठिकाणी अतिरेकाचेही स्वरूप आले. त्या दिवशी सकाळी आठच्या सुमारास कलकत्त्याच्या झोपडपट्टीवासीयांची एक टोळी थेट गव्हर्नर हाऊसवर चालून गेली. शेवटचे ब्रिटिश राज्यपाल सर फ्रेड्रिक

बरोज व त्यांची पत्नी भवनाच्या एका कोपऱ्यात नाष्टा करत होते. ही माणसे थेट त्यांच्या शयनगृहात घुसली. ज्या माणसांना एखादा तरटाच्या किंवा करकरणाऱ्या बाजेवर झोपणे माहिती, ती गव्हर्नरसाहेबांच्या मऊमऊ गादीवर एखाद्या लहान मुलाप्रमाणे गडबडा लोळू लागली, नाचू लागली. एका तासापूर्वी गव्हर्नरांची पत्नी त्यावर सुखेनैव निद्रा घेत होती बिचारी. इतर भागांत काही महाभाग आपल्या हातातील छत्र्यांनी तेथे लटकलेल्या पूर्वीच्या राजकर्त्यांच्या तैलचित्रांची पोटे फाडून आपला आसुरी आनंद व्यक्त करत होते. त्या दिवशी कलकत्त्यातील ट्रामगाड्यांना तिकीट लागत नव्हते. वास्तविक, त्या दिवशी कलकत्त्यात बंदुकांचे आवाज ऐकू यायचे. त्याच्याजागी उडत होते फटाके धूमधडाक्यात! मुंबई, मद्रास या महानगरांतही अशाच काही घटना घडल्या.

स्वातंत्र्यप्राप्तीप्रीत्यर्थ हजारो गुन्हेगारांना त्यांच्या शिक्षेत माफी मिळून त्यांच्याकरता कारागृहाची कवाडे खुली झाली. काहींचा मृत्युदंडही माफ झाला. साधू व फकीर यांच्या या भूमीत फोफावलेल्या अंधश्रद्धांचेही काही ठिकाणी दर्शन झाले.

दक्षिणेतील तिरू काझीकोरम येथील त्या पांढऱ्या गरुडांच्या जोडीने दररोज दुपारचे आपले अन्न तेथील पुजाऱ्याच्या हातून घेऊन जाताना पंख फडफडवून आपला आनंद व्यक्त केला म्हणे! मद्रासजवळ मदुराई येथे काही साधूंनी कायद्याने बंदी असलेला एक खेळ करून दाखवला. लोखंडी खिळ्यांवर स्वत:च्या उघड्या शरीराला झोकून देण्याचा अमानुष खेळ करत त्यांनी भोवतालच्या गर्दीला थक्क करून टाकले. भारतीय स्वातंत्र्यदेवतेच्या वेदीवर आपल्या यातना अर्पण केल्या आणि जमलेल्या भाविकांकडून यथेच्छ देणग्या उपटल्या. मात्र प्रत्येक ठिकाणी हिंदुस्थानी माणसांच्या मनात इंग्रजांबद्दल वास करत असलेल्या सद्भावनाही प्रकर्षाने आढळल्या. आसामातील शिलाँग या राजधानीच्या शहरात स्वातंत्र्यदिनाच्या कवायतीचे संचलन करण्याचा मान त्या वेळच्या ब्रिटिश कमांडिंग ऑफिसरने आपल्या हिंदी उपप्रमुखाला आपणहून दिला. ब्रह्मदेशाच्या सीमेवरील, चुबा येथील प्रचंड चहाच्या मळ्यातील पंधराशे कामगारांनी चमचा-लिंबूच्या, पोत्यात बांधून घेऊन पळण्याच्या शर्यती आयोजित केल्या. याला अपवादही होते काही. सिमल्याच्या मिसेस मॉड पेन मॉन्टेग्यू बाईंनी हा दिवस 'शोकदिन' म्हणून पाळला. त्यांचा जन्म हिंदुस्थानात, आयुष्य हिंदुस्थानातच गेलेले. देश सोडून जायची कल्पनाच असह्य झाली त्यांना. 'अरे, इंग्लंडला जाऊन मी करू तरी काय? मला साधा चहाचा कपही बनवता येत नाही.' आपल्या प्रिय युनियन जॅकच्या जागी तिरंगा राष्ट्रध्वज फडकण्याचे पाहायला नको म्हणून दारे लावून त्या रडत बसल्या.

भारतीय उपखंडातील दुसऱ्या स्वायत्त राष्ट्राच्या - पाकिस्तानच्या- दृष्टीने मात्र चौदा ऑगस्ट हा शुभ दिवस होता. त्या दिवशी पवित्र रमझान महिन्याचा शेवटचा

शुक्रवार होता. राष्ट्राच्या जन्मोत्सवाच्या जोडीला राष्ट्रसंस्थापकाचाही उत्सव सगळीकडे चालला होता. सगळीकडे-खिडक्यात, बाजारात, विजयकमानीत, बॅ. जिनांचे फोटो व नाव झळकत होते. 'पाकिस्तान टाइम्स' या नियतकालिकाने एक पाऊल पुढे जाऊन लिहिले : 'लाहोरच्या प्राणिसंग्रहातील उंट, माकडे, वाघ या मुक्या प्राण्यांनी देखील आमच्या कायदेआझमांना शुभेच्छा देऊन 'पाकिस्तान झिंदाबाद' च्या गर्जना केल्या.' पूर्व बंगालात जरी पाकिस्तानचे राष्ट्रध्वज फडकताना आढळले नसले तरी जिनासाहेबांचे फोटो मात्र सगळीकडे लागले होते. स्वत: जिनांनी सकृद्दर्शनी नाममात्र अधिकार असणाऱ्या त्यांच्या अधिकारपदावरून सर्व सत्ता आपल्या हाती घेतली. वर्षानुवर्षे घटनात्मक पद्धतीवर श्रद्धा व्यक्त करणाऱ्या, ब्रिटिश पद्धतीचे शिक्षण घेतलेल्या त्या निष्णात कायदेपंडिताने आपल्या उर्वरित आयुष्यात त्या नवनिर्मित राष्ट्रावर एखाद्या हुकूमशहाच्या धर्तीवर सत्ता गाजवली. मात्र हे सगळे त्यांनी एकट्यांनी उपभोगले. त्यांची अगदी जवळची नातलग - एकुलती एक कन्या - त्यांच्यापासून पाचशे मैल दूर होती मुंबईत. कुलाब्यातील आपल्या निवासस्थानी तिने दोन राष्ट्रध्वज फडकवले होते - एक पाकिस्तानी व दुसरा भारतीय; त्यावरून तिच्या मनात चाललेल्या द्वंद्वाची पूर्ण कल्पना येत होती. कदाचित अनेक मुसलमानांच्या बाबतीतही तसेच घडले होते. दिना वाडियांसमोर मोठाच पेच पडला होता. आपली जन्मभूमी सोडून आपल्या पिताजींनी निर्माण केलेल्या राष्ट्राला 'आपले' मानायचे कसे हा प्रश्न तिच्यापुढे पडला. स्वातंत्र्यदिनाच्या या जल्लोषात डुंबून गेलेल्या काहींना भयाण भूतकाळाची स्मृती सतावत होती. एकीकडे ध्वज नाचवणारे लोक तर दुसरीकडे पंजाबमधील अत्याचाराच्या कहाणीने शोकाकुल झालेले दुसरे. लखनौतील अनीस किडवाईची स्थिती अशीच होती. लाहोरचे एक वकील खुशवंतसिंग दिल्लीतील आपल्या भोवतीच्या आनंदी जमावापासून पूर्णपणे अलिप्त राहू इच्छित होते. त्यांना आठवत होते - 'कशाचा आनंद मानायचा! मी आणि माझ्यासारख्याच इतर लाखो देशबांधवांच्या दृष्टीने हा स्वातंत्र्यदिन म्हणजे एक मोठी शोकांतिकाच आहे, हा स्वातंत्र्यदिन पंजाबची खांडोळी करून पुढे आलाय. मी माझं सर्वस्व हरवून बसलोय!' त्यांच्या सुरातील कडवटपणा स्पष्ट जाणवत होता.

पंजाब, १५ ऑगस्ट १९४७. भारतात आनंदाच्या ऊर्मी उसळल्या असल्या तरी त्याच वेळी पंजाबात अक्षरश: हाहाकार, हलकल्लोळ उडाला होता. तेथील स्वातंत्र्यसूर्याच्या किरणशलाकांवर पसरलेल्या रंगांच्या छटा जांभळट सोनेरी नव्हत्या. त्यांचा रंग होता लाल. तिकडे अमृतसरच्या मोगलकालीन किल्ल्यात स्वातंत्र्यदेवतेचे औपचारिक पूजन करण्यात सरकारी अधिकारी गुंतले असताना दुसरीकडे एका मैलाच्याच अंतरावर असलेल्या मुसलमान वस्तीत शीख दंगलखोर धुमाकूळ घालत

होते. कसलीही दयामाया न दाखवता, कोणाचाही अपवाद न करता प्रत्येक मुसलमान पुरुष यमसदनाला पाठवला जात होता. बायकांवर पुनः पुन्हा बलात्कार करून त्यांची नागव्याने धिंड काढण्यात येत होती - सुवर्ण मंदिरापर्यंत. तेथे त्यांच्यापैकी अनेकांची शिरे उडवण्यात आली. पतियाळाच्या शिखांनी ग्रामीण भागात टोळ्याटोळ्यांनी हिंडत हातातील कृपाणे परजवत पाकिस्तानात पळून जाणाऱ्या मुसलमानांची एकजात चटणी उडवली. खून चढलेल्या त्या शिखांना महाराजांच्या भावाने, युवराज बलिदरसिंग यांनी, अडवले. ''अरे, सुगीचे दिवस आहेत हे! या वेळी तुम्ही शेतात आलेले पीक कापण्यात रमले पाहिजे.'' त्यांच्या या सल्ल्याला धुडकावून लावताना त्यांचा नेता म्हणाला, ''महाराज, अगोदर दुसरं पीक कापून घेऊ द्या.''

लाल विटांच्या अमृतसर रेल्वे स्टेशनला एखाद्या निर्वासित तळाचेच स्वरूप आले होते. पंजाबातून पळ काढलेले हजारो हिंदू तेथे थांबले होते. आपल्या चुकल्यामाकल्या नातेवाइकांचा, मित्रांचा शोध करण्यासाठी स्टेशनच्या प्रतीक्षाकक्षाभोवती, तिकिटाच्या कचेरीभोवती, प्लॅटफॉर्मवर सगळीकडे भटकत होती सारी. अशी ती पंधरा ऑगस्टची दुपार होती. इतस्ततः भटकणाऱ्या, जवळपास वेडेपिसे झालेल्या, रडून रडून डोळे निस्तेज झालेल्या लोकांच्या गर्दीतून वाट काढत स्टेशनमास्तर चांदसिंग पुढे आले. त्यांच्या डोक्यावरची निळी टोपी व हातातील लाल निशाण त्यांच्या अधिकाराची जाणीव करून देत होते. स्टेशनात येत असलेल्या दहा डाऊन एक्सप्रेसला स्टेशनमध्ये घेण्यासाठी चांदसिंग पुढे सरकत होते. गाडी आल्यानंतर उडणाऱ्या झुंबडीचा त्यांना परिचय होताच. प्रत्येक गाडीच्या वेळी त्याचीच पुनरावृत्ती व्हायची. स्त्री-पुरुष बेफाम होऊन आपल्या चुकलेल्या माणसांच्या, मुलांच्या नावाचा पुकारा करत डब्याकडे धावायचे. त्या शोकाकुल व उन्मादक अवस्थेत आपण एखाद्याला तुडवत आहोत, ढकलत आहोत याचे भानही नसायचे कोणाला. कोणीतरी ओळखीचा माणूस भेटतोय का अशी वेडी आशा बाळगत डब्यामागून डबे पालथे घालायची ती दीनवाणी माणसे. प्लॅटफॉर्मवर पडलेल्या सामानांच्या ढिगाऱ्यांवर पोरकी अनाथ बालके हुंदके देत असताना दिसत. मध्येच त्या पलायनपर्वात जन्माला आलेल्या पोरांना पाजणाऱ्या माता आढळायच्या. चांदसिंगाची नजर विटली होती, कान किटले होते, छाती दगडाची बनली होती, हे रोजचे दृश्य अनुभवून!

प्लॅटफॉर्मच्या टोकाला उभे राहिलेल्या चांदसिंगांनी निशाण दाखवताच गाडीचा वेग मंदावला. चांदसिंगाच्या समोरून धडधडत गेलेले डबे थांबले. चांदसिंग अवाक् झाले एकाएकी. इंजिन ड्रायव्हरजवळ चार हत्यारी सैनिक उभे होते. गाडीची खडखड, वाफेची खसखस थांबली. काहीतरी अचाट, विपरीत घडले आहे याची जाणीव त्यांना झाली. प्लॅटफॉर्मवर धाव घेणारी शोकाकुल माणसे जागेवरच खिळून

राहिली, गोठून गेली. गाडीच्या आठही डब्यांकडे मास्तरांनी नजर स्थिर करून पाहिले. सगळ्या खिडक्या सताड उघड्या होत्या. पण एकाही खिडकीतून एकही मानवी चेहरा बाहेर डोकावत नव्हता. एकाही डब्याचा दरवाजा उघडून कोणी बाहेर पडले नाही, स्टेशनवर उतरले नाही. ती संपूर्ण गाडी भुतांनी भरून गेली होती. चांदसिंग पहिल्या डब्याकडे गेले. त्यांनी दरवाजा उघडला, आत पाऊल टाकले. दहा डाऊन एक्सप्रेसमधून कोणीही का उतरले नाही या त्यांच्या मनातील प्रश्नाचे उत्तर त्यांना एका क्षणात मिळाले. त्यांच्यासमोर निव्वळ प्रेतांचा ढीग पडलेला होता - खांडोळ्यांचा, हातपाय कापलेल्या, आतडी बाहेर आलेल्या, माना मुरगाळलेल्या, डोकी ठेचलेल्या अवस्थेत. सगळीकडे विखुरलेल्या त्या निर्जीव अवयवांच्या खालून एक आवाज आला त्यांच्या कानावर. कोणीतरी घुसमटून गेलंय त्या ढिगाऱ्याखाली याची त्यांना कल्पना आली. ते मोठ्याने ओरडून म्हणाले - ''घाबरू नका. तुम्ही आता अमृतसरात आहात. आम्ही हिंदू व शीख आहोत. येथे पोलीस आहेत.'' त्यांच्या त्या दिलाशानंतर काही मृत शरीरांत जीव आला आणि त्यानंतर जे त्यांनी पाहिले ते त्या स्टेशनमास्तरांच्या नंतरच्या आयुष्यातील प्रत्येक रात्री त्यांना भेडसावत राहिले असावे यात शंकाच नको. समोरच्या त्या प्रेतांच्या ढिगाऱ्यातून वर आली एक स्त्री! आपल्या सभोवतालच्या रक्तामांसाच्या चिखलातून तिने आपल्या नवऱ्याचे धडावेगळे केलेले शिर शोधून काढले. मोठमोठ्याने आक्रोश करत ती त्याला कवटाळू लागली. आपल्या आयांच्या कलेवरांना बिलगणाऱ्या बालकांचा आक्रोश हृदय विदीर्ण करणारा होता. शोकातिशयाने मूढ झालेली माणसे आपल्या कच्च्याबच्च्यांच्या केविलवाण्या अवस्थांकडे पाहून टाहो फोडत होती. काही क्षणात प्लॅटफॉर्मच्या स्तब्धतेचा भंग झाला आणि तिची जागा उन्मादाने घेतली. भावनांच्या कर्कश कल्लोळाचा काळोख पसरला सगळीकडे!

गात्रे बधिर झालेले स्टेशनमास्तर प्रेतांच्या रांगेतून वाट काढत बाहेर आले. प्रत्येक डब्यात तेच पाहायला मिळाले त्यांना. शेवटचा डबा पाहून झाल्यावर तर त्यांना घेरीच आली. त्यांच्या नाकातोंडातील दुर्गंधी झटकून टाकता येईना. ते स्वतःशीच म्हणाले ''परमेश्वराला हे सारं मंजूर आहे का?'' पुन्हा एकदा त्यांनी त्या गाडीकडे नजर टाकली. गाडीच्या शेवटच्या डब्यावर त्या नराधमांनी पांढऱ्या अक्षरात लिहून ठेवले होते— 'नेहरू-पटेलांकरता - स्वातंत्र्यदिनाची भेट!'

तिकडे कलकत्त्यात मात्र सामसूम होती. पंजाबात जे घडत होते ते कलकत्त्याच्या मानाने फिके वाटेल अशी सर्वांची अटकळ होती. पण कसे कोण जाणे, त्या विलक्षण माणसाची - महात्मा गांधींची - मोहिनी अजबच ठरली. त्यांच्या प्रार्थना, त्यांची सूतकताई यांचा प्रभाव प्रकर्षाने पडला होता. पुरते एक वर्षही पूर्ण नव्हते

झाले कलकत्त्याच्या रस्त्यावर प्रेतांचा खच पडून - प्रत्यक्ष कृतिदिनादिवशी. आणि आज तेच हिंदू, तेच मुसलमान एकत्रित येऊन स्वातंत्र्योत्सव साजरा करताहेत म्हणजे आहे काय! मिरवणुका काय काढताहेत, गळ्यात गळे काय घालताहेत. सगळेच विश्वास न बसण्यासारखे. त्या दिवशी हिंदु-मुसलमान युवतींची एक मिरवणूक निघाली. गांधींच्या दर्शनाला येणाऱ्या लोकांत खंड असा पडेचना. अर्ध्या अर्ध्या तासाने गांधींना आपले चिंतन, आपली सूतकताई अर्ध्यावर टाकून पोर्चमध्ये दर्शन देण्यासाठी येणे भाग पडत होते. त्याच्या दृष्टीने हा 'शोकदिन' असल्यामुळे त्यांच्याजवळ जनतेला देण्याजोगा एखादा खास संदेश तयार नव्हता. त्यामुळे त्या दिवशी त्यांनी जनतेला उद्देशून ज्या काही चार युक्तीच्या गोष्टी सांगितल्या, त्या भारताच्या नवनिर्वाचित राजकर्त्यांसाठीच होत्या. त्यांचे आशीर्वाद घेण्यासाठी आलेल्या एका राजकीय कार्यकर्त्यांच्या गटाला त्यांनी सांगितले - **''सत्तेपासून सावध रहा. सत्ता माणसाला भ्रष्ट करते. सत्तेचा डामडौल, तिची मिजास यांच्या सापळ्यात सापडू नका. तुमच्या हाती आलेली सत्ता भारतातील खेड्यांतून वसत आलेल्या दीनांची सेवा करण्यासाठी आलेली आहे हे नीट लक्षात ठेवा.''** महात्माजींच्या त्या दिवशीच्या सायंप्रार्थनेला पूर्वीपेक्षा तिप्पट म्हणजे तीस हजार लोक उपस्थित होते. आपल्या हातातील शंखांच्या नादाने त्यांनी सारा आसमंत घुमवून सोडला. घाईघाईने उभारलेल्या लाकडी फळ्यांच्या व्यासपीठावरून कलकत्तावासीयांचे मन:पूर्वक अभिनंदन करताना त्यांनी पंजाबातील त्यांचे देशबांधव त्यापासून स्फूर्ती घेतील अशी आशा व्यक्त केली. गांधीनंतर शहीद सुऱ्हावर्दी बोलले. चोवीस तासांच्या उपोषणाने त्यांच्यावर ताण पडल्याचे स्पष्ट दिसत होते. कलकत्त्याच्या त्या मुसलमान नेत्याने जमलेल्या सर्वांना 'जय हिंद'ची घोषणा करायला सांगून हिंदु-मुस्लिमांच्या दिलजमाईवर शिक्कामोर्तब करण्याचे आवाहन केले. तीस हजारांच्या मुखांतून उत्स्फूर्तपणे 'जय-हिंद'ची ललकारी निघाली. सभा संपल्यानंतर ते दोघे कलकत्त्याचा फेरफटका करण्यासाठी निघाले गांधींच्या जुनाट शेवरोलेट मोटारीतून. आज त्या गाडीवर दगडधोंड्यांचा वर्षाव होणार नव्हता, आज त्यांच्या कानावर शिव्याशाप नव्हते पडणार. कोपऱ्याकोपऱ्यावर जमलेले लोक त्यांच्यावर गुलाबपाणी शिंपडून कृतज्ञतापूर्वक स्वरात त्यांना म्हणणार होते, ''गांधीजी, तुम्ही आमचं रक्षण केलंत! बापूजी, आम्ही तुमचे ऋणी आहोत!''

पुणे, १५ ऑगस्ट १९४७. मुंबईच्या आग्नेयेस एकशे एकोणीस मैलांवर, पुण्यातील एका मोकळ्या मैदानात एक समारंभ चालू होता. देशात इतरत्र जे घडत होते त्याच पद्धतीने सर्व सोपस्कार चालले होते. या समारंभातही ध्वजारोहणाला प्रमुख स्थान होते; फरक इतकाच होता की वाऱ्यावर डौलाने फडकण्यासाठी

ध्वजस्तंभावर चढत जाणारे ते निशाण स्वतंत्र भारताचे नव्हते. त्या ध्वजाचा आकार होता त्रिकोणी. रंग होता भगवा. त्याच्यावर चिन्ह होते स्वस्तिकाचे. साऱ्या युरोपाला ग्रासून टाकण्याचे स्वप्न बाळगणाऱ्या हुकूमशहा हिटलरच्या 'स्वस्तिका'त किंचित फेरफार केला होता त्या पंथाच्या लोकांनी. साधारणत: पाचशे लोक एकत्र आले होते त्या स्थळी. स्वत:ला 'राष्ट्रीय स्वंयसेवक संघाचे कार्यकर्ते' म्हणवून घेणाऱ्या त्या लोकांना आर्यवंशाच्या त्या प्रतीकाचा हिटरलइतकाच अभिमान होता. ते सारे कडवे हिंदुत्वनिष्ठ होते. राष्ट्रीय स्वयंसेवक संघ ही एक निम-एकाधिकारी पद्धतीवर विश्वास ठेवणारी संघटना होती. जिनांची कराचीतील हत्या हा त्यांच्या कार्याचाच एक भाग होता. प्राचीन आर्यांचे वंशज असल्याचा आवेश आणून ते आपल्या पुढील प्रत्येक कार्यक्रमाची योजना करत. महात्मा गांधींशी त्यांचे फक्त एकाच बाबतीत जुळत होते. भारताच्या फाळणीवर ते गांधींइतकेच नाराज होते, खिन्न होते. बस्स!

त्या सर्वांनी अखंड भारताचे स्वप्न उराशी बाळगले होते. सिंधूच्या तीरापासून ब्रह्मदेशाच्या पूर्वसीमेपर्यंत, तिबेटपासून केप कामोरीनपर्यंत पसरलेले हिंदूसाम्राज्य पुन्हा एकवार निर्माण करण्याची आस त्यांना लागून राहिलेली होती. महात्मा गांधी व त्यांचे कार्य याविषयी त्यांना पराकाष्ठेची घृणा होती. राष्ट्रपित्यांचे स्थान भूषवणारे महात्मा गांधी त्यांना हिंदू धर्माचे पहिल्या क्रमांकाचे वैरी वाटत. त्यांच्या अहिंसेच्या पुरस्काराने हिंदूंना नेभळट बनवले, त्यांची कर्तबगारी त्यांना विसरायला लावली, असा त्यांचा आरोप होता. अहिंसा तत्त्व हे माणसाला भित्रा बनवते अशी त्यांची श्रद्धा होती. गांधींना अभिप्रेत असलेले - 'हिंदु-मुस्लिम भाई भाई' चे आचरण त्यांना साफ नामंजूर होते. या उपखंडावर हिंदूंचीच सत्ता अबाधितपणे गाजली पाहिजे, भारतभूमीवर प्रथम पदार्पण करणाऱ्या आर्यांचे आपणच एकमेव वारस आहोत अशी त्यांची भावना होती. मुसलमान लोक बाहेरून येऊन शिरजोर झाले असल्यामुळे त्यांना या भूमीत स्थान असता कामा नये असा त्यांचा आग्रह होता. महात्मा गांधींच्या एका पापाबद्दल ते त्यांना कदापि क्षमा नव्हते करणार. त्यांच्यावर असणारा या हिन्दुत्वनिष्ठांचा आरोप ही मोहनदास करमचंद गांधींच्या आयुष्यातील एक जबरदस्त शोकांतिका होती, नियतीने त्यांच्यावर केलेला कमालीचा क्रूर आघात होता. त्यांच्या परमप्रिय भारतभूमीच्या विघटनाला त्यांनी एकट्या महात्मा गांधींनाच सर्वस्वी जबाबदार धरले होते. वस्तुस्थितीचा केवढा विपर्यास होता हा! अगदी अखेरच्या क्षणापर्यंत जो माणूस मोठ्या निकराने व निग्रहाने विरोधात उभा होता त्याच्याच माथी हे पाप मारायचे व तेही तितक्याच आग्रहाने, यासारखा दैवदुर्विलास तो कोणता? पण घडले होते तसे, एवढे खरे. असो.

अशा त्या मोजक्या मेळाव्यासमोर भाषण करण्यास उभा राहिलेला माणूस व्यवसायाने एक पत्रकार होता. त्याचे नाव होते नथूराम गोडसे. गेल्या उन्हाळ्यातच

सदतीस वर्षाचा झाला होता तो. त्याचे गुबगुबीत गाल त्याच्या वयाची कल्पना देत नव्हते. प्रथमदर्शनी तो बराचसा निरागस वाटायचा. त्याचे डोळे मात्र विलक्षण होते - मोठाले, थोडेसे उदास असे, किंचित तिरके पण समोरच्या माणसाला आकर्षित करणारे. तो स्वस्थ असला म्हणजे वाटावे की या माणसाला भोवतालच्या जगाचा वीट आला आहे. त्याच्या ओठांची व नाकपुड्यांची ठेवण अशी होती की जवळ बसलेल्या माणसाच्या शरीराचा वास त्याला बेचैन करून टाकत असूनही तसे न दाखवण्याइतका विनय त्याच्यापाशी आहे. पण या क्षणी तो उभा होता आपल्या सहकाऱ्यांसमोर. त्या दिवशी प्रकाशित केलेल्या आपल्या 'हिंदुराष्ट्र' या दैनिकाच्या मुखपृष्ठावर त्याने आपल्या मनातील भावनांना मुक्त वाट करून दिली होती. अग्रलेखासाठी नेहमी राखून ठेवलेली जागा आज कोरी ठेवून तिला काळी चौकट दिली होती.

'आज भारतात सर्वत्र साजरे होत असलेले विजयोत्सव म्हणजे माझ्या शेकडो हिंदु बांधवांवर होत असलेल्या अनन्वित अत्याचारांवर मुद्दामहून पांघरूण घालण्याचा प्रयत्न आहे. भारताचे विच्छेदन म्हणजे लक्षावधी हिंदूंच्या भवितव्यात लिहून ठेवलेले एक भीषण, यातनापूर्ण अस्मानी संकट आहे. याला निखालस जबाबदार आहे अखिल भारतीय काँग्रेस पक्ष आणि त्या पक्षावर सतत अंकुश ठेवणारे त्यांचे अध्वर्यू गांधी - हो, सर्वार्थाने तेच!' नथूरामने भाषणात सांगितले.

त्याच्या या भाषणानंतर सर्वांनी समोरच्या ध्वजास वंदन केले. त्यांच्या संघटनेच्या शिरस्त्याप्रमाणे त्यांनी हात जोडले नव्हते किंवा कपाळाकडेही नेले नव्हते. जमिनीला समांतर केलेल्या पालथ्या हाताचा अंगठा छातीला लावून सर्वांनी एक प्रतिज्ञा उच्चारली - 'माझ्या जन्मभूमीसाठी प्राणार्पण करण्याची माझी तयारी आहे.' हे शब्द उच्चारत असता नथूरामच्या शरीरातून एक वेगळी शिरशिरी उठत गेली. अगदी शाळकरी वयापासून अर्धाएक डझन वेगवेगळे व्यवसाय करणाऱ्या नथूरामला प्रत्येक गोष्टीत अपयश आले होते. अशा वैफल्यग्रस्त अवस्थेतून जाणाऱ्या त्याला आर.एस.एस.चे अतिरेकी सिद्धांत प्रिय वाटले. त्याच्या वाङ्मयात, गीतांत त्याने रस घेतला. तो स्वत: लेखन करू लागला. व्याख्याने देऊ लागला आणि एके दिवशी त्याला साक्षात्कार झाला नवा. जगाच्या रंगभूमीवर योग्य अशी भूमिका आणि तीही मनाजोगती मिळाल्याची जाणीव त्याला झाली. हिंदुराष्ट्राच्या पुनरुत्थानासाठी, त्याच्या आड येणाऱ्या दुष्ट शक्तीचे पारिपत्य करण्यासाठी आपला जन्म आहे या जिद्दीने ती भूमिका वठविण्याचा निश्चय त्याने केला. आणि आयुष्यात पहिल्यांदाच नथूराम विनायक गोडसे त्यात अपयशी ठरणार नव्हता.

नवी दिल्ली, १५ ऑगस्ट १९४७. १५ ऑगस्ट १९४७ या शुभदिनाची

एक स्मृती अनेक वर्षांच्या कालप्रवाहात टिकून राहण्याइतकी चिरस्थायी होती; ती म्हणजे त्या दिवशी इंडिया गेटजवळ झालेल्या ध्वजारोहण समारंभासाठी जमलेला जनसागर. सायंकाळी पाच वाजता, पहिल्या महायुद्धात धारातीर्थी पडलेल्या नव्वद हजार हिंदी जवानांच्या स्मृतिस्तंभासमोरच्या मैदानात भारताचा तिरंगा राष्ट्रध्वज अधिकृत इतमामाने उभारण्यात येणार होता. पूर्वीचा इतिहास डोळ्यांसमोर ठेवून लुई माऊन्टबॅटन व त्यांच्या सल्लागारांनी उपस्थितांची संख्या तीस एक हजारांच्या आसपास अपेक्षिली होती. पण प्रत्यक्षात जमला अफाट जनसमुदाय. पाच लाख लोक तरी ठेपले असतील. भारताच्या राजधानीत इतक्या प्रचंड संख्येने प्रथमच गोळा झाले असतील इतके लोक. ध्वजस्तंभाजवळ उभारलेला तो कट्टा एखाद्या वादळी समुद्रात तरंगणाऱ्या तराफ्यासमान भासत होता. त्या प्रचंड मानवी सागरलाटांनी तेथली प्रत्येक व्यवस्था कोलमडून टाकली. खुर्च्या, प्रेक्षकसज्जे, अडथळ्यासाठी बांधलेले दोरखंड, वाद्यवृंदासाठीचे व्यासपीठ वगैरे. जमावाला काबूत आणण्याचे कष्ट घेणारे पोलीस हात चोळत बसले. दुसरे काय करणार बिचारे! असल्या या धूमश्चक्रीत छत्तरपूरचा रणजितलाल व त्याची बायकापोरे सापडली. बरोबर आणलेली शिदोरी सोडून खायला त्यांना सवड किंवा जागाच मिळेना. हातातोंडाची गाठ पडावी एवढीदेखील फट उरली नव्हती.

तसल्या त्या भाऊगर्दीत लेडी माऊन्टबॅटन यांच्या कार्यवाह एलिझाबेथ कॉलिन्स व म्युरिएल वॉट्सन सापडल्या. अगदी नटूनथटून आल्या होत्या त्या. अचानक लोकांचा एक बेफाम लोंढा त्यांच्या अंगावर आला. आनंदाने बेभान झालेले व घामाने भिजून गेलेले अर्धनग्न सामान्यजन त्यांना ढकलू लागले. अक्षरश: उचलल्या गेल्या बिचाऱ्या. एकमेकींना घट्ट धरून ठेवत त्या तरंगत चालल्या. मोठ्या प्रयासाने स्वत:ला ताठ ठेवण्याचा प्रयत्न करू लागल्या. लेडी माऊन्टबॅटन यांच्याबरोबर अनेकदा युद्धआघाडीवर जाऊन आलेली एलिझाबेथ घाबरून गेली. आपल्या मैत्रिणीचा हात घट्ट पकडून ठेवत ती म्युरिएलला म्हणाली - "गडे, आपण आता तुडवल्या जाणार कमालीच्या!" म्युरिएलने भोवतालच्या गर्दीकडे पाहून म्हटले - "परमेश्वराच्या कृपेने त्यांच्या पायात काही नाही हेही काही कमी नसे."

गव्हर्नर जनरलांची सतरा वर्षांची कन्या- पामेला माऊन्टबॅटन - आपल्या वडिलांच्या दोघा साहाय्यकांसमवेत समारंभस्थळी आली. कशीबशी वाट काढत ती तिघे त्या ध्वजस्तंभाजवळ येऊन पोहोचली - साधारण शंभर यार्डाच्या अंतरावर. पण तेथून पुढे माणसे इतक्या दाटीवाटीने चिकटून बसली होती की श्वास घेण्याइतकीही मोकळी जागा नव्हती उरली तेथे. व्यासपीठावर बसलेल्या नेहरूंचे लक्ष तिच्याकडे गेले. ते तिच्या दिशेने ओरडले, "ये, अशीच ये. लोकांना ओलांडून!" ती म्हणते "कसं शक्य आहे ते? माझ्या पायांत उंच टाचांचे बूट आहेत ना!" "मग, काढून

घे ते हातात!'' नेहरूंची सुचवले. तसे करणे पामेलाला प्रशस्त वाटेना. अशा ऐतिहासिक समारंभात तसे बरे नाही दिसणार असे वाटून गेले तिला. "मग टाकून दे ते सरळ. लोकांच्या अंगावरून चालायला लाग. त्यांना त्याचं काही वाटणार नाही.'' नेहरूंनी मार्ग दाखवला. "नको हो! त्याचा त्रास नाही का होणार त्यांना?'' पामेलाची शंका. "मूर्खपणा नको करूस. घे हातात बूट आणि चालायला सुरुवात कर.'' नेहरूंनी सुनावले. एक दीर्घ सुस्कारा टाकून हताश पामेला आपल्यासमोर पसरलेल्या मानवी गालिच्यावरून धडपडत निघाली. तिच्या पायाखालच्या भोळ्याभाबड्या सामान्यजनांना त्याचे काहीच वाटले नाही. उलट, मोठ्या आनंदाने त्यांनी तिला हात दिला. तिच्या लटपटणाऱ्या पायांना आधार दिला, तिच्या हातातील चकचकीत बुटांचे त्यांनी मोठ्या औत्सुक्याने कौतुक केले. शेवटी एकदाची ती कशीतरी इच्छित स्थळी दाखल झाली. पण त्याच्यापाठोपाठ तिने जे पाहिले त्याला तोड नव्हती.

माऊन्टबॅटनना घेऊन येणाऱ्या सरकारी सुवर्णरथाच्या आघाडीवर चालणाऱ्या अंगरक्षकांची झगझगीत शिरस्त्राणे नजरेच्या टप्प्यात आल्याआल्या त्या जनसागरात एक अवाढव्य लाट उसळली. त्या उसळीसरशी जमावातील स्त्रियांनी आपापल्या बालकांना छातीशी घट्ट कवटाळून घेतले. पण पुढच्याच क्षणी त्यांच्या ध्यानात आले की त्यांची धडगत उरणार नाही. नुसत्या कल्पनेने घाबरून गेलेल्या त्या बायांबापड्यांनी एखादा रबराचा चेंडू हवेत भिरकावून द्यावा तशी आपली पोरे हवेत भिरकावयास प्रारंभ केला. एक क्षणात क्षितिजाच्या रेषेत शेकडो बालके हुंदरताना दिसू लागली. तरुण पामेला विस्फारित डोळ्यांनी ते अकल्पित दृश्य पाहून म्हणाली, - "अरे देवा, आज आकाशातून पोरांचा पाऊस तर नाही पडत?'' माऊन्टबॅटनना संभाव्य संकटाची चाहूल लागली. त्यांना स्वत:ला रथातून खाली येताच येईना. त्यांनी नेहरूंना ओरडून सांगितले, "बाकीचे राहू द्या आता. नुसता ध्वज द्या फडकवून. बँडचा बाजा वाजलाय. सलामीचे सैनिक जाग्यालाच रुतलेत.'' साहजिकच लोकांच्या गलबल्याच्या तालावर भारताचा राष्ट्रध्वज स्तंभावर चढला. माऊन्टबॅटननी आपल्या जागेवरूनच त्याला औपचारिक अभिवादन केले. जमलेल्या पाच लाख मुखांतून जयजयकाराच्या गर्जना आकाश भेदून गेल्या. त्या एका क्षणी भारताला प्लासीच्या लढाईचा, १८५७ च्या बदल्याचा, जालियाँवाला बागेतील कत्तलीचा, लष्करी कायद्यांच्या पुकाराचा, पोलिसांच्या निर्घृण लाठी हल्ल्यांचा, स्वातंत्र्यासाठी लढणाऱ्या देशभक्तांना हौतात्म्य देणाऱ्यांचा पार विसर पडला. त्या विजयक्षणाची मौज लुटताना गुलामगिरीची तीन शतके नजरेआड झाली. आणि काय गम्मत पाहा! या ऐतिहासिक क्षणाला वेगळे तेज प्राप्त करून देण्यासाठी निसर्गही पुढे सरसावला. भारताच्या इतिहासातील त्या तेजस्वी क्षणाला दिव्यत्वाची झळाळी आणण्याकरता आकाशात इंद्रधनुष्याची शोभा विलसली. प्रत्येक घटना ग्रहमानाच्या

मापाने मोजणाऱ्या भाविक भारतीयाला त्या प्रकाशाचा अर्थ समजला. त्या इंद्रधनुषी रंगाच्या छटा त्यांच्या राष्ट्रध्वजाच्या रंगाशी केवढ्या मनोहारी विभ्रमांनी बिलगत होत्या! आज प्रत्यक्ष परमेश्वर भारताच्या राष्ट्रध्वजाला अभय देत होता. आकाशात लखलखणारी ती शोभा पाहून व्यासपीठाजवळच्या घोळक्यातून एक विस्मयकारक उच्चार आला - 'स्वत: परमेश्वरच आमच्या पाठीशी उभा असता कोणाची छाती आहे आम्हाला आडवे येण्याची!''

अशा रितीने ध्वजारोहण समारंभ संपला. आता लुई व एड्विना माऊन्टबॅटन राजभवनाकडे परतणार. त्या वेळचा त्यांचा अनुभव जन्मभर पुरूनही उरण्याइतका विलक्षण होता. त्यांच्या त्या सुवर्णरथाला एखाद्या तराफ्याचे रूप आले. भोवताली नुसती माणसेच माणसे. सगळी आनंदात भिजून चिंब झालेली. उन्मादाने उफाळलेली. लोकांनी जवाहरलाल नेहरूंना अक्षरश: डोक्यावर घेऊन गाडीत घातले. माऊन्टबॅटन म्हणाले - "एकाचवेळी लाखो लोक आयुष्यात प्रथमच सहलीची मौज मनमुराद लुटत होते.'' त्यांच्या त्या भावदर्शनापुढे माऊन्टच्या मनात असलेला थाटमाट बिलकुल तुच्छ वाटावा. आपल्या गाडीत उभे राहून माऊन्टबॅटन यांनी जनतेच्या अभिवादनाचा हात हलवत स्वीकार केला. त्या कालखंडात तीन वेळा माऊन्टबॅटन पतीपत्नींनी गाडीबाहेर ओणवून गाडीखाली येणाऱ्या स्त्रियांना उचलून गाडीत बसवले. एकेकाळी इंग्लंडचे राजाराणी ज्या मऊमऊ गादीवर बसून मिरवत होते त्यावर बसण्याचे 'भाग्य' अचानक लाभलेल्या त्या तिघी जणी विस्फारलेल्या डोळ्यांनी, तोंडाला पदर लावून खिदखिदी हसत होत्या. पण माऊन्टबॅटननी जतन करून ठेवावी अशी आणखी एक गोष्ट घडत होती तेथे. इंग्रजांच्या इतिहासात कोणाही राजवंशीय पुरुषाला लाभले नव्हते असे भाग्य त्यांच्या भाळी लिहिलेले आढळले त्यांना. तो अफाट जनसंमर्द अंत:करणाच्या ओलाव्यात भिजलेल्या तारस्वरांनी त्यांना धन्यवाद देत होता खुल्लमखुल्ला. त्यात एक वेगळीच अकृत्रिमता होती, वेगळी आत्मीयता होती, निराळी नशा होती. मेघगर्जनेचा नाद घेऊन, आकाश फोडणारी घोषणा कानावर पडताना माऊन्टबॅटन आयुष्यातला अपरिमित आनंद मोठ्या कृतज्ञतेने साठवत होते हृदयात. 'माऊन्टबॅटन की जय!' 'माऊन्टबॅटन चिरायु होवोत!' माऊन्टबॅटनांच्या राजकीय कर्तृत्वाला मिळणारी ती पोचपावती होती. दोघंही पतिपत्नी धन्य होत होती. मिरवणूक हळूहळू पुढे सरकली.

नव्या दिल्लीपासून सहा हजार मैलांवर बाल्मोरच्या किल्ल्याच्या चौकात एक सरकारी गाडी शिरली. त्या गाडीतून एकच व्यक्ती बाहेर आली. तिचीच वाट पाहात बसले होते राजे सहावे जॉर्ज. आत गेलेले सेक्रेटरी ऑफ स्टेट फॉर इंडिया - अर्ल ऑफ लिस्टोवेल - राजेसाहेबांसमोर उभे राहिले, त्यांनी लवून अभिवादन केले. भारतीय उपखंडातील सत्तांतराचा सोहळा पार पडल्याची माहिती त्यांना दिली. आता

औपचारिकपणे त्यांना त्यांच्याजवळच्या पुरातन राजमुद्रा परत कराव्या लागणार होत्या. पण वस्तुस्थिती अशी होती की कोणीतरी त्या बऱ्याच वर्षांपूर्वी हरवल्या होत्या. राजेसाहेबांना स्मृतिचिन्ह म्हणून देण्यासारखी एकच गोष्ट लिस्टोवेलसाहेबांजवळ होती ती म्हणजे विधिपूर्वक हलवण्यासारखी मान आणि पुढे करण्यासारखा रिकामा तळहात.

सोहळा संपला. लाखोंनी घरची वाट धरली. छत्तरपूरचा रणजितलाल येताना चार आण्यात आला होता. जाताना टांगेवाल्याने दोन रुपये मागितले. स्वातंत्र्योत्सवाची किंमत जबरदस्त वाटून तो व त्याची बायकोपोरे वीस मैलांचे अंतर पायी कापत निघाली बिचारी.

आता माऊन्टबॅटन पतिपत्नी व्हाईसरॉय भवनाच्या एका खाजगी कक्षात आराम करत होती. दिवसाचा सारा शीण अंगावर येत होता. लुई व एड्‌विना एकमेकांच्या बाहूत विसावली. दोघांच्याही डोळ्यांतून आनंदाश्रूंच्या धारा ओघळू लागल्या. त्यांच्या आयुष्याच्या चक्रांनी आपापली वर्तुळे पूर्ण केलेली होती. पंचवीस वर्षांपूर्वी ज्या नगरात ती दोघे एकमेकांच्या प्रेमात पडली त्याच नगराच्या राजरस्त्यावर लोकांच्या प्रेमसागराला उधाण आलेले त्यांनी आज अनुभवले. केवढे दुर्लभ भाग्य हे! ॲडमिरल माऊन्टबॅटननी, जपान्यांची शरणागती स्वीकारताना अनुभवलेला आनंद अर्थात अवर्णनीयच होता. पण त्याच्याही पलीकडची अलौकिकता आजच्या सार्थकतेत होती. युद्धसमाप्तीचा सोहळाही असाच असीम सुखाचा असतो याची कल्पना ते करू शकत होते. फक्त एक विशेष उरत होता. या युद्धात दोन्ही पक्ष विजयी झाले होते. हरले कोणीच नव्हते.

सोळा ऑगस्टच्या सकाळी नव्या दिल्लीहून आलेल्या एकाने '१०, डाऊनिंग स्ट्रीट'वरील निवासाच्या दारावरची घंटी वाजवली. पंतप्रधान क्लेमेंट ॲटली खुशीत असणे स्वाभाविकच होते. सहा महिन्यांपूर्वी ज्याची कोणीही कल्पना केली नसेल, एवढ्या सदिच्छा व स्नेहपूर्ण भावना मिळवून ब्रिटिशांनी भारताला स्वातंत्र्य बहाल केले होते. हॉलंडने इंडोनेशियाला व फ्रान्सने इंडोचीनला स्वातंत्र्य देताना केलेल्या कृतींची ब्रिटनशी तुलना करताना एका नामवंत भारतीयाने जाहीर केले होते - 'ब्रिटिश लोकांचे नैतिक धैर्य व राजकीय कार्यक्षमता यांचे कौतुक केल्यावाचून राहवत नाही.' पंतप्रधान ॲटलींकडे आपले दूत म्हणून लुई माऊन्टबॅटननी त्यांचे एक सचिव जॉर्ज एबल यांना पाठवले होते. स्वातंत्र्याची घोषणा करताना उगीचच जल्लोश करू नये असे त्यांच्याकरवी बजावले होते. ॲटलीसाहेबांच्या निवासातील बागेत बसून एबलनी त्यांना हेच सांगितले- 'ज्या पद्धतीने भारतीय स्वातंत्र्य साध्य झाले तो त्यांच्या सरकारच्या व त्यांनी नियुक्त केलेल्या शेवटच्या व्हाईसरॉयच्या मुत्सद्देगिरीचा महान विजय आहे. पण कृपया तो जाहीररीत्या व ताबडतोब साजरा

करण्याची घाई करू नये कारण फाळणीचा अपरिहार्य परिणाम भयानक मानवसंहारात, अंदाधुंदीत होणार हे अटळच आहे!' एबलच्या या उद्‌गारांवर ॲटलींनी आपल्या पाईपचा एक मोठा झुरका घेतला व खिन्न मनाने रुकार देऊन, आपल्याला परिस्थितीचे पूर्ण भान आहे याची खात्री दिली.

स्वातंत्र्यदिनाची नवलाई संपली. आता कामाला लागले पाहिजे. गव्हर्नर-जनरल माऊन्टबॅटननी आपल्या मोहरबंद संदुकीतील ते दोन लिफाफे हातात घेतले. एक सेकंद त्यांच्यावर नजर फिरवली. त्या प्रत्येक लिफाफ्यात भारतीय उपखंडाचे नवीन नकाशे व त्यांच्यासमवेत दहाबारा टंकलिखित कागद होते. ब्रिटनने भारताच्या हवाली करण्यासारखे ते शेवटचे अधिकृत दस्तऐवज होते. १५९९ साली, पहिल्या एलिझाबेथ राणीने ईस्ट इंडिया कंपनीला महाराणीचा ताम्रपट दिल्यापासून ते साधारणपणे एक महिन्यापूर्वी भारतीय स्वातंत्र्याचे विधेयक ब्रिटिश संसदेने मंजूर केल्यानंतरच्या प्रवासातील तो अखेरचा टप्पा होता. मात्र सांप्रतच्या या दस्तऐवजातील स्फोटकता याआधीच्या त्याच जातीच्या कोणत्याही कागदपत्रांना लाभली नव्हती.

भारताचे पंतप्रधान नेहरू व पाकिस्तानचे पंतप्रधान लियाकतअली खान या दोघांच्या हातात माऊन्टबॅटननी संबंधित लिफाफे ठेवले. वेगवेगळ्या दालनात जाऊन त्यांचे परिशीलन करण्याची व सुमारे दोन तासांनी पुन्हा एकदा विचारविनिमय करण्याच्या सूचना त्यांना दिल्या. त्याप्रमाणे दोघेही परतले. त्यांच्या चेहऱ्यावरची लालसर छटा पाहून माऊन्टबॅटनना एका गोष्टीची खात्री पटली. सर सीरिल रॅडक्लिफसाहेबांनी त्यांच्यावर सोपवलेले महत्कार्य अत्यंत चोख, निष्पक्षपातीपणाने पूर्ण केले होते. नेहरू व लियाकतअली दोघेही सारखेच भडकले होते. जाग्यावर बसल्याबसल्या दोघांनीही निषेधाच्या सुरावटीला शक्य तितक्या तारस्वरात चालना दिली. भारतीय स्वातंत्र्योत्सवाची सांगता झाली.

सीरिल रॅडक्लिफनी सरकारच्या सूचनांबरहुकूम सीमा आखून दिल्या. बहुसंख्याकांची धार्मिकता हा निकष लावून काम संपवले. त्यामुळे परिणाम अपेक्षेच्या रेषेबाहेर गेलाच नाही. रॅडक्लिफ निवाडा तांत्रिकदृष्ट्या उत्तम, परंतु व्यावहारिकदृष्ट्या विनाशकारी ठरला. बंगालच्या फाळणीने दोन्ही पक्षांचे आर्थिक नुकसान होत राहिले. पंजाबातील लाहोर पाकिस्तानात तर अमृतसर भारतात गेले. फाळणीमुळे एकसंध शीख समाज दुभंगला. पंजाबच्या शोकांतिकेचे नायक होण्याची वेळ त्यांच्यावर आली. लोकसंख्येच्या बहुसंख्यत्वाला अपवाद केलेले गुरुदासपूर शहर या निवाड्यातील मर्मस्थान बनून राहिले. गुरुदासपूरच्या संदर्भात रॅडक्लिफनी रावी नदीच्या नैसर्गिक सीमेचा आधार घेऊन ते भारतात ठेवले. त्यामुळेच लक्षावधी पाकिस्तानी रॅडक्लिफला सदैव गुन्हेगार मानून त्यांना क्षमा करणार नव्हते. वास्तविक, गुरुदासपूर हे गाव तसे

लहानच. घाणेरडेही तेवढेच. पण त्याच्या निमित्ताने मोगल सम्राट जहांगीरने मरताना केलेला 'काश्मीर, मुझे काश्मीर चाहिये!' हा आक्रोश सार्थकी लागत होता. एकदा गुरुदासपूर पाकिस्तानात गेले असते की भारताला काश्मीरमध्ये प्रवेश करण्यासाठी भूमार्ग उरतच नव्हता. साहजिकच महाराज हरिसिंगांना काश्मीर पाकिस्तानात सामील केल्याशिवाय इलाजच राहिला नसता. रॅडक्लिफसाहेबांच्या अनवधानाने का असेना भारताला काश्मीरची अभिलाषा बाळगण्यासाठी वाव उरला खरा. नियोजित काम पूर्ण करून सर रॅडक्लिफ मायदेशी रवाना होण्यासाठी विमानात चढले. त्यांच्याभोवती कडक सुरक्षा व्यवस्था ठेवण्यात आली होती. त्यांच्या सनदी सहायकाने विमानात एखादा स्फोटक बॉम्ब वगैरे ठेवलेला नाही याची खात्री करून घेतली. आपल्या विमानाच्या खिडकीबाहेर नजर टाकत रॅडक्लिफसाहेब पंजाबची कृषिप्रधान भूमी न्याहाळू लागले. त्यांनी मारलेल्या पेन्सिलीच्या छेदाने त्या भूमीची छकले पडणार होती. त्यांच्याजवळ अशी एकही रेषा नव्हती की जिच्या निमित्ताने हाहाकार उडणार नव्हता. संभाव्य रक्तपाताचा दोष आपल्या माथी मारला जाणार हे ते जाणून होते. आपल्या सामानात भारतातील वास्तव्याची स्मृती म्हणून त्यांनी गालिच्यांची एक जोडी टाकली होती. पण खरी आठवण त्यांच्या मन:पटलावरच कोरली गेली होती. ज्या नेहरू-जिनांनी त्यांचा निवाडा बिनतक्रार मान्य करण्याचे कबूल केले होते तेच लोक त्या कराराची शाई वाळण्यापूर्वीच त्याच्या चिंधड्या उडवण्यास तयार झाल्याने त्यांना वाईट वाटले. या नेत्यांच्या मनाचा तोल इतक्या जलदी सुटेल अशी त्यांना अपेक्षा नव्हती. लंडनला पोहोचल्यानंतर काही थोड्याच दिवसांत सीमेवरील अत्याचारांच्या कहाण्या ऐकून व्यथित झालेल्या रॅडक्लिफनी त्यांच्या कामाबद्दल मिळावयाची दोन हजार पौंडांची फी साभार परत केली.

स्वातंत्र्याच्या पहाटकिरणांचा लालिमा ओसरला. फाळणीच्या अपेक्षित पर्यवसानास आरंभ झाला. पंजाबच्या सीमेवरून निराधार लोकांच्या खडतर प्रवासास सुरुवात झाली. रॅडक्लिफ निवाडा जाहीर होताच त्याला वेगळी धार यावयाची होती. पाकिस्तानचा जयजयकार करणारी मुसलमान गावे भारताच्या हद्दीत, तर भारतात जाण्याची खात्री असणारी गावे पाकिस्तानात, अशी स्थिती निर्माण होणार होती. ज्या घाईची धास्ती रॅडक्लिफना होती, तिचे परिणाम दुरापास्त होते. कालव्याची यंत्रणा एका भागात, तर त्याला सांभाळणारे बंधारे दुसरीकडे. एका गावातील पंधरा घरे एकीकडे तर सतरा दुसरीकडे. एका ठिकाणी तर घराचा दरवाजा भारतात तर परसदार पाकिस्तानात. पंजाबचे जवळजवळ सगळे तुरुंग व एकुलते एक वेड्यांचे इस्पितळ पाकिस्तानात गेले. त्या इस्पितळातील वेड्यांना अचानक शहाणपण आल्याने हिंदू व शीख वेडे आपल्याला भारतात पाठवा म्हणू लागले. आपण येथे राहिल्यास मुसलमान आपल्याला कापून काढतील

अशी भीती त्यांनी व्यक्त केली. पण त्यांची ही विनंती मानली गेली नाही. त्यांच्याहून शाबूत डोक्याच्या दूरदर्शी डॉक्टरांनी त्यांना 'खुळ्यात' काढले. 'तुमच्या मनातील (की डोक्यातील?) भीती काल्पनिक आहे. असला काही धोका नाही,' याची ग्वाही दिली. अखेर, वेड्यांच्या मनातील ती 'काल्पनिक' भीती शहाण्या डॉक्टरांच्या शब्दांपुरतीच उरणार होती.

●

|| या लोकांना लागलंय खूळ!

पंजाब, ऑगस्ट-सप्टेंबर १९४७. असा अमानुष अतर्क्य, असंबद्ध व अफाट मनुष्यसंहार या पृथ्वीतलावर यापूर्वी कधीही घडून आला नसेल! तो सहा आठवड्यांचा कालखंड उत्तर भारताला कळिकाळाच्या कचाट्यात सोडून निघून गेला. मध्ययुगात, प्लेग किंवा तत्सम रोगाची एखादी साथ आली की माणसे मुंग्यांसारखी मरायची असे इतिहास सांगतो. पण आज या भूखंडावर खुनी माणसांची स्वैर सत्ता होती. दुसऱ्या जागतिक महायुद्धाच्या चार वर्षांत मिळून जेवढे अमेरिकन सैनिक मारले गेले असतील त्याच्या निम्म्याहून थोडे अधिकच लोक त्या आठवड्यात पंजाबमधून परलोकास पाठवले गेले.

सर्वत्र बहुसंख्याकांनी अल्पसंख्याकांवर, सशस्त्रांनी नि:शस्त्रांवर हल्ले चढवले. नव्या दिल्लीच्या औरंगजेब मार्गावरील आलिशान बंगल्यात, जुन्या दिल्लीच्या चांदणी चौकातील 'सौकांत', अमृतसरच्या मोहल्ल्यांत, लाहोरच्या देखण्या उपनगरांत, रावळपिंडीच्या बाजारपेठेत, पेशावरच्या भुईकोटात, दुकानांत, झोपड्यांत, गल्ली-बोळांत, कारखान्यांत, शेतांत, रेल्वे स्टेशनांत व उपाहारगृहांत पिढ्यान्‌पिढ्या एकमेकांच्या संगतीत गुण्यागोविंदाने नांदलेल्या गटांनी पराकाष्ठेच्या चिडीने चढाया केल्या. त्याला युद्ध म्हणावे, यादवी म्हणावी की गनिमी हल्ले म्हणावे काही कळत नव्हते. तो एक अचानक भडकून उठलेला निद्रिस्त ज्वालामुखी होता. त्याच्या उद्रेकात सारी समाजव्यवस्था पार होरपळून जात होती. एका दुष्कृत्याचे उट्टे म्हणून

दुसरे तसेच कृत्य, एका कत्तलीच्या पोटातून दुसरीचा जन्म, एका अफवेच्या तालावर नाचणारी दुसरी आवई, एका अत्याचारातून दुसरा अत्याचार अशी ही तऱ्हा होती. एखाद्या मंदगती चलच्चित्रपटातील दृश्यासारखे सगळे हळूहळू खाली कोसळत होते. एकमेकावर आपटत, कोसळत त्याचा प्रचंड ढिगारा बनत होता.

अर्थात, या विनाशकारी पर्यवसानाच्या पाठीमागे सांगण्यासारखी एक कारणमीमांसाही होती. भारत व पाकिस्तान जन्माला आले तेच एखाद्या सयामी जुळ्यासारखे. पंजाब हा त्यांच्या पाठीतला ट्यूमर होता. सीरिल रॅडक्लिफनी तो कापून काढला तरी त्यातील रोगजंतू त्या दोन्ही बालकांच्या शरीरात वास करत राहिलेच. पंजाबच्या विभाजनाने पन्नास लाख शीख व हिंदू पाकिस्तानात आणि तितकेच मुसलमान हिंदुस्थानात उरले. जिना व मुस्लिम लीगच्या इतर नेत्यांच्या राणा भीमदेवी थाटाच्या पोकळ धमकावण्यांनी पंजाबातील सामान्यजनांची मनोमन खात्री झाली की स्वातंत्र्याच्या आगमनानंतर त्यांना पिडणारे हिंदू-शीख सावकार, व्यापारी, जमीनदार यांची मिरासदारी संपणार. पण तसे काही दिसेना त्यांना. साहजिकच त्यांच्यामध्ये एक नवी भावना निर्माण झाली. जर पाकिस्तान आमचे, आम्ही भूपुत्र या मातीचे तर येथील हिंदू-शिखांच्या मालकीची दुकाने, शेते, घरे, कारखाने इत्यादी आमचे का नसावे? इकडे शिखांनीही त्याचीच नक्कल केली. आणि उसळली एक प्रचंड लाट, एक प्रचंड आगडोंब! स्वाहा होत चालले मानवी जीवन त्याच्या प्रखर ज्वालांत! सगळीकडे खून, खून आणि खूनच...! युरोपीय माणसांनी एकमेकांची हत्या करण्यासाठी आधुनिक साधने - बॉंब, अग्निबाण, गॅसचेम्बर्स वापरली. पंजाबातील लोकांनी वापरले बांबूचे दांडके, हॉकीच्या काठ्या, बर्फ खोदण्याच्या कुदळी, चाकूसुरे, गदा, तलवारी, हातोडे, दगडविटा आणि लोखंडी नख्या! हे सगळे एखाद्या वावटळीसारखे घोंघावत आले आणि निघून गेले. तेवढ्या थोड्या अवकाशात निर्माण झालेल्या आवर्तनात सापडलेल्या असाहाय्य जिवांना त्यांच्या संथ, साध्यासुध्या आयुष्यातून मृत्यूच्या खाईत लोटून! या तुफानाचा वेग व आवाका इतका सुसाट व पिसाट होता की दोन्ही बाजूंच्या कोणत्याही नेत्याजवळ त्याला रोखण्याची हिंमत व ताकद उरलीच नाही. होते आहे ते हताशपणे पाहत बसण्याखेरीज मार्गच नव्हता वेगळा! सारा उपखंड पिसाट झाला होता.

कॅप्टन ॲटकिन्सचा डोळ्यांवर विश्वासच बसेना. आजवर अलंकारिक शब्दात जे ऐकले होते, ते साक्षात साकार होत असलेले पाहायला मिळाले त्याला. लाहोरच्या गटारांतून पाणी नव्हते वाहात. रक्ताचे पाटच पाट निघाले होते त्यांमधून! पूर्वेच्या या पॅरिसमध्ये सगळीकडे जाळपोळ चालू होती. घरांमागून घरे अग्निनारायणाला अर्पण करण्यात गुंतले होते बहुसंख्य मुसलमान. जवळ उभे असलेले सैनिक व पोलीस शांतपणे उभे होते मजा बघत. ब्रॅगान्झा हॉटेलमधील ॲटकिन्सच्या कचेरीला

हिंदू व्यापाऱ्यांचा वेढा पडला होता. लाहोर नामक नरकातून त्यांच्या जीपमधून बाहेर पडण्यासाठी मागेल तेवढा पैसा मोजायची तयारी होती त्यांची- पंचवीस, तीस, पन्नास हजार रुपये!

लाहोरची प्रतिकृती वाटणाऱ्या अमृतसरात मुसलमान वस्तीला एखाद्या युद्धभूमीचा रंग चढला होता. उद्ध्वस्त इमारती, अस्ताव्यस्त मृत शरीरे सगळीकडे विखुरलेली. आकाशातील गिधाडांच्या बुभुक्षित नजरेखाली विसावलेली. पंजाबमधील प्रत्येक शहरात, खेड्यात एकेक दृश्य दिसत होते. लायलपुरातील एका कापडगिरणीतील मुसलमान कामगार आपल्या शीख सहकाऱ्यांवर उलटले. त्यांच्यापैकी प्रत्येकाची कत्तल करून त्यांना जवळच्याच एका कालव्यात त्यांनी लोटून दिले. पुन्हा एकदा ॲटकिन्ससाहेबाच्या डोळ्यांतून प्राण निघून जाण्याची वेळ आली. त्याने लाहोरात जे पाहिले होते त्याच्या कित्येक पटीने थरारक होते ते.

सिमल्याच्या सेसिल हॉटेलच्या व्हरांड्यात व्हाईसरॉयांचे प्रसिद्धी साहाय्यक कॅम्पबेलजॉन्सन यांच्या पत्नीने एक भयानक दृश्य अनुभवले. एखादा लांडगा आपल्या भक्ष्याच्या मागे धावावा तसे अनेक सायकलधारी शीख, आपल्या हातांतील कृपाणे परजत, जीव बचावण्यासाठी पळणाऱ्या मुसलमानांच्या मागे लागलेले दिसले तिला. हत्याराच्या एका घावात त्या असहाय माणसांची मुंडकी धडावेगळी होत असत. आणखी एका इंग्रज स्त्रीने असेच एक मुंडके घरंगळत जाताना पाहिले. त्याच्या डोक्यावरची फेजटोपी तशीच होती. त्याची हत्या करणारा तो शीख आपली तलवार हवेत फिरवत किंचाळत होता - 'आणखी अनेकांना उडवणार मी! अशा अनेकांना!'

कोणी कोणाला मारावे ही नीती नव्हतीच. कालचा मित्र आजचा मारेकरी ठरत होता. माँटगोमेरी बझारमधील निरंजनसिंग चहावाल्याचेच पहा. गेली पंधरा वर्षे रोज सकाळी त्याच्याकडे चहा प्यायला येणारा समोरच्या कोपऱ्यावरचा मुसलमान मोची आजही तसाच धावत आला त्याच्या दुकानात. निरंजनसिंगाने त्याच्या पुढ्यात चहाचा पितळी पेला ठेवला आणि वर पाहिले तो त्याच्या गिऱ्हाइकाच्या चेहऱ्यात विद्वेषाचा विखार पेटलेला. 'मारो सालेको! मारो' तो मोची ओरडला. त्याच्या त्या हाकेसरशी बाजूच्या बोळातून दहाबारा मुसलमान गुंड घुसले दुकानात. एकाने निरंजनच्या पायावर तलवार हाणली. त्याचा पाय गुडघ्यातून निखळला. बाकीच्यांनी एका क्षणात त्याच्या नव्वद वर्षांच्या बापाला व एकुलत्या एका पुत्राला कंठस्नान घातले. शुद्ध हरपण्यापूर्वी निरंजनने पाहिले की तोच हरामखोर मोची त्याच्या अठरा वर्षांच्या, भीतीने किंचाळणाऱ्या पोरीला खांद्यावर टाकून खुशाल पळवून नेत होता.

लाहोर-कराची रस्त्यावर उकार्ना नावाने एक गाव आहे. मदनलाल पाहवा नावाचा एक वीस वर्षांचा युवक आपल्या मावशीच्या घरात दडून बसला होता.

आपली नौदलाची नोकरी संपवून तो नुकताच परतला होता. परत आल्यावर तो राष्ट्रीय स्वयंसेवक संघाचा सभासद बनला होता. खिडकीतून मुसलमान गावकऱ्यांचा जल्लोष तो पाहात होता. ऐकत होता. नाचतगात, निशाणे मिरवीत निघालेल्या त्यांच्या तोंडी एक नवी घोषणा होती - 'हंसके लिया पाकिस्तान, लढके लेंगे हिंदुस्थान!' मदनलाल मनातून मुसलमानांचा द्वेष करत होता. इतके दिवस मुसलमानांना घाबरवत होता. आज घाबरण्याची पाळी त्याची होती. 'आम्ही सारे घाबरलो. खाटकाच्या सुरीखाली निघालेल्या बकऱ्यागत स्थिती झाली आमची,'तो मनात म्हणाला.

शिखांनी आपल्या वर्चस्वाखालील लोकांच्या अत्यंत पद्धतशीर कत्तली केल्या. फिरोझपूरजवळच्या एका लहान खेड्यातील शेतकऱ्यांच्या वस्तीवर एका रात्री एक शीख जथ्था चालून गेला. त्या वेळची एक आठवण अहमद झाफरुल्लाने सांगितली ती अशी - ''उंदराच्या पिलांसारखे मरणार आम्ही हे ओळखले. तरीही आम्ही लपून राहिलो - खाटांखाली, गोवऱ्यांच्या ढिगामागे. दारावर कुऱ्हाडी घालून शीख आत आले. माझ्या डाव्या हाताला एक गोळी लागली. मी उठून उभा राहण्याचा प्रयत्न केला तोवर माझ्या बायकोच्या शरीरात चार गोळ्या घुसल्याही होत्या. तिच्या मांडीतून, पाठीतून रक्तस्राव सुरू झाला. तोपर्यंत माझ्या तीन वर्षांच्या छोट्या मुलाला पोटात गोळी लागून तो ताबडतोब मेला. त्याच्या तोंडून एक शब्दही फुटला नाही. मग मी माझी जखमी बायको व दुसरा मुलगा यांना घेऊन सरपटत रस्त्यावर आलो. बाकीच्या झोपड्यांतून बाहेर येणाऱ्यांनाही गोळ्या खाव्याच लागत होत्या. मुलींना सर्रास खांद्यावर घालून नेण्यात येतच होते. सगळीकडे धुमाकूळ चालला होता. त्या गुंडांनी माझ्या हातून माझ्या मृत पत्नीचे कलेवर हिसकावून घेऊन माझ्या दुसऱ्या मुलालाही खलास केले. मी तेथेच पडलो धुळीत. माझ्या अंगात रडण्याचे त्राणच नव्हते. डोळ्यांत अश्रूही नव्हते. पावसाळ्यापूर्वी सिंधू नदीचे पात्र जसे कोरडे असते तसे झाले होते माझे डोळे. अखेर माझी शुद्ध हरपली.''

लाहोरच्या उत्तरेस शेखदुरा म्हणून एक व्यापाराचे ठिकाण आहे. त्या गावातील एकूणएक हिंदू व शीख माणसांना एकत्र गोळा करण्यात आले - सगळीकडे हाका घालून. गावाच्या कडेला एक कोठार होते धान्याचे. त्या निरपराध 'कोकरांना' आत घालून मुसलमान पोलीस व लष्करातील निवृत्त सैनिकांनी मशिनगनच्या फैरीखाली त्यांना साफ झोपवले कायमचे. एकही माणूस वाचला नाही.

भारतीय व पाकिस्तानी सैन्यदलात काम करण्यासाठी मागे राहिलेल्या प्रत्येक ब्रिटिश सेनाधिकाऱ्याच्या तोंडी एकच वाक्य सतत घोळत होते - 'पंजाबात जे पाहिले त्याच्या मानाने दुसऱ्या जागतिक युद्धात काहीच पाहिले नाही!'

'न्यूयॉर्क टाइम्स'चा एक मुरब्बी वार्ताहर रॉबर्ट ट्रम्बूल म्हणतो- ''टारावाच्या

किनाऱ्यावर पडलेला प्रेतांचा ढीगही माझा इतका थरकाप उडवून गेला नाही. पण आज भारतात रक्ताचा पूर येऊन राहिलाय. ही भूमी पावसाच्या पाण्याने भिजण्याऐवजी माणसांच्या रक्तानेच भिजते आहे की काय! मी पाहिलेल्या प्रेतांना गणतीच नाही. पण त्याहून विदारक अशी माणसं पाहतोय मी - डोळे काढलेली, हातपाय तोडलेली! बंदुकीच्या गोळीने मृत्यू आला तर मेहेरबानी. कोठेतरी औषधालाच सापडतोय तसा एखादा. पण येथली माणसं मरताहेत दगडांनी ठेचल्यामुळे, लाठ्यांनी झोडपल्यामुळे, बायकापोरे, स्त्रीपुरुष, तडफडताहेत यातनांनी, कळवळताहेत वेदनांनी. मरणप्राय असहाय्यतेच्या जोडीला जखमांवर घोंघावणाऱ्या माश्यांची व भाजून काढणाऱ्या उन्हाच्या चटक्यांनी साथ आहेच. अशा अनन्वित, अत्याचारी मार्गाने शेकडो भारतीय मृत्युपंथाला लागताना बघण्याचे नशिबात आहे माझ्या!''

क्रौर्याच्या बाबतीत दोन्ही जमाती परस्परांशी स्पर्धाच करत होत्या की काय न कळे! पंजाब सीमादलाच्या एका ब्रिटिश अधिकाऱ्याला चार मुसलमान बालकांची मृत शरीरे आढळली. एखादे आख्खे डुक्कर जाळावर ठेवून जिवंतच भाजावे तसे भाजून काढले होते त्या पोरांना. दुसऱ्या एकाला तिसराच अनुभव आला. मुसलमान माथेफिरूंनी हिंदू स्त्रियांच्या माना उडवण्यापूर्वी त्या निष्पाप मातांची वक्ष:स्थळे अतिशय पद्धतशीरपणे कापून काढली होती.

काही मुस्लिम प्रदेशात हिंदूंसमोर एक पर्याय ठेवण्यात आला, एकतर त्यांनी इस्लाम धर्म स्वीकारावा किंवा पाकिस्तानातून पळ काढावा. लायलपूरच्या पश्चिमेला एक वस्ती आहे. तेथील सुमारे तीनशे हिंदूंना बाहेर काढण्यात आले. शेजारच्या गावातील छोट्या तलावाजवळ एक मशीद उभारण्यात आली. मुसलमानांनी प्रथम त्यांना हातपाय धुवायला लावले. नंतर त्या मशिदीत आणून मांडी घालून बसवले. मुल्लांनी कुराणातील काही भाग वाचून दाखवला. ''हं, बोला आता! पवित्र इस्लाम धर्माचा स्वीकार करून सुखानं राहणार की मरण पत्करणार?''साहजिकच बिचाऱ्यांनी धर्मांतरच पत्करले. मग प्रत्येकाला नवीन मुसलमानी नाव ठेवण्यात आले, त्यांच्याकडून कुराणाचे पठण करून घेण्यात आले. नंतर त्या सर्वांना मशिदीच्या प्रांगणात जमवण्यात आले. तेथे अगोदरच एक गाय भाजून तयार होती. एकापाठोपाठ एकाला त्या गोमांसाचा प्रसाद ग्रहण करावयास लावला. ही कथा सांगणारा भगवानदास हा मूळचा शाकाहारी होता. गोमांसभक्षणाच्या नुसत्या कल्पनेनेच त्याला ओकारी आली. पण त्याने तिला आवर घातला. करतो काय बिचारा! जर ते मानले नाही तर मरणाचा मार्ग खुला होणार. त्याचाच एक शेजारी त्या गटात होता. तो होता हिंदू ब्राह्मण. आपल्यासमोर उभे असलेले अरिष्ट पाहून त्या विचारी ब्राह्मणाने आपल्या मुसलमान जुलूमशहांना एक याचना केली. आयुष्यातील या विशेष महत्त्वाच्या समारंभासाठी विवाहप्रसंगी मिळालेली ताटवाटी, चमचे वगैरे साहित्य

या लोकांना लागलंय खूळ! । २१९

घेऊन येण्याची परवानगी त्याने मागितली. मोठ्या आनंदाने त्यांनी ती विनंती मान्य केली. दासने सांगितले, "त्या ब्राह्मणाने घरात एक सुरा लपवून ठेवला होता. घरी पोहोचताच त्याने पाळीपाळीने आपल्या पत्नीचा, मुलांचा गळा कापला. शेवटी स्वत:चाही. ते पवित्र गोमांस भक्षण करण्यासाठी कोणी परतले नाही."

पाकिस्तानातील हिंदू-शिखांवर झालेल्या हल्ल्यांमागे धर्मभावनेपेक्षा आणखी अधिक असे काही होते. मुसलमानांचा डोळा त्यांचा जमीनजुमला, दुकानदारी आणि पैसाअडका यांच्यावर अधिक होता. सियालकोटजवळच्या एका गावात सरदार प्रेमसिंग म्हणून एक सावकार होता. त्याचे घराणे खूपच श्रीमंत होते. घरही चांगले दुमजली, भक्कम. दाराला लोखंडी फाटक असा बंदोबस्त. गावकऱ्यांना त्याच्याजवळच्या संपत्तीची जाणीव होती. अनेक मुसलमान गावकरी आपले दागिने त्याच्यापाशी गहाण ठेवत. आयुष्यात निदान एकदा तरी प्रत्येकाने प्रेमसिंगाकडे आपला जिन्नस ठेवला होता. त्याच्या घरातील एका भल्या मोठ्या तिजोरीची हवा प्रत्येक मुसलमानाने खाल्ली होती. असे असताना स्वातंत्र्यदिनानंतर काही दिवसांतच एका सकाळी प्रेमसिंगाच्या घरासमोर मुसलमानांचा एक मोठा घोळका जमला. प्रत्येकाच्या हातात काठ्या, पहारी, सुरे होते. त्यांच्यातील प्रत्येक पुरुषाचा प्रेमसिंगाला परिचय होता. कारण ते त्याचे गिऱ्हाईक - देणेकरीच होते. 'तिजोरी तिजोरी!' सारे किंचाळत होते.

प्रेमसिंगच्या तिजोरीत दागदागिना, पैसाअडका याखेरीज एक दुबारी बंदूक व पंचवीस काडतुसेही होती. त्याने तिजोरी उघडून बंदूक बाहेर काढली व तो दुसऱ्या मजल्यावर निघून गेला. त्याचे फाटक उघडण्याचा प्रयत्न करणाऱ्या जमावावर त्याने एक तासभर चांगलाच हल्ला चढवला. खिडकीखिडकीतून बंदुकीच्या फैरी झाडत त्याने जमावाला रोखून धरले. वरच्या मजल्यावर त्याचा हा उद्योग चालू असतानाच खालच्या मजल्यावर एक वेगळेच रामायण घडत होते. काही झाले तरी घरावर धडक्या देणारा तो मुसलमान जमाव कधी ना कधी वाड्यात शिरणारच याची खात्री असलेल्या प्रेमसिंगच्या पत्नीने आपल्या तीन मुलींना एकत्र केले. त्यांच्या व स्वत:च्या अंगावर रॉकेल शिंपडले. गुरू नानकांचे नाव घेत स्वत:ला पेटवून घेतले. तिच्यामागोमाग मुलींनीही त्याचे अनुकरण केले, वरच्या मजल्यावरच्या प्रेमसिंगाला धुराचा वास आला. आता त्याच्यापाशी पाचच काडतुसे उरली होती. आश्चर्य असे की, त्या शिखाच्या या कडव्या प्रतिकाराच्या माऱ्याखाली दबून गेलेला तो गावकऱ्यांचा जमाव आल्या पावली परत गेला. थकलाभागलेला प्रेमसिंग जिना उतरून खाली आला. काय पाहायला मिळाले त्याला तेथे? त्याच्या उघड्या तिजोरीसमोर जळून कोळसा झालेली चार प्रेते- एक त्याच्या बायकोचे, उरलेली तीन मुलींची. मुसलमानांच्या अत्याचाराला बळी पडण्यापेक्षा आत्मदहनच श्रेयस्कर मानले होते त्या स्त्रियांनी! त्या आधुनिक जोहाराच्या दर्शनाने थिजून गेला बिचारा!

अर्थात, सगळ्याच शिखांना व हिंदूंना केवळ पैशांसाठीच हुसकून लावण्यात आले नाही. कुलदीपसिंग हा चौदा वर्षांचा एक पोर. बाप एक गरीब शेतकरी. लाहोरच्या उत्तरेस असलेल्या एका चिमुकल्या खेड्यातील पन्नासएक हिंदूंपैकी एक, गावात मुसलमानांची लोकसंख्या सहाशेच्या आसपास. त्याची मालमत्ता केवढी म्हणाल? दोन खोल्यांची एक झोपडी, दोन म्हशी व एक गाय. एके दिवशी त्याच्या झोपडीला घेराव घातला आणि त्यांना बजावले, 'पाकिस्तानातून चालते व्हा, नाहीतर प्राणाला मुकाल.' या धमकीला घाबरून बापलेकांनी गावातील आपल्या प्रमुखांच्या घराकडे धूम ठोकली. पण मुसलमान कोठले गप्प बसायला. ते हातात तलवारी, चाकूसुरे, पलिते घेऊन सज्ज. त्यांनी एका शिखास पकडले आणि पेटवली त्याची दाढीच. पण दाढी जळत असताही त्या पठ्ठ्याने एक वीट फेकून एका मुसलमानाला ठार केले. आणि नंतर प्राण सोडला - शीखगुरूंचे नामस्मरण करत.

खून चढलेल्या त्या मुसलमानांनी पुरुषांना बाहेर ओढून काढून रस्त्यात आणून ठार मारले. कुलदीप वरच्या माळ्यावर थेट छपरावर पळाला. घरातील बायका हा सारा प्रकार पाहत होत्या. आपल्यावर होणाऱ्या संभाव्य बलात्काराची व अपहरणाची त्यांना जाणीव होती. काहींच्या कडेवर बालकेही होती. गच्चीवर त्यांनी अग्निकुंड पेटवले. मुलांना शेवटचे स्तनपान दिले आणि परमेश्वराच्या हवाली करण्यासाठी त्यांना अग्निदेवतेस अर्पण केले. शेवटी आपणही त्याच्या स्वाधीन झाल्या. कुलदीपला तो देखावा बघवेना. अंधाराचा व गोंधळाचा फायदा घेऊन तो तेथून पसार झाला. पुढचे सहा तास त्याने एका झाडावर बसून काढले. घरातील आगीत जळत असलेल्या प्रेतांचा वास हवेत पसरला. कुलदीपचे आई-वडील बाहेर पडले नाहीत. एकतर त्यांनी आगीत उडी घेतली असावी किंवा त्यांची हत्या तरी झाली असावी. कुलदीपसमोर दोन तरुणींना पळवून नेण्यात आले. त्या बहुधा मूर्च्छित पडल्या असाव्यात. कारण त्या रडत नव्हत्या, ओरडतही नव्हत्या. रात्र बरीच झाल्यावर कुलदीप झाडावरून खाली आला, घरात गेला. कोणीही जिवंत नव्हते तेथे. फक्त तो व त्या दोन तरुणी जिवंत होत्या. शोकाने गोठून गेलेल्या कुलदीपने रात्र त्या घरात काढली. पहाटेच्या उजेडात त्याने आपल्या माता-पित्यांचा, मित्रांचा, शेजाऱ्यांचा शोध घेण्याचा प्रयत्न केला. पण व्यर्थ. त्याला रक्ताने माखलेला एक सुरा सापडला. त्याचा उपयोग करून त्याने आपल्या केसांच्या जटा कापल्या. मुसलमानाचे रूप घेता यावे म्हणून आणि तो तिथून निसटला.

भीषणतेला जातपात नसते ठाऊक, अगदी इतिहासकालीन न्यायाच्या कसोटीवर देखील हे सत्य आहे. पंजाबमधील अत्याचारांना ऊत आला होता. खून का बदला खून, डोळ्यांचा बदला डोळ्यांनी, कापाकापींचा बदला कापाकापीने, बलात्काराचा बदला बलात्काराने, डोळ्यांवर कातडे ओढून केलेले क्रौर्य त्याच मोबदल्यात

जसेच्या तसे परत केले जात होते. कुलदीपसिंग शीख आणि महंमद याकूब मुसलमान एवढाच फरक. तो राहात होता अमतृसरात. आपल्या घरासमोर गोट्या खेळत असताना शिखांनी हल्ला चढवला त्याच्या झोपडीवर. त्याचे आईवडील व सहा भावंडे होती घरात. महंमद याकूब उसात जाऊन लपला म्हणून वाचला. शिखांनी काही स्त्रियांचे स्तन कापले. बाकीच्या घाबरून सैरावैरा धावू लागल्या. त्यांच्यातील काही जणांनी आपल्या बायकामुलींना स्वत:च्या हातांनीच मारून टाकले, त्यांची विटंबना होऊ नये म्हणून. महंमदच्या दोन भावांना भाल्यांनी भोसकून ठार केले. त्याच्या वडिलांना ते बघवेना. हातातील तलवार गरागरा फिरवत ते वेड्यासारखे इतस्त: पळू लागले. शिखांना त्यांना पकडता येईना. त्यांच्या मागे कुत्री सोडली त्यांनी. कुत्री त्यांच्या पायाला चावू लागली. शेवटी ते सापडले. त्यांची खांडोळी झाली. हात, पाय, मुंडके कुत्र्यांना खायला घातले. गावातील पाचशे मुसलमानांपैकी फक्त पन्नास उरले. तेही अचानकपणे पोलिसांची गस्तीतुकडी आली म्हणून. महंमदला गुरखा सैनिकांनी एका ट्रकात घालून नेले.

लक्षावधी लोकांच्या स्मृतिपटलावर त्या भयानक संहाराचा आगडोंब सतत जळत राहिला. एखादा तरी नातेवाईक त्या बेहिशेबी कत्तलीत दगावला नाही असे एकही कुटुंब पंजाबात उरले नव्हते. संतसिंग या निवृत्त शीख सैनिकाची कहाणी अशीच हृदयस्पर्शी आहे. पहिल्या महायुद्धात गॅलिपोलीच्या किनाऱ्यावर सांडलेल्या त्याच्या रक्ताच्या मोबदल्यात त्याला एक जमिनीचा तुकडा मिळाला होता. सोळा वर्षांच्या खटपटीनंतर तो लागवडीस लायक झाला. त्या वेळेस तो आपल्या बायकोला घेऊन एका तंबूत राहात होता. हळूहळू त्याने पाच खोल्यांचे एक विटांचे घर बांधले त्या जागेवर. मुलाबाळांच्या समवेत सुखाने कालक्रमणा होत गेली. स्वातंत्र्यदिनाच्या दोन दिवस आधी त्याच्याच शेतात काम करणाऱ्या एका मुसलमान गड्याने त्याच्याकडे एक गुप्त पत्रक आणले. 'आता या भूमीवर शीख व हिंदूंची नावनिशाणी उरता कामा नये. त्यांना येथून घालवले पाहिजे.' अशा अर्थाचा आदेश त्यात दिला होता. तीन दिवसांनी हल्ला आला. संतसिंग व त्याचे दोनशे जातभाई यांनी जीव बचावण्यासाठी पळ काढायचे ठरवले. आर्मी सार्जंटच्या हुद्द्यावरून निवृत्त झालेल्या, एका ऐंशी वर्षांच्या सैनिकाबरोबर नेमून दिलेल्या पाच जणांच्या गटाने गावातील स्त्रियांना घेऊन एका ट्रकमधून प्रवास करायचा अशी योजना झाली. निघण्यापूर्वी संतसिंग गुरुद्वाराकडे गेला. त्या मंदिराच्या उभारणीत त्याचाही वाटा होताच. गुरू नानकासमोर प्रार्थना करताना तो म्हणाला - "येथे येताना मी काही घेऊन आलो नाही. जाताना काहीही बरोबर नेणार नाही. आलो रिकामा, जातोय रिकामा. मला आता फक्त तुझी कृपा हवी आहे!" बिरवाला खेड्याच्या सीमेपर्यंतच गुरूचे संरक्षण त्याला लाभले. संतसिंगाच्या ट्रकमधील पेट्रोल संपले. त्याला

आठवते, अंधार होता. आम्ही रेल्वेमार्गाच्या कडेकडेने चाललो होतो. कारण बिरवालाचा रस्ता मुसलमानांनी अडवून धरला आहे अशी बातमी आम्हाला मिळाली होती. गाव शंभरेक यार्डावर असल्यामुळे त्या अंधारात आम्हाला त्यांच्या आरोळ्या ऐकू येत होत्याच. इतक्यात एका म्हाताऱ्या मुसलमानाच्या दृष्टीस आम्ही पडलो. तो तसाच पळत गेला. आम्ही जाणले की वर्दी गेली गावात. थोड्याच वेळात लोकांचे आवाज ऐकू यायला लागले. अर्थात आम्ही गेलो घाबरून. आमच्या प्रमुखाने ताबडतोब निर्णय घेतला. सगळ्या स्त्री-वर्गाला गोळ्या घालायच्या. त्यांची विटंबना होऊ देणे आम्हाला मंजूर नव्हते. सगळ्यांना एकत्र करून एकामागे एक अशा तिघीतिघींच्या ओळी केल्या. सर्वांचे डोळे बांधले. एका बाईचे दोन महिन्यांचे बालक आईच्या स्तनाला पीत होते. 'सत्य हाच ईश्वर' हा जप करण्याची त्यांना सूचना दिली. माझी पत्नी मधल्या ओळीत होती. माझ्या दोन मुली, सून आणि दोन नाती होत्या उभ्या. मी तिकडे पाहण्याचा प्रयत्नही केला नाही. माझ्याजवळ डब्बलबारी बंदूक होती. इतरांच्या जवळ .३०३ ची एक रायफल, दोन रिव्हॉल्व्हर आणि एक स्टेनगन होत्या. त्यानंतर मी त्यांना ग्रंथसाहेबातील पाचवा अध्याय सांगितला. 'सर्व काही ईश्वराच्या इच्छेनुसारच होणार. तुमची घटका भरत आली असल्यास तुम्हाला जावेच लागेल.' मी माझ्याजवळचा पांढरा रुमाल काढला. एक, दोन, तीन अंक मोजेन असे सांगितले. नंतर त्यांनी आपली हत्यारे उडवावीत असा संकेत ठरला.

मी हात वर केला. 'एक!' हात पुन्हा वर गेला 'दोन!' मी परमेश्वराची प्रार्थना करत होतो. 'देवा, मला धीर दे!' तिसऱ्या खेपेसाठी रुमाल वर उचलला. आणि काय चमत्कार! काही अंतरावर मला मोटारीचे दिवे दिसले. परमेश्वराने माझ्या हाकेला ओ दिली. "आपण थांबू या. काही मदत मिळते का पाहू या." मी म्हणालो.

"पण समजा, ती माणसे मुसलमान असली तर?" म्हाताऱ्या सार्जन्टने विचारले.

"विचारून तरी बघू. पुढचे पुढे" मी म्हटले, दिवे जवळ आले. गाडी आमच्याजवळ येऊन थांबली. खरोखरच ते मुसलमान होते. फरक इतकाच होता की ते सैनिक होते. शिवाय त्यांचा प्रमुख अधिकारी मेजरच्या हुद्यावरचा भला माणूस होता. त्याने आम्हाला अभय दिले. आम्ही त्याच्या पायाचे चुंबन घेतले. आमचा प्रवास सुखरूप पुढे चालू झाला.

कलकत्ता, १७ ऑगस्ट १९४७. जवळजवळ एक लाखांचा समुदाय त्या काटकुळ्या माणसाच्या दर्शनासाठी गर्दी करून ताटकळत होता. नारकेलडोंगा चौकात एकच गर्दी जमली होती. फळभारांनी वाकलेल्या वृक्षाचे रूप आले होते

या लोकांना लागलंय खूळ! । २२३

आसपासच्या इमारतींना. छपरांवर, खिडक्यांत, गॅलरीत माणसेच माणसे. पेटत्या पंजाबापासून अठराशे मैलांच्या अंतरावर सारे कसे शांत, शांत होते. चौकातील छोट्या व्यासपीठावरची महात्माजींची कृश आकृती आनंदाने शहारली. आनंद व उत्साह यांच्या लहरींवर सुखावणारा तो समाज पाहून त्यांच्या मनात उगीचच एक पालदेखील चुकचुकली. खरोखरच कसे शक्य झाले हे! आपल्या प्रार्थनोत्तर भाषणात ते म्हणाले - ''कलकत्त्यात घडत असलेल्या या चमत्काराबद्दल सगळे माझ्यावर अभिनंदन - पुष्पांची वृष्टी करत आहेत. प्रथम, आपण सारे त्या सकलसाक्षी परमेश्वराचे त्याच्या आपल्यावरील अपार कृपादृष्टीबद्दल आभार मानू या! त्याबरोबरच हे देखील विसरू नका आजही कलकत्त्यात काही ठिकाणे अशी आहेत की तेथे सर्वच सुरळीत चाललेले नाही. माझ्या प्रत्येक हिंदू-मुसलमान बांधवाला माझी प्रार्थना आहे की, कलकत्त्यातील हा चमत्कार क्षणभंगुर ठरू नये यासाठी त्याने ईश्वराची आळवणी करावी.''

अहिंसासिद्धांताचे शस्त्र घेऊन सिद्ध झालेला एक नि:शस्त्र माणूस कलकत्त्यात जे साध्य करत होता ते पंचावन्न हजारांच्या सुसज्ज, सशस्त्र सेनेला जमत नव्हते. अर्थात त्यालाही कारण होतेच. पंजाबच्या बारा जिल्ह्यांत जातीय दंगलीचा वणवा भडकला होता. पंजाबच्या रस्त्यावर ट्रक किंवा रणगाडे यांचा फारसा उपयोग नव्हता. तेथे हवे होते घोडदळच. सैन्यदलाला प्रशासनयंत्रणेचे साह्य मिळत नव्हते. कारण ती तर एव्हाना कोलमडलीच होती. एका घरातील एक टेलिफोन व एक बिनतारी संदेशवाहक यांच्या आधारावर सर्व चालू होते.

पाकिस्तानची परिस्थिती तर अधिकच बिकट झाली होती. सरकारी सामानाने भरलेल्या वाघिणीतील साहित्य इच्छित स्थळी पोहोचलेच नाही. कराचीतील सरकारी कचेऱ्यांत खुर्च्या-टेबले नव्हतीच. कर्मचारी बाहेरच्या बाजूस मांड्या घालून कामाला बसत. पाकिस्तानची अर्थव्यवस्था चांगलीच बिघडली होती. बँक-यंत्रणा चांगलीच खिळखिळी झाली होती. कारण, बँकांचे संचालक व कर्मचारी बुहतांशी हिंदू होते. त्यांनी केव्हाच पळ काढला होता.

पण भारताने पाकिस्तानला खरे ठकवले ते सैन्यसामग्रीच्या वाटपात. पाकिस्तानचा वाटा होता एक लाख सत्तर हजार टन लष्करी साहित्याचा. त्यापैकी शेवटी उरले सहा हजार टनच. तीनशे खास रेल्वेगाड्यांतून सामान पोहोचायचे होते. प्रत्यक्षात गाड्या गेल्या फक्त तीनच. त्यातून सामान मिळाले-पाच हजार बुटांचे जोड, पाच हजार निरुपयोगी रायफली, काही थोडे रुग्णपरिचारिकांच्या उपयोगी असे साहित्य आणि त्यांच्या जोडीला दगडविटांनी भरलेल्या लाकडी पेट्या. भारताच्या-कदाचित सहेतुक नसलेल्या- बनवाबनवीची कडवट स्मृती पाकिस्तानात चांगलीच रुतून बसली. जन्माला आलेल्या बालकाचा पाळण्यातच गळा घोटण्याचे हे अघोरी कृत्य

आहे असे त्यांच्या मनात येऊन गेले. फील्ड-मार्शल सर क्लॉड आचिन्लेक यांच्याकडे या देवघेवीवर देखरेख ठेवण्याचे काम होते. त्यांनी देखील ब्रिटिश सरकारला कळवले - 'सध्याच्या भारतीय सरकारने या नव्या पाकिस्तानी स्वायत्त राष्ट्राला पाय रोवू न देण्याचा निर्धार केलेला दिसत आहे.'

भारताच्या या कावेबाजीपेक्षा दुसरा एक मोठा धोका पाकिस्तानला होता. त्या नवजात राष्ट्रभूमीवर लाखो निर्वासित धडक मारणार होते. मानवाच्या इतिहासात अभूतपूर्व वाटावा असा तो प्रकार होता. जवळ असेल नसेल ते किडूकमिडूक घेऊन मोटारी, सायकली, रेल्वेगाड्या, घोडी, बैलगाड्या, शेवटी पायीपायी निघणार होती ती निरपराध माणसे. त्यांना हवा होता आसरा, सुरक्षित. अवघ्या तीन महिन्यांच्या अवधीत जवळजवळ एक कोट लोक रस्त्यावर आले. एकमेकांचे हात धरून ओळ लावली असती त्यांनी तर कलकत्त्याहून थेट न्यूयॉर्कला भिडले असते ते. मध्यपूर्वेत इस्रायलच्या निर्मितीने जितके निर्वासित झाले त्याच्या दसपटीने येथे झाले होते. दुसऱ्या महायुद्धात पूर्व युरोपातून विस्थापित होणाऱ्यांच्या तीन ते चारपट संख्या होती त्यांची.

दिल्लीच्या उत्तरेस कर्नाल गावात एक दवंडी फिरवण्यात आली. 'मुसलमानांना पाकिस्तानात घेऊन जाण्यासाठी रेल्वेगाड्या आलेल्या आहेत.' उर्दू भाषेतील ही हाक ऐकून एका तासात वीस हजार लोक निघाले रेल्वे स्टेशनच्या दिशेने. दुसऱ्या एका दवंडीवाल्याने कसौलीच्या दोन हजार मुसलमानांना चोवीस तासांची मुदत दिली. दुसऱ्या दिवशी सकाळी सर्वांना कवायतीच्या मैदानावर एकत्र करण्यात येऊन त्या तांड्याला तेथून हालवण्यात आले - त्यांच्या वचनभूमीच्या दिशेने! तेथल्या लेडी लिन्लिथगो क्षय इस्पितळात उपचार घेणाऱ्या मुसलमानांना हिंदू डॉक्टरांनी बाहेर काढून घालवून दिले. तिकडे पाकिस्तानात बाबालाल आश्रमातील पाच साधूंना हुसकावून लावून त्यांचा आश्रम पेटवून देण्यात आला.

प्रत्येक निर्वासित निघण्यापूर्वी आपल्याजवळचे जे काही मौल्यवान आहे ते स्वत:जवळ बाळगण्याची व्यवस्था करत होता. माँटगोमेरीचे एक धनाढ्य हिंदू व्यापारी श्री. बी. आर. अडालका यांनी कंबरेला बांधलेल्या एका पट्ट्यात चाळीस हजार रुपये घेतले बांधून. वाटेत भेटणाऱ्या मुसलमान मारेकऱ्यांना लाच देण्यासाठी. लाहोरजवळच्या दुसऱ्या एका हिंदू जमीनदाराने आपल्या बायकोने साठवलेले जडजवाहीर, सोन्याच्या बांगड्या काळजीपूर्वक बांधून संदूक एक विहिरीत सोडून दिली. त्याला आशा होती की, पुढे कधी तरी एखाद्या पाणबुड्याला घेऊन आले की ती परत नेता येईल. मतीदास नावाच्या रावळपिंडीच्या एका हिंदू व्यापाऱ्याने आपली तीस हजार रुपयांची रोकड व चाळीस तोळे सोने असलेली एक छोटी पेटी हातालाच बांधून घेतली. काही थोड्या दिवसांनी त्यांच्यावर झालेल्या हल्ल्यात एका

मुसलमान हल्लेखोराने त्याचा हातच कापून नेला पेटीसकट. लखनौच्या अलिया हैदर या धनाढ्य मुलीने आपली आई व बहीण यांना घेऊन विमानच पकडले. गाव सोडून निघालेल्या त्यांना फक्त वीस किलो सामान नेण्याची परवानगी मिळाली होती. घरातील तराजूवर त्यांनी आपापल्या पसंतीचे साहित्य तोलले. कोणी विवाहप्रसंगाची साडी, कोणी नमाजाची चटई, कोणी कुराणाचा ग्रंथ निवडला. मिनावलीजवळच्या बलदेव राज या श्रीमंत जमीनदाराने आपल्याजवळच्या नोटांची होळीच दिली पेटवून. त्या आळशी निरुद्योगी मुसलमानांच्या हाती फुकट पडण्यापेक्षा जाळून टाकलेल्या काय वाईट या विचाराने. स्वत:च्या डोळ्यांसमोर आयुष्याच्या सर्वस्वाचा होम केला त्यांनी!

काही मुसलमानांनी पुन्हा परतण्याच्या निश्चयाने गाव सोडले. पानिपतचे एक मुसलमान पत्रकार - ख्वाजा अहमद अब्बास - पाकिस्ताननिर्मितीच्या विरुद्ध होते. त्यांना दिल्लीला जायचे होते. अब्बासांच्या मातोश्रींनी दरवाजावर एक भलामोठा फलक टांगला- 'हे घर अब्बास कुटुंबाच्या मालकीचे आहे. आम्ही भारतातच राहणार आहोत, आम्ही थोड्याच दिवसांसाठी दिल्लीला जात आहोत.'

पण सर्वांत विचित्र अनुभव आला व्हिकी नून या गोऱ्या बाईंना. पाकिस्तानच्या एका प्रतिष्ठित गृहस्थांशी त्यांचा विवाह झाला होता. त्यांचे पती सर फिरोजखान नून हे एक मान्यता पावलेले सद्‌गृहस्थ होते. ऑगस्टमधील त्या काळात व्हिकी नून काश्मीरच्या कुलू खोऱ्यात सुट्टी घालवत होत्या. त्यांचे निवासस्थान सिमल्याजवळच्या हिंदू विभागात येत होते. एके दिवशी एका अनोळखी माणसाने त्यांच्यासाठी एक निरोप आणला, आज रात्री त्यांच्या घरावर धाड पडणार असल्याचा. त्यांचे पतिराज त्या वेळी लाहोरात होते. घरात दोन बंदुका व रिव्हॉल्वर होते. आयुष्यात त्यांनी कधी बंदूक हातात धरली नव्हती. आपल्या दोघा स्वामिनिष्ठ मुसलमान नोकरांच्या हाती त्यांनी बंदुका दिल्या, स्वत:कडे रिव्हॉल्वर ठेवून घेतले. अंधार पडला. जवळपासच्या मुसलमानांच्या घराला आगी लावण्याचे सत्र सुरू झाले. हळूहळू आग त्यांच्या निवासस्थानाकडे सरकू लागली. बावीस वर्षांची ती युवती, तिला भेटलेल्या - बौद्ध धर्माचा स्वीकार केलेल्या - दोन अमेरिकनांनी एक ओळ शिकवली होती ती आठवू लागली. अचानक अकराच्या सुमारास मुसळधार पाऊस आला. दुसऱ्या दिवशी सकाळी तिने आपला मुक्काम हलवला. मंडीच्या राजाच्या वाड्यात प्रस्थान ठेवले. मंडीचे महाराज त्यांचे निकटचे मित्र होते.

असे हजारो निर्वासित बाहेर पडले. हजारोंचा आकडा वाढत लाखांत गेला. त्यांच्या अतिप्रचंड संख्येमुळे रोगराई, उपासमार, पुनर्वसन वगैरेंच्या गहन समस्या निर्माण झाल्या. शिवाय, जेथेजेथे ते गेले तेथेतेथे त्यांनी आपल्या दुर्दशांची कर्मकहाणी सांगून जातीय विद्वेषाचा विखार पसरवला. नव्या दंगलींना खतपाणी घातले. लाहोर

शहराला स्मशानभूमीची कळा आली. स्वातंत्र्याच्या सूर्योदयाबरोबरच निराशांचा, दुर्दशांचा अंधकारही एकाच वेळी आला. कोणत्यातरी अनामिक हातांनी लाहोरचा निरोप घेताना शहरातील राणी व्हिक्टोरियाच्या पुतळ्याच्या पायथ्याशी एक काळा हार ठेवला होता- लाहोरच्या हरवलेल्या स्वप्नांचे प्रतीक म्हणून!

कलकत्ता, ऑगस्ट १९४७. या खेपेच्या गांधींच्या प्रार्थनासभेला पाच लाख लोक उपस्थित होते. आज 'ईद-उल-फित्र' चा सण होता. सकाळपासून रीघ लागली होती गांधींना भेटणाऱ्यांची. दिवस सोमवारचा, गांधींच्या मौनाचा. त्यामुळे भेटायला आलेल्या लोकांना गांधींकडून लिखित सदिच्छा मिळत होत्या. हिंदू-मुसलमान परस्परांवर सदिच्छांचा, अभिनंदनाचा, गुलाब पाण्याचा, गोडधोड मिठाईचा वर्षाव करत होते. बरोबर सात वाजता गांधी कलकत्ता मैदानाच्या मध्यावर उभारलेल्या व्यासपीठावर चढले. त्यांनी समोरच्या जमावाला दोन्ही हात जोडून नमस्कार केला. आपल्या प्रयत्नांना मिळत असलेल्या या अनपेक्षित यशाने भारावून गेलेल्या त्या भीष्माचार्यांने आपल्या मौनव्रताचा भंग केला आणि उर्दूमध्ये आपल्या मुसलमान बांधवांना 'ईद मुबारक' च्या शुभेच्छा दिल्या.

भारतातील रेल्वे म्हणजे ब्रिटिशांनी या उपखंडात करून दाखवलेला एक चमत्कार होता. आपल्या तंत्रज्ञानाच्या प्रभावाने त्यांनी अज्ञ हिंदवासीयांना चकित करून सोडले होते. या रेल्वेगाड्याच आज जीव घेऊन पळणाऱ्या पंजाब्यांचा प्रमुख आधार होत्या. फाळणीनंतरच्या दंगलींनी रेल्वेयंत्रणेचा चांगलाच भुगा काढला. गाडी स्टेशनात आली रे आली की हजारो माणसे जिवाचा आकांत करत तिच्या पोटात शिरण्याचा प्रयत्न करत. त्या वेळच्या त्यांच्या हालअपेष्टांना सीमा नसे. डब्यात जागा मिळाली नाही की ते सरळ टपावर चढून बसलेच. मारेकऱ्यांच्या सुऱ्याला बळी जाण्यापेक्षा हे हाल परवडावे. आपल्या शरीरावर नाचणाऱ्या या मर्त्य मानवांची कीव करत गाडीचे इंजिन धावू लागले की काम झाले.

त्या दिवशी जवळजवळ सहा तास गाडीची वाट पाहून निहाल ब्रान्हवी या हिंदू शाळामास्तरांचे कुटुंब थकून गेले. बरोबर बायको व सहा मुले घेऊन ते गाव सोडून निघाले होते. गेली वीस वर्षे त्या पाकिस्तानी गावात त्यांनी मास्तरकी केली होती. शेवटी एकदा इंजिनाची शिटी त्यांच्या कानावर आली. तेवढ्यात गाडीवर अचानक मुस्लिम गुंडांच्या टोळीने काठ्याकुऱ्हाडी, भाले-तलवारी घेऊन हल्ला केला. 'अल्ला-हो-अकबर' च्या गर्जना करीत अमानुष लांडगेतोड चालवली. समोर येईल त्या हिंदूला कापून काढले. काहींनी पळून जाण्याचा प्रयत्न केला. हिरव्या शर्टाच्या मुसलमानांनी त्यांचा पाठलाग करून त्यांना ठार मारून प्रेते स्टेशनजवळच्या एका विहिरीत भिरकावून दिली. निहाल बाबूंच्या बायकोच्या डोळ्यादेखत तिचा नवरा व

या लोकांना लागलंय खूळ! । २२७

मुलगा यांना संपवण्यात आले. त्यांना त्या विहिरीत फेकण्यात आले. तिच्या तीन मोठ्या मुलींचे अपहरण झाले. गाडीतील दोन हजारांपैकी फक्त शंभर जण जिवंत राहिले ही कहाणी सांगण्यासाठी. रेल्वेगाड्यांवर होणाऱ्या या प्राणघातक हल्ल्यांना इतिहासात तोड नसावी. सीमेच्या दोन्ही बाजूंनी येणाऱ्या गाड्या हेच प्रमुख लक्ष्य होते दंगलखोरांसमोर. निर्वासितांच्या गाड्यांच्या संरक्षणार्थ दिलेल्या लष्करी सैनिकांचा तसा उपयोग नव्हता. कारण आपल्या जातभाईंवर गोळ्या झाडण्याचे कुकर्म त्यांच्या हातून होत नसे. अशा कठीण समयी एखादा धीरोदात्त नरपुंगव कामीही यायचा.

अशीच एक गाडी पाकिस्तानच्या दिशेने धावत होती. सरहद्द साठ मैल दूर होती. गाडीचा वेग एकदम मंदावला. त्याचे आश्चर्य वाटून अहमद झकीर हा रेल्वे कर्मचारी इंजिनाकडे धावत गेला. त्याला दिसले की दोघे शीख गृहस्थ गाडीच्या हिंदू ड्रायव्हरला त्याने अमृतसर स्टेशनात गाडी थांबवावी म्हणून लाच देत आहेत. झकीर घाबरला. तसेच पळत पळत जाऊन गाडीच्या संरक्षणासाठी असलेल्या ब्रिटिश लेफ्टनंटच्या कानावर त्याने ही गोष्ट घातली. गाडीच्या छपरावरून इंग्रजी सिनेमातील गाड्या लुटणाऱ्यांप्रमाणे उड्या मारत मारत तो लेफ्टनंट व त्याचे दोन मदतनीस इंजिनाकडे पोचले. ड्रायव्हरच्या छातीवर पिस्तुल ठेवून त्यांनी त्याला गाडीचा वेग वाढवायला सांगितले. उत्तरादाखल ड्रायव्हरने ब्रेकच दाबले. ताबडतोब आपल्या पिस्तुलाचा दांडा त्याने ड्रायव्हरच्या टाळक्यातच हाणला. बरोबरच्या सैनिकांनी ड्रायव्हरला बांधून घातले आणि त्या अधिकाऱ्याने स्वत: गाडी चालवली. काही मिनिटांतच अमृतसर स्टेशनवर गाडीची वाट पाहणाऱ्या सुसज्ज व सशस्त्र शीख दंगलखोरांसमोरून ती साठ मैल वेगाने सुसाट निघूनही गेली. बसले हात चोळत सारे! पाकिस्तानच्या हद्दीत गाडी पोहोचल्यावर गाडीतील तीन हजार मुसलमान प्रवाशांनी अल्लाचे आभार मानले. त्या इंग्रज अधिकाऱ्यांच्या गळ्यात नोटांचा हार घालून त्यांच्याविषयी कृतज्ञता व्यक्त केली.

आणखी अशीच एक रेल्वेगाडी सिमल्याहून दिल्लीला चालली होती. तिच्यातील बरेचसे उतारू मुसलमान होते. व्हाईसरॉयच्या कार्यालयात, निवासात नोकरीस असणारे. सोनपत स्टेशनात गाडीसमोर एक मोठा फटाका उडाला. गाडी थांबली. शेकडो शीख आत घुसले. खुनाखुनी सुरू झाली. एका डब्यात लॉर्ड इस्मेची कन्या व तिचा नियोजित पती फ्लाइटलेफ्टनंट वेन्टी बोमंट होती. दोघांनी आपापली पिस्तुले सज्ज केली. त्याच डब्यात त्यांच्या पायाजवळच्या सुटकेसच्या ढिगाखाली तिसरी एक व्यक्ती लपली होती. तो त्यांचा मुसलमान बेअरा होता, अब्दुल हमीद म्हणून. नीटनेटका पोशाख केलेले, गोड बोलणारे काही हिंदू डब्याचे दार उघडून आत आले. त्यांच्या बरोबर एखादा मुसलमान आहे की काय याची चौकशी करू लागले. त्यांच्या या धमकावणीस घाबरून लपलेला अब्दुल हमीद थरथर कापायला

लागला. त्याच्या थरथरण्याने सूटकेस हालू लागल्या. ''एक पाऊल पुढे याल तर मराल!'' साऱ्हा इस्मे म्हणाली. त्या दिवशी जिवंतपणी दिल्लीला परतलेला अब्दुल हमीद हा एकमेव मुसलमान होता.

अमेरिकन कॅटरपिलर ट्रॅक्टर कंपनीचा अमेरिकन प्रतिनिधी रिचर्ड फिशर याचा अनुभव त्याला आयुष्यभर पुरला. क्वेट्टा व लाहोर यांच्या दरम्यान मुसलमानांच्या एका गटाने त्याची गाडी रोखली. त्यातले काही जण डब्यात घुसले. गाडीतून प्रवास करत असलेल्या शिखांपैकी एकेकाला त्यांनी खिडकीतून बाहेर फेकायला सुरुवात केली. बाहेर उभ्या असलेल्या गटाने त्यांची टाळकी आपल्या हातातील हॉकीच्या काठ्यांनी फोडायला सुरुवात केली. बेसुमार मार खाणाऱ्या त्या शिखांच्या किंकाळ्यांनी फिशरचे काळीज फाटून गेले. असे तेरा जण त्या दिवशी हालहाल होऊन मेले. प्लॅटफॉर्मवर पडलेल्या त्यांच्या छिन्नविछिन्न प्रेतांना तेथेच टाकून गाडी पुढे निघाली. पण एवढ्यावरच त्याचे आक्रीत संपले नाही. लाहोरच्या स्टेशनच्या प्लॅटफॉर्मवर आणखी एक अतिभीषण दृश्य त्याची प्रतिक्षा करत होते. स्टेशनच्या प्लॅटफॉर्मवर पसरलेल्या प्रेतांच्या राशींच्या वरतीच एक सूचनाफलक टांगला होता. पंजाबातील प्रत्येक रेल्वे स्टेशनावर तसा बोर्ड आढळायचाच, न चुकता. त्या बोर्डावरची सूचना वाचली की एकेकाळच्या ब्रिटिश सुव्यवस्थेची व भरभराटीची आठवण व्हावी. त्यावर लिहिले होते- 'स्टेशनमास्तरांच्या कार्यालयात प्रवाशांसाठी एक तक्रारवही ठेवण्यात आली आहे. ज्या प्रवाशांना, आपल्या प्रवासात, रेल्वेच्या सेवेतील गैरसोयी आढळल्या असतील त्याबद्दल तक्रार करायची असल्यास त्यांनी सदर वही स्टेशनमास्तरांकडून मागून घेतल्यास ती त्यांना मिळेल.' आज तो फलक फिशरकडे बघून दात विचकत होता.

कलकत्ता, ऑगस्ट १९४७. मागील पाच लाखांचे आता दहा लाख झाले. त्या पंधरवड्यात पंजाबात मृत्यूचे थैमान चालू असूनही गांधींच्या सायंप्रार्थनेला उपस्थित राहणाऱ्यांची संख्या दिवसेंदिवस वाढतच चालली होती. शांतता व बंधुता यांचे मनोहर दर्शन घडत होते. दारिद्र्यात दिवस कंठणाऱ्या जगातील विख्यात झोपडपट्टीवासीयांसाठी प्रेमाचा संदेश घेऊन आलेल्या त्या काटकुळ्या माणसाचे म्हणणे त्यांनी ऐकले. आपल्या रक्तात भिनलेल्या हिंसेला व विद्वेषाला अंत:करणातून हद्दपार करून टाकले. गांधींच्या मोहिनीचा परिणाम होऊन कलकत्त्यात नवा चमत्कार घडून येत होता. न्यूयॉर्क टाईम्सनेही त्यावर आश्चर्य व्यक्त केले होते.

आपल्या विनयशील स्वभावास अनुसरून गांधींनी या परिवर्तनाचे श्रेय स्वत:कडे घ्यायचे साफ नाकारले. 'हरिजन' या आपल्या नियतकालिकात त्यांनी लिहिले : 'आपण परमेश्वराच्या हातातील खेळणी आहोत. त्याच्या स्वत:च्या तालावर तो

या लोकांना लागलंय खूळ! । २२९

आपल्याला नाचवत असतो.' गांधींना दिल्लीहून आलेल्या एका पत्रात त्या विनयशील 'सीझर'ला तो ज्या मानाला पात्र होता तो दिला होता. लॉर्ड माऊन्टबॅटननी आपल्या 'उदासवाण्या चिमण्याला' लिहिले होते- 'पंजाबमध्ये आम्ही पंचावन्न हजार सैनिक ठेवले आहेत शांतता राखण्यासाठी आणि तरीही तेथे प्रचंड दंगली माजून राहिल्यात. त्याच्या उलट, बंगालच्या आघाडीवर आमचे सैन्यदल केवळ एकाच माणसाच्या ताकदीवर खडे आहे आणि तेथे सारे शांत आहे. एक लष्करी सेनापती व प्रशासक या नात्याने मी त्या माझ्या एकनायकी सीमा सुरक्षादलापुढे माझा आदर व्यक्त करतो.'

पंजाब, ऑगस्ट १९४७. एका उघड्या मोटारीत खांद्याला खांदा लावून बसले होते ते दोघे जण. गेली तीन दशके त्या दोघांची इंग्रज राज्यकर्त्यांविरुद्ध आपली ताकद पणाला लावून त्यांच्यावर मात केली होती. त्यांच्या या कर्तृत्वाचा दिमाख दाखवत त्या दोघांनी विजयोन्मादात मिरवायला हवे होते वास्तविक! भारत व पाकिस्तान या नवजात राष्ट्रांच्या पंतप्रधानांचा तो हक्कच होता. पण आज रस्त्यांवर जिकडेतिकडे सामसूम होती. आजूबाजूला जयघोषांच्या गर्जना ऐकू येण्याऐवजी शोकसागराच्या लाटांचा आरव ऐकू येत होता. आनंदातिशयाने बेहोश झालेले चेहरे पाहण्याऐवजी दुःखातिरेकाने म्लान झालेली तोंडे त्यांना पाहावी लागत होती. त्यांच्याकडे पाहत उभे असणाऱ्या चेहऱ्यांवर केवळ तिरस्कार दिसला त्यांना. पंजाबच्या या प्रलयाला आवर कसा घालावा याचा विचार करण्यासाठी जवाहरलाल नेहरू व लियाकतअली खान यांनी दुसऱ्यांदा हा संयुक्त दौरा चालवला होता.

प्रत्येक गोष्ट त्यांच्या हाताबाहेर गेली होती. पोलीस यंत्रणा साफ कोसळलेली. त्यांची सैन्यदले त्यांच्याशी एकनिष्ठ होती-तेवढ्यापुरतीच फक्त. सभोवताली जे घडत होते त्याकडे त्रयस्थांच्या भावनेने पाहिले त्यांनी, क्वचित सक्रिय भागही घेतला. त्यांच्या या त्रयस्थपणामुळे नागरी प्रशासन ढिले पडले. पंतप्रधानांची मोटार चालत असलेल्या रस्त्यावर दोन्ही बाजूस उद्ध्वस्त झालेली खेड्यांमागून खेडी, पीक, तसेच उभी असलेली शेतामागून शेते आणि एकमेकांच्या उलट्या दिशेला रखडत जाणारे निर्वासितांचे तांड्यामागून तांडे नजरेस पडत होते. त्या दोन्ही नेत्यांच्या अंतःकरणास तीव्र वेदना होऊन त्यांनी आपल्या माना खाली घातल्या. त्यांच्या शरीरातील शक्तीच नष्ट झाल्या. आपल्या शिरावरच्या या दैन्याचे ओझे त्यांना पेलवेना.

मनाला छळणारी, अंतःकरणात सलणारी ती जीवघेणी शांतता नेहरूंच्या शब्दांनी भंग पावली - ''काय अनर्थ ओढवला या फाळणीनं! आपण फाळणीला मान्यता देत असताना याची कल्पनादेखील आली नाही, चुकूनही अंदाज करता

आला नाही. आपण सारे भाऊभाऊ म्हणून नांदलो एकत्र. मग हे असं घडावं तरी का?''

''आपल्या देशबांधवांना वेड लागले आहे. त्यांची डोकी फिरली आहेत.'' लियाकत अली उत्तरले.

अकस्मात बाजूच्या रांगेतील एक निर्वासित मोटारीच्या आडवा आला. तो एक हिंदू होता. अंत:करणातील पेटत्या भावनांनी त्याचा चेहरा जवळजवळ होरपळून निघाला होता. शोकविव्हल संतापाने त्याचे सर्व शरीर थरथर कापत होते. मोटारीत बसलेल्या नेहरूंना त्याने ओळखले. नेहरू हा एक मोठा माणूस आहे, दिल्लीवाला साहेब आहे, सरकारी माणूस आहे, काहीतरी करू शकण्याचा अधिकार त्यांना आहे याची जाण होती त्याला. डोळ्यांतून अश्रूधारा व नाकातून शेंबूड निघालेल्या, एखाद्या नर्तकाप्रमाणे हवेत हातवारे करणाऱ्या त्या अनोळखी हिंदू माणसाने नेहरूंना एक विनंती केली. त्याला नेहरूंची मदत हवी होती. त्याच रस्त्यावर तीन मैलांच्या अलीकडे मुसलमान गुंडांच्या एका टोळीने निर्वासितांच्या जथ्यावर छापा घालून त्याच्या दहा वर्षांच्या एकुलत्या एका मुलीला उचलून नेले होते. आपल्या मुलीवर त्याचे जीवापाड प्रेम होते- ''पोर माझी गुणाची होती हो! मला माझी पोर मिळवून द्या आणून परत. मी तुमच्या पाया पडतो!'' या आकस्मिक आघाताचा नेहरूंवर फार मोठा परिणाम झाला. ते एकदम अस्वस्थ झाले. तो माणूस त्यांच्या अनेक देशबांधवांपैकी केवळ एक होता. ''तीस कोटी माणसांवर पंतप्रधान या नात्याने सत्ता गाजवणारा मी, या दु:खविव्हल माणसाला त्याची छोकरी परत आणून देऊ शकत नाही!'' भावनावेगाने त्यांचे डोके बधिर होऊन गेले. पुढे झुकून त्यांनी ते दोन्ही हातांनी घट्ट आवळून धरले. काय करावे, काय बोलावे सुचेना त्यांना. तोपर्यंत त्यांच्या साहाय्यकाने त्या शोकाकुल पित्याला हळुवार हातांनी मोटारपासून बाजूला नेले. मोटार निघून गेली पुढे.

त्या दिवसाच्या अनुभवाचे पिशाच्च नेहरूंच्या मानगुटीवर चांगलेच बसले. रात्रभर त्यांचा डोळ्याला डोळा लागला नाही. लाहोरातील त्यांच्या मुक्कामाच्या ठिकाणी रात्रभर ते जागे होते, आवारात फेऱ्या घालत. विचारमग्न व चिंताग्रस्त मन:स्थितीत. आपल्या देशबांधवांच्या ठायी अचानक उद्भवलेल्या या जातीय क्रौर्याचे त्यांना झालेले दर्शन अत्यंत विदारक व धक्कादायक होते. अलीकडेच सरदार पटेलांबरोबर बोलत असताना सरदारांनी खांदे उडवत म्हटले होते- ''अहो, हे घडणारच होतं!'' त्यांनी तो विषय झटकून टाकला होता त्या वेळी. पण नेहरूंच्या मनात मात्र घर करून राहिला तो. त्यांच्या शरीरातील नसन्नस फुलून उठत होती, पंजाबात उसळणाऱ्या त्या भीषण हत्याकांडाच्या झंझावाताने. त्याच्या विरोधात उभे राहण्याची भीती नव्हती वाटत त्यांना. आपल्या हिंदुधर्मी देशबांधवांची तमा न

बाळगता ते तसे करू इच्छित होते. मात्र त्यासाठी धुंडाळायचा मार्ग त्यांना ठाऊक नव्हता. आकाशातून कोसळणाऱ्या कुऱ्हाडीसारखा पंजाबचा हा भस्मासूर त्यांच्यासमोर ठाकला होता. साक्षात दैत्यच जणू! ते बेसावध होते म्हणून गोंधळूनही गेले. मानगुटीवर बसलेले हे भूत गाडून टाकण्याची ताकद किंवा युक्ती त्यांच्यापाशी त्या क्षणी तरी नव्हती. त्यामुळे कधीकधी काही विशिष्ट प्रसंगी त्यांच्या प्रतिक्रिया अगदी तीव्र व जलद असत. त्यांच्या संतापाचा पारा खूपच चढून जात असे. त्या दिवशी दुपारी त्यांना एक बातमी लागली. अमृतसरजवळच्या एका खेड्यातील शिखांनी आपल्या मुसलमान बांधवांचा फन्ना उडवण्याचा घाट घातला आहे. लागलीच त्यांनी तेथील स्थानिक शीख पुढाऱ्यांना आपल्यासमोर बोलावून घेण्याचा सक्त आदेश दिला. सर्किट हाऊसच्या आवारातील एका वडाच्या झाडाखाली ते उभे राहिले. त्यांच्या आज्ञेबरहुकुम ती शीखमंडळी तेथे आली. नेहरूंनी त्यांना कडक शब्दात समज दिली- ‘‘आज रात्री तुम्ही तुमच्या गावातील मुसलमान भाईबंदांची कत्तल करण्याची योजना आखली आहे असं ऐकतोय मी! पण लक्षात ठेवा, त्यांच्यापैकी एकाच्याही केसाला धक्का लागला रे लागला की तुमचे दिवस भरले म्हणून समजा. दुसऱ्या दिवशी पहाटे मुसक्या बांधून येथे आणण्यात येईल तुम्हाला आणि याच झाडाखाली उभे करून तुम्हा प्रत्येकाला गोळ्या घालायचा हुकूम मी स्वत: माझ्या शरीररक्षकांना देईन. आलं लक्षात?’’

परंतु अशा तऱ्हेची परिणामकारक योजना प्रत्यक्षात आणायची कशी? तीही भारतासारख्या एवढ्या प्रचंड विस्तारित देशात. विस्ताराच्या बाबतीत हाच पेच त्यांना सतत पडला होता. अगदी थकून-भागून गेले बिचारे. अचानक रात्री अडीच वाजता त्यांनी आपल्या एडीसीला जागे करून दिल्लीला बिनतारी संदेश धाडला. कलकत्त्याची ताजी वार्ता मिळावी म्हणून. चोहोबाजूंनी कानावर पडणाऱ्या काळ्याकुट्ट बातम्यांच्या अंधारात एकतरी आशादायक प्रकाशकिरण आढळत होता. मनाला तेवढेच समाधान होते. फाळणीच्या प्रश्नावरून त्यांच्यापासून दूर गेलेला त्यांचा वयोवृद्ध मार्गदर्शक अजूनही तेथील परिस्थितीवर वचक ठेवून होता. त्याच्या प्रभावाचे तेज अद्याप ओसरले नव्हते. कलकत्ता शांत होते.

एक कर्कश शीळ ऐकू आली. ती एक खुणेची शीळ होती. रस्त्यावरून शांतपणे दोन मध्यमवयीन पुरुष चालले होते. शीळ कानावर पडताच सहा माणसे त्यांच्यामागून चालायला लागली. पुढे चालणाऱ्या जोडीच्या लक्षात आली त्यांची हालचाल. ते पळायला लागले. पण आता त्यांची सुटका नव्हती. ‘मुसलमान, मुसलमान! मारा, कापा....’ अशा किंकाळ्या मारत त्यांनी त्या दोघांना खाली पाडले. खाली पडलेले लोक आपण हिंदू आहोत, आपल्याला हिंदुजनांचा परिचय आहे असे आग्रहाने सांगू लागले. त्यांनी काही नावेही घेतली. काही हिंदूंना हाकाही

मारल्या, पण मारेकऱ्यांचे समाधान होईना. त्यांच्या सतरा वर्षांच्या युवक नेत्याला- सुनील रॉयला पुरावा हवा होता. तो त्याने आपल्या स्वत:च्या हातानेच मिळवला. त्या दोघांची धोतरे फेडली. बिचाऱ्यांचे पितळ उघडे पडले. दोघांचीही सुन्ता केलेली होती. खलास! निकाल लागला त्यांचा. मारेकरी पुढच्या तजविजीस लागले लगेच. एकाने त्याच्या तोंडावर रुमाल टाकला, दुसऱ्याने हात बांधले. तोपर्यंत काठ्याकुऱ्हाडी घेऊन लोकही जमले. त्या दुर्दैवी जिवांना त्यांनी हुसकावत नेले. रस्त्यांवरून त्यांना हाकलत नेणारी ती पोरे त्यांची मुले शोभली असती. पण या कोवळ्या पोरांनाच त्यांच्या रक्ताची तहान लागली होती आज. त्या कमनशिबी मुसलमानांच्या कबरस्थानची वाट दोनशे यार्डावरच्या नदीला असलेल्या एका झकास वळणाकडे फुटत होती. "वास्तविक एरवी आम्ही नदीच्या पात्रात मुसलमानी रक्त नसते सोडले. कारण नदीच्या काठावर अनेक श्रद्धावान हिंदुजन पूजा-अर्चा करत होते. काही स्त्रिया स्नान देखील करत होत्या." तो सतरावर्षीय युवक म्हणाला.

नदीच्या पात्राजवळ गेल्यानंतर त्यांनी त्या दोघांना कंबरेएवढ्या खोल पाण्यात ढकलले. एक लोखंडी पहार हवेत तळपली क्षणभर आणि थाडकन पहिल्या मुस्लिमाच्या टाळक्यावर आदळली. एका घावात कवटी उडाली. तो बिचारा नदीत कोसळला. पाण्यावर रक्ताचा रंग पसरला. दुसऱ्या बळीने जराशी धडपड केली. मघाच्याच तरुणाने पुन्हा एकदा तीच कृती केली. मुलांनी त्यांच्या तोंडावर विटा मारल्या, दुसऱ्या एकाने त्यांच्या मानेत सुरा खुपसून तो खरोखरच मेला काय याची खात्री करून घेतली. काही यार्डावरच दिवसाढवळ्या होत असलेल्या या निर्घृण कृत्याची किंचितही दखल न घेता आसपास भक्तांची पूजाअर्चा विनासायास चालू होती. सुनील रॉयने ती दोन्ही प्रेते नदीच्या मुख्य प्रवाहात सोडून दिली. हुगळी नदीचा रंग बदलून गेला. मारेकऱ्यांनी घोषणा दिली- 'कालीमाता की जय!'

३१ ऑगस्ट १९४७ ची सकाळ उजाडली. सोळा दिवसांच्या शांततेला दृष्ट लागल्याने की काय कोणास ठाऊक, कलकत्ता शहरातही दंगलीच्या जंतूंनी प्रवेश केलाच शेवटी. त्यांना कारण होते गाड्या भरभरून येणारे पंजाबी निर्वासित. त्यांच्याकडून ऐकलेल्या छळांच्या कहाण्या वातावरणात तणाव निर्माण करू लागल्या. त्यांच्या भरीला मध्येच उठणाऱ्या अफवा. बस्स, एवढे जळण पुरे होते पेट घ्यायला. अशीच एक अफवा उठली की एका ट्रॉलीतून आलेल्या हिंदू मुलाला मरेतोपर्यंत मारले. बस्स! नमनाला आरंभ झाला.

रात्री दहा वाजता हैदरी हाऊसच्या आवारात कडव्या हिंदू तरुणांचे एक टोळके महात्माजींची भेट मागू लागले. गांधी अर्थात झोपले होते आपल्या गवती गादीवर. त्या तरुणांनी आपल्याबरोबर दुसरा एक मुलगा आणलेला होता. त्याच्या डोक्याला

मलमपट्टी केलेली होती. त्याने मुसलमानांचा मार खाल्ला होता असे त्यांचे म्हणणे होते. काही वेळाने तो जमाव घोषणा देऊ लागला. काहींनी घरावर दगडदेखील टाकले. मनू व आभा जाग्या झाल्या. त्यांनी जमावाला शांत करण्याचा प्रयत्न केला. पण व्यर्थ. गांधींच्या पाठीराख्यांना दूर सारत ते लोक तडक आत घुसले. या सगळ्या कोलाहलात गांधींना जाग आली, ते स्वत: त्यांच्यासमोर उभे राहिले. ''अरे, कसला वेडेपणा हा!'' त्यांनी विचारले, ''मी आहे ना समोर. करा हल्ला माझ्यावर!'' पण समोरच्या गोंगाटात त्यांचे शब्द कोठल्या कोठे विरून गेले. तेवढ्यात दोन मुसलमान-त्यांपैकी एक जण मारहाणीमुळे रक्तात न्हालेला-माणसांमधून वाट काढत गांधींच्या मागे जाऊन लपू लागले. पाठोपाठ एक काळाभोर दगड आला भिरभिरत. काही थोड्या इंचांनीच महात्माजींचा कपाळमोक्ष चुकला. तो दगड मागच्या भिंतीवर जाऊन आदळला. तोपर्यन्त गांधींच्या एका अनुयायाने बोलावून घेतलेले पोलीस तेथे पोहोचले. आतल्या आत हादरून गेलेल्या गांधींनी अंथरुणावर अंग टाकले खरे, पण त्यांची झोप केव्हाच उडाली होती; कलकत्त्याचा चमत्कार 'नऊ दिवसांची नवलाईच ठरला म्हणायचा!' त्यांनी नोंद केली.

दुसऱ्या दिवशी कहरच झाला. त्यांच्या उरल्यासुरल्या आशांचा चक्काचूर झाला. दुपारनंतर काही मिनिटांतच मुसलमान झोपडपट्टीवर योजनाबद्ध हल्ले झाले. हे दंगलखोर हिंदू अतिरेक्यांच्या संघटनेचे होते. गांधींच्या वसतिस्थानापासून शंभरेक यार्डावर, घाबरलेल्या मुसलमानांना ट्रकमधून नेले जात असताना त्यांच्यावर दोन हातबॉम्बही टाकण्यात आले. तत्काळ गांधी घटनास्थळी धावून गेले. तेथील दृश्याने त्यांना तीव्र वेदना झाल्या. त्या बॉम्बनी दोघांचा बळी घेतला होता. रोजंदारी करणारे मजूर होते बिचारे. त्यांच्या अंगावर धड कपडेही नव्हते. रक्ताच्या थारोळ्यात लडबडली होती त्यांची मृत शरीरे. त्यांच्या उघड्या-वाघड्या जखमांवर माशा घोंघावत होत्या. एका प्रेताजवळ चार आण्याचे नाणे चकाकत होते. बघणाऱ्याचे रक्त गोठवून टाकणाऱ्या त्या लांडगेतोडीने गांधी थक्क होऊन गेले. त्या दृश्याचा एवढा भयानक परिणाम झाला त्यांच्यावर की त्यांना जेवणाची इच्छाच झाली नाही त्या रात्री. कोठेतरी शून्यात नजर लावून गप्पच झाले ते एकाएकी. ''मी प्रकाशाची वाट पाहात आहे. मी माझ्याच अंत:करणात खोलवर डोकावत आहे. अशा वेळी गप्प राहण्याने मदत होते एकप्रकारची.'' ते म्हणाले. त्या दिवशी सायंकाळी थोडा वेळ फिरून आल्यानंतर ते आपल्या गवती गादीवर बैठक मारून बसले आणि त्यांनी एका जाहीर निवेदनाचा मसुदा तयार करावयास प्रारंभ केला. ते शोध घेत असलेले उत्तर त्यांना सापडले होते. त्या निवेदनात जाहीर केलेला त्यांचा निर्धार अपरिवर्तनीय होता. कलकत्त्यात शांतता पुनर्स्थापित करण्यासाठी अठ्ठ्याहत्तर वर्षांचे महात्मा गांधी आमरण उपोषणास बसणार होते.

उपोषण हे महात्मा गांधींच्या भात्यातील एक खास अस्त्र होते. अनादिकालापासून उपवासाच्या मार्गाने भारतीय माणूस आपल्या व्यथेला वाट करून देत आला होता. वास्तविक उपासमारीचा शाप असलेल्या या देशाला उपोषणाचे अप्रूप असायचे कारण नव्हते. पण एखाद्याला वठणीवर आणावयाला त्याचा सर्रास उपयोग होत होता. एका व्यक्तीच्या या कृतीला गांधींमुळे राष्ट्रीयत्व प्राप्त झाले होते. अगदी निर्वाणीचा उपाय म्हणून त्यांनी त्याचा वापर मोठ्या कौशल्याने केला होता. त्यांच्या आयुष्यातील कर्तृत्वशाली कालखंडांना उपोषणाचीच पुण्याई लाभलेली होती. जवळजवळ सोळा वेळा त्यांनी अन्नत्याग केलेला होता. दोन वेळा त्यांनी एकवीस दिवसांचे उपोषण करून दाखवले. महात्मा गांधी आणि उपोषण या दोन गोष्टी अतूट होत्या. त्यांच्या उपोषणकालात सारा भारतवर्ष एकाच भावनेने भारून जाई. प्रत्येकाचे लक्ष त्यांच्याठायी लागलेले असे. अहिंसेच्या त्या प्रेषिताच्या हातात उपोषण हे हत्यार शोभून दिसे. उपोषणाचे एक तत्त्वज्ञानच बनवले होते त्यांनी. सहृदयी माणसांच्या भावनांना आवाहन करण्यासाठीच उपोषण करावयाचे असते असा सिद्धांत ते मांडत. ब्रिटिशांच्या जागी जर एखादा हिटलर वा स्टॅलिन असता तर हे अस्त्र खचितच बोथट झाले असते याची त्यांना खात्री होती. उपोषणाच्या साह्याने एखाद्या समस्यापूर्तीला काळाची मर्यादा पडते. त्याच्या नाट्यपूर्ण आविष्कारामुळे लोकांच्या बेलगाम वृत्तींना आवर घालता येतो, त्यांना नवी दृष्टी मिळते. राजकीय उपोषणाला योग्य अशा प्रसिद्धीची साथ हवी असते. उपोषणाचे हत्यार वारंवार उपयोगात आणायचे नसते. कारण त्यामुळे त्याची महती कमी होते. गांधींच्या उपोषणाचे प्रकार दोन होते, एक प्राणांतिक व दुसरे मुदतबंद उपोषण. कधी त्यांचा उद्देश आत्मशुद्धी असे, तर कधी अनुयायांच्या चुकांकरता घेतलेले सार्वजनिक प्रायश्चित. उपोषणकालात गांधी फक्त सोडा बायकार्बोनेट घातलेले पाणीच पीत कटाक्षाने. कधीकधी सुरुवातीला प्रत्यक्ष उपोषणास आरंभ करण्यापूर्वी मोसंबी किंवा लिंबू यांचा रस त्यांना चालत असे. पाण्याची चव बदलावी म्हणून. १९२४ च्या एकवीस दिवसांच्या उपोषणात त्यांनी डॉक्टरकडून ग्लुकोजचा एनिमा करून घेतला होता. कारण ते उपोषण प्राणांतिक नव्हते. आता अठ्ठयाहत्तरीच्या उंबरठ्यावर उभे असणारे गांधी पुन्हा एकदा हे दिव्य करण्यासाठी सिद्ध झाले होते. एका नव्या संघर्षाचा मुकाबला त्यांना करावयाचा होता. आज ते आपल्या देशबांधवांच्या माथेफिरूपणाबद्दल असंतोष व्यक्त करण्यासाठी स्वत:ला उपोषणाच्या खाईत खुशीने लोटत होते. असंख्य निष्पापांची आहुती पडू नये म्हणून स्वत:च्या प्राणाची बाजी लावण्यास तयार झाले होते. कलकत्त्यावर पडलेल्या हिंसाचाराचे भयाण सावट घालवण्यासाठी प्राणांतिक उपोषणाची चूड पेटवणार होते.

या उतारवयात गांधींनी या दिव्यातून जावे ही कल्पना त्यांच्या शिष्यांना असह्य

होत होती. त्या सर्वांनी गांधींना त्यापासून परावृत्त करण्याचा निकराचा प्रयत्न केला. त्यांचे एक अत्यंत निकटचे सहकारी, बंगालचे पहिले राज्यपाल श्री.सी.आर. राजगोपालाचारी बापूंना म्हणाले- "बापू, अहो गुंडांच्या विरुद्ध उपोषण करण्यात काय प्रयोजन आहे?" त्यावर गांधी उत्तरले - "माझा मूळ हेतू गुंडाना प्रेरणा देणाऱ्या शक्तींना आवाहन करण्याचा आहे." पुन्हा राजाजी म्हणाले- "पण समजा, या प्राणांतिक उपोषणाने तुम्हाला मृत्यू आला तर परिस्थिती अधिकच भयानक नाही होणार?" तरीही गांधीजी म्हणाले- "छान होईल. निदान ते पाहायला मी जिवंत असणार नाही." अशा रितीने गांधींना त्यांच्या निश्चयापासून कोणीही ढळवू शकला नाही.

एक सप्टेंबरला गांधींनी मनू व आभा या दोघींना उठवून जाहीर करून टाकले की, त्यांच्या उपोषणाला आरंभ झाला आहे. हैदरी हाऊससमोर पाहिलेल्या त्या भीषण संहाराच्या साक्षीने त्यांनी रात्रीचे जेवण घेतलेच नव्हते एवीतेवी. "काय वाटेल ते होवो, एक कलकत्ता शांत होईल किंवा माझी जीवनज्योत तरी मावळेल." गांधी म्हणाले. पण या खेपेस गांधींना त्यांच्या शरीरप्रकृतीची साथ मिळेना. गेल्या नववर्षादिनापासून त्यांच्यावर सतत पडत गेलेला मानसिक ताण कमालीचा कष्टदायक होता. अगदी दुसऱ्या दिवशीच त्यांच्या डॉक्टरांना त्यांच्या हृदयाच्या ठोक्यातला वेगळेपणा जाणवला. हळूहळू त्यांचा आवाजही क्षीण होत चालला. काही तासांतच गांधींनी घेतलेल्या या आव्हानात्मक पवित्र्याची चाहूल कलकत्ता नगराला लागली. हैदरी हाऊसभोवती चिंतातुर लोकांची ये-जा सुरू झाली. पण एका दिवसात शमण्याइतके हिंसाचाराचे तुफान हलके नव्हतेच मुळी. शहरात जाळपोळ, लुटालूट, खुनाखुनी चालूच होती. आपल्या बिछान्यावर पडून असलेल्या गांधींना दुरून एक आवाजही ऐकू येत होता- बंदुकीच्या फैरी झाडल्याचा.

ताबडतोब हालचाली सुरू झाल्या. गांधींच्या सहकाऱ्यांनी हिंदू अतिरेक्यांच्या नेत्यांशी चर्चा सुरू केली. त्यांच्या कृतीवर नौखालीच्या हिंदूंचे जीवित अवलंबून आहे याची जाणीव दिली. उपोषणाच्या दुसऱ्या दिवशी बंदुकीच्या आवाजाबरोबरच दुसरा एक नाद घुमू लागला. शांतता प्रस्थापनेच्या घोषणा करणारी अनेक शिष्टमंडळे नगरात फिरू लागली. कलकत्त्याच्या दंगलखोरांनी आपले हात आवरते घेतले. आता त्यांचे सारे लक्ष गांधींच्या रक्तदाबाच्या, श्वासाच्या, लघवीतील अल्ब्यूमिनच्या चढउताराकडे लागून राहिले. हिंदु-मुस्लिम नेत्यांनी गांधींना त्यांचे प्राणघातक उपोषण सोडण्याची याचना केली; एक मुसलमान स्वत:ला गांधींच्या पायावर घालून घेत कळवळून म्हणाला, "गांधीजी, तुमचं काही बरंवाईट झालं की आम्ही मुसलमान उखडलोच मुळापासून!" तरीही महात्माजी विचलित नाही झाले. "गेल्या पंधरा दिवसांची शांतता पुन्हा निर्माण झाल्याखेरीज थांबायचे नाही," त्यांच्या आतल्या

आवाजाने आदेश दिला. तिसऱ्या दिवशी गांधी खूपच क्षीण झाले. त्यांना बोलण्याचे कष्टही सहन होईनात. त्यांच्या निधनाची हूलही उठली कलकत्यात. सारे कलकत्ता शहर एका प्रचंड यातना सागरात बुडून गेले. साऱ्या राष्ट्राचे डोळे व कान कलकत्त्याकडे लागले. अखेरीस, हार झाली हिंसाराक्षसाची! हिंदु-मुसलमानांच्या संयुक्त मेळाव्यांनी दंगलखोरांच्या वस्तीवरच मोर्चा नेला. त्या दिवशी दुपारी कलकत्यातील सत्तावीस अट्टल बदमाश गुंड हैदरी हाऊसच्या दरवाजात माना खाली घालून, शब्द न काढता उभे राहिले. आपल्या गुन्ह्याबद्दल गांधींकडे त्यांनी क्षमायाचना केली, त्यांना आपले उपोषण सोडण्याची भीक मागितली. लगेच सायंकाळी दुसरी एक टोळी आली पाय धरण्यासाठी. बेलियाघाट मार्गावरील रानटी खुनाचे आयोजन करणाऱ्यांपैकी होती ती. त्यांनीही निमूटपणे गुन्हा कबूल केला. त्यांचा प्रवक्ता गांधींना म्हणाला- "बापूजी, आपण उपोषण सोडा. तुम्ही सांगाल ती शिक्षा भोगायला तयार आहोत, मी व माझी माणसे!' एवढे बोलून त्यांनी आपल्या धोतरात बांधून आणलेली चाकू, खंजीर, पिस्तुले, वाघनखे इत्यादी शस्त्रे त्यांच्यासमोर टाकली. त्या शस्त्रांपैकी काहींवर त्यांच्या बळींचे रक्त अद्यापही दिसत होते. गांधी व त्यांचे शिष्य या सर्वांच्या डोळ्यांपुढे अंधारीच आली ते पाहताना. त्यांचा खणखणाट शांत झाल्यावर गांधी आपल्या क्षीण झालेल्या आवाजात पुटपुटले- "मी तुम्हाला केवळ एकच शिक्षा करणार आहे. ज्या मुसलमान बांधवांचा बळी तुम्ही घेतला आहे त्यांच्या आसपासच्या वस्तीत जाऊन त्यांची क्षमा मागा व येथून पुढे त्यांचे संरक्षण करण्याची प्रतिज्ञा करून कामाला लागा." बस्स. कलकत्त्याचे वादळ शमले. त्या सायंकाळी गुंडांनी आपल्याजवळची सर्व प्रकारची शस्त्रे एका ट्रकमध्ये घालून तो ट्रक हैदरी हाऊसच्या दारात आणून सोडला. कलकत्त्याच्या हिंदू, शीख व मुस्लिम पुढाऱ्यांनी एका संयुक्त निवेदनाद्वारे शपथ वाहिली- 'या शहरात येथून पुढे केव्हाही जातीय दंगलीचा भडका उडणार नाही. यदाकदाचित उडालाच तर आम्ही आमचे प्राण पणाला लावून त्याचा बीमोड करू.'

चार सप्टेंबरला सायंकाळी सव्वानऊ वाजता- तब्बल त्र्याहत्तर तासांनी- महात्मा गांधींनी मोसंब्याचा रस घेऊन आपले प्राणांतिक उपोषण सोडले. त्यानंतरच्या भावी कालात-निदान गांधी जिवंत असेपर्यंत तरी- कलकत्त्याच्या रस्त्यावर जातीय दंगली उद्‌भवल्या नाहीत. कलकत्ता आपल्या शब्दाला समर्थपणे जागला. अखेर कलकत्त्याच्या चमत्काराला चिरतारुण्य प्राप्त झाले. गांधींच्या या महान विजयावर भाष्य करताना त्यांचे जुने स्नेही राजगोपालाचारी म्हणाले- 'गांधींनी आयुष्यात अनेक महान गोष्टी सिद्ध करून दाखवल्या. त्यांनी देशाला स्वातंत्र्य मिळवून दिले पण आज कलकत्त्याला भेडसावणाऱ्या या जातीय विद्वेषाच्या भुताचा त्यांनी केलेला अखेरचा संहार ही माझ्या मते सर्वांत विलक्षण गोष्ट जमा आहे त्यांच्या खात्यावर!"

या लोकांना लागलंय खूळ! । २३७

महात्मा गांधींना त्यांच्या या प्रशस्तीचे बिलकूल अप्रूप नव्हते. त्यांनी घोषणा केली- "मी उद्या पंजाबचा दौरा सुरू करण्याचा विचार करीत आहे."

नवी दिल्ली, सप्टेंबर १९४७. महात्मा गांधी पंजाबचा दौरा कधीही करू शकले नाहीत. नेहमीप्रमाणे एका नव्या उद्रेकाने डोके वर काढले. मात्र जागा बदलली होती यावेळी. प्रत्यक्ष राजधानीतच ठाण मांडले त्याने. कलकत्ता व लाहोरच्या जोडीला गेली राजधानी दिल्ली. आणि त्यासाठी मुहूर्तही कोणता काढावा तिने? तीन सप्टेंबरचाच? नेमक्या त्याच दिवशी गांधींनी कलकत्त्यात आपले उपोषण सोडले होते.

दिल्लीचा तोंडवळा बराचसा मुस्लिम होता. तिने अनेक वर्षे मोगली अमलाखाली घालवली होती. त्यांच्या पदरचे बहुतेक जण मुसलमान होते. त्याशिवाय टांगेवाले, फळविक्रेते, भाजीवाले, बाजारातले हातावर पोट भरणारे कारागीर यांचीही गर्दी होतीच. शिवाय पंजाबच्या सरहद्दीवरून आश्रयासाठी पळून आलेले हजारो मुसलमान नव्याने आलेले. दिल्लीच्या दिशेने धाव घेणाऱ्या हिंदू व शीख निर्वासितांच्या करुण कहाण्यांनी भडकून उठणाऱ्या अकालींनी व कट्टर हिंदुत्वनिष्ठ अशा संघवाद्यांनी दंग्याला सुरुवात केली. दिल्लीच्या रेल्वेस्टेशनवरच्या दहा-बारा मुसलमान हमालांची हत्या करून नारळ फोडला. काही मिनिटांतच त्याची झळ कॉनॉट सर्कलला लागली. हिंदू दंगलखोरांनी मुसलमानांच्या दुकानांची लुटालूट व त्याचबरोबर दुकानमालकांचा खिमा करायला आरंभ केला. मॅक्स ऑलिव्हये- लकाम्प नावाचा एक फ्रेंच वृत्तपत्रप्रतिनिधी तेथे उपस्थित होता. अशा या तुफान दंगलीत काँग्रेसची खादी टोपी घातलेला एक गृहस्थ हातात घेतलेली लाठी गरागरा फिरवत, गुंडांना चांगलेच दणकत, शिव्या घालत, तडक घुसलेला त्याने पाहिला. आपल्या या तडाखेबंद कृतीने त्या दंगलग्रस्त भागात असलेल्या बेफिकीर पोलिसांना जाग आणण्याचा त्याचा प्रयत्न होता. हा धैर्यशाली माणूस दुसरातिसरा कोणी नसून खुद्द भारताचे पंतप्रधान पं. जवाहरलाल नेहरू होते.

या हल्ल्यांची ठिणगी पडताच लगोलग तिचा मोठा वणवा पसरवण्याचे कार्य गडद निळ्या फेट्यांच्या अकालींनी व कपाळाला पांढरी पट्टी बांधलेल्या संघवाल्यांनी हाती घेतले. आग दिल्लीच्या ग्रीन मार्केटमध्ये पसरली. हजारो मुसलमानी फळदुकानांनी भस्मसात होण्याची वाट धरली. नव्या दिल्लीतील लोदी कॉलनीतील मुसलमान सनदी अधिकाऱ्यांच्या बंगल्यांवर शिखांनी धाडी घालून घरात सापडेल त्याला कंठस्नान घातले. दुपारपर्यंत त्या बंगल्याच्या हिरवळीवर प्रेतांचा खच पडला. त्या रात्री मेजवानीसाठी निघालेल्या बेल्जियन कौन्सलांनी सतरा प्रेते मोजली. शिखांनी रात्रीच्या वेळी 'अल्ला-हो-अकबर' च्या घोषणा देऊन मुसलमानांना चकवून बाहेर

काढले व त्यांची मुंडकी उडवली. तोपर्यंत तिकडे संघवाल्यांच्या एका टोळीने बुरखा घालून निघालेल्या एका मुसलमान स्त्रीच्या अंगावर पेट्रोल शिंपडून तिला पेटवून दिले. आणि हे त्यांनी चक्क जवाहरलाल नेहरूंच्या यॉर्क रोडवरील निवासस्थानाच्या दारात घडवून आणले. त्यांच्या कॉनॉट प्लेसमधील धाडसी कृत्याचा प्रतिनिषेध काही अभागी मुस्लिम स्त्रियांनी गुरखा सैनिकांच्या संरक्षणाखाली नेहरूंच्या निवासस्थानासमोरील बागेत आसरा घेतला. कोणाही मुसलमानांना थारा देणाऱ्या इतर जमातींना धमक्या आल्यामुळे प्रत्येकाने आपल्या विश्वासू मुसलमान सेवकांना बाहेर काढले. त्यांच्यापैकी कित्येक जण शिखांच्या तलवारींना बळी पडले, कित्येकांनी निर्वासितांच्या छावणीकडे पळ काढण्यात यश मिळवले. या सगळ्या अत्याचाराचा लाभ घेतला टांग्याच्या घोड्यांनी. त्यांच्या मालकांचा फन्ना उडाल्याने मोकाट सुटलेले ते घोडे ब्रिटिशांनी जतन करून ठेवलेल्या हिरव्यागार कुरणात यथेच्छ चरू लागले. दिल्लीतील या जातीय दंगलींनी प्रशासन कोलमडले. तेथील पोलीसदलात निम्मे लोक मुसलमान होते. त्यांनी पळ काढला होता; आता उरले केवळ नऊशे सैनिक! जवाहरलाल नेहरूंचे खाजगी चिटणीस एच. व्ही. आर. अयंगार स्वत:च्या गाडीतून नेहरूंचे टपाल टाकत. चार सप्टेंबरला मृतांची संख्या एक हजारांवर गेली तेव्हा व्ही.पी.मेननी काही प्रमुख सनदी नोकरांची एक गुप्त बैठक घेतली. त्यात एकच अनुमान निघाले. दिल्लीतील प्रशासन परिणामकारकरीत्या चालू नाही. राजधानी व तिच्यापाठोपाठ संपूर्ण देश कोसळण्याच्या मार्गावर आहे. काही थोड्या तासांनी कर्नल एम. एन. चोप्रा या निवृत्त लष्करी अधिकाऱ्याने हाच निष्कर्ष काढला. त्याची हयात वायव्य सरहद्दीवरील पठाणांच्या बंडाचा बिमोड करण्यात गेली होती. आपल्या मित्राच्या बंगल्याच्या गच्चीत उभे असताना त्यांना त्या अंधाऱ्या रात्री चोहोबाजूंनी मशिनगनचा कडकडाट व रायफलचा धूमधडाका ऐकू येत होता. तो ऐकून कर्नलसाहेबांच्या मनात आले : 'आज वायव्य सरहद्द नव्या दिल्लीच्या भेटीला आलीय की काय...!'

सिमला, ४ सप्टेंबर १९४७. मार्च महिन्यात पालमवर पाऊल ठेवल्यापासून थकून-भागून गेलेल्या लुई माऊन्टबॅटनना प्रथमच विश्रांतीसाठी वेळ मिळत होता. उपखंडातील स्वातंत्र्यप्रदानामुळे त्यांच्या शिरावरचे एक जबरदस्त ओझे खाली उतरलेले होते. जगातील एका सर्वोच्च सामर्थ्यशाली सत्तास्थानाची जागा आता एका प्रतीकात्मक सत्तास्थानाने घेतली होती. पंजाबमधील दंगलींनी ते अतिशय अस्वस्थ झाले होते. पण गव्हर्नर जनरल या नात्याने त्यांना कसलेही अधिकार नव्हते. आता सारी सत्ता भारतीय नेत्यांच्या हातात एकवटली होती. त्यांच्या कामात आपला अडथळा होऊ नये म्हणून ते स्वत:हून सिमल्यात येऊन थांबले. ते विलक्षण सुंदर शहर तसे शांत व अलिप्त होते. हवा प्रसन्न होती. वातावरण झकास होते.

माजी व्हाईसरॉयांचा मुक्काम जुन्या राजभवनावरच होता. रात्रीचे दहा वाजले होते. वार होता गुरुवार. तारीख होती चार सप्टेंबर. माऊन्टबॅटन आपल्या नेहमीच्याच छंदात रमले होते. तो त्यांचा आवडता छंद होता, आपल्या वंशवृक्षाची जुळवाजुळव करण्याचा. म्हणजे आता प्रत्यक्षात ते सिमल्यात असले तरी त्यांचे मन भूतकालात -हाईन नदीच्या तीरावर रमले होते. 'ट्रिंग-ट्रिंग-ट्रिंग', फोनची घंटा खणखणली. गव्हर्नर-जनरलनी फोन उचलला. फोनच्या दुसऱ्या टोकाला व्ही.पी.मेनन होते. माऊन्टना मेननविषयी फार मोठा आदर होता. इतर कोणापेक्षाही.

"साहेब, आपण ताबडतोब दिल्लीला परतलंच पाहिजे." - मेनन.

"व्ही. पी., अरे मी तर नुकताच पोहोचलोय येथे. जर मंत्रिमंडळाला माझी सही हवी असेल कशावर तर पाठवा ना कागदपत्रं इकडे, मी करेन सह्या." -माऊन्टबॅटन.

"सर, तेवढ्यानं भागत नाही सारं. तुम्ही दिल्ली सोडल्यापासून परिस्थितीनं विचित्र वळण घेतलंय. दिल्लीत जातीय दंगल सुरू झालीय. ती कोणत्या थराला जाईल याचा नेम नाही सांगवत. पंतप्रधान नेहरू व उपपंतप्रधान पटेल दोघांनाही तीव्र चिंता लागून राहिली आहे, आपण परतावं असं त्यांना वाटतंय. तुमची उपस्थिती अत्यावश्यक भासतेय त्या दोघांना!" मेनन.

"पण कशाकरता?" माऊन्टबॅटन यांचा प्रश्न.

"त्यांना केवळ तुमचा सल्ला नकोय, तुमचं साह्य हवंय!" मेननंनी उत्तर दिले,

"व्ही. पी., तसं नसावं. मला नाही वाटत त्यांना मी त्यासाठी हवा आहे तेथे. नुकतंच त्यांचं स्वातंत्र्य त्यांना मिळालंय. त्यांना त्यांचा घटनात्मक प्रमुख हवा आहे परत येऊन शिक्का उठवायला, ते सांगतील त्याच्यावर. दुसरं काय? सांगा त्यांना, मी येत नाही म्हणून."

"ठीक आहे. तसं सांगतो. पण नंतर मात्र बेत बदलायचा नाही हं. त्यात स्वारस्यही नाही उरणार. जर आपण चोवीस तासात दिल्लीस परतू शकत नसाल तर कायमचेच नका येऊ. तेवढे तरी कष्ट घेता कशाला? कारण त्या वेळी भलताच उशीर झालेला असेल. तेवढ्या वेळात आम्ही भारतच गमावून बसू." मेननंनी शेवटचा टोला दिला.

टेलिफोनचे दुसरे टोक खूप वेळ गप्पच बसले. किंचित दिङ्मूढ होऊन गेले असावे ते. बऱ्याच वेळाने त्याला वाचा फुटली. अतिशय शांत सुरात शब्द ऐकू आले तिकडून- "ठीक आहे. अरे लबाडा, म्हाताऱ्या कोल्ह्या, तू जिंकलंस! निघालोच मी!"

नवी दिल्ली, ६ सप्टेंबर १९४७. शनिवार, दिनांक सहा सप्टेंबर १९४७ ला लुई माऊन्टबॅटन यांच्या अभ्यासिकेत झालेल्या त्या बैठकीचा वृत्तांत भारताच्या

शेवटच्या व्हाईसरॉयांच्या आयुष्यातील कमालीचे गूढ रहस्य ठरावे. त्या वेळी जे घडले ते जर वेळीच बाहेर फुटले असते तर दोघा महान भारतीय मुत्सद्यांच्या कारकिर्दीला तो एक मोठाच कलंक लागला असता. त्यानंतरच्या काळात जागतिक राजकीय रंगमंचावरील त्यांच्या स्थानाला बाधही आला असता कदाचित. बैठकीस फक्त तीन व्यक्ती उपस्थित होत्या- माऊन्टबॅटन, नेहरू आणि पटेल. दोघाही भारतीय नेत्यांचे चेहरे खिन्न, विषण्ण वाटत होते. त्यांच्याकडे पाहिले की अंत:करणात पेटत असलेल्या त्यांच्या वेदनांच्या व्यथा सहज लक्षात येत होत्या. शिक्षा झालेली शाळकरी मुले खाली मान घालून उभी असतात ना आपल्या शिक्षकांसमोर तशी त्यांची अवस्था झालेली होती त्या वेळी. पंजाबमधील परिस्थितीवर त्यांना नियंत्रण ठेवता आले नव्हते. निराश्रितांचे स्थलांतर ही एक भीतिदायक समस्या उभी होती राष्ट्रासमोर. आणि खुद्द दिल्ली या राजधानीच्या शहरात सुरू झालेले हत्याकांड तर सर्वांनाच विनाशाच्या गर्तेत लोटत होते. अपराध मीच केला असे वाटत होते का त्यांना?

"परिस्थिती आटोक्यात कशी आणावी काही सुचत नाही." नेहरूंनी कबुली दिली.

"काहीही करून तुम्हाला तिच्यावर पकड ठेवायलाच हवी." माऊन्टबॅटननी त्यांना सांगितले.

"ते कसं शक्य आहे? अशा या असाधारण परिस्थितीचा आम्हाला अनुभवच नाही ना. आमच्या आयुष्यातील उमेदीची वर्षं आम्ही तुम्हा ब्रिटिशांच्या कारागृहात घालवली. चळवळ उभी करायची ती कला जाणतो आम्ही, पण प्रशासनाचं काय? त्यात आम्ही नवखेच! सामान्य परिस्थितीतील सरकारी कारभार कसाबसा पुढं सरकावयाचा याची थोडीफार माहिती आहे आम्हाला. पण सांप्रतच्या बिकट परिस्थितीवर- शांतता व सुव्यवस्था स्थापण्याच्या कायद्याचे राज्य कोसळत असताना करायच्या उपाय आम्ही कोठून करू शकू? ती ताकद आमच्यात असेल तरी कशी!" नेहरूंनी उत्तर दिले.

परिस्थितीचा असा विचित्र आढावा घेतल्यानंतर जवाहरलाल नेहरूंनी माऊन्टबॅटनना एक वेगळी विनंती केली. त्यावर विश्वासच बसणार नाही कोणाचा. ज्या स्वाभिमानी नेत्याने आपले सारे आयुष्य स्वदेशासाठी स्वातंत्र्य मिळवून देण्याकरता लढण्यात घालवले त्याच्याकडून अशी मागणी यावी याचा अचंबा वाटावा. त्या विनंतीच्या काट्यावर त्यांच्या स्वत:च्या मोठेपणाचे आणि परिस्थितीच्या गांभीर्याचे मोल तोलले जाणार याची स्पष्ट जाणीव त्यांनाही असावी. नेहरूंना माऊन्टबॅटन यांच्या अंगभूत गुणांची योग्य जाण होती. त्यांच्या संघटनाकौशल्याचा, अचूक आणि तत्पर निर्णयबुद्धीचा त्यांना अंदाज होता, कौतुकही होते. आजच्या या आणीबाणीच्या

घडीला राष्ट्राला त्यांची गरज अधिक होती. ही वेळच अशी आणीबाणीची होती की या वेळी वैयक्तिक दुरभिमानाच्या मोबदल्यात देशाचा बळी देण्याचा मूर्खपणा न करण्याइतके नेहरू सुज्ञ, समजदार व विशालबुद्धी होते!

''तुमच्या ठायी सर्वोच्च सेनाधिकाऱ्याचे गुण आहेत, कौशल्य आहे, साहस आहे, समज आहे. तुम्ही युद्ध आघाडीवर शत्रूचे पारिपत्य करत असताना आम्ही तुरुंगात होतो. शिवाय तुमचा व्यवसायच आहे उच्चपदस्थ प्रशासकाचा. लाखो लोकांवर हुकमत कशी गाजवावी याचे ज्ञान तुमच्यापाशी आहे, अनुभव आहे. या वसाहतवादाच्या जोखडाखाली दबलेल्या आमच्यासारख्यांना ती संधीच मिळाली नाही कधी. तेव्हा आता मेहरबानी करून पाय नका काढू आयत्यावेळी, उगीचच नका सोडून जाऊ आम्हांला परिस्थितीच्या दाव्याला बांधून. आज आम्हाला तुमचे साह्य हवे आहे. आम्ही पेचात आहोत. मग बोला, या परिस्थितीत देशाचा गाडा सुरळीत मार्गावर नेणार की नाही आपण पुढाकार घेऊन?'' नेहरू बोलतच गेले.

''माझ्या पंतप्रधानांच्या विनंतीला मी दुजोरा देतो. त्यांनी केलेले सद्य:स्थितीचे विश्लेषण अचूक आहे. आपण राज्याची सूत्रे घेतलीच पाहिजेत हाती!'' नेहरूंच्या बाजूला बसलेल्या त्या चिवट वास्तववादी सरदार पटेलांनी पुस्ती जोडली.

इतका वेळ चाललेल्या या सरबत्तीने माऊन्टबॅटन अवाक् झाले. ''काय म्हणताय काय तुम्ही! अहो, या महान देशाची सत्ता नुकतीच तुमच्या हाती सुपूर्त करून मोकळ्या झालेल्या मला तुम्ही दोघे ती परत घ्या म्हणताय? कमाल आहे तुमची!''

''कृपया समजून घ्या सगळं शांतपणे. तुम्हाला हे करावंच लागेल. तुम्ही आदेश द्याल त्याप्रमाणे वागण्याची तयारी आहे आमची, मग तर झालं?'' नेहरूंनी आग्रह केला.

''अहो, पण हे सारं भयानक नाही का? एकदा स्वीकारलेली सत्ता पुन्हा माझ्या हवाली केलीत हे कोणाला कळलं तर तुम्हाला कसलंच राजकीय भवितव्य उरणार नाही. राजकीय क्षितिजावर अस्तंगत व्हाल तुम्ही हे ध्यानात कसं येत नाही तुमच्या? तुमच्या राष्ट्रवादी प्रतिमेला डाग लागेल असं नाही वाटत? भारतीयांनी प्रथम स्वातंत्र्याची माळ गळ्यात घालून घेतली ब्रिटिश व्हाईसरॉयकडून आणि नंतर पुन्हा त्याच्यावरच देशाची धुरा सोपवली...! छे... सगळंच असंभवनीय, विचार करण्याच्या पलीकडे जातंय! आता हा प्रश्नच निर्माण होत नाही माझ्या मते!'' माऊन्टबॅटननी समजूत काढण्याचा प्रयत्न केला.

''असो, तुम्ही म्हणता ते खरं असलं तरी परिस्थितीला एखाद्या बुरख्याखाली झाकून ठेवत ही व्यवस्था करण्याशिवाय गत्यंतर नाही. तुमच्याशिवाय आम्ही परिस्थितीवर काबू ठेवू शकत नाही हे सिद्धच आहे आता!'' नेहरूंनी अंतिम निर्णय दिला.

माऊन्टबॅटननी विचार केला क्षणभर. आव्हानाला सामोरे जाणे त्यांच्या स्वभावातच होते आणि आताचे आव्हान तर प्रचंड होते. शिवाय, नेहरूंविषयीचा त्यांचा व्यक्तिगत जिव्हाळा, भारताविषयीचे ममत्व, स्वत:च्या जबाबदारीची जाणीव या गोष्टी साथीला होत्याच. परिस्थितीने घातलेल्या कोड्यातून आता त्यांची सुटका नव्हती.

"ठीक आहे. माझी तयारी आहे. अशा विचित्र बेलगाम परिस्थितीला लगाम घालण्याची कळ ठाऊक आहे मला. आता एक गोष्ट प्रथम करायची आपण. आपल्या या विचारविनिमयाचा वास कोणालाही लागू देता कामा नये. तुमच्या विनंतीवरून मी सर्व सूत्रे हाती घेत आहे. याचा पत्ता कोणालाही लागणार नाही याची दक्षता घ्या. आपण तसा बनाव करू या. परिस्थितीवर नियंत्रण ठेवण्यासाठी मंत्रिमंडळाची एक 'आणीबाणी समिती' नियुक्त करण्याची विनंती तुम्ही मला करायची. गव्हर्नर-जनरल या नात्याने तुमची ती विनंती मान्य करेन मी. आणि नंतर काम चालू... ठरलं?"

"मान्य आहे." नेहरू व पटेल उत्तरले.

"चला, मंजूर! आता त्या समितीचे अध्यक्षस्थान मी स्वीकारावे असे तुमच्या मनात आहे ना?" माऊन्टबॅटननी विचारले.

माऊन्टबॅटन यांच्या या विद्युद्वेगी हालचालीने दिपून गेलेल्या त्या भारतीय नेत्यांनी उत्तर दिले, "अवश्य! गव्हर्नर जनरल महाशयांनी सदर समितीचे अध्यक्षस्थान स्वीकारावे."

"ठीक, आता या समितीवर काम करण्यासाठी सभासद नियुक्त करण्याचा अधिकार मलाच मिळाला पाहिजे," माऊन्टनी पुढे चाल केली.

"तसे नको, मंत्रिमंडळाचे सर्वच सभासद त्यात असावेत."नेहरूंनी त्यांना अडवले.

"मूर्खपणा होईल तो! उगीचच गोंधळात भर पडेल. मला या समितीत अतिशय निवडक लोक हवेत. ज्यांची आपल्याला अत्यावश्यकता आहे असेच. नागरी हवाई वाहतूक संचालक, रेल्वे डायरेक्टर आणि भारतीय वैद्यक सेवा-प्रमुख यांची गरज आहे आपल्याला. माझी पत्नी स्वयंसेवक दल व रेड क्रॉस यांचा कारभार पाहील. समितीचे सचिव म्हणून माझे कॉन्फरन्स सेक्रेटरी जनरल अर्स्किन-क्रम हे काम पाहतील. बैठकीचा वृत्तांत त्याचवेळी टंकलिखित करतील ब्रिटिश टायपिस्ट. म्हणजे बैठक संपताच सर्वांना निर्णयांची कल्पना येईल. तेव्हा ही सर्व व्यवस्था मी करावी ना?"

"हो, आपण ती जरूर करावी." नेहरू व पटेल उत्तरले.

"आता पुढची व्यवस्था. बैठकीच्या वेळी माझ्या उजव्या बाजूस पंतप्रधान

या लोकांना लागलंय खूळ! । २४३

आणि डावीकडे उपपंतप्रधान बसतील. बैठक चालू असताना मी अधूनमधून तुमचा सल्ला घेत आहे असा आव आणेन. पण माझ्या कोणत्याही विधानावर तुम्ही वाद घालायचा नाही. कारण त्यासाठी आपल्याजवळ जवळजवळ वेळ नाहीच. मी म्हणेन, 'माझी खात्री आहे मी असं करावं हे तुम्हाला मान्य आहे.' त्यावर तुम्ही म्हणायचं— 'हो, कृपया तसं करावं.' बस्स, माझं बोलून झालं. आता तुम्ही काहीही बोलू नये अशी माझी इच्छा आहे.''

''ठीक आहे. पण आम्ही...'' पटेलांनी निषेधाचा सूर काढला.

''थांबा, जर त्यामुळे कारवाईला विलंब होत असेल तर बिलकूल बोलायचं नाही. माझ्या म्हणण्याप्रमाणे वागू देणार आहात ना तुम्ही मला? राज्यकारभाराचा गाडा मी हाकायचा आहे ना?'' माऊन्टबॅटननी पुन्हा विचारून घेतले.

''ठीक आहे करा सुरुवात.'' पटेल गुरगुरले.

पुढच्या पंधरा मिनिटांत त्या तिघांनी एकत्र बसून आणीबाणी-समितीची यादी पक्की केली.

''सद्‌गृहस्थहो, आज सायंकाळी पाच वाजता समितीची पहिली बैठक भरेल.'' माऊन्टबॅटननी जाहीर केले.

जवळजवळ तीन शतकांच्या तीव्र लढ्यानंतर अनेक प्रकारच्या जनआंदोलनांनंतर, संप - हरताळांनंतर, विदेशी कपड्यांच्या होळ्या पेटल्यानंतर, विशेष म्हणजे स्वातंत्र्यसंपादनाला पुरते तीनच आठवडे होताहेत तोवर या आणीबाणीच्या क्षणी भारताच्या राज्यकारभाराची सूत्रे पुन्हा एकदा एका इंग्रज अधिकाऱ्याच्या हाती आपसूकच आली. भारतीय नेत्यांना...'जावे त्याच्या वंशा तेव्हा कळे' याची जाणीव झाली.

●

|| चालला, चालला निर्वासितांचा तांडा...!

जीवनचक्राच्या एका विलक्षण आवर्तात सापडलेल्या माऊन्टबॅटनना पुन्हा पूर्वीचाच अवतार धारण करावा लागला. पुन्हा एकदा त्यांना सर्वोच्च सेनापतीचे अधिकार प्राप्त झाले. त्यांच्या आवडीचे काम मिळाले त्यांना. त्यामुळे 'आणीबाणी-समिती' ची स्थापना होताच आपल्या प्रासादाचे रूपांतर त्यांनी लष्करी कार्यालयात करून टाकले ताबडतोब. नेहरू व पटेल निघून गेले नसतील तोपर्यंत इकडे कल्लोळ उडालादेखील. पूर्वीचे व्हाईसरॉय ज्या दालनात आपल्या कार्यकारी मंडळाची बैठक घेत असत त्या दालनात समितीचे कार्यालय ठेवण्याचे ठरले. त्याला लागून असलेली इस्मेसाहेबांची कचेरी नकाशांची मांडणी व गुप्तचरांकडून येणारी माहिती घेणारे केंद्र बनले. लष्करी कार्यालयाकडून पंजाबचे सर्वोत्कृष्ट नकाशे मागवण्यात आले. निर्वासितांच्या तांड्यांवर टेहळणी करून त्यांच्या टप्प्याटप्प्यावरील प्रगतीचे रेडिओ-रिपोर्ट पाठवण्याचे हुकूम विमानदलास मिळाले. अगदी पहाटेपासून ते थेट सूर्यास्तापर्यंत देखरेख राहिलीच पाहिजे अशी सक्त ताकीद देण्यात आली. हीच व्यवस्था रेल्वे मार्गाबद्दलही करण्यात आली. परस्परातील चलनवलनाविषयी माऊन्टबॅटनना वेगळी आत्मीयता वाटत होती. त्याचा परिणाम होऊन त्यांनी आपल्या शाही निवासस्थानाला पंजाबच्या शहरांशी तत्काळ संपर्क साधणारी रेडिओ-दळणवळणाची सोय करून घेतली. मेजर जनरल पीट रिज यांची त्यावर प्रमुख म्हणून नियुक्ती केली. आपल्या विश्वासातील प्रत्येक व्यक्तीचा या मोलाच्या कार्यात हातभार लागावा

म्हणून त्यांनी आपल्या सतरा वर्षांच्या कन्येला - पामेलाला-त्यांच्या सचिवाचे काम दिले. समितीच्या कामाला आरंभ झाला.

समितीच्या पहिल्या बैठकीत माऊन्टबॅटननी आपल्या गुप्तचर केंद्राच्या साहाय्याने मिळवलेली माहिती नकाशा आणि तक्त्यांच्या साहाय्याने सादर केली. अनेक सभासदांना त्यावरून आपल्यासमोरील समस्यांचे भयानक स्वरूप प्रथमच समजून आले. माऊन्टबॅटन यांचे वृत्तपत्र संपर्काधिकारी ॲलन कॅंपेबल जॉन्सन म्हणतात- 'सगळे जण पार गोंधळून गेले, चकित झाले. नेहरूंच्या चर्येवर कमालीची विषण्णता पसरली. स्वत:ला हरवून बसल्याचा भाव होता त्यांच्या मुद्रेवर. पटेलांचा चेहरा खूपच अस्वस्थ दिसला. त्याच्यावर संतापाच्या, विफलतेच्या छटा उमटल्या! माऊन्टबॅटन झपाट्याने पुढे निघाले. त्यांच्या नेहमीच्या मोहक व मुलायम व्यक्तिमत्त्वाच्या जागी एक कठोर व निष्ठुर प्रशासक येऊन बसला.' बैठक संपण्यापूर्वी वृत्तांताचे कागद तयार झाले. ते मोटार सायकलवरून एका तासात प्रत्येक सभासदाकडे पोहोचवण्याची व्यवस्था होती. पुढच्या बैठकीची कार्यक्रमपत्रिका तयार होती. आजच्या बैठकीत घेतलेल्या निर्णयाच्या अंमलबजावणीवर विचारविनिमय होणार होता. समितीत काम करणारे अनेक जण त्यांचा हा वेग, कडक शिस्त सांभाळताना मेटाकुटीस आले. नेहरूंचे खाजगी चिटणीस एच. व्ही. आर. अय्यंगार एक आठवण सांगतात. 'पंजाबला ठरलेल्या मुदतीत औषधांचा पुरवठा करण्याचे आदेश मुलकी विमान वाहतूक संचालकांना मिळाले होते. त्यांच्याकडून त्या कामात कुचराई झाली. माऊन्टबॅटन यांच्या निदर्शनास ती गोष्ट येताच केवढे कडाडले ते त्या अधिकाऱ्यावर- ''मिस्टर डायरेक्टर, आताच्या आता विमानतळावर जा. तुमच्या समक्ष ते विमान निघालंय की नाही याची खात्री करून घ्या. विमानाने उड्डाण करेपर्यंत तुम्ही तेथेच उभे राहायचे, काही न खाता-पिता, न झोपता त्यावर देखरेख करायची. विमान निघून गेल्यानंतर इकडे परत येऊन मला त्याचा संपूर्ण अहवाल द्यायचा, समजलं? चला, निघा येथून!'' सर्वांसमक्ष झालेल्या या संभावनेमुळे तो अधिकारी दुखावला गेला, अवमानितही झाला. निघून गेला भेलकांडत खोलीबाहेर. पण त्यामुळेच विमानही तळ सोडून उडाले.

असाच आणखी एक आदेश माऊन्टबॅटन यांच्या करारी स्वभावाचे दर्शन घडवतो. आगगाड्यांच्या संरक्षणासाठी नेमलेले सैनिक हल्लेखोरांचा प्रतिकार करताना आपल्या बंदुकांचा उपयोग करत नाहीत म्हणजे काय! समजा, एखाद्या गाडीवर झालेल्या हल्ल्याला यश आले तर ताबडतोब साऱ्या सैनिकांना एकत्र करा, ज्यांना जखमा झालेल्या असतील त्यांना वगळा. बाकीच्यांची लष्करा न्यायालयासमोर चौकशी करून त्यांना बेधडक गोळ्या घाला असा त्यांनी आदेश दिला. मग कोण कशाला पक्षपात करतोय! त्यांना सर्वांत मोठी चिंता होती राजधानी दिल्लीचीच.

'एकदा दिल्ली संपली की देश रसातळाला गेलाच.' अशी भावना होती त्यांची. म्हणून त्यांनी नंतरच्या अठ्ठेचाळीस तासांत लष्कराची कुमक वाढवली. स्वत:च्या शरीररक्षक दलाला महानगरात पाठवले. नागरी वाहतुकीच्या साह्याने रस्त्यावर पडलेली प्रेते गोळा करून ती जाळून टाकण्याचा हुकूम दिला. सर्व सार्वजनिक व रविवारच्या सुट्या रद्द केल्या. सरकारी नोकर कामावर विनातक्रार रुजू होतील अशी व्यवस्था केली. टेलिफोनची यंत्रणा सुरू केली. विशेष म्हणजे सगळ्या हिंदू-शीख निर्वासितांना राजधानीबाहेर काढून ते पुन्हा परतणार नाहीत याची दक्षता घेतली. अर्थात, परिस्थितीचा आवाकाच इतका प्रचंड होता की तिला आवर घालणे सहजासहजी शक्यच नव्हते. पण समितीच्या एका सदस्याच्याच शब्दात सांगावयाचे झाल्यास 'एका रात्रीत कामाच्या गतीत फरक पडला एवढं खरं. बैलगाडी जाऊन त्या जागी जेट विमानाचा वेग आला.'

पुढील दोन महिने पंजाबच्या प्रदेशात 'न भूतो न भविष्यति' या स्वरूपात निर्वासितांच्या तांड्यांची जा-ये सुरू झाली. गव्हर्नमेंट हाऊसमधील खास नकाशांवर टोचलेल्या लालभडक टाचण्या मुंग्यांच्या रांगाची आठवण करून देऊ लागल्या. मानवी हृदयाला सहन होण्यापलीकडच्या यातनांची, भोगांची, हालअपेष्टांची चिन्हे होती ती सारी. सर्वच कल्पनाविलासाच्या खूपच पलीकडे जाऊन पोहोचलेले. लक्षात घ्या, त्या नकाशावरची एकेक टाचणी आठ लोकांची मोजदाद करत होती. झालात ना साफ? गोठतंय ना रक्त तुमचं? होताय ना स्तंभित हे ऐकताना? मानवाच्या आजवरच्या इतिहासात इतकी अभूतपूर्व संख्या सापडणार नाही शोधूनही! इंग्लंडमधील ग्लासगो शहरातील एकूणएक मानवप्राणी पायपीट करत मँचेस्टरच्या दिशेने कूच करत आहेत असे भासावे!

या विस्मयकारक स्थलांतराची कोणालाच - जिना, नेहरू किंवा लियाकतअली यांपैकी - कसलीच कल्पना आली नव्हती आरंभी. आपल्या जातभाईंनी आपापल्या जागीच राहावे अशी त्यांनी विनंती केली होती. लोकसंख्येच्या अदलाबदलीला त्यांचा विरोधच होता. अखेर आपापल्या स्वातंत्र्याचे मोल त्यांना याच क्रूर मापाने मोजावे लागले. हिवाळ्यापूर्वी हे सर्व काम पुरे केले पाहिजे याची जाणीव त्यांना झाली. या संदर्भात गांधी व माऊन्टबॅटन यांची एकदा भेट झाली. माऊन्टबॅटनने गांधींना तेथे चाललेल्या कामाची समक्ष माहिती दिली. त्यानंतर झालेले त्या दोघांचे संभाषण खूपच काही सांगून जाते. "प्रिय मित्रा, अखेर तू परमेश्वराच्या हाकेला ओ दिलीस, गांधींच्या नाही याचा मला आनंद होतोय!" गांधी म्हणाले.

माऊन्टबॅटन किंचित बुचकळ्यात पडले. ते म्हणाले- "गांधीजी, आपलं म्हणणं ठीक आहे. तुमच्यापेक्षा त्याचाच आवाज आधी कानांवर पडणार माझ्या. पण मला हे समजत नाही, मी तुमचा सल्ला झिडकारून परमेश्वराचा सल्ला कसा

चालला, चालला निर्वासितांचा तांडा...! । २४७

ऐकला म्हणता?''

''अहो, हा गांधी तुम्हाला नव्हता का म्हणाला एकदा तुम्ही हा भव्य प्रासाद, इथला ऐशआराम सोडून एखाद्या साध्या घरात राहायला जा म्हणून! त्या वेळी परमेश्वरानं तुमच्या कानात सांगितलं असावं की गांधी म्हणजे एक मूर्ख म्हातारा आहे. त्याच्या बडबडण्याकडे नको देऊस लक्ष. आता तुमच्या त्या निवासात भारताच्या अंत:करणाचं प्रतिबिंब पडलेलं दिसतंय मला. आता देशाचा खराखुरा कारभार चाललाय येथून. वादळात सापडलेल्या निराधारांना आसरा मिळतोय येथे. हे असंच टिकलं पाहिजे. तुमचे सर्व वारसदार या हिरिरीनं कामाला लागले पाहिजेत.'' गांधी उत्तरले.

टेहळणीची विमाने पहाटेस उड्डाण करत. रात्रीचा मुक्काम करून पुन्हा मार्गस्थ होणाऱ्या तांड्यांचा धागा पकडण्यासाठी. फ्लाईटलेफ्टनंट पटवंतसिंग म्हणतात- ''खाली पाहिलं की अमेरिकन चित्रपटातील गुराखी आपल्या गुरांना हुसकावून नेताना ती जशी अस्ताव्यस्त पळताना दिसतात तशी दिसत होती माणसं.'' दुसरा एक वैमानिक आठवून सांगतो- ''माझे विमान ताशी दोनशे मैल वेगाने पंधरा मिनिटे उडत होते तरी त्या तांड्यांचा शेवट होत नव्हता.'' निर्वासितांच्या हालअपेष्टांना सुमार नव्हता. पायपीट, भूक, तहान यांनी गांजून गेले होते बिचारे. नाकातोंडात गेलेल्या धुळीने घसे बसलेले, दगडधोंड्यांनी पाय खरचटलेले, शरीरे घामेजलेली अशा दयनीय अवस्थेत रखडत चालले होते ते सारे. सर्वांचे कपडे गलिच्छ. पायात चप्पल नाही. खांद्यावर व पाठीवर वृद्ध, अपंग, आईबापांना, बायकापोरांना घेऊन शेकडो मैल चालायचे म्हणजे चेष्टा नव्हती. माणसांच्या साथीला बैल, म्हशी, उंट, घोडी, तट्टे, बकरी होतीच. आपल्या चालत्याबोलत्या संसारातून अकस्मात उठून निघालेली ही माणसे कोणत्या पूर्वजन्माचे पाप भोगत होती कोण जाणे! एका गावाहून दुज्या गावी चालला नव्हता तो तांडा. एका जन्मातून दुसरा जन्म घेत होता तो. त्या निष्पाप, अडाणी खेडुतांना काँग्रेस काय, मुस्लिम लीग काय, व्हाईसरॉय कोण असतो, फाळणी झाली म्हणजे काय परिस्थिती होते याचा गंधही नव्हता. लक्षावधी हिंदु-मुसलमान आपापल्या देवांचे-गुरू नानक, शिवशंभो, अल्ला- नाव घेत आकाशाकडे डोळे लावून रस्ता कापत होते. अशा या दारुण अवस्थेत केवढे अनर्थ ओढवले असतील याची गणती करणे मानवी बुद्धीच्या आवाक्याबाहेरच राहील कधीही. शिवाय, याही परिस्थितीत माणसाच्या ठायी असणाऱ्या दैवी व आसुरी गुणांचे जे वैविध्यपूर्ण दर्शन होते त्यालाही सीमा नसतात.

लेफ्टनंट राम सरदयाळकडे एका मुस्लिम निर्वासितांच्या तांड्याला भारताबाहेर पोहोचवण्याचे काम होते. त्याच्या स्मरणात एक भयानक अनुभव राहिला- ''त्या दु:खी निर्वासितांच्या पाठीवर एखाद्या गिधाडासारखे लागायचे शीख लोक. जे काही

किडूकमिडूक आपल्याबरोबर नेण्याच्या प्रयत्न त्या निर्वासितांनी केला असेल त्याचा सौदा करत. जसजसा पुढचा मैल टप्प्यात येई तसतशी त्या वस्तूची किंमत खाली यायची. शेवटी एका कपभर पाण्याच्या मोबदल्यातही ती वस्तू लांबवली जायची.''

कॅप्टन ॲटकिन्स व त्याची गुरखा पलटण यांना, शिखांना भारतात व मुसलमानांना पाकिस्तानात एकाच मार्गाने, पाळीपाळीने पोहोचवण्याचे काम कित्येक आठवडे करावे लागले. त्याला आठवते- प्रवासाच्या सुरुवातीला आपण मार्गाला लागलो या भावनेने प्रत्येक निर्वासित सुटकेचा निःश्वास टाकी, त्याला खूप आनंद होत असे. पण एकदा ती पायपीट सुरू झाली रे झाली की उष्मा, तृष्णा, थकवा आणि कधीही न संपणारे ते अंतर काटताना येणारा वैताग पाहून तो आपल्याजवळच्या बोज्यातील एकेक वस्तू सोडून द्यायचा. शेवटी शेवटी त्याच्यापाशी जवळजवळ काहीच शिल्लक उरायचे नाही. अधूनमधून एखादे विमान आकाशात घरघरायचे. त्याने खाद्यपदार्थ आणलेले असायचे त्यांच्यासाठी. त्या विमानातून टाकलेल्या एखाद्या पार्सलवर तुटून पडायचे सारे. शेवटी संगिनीच्या जोरावर त्याचे नीट वाटप करावे लागे. एकदा एक काळा-पांढरा कुत्रा त्यातील चपाती पळवण्यात यशस्वी झाला. त्या कुत्र्याकडून ती चपाती काढून घेण्यासाठी निर्वासितांचा एक मोठा जमाव त्याच्यामागे लागला. गरज पडल्यास त्या कुत्र्याला ठार मारायचीही त्यांची तयारी होती.

सर्वांत दयनीय स्थिती होती कच्च्याबच्च्यांची आणि म्हाताऱ्याकोताऱ्यांची. दमछाक व भूकताप यांनी पिडलेले ते जीव मोठ्या आकांताने वाट कापत. कित्येक वेळा आईवडिलांकडे त्यांना वाहून नेण्याची ताकद नसल्याने रस्त्यावर पडून राहण्याची वेळ यायची मुलांवर. अशी टाकून दिलेली पोरे व रस्त्यावरच्या एखाद्या झाडाखाली शेवटची घटका मोजत पडलेले गलितगात्र म्हातारे पाहताना अंतःकरणात कालवायचे. मार्गरिट बुर्केव्हाईट या स्त्रीपत्रकाराची आठवण भयानक आहे. 'रस्त्याच्या कडेला एक बाई मरून पडलेली आहे. तिच्या प्रेताजवळ तिचे मूल आहे. ते जिवंत आहे. ते अजाण बालक आपल्या मातेचा हात पुन्हा पुन्हा हिसकत आहे. तो हात आपल्याला जवळ का घेत नाही हे त्याच्या बालबुद्धीला समजेनासे झाले आहे.' दुसरा एक पत्रकार- कुलदीपसिंग सांगतो- 'एक वयोवृद्ध शीख आपल्या कच्चाबच्चा नातवाला पुनःपुन्हा आमच्या जीपगाडीत घुसवत होता. त्याला बरोबर नेण्यासाठी गयावया करत होता. निदान नवा भारत पाहण्यासाठी तरी तो जिवंत राहावा अशी आशा करत होता.' एच. व्ही. आर. अय्यंगारांना दोघे लेफ्टनंट भेटले. एक लाखाच्या एका तांड्यात नव्याने जन्म घेणाऱ्यांची व हे जग सोडून जाणाऱ्यांची देखभाल करण्याचे काम त्यांच्याकडे होते. एखाद्या स्त्रीला वेदना होऊ लागल्या की तिला गाडीतील तात्पुरत्या बाळंतपणाच्या खोलीत घालायचे, तेथल्या मिड्वाईफने बाळंतपण करायचे, ती प्रसूत झाली की कूच करायचे, वाटेत दुसरी केस आली की

आतल्या स्त्रीने नवजात अर्भकाला घेऊन खाली उतरून चालायला लागायचे. भारताच्या दिशेने तिची क्लेशकारक पदयात्रा सुरू व्हायची.

निर्वासितांचे हे तांडे आपल्या पाठीमागे आपल्याच हाडामासांचे ढीगच्या ढीग टाकून पुढे सरकायचे. लाहोर ते अमृतसर या पंचेचाळीस मैलांच्या मार्गावर दुतर्फा एक खुली स्मशानभूमीच तयार झाली. सगळीकडे प्रेतेच प्रेते. त्यांच्या सडण्या-कुजण्याने सगळीकडे घाण सुटली होती. कॅ. ॲटकिन्स तर सुवासिक द्रव्य शिंपडलेला हातरुमाल नाकावर बांधूनच हिंडायचा. तो सांगतो - 'यार्डायार्डावर प्रेते पडलेली आहेत. कोणाला तोडून टाकलंय. कोणी कॉलऱ्याने मेलाय. प्रेतावर ताव मारून गिधाडं इतकी सुस्तावली होती की त्यांना उडतादेखील येत नसे. कुत्र्यांची तर चैनच चालली होती. आता त्यांची चव इतकी बदलून गेली होती की समोर पसरलेल्या प्रेतांच्या फक्त लिव्हरवरच त्याचे लक्ष असायचं. बाकीच्या अवयवांकडे ती ढुंकूनही पाहात नव्हती.'

या प्रचंड संख्येचे जीवितरक्षण करायची समस्या महान होती. कोठून कसा हल्ला होईल याचा नेम नसायचा. त्यातल्या त्यात शिखांकडून होणारे हल्ले जबरदस्त व क्रूर असायचे. उसाच्या व गव्हाच्या पिकात लपून बसलेल्या त्यांच्या टोळ्या त्यातल्या त्यात असुरक्षित अशा भागावर मोठ्या आवेशाने, आरडाओरडा करत, किंचाळत, चीत्कार करत तुटून पडायच्या. लेफ्टनंट जी. डी. लाला सांगतात, 'असाच एक म्हातारा मुसलमान आपली एकुलत्या एक चीजवस्तू घेऊन चालला होता. ती वस्तू होती त्याची बकरी. पाकिस्तानी सीमा दहाबारा मैल दूर होती. वाटेत उसाचे रान लागले. तो हिरवागार चारा बघताच बकरीने शेताच्या दिशेने धाव घेतली. म्हाताराही तिच्यामागून लागला पळायला. इतक्यात जवळच्या उसातून एक शीख बाहेर आला दैत्यासारखा. एका फटक्यात त्याने त्या वृद्धाचे शिर धडावेगळे केले आणि त्याची बकरी घेऊन तो पसार झाला.

अशाही परिस्थितीत काही शीख सेनाधिकाऱ्यांनी दाखवलेली हिंमत असामान्य होती. आपल्याच जातभाईंच्या क्रूर कृत्यांचा धिक्कार करत त्यांनी असहाय मुसलमान बांधवांना अभय दिले. फिरोझपूर शहराच्या बाहेर पडताना लेफ्टनंट कर्नल गुरुबक्षसिंग यांनी आयुष्यात कधी नसेल असे एक भयानक दृश्य पाहिले. शीखांनी मारून टाकलेल्या मुसलमानांच्या प्रेतावर गिधाडे आरामात ताव मारताना त्यांना दिसली. आपल्या हाताखालच्या दोन शीख पलटणींना त्यांनी तेथे नेऊन उभे केले. वरून सूर्याचा ताप व आजूबाजूंनी मृतदेहांचा दर्प यांच्या माऱ्याने घायाळ झालेल्या सैनिकांना खडे करून त्यांना आवाहन केले- 'ज्या शिखांनी हे अघोरी कृत्य केले असेल त्यांनी आपल्या जमातीला बट्टा लावला आहे. तुमच्या पंखाखाली असलेल्या लोकांची ही गत झाली तर याहून अधिक लांछनास्पद असे कृत्य होईल.'

कधीकधी हिंदु-मुसलमानांच्या या तांड्यांची रस्त्यात गाठ पडायची. विद्वेषाच्या वणव्यात होरपळलेल्यांची चीड जागी व्हायची. एखादी झटापट होऊन काही मुडदेही पडायचेच. पण काही वेळा डोळ्यांवर विश्वास बसू नये असेही विलक्षण दृश्य पाहायला मिळायचे. एकमेकांचा निरोप घेणारे निर्वासित आपण सोडून दिलेल्या जमिनीच्या, शेतांचा ठावठिकाणा सांगून तिची देखभाल करण्याची सूचना परस्परांना द्यायचे. असे चमत्कारही पाहायला मिळाले काहींना!

अश्विनीकुमार या तरुण पोलिस अधिकाऱ्याच्या मनात त्या दृश्याने कायमचे घर केले. अमृतसर-जालंदर यांच्यामध्ये असलेल्या ग्रॅन्ड ट्रंक हायवेवरून दोन्ही जमातींचे तांडे परस्परांविरुद्धच्या दिशेने वाटचाल करत होते. सम्राट शिकंदराचे मॅसिडोनियन सैनिक, मोंगलाचे टोळीवाले हाच मार्ग तुडवून भारतात पसरले होते. आश्चर्याची गोष्ट ही की कोणीही परस्परांकडे वर मान करून बघत नव्हते. प्रत्येक जण खाली मान घालून पाऊल टाकत होता. कोणीही धमकावणीचे हातवारे किंवा संतापयुक्त नजरेने कोणाकडेही पाहत नव्हता. मध्येच एखादी गाय निसटून जायची दुसऱ्या कळपात. त्या वेळचे तिचे हंबरणे त्या भयाण शांततेचा तात्पुरता भंग करायचे. त्याखेरीज येणारे आवाज म्हणजे बैलगाड्यांच्या चाकांचा खडखडाट किंवा थकलेल्या हजारो पावलांची सळसळ. असे वाटत होते की प्रत्येक जण स्वत:च्या यातनांच्या ओझ्याखाली इतका खोल गाडला गेला होता की नकळत त्याला त्याच्यासमोरून जाणाऱ्याच्या दु:खाचीही जाण आपोआपच होत होती. अशा वेळी मौनातच मोठा अर्थ सापडत असतो. सर्व काही सांगून जाते ते!

निर्वासितांचे हे तांडे पूर्व वा पश्चिम कोठेही जाणारे असोत, रावी, सतलज, बिआस या नद्यांच्या काठांवर त्यांचा मुक्काम पडणारच. त्या नद्या ओलांडताना लागणाऱ्या पुलांवर, नदीतील नावांतून प्रवेश मिळविताना निर्वासितांची रीघ लागायची. तासन् तास ताटकळत बसण्याची पाळी यायची. कित्येकदा दिवसही जायचे. सीरिल रॅडक्लिफसाहेबाच्या पेन्सिलीच्या फटकाऱ्यामुळे ते पूल, ते छोटे धक्के लक्षावधी भारतवासियांना व पाकिस्तानी नागरिकांना पुनर्जन्म देणारी एक सीमा ठरत होते. त्यांच्या भवितव्याची सांगड घालणारी ती सीमारेषा त्यांच्या आयुष्याला नवे वळण प्राप्त करून देणार होती.

अशाच एका बिनचेहऱ्याच्या तांड्यात एक युवक सापडला होता. तसा गुबगुबीत शरीराचा; मोठ्या काळ्याशार डोळ्यांचा, जाड ओठांचा, पातळ मिशा ठेवलेला; काळेभोर, दाट केस राखलेला असा तो तरुण सप्टेंबर महिन्याच्या एका दुपारी सतलज नदीच्या सुलेमंडी पॉइंटवर उभा होता. त्याचा परिचय झालेला आहेच आपल्याला यापूर्वी. आपल्या चुलतभावाच्या बसमधून नव्हता का पळून आला तो? त्याचे वडील मात्र शुभ मुहूर्तावर प्रतीक्षा करत मागे राहिले होते. लक्षात आहे का

नाव त्याचे? मदनलाल पाहवा म्हणत असत त्याला. पुलाच्या पश्चिम टोकाला असलेल्या पाकिस्तानी सैनिकांनी त्याची बस, तिच्यातील सर्व साहित्य जप्त करून टाकलेले होते. फर्निचर, कपडेलत्ते, सोनेनाणे, देवाच्या मूर्ती, प्रत्येक वस्तू काढून घेतली. आपल्याबरोबरच्या इतर लाखो लोकांप्रमाणे मदनलाल आपल्या नव्या देशात रिकाम्या हाताने प्रवेश करत होता. त्याच्या अंगावरचे कपडे हेच त्याचे सामान. त्याचा खिसा संपूर्ण खाली. पुलावर पहिले पाऊल टाकताना मदनलालला वाटले- 'आपण विवस्त्र आहोत, संपूर्णत: लुटले गेलेले, रस्त्यावर फेकलेले!' साहजिकच, त्याच्या मनातील मुसलमानांविषयीचा कडवटपणा दिवसेंदिवस वाढतच गेला. त्या दिवशी त्याने शपथ घेतली भारतातील मुसलमानांनाही असाच पळवून लावेन रिकाम्या हातांनी, मोकळ्या खिशांनी कधीतरी!

खरोखरच त्याच्या भोवतालच्या दीनवाण्या देशबांधवांपेक्षा मदनलालची जातकुळीच वेगळी होती. त्याच्या वडिलांना आठवते - '१९२८ च्या डिसेंबरात माझ्याशेजारी तारवाला उभा आहे हे लक्षातच आले नाही माझ्या. माझ्या वडिलांची तार होती ती. मला मुलगा झाल्याची शुभवार्ता आणली होती तिने. त्यावेळी मी एकोणीस वर्षांचा होतो. लगेच मी पोस्टमनला बक्षिसी दिली, सहकाऱ्याचे तोंड गोड केले आणि घरी सटकलो. घरी पोहोचताच मी वडिलांच्या पायाला हात लावून नमस्कार केला. माझ्या बछड्याला मांडीवर घेतले, विचार करू लागलो - आता याला उत्तम शिक्षण द्यायचे, डॉक्टर किंवा इंजिनीयर करायचे. घराचे नाव काढणार माझा पोरगा! - मग मी घरच्या पंडितांना व ज्योतिषांना त्याच्यासाठी नाव निवडायला सांगितले. नावाची सुरुवात 'नाम' ने झाली पाहिजे असे सुचवले त्यांनी. म्हणून मदनलाल नाव ठेवले त्याचे. त्याच्या भविष्यात लिहिले होते - तो साऱ्या देशात नाव गाजवणार!

पण ग्रहदशा फिरली. मदनलालच्या जन्मानंतर चाळीसेक दिवसांतच माझी धर्मपत्नी थंडीतापाच्या आजाराने मरण पावली. मदनलाल शाळेत असताना तसा खोडकर व बुद्धिमान होता. मात्र मोठा होत गेल्यावर त्याच्यामधील बंडखोर प्रवृत्ती उफाळून येत राहिल्या. त्याच्या मनाचा अंदाज येईना. १९४५ मध्ये तो चक्क पळून गेला घरातून. सगळीकडे शोध केला पण व्यर्थ. काही महिन्यांनंतर मला एक पत्र आले. ते पत्र मुंबईहून आले होते. मदनलाल नौदलात भरती झाला होता. घरी परतल्यावर तो रा.स्व.संघाचे काम करू लागला. मला त्याची काळजी लागली. १९४७ मध्ये मी दिल्लीला जाऊन माझ्या एका मित्राची भेट घेतली. पंडित नेहरूंचे सचिव म्हणून काम पाहणारे सरदार त्रिलोकसिंग माझे चांगले मित्र होते, त्यांच्या कानावर सगळी हकिकत घातली. त्यांच्या ओळखीने मदनलालला पोलीसखात्यात साहाय्यक फौजदाराच्या जागेवर चिकटवण्याचा घाट घातला.'

मदनलाल पाहवाचा पूर्वेतिहास असा विलक्षण होता.

भारतीय प्रदेशात परतताच आपल्या नातेवाइकांकडून मदनलालला वडिलांची वार्ता समजली. ते प्रवास करत असलेल्या आगगाडीवर मुसलमान गुंडांची धाड पडली होती. त्यांना आत्यंतिक जखमा झाल्या होत्या. त्यांना फिरोजपूरच्या लष्करी इस्पितळात पाठवले होते. मदनलाल आपल्या पिताजींना भेटण्यासाठी तेथे गेला. वार्डात सगळीकडे रक्तस्रावाचा व जंतुनाशकांचा वास सुटला होता. आपल्या वडिलांच्या चेहऱ्यात मदनलालला भारताचा चेहरा दिसला. त्यांच्या रूपाने सारा देश 'पांढरा फटफटीत, थरथर कापत होता. त्यांचा चेहरा मलमपट्ट्यांनी झाकून टाकला होता.' पंजाबातील त्या हलकल्लोळात, गडबडगुंड्यातूनही काश्मिरीलालना - मदनलालच्या वडिलांना - दिल्लीहून आलेले पत्र मिळाले होते. त्यांनी ते पत्र मुलाकडे दिले. "बेटा, जा दिल्लीला. चांगली सरकारी नोकरी बघून एका नव्या आयुष्याला सुरुवात कर." काश्मिरीलाल मुलाला विनवू लागले.

मदनलालने पत्र घेतले. मात्र त्याच्या मनात सरकारी नोकरीचा विचार बिलकूल नव्हता. ज्योतिष्याची भविष्यवाणी खरी होती. कोठल्यातरी कोपऱ्यातल्या पोलीसचौकीत एखादा अनोळखी पोलीस म्हणून आयुष्य काढण्याची त्याची तयारी नव्हती. साऱ्या भारतात एके दिवशी त्याचे नाव गाजणार होतेच! वडिलांच्या भेटीनंतर हॉस्पिटलच्या बाहेर येताना मदनलालच्या नजरेसमोरचा आपल्या पित्याचा रक्तरंजित चेहरा निघून जाईचना. एक भावना त्याला सतत सतावत राहिली. त्या शरद ऋतूत हजारो भारतवासीयांच्या अंत:करणात तिचे पडसाद उमटत होते. त्यामुळे पोलीसखात्यात नोकरी करण्याशी त्याचा संबंधच येत नव्हता. "मला हवा आहे सूड! केवळ बदला घेणार मी!" मदनलालने प्रतिज्ञा केली. त्याच्या पित्यावर झालेल्या अत्याचारी हल्ल्याचा निर्णायक बदला घेतल्याशिवाय स्वस्थ राहणार नव्हता मदनलाल आता!

स्वातंत्र्योत्तर दंगलींची झळ लागून अविस्मरणीय अशा प्रसंगांना सामोरे जाण्याचे दिव्य ज्या विदेशी व्यक्तींना करून दाखवावे लागले त्यापैकी एक होती व्हिकी नून, सर फिरोजखान नून यांची इंग्लिश पत्नी. रूपाने सुरेख. वृत्तीने आल्हाददायक. त्या रात्री तिने पळ काढला आणि आसरा घेतला आपल्या कुटुंबाच्या एका मित्राकडे- मंडीच्या हिंदू राजाच्या वाड्यात. पण तिचा तेथील मुक्काम अल्पजीवीच ठरला. शिखांच्या एका गटाने राजाला धमकी पाठवली. त्यांनी जर व्हिकीला घराबाहेर नाही काढले तर त्यांच्या मुलांना पळवून नेण्यात येईल. आली पंचाईत!

मग राजेसाहेब व त्यांचे एक स्नेही- एक तरुण हिंदू सिमेंट व्यापारी - श्री. गौतम सैगल - यांनी एक शक्कल लढवली. श्री. सैगलना फिरोजखान नूननी पाठवले होते तिची सुटका करण्यास. त्यांनी तिला पोटॅशियम परमँगनेटने न्हाऊ घातले. त्यामुळे तिची त्वचा किंचित काळवंडली. त्यानंतर तिच्या चेहऱ्यावर

किवीचे काळे बूटपॉलिश चोपडून तिचे तोंड काळे केले. म्हणजे कोणाही शिखाला ती एखादी हिंदी स्त्रीच वाटावी अशी व्यवस्था केली. त्यानंतर तिला भारतीय पद्धतीची साडी नेसवली, तिच्या कपाळावर कुंकवाचा लालभडक टिळा लावला, नाकात सोन्याची नथनी घातली. असा जामानिमा करून व्हिकी नून गौतम सैगलांच्या गाडीत बसली. तिकडे राजाची रोल्स रॉईसही तयार होती. गाडीच्या खिडक्यांवर पडदे सोडले होते. अशा रहस्यमय जामानिम्यात सूर्यास्ताच्या सुमारास रोल्स रॉईसने भरधाव वेगात राजवाडा सोडला. पाठोपाठ गौतम सैगलांची डॉज सुटली. निदान सुरुवात तर छान झाली. वाटेत व्हिकीने गाडी थांबवली - नैसर्गिक विधीसाठी. बाहेर मुसळधार पाऊस पडत होता. गडबडीत व्हिकीच्या हातातील पॉलीशची डबी निसटली व घरंगळत रस्त्यावरच्या अंधारात गडपही झाली. पाऊस तर भयानक पडत होता. व्हिकी भिजत होती चिंब, त्यामुळे तिच्या वेशांतराचा फज्जा उडत होता. तिच्या अंगावर झेबऱ्याचे पट्टे उठले. ती एक इंग्लिश बाई आहे हे सहज ओळखता येत होते. तिच्या आयुष्याची दोरी त्या अंधारात दडलेल्या छोट्या बूटपॉलिशच्या डबीच्या हातात होती. स्वतःला शिव्या घालत, दैवाला दोष देत व्हिकी नून अंधारातच रस्त्यावरचे खडे चाचपडत डबी शोधू लागली. एकदाची ती सापडली. व्हिकी किंचाळलीच हर्षाने. तिच्या दृष्टीने त्या डबीला हिऱ्याचे मोल होते. मोटारीत बसल्यावर सैगलनी तिच्या चेहऱ्यावर नव्याने पॉलीश चोपडले.

गाडी गुरुदासपुराजवळ पोचली. शिखांच्या एका टोळीने रस्त्यात अडथळा निर्माण करून वाट अडवली होती. गाडी अर्थातच थांबली. लागलीच घेराही पडला. त्या घोळक्यात सैगलशी व्यवहार करणारा एक सिमेंटचा व्यापारीही होता.

"काय चाललंय हे?" सैगलनी विचारले.

"मंडीच्या महाराजांच्या वाड्यातून फिरोजखान नूनची गोरी बायको निसटली आहे. प्रत्येक शीख तिच्यासाठी टपून बसलाय." एका माणसाने खुलासा केला.

"अस्सं. बरोबर आहे. राजेसाहेबांची रोल्स राईस मागे टाकून पुढे आलोय मी. वीसएक मैलांवर असेल ती. मी अमृतसरला चाललोय, माझी पत्नी गरोदर आहे तिला घेऊन." गौतम सैगल त्याला म्हणाले. त्या माणसाने गाडीत डोकावून पाहिले. तो माणूस आत पाहत असताना व्हिकी परमेश्वराची आळवणी करत होती - "देवा, माझे हे काळे पॉलीश कमी पडू नये त्याच्या गुणात! या माणसाने मला हिंदीतून काही विचारू नये."

त्या शीखाने तिच्याकडे बारकाईने नीट पाहून घेतले. नंतर तो मागे सरला आणि त्यांच्या गाडीला पुढे जाऊ दिले. तेथून ती मोटार भारतीय लष्करी कार्यालयाच्या आवारात व अर्थातच सुरक्षित स्थळी पोचली. आता व्हिकी नूनला हायसे वाटले. प्रथमच ती आपल्या सीटवर मागे रेलली, नकळत तिची बोटे तिच्या हातातील बूट

पॉलिशच्या डबीच्या टोपणावर नाचू लागली, ती आपल्याबरोबरच्या माणसाकडे वळून म्हणाली-

"तुला माहीत आहे गौतम, माझ्या नवऱ्याने माझ्यासाठी केवढ्याही किमतीचा कसलाही उंची दागिना खरेदी केला तरी त्याला या पॉलिशच्या डबीची सर नाही येणार कधीच!" तिने चटकन ती डबी ओठाला लावली. तिच्या चेहऱ्यावर स्मित विलसत होते. त्या डबीत - नव्हे, कुडीत - तिचा प्राण साठवला होता!

व्हिकी नूनचा हा अनुभव तसा विदारकच होता. वास्तविक या रणधुमाळीत एकाही गोऱ्या माणसाला कसलाही त्रास झाला नव्हता. व्हिकीचा दोष इतकाच की तिचा विवाह एका विख्यात मुसलमान राजकारणी पुरुषाशी झालेला होता. अगदी शिगेला पोचलेल्या दंगलकालातही - ऑगस्ट व सप्टेंबरात - लाहोरातील फॅलेटीज हॉटेलमधील इंग्रजांच्या कार्यक्रमात कसलाही खंड पडला नव्हता. नाचगाणी, संगीत, मेजवान्या, मद्यपान यथास्थित चालत होते. हॉटेलच्या गच्चीवरून शेजारची हिंदूंची घरे भस्मसात झालेली स्वच्छ दिसत असताना चालू होते सारे.

पण त्या दिवशी सिमल्याच्या रस्त्यांवरून दोन मोटारी चालल्या होत्या. त्यांच्या दिमतीस गुरखा सैनिकांची एक कंपनी दिलेली होती. गाड्यांतून डझनावारी सेवानिवृत्त ब्रिटिश अधिकारी दिल्लीस चालले होते. ज्या देशात चाकरी केली तेथेच उर्वरित आयुष्य घालवण्याची त्यांची मनीषा होती. त्यांच्यापैकी कोणी सेनाधिकारी, कोणी न्यायमूर्ती, कोणी वरिष्ठ सनदी नोकर म्हणून काम केलेले अधिकारी होते. आपला गाशा गुंडाळताना त्यांना व त्यांच्या बायकांना बरीच गडबड करावी लागली. सिमल्यातील परिस्थिती अशांत होताच त्यांची उचलबांगडी झाली होती. फक्त एक तासाचा अवधी देण्यात आला होता त्यांना निघायला.

त्यांच्याबरोबर माऊन्टबॅटन यांच्या वृत्तपत्र- संपर्काधिकाऱ्याच्या पत्नी - फे कॅम्पबेल जॉन्सन - या होत्या. बसमध्ये बसलेले बहुतेक जण पासष्टी ओलांडलेले होते. अशा या म्हाताऱ्यांना सतावणारा विकार त्या सर्वांना सतावत होता. दर दोन तासांनी त्यांना लघवी यायची. गाड्या थांबल्या की हे म्हातारे लडबडत बाहेर यायचे, रस्त्याकडेला उभे राहून 'तो' प्रकार करायचे. बरोबरच्या गुरखा सैनिकांना त्यांच्या या कृतीचे आश्चर्य वाटायचे. एकेकाळी भारतावर सत्ता चालवणारी ही माणसे अशी का करतात याचे कोडे त्यांना पडायचे. निर्विकार चेहऱ्याने ते हा प्रकार पाहात असताना फे कॅम्पबेल जॉन्सनच्या मनात एक समर्पक विचार येऊन गेला. किंचित विचित्र पण समयोचित असा - "देवा! गोरा इंग्रज माणूस खरोखरच आपले ओझे खाली ठेवत आहे की!" त्या स्वत:शीच म्हणाल्या.

बावीस वर्षांचा कॅप्टन एडवर्ड बेहर त्या रविवारी सकाळी आपली नेहमीची

न्याहारी फस्त करत होता. पोपई, कॉफी, अंडी यांचा समावेश असलेली न्याहारी कॅप्टन बेहरच्या सवयीची होती. न्याहारीनंतर क्लबात जाऊन तो स्क्वॉशची एक गेम खेळणार होता, तलावात डुंबणार होता आणि मागोमाग दुपारच्या जेवणापूर्वी थोडी जिनही पोटात रिचवणार होता. तसे पेशावर शांतच होते. आपल्या इतर काही देशबांधवांप्रमाणे कॅप्टन बेहरने स्वातंत्र्यकालानंतरही पाकिस्तानात राहण्यास संमती दिली होती. त्या दिवशी त्याने आपल्या नाष्ट्याला सुरुवात केली असेल नसेल तोच फोनची घंटा वाजली. पलीकडून त्यांचा एक लेफ्टनंट भेदरलेल्या आवाजात बोलत होता. "काहीतरी भयानक घडलंय. आपल्या बटालियन्स एकमेकांवर गोळ्या झाडताहेत."

प्रत्यक्षात एक अतिशय मामुली घटना घडली होती. पेशावरमधील सैनिकांची अद्याप अदलाबदल झालेली नव्हती. असाच एक शीख जवान आपली बंदूक साफ करत असताना तिच्यातून गोळी सुटली अचानक. त्याच्या दुर्दैवाने ती गोळी पंजाबहून नुकत्याच आलेल्या मुसलमान जवानांच्या ट्रकचे छत भेदून गेली. बस्स, इतके निमित्त पुरे होते. लगेच त्या सैनिकांनी ट्रकबाहेर उड्या टाकून आपल्याच सैनिकांवर गोळीबार करायला आरंभ केला. फोनवरून संदेश मिळताच कॅप्टन बेहरने युनिफॉर्म चढवला व तो थेट आपल्या कमांडरकडे दाखल झाला. ब्रिगेडियर जी. आर. मॉरिसनी शांतपणे नाष्ट्याचे अंडे घशात सोडले, कॉफीचा पेला संपवला आणि लालभडक पट्टी असलेली आपली टोपी चढवली आणि घरच्याच वेषात बेहरच्या जीपमध्ये प्रवेश केला. ते दोघे गोरे सेनाधिकारी कॅन्टोनमेन्टमध्ये येऊन दाखल झाले तेव्हा मुसलमान व शीख यांच्यात चकमक चालूच होती. एक क्षणभर मॉरिसने परिस्थितीचा अंदाज घेतला. नंतर तो जीपचा टप काढून उभा राहिला. "चल, बरोबर मध्यावर घे जीप!" घाबरलेल्या बेहरला त्याने आज्ञा केली. मोठ्या आत्मविश्वासाने ताठ उभा राहिलेला तो नि:शस्त्र इंग्रज सेनाधिकारी गोळीबाराची फिकीर न करता सरळ घुसला त्या धूमश्चक्रीत. "गोळीबार थांबवा" असा हुकूम दिला त्याने. एका दमात बंदुका खाली आल्या. साहेबाची जरब जातीय विद्वेषावर मात करून गेली.

पण पेशावरात ही बातमी गेलीच शेवटी. त्या काळात अफवांनी बळी घेतलेल्यांची संख्या शस्त्रांनी घेतलेल्या बळींपेक्षा अधिक होती. इकडे मॉरिस लष्करात शांतता स्थापन करण्याचा प्रयत्न करीत असेपर्यंत दंगलींची अफवा टोळीवाल्यांत पसरलीही. झाले, पेशावरावर पठाणांची धाड पडलीच. माऊन्टबॅटन यांच्या भेटीच्या वेळी जसे ते आले तसेच याही वेळी आले पण फरक होता त्यांच्या उद्देशात. आज त्यांच्या मनी निदर्शने नव्हती, त्यांना पाडायचे होते खून - हिंदूंचे खून. एका आठवड्याच्या अवधीत दहा हजार माणसे मृत्युमुखी पडली. पुन्हा एक नवा तांडा भारताच्या दिशेने वाट चालू लागला. एक साधी बंदुकीची गोळी हजारोंना बेघर करून गेली. अशा

पद्धतीने भावना भडकण्यासाठी केवळ निमित्त हवे होते. मुंबई, कराची, लखनौ, हैद्राबाद, काश्मीर अशाच एखाद्या ठिणगीची वाट बघत होती. त्यांनाही हवा होता एक प्रचंड वडवानल भडकून उठायला! भस्मसात व्हावे सारे यासाठी उत्सुक होती ती शहरे!

नवी दिल्ली, ९ सप्टेंबर १९४७. ९ सप्टेंबर १९४७ ला महात्मा गांधी कलकत्याहून दिल्लीला आले. उपोषणाचा ताण अजूनही होताच त्यांच्यावर. या खेपेस ते आपल्या नेहमीच्या भंगी कॉलनीत मुक्काम ठेवू शकत नव्हते. कारण आता त्या जागेवर पंजाबी निर्वासितांचा तळ पडला होता. त्याऐवजी, व्यथित वल्लभभाई पटेल त्यांना अल्बुकर्क रोडवरच्या पाचव्या क्रमांकाच्या एका प्रशस्त बंगल्यात ठेवणार होते.

बिर्ला भवन हा एक सुंदर बंगला होता. त्याच्याभोवती चांगली उंचीपुरी भिंत होती. आवारात सुन्दर फुलांची बाग होती, हिरवळीची मखमल होती. आत संगमरवरी फरशी, सागवानी दारे होती. नोकरचाकर भरपूर होते. थोडक्यात, गांधींच्या भंगी कॉलनीतील झोपडी व हा प्रासादतुल्य बंगला म्हणजे दोन विरुद्ध टोकाच्या गोष्टी होत्या. शिवाय, ज्या माणसाने ऐहिक सुखाकडे पाठ फिरवल्याचे जाहीर केले होते तो माणूस नेहरू - पटेलांच्या दबावाखाली एका लखपतीच्या राजवाड्यात राहायला तयार व्हावा हेच विशेष होते. त्याचा धनी - घनश्यामदास बिर्ला - हा भारतातील दोन सर्वप्रख्यात उद्योगपतींच्या कुटुंबापैकी एका कुटुंबाचा कर्ता पुरुष होता. त्याच्या विविध व्यवसायात कापड गिरण्या, विमा कंपन्या, बँका, रबराच्या गिरण्या व उत्पादन यांचा समावेश होत होता. ते स्वत:ला गांधीवादी म्हणवून घेत. काँग्रेस पक्षाला आर्थिक पाठिंबा देणाऱ्यांपैकी ते एक प्रमुख व्यक्ती होते. या बिर्ला भवनातील एका बाजूच्या चार खोल्या गांधींच्या दिमतीस मिळाल्या. दक्षिण आफ्रिकेहून भारतात परतल्यानंतर गांधी इतक्या भव्य व देखण्या निवासस्थानात राहणार होते - प्रथमच आणि शेवटचेच.

दिल्लीतील हत्याकांड अद्याप चालूच होते. उचलून नेता न आलेल्या प्रेतांचा खच रस्त्यांवर पडलाच होता. एका पोलिसाच्या शब्दात वर्णन करायचे म्हणजे - "प्रेत माणसाचे आहे की म्हशीचे की घोड्याचे हेच कळत नव्हते." प्रेतांची मोजदाद करून कॉरोनर थकून गेले. त्यांच्याकडे येणाऱ्या प्रेतांच्या मृत्यूचे कारण विचारून त्याची नोंद करण्याचा लोकांच्या आग्रहाचा त्यांना रागच आला. पुन: पुन्हा तीच गोष्ट लिहून कंटाळला बिचारा. जातिधर्माच्या रूढींनी पछाडलेल्या देशात प्रेते हलवणेही मुश्कील होऊन बसले होते. एके दिवशी एडविना माऊन्टबॅटन व त्यांच्या पतीचे एक साहाय्यक लेफ्टनंट-कमांडर पीटर हॉव्ज यांना रस्त्यात एक प्रेत सडत

असलेले आढळले. त्यांनी रस्त्याने निघालेला एक ट्रक थांबवला. त्याचा चालक हिंदू होता. त्याने त्या प्रेताला शिवण्यास नकार दिला. किंचितही विचलित न होता भारताच्या अखेरच्या व्हाईसरॉयच्या पत्नीने हाव्‌जसाहेबांच्या मदतीने ते प्रेत उचलून ट्रकमध्ये ठेवले.

"हं! जा त्याला घेऊन!" आश्चर्यचकित झालेल्या ड्रायव्हरला श्रीमती माऊन्टबॅटन म्हणाल्या.

माऊन्टबॅटन यांच्या नेतृत्वाखाली स्थापन झालेल्या आणीबाणी समितीच्या अस्तित्वाची जाण लोकांना होऊ लागली. दिल्लीत जादा सैन्य बोलावण्यात आले, चोवीस तासांची संचारबंदी लादण्यात आली, दडवून ठेवलेल्या शस्त्रसाठ्यांसाठी झडत्या घेण्याचे सत्र सुरू झाले. हळूहळू हिंसाचाराला आहोटी लागली. अशा त्या कसोटी-कालात, लुई माऊन्टबॅटन व जवाहरलाल नेहरू परस्परांच्या अधिक निकट आले. दिवसातून दोनतीनदा त्यांची भेट होऊ लागली. माऊन्टनी आपल्या डायरीत नोंद केली - 'केवळ सहवासाच्या ओढीने, आपल्या शिरावरचे ओझे हलके व्हावे म्हणून ते मला भेटत व मीही माझ्या परीने त्यांना शक्य तेवढा आराम मिळावा म्हणून धडपडत असे.' कित्येक वेळा नेहरू त्यांना लिहीत - 'मी तुम्हाला का लिहितोय हे कळत नाही. मला एवढं मात्र कळतं की, माझ्या छातीवरचं दुःख हलकं व्हायचं असेल तर कोणाला तरी लिहिलंच पाहिजे मला.' त्या भयाण वातावरणाचा नेहरूंच्या प्रकृतीवर मोठाच परिणाम झाला. त्यांच्याजवळच्या एका स्त्रीप्रशंसकाने लिहून ठेवले- 'गेल्या काही महिन्यात तेहतीस वर्षांच्या जवान टायरॉन पावर या हॉलिवुडच्या नटासारखे दिसणारे नेहरू आता बेल्सेनच्या कॉन्सेन्ट्रेशन कॅम्पात तीन वर्षांची सजा भोगून आल्यासारखे दिसतात.' एच. व्ही. आर. अय्यंगारांना एक संवाद आठवतो- एके दिवशी कामात असताना नेहरूंना चांगलीच डुलकी लागली. अय्यंगार येताच ते दचकून जागे झाले. त्यांना म्हणाले - "मी खूप थकलोय हो. मला फक्त पाच तास झोप मिळते. आणखी एखादा तास हवा असतो मला. तुम्ही किती वेळ झोपता?"

"सात ते आठ तास" सेक्रेटरीमहाशय उत्तरले.

नेहरूंनी त्यांच्याकडे नाराजीने बघितले. "वास्तविक सध्याच्या कठीण दिवसात सहा तास अत्यावश्यक आहेत. सात तास म्हणजे चैनच. आणि आठ तास म्हणजे निखालस दुर्गुण ठरावा!" नेहरू म्हणाले.

बिर्ला भवनात असलेल्या गांधींना दिल्लीच्या सांप्रतच्या हिंसाचाराची व्याप्ती हा एक आश्चर्यकारक धक्काच होता. ज्या माणसाने पाकिस्तानला विरोध केला तोच माणूस आज दिल्लीकर मुसलमानांच्या दृष्टीने दैवत बनून राहिला होता. आजच्या घडीला महात्मा गांधींना त्यांच्या अंतःकरणातील महंमदअली जिनांचे स्थान मिळाले

होते. बिर्लाभवनात गांधी येऊन पोहोचले नाहीत तोवर मुसलमानांच्या शिष्टमंडळाने 'आमच्या सुरक्षिततेसाठी तुम्ही दिल्लीबाहेर पडू नये', असे आण भाकून विनवले. महात्माजींनी ते मान्य केले.

आपल्या आयुष्याच्या संधिकालात गांधी कधी नव्हे तेवढे आपल्या आदर्श तत्त्वांना चिकटून राहिले. सर्वभूती प्रेम, अहिंसा, सत्य, ईश्वरावर श्रद्धा यांना बिलगून बसले. आजही बदलले नव्हते ते महात्मा गांधी, बदलला होता तो त्यांचा प्रिय भारतवर्ष! ब्रिटिश राज्यकर्त्यांविरुद्ध लढा देताना प्रेम व अहिंसा या मार्गांचा अवलंब लोकांनी करावा हे सांगणे व आज डोळ्यांदेखत मुलांच्या माना मुरगळल्या जाताना, बायकांवरचे पाशवी बलात्कार पाहाताना, स्वत:च्या सर्वस्वाच्या होळीचे चटके बसताना, ज्यांचे डोळे फाटून गेले, छाती फाटली, भावना मरून काळ्या पडल्या, ज्यांच्या आयुष्याचा चोळामोळा झाला त्या सामान्यजनांसमोर या तत्त्वाचा जप करणे अरण्यरुदन ठरत होते. महात्माजींचा हा संदेश होता संतांकरता आणि त्या शरद ऋतूत, दिल्लीतील निर्वासितांच्या छावणीत फारच थोडे साधुसंत वास करत होते.

आपल्या खालावलेल्या प्रकृतीची फिकीर न करता गांधी दररोज एखाद्या छावणीत जाऊन आपल्या या प्रिय तत्त्वांचा प्रचार करण्याचा प्रयत्न करत. अशा वेळी तेथला एखादा मध्येच विचारी- "हे अहिंसेच्या प्रेषिता, आम्ही जगायचे कसे ते तरी सांग? इकडे तू आम्हांला शस्त्रांचा त्याग करायला सांगतोस आणि तिकडे पंजाबात दिसेल त्या हिंदूला मुसलमान ठार मारताहेत. म्हणजे मेंढराप्रमाणे आमची कत्तल व्हावी अशी इच्छा आहे का तुमची?"

"हिंसेचा प्रतिकार हिंसेने न करता पंजाबातील एकूणएक माणूस मेला तर पंजाब अमर होईल इतिहासात." गांधींनी उत्तर दिले. त्याला प्रत्युत्तर म्हणून आलेल्या घोषणा होत्या - "पंजाबला जाऊन बघा स्वत:च्या डोळ्यांनी आणि मग या पुन्हा सांगायला!" म्हणजे, हिंदूंकडून ही अवहेलना व मुसलमानांकडूनही तीच. एका मुसलमानाच्या छावणीत त्यांच्यापुढे कोणीतरी दोन महिन्यांचे अनाथ तान्हे मूल धरले. गांधींच्या डोळ्यांत अश्रू उभे राहिले. गांधी त्या मुसलमानाला म्हणाले— "अल्लाचे नामस्मरण करत मृत्यूला कवटाळा, पण धीर नका गमावू" झाले. आता मुसलमानांनी त्यांची हुर्यो उडवली. असेच एकदा दिल्लीच्या पुराण्या किल्ल्याभोवती पडलेल्या निर्वासितांच्या छावणीला त्यांनी बरोबर कसलेही संरक्षण न घेता भेट दिली. त्या वेळी मुसलमानांनी त्यांच्या मोटारीला गराडा घातला. त्यांना शिव्यांची लाखोली वाहिली. कोणीतरी त्यांच्या मोटारीचा दरवाजाही उघडला खाडकन. अत्यंत शांतपणे ते बाहेर आले. संतप्त जमावाच्या मध्ये उभे राहिले. अत्यंत क्षीण अशा आवाजात त्यांना म्हणाले - "माझ्यापुरता का असेना मी हिंदू, शीख, मुसलमान, ख्रिश्चन यांच्यात फरक करत नाही. माझ्या अंत:करणात सर्वांना सारखे

स्थान आहे.'' त्यांच्या या उपदेशाचा हिंदूंवर विशेष परिणाम होत नव्हता. यातना व वेदना यांना जात नसते, धर्म नसतो. हिंदू असो वा मुसलमान - दोघांच्याही जखमा तेवढ्याच तीव्र. कदाचित एखाद्या मुसलमानाचे त्यामुळे सांत्वन झालेही असावे; पण या त्यांच्या पवित्र्याची पुष्कळ हिंदुजनांना चीडच येत चालली. भावनातिरेकाला गांधींच्या हृदयात स्थान नव्हते. आपल्या श्रद्धास्थानाला तडा जाण्याइतका भावनांशी समझोता करण्याची त्यांची तयारी नव्हती. आपल्या प्रार्थनासभांतून त्यांनी विविध धर्मग्रंथाचे पठण चालूच ठेवले. त्यात कुराणाचाही समावेश होता.

आणि अशाच एका अशांत संध्याकाळी जमावातून एक धारदार घोषणा आली- ''आमच्या बायकामुलांवर बलात्कार होताहेत, या वचनांच्या उद्‌घोषांच्या सुरात आमचे बांधव प्राणाला मुकताहेत. महात्मा गांधी मुर्दाबाद!'' साऱ्या जमावाने तिला अनुकूल असा प्रतिसाद दिला. एकच एक कल्लोळ माजला. गांधी जागच्या जागी गोठून गेले. लोकांच्या आरोळ्यांचा अंत होईना. त्यांना पुढे बोलणे अशक्य झाले. दक्षिण आफ्रिकेच्या बोअर लोकांना, इंग्लंडच्या गोऱ्या राज्यकर्त्यांना जे कधीच जमले नाही ते गांधींच्या देशबांधवांनी करून दाखवले. आयुष्यात पहिल्यांदाच गांधींना आपली सार्वजनिक प्रार्थनासभा अर्धवट सोडून द्यावी लागली.

सुडाने पेटलेल्या मदनलालला त्या दिशेची वाट सापडली एका डॉक्टराच्या दवाखान्यातील तपासणीच्या खोलीत. दिल्लीपासून १९४ मैलावर आहे ग्वाल्हेर शहर, त्या संस्थानाची राजधानी. तेथल्या महाराजांच्या विजेच्या गाड्यांच्या छंदाविषयी आम्ही सांगितलेच आहे आधी. तर त्याच ग्वाल्हेर शहरात हे डॉक्टर दवाखाना उघडून बसले होते. त्यांचा व्यवसाय आयुर्वेदिक औषधांचा होता. दमा व न्यूमोनिया यावरची त्यांची औषधे रामबाण होती. त्यांचे नाव होते डॉक्टर दत्तात्रय परचुरे. डोक्यास टक्कल, तोंडात दात नाहीत अशी त्यांची स्थिती. त्यांच्याकडे बघताना एखाद्याला उगीचच गांधींची आठवण यावी. असो. तर आपले हे डॉक्टर परचुरे तसे विख्यात, निष्णात मानले जात त्यांच्या वैद्यकीय व्यवसायात. आपल्या वैद्यकीच्या जोडीला त्यांना आणखी एका गोष्टीत रस होता. आज मदनलाल त्यांच्याकडे आला होता तो प्रकृती दाखवायला नाही. त्याचे काम वेगळेच होते. डॉक्टरसाहेब राजकारणही करत असत. कदाचित तोच त्यांचा प्रमुख व्यवसाय - व्यसन म्हणा हवे तर - होता. ते ग्वाल्हेरच्या रा. स्व. संघाच्या शाखेचे एक नेते होते.

त्यांच्या संघटनेत जवळजवळ हजारएक स्वयंसेवक होते. त्यांच्या साह्याने भारतातील साठ हजार मुसलमानांना आपण घालवून देऊ शकू अशी बढाई ते मारत. आपल्या रुग्णांकडून वसूल केलेल्या सहा आण्यांच्या फीच्या उत्पन्नाचा बराचसा भाग लाठ्या, सुऱ्या, वाघनख्या यांच्यापायी खर्च करत. आपल्या या सैन्यात

नवनव्या तरुणांना भरती करून घेण्याकडे त्यांचे बारीक लक्ष असायचे. अशा या तरबेज माणसाला मदनलालसारखा धगधगता ज्वालामुखी मिळाल्यामुळे केवढा हर्ष झाला असेल! त्यांनी त्याला आवश्यक ते मार्गदर्शन व साह्य करण्याचे अभिवचन देऊन संधीची प्रतीक्षा करण्यास सांगितले. मदनलालच्या या संघनिष्ठेचे बक्षीस म्हणून त्याच्या राहण्याजेवण्याची व्यवस्था केली. शिवाय तिच्या मोबदल्यात बळीचे बकरे मिळवून देण्याचे आश्वासनही दिले वर! मदनलाललाही तेच हवे नव्हते का? ताबडतोब कामालाही लागला तो. पुढच्या महिन्यात त्याच्या 'कर्तृत्वाला' भरपूर वाव मिळाला. भोपाळहून दिल्लीला पळून जाणाऱ्या असहाय मुसलमानांचे खुशाल मुडदे पाडले त्याने. आपल्या वडिलांच्या हालांची किंमत पुरेपूर वसूल केली त्याने. मदनलालला आठवते - "आम्ही स्टेशनवर उभे राहत असू वाट बघत. आलेली गाडी थांबवायची, गाडीत घुसायचं, मुसलमान दिसला की त्याचा फडशा पाडायचा. आमचं काम व्हायचं!" मदनलाल व त्याच्यासारख्या इतरांच्या या दहशतवादी घातकी कृत्यांची बातमी दिल्लीला पोहोचली. खुद्द गांधींनी आपल्या एका प्रार्थनासभेत त्याची हजेरी घेतली. शेवटी ग्वाल्हेरच्या महाराजांनी परचुऱ्यांना आवरते घेण्याचा सल्ला दिला. मदनलालचे ग्वाल्हेरमधील काम खंडित झाले. तो निराश झाला.

नंतर त्याने मुंबई गाठली. एक धंदेवाईक निर्वासित म्हणून जिणे जगू लागला तो. मात्र आता एखाद्या पुढाऱ्याच्या तोऱ्यात तो वावरू लागला. त्याने निर्वासितांच्या एका छावणीत आपले नाव नोंदवले. आपल्याभोवती पन्नासेक युवकांचा एक गट निर्माण केला. त्याची सूत्रे हाती घेऊन प्रत्यक्ष कृतीस आरंभ केला. मदनलाल सांगतो, "आम्ही दररोज मुंबईला जायचो, एखादा मुसलमान मोहल्ला गाठायचो. एक झकास हॉटेल हुडकायचो. पोटभर खायचे. आयुष्यात खायला मिळाले नसतील असे पदार्थ मागवायचे. जेवणाचे बिल सांगितले की हात वर करायचे. निर्वासित आहोत, पैसा कोठला म्हणायचे. मानले तर ठीक नाहीतर ठोकाठोकी करायची, सामानाची मोडतोड करायची, बस्स.

इतर वेळी एखाद्या मुसलमानाला रस्त्यात गाठायचं, त्याला संपूर्ण लुबाडायचं. कित्येक वेळा त्यांच्या हातगाड्यावरचा माल स्वत:च विकायचा. दररोज रात्री सर्वांनी एकत्र येऊन आपल्या मिळकतीचा समसमान वाटा करायचा. मजेत गेले दिवस. हळूहळू माझ्याजवळ बरीच माया जमली."

लवकरच मदनलाल किंचित वरच्या दिशेने प्रगती करू लागला. आता केवळ भुरट्या चोरीवर त्याच्या पुढारीपणाची मदार अवलंबून राहिली नाही. मोहरमचे दिवस आले. मदनलाल आपल्या दोघा अनुयायांसमवेत अहमदनगरला येऊन दाखल झाला. ते तिघे रिकाम्या हातांनी नव्हते आले. त्यांच्याजवळ तीन हातबॉंबही होते. अहमदनगरमधल्या एका मोहरमच्या मिरवणुकीवर त्यांनी ते बॉंब टाकले व तेथून

पळ काढला, अहमदनगराच्या अपरिचित गल्लीबोळांतून. आता त्यांना काही तासांपुरती जागा हवी होती लपायला. अचानक मदनलालचे लक्ष एका इमारतीच्या सज्ज्याकडे गेले. तशी इमारत जुनीपुराणीच होती. तिच्यावर डेक्कन गेस्ट हाऊस अशी एक पाटीही लावलेली होती. पण मदनलालचा आनंद वेगळाच होता. पहिल्या मजल्यावरील त्या गॅलरीत एक निशाण फडफडत होते. त्याची ओळख मदनलालला पटल्यामुळे तो सुखावला. कसलाही विचार न करता आत घुसला.

"कृपा करून मला लपायला जागा द्या. मोहरमच्या मिरवणुकीवर बाँब टाकून पळतोय मी!" मदनलालने एका श्वासात सांगून टाकले हॉटेलमालकाला.

गल्ल्याच्या टेबलाजवळ एक ठेंगू व लठ्ठ मूर्ती बसली होती. साधारणपणे सदतीसच्या आसपास वय असलेली ती व्यक्तीच त्या हॉटेलची मालक होती. नाव होते विष्णू करकरे. मदनलालचे शब्द ऐकताच करकऱ्यांनी आपल्या जाग्यावरून उडी मारत मदनलालला मिठीच मारली. त्याला धन्यवाद दिले. त्यांना खूप आनंद झाला त्याच्या कृत्याचा. कारण विष्णुपंत करकरे हे नगरच्या रा.स्व.संघाच्या स्थानिक शाखेचे एक अग्रणी होते. म्हणजे आपल्या इच्छापूर्तीच्या पथावर मदनलालला आणखी एक नवा साथी लाभला.

नवी दिल्ली, २ ऑक्टोबर १९४७. दोन ऑक्टोबर. महात्मा गांधींचा अठ्ठ्याहत्तरावा जन्मदिन. साऱ्या भारतात आणि जगभर तो साजरा होत होता. बिर्ला भवनावर दाही दिशांतून हजारो तारा, पत्रे, शुभसंदेश यांचा वर्षाव झाला. भारतीय जनता व देशविदेशातील त्यांचे स्नेही यांच्याकडून शुभेच्छा आल्या. शीख, मुसलमान नेत्यांनी, निर्वासितांनी मिरवणुकांनी भेटीस येऊन गांधींना फुले, फळे, मिठाई अर्पण केली. नेहरू, पटेल, लेडी माऊन्टबॅटन, मंत्रिगण, वृत्तपत्रकार, राजनैतिक मुत्सद्दी या सर्वांनी पायधूळ झाडली. त्या दिनाला राष्ट्रीय उत्सवाचे स्वरूप आले.

परंतु गांधींच्या निवासात मात्र त्याचा अभाव दिसला. त्यांच्या भेटीला आलेल्या प्रत्येकाला गांधी उदास भासले. त्यांची नेहमीची आनंदी वृत्ती लोप पावलेली दिसली. एकशे पंचवीस वर्षांचे आयुष्य जगण्याची उमेद बाळगणाऱ्या त्या माणसाने आपले येते वर्ष प्रार्थना, उपोषण आणि त्याला प्रिय असणाऱ्या सूतकताईत घालवायचे ठरवले होते. त्यांना आपल्या वाढदिवसाचा कसलाही थाटमाट नको होता. लोकांना भारताच्या अंगभूत सद्‌गुणांचा पडलेला विसर त्यांना दु:खी करत होता. आपल्या प्रार्थनासभेस उद्देशून ते म्हणाले—

"अरे, माझ्यावर अभिनंदनाचा वर्षाव कसला करता? त्यापेक्षा माझं सांत्वन करा ना! आज तेच अधिक शोभून दिसेल!"

आपल्या अनुयायांना त्यांनी सांगितले - "माझ्या भोवतालचा हा वणवा तरी

शांत व्हावा किंवा मला वरचे बोलावणे तरी यावे. अशा आगीच्या ज्वाळात होरपळणाऱ्या या देशात माझा यापुढचा जन्मदिन उगवलेला पाहण्याची बिलकूल इच्छा नाही.''

''आम्ही त्यांना भेटण्यासाठी गेलो, मोठ्या आनंदाने पण परतलो मात्र मोठ्या जड अंत:करणाने'' वल्लभभाई पटेलांच्या कन्येने आपल्या दैनंदिनीत नोंद केली.

स्वतंत्र भारताच्या आकाशवाणीने एक खास कार्यक्रम सादर करून महात्मा गांधींचा जन्मदिवस साजरा केला. गांधींनी तो ऐकला नाही. त्यापेक्षा त्यांनी एकांतवास व आपल्या प्रिय चरख्याचा सहवास मोठ्या आवडीने पत्करला. त्या चरख्याच्या चक्राकार सुरावटीत त्यांना 'मानवतेचे स्तब्ध, कारुण्यमय संगीत' ऐकू येत होते.

पंजाब, सप्टेंबर-ऑक्टोबर १९४७. मानवी इतिहासाच्या उदयकालापासून आजतागायत जेथे जेथे संघर्ष निर्माण झाले तेथे तेथे माणसाच्या लैंगिक पिसाटवृत्तीला भरपूर वाव मिळत गेला. फाळणीची शोकांतिका त्याला अपवाद नव्हती. सर्व ठिकाणच्या जातीय दंगलींत बलात्कारी अत्याचाऱ्यांनी धुमाकूळ घातला. हजारो स्त्रिया व तरुणी अपहृत केल्या गेल्या. आधुनिक कालात अशा तऱ्हेचे प्रचंड प्रमाणात झालेले अपहरण भारताच्या भूमीवरच घडले असेल. कधी निर्वासितांच्या तांड्यांमधून, कधी खच्चून भरलेल्या आगगाड्यांतून, कधी एकाकी पडलेल्या गावांतून अनेक अबला त्या क्रूरकर्मा गुंडांच्या हाती पडल्या.

अशा एखाद्या असहाय शीख किंवा हिंदू तरुणीची कहाणी अंत:करण पिळवटून टाकायची. पळवून नेलेल्या स्त्रीला प्रथम धर्मांतराच्या दिव्यातून जावे लागायचे. सक्तीच्या धर्मांतरानंतरच ती तिच्या अपहर्त्याच्या घराची किंवा जनानखान्याची बटीक व्हायची. मियाँवालानजीकच्या एका वकिलाच्या सोळा वर्षीय कन्येची ही दुर्दशा पाहा. तिला गावच्या प्रमुखाच्या घरी नेण्यात आले. अगोदर तेथे तिला थोबाडीत खाव्या लागल्या. पाठोपाठ गोमांस चारले गेले. ती शाकाहारी असल्यामुळे तिला त्याची किळस आली. ती रडायला लागली तसा प्रत्येक जण हसायला लागला. त्यानंतर एक मुल्ला आले. त्यांनी कुराणपठण केले, तिलाही म्हणायला लावले. मग तिचे नामकरण झाले. संतोष नंदलालच्या जागी नाव आले अल्लारखी- 'अल्लाने वाचवलेली.' त्यानंतर तिचा जाहीर लिलाव करण्यात आला. एका लाकूडतोड्याने तिची खरेदी केली. बिचारी संतोष या दिव्यातून एका मुसलमानाच्या घरी जगूनवाचून राहिली. पंचवीस वर्षांनंतर ती म्हणते - ''तसा माझा मालक भला माणूस. त्याने पुन्हा माझ्या तोंडात मांस नाही घातले.''

शिखांचे दहावे गुरू, गुरू गोविंदसिंग यांनी आपल्या अनुयायांवर मुसलमान स्त्रीशी समागम करू नये असा दंडक घातला होता. साहजिकच शिखांना मुसलमान

स्त्रियांविषयी वेगळे लैंगिक आकर्षण राहिले. त्या रतिक्रीडेत तरबेज असतात अशी त्यांची भावना होऊन बसली. परिणाम हा झाला की, पंजाबमधील त्या हलकल्लोळात शीख आपल्या गुरूंची शिकवण विसरले. त्यांच्या वृत्ती बेफाम सुटल्या. प्रत्येक ठिकाणच्या मुसलमान स्त्रिया त्यांची शिकार बनल्या. साहजिकच पंजाबात मुसलमान तरुणींच्या व्यापाराला तेजी आली त्या काळात. त्यातील ही एक मनोवेधक कहाणी.

नायक आहे बूटासिंग. ब्रिटिश लष्करातील एक निवृत्त सैनिक. ब्रह्मदेशच्या रणांगणावर माऊन्टबॅटन यांच्या आधिपत्याखाली लढलेला. आता त्याचे वय पंचावन्न झालेले. सेवानिवृत्तीचे आयुष्य आपल्या शेतीवाडीत सुखाने घालवत असलेला बूटासिंग खुशाल होता. सप्टेंबर महिन्याची कडकडीत दुपार होती. बूटासिंगाने एक कर्णकटू, भयचकित किंकाळी ऐकली. तो मागे वळून पाहू लागला. एका तरुण मुसलमान मुलीच्या मागे एक शीख लागलेला त्याने पाहिले. ती तरुणी बूटासिंगच्या पायावर पडली- "मला वाचवा, बचाव मुझको!" तिने त्याची आण भाकली. बूटाने त्या माणसाला अडवले. काय घडले आहे याची कल्पना त्याला आली. जवळच्या रस्त्यावरून जाणाऱ्या निर्वासितांच्या तांड्यातून ओढून आणलेली ती एक निरपराध स्त्री आहे हे त्याच्या ध्यानात येऊन चुकले. बूटासिंगच्या एकाकी, वैराण आयुष्यात आलेल्या या अपेक्षित तृणपुष्पाचा स्वीकार करायचा निश्चय त्याने केला. तसा बूटासिंग एक लाजवट माणूस होता. शिवाय आयुष्यात लग्न करण्याची संधी त्याने हुकवली होती. त्यामुळे त्याने त्या शीखाला ताडकन प्रश्न केला,

"किंमत सांग."

"पंधराशे रुपये." जबाब मिळाला.

बूटासिंगाने कसलीच घासाघीस केली नाही. तो तडक आपल्या झोपडीत गेला आणि नोटांच्या चळती घेऊन परतला. पंधराशे रुपयांच्या मोबदल्यात त्याला सतरा वर्षांची चुणचुणीत छोकरी मिळाली. जैनुब नाव तिचे. राजस्थानातील एक छोट्या शेतकऱ्याची कन्या. वास्तविक त्याच्याहून अडतीस वर्षांनी लहान असलेली जैनुब म्हटले तर त्याची घरवाली, म्हटले तर मुलगीही होती. कित्येक दिवसांच्या भुकेल्या बूटासिंगाला तिचा मोठाच आधार सापडला. त्याच्या प्रेमाच्या वर्षावाखाली साफ गुदमरून गेली बिचारी. एकेकदा तर एखादे लहान मूल आपल्या खेळण्याला जपेल तसे जपायला लागला तो तिला. त्याच्या जीवनाला एक वेगळे वळण मिळाले तिच्या आगमनाने. जैनुबलाही या अकल्पित प्रेमभरी शिडकाव्याने खूप सुख मिळाले. तेथे येऊन पोहोचण्यापूर्वी तिच्यावरही अनेक अत्याचार झालेलेच होते. त्यामुळे बूटाविषयी तिच्या अंत:करणात कृतज्ञतेची भावना निर्माण झाली. त्याच्यावर ती खूपच माया करू लागली. दिवसभर त्याच्याबरोबर शेतात खपायचे, दोनवेळा म्हशींची धार काढायची, रात्री त्याच्या कुशीत विसावायचे हा तिचा कार्यक्रम ठरून

गेला. त्यांच्या झोपडीपासून सोळा मैलांवर असलेल्या ग्रॅन्ड ट्रंक हायवेवरून निर्वासितांची ये-जा सुरूच होती. पण बूटासिंगाच्या या बारा एकराच्या शेतातील जीवन मात्र सुखेनैव चालू होते. असेच दिवस निघून गेले आणि एके दिवशी बूटासिंगने आपल्या इष्टमित्रांच्या साक्षीने जैनुबशी विधिपूर्वक विवाह उरकून टाकला. यथावकाश बूटासिंग बाप होण्याच्या मार्गासही लागला. ज्याची आशाच केली नव्हती ते दैव फळाला आले. पण त्या बिचाऱ्या दुर्दैवी जोडप्याला याची काय कल्पना की आपल्या पोटी येणाऱ्या या अपत्यसंभवातच फाळणीच्या दुष्परिणामांचे एक प्रतीक जोपासले जात होते. असो.

निर्वासितांची नीट सोय लावणे ही दोन्ही राष्ट्रांसमोरची एक अतिगंभीर अशी समस्या होऊन बसली. त्या दुस्सह स्थितीत जीव जगवणाऱ्या असंख्य जिवांना आपल्या बाबतीत काहीतरी अद्भुत चमत्कार घडून यावा अशी अपेक्षा होती. स्वातंत्र्याचे वरदान प्राप्त करून घेतलेले आपले नेते काहीतरी जादू करून आपली दुःखे नष्ट करतील असा त्यांचा विश्वास होता.

डी. एफ. कराका या भारतीय पत्रकाराला जालंदरच्या निर्वासित छावणीभोवती घुटमळणारा एक वयस्कर शीख माणूस भेटला. कसल्यातरी नादात भिरभिरत होता बिचारा. त्याच्या हातात एका शाळकरी पोराच्या वहीतून घेतलेला एक कागद गच्च धरून ठेवलेला होता. ती त्याच्या पाकिस्तानातील जिंदगीची यादी होती. एक गाय, एक घर, एक चारपाई, भांडीकुंडी. प्रत्येक वस्तुपुढे तिची किंमत दाखवली होती. एकूण रक्कम रुपये पंचेचाळीसशे होत होती. श्री. कराकांना त्याने सांगितले की तो सरकारकडे सदर यादी सादर करणार आहे. कारण सरकारने हा सर्व पैसा त्याला भरून देण्याचे मान्य केले आहे.

''कोणत्या सरकारने?'' कराकांनी विचारले.

''अहो, माझे सरकार!'' तो म्हातारा शीख उत्तरला. त्यानंतर मनाला चटका लावणाऱ्या भाबडेपणाने विचारले, ''साहेब, मेहेरबानगी करून मला माझ्या सरकारचा पत्ता सांगाल काय?''

या साऱ्या अशांततेची, भीषणतेची झळ जितकी गरिबांना लागली तितकीच श्रीमंतांनाही. अमृतसरातील एका शीख अधिकाऱ्याने आपल्या गॅरेजचे रूपांतर एका खाजगी निर्वासित छावणीत करून त्यात आपल्या पाच - सहा मित्रांना आसरा दिला. दोन महिन्यांपूर्वी लाहोरात लक्षाधीश म्हणून नांदणारी ती माणसे आज निराधार बनलेली होती. निर्वासितांच्या एका आगगाडीबरोबर संरक्षणासाठी असलेल्या एका अधिकाऱ्याने एक माणूस पाहिला. अगदी ओक्साबोक्शी धाय मोकलत होता तो. त्यांच्या अंगावरचे कपडे उत्तम होते. मी संपूर्णतः नागवला गेलो आहे, माझे सारे

जीवन उद्ध्वस्त झाले आहे, असे सांगितले त्याने.

"म्हणजे आपल्याजवळ आता खरोखरच काहीही नाही उरले?" त्या अधिकाऱ्याने विचारले.

"आहेत ना. पाच लाख रुपये आहेत माझ्याजवळ अजून!" तो माणूस.

"अहो, मग! अजूनही तुम्ही पैसेवाले आहातच की!" अधिकारी.

"छे, बिलकूल नाही! त्या पैशातली पै न पै मी देणगी म्हणून देऊन टाकणार आहे. कोणाला आहे ठाऊक? गांधी-नेहरूंचा जीव घेणाऱ्यांना! त्यासाठी लागणाऱ्या खर्चाला! कळलं?" तो उत्तरला.

निर्वासितांना आवश्यक वस्तू पुरवायचे काम महाकठीण होते. लक्षावधी ब्लँकेटं, तंबू, रोगप्रतिबंधक लसी इत्यादी गोष्टींचे वाटप करायचे काम प्रचंड होते. त्यांच्यासाठी लागणारा अन्नपुरवठा करायचा म्हणजे हिमालय चढून जाण्यासारखी अशक्यप्राय कामगिरी होती. छावणीतील आवक वाढताच सगळे हाताबाहेर जाऊ लागले, सहन होण्यापलीकडे पोहोचले. एखाद्या सरोवराच्या पाण्यावरचे धुक्याचे आवरण वाढत जावे त्याप्रमाणे मृतदेहांचा, कुजवठ्याचा आणि रोगराईचा असे दुर्गंध एकमेकांशी चढाओढ करू लागले. अमृतसरजवळच्या एका छावणीत फेरफटका मारणाऱ्या एका शीख कर्नलने त्याचे वर्णन 'स्वातंत्र्याचा सुगंध बरं हा!' या शब्दात केले. दुसऱ्या एका छावणीतील एका दृश्याने एका भारतीय पत्रकाराच्या हृदयाला पीळ पडला. एका मरणोन्मुख स्त्रीच्या जवळ एक तरुण दम धरून बसला होता. एखाद्याला वाटेल की आपली आई शेवटची घटका मोजत आहे तिला तेवढाच आराम मिळावा हा उदात्त हेतू असेल त्याचा! वस्तुस्थिती वेगळी होती. या तरुणाचे चित्त होते मृत्युपंथाला लागलेल्या आपल्या आईच्या रजईवर. ती मरते केव्हा आणि ती रजई आपण उचलतो केव्हा यावर डोळा ठेवून बसला होता बिचारा.

निर्वासितांच्या या तळांवर, गांधींच्या नंतर दुसऱ्या कोणाला लोकप्रियता लाभली असेल तर ती सेंट जॉन अँब्युलन्स पथकाचा नीटनेटका युनिफॉर्म घालून वावरणाऱ्या एक पिंगट केसांच्या इंग्रज बाईला - एड्विना माऊन्टबॅटनना. एका अर्थाने, फाळणी होण्याआधीचा काल त्यांच्या पतीच्या अधीन होता तर भारताच्या कसोटीचा सांप्रतचा काल एडविनांच्या खात्यावर जमा व्हावा. तसल्या त्या वस्त्रहीन, रूपहीन, निर्वासित छावण्यांत त्या इतक्या सफाईने, धिटाईने वावरत की त्यामुळे तेथे खितपत पडलेल्या आजाऱ्यांना व मरणोन्मुखांना निश्चितच आराम मिळावा. त्यांच्याजवळ बुद्धी होती, संघटनाकौशल्य होते, अधिकाराची जोड होती. अत्यंत शिस्तबद्ध कार्यक्रमाचा वापर करून त्यांनी हजारो निराश्रितांच्या अंत:करणात मानाचे स्थान मिळवले.

दररोज सकाळी सहा वाजता त्या हजर होत आपल्या कामावर. सारा दिवस या छावणीतून त्या छावणीत, या हॉस्पिटलातून त्या हॉस्पिटलात त्यांच्या फेऱ्या होत.

प्रत्येक गोष्टीवर त्यांचे बारीक लक्ष असायचे. त्यांच्या कामात दिखाऊपणा असा नव्हताच. प्रत्येक तळाची गरज काय आहे याचा अभ्यास त्यांनी नीट केला होता. एच. व्ही. आर अय्यंगार यांना त्यांच्या कार्यक्षमतेचे खूपच कौतुक होते. दिवसभराच्या श्रमांचा कसलाही ताण न पाडून घेता त्या सहा वाजताच्या सभेला उपस्थित राहिल्या. अतिशय तळमळीने बैठकीच्या कामकाजात भाग घेतला त्यांनी. बाहेरच्या खोलीत त्याचवेळी त्यांचे अंगरक्षक झोपा काढत होते. वास्तविक, विमानप्रवासाचा त्रास व्हायचा, विमान लागायचे त्यांना. तरीदेखील त्याची पर्वा न करता वेळेची बचत करण्यासाठी तो धोका पत्कारायच्या त्या. एकेकदा अंधाऱ्या रात्रीसुद्धा आपल्याबरोबर एखादा वाकबगार वैमानिक घेऊन उड्डाण करायच्या. एखादी गोष्ट आपल्या दर्जाला शोभण्यासारखी नाही म्हणून सांगायची सोय नव्हती त्यांना. लागलीच नेमकी तीच गोष्ट करत त्या! लेफ्ट कमांडर हॉव्ज सांगतात त्यांची अशी एक आठवण - कॉलऱ्याच्या आजाराने आशा संपलेल्या रोग्याच्या कपाळावर मायेचा हात फिरवण्यासाठी चिखलात गुडघे टेकून बसण्यात कसलेही अनमान त्यांनी केले नाही. खरोखरच, केवळ मानवताप्रेमाने पछाडलेल्या या गोऱ्या बाईंची स्मृती अनेकांना राहिली असावी.

अशा या यातनामय कालखंडात काही वीरोचित कृत्ये करून दाखवणारी माणसेही आढळली. अर्थात, ती अज्ञातच राहिली, उपेक्षितही कदाचित. त्यांच्या त्या शौर्यशाली आचरणाची नोंदही नसेल घेतली कोणी. अमृतसरच्या अश्विनीकुमार या हिंदू पोलीस अधिकाऱ्यांनी अत्यंत समर्पक शब्दात अनेकांच्या भावना बोलून दाखवल्या आहेत- "त्या नरकतुल्य वातावरणात स्वत:चे डोके शाबूत ठेवण्याचा एकच उदात्त मार्ग होता व तो म्हणजे रोज एखादा तरी जीव वाचवण्याचा प्रयत्न करणे!" आपल्या परीने त्यांनी तसे करून अनेकांना जीवनदान दिले. अनेक शीख माणसांनी आपल्या मुसलमान मित्रांना महिने न् महिने आपल्या घरात आसरा दिला. अहमद अन्वर या बावीस वर्षांच्या मुसलमान रेल्वेकारकुनाला 'अरे, तो ख्रिश्चन आहे, त्याला नका मारू!' म्हणूनच जमावाच्या हातून त्याला सोडवून घेणारे हिंदू जसे सापडले तसेच आपल्या जातभाईंच्या रोषाचा धनी होऊन शिखांच्या एका पलटणीचा बचाव करताना प्राणार्पण केलेला फ्रंटिअर फोर्स रायफलचा एक मुसलमान कॅप्टनही आढळला.

हळूहळू परिस्थिती मूळ पदावर येत चालली. उभय राष्ट्रांच्या सैन्यात नवी शिस्त आली. निर्वासितांच्या आगगाड्यांना, पायपीट करणाऱ्या तांड्यांना योग्य संरक्षण मिळू लागले. 'आणीबाणी समितीचे कार्य हा प्रशासनकलेचा एक उत्कृष्ट पाठ ठरला नव्या सरकारच्या दृष्टीने!' या शब्दात नेहरूंनी तिच्या कार्याचे कौतुक केले. निर्वासितांच्या गमनागमनात खंड पडला नसला तरी हिंसाचाराला खीळ बसली. समितीसमोर आलेल्या अहवालातील एक वाक्य त्याचे निदर्शक होते- 'आगगाडीच्या खिडक्यांवाटे

मुसलमानांना बाहेर फेकून देण्याची सवय कमी होत आहे!'

दैवगतीचा शेवटचा एक आघात व्हायचे बाकी होते. परिस्थितीच्या पाशवी पकडीत पिचलेल्या त्या दुर्दैवी जिवांना एक नवा आकांत सहन करणे प्राप्त होते. आता प्रत्यक्ष निसर्गच त्यांच्यावर कोपला होता. ऑगस्ट व सप्टेंबरचा रणरणता उन्हाळा जाऊन त्या ठिकाणी पर्जन्यराजाने थैमान घातले. आकाश फाटून मुसळधार पाऊस कोसळायला लागला. गेल्या अर्धशतकात हा अनुभव पहिलाच! पंजाबच्या या प्रदेशाची पाठवणी करण्याचा परमेश्वराचा हा प्रकार स्तिमित करून टाकत होता पाहणाऱ्याला. पंजाबातील पाचही नद्यांना महापूर आले. मानवनिर्मित उच्छादाला निसर्गाच्या रौद्र रूपाची साथ मिळाली. आधीच धूळधाण झालेले जीवन अखेरच्या धारेला लागून विनाशाच्या कड्यावरून खाली कोसळले. चोवीस सप्टेंबरला दुथडी भरून वाहणाऱ्या नद्यांनी आपल्या तीरांवर तात्पुरता आसरा घेतलेल्या हजारोंना हसतहसत जलसमाधी दिली. अब्दुल रहमान अली नावाचा एक छोटा शेतकरी आपल्या शेकडो गाववाल्यांबरोबर बियास नदीच्या खडखडीत पात्रात तळ ठोकून राहिला होता रात्रीपुरता. केवळ पन्नास मैलांवर त्यांची प्रियभूमी- पाकिस्तान - त्यांची वाट पाहात होती. त्या रात्री आलेल्या पाण्याच्या लोटात त्यांच्यापैकी कित्येकांचे स्वप्न पाण्याबरोबर वाहून गेले. अली व त्याचे कुटुंब कसेबसे तग धरून राहिले त्यांच्या बैलगाडीच्या आधारे. दोन दिवस पाण्यात काढले त्या सर्वांनी. त्यांच्या डोळ्यादेखत माणसे, जनावरे, प्रेते झपाट्याने ओढून नेलेली दिसली. पुलांच्या खांबावर आदळून मेली माणसे. कसला जलप्रलय म्हणायचा हा!

'लाईफ' या अमेरिकन नियककालिकाच्या वार्ताहर - श्रीमती मार्गारेट बुर्क व्हाइट यासुद्धा कशाबशा वाचल्या. रावी नदीच्या तीरावर उभ्या होत्या त्या. त्यांच्या कंबरेला पाणी लागले होते. एका भारतीय सेनाधिकाऱ्याने जिवाच्या कराराने मारलेल्या हाकांनी त्या सावध झाल्या व तेथून पळाल्या. दुसऱ्या दिवशी पाणी ओसरल्यानंतर त्या पुन्हा तेथे गेल्या. काय पाहिले त्यांनी? त्या रात्री चार हजार मुसलमान त्या तळावर होते मुक्कामास. वाचलेल्यांची संख्या हजारदेखील भरत नव्हती. तळाला एखाद्या रणांगणाचे स्वरूप आले होते. गुरुचरणसिंग या शीख पोलीस अधिकाऱ्याने पाहिलेले, पिंपळाच्या एका झाडावर अडकून राहिलेले एका गुरखा सैनिकाच्या प्रेताचे, गिधाडांच्या पद्धतशीर फन्न्यातून उरलेले अवशेष त्या अखेरच्या प्रहाराचे प्रतीक होते.

त्या अनर्थात किती जणांची आहुती पडली असावी याचा अंदाज कोणालाही कधीही करता येणार नाही. रस्त्याकडेला, विहिरीत टाकलेल्या, आगीत खाक झालेल्या प्रेतांची संख्या कोणाला ठाऊक आहे? निदान दहा - वीस लाख तरी मेले असावेत अशी अतिशयोक्ती काही जण करतात. न्यायमूर्ती गोपाळदास खोसलांच्या

मते मृतांची संख्या पाच लाखांच्या घरात गेली होती. त्या वेळचे प्रख्यात इंग्रज इतिहासकार - पेन्डेरेल मून आणि एच. व्ही. हॉडसन - हाच आकडा दोन ते अडीच लाखांपर्यंत खाली आणतात. पंजाबचे पहिले भारतीय गव्हर्नर, सर चंदुलाल त्रिवेदी यांच्या अंदाजाप्रमाणे किमान सव्वा दोन लक्ष लोक प्राणाला मुकले या अग्निकुंडात.

निर्वासितांची संख्या मात्र कळू शकते. सुलेमंकी व बळोक्की सरहद्दींतून बाघामार्गे पहिल्या आठवड्यात पाच लाख, दुसऱ्यात साडेसात लाख असे करत एकूण कोटी दीड कोटी निर्वासित भारतात दाखल झाले. तिकडे बंगालात विशेष गडबड नसताना दहा लाख आले. अर्थात, या सगळ्या भीषण मानवी अत्याचाराचे खापर भारताच्या शेवटच्या व्हाईसरॉयच्या व हिंदी राजकीय नेत्यांच्याच माथी मारले सर्वांनी. विन्स्टन चर्चिल, पंतप्रधान क्लेमंट ॲटली या सगळ्यांनीच कपाळाला आठ्या घातल्या. "आपण स्वातंत्र्यप्रदानाची घाई तर नाही केली, मार्ग तर चुकीचा नाही स्वीकारला?" असा प्रश्न ॲटलींनी लॉर्ड इस्मेंना ऑक्टोबरच्या आरंभाला केला. अर्थात त्याला उत्तर नव्हते. जे घडणार होते ते घडलेच अखेरीस. म्हणून तर चर्चिलना म्हणता आले - "विशाल अंत:करणाच्या, सहिष्णु वृत्तीच्या आणि निष्पक्षपाती ब्रिटिश राजसत्तेच्या आधिपत्याखाली गुण्यागोविंदाने नांदणारी माणसे एखाद्या नरभक्षकाच्या रक्तपिपासू वृत्तीने एकमेकांच्या नरडीचा घोट घेताना बघितलं की दु:ख होते."

हिंदुस्थानला विनाशाच्या खाईत लोटायचे नसेल तर शक्य तितक्या त्वरेने सत्तांतर झाले पाहिजे अशीच प्रत्येकाची मागणी होती व तिचाच प्रभाव व्हाईसरॉयच्या कृतीवर अधिक पडला. एक गोष्ट निश्चित घडली. हिंदी नेत्यांनी माऊन्टबॅटन यांची जलदी करण्याची योजना मोठ्या उत्साहाने उचलून धरून त्यांना उत्तेजनच दिले. बॅ. जिनांनी तर 'त्वरा करा! जलदी करा!' असा धोशाच लावला. भारताने राष्ट्रकुटुंबाचे सभासदत्व स्वीकारावे अशी तुमची इच्छा असेल व त्याला काँग्रेसचा पाठिंबा हवा असेल तर सत्तांतर तत्काळ झाले पाहिजे असा हेका वल्लभभाई पटेलांनी धरला. भारताला स्वातंत्र्यप्रदान करण्यात होणारा विलंब म्हणजे यादवीयुद्धास आमंत्रण देण्यासारखे आहे असा इशारा नेहरूंनी दिला. शेवटी महात्मा गांधींचाही अपवाद करता येईना. भारताच्या फाळणीला विरोध करणारे गांधी ब्रिटिशांना ताबडतोब 'चालते व्हा' म्हणून सांगू लागले. माऊन्टबॅटन यांचे पूर्वाधिकारी लॉर्ड वेव्हेलही शक्य तेवढ्या लवकर ब्रिटिशांनी मोकळे व्हावे या मताचेच होते. गरज पडेल तर लोकसंख्येच्या स्थलांतराचीही तयारी ठेवावी असा त्यांचा आग्रह होता. १९४७ मध्ये भारतात दाखल झालेल्या माऊन्टबॅटननी परिस्थितीचा अभ्यास करून अनुमान काढले की स्वातंत्र्यप्रदान केल्याखेरीज भारतीय जनता स्वस्थ बसणार नाही. हिंदु-मुस्लिमांतील जातीय तेढ वाढतच जाऊन देश यादवी युद्धाच्या खाईत लोटला गेला

की आवर घालणे ब्रिटनच्या आवाक्याबाहेर आहे याबद्दल त्यांची खात्री होती.

अर्थात, फाळणीनंतर उडालेला पंजाबातील भडका अपरिमित होता. सर्वांच्याच कल्पनाशक्तीचा धुव्वा उडवणारा होता यात शंका नाही. पंजाब सुरक्षादलाचे पंचाण्णव हजार सैनिक या महान मानवसंहाराला थोपवू शकले नाहीत हे खरे आहे. जगाच्या इतिहासात या प्रलयाला तोड नाही. समाधानाची गोष्ट एकच की त्याची व्याप्ती त्या प्रदेशापुरती राहिली. भारताच्या लोकसंख्येच्या एक दशांश लोक त्यात गुंतून पडले. समजा, आणखी एखादा वेगळा मार्ग काढला असता आणि दुर्दैवाने सारा भारतवर्षच अडकून पडला असता तर! नकोच ती कल्पना! सहनशक्तीच्या पलीकडे जाईल ती!

भारताच्या विभाजनाचे भोग लक्षावधी भारतीयांना भोगावे लागले. घरादारांना मुकलेल्यांना, संसाराचा चोळामोळा झालेल्यांना, नव्याने स्थिर करायचा प्रयत्न महाकठीण होता. त्यासाठी अनेक यातनामय दिवस खर्ची पडणार होते. भंगलेल्या शतखंडित, विदीर्ण अंत:करणांना सांधून, त्यांच्यात नवजीवनाच्या ऊर्मी निर्माण करणे मानवाच्या कार्यशक्तीला एक आव्हानच होते. स्वातंत्र्याची किंमत भारी पडलेली होती. तिच्या ओझ्याचा भार येत्या काही वर्षांत राष्ट्रशरीराला बाक आणणारा होता. तिच्या कडवट स्मृतीची चव अनेक वर्षे जिभेवर तरळणार होती. पुढे काय व्हायचे असेल ते होवो, आज त्या शरद ऋतूत तरी भारताच्या त्या विशिष्ट भूमीवर हुंकार उमटत होते वैफल्याचे, फूत्कार ऐकू येत होते संतापाचे! पंजाबातील एका निर्वासितांच्या छावणीत तडफडणाऱ्या, चडफडणाऱ्या चिडचिडणाऱ्या एका गटाने तेथे असलेल्या ब्रिटिश अधिकाऱ्याला उद्देशून एक आवेशपूर्ण चीत्कार काढला -
'बस्स झाला हा खेळ! या परत तुमचे राज्य घेऊन!'

●

|| काश्मीर! सिर्फ काश्मीर

काश्मीर, २२-२४ ऑक्टोबर १९४७. श्रीनगर. काश्मीरची राजधानी. राजवाड्याच्या दरबार हॉलमध्ये विजेच्या रंगीबेरंगी दिव्यांची आरास केलेली आहे. महाराज हरिसिंग भरजरी पोशाखात सिंहासनावर बसलेले आहेत. आजूबाजूला सरदार व मानकरी अदबीने उभे आहेत. एकेक जण महाराजांसमोर येऊन त्यांना अभिवादन करतो आहे. त्यांनी पुढे केलेल्या तळहातावर रेशमी रुमालात बांधलेले एक सोन्याचे नाणे आपल्या स्वामिनिष्ठेचे प्रतीक म्हणून अर्पण करत आहेत. कारण समयोचितच आहे. आज ऑक्टोबरची चोवीस तारीख. त्या वर्षाच्या नवरात्रीची समाप्ती. विजयादशमीचा मंगल दिवस. संस्थानाच्या प्रथेप्रमाणे हा उत्सव मोठ्या थाटामाटाने पार पडत आहे.

स्वभावाने तिरसट असलेले काश्मीरचे हे अधिपती तसे सुदैवीच. ज्या तिघांची सिंहासने अद्याप शाबूत होती त्यांपैकी हे महाशय एक. त्यांच्या जोडीचे दोघे म्हणजे ज्यांच्या राज्यात माणसापेक्षा कुत्र्याचा जन्म घेतलेला बरा म्हणायची पाळी आणणारे जुनागडचे नबाब व दुसरे हैद्राबादचे निजाम. भूगोल आणि तर्कशास्त्र यांच्या संकेतांना धाब्यावर बसवून नबाबजाद्यांनी आपले संस्थान पाकिस्तानात सामील करण्याचा प्रयत्न केला होता. भारताच्या मध्यभागी बसलेल्या या संस्थानिकाचा, जुनागडच्या नबाबाचा तो निव्वळ चावटपणाच होता. पण त्याचे दिवस भरतच आले. येत्या पंधरा दिवसांत भारतीय सैन्य त्यांच्यावर चाल करून जाणार होते. नबाबसाहेब

आपला जनानखाना व कुत्तेखाना विमानात घालून पाकिस्तानला पलायन करणार होते. हैद्राबादच्या निजामाचीही गत तीच होणार होती.

हरिसिंगांची ती राजनैतिक 'पोटदुखी' आठवत असेल ना? १५ ऑगस्टपूर्वी भारत किंवा पाकिस्तान यापैकी कोणत्याही राष्ट्रात त्यांनी सामील व्हावे म्हणून त्यांचे मन वळवायला गेलेले माऊन्टबॅटन त्यामुळे रिकाम्या हातांनी परतले होते त्या दिवशी. आज महाराज खुशीत होते. आजही स्वतंत्र काश्मीरचेच स्वप्न पाहात ते त्या कमलाकृती सुवर्ण छत्रीखाली, हिरेजडित मुकुट धारण करून, गळ्यात दहा-बारा मोत्यांच्या माळांत त्यांच्या राजवंशाला ललामभूत असणारा पाचूचा हार रुळवत रुबाबात बसले होते. सुमारे शंभर वर्षांपूर्वी ईस्ट इंडिया कंपनीने साठ लक्ष रुपये आणि काश्मीरच्या विख्यात 'पश्मिना' लोकरीच्या सहा शालींची वार्षिक खंडणी या दरात सौदा पटवून भूलोकीचा हा स्वर्ग हरिसिंगांच्या पूर्वजांना विकला होता. पण बिचाऱ्या हरिसिंगांच्या या नयनरम्य स्वप्नाचा चुराडा व्हायला केवळ अठ्ठेचाळीस तासांचाच अवधी उरला होता.

इकडे श्रीनगरच्या राजवाड्यात हरिसिंगाचे सरदार - दरकदार आपल्या राजाच्या पदरी विधिपूर्वक स्वामिनिष्ठा बहाल करत असताना तिकडे श्रीनगरच्या पूर्वेस पन्नास मैलांवर, झेलम नदीच्या तीरावर यंत्रांनी गच्च भरलेल्या एका खोलीत काही लोक जबरदस्तीने घुसण्याच्या खटपटीत होते. त्यांच्यातील एक जणाने आपल्याबरोबर आणलेल्या डायनामाईटच्या कांड्या त्या खोलीतील स्विचबोर्डाला जोडून घेतल्या. बरोबरच्या लोकांना सावध करत त्याला काडी लावून दिली आणि इमारतीतून पळ काढला. पुढच्या दहा सेकंदात महुराच्या विद्युतकेंद्राला एक प्रचंड कानठळ्या बसवणारा हादरा बसला. पाठोपाठ पाकिस्तानच्या सीमेपासून लडाखपर्यंत आणि तेथून थेट चीनच्या पर्वतीय सीमेवरील विजेचे सर्व दिवे मालवले. सर्वत्र अंधारच अंधार पसरला. अगदी तसाच प्रकार राजवाड्यातही झाला. दरबार हॉलमधील झुंबरात चमचमणारे शेकडो बल्ब पटापट विझले. सगळीकडे काळोखच काळोख झाला. सारी राजधानी अंधारात बुडून गेली. दाल सरोवरात विहरणाऱ्या नौका शंकित झाल्या. अजूनही अनेक सेवानिवृत्त गोरे सेनाधिकारी, सनदी नोकर व त्यांची कुटुंबे काश्मीरच्या निसर्गरम्य वातावरणात आरामात आयुष्य कंठत होती. महिन्याकाठी तीस पौंडांत त्यांचे सर्व भागत होते.

महाराजांचे ज्येष्ठ सुपुत्र-युवराज करणसिंग- आपल्या शयनगृहातील बिछान्यावर पडून होते. नुकतेच त्यांच्या पायाचे ऑपरेशन झाले होते. त्यामुळे त्यांना हालता येत नव्हते. हिमालयाच्या बर्फराशीवरून येणाऱ्या वाऱ्यांचे कण्हणे त्यांना ऐकू येत होते. वाऱ्याच्या लहरींवरून आणखी एक आवाजही महाराज, त्यांचे पाहुणे आणि हजारो काश्मिरी नागरिकांच्या कानावर येत होता. तरुण करणसिंगांच्या अंगावर काटाच उभा राहिला. त्यांचे रक्त गोठलेच. तो आवाज शहरावर तुटून पडणाऱ्या लांडग्यांचा

होता. २४ ऑक्टोबर १९४७ च्या रात्री श्रीनगर व काश्मीरचे खोरे यांच्या दिशेने आणखी एका वेगळ्या जातीच्या लांडग्यांची टोळी पुढे सरकत होती. गेल्या अठ्ठेचाळीस तासांत शेकडो पठाण टोळीवाले हरिसिंगांच्या हद्दीत घुसून त्यांची झोप उडवणार होते. महाराजांच्या पदरच्या सैन्याने टोळीवाल्यांशी हातमिळवणी तरी केलेली होती किंवा पळ तरी काढला होता.

या अनपेक्षित पाशवी आक्रमणाचे मूळ एका साध्या विनंतीत सापडत होते. शुक्रवार दिनांक चोवीस ऑगस्टला बॅ. महंमदअली जिनांनी आपल्या ब्रिटिश लष्करी सचिवातर्फे ही विनंती काश्मीरच्या महाराजांना केली होती. सतत चाललेल्या वाटाघाटी सत्राचा ताण, त्यांचा जीवघेणा फुफ्फुस-विकार यामुळे शिणलेल्या जिनांना विश्रांतीची अत्यंत गरज होती. त्यासाठी सप्टेंबरच्या मध्यावर त्यांना काश्मीरात दोन आठवड्यांचा मुक्काम करू द्यावा यासाठी कर्नल विल्यम बर्नी महाराजांना भेटले. काश्मीरबद्दल जिनांना विशेष आत्मीयता वाटणे स्वाभाविकच. कारण, त्या राज्यातील तीनचतुर्थांश जनता मुस्लिमधर्मीय होती. तो प्रदेश जणू काय पाकिस्तानचाच आहे असे वाटावे. जिनांच्या आदेशाप्रमाणे काश्मीरला गेले कर्नल बर्नी, पाच दिवसांनंतर कराचीला घेऊन आलेल्या उत्तराने जिना अवाक् झाले. पाकिस्तानचे राष्ट्राध्यक्ष म्हणून सोडाच, पण एक सहलवेडी व्यक्ती म्हणूनही बॅ. जिनांनी काश्मिरात पाऊलही ठेवू नये असा सक्त इशारा महाराज हरिसिंगांनी त्यांना दिला होता. पाकिस्तानी नेत्यांना महाराजांच्या मनोभूमिकेचा छेद घेण्याची इच्छा झाली ताबडतोब. पुढच्या अठ्ठेचाळीस तासांतच जिना सरकारने आपला एक गुप्तहेर काश्मिरात धाडला. तेथल्या परिस्थितीचा व महाराजांचा कल अजमावण्यासाठी. त्याच्याकडून मिळालेल्या अहवालाने परिस्थितीचे चित्र अधिकच स्पष्ट झाले. काश्मीर पाकिस्तानला जोडायचे नाही असा महाराजांचा निर्धार होता. पाकिस्तानच्या संस्थापकांना हे सहन कसे होणार! लगेच पंतप्रधान लियाकतअलींनी काही निवडक सहकाऱ्यांची गुप्त बैठक घेऊन भावी हालचालींविषयी खल केला.

संभाव्य योजनांवर विचार करताना प्रत्यक्ष स्वारी करण्याची कल्पना तेथल्या तेथे सोडून देण्यात आली. पाकिस्तानी सैन्याची तयारी त्या मानाने खूपच कमी होती. कर्नल अकबर खानांनी एक मार्ग सुचवला. काश्मीरच्या स्थानिक मुसलमानांना राजसत्तेविरुद्ध उठाव करण्याची चिथावणी देऊन त्यांना हवा तितका पैसा व युद्धसाहित्य सरकारने पुरवावे असा त्यांचा सल्ला होता. अर्थात, त्यासाठी कित्येक महिने लागणार होते. परंतु या भक्कम पूर्वतयारीनंतर चाळीस-पन्नास हजार काश्मिरी मुसलमान श्रीनगरवर चाल करू शकतील व त्याजोगे महाराजांना पाकिस्तानात सामील होणे भाग पडेल असा ठाम विश्वास त्यांना वाटत होता. दुसरी पर्यायी योजना वायव्य सरहद्द प्रांताच्या मुख्यमंत्र्यांनी मांडली. तेथल्या

टोळीवाल्या पठाणांना प्रोत्साहित करून त्यांना काश्मीरवर धाडायचे. त्यामुळे लुटालुटीची हौस असलेल्या त्या कडव्या, बेफाम पठाणांचे लक्ष पेशावरच्या बाजारपेठेवरून काश्मीरच्या पेठेवर जाईल. शिवाय, तेवढ्यापुरते ते दुसरीकडे गुंतून पडतील. नाहीतर, एरवी अफगाणिस्तानच्या सुलतानांच्या हस्तकांची फूस मिळत असल्यामुळे त्यांना पाकिस्तानाविषयी प्रेम यथातथाच होते. सर्वानुमते हाच पर्याय स्वीकारार्ह होता. अर्थात, याबद्दल कमालीची गुप्तता राखली जावी असा इशारा पंतप्रधानांनी दिला समारोपाच्या वेळी. ही मोहीम संघटित करण्यासाठी लागणारा निधी गुप्तपणे त्यांच्या कार्यालयाकडून मिळेल. त्याचा पत्ता कोणालाही - पाक लष्करातील सेनानींना, सनदी नोकरांना आणि विशेषत: अजूनही पाकिस्तानच्या सेवेत असणाऱ्या ब्रिटिश सेनाधिकाऱ्यांना, प्रशासकांना - बिलकूल लागता कामा नये अशाही सूचना देण्यात आल्या.

या गुप्त बैठकीनंतर तीनच दिवसांनी मेजर खुर्शीद अन्वर पेशावरला पोहोचले. तेथल्या एका मोडकळीस आलेल्या इमारतीच्या तळघरात त्यांनी आपली पहिली गुप्त बैठक आयोजित केली. मेजर अन्वर हा एक विचित्र माणूस होता. बेमालूम वेषांतर करण्याबद्दल त्याची ख्याती होती. पण पैशाच्या बाजूने तो चांगलाच ढिला आदमी होता. मेसच्या हिशोबात अफरातफर केल्याचा आरोप सिद्ध होऊन त्याला फाळणीपूर्व भारतीय सैन्यातून डच्चू मिळाला होता. पायघोळ, सैल सलवारी घातलेले, बेढब दाढ्यांचे ते पठाण टोळीप्रमुख त्याच्याभोवती बसलेले पाहताना सारूल व डेव्हिड यांच्याबरोबरच्या योद्ध्यांची आठवण येत होती. आपल्यासमोरच्या सुवासिक चहाचा घोट घेत, हुक्क्याची नळी अधूनमधून झुरकत मेजर अन्वरने त्यांच्यासाठी तयार केलेल्या निवेदनाचे अवलोकन ते करीत होते. ''काश्मीरचा महाराज हिंदू आहे, तो आपले संस्थान भारताला जोडू इच्छित आहे, त्याने तसे केले की मग आपले लक्षावधी मुसलमान बांधव हिंदूंच्या जोखडाखाली जातील. आपल्या या धर्मबांधवांना मुक्त करण्यासाठी आपण 'जेहाद (धर्मयुद्ध)' पुकारण्याची नितांत गरज आहे या घडीला. या पवित्र युद्धात आपण सहभागी नाही व्हायचे? प्राचीन कालापासून मिळालेला हा वारसा, हा संदेश झिडकारायचा का आपल्यासारख्या धर्माभिमान्यांनी? शिवाय, एकीकडे आपल्याच रक्ताच्या माणसांना मुक्त करत असताना दुसरीकडे त्याच वेळी काश्मीरसारख्या एका धनाढ्य संस्थानची संपत्ती आपल्याच खिशात पडणार आहे. पाहा विचार करून!'' मेजर अन्वरच्या या कळकळीच्या आवाहनाचा अपेक्षित प्रभाव त्या पठाण नेत्यांवर न पडल्यास नवलच. काही तासांतच त्यांच्या गुप्त तळांवर त्या दिशेने हालचाली सुरू झाल्या. शस्त्रे, खाद्यपदार्थ यांचे साठे जमवण्याचे उद्योग सुरू झाले. बेताबेताने नियोजित ठिकाणी पेशावरी पठाण एकत्र येऊ लागले. त्यांनी मोक्याच्या जागा व्यापल्या.

मधल्या काही दिवसांत, वायव्य सरहद्द प्रांताचे ब्रिटिश गव्हर्नर सर जॉर्ज कनिंगहॅम आपल्या पेशावरातील कचेरीतून पाकिस्तानचे ब्रिटिश सरसेनानी लेफ्टनंट जनरल सर फ्रँक मेसर्व्ही यांना फोन करत होते.

"हॅलो, अहो महाशय, जरा कान देऊन लक्षपूर्वक ऐका. आमच्या इकडे काहीतरी विलक्षण घडामोडी होताहेत. 'अल्ला-हो-अकबर' च्या घोषणा देणाऱ्या पठाणांचे ट्रक एका पाठोपाठ एक असे दाखल होताहेत पेशावरात. आमचे मुख्यमंत्रीमहाशय त्यांना चिथावणी देताहेतसं दिसतंय मला. हा सशस्त्र जमाव कोठे जाणार आहे याची माहिती मी सोडून प्रत्येकाला आहे." कनिंगहॅमनी सांगितले. त्यानंतर त्यांनी मेसर्व्हींना विचारले— "पठाण टोळीवाल्यांच्या या काश्मीरवरील आक्रमणाला सरकारचा असलेला विरोध आजही टिकून आहे याची खात्री आहे ना आपल्याला?"

कनिंगहॅम साहेबांच्या या संदेशाने जनरलसाहेब चकित झाले. ते त्या वेळी लंडनला जाण्याच्या तयारीत होते. पाकिस्तान सरकारचाच बनाव होता तो. काश्मीरच्या या आक्रमणकालात सरसेनानी सहा हजार मैल दूर असलेले त्यांना परवडणार होते. शस्त्रखरेदीच्या निमित्ताने त्यांना लंडनला पाठवण्याची योजना पूर्वीचीच होती.

"हे बघा, निदान मी तरी अशा एखाद्या कल्पनेचा कट्टर विरोधक आहे याबद्दल निश्चिंत असा. शिवाय, खुद्द पंतप्रधानांनीदेखील मला आपणहून तशीच हमी दिलेली आहे." मेसर्व्हींनी आपल्या सहकाऱ्यांना आश्वासन दिले.

"ठीक आहे. निदान येथील ही परिस्थिती त्यांच्या कानावर तरी घाला."

लंडनला प्रयाण करण्यापूर्वी काही तास सरसेनानींनी पंतप्रधानांची भेट मागितली. गांधार मंदिरातील ध्यानस्थ बुद्धाप्रमाणे शांत बसलेल्या पंतप्रधान लियाकतअलींनी त्यांची ही भीती अनाठायी आहे, पाकिस्तानला हे धोरण साफ नामंजूर आहे, आपण ताबडतोब वायव्य-सरहद्द प्रांताच्या मुख्यमंत्र्याशी संपर्क साधून असल्या अतिरेकी कारवायांचा बंदोबस्त करतो असे भरघोस आश्वासन देऊन त्यांची झकास बोळवण केली. सरसेनानी नि:शंक मनाने लंडनला निघाले, संघर्षाच्या उपयोगास येणारा दारूगोळा खरेदी करण्यासाठी. त्यांच्या या अनुपस्थितीतच त्याचा भडका उडेल याची दक्षता घेतलेली होती पाकिस्तानच्या राज्यकर्त्यांनी!

पाकिस्तान-काश्मीर सरहद्द, २२-२४ ऑक्टोबर १९४७. मोटारीचे दिवे मुद्दाम मालवलेले, इंजिनाची घरघर थांबवलेली अशी ती युद्धपूर्वकालातील फोर्ड कंपनीची स्टेशन वॅगन पुलापासून शंभर एक यार्डांवर उभी होती. तिच्या पाठीमागे ट्रकांची एक भली मोठी रांग लागलेली होती. वेळ अर्थात रात्रीची होती. सगळीकडे शांत होते. पुलाखालच्या खडकाळ पात्रातून झेलम नदी खळखळत पळत होती. तिच्या त्या खळखळाटाचा आवाज आसमंतातील नि:शब्दतेचा भंग

करत होता. ट्रकमध्ये खच्चून भरलेली माणसेही तेवढीच गप्प बसून होती. प्रत्येक जण कोठून तरी येणाऱ्या आदेशाची वाट बघत होता. आघाडीला असलेल्या त्या स्टेशन-वॅगनमध्ये, तेवीस वर्षांचा सेहराब खयात खान उदासपणे मिशांची टोके कुरवाळत बसला होता. काश्मीरमधील मुस्लिम-लीगच्या "हिरवे डगले" वाल्यांचा पुढारी होता सेहराब. पुलाच्या पलीकडे काश्मीरची हद्द पसरली होती. त्यांची नजर पुलाच्या दिशेवर स्थिर झालेली होती. तेथून येणारा एक झोत त्याला व त्याच्यामागे उभ्या असलेल्या अनेक ट्रकमधल्या पठाणांसाठी एक संदेश उद्घोषित करणार होता - "महाराज हरिसिंगांच्या सैन्यातील मुसलमान जवानांनी बंड पुकारून आपल्या हिंदू सेनाधिकाऱ्यांना ठार केले आहे. श्रीनगरशी असलेले टेलिफोनचे दळणवळण तोडून टाकले आहे आणि पुलाच्या टोकाला असलेल्या संरक्षक चौकीचा ताबा घेतला आहे." इतक्यात, तो प्रकाशझोत आकाशातील अंधार भेदून गेला. सेहराबचा दिल आनंदला. स्टेशन-वॅगनला गती मिळाली. आता ती समोरचा पूल पार करू लागली. पाठोपाठचे ट्रकही घरघरू लागले. काश्मीरच्या युद्धाला तोंड फुटले.

काही थोड्या मिनिटांत सेहराब व त्याच्या पलटणी कसलाही विरोध न होता मुझफ्फराबादच्या जकात नाक्याजवळ आल्या. नाक्यात निद्रावश झालेले दोघे सेवक तसेच झोपेत धडपडत बाहेर आले त्यांना थांबवण्यासाठी. जेहादचा पुकारा करणाऱ्या पठाणांनी त्यांच्यावर उड्या टाकल्या. सेवकांपैकी एक जण शेडकडे पळाला. बंद पडलेल्या टेलिफोनला जाग आणण्याचा व्यर्थ प्रयत्न केला त्याने. चिडलेल्या पठाणांनी फोनच्या तारेनेच त्याला बांधून घातले. तरुण सेहराबखान बहोत खूश झाला. सुरुवात तर झकास झाली. आता, श्रीनगर फक्त एकशे पस्तीस मैलांवर होते. रस्ता मस्त होता. वाटेत अडथळाही नव्हता कसला. दिवस उजाडण्यापूर्वीच आपण श्रीनगरला पोहोचणार, अजूनही झोपेच्या गुंगीत असलेल्या श्रीनगर या राजधानीवर हजारो पठाण तुटून पडणार, मी व माझे आघाडीचे सैनिक थेट महाराजा हरिसिंगाच्या प्रासादावर हल्ला चढवणार, तो ताब्यात घेणार - विशेष खळखळ न करता आणि २२ ऑक्टोबर १९४७ च्या त्या सुरेख सकाळी महाराजा हरिसिंगासाठी तयार केलेल्या नाष्ट्याच्या तबकात खाद्यपदार्थांबरोबर जगाला स्तिमित करून सोडणारी एक वार्ताही असणार "काश्मीर पाकिस्तानात दाखल झाले!" स्वत: सहेराबखान ही बातमी त्यांना सांगणार होता. पण आपल्या स्वप्नसृष्टीत रमून गेलेल्या त्या मुस्लिम युवकाचा भ्रमनिरास व्हायला जास्त वेळ नाही लागला. ही मोहीम आखणाऱ्यांना एका गोष्टीचे गणित मांडता आले नव्हते. पठाणांच्या मूलभूत मनोवृत्तीचा ठाव बिनचूक घेता आला नव्हता. येथेच डाव पूर्णपणे फसला. आपल्यामागून येणाऱ्या पठाणांना श्रीनगरच्या दिशेने शक्य तेवढ्या लवकर मार्गस्थ करू इच्छिणाऱ्या सेहराबला ते दिसेनातच कोठे. कोणत्याही ट्रकमध्ये एकही पठाण आढळत नव्हता.

प्रत्येकाने लुटीच्या हव्यासाने मुझफ्फराबादच्या हिंदू बाजारपेठेकडे आपला मोर्चा वळवला होता. आपल्या मुसलमान बांधवांकरता हाती घेतलेल्या मुक्तियुद्धाचे तत्काळ विस्मरण होऊन ते घुसले बाजार लुटायला. वेळही रात्रीची असल्यामुळे खूश होते ते सगळे. यथेच्छ लुटालूट केली त्यांनी. सेहराबखान सांगतो - 'प्रत्येक जण आपल्यापुरते पाहात होता. दुकानांची कुलपे धडाधड तोडत, दरवाजे खडाखड मोडत, हाताला लागेल ती किमती वस्तू उपटण्याच्या खटपटीला लागले लेकाचे! 'अरे, काय चालवलंय काय तुम्ही? आपल्याला श्रीनगर गाठायचं आहे उजाडायच्या आत!' सेहराबखान व त्याच्याबरोबरच्या अधिकाऱ्यांनी अक्षरश: त्या टोळीवाल्यांचे झब्बे ओढत त्यांना समजावण्याचा प्रयत्न केला आटोकाट, पण ते कुठले आलेत ऐकायला! त्यांची ती प्रार्थना बहिऱ्या कानांवर पडली. पठाणांच्या जन्मजात हव्यासावर मात करणे सेहराबला जमलेच नाही. त्या रात्री श्रीनगर पठाणांच्या ताब्यात येणारच नव्हते. आता त्यांना निदान अठ्ठेचाळीस तास तरी लागणार होते पुढचे पंच्याहत्तर मैल काटायला. तेव्हा कोठे त्या उद्‌ध्वस्त वीजकेंद्राजवळ ते पोहोचणार! मोठ्या प्रयासाने रचलेल्या या कटाचा पठाणांच्या लोभीपणामुळे धुव्वा उडाला. काश्मीरच्या खोऱ्यात सुट्टी घालवणे महंमदअली जिनांच्या तकदीरीत नव्हतेच त्याला ते बिचारे पठाण तरी काय करणार म्हणा!

नवी दिल्ली, २४ ऑक्टोबर १९४७. काश्मीरवरील पठाणी टोळीवाल्यांच्या या आक्रमणाची पहिली बातमी नव्या दिल्लीला अठ्ठेचाळीस तासांनंतर पोहोचली. तीही महाराजांकरवी नाही हे विशेष. पंजाबातील निर्वासित ज्या मार्गाने आले त्या रस्त्यावर अजूनही तारा लोंबकळत होत्या. पोटे तट्ट झालेली गिधाडे अजूनही त्यावर लटकत होती. तुटलेल्या त्या तारांनी बातमी पोचवण्याचे हे काम केले. भारत-पाकिस्तानला फोनद्वारे जोडणाऱ्या या तारांना किंवा त्या उभारणाऱ्यांना भारत सरकारने मनोमन धन्यवाद द्यावे अशी स्थिती होती. रावळपिंडीच्या १७०४ नंबरवरून दिल्लीच्या ३०१७ नंबरशी सरळ संपर्क साधता येत होता. हे दोन्ही नंबर खाजगी होते. त्यांचे धनी ब्रिटिश होते. शिवाय ते दोघे जानी दोस्त होते. स्वातंत्र्यपूर्व भारतीय सैन्यात एकमेकांचे साथी होते. भारत व पाकिस्तान यांच्या सरसेनानींसाठी ती केलेली खास व्यवस्था होती.

शुक्रवार दिनांक २४ ऑक्टोबरला पाच वाजायला काही मिनिटांचा अवधी असताना जनरल मेसर्व्हींच्या जागी तात्पुरते काम पाहणाऱ्या मेजर जनरल डग्लस ग्रेसींना एक संदेश मिळाला प्रथम. लष्कराच्या गुप्तचर विभागाने त्यांना घुसखोरांची संख्या, त्यांच्या जवळची शस्त्रे, त्यांचा ठावठिकाणा याविषयी नेमका अहवाल पाठवला. ताबडतोब डग्लस ग्रेसींनी भारताच्या सरसेनानींना फोन लावला बिनदिक्कत. म्हणजे जिनांच्या मनाविरुद्ध घडत गेले सगळे. त्यांच्या कानावर ही बातमी पडणे म्हणजे काश्मीर

आक्रमकांच्या हाती न लागणे अशीच परिस्थिती निर्माण झाली. कारण भारताचा सरसेनानी गप्प तरी कसा बसेल या बातमीने! अजिबात शक्य नव्हते ते. बरोबर तसेच झाले. लेफ्टनंट - जनरल सर रॉब लॉकहार्ट जन्माने स्कॉटिश होते. शिवाय ग्रेसीचे वर्गमित्र होते सँढहर्स्टला असताना. आपल्या मित्राकडून मिळालेल्या या अहवालाने त्यांना धक्काच बसला. त्यांनी ही बातमी आणखी दोघा इंग्लिश माणसांना कळवली - गव्हर्नर जनरल लॉर्ड माऊन्टबॅटन व फील्ड मार्शल क्लॉड आचिन्लेक यांना.

त्या दिवशीच्या फोनवरच्या संभाषणाने अनेक असाधारण संवादमालिकांना चालना मिळाली. यदाकदाचित भारत - पाकिस्तान युद्ध अधिकृतपणे सुरू झाले तर दोन्ही बाजूंच्या गोऱ्या सेनाधिकाऱ्यांची चांगलीच पंचाईत होणार. दोन्ही बाजूंमध्ये संघर्ष वाढत जाऊन होणारी जी माणसे खांद्याला खांदा लावून लढली होती अशांना परस्परांची मनुष्यहानी थोपवण्यासाठी माणूस म्हणून प्रयत्न करावा लागणार होता. आणि अधिकारी या नात्याने त्यांना न रुचणाऱ्या सरकारी आदेशांची अंमलबजावणीही करावी लागणार होती. या सर्वांचा विचार करून काश्मीरच्या निसर्गरम्य भूमीवर भारत व पाकिस्तान या नवजात राष्ट्रांचे रक्त सांडू नये म्हणून ज्यांनी प्रयत्न केले त्यांचे विचार संक्रमित करण्याची बहुमोल कामगिरी रावळपिंडी १७०४ व नवी दिल्ली ३०१७ या फोननी केली.

ही बातमी आली तेव्हा माऊन्टबॅटन थायलंडच्या परराष्ट्रमंत्र्यांच्या सन्मानार्थ आयोजित केलेल्या खान्याच्या तयारीत होते. शेवटचा पाहुणा निघून गेल्यावर त्यांनी नेहरूंना थांबायला सांगितले. जवाहरलाल नेहरू साफ झाले या बातमीने. काश्मीर म्हणजे नेहरूंच्या पूर्वजांची भूमी. 'जिच्या सौंदर्याची उच्चतमता अशा एका विशिष्ट पातळीला भिडते की तिच्याकडे पाहिल्यावर वैयक्तिक आसक्तीला थाराच उरत नाही' अशा सुस्वरूप नारीची उपमा त्यांनी काश्मीरच्या निसर्गसुंदर भूमीला दिली होती. काश्मीरचा प्रदेश त्यांच्या अविश्रांत मनाला उत्साह देणारा प्रदेश होता. काश्मीरबद्दल नेहरू बोलू लागले की त्यांच्या व्यक्तिमत्त्वाचे एक आगळे दर्शन माऊन्टबॅटनना व्हायचे. त्यांचा नेहमीचा संथपणा, अलिप्तपणा, बुद्धिवादी दृष्टिकोन जाऊन त्या ठिकाणी अभिजात भावविवशता, विकारवशता यायची. "तुमच्या राणी मेरीच्या हृदयावर तुमचे कॅले बंदर जसे कोरलेले असेल तसे काश्मीर माझ्या रोमारोमात भिनलेले आहे!'' आपल्या मुद्द्याचे समर्थन करताना नेहरू आवेशाने म्हणत.

फील्डमार्शल आचिन्लेक यांच्याबरोबर झालेल्या या विषयावरच्या संभाषणातही असेच वादळ उठले. श्रीनगरातील शेकडो सेवानिवृत्त ब्रिटिश अधिकारी व त्यांचे कुटुंबीय यांना तेथून हलवण्यासाठी ताबडतोब ब्रिटिश सैनिकांची एक ब्रिगेड विमानाने येथे पाठवावी असा सरसेनानींचा विचार होता. आपल्या देशबांधवांना जर लवकर हलवले नाही तर त्यांची कत्तल उडेल; पाशवी, हिंसक आणि भयानक अत्याचाराचे बळी होतील ते, असे त्यांचे मत होते.

"क्षमस्व, मी तुमच्याशी सहमत होऊ शकत नाही. जो उपखंड नुकताच स्वतंत्र झाला आहे त्याच्या भूमीवर गोऱ्या सैनिकांनी लष्करी हालचाली कराव्यात हे मंजूर नाही मला. सैनिकच न्यायचे झाले तर ते भारतीयच असले पाहिजेत.'' माऊन्टबॅटन म्हणाले.

"लक्षात ठेवा, जर तेथे कत्तल उडाली तर तुमचे हात त्या निरपराध जिवांच्या रक्ताने माखलेत असे म्हणतील लोक!'' आचिन्लेक चिडून उद्गारले.

"म्हणोत बिचारे! ती जबाबदारी घ्यावीच लागेल मला. माझं कामच आहे ते. होईल ते शासन भोगेन मी. लागेल ते दूषण घेईन मी. पण ब्रिटिश सैन्य तेथे पाठवल्यामुळे जे काही घडेल त्याला मात्र मी जबाबदार राहणार नाही.'' माऊन्टबॅटन खिन्न मनाने उत्तरले.

दुसऱ्या दिवशी दुपारी शाही विमानदलाचे डीसी-३ जातीचे एक विमान श्रीनगर विमानतळाच्या वापरात नसलेल्या एका घाणेरड्या धावपट्टीवर उतरले. त्यातून तिघे जण खाली उतरले - व्ही. पी. मेनन, संस्थानी खात्याचे अधिकारी कर्नल सॅम माणेकशॉ व वायुदलाचा एक सेनानी. त्या तिघांना तेथे पाठवण्याचा निर्णय मंत्रिमंडळाच्या संरक्षण समितीने सकाळीच घेतला होता. काश्मीरच्या महाराजांकडून आलेल्या याचिकेवर विचारविनिमय होऊन ते पाऊल टाकण्यात आले होते. आचिन्लेकांशी झालेले संभाषण, नेहरूंच्या काश्मीरविषयीच्या तीव्र भावना यांनी व्यथित झालेल्या माऊन्टबॅटननी लष्करी हस्तक्षेपाचा संभव अपेक्षिलेला होता. अर्थात, त्याला कायद्याचा आधार मिळण्यासाठी काश्मीरचे सामिलीकरण अधिकृतपणे होण्याची गरज त्यांनी आग्रहाने प्रतिपादली होती. त्याच्याही पुढे ते गेले. त्यांना लोकशाही संकेताची आवड होती. ज्याप्रमाणे भारतीय जनतेची इच्छा डावलून ब्रिटनने भारतात राहू नये असे त्यांना वाटे, त्याचप्रमाणे काश्मीरच्या बहुसंख्य मुसलमानांच्या इच्छेला मान दिल्यानंतरच काश्मीर भारतात कायमचे सामील व्हावे असे त्यांचे ठाम मत होते. 'माझी खात्री झाली आहे की काश्मीरमधील बहुसंख्य मुसलमानांना पाकिस्तानशी संबंध जोडायची इच्छा आहे' इंग्लंडच्या राजांना सात नोव्हेंबरला पाठवलेल्या आपल्या एका अहवालात त्यांनी नमूद केले होते. नेहरूंच्या नाराजीनंतरही, त्यांनी पंतप्रधान व त्यांचे मंत्रिमंडळ यांच्या मनावर ठसवले की काश्मीरचे भारतातील सामिलीकरण तात्पुरत्या स्वरूपाचेच असावे. काश्मीर जनतेचे मत सार्वमताद्वारे अजमावल्यावरच त्यात पक्केपणा यावा. तेव्हा, व्ही. पी. मेननी श्रीनगरला जाऊन महाराजांच्या कानावर सरकारचे म्हणणे घालावे व त्यांच्यासमवेत गेलेल्या सेनाधिकाऱ्यांनी लष्करी परिस्थितीचा अंदाज घ्यावा असे ठरले. ते तिघे श्रीनगरला पोहोचले असतील नसतील तोपर्यंत इकडे गव्हर्नर जनरलनी भारतातील नागरी वाहतूक करणाऱ्या सर्व विमानांना आपले उतारू आहेत तेथेच सोडून देऊन दिल्लीला येऊन दाखल होण्याचा हुकूम दिला. त्यांच्यातील आग्नेय आशियाचा

सर्वोच्च सरसेनानी पुन्हा एकदा जागा होऊन कामाला लागला.

२६ ऑक्टोबरच्या मध्यरात्रीपूर्वी आणखी एका निर्वासिताची भर पडली त्या काफिल्यात. काश्मीरचे महाराज हरिसिंग त्या एका कोटीच्या तांड्यात दाखल झाले नव्याने. त्यांच्याकडे बैलगाडीऐवजी एक आरामशीर अमेरिकन स्टेशन वॅगन होती. तिच्या पाठोपाठ ट्रक व मोटारींचा ताफा होता. त्यातून त्यांच्याजवळचे सर्व मौल्यवान किडूकमिडूक (?) व्यवस्थित बांधून ठेवले होते. आणखी काही फरक होते. त्यांच्या या काफिल्यावर कोणाही गुंडाचा हल्ला होणार नव्हता. त्यांच्या दिमतीला सशस्त्र अंगरक्षक होते. हा तांडा एखाद्या कॉलरापीडित छावणीत दाखल होणार नव्हता. त्याचा मुक्काम पडणार होता जम्मूच्या त्यांच्या आलिशान हिवाळी राजवाड्यात. येथे ते सुरक्षित राहू शकत होते कारण तेथील वस्ती बहुसंख्य हिंदूंची होती. मिस्टर A च्या स्वातंत्र्यस्वप्नाला मूठमाती मिळाली होती. भारताकडून मिळणाऱ्या मदतीच्या मोबदल्यात महाराज कोणत्याही अटीवर सामीलनामा लिहून देणार होते. आज तेथून बाहेर पडणारे महाराज पुन्हा त्या प्रासादात पाऊल ठेवणार नव्हते. काही वर्षांतच त्याचे रूपांतर एका लक्झरी हॉटेलात होणार होते. सात तासांच्या खडतर प्रवासानंतर महाराज व त्यांचा लवाजमा जम्मूला पोहोचला. थकलेले हरिसिंग तडक झोपण्याच्या खोलीकडे गेले. जाताना आपल्या शरीररक्षकाला 'महाराज' म्हणून एक शेवटची आज्ञा दिली : "व्ही.पी.मेनन दिल्लीहून परत आले तरच मला उठव. कारण त्याचा अर्थ भारत सरकार माझ्या मदतीला येत आहे असा होईल आणि जर ते आले नाहीत तर मी झोपेत असताना माझ्या रिव्हॉल्व्हरची गोळी झाडून माझा जीव घेऊन टाक कारण त्याचा अर्थ माझ्या बाबतीत सगळं संपलंय असा घ्यावा लागेल."

दिल्लीला पोचताच व्ही. पी. मेनन व त्यांचे दोघे साहाय्यक यांनी संरक्षण समितीस आपला अहवाल सादर केला. महाराज सामिलीकरणास तयार आहेत पण टोळीवाले श्रीनगरपासून फक्त पस्तीस मैलच दूर आहेत. कोणत्याही क्षणी तेथील विमानतळावर ते कबजा करू शकतील. साहजिकच सैन्य उतरवणे अवघड होणार आहे. भारताच्या ब्रिटिश सेनाधिकाऱ्यांनी व वायुदलाच्या अधिकाऱ्यांनी लष्करी हस्तक्षेपास आक्षेप घेतला. प्रतिकूल लोकसंख्येच्या प्रांगणात युद्धप्रकार करणे धोक्याचे ठरेल असा दावा त्यांनी पुढे केला. परंतु भारताच्या या विषयावरच्या भावना ध्यानात घेऊन माऊन्टबॅटननी तो आक्षेप फेटाळला. आपल्या लष्करी अनुभवाचा फायदा त्यांनी भारताच्या पारड्यात टाकला. भारतीय नेत्यांच्या बाजूने माप झुकले.

दुसऱ्या दिवशी सकाळी भारतीय सैन्य श्रीनगर विमानतळाच्या दिशेने उड्डाण करू लागले. इतर कुमक येईपर्यंत सैनिकांनी विमानतळ रोखून धरावा अशा आज्ञा त्यांना मिळाल्या. ही कुमक खुष्कीच्या मार्गाने जाणार होती. गुरुदासपूर शहरातून जाणारा हा मार्ग काश्मीरला जोडणारा एकमेव मार्ग होता - सीरिल रॅडक्लिफसाहेबांच्या

कृपाप्रसादाने लाभलेला! अशा तऱ्हेने लष्करी हालचालींना प्रचंड वेग प्राप्त झाला. तोपर्यंत मेनन जम्मूला उड्डाण करण्याची तयारी करू लागले. हरिसिंग मरणार नव्हते एवढ्या लवकर तर! सामीलनाम्यावर त्यांची सही घेऊन व्ही. पी. मेनन त्याच दिवशी, २६ ऑक्टोबरला, सायंकाळी उशिरा दिल्लीस परतले. ब्रिटनचे डेप्युटी हायकमिशनर अलेक्झांडर सायमन त्यांच्याकडे सहज गेले होते. मेननना खूपच आनंद झाला होता. त्यांनी दोघांच्याही पेल्यात थोडे कडक असे मद्य ओतले. मद्य निवळण्याची वाट पाहात असताना मेननांचा चेहरा स्मितहास्याने बहरून गेला आहे असे सायमनना दिसले. मेननने पेला उचलला. आपल्या जाकिटाच्या खिशातून एक कागद फडफडवत ते म्हणाले - "हे बघा, काश्मीर आले आमच्या हातात. लेकानं सही केलीन शेवटी सामीलनाम्यावर! आता एकदा हातात मिळालेलं काश्मीर कधीही सोडणार नाही आम्ही!"

व्ही. पी. मेननयांच्या शब्दांना भारत जागला. पहिल्या शीख रेजिमेंटची ३२९ क्रमांकाची पलटण आणि त्यांच्या दिमतीला डी. सी. ३ जातीच्या नऊ विमानांनी उतरवलेल्या आठ टनांच्या लष्करी साहित्याने सोमवार दि. २७ ऑक्टोबर रोजी पहाटे श्रीनगरचा रिकामा विमानतळ भरून गेला. त्यांच्यामागोमाग आणखी कुमक सतत येत राहिली. जवळजवळ एक लाख सैन्य सज्ज झाले काश्मीरचे रक्षण करण्यासाठी.

काश्मीर विजयाच्या प्रारंभाचे श्रेय भारतीय सैन्याच्या कौशल्याला, सामर्थ्याला, निर्धाराला जितके आहे तितकेच आणखी एका गटालाही आहे. श्रीनगरपासून फक्त तीस मैलांच्या अंतरावरील बारामुल्ला नावाच्या या छोट्या शहरात फ्रान्सिस्कन मिशनऱ्यांचा एक मठ होता. मेरीच्या उपासकांच्या त्या मठात फ्रेंच, स्कॉटिश, स्पॅनिश, इटालियन आणि पोर्तुगीज अशा चौदा जोगिणी होत्या. श्रीनगरच्या दिशेने धाड घालणाऱ्या पठाणांना हा मठ लुटण्याचा मोह बिलकूल आवरला नाही. जवळजवळ सोमवारचा संपूर्ण दिवस त्यांनी मठात हैदोस घातला. जोगिणींवर बलात्कार केले. तेथील छोट्या रुग्णालयातील रोग्यांची कत्तल केली. अगदी दरवाजांच्या पितळी मुठीपर्यंत प्रत्येक वस्तू लुटली. त्या दिवशी सायंकाळी कॉन्व्हेन्टची प्रमुख बेल्जियन मदर सुपीरियर सिस्टर मेरी अडेल ट्रयूड आपल्या जखमांतून बरी न होता मरण पावली. ती व तिच्या सहचारिणी यांच्या बलिदानाने हिमालयाच्या पायथ्याशी वसलेल्या त्या प्राचीन काश्मिरी किल्ल्यावरचा इस्लामचा प्रभाव जरी कमी झाला नाही तरी त्या जोगिणींच्या अलौकिक प्राणार्पणामुळे जवाहरलाल नेहरूंच्या सैनिकांना आपले पाय काश्मीरच्या खोऱ्यात रोवण्यासाठी हवा होता तो वेळ मिळाला यात शंका नाही. ह्या हौतात्म्याची नोंद इतिहासात अवश्य व्हावी.

आता भारतीय सैन्य माघार घेणार नव्हते. पठाणांनी केलेल्या प्रतिहल्ल्याला उशीर झाला होता. रॅडक्लिफसाहेबांनी आखून दिलेल्या रस्त्याने जेव्हा पहिल्या

चिलखती गाड्यांची त्यांना कुमक मिळाली तेव्हा तर त्यांनी घुसखोरांचा धुव्वा उडवला. हळूहळू त्यांना मागे रेटण्यात सैन्याला यश आले. संतापाने जळफळणाऱ्या जिनांनी आपल्या ब्रिटिश सेनानींचा सल्ला धुडकावून लावत वेषांतरीत पाकिस्तानी सैनिकांना घुसखोरांच्या मदतीस पाठवले. पठाण टोळीवाले नव्याने संघटित केले. काही महिने काश्मीरच्या थंड हवेत युद्ध धगधगत राहिले.

अखेरीस, हा तंटा राष्ट्रसंघाच्या चव्हाट्यावर पोहोचला. काश्मीरचा समावेश, बर्लिन, पॅलेस्टाईन कोरिया यांच्या मालिकेत झाला या सर्व समस्यांची उत्तरे जगाला आजही सापडलेली नाहीत. मरणोन्मुख जहांगीरने काश्मीरचा जप करत प्राण सोडला होता म्हणतात. आज त्याच नयनरम्य, सौंदर्यशाली, 'जगाचे नंदनवन' म्हणून ख्यात असलेल्या काश्मीरचा उल्लेख नित्यनेमाने राष्ट्रसंघाच्या सभांतून होत असतो. माऊन्टबॅटन यांच्या मनातील 'सार्वमत' कालाच्या ओघात कोठल्या तरी कोपऱ्यात धूळ खात पडले होते. १९४८ च्या युद्धबंदी - रेषांच्या आधारे काश्मीरचे खोरे भारतीय अमलाखाली, तर गिलगिटभोवतीचा उत्तरेकडील प्रदेश पाकिस्तानकडे अशी स्थिती निर्माण झाली. थोडक्यात भारतखंडाला मिळालेला विभाजनाचा शाप काश्मीरलाही बाधला अखेर. गेली पंचवीस वर्षे काश्मीरच्या प्रश्नाचे हे भिजत पडलेले घोंगडे प्रत्येक वेळी भारत व पाकिस्तान यांच्यामधील संभाव्य दिलजमाईच्या आडवे येतेच; अगदी न चुकता!

●

‖ आम्ही पुण्याचे बामण हरी!

पडवीत एका बाजूस छपाईची किरकोळ यंत्रसामग्री आणि दुसरीकडे प्रेस ट्रस्ट ऑफ इंडियाचा टेलीप्रिंटर ठेवलेला. त्याच्याजवळ उलट्या करून ठेवलेल्या रिकाम्या लाकडी खोक्यांचा बूड टेकण्यासाठी उपयोग होत होता. त्यांच्याशेजारी मोडकळीस आलेली टेबले होती. एका वृत्तपत्राच्या संपादकीय कार्यालयाचा थाट होता हा!

त्या दिवशी नथूराम गोडसेला खूप आनंद झाला होता. त्याचे कपडे तसे साधेच होते. सैलसर सफेद अंगरखा, विशेष तलम नसणारे दुटांगी धोतर आणि एका जाड्याभरड्या कापडाचे जाकीट. आज त्याने एक समारंभ आयोजित केला होता. त्याच्या 'हिंदु राष्ट्र' या वृत्तपत्राच्या उद्घाटनाचा. नेहमी गंभीर असणाऱ्या त्याच्या चेहऱ्यावर आज मंद असे स्मित विलसत होते. जमलेल्या पाहुण्यांमधून फिरत असताना तो सर्वांना एक आश्वासन देत होता हिंदुत्वनिष्ठेला आपण वाहून घेणार असल्याचे. इमारतीसमोर असलेल्या मोकळ्या अंगणात मध्यभागी एक छोटे टेबल होते. त्यावर त्या दिवशीच्या समारंभाला साजेलसे गोड जिन्नस व मिठाई होती. जवळ एक भले दांडगे कॉफीचे भांडे वाफाळत होते. साऱ्या पुण्यात नथूरामची ख्याती तीन बाबतीत मोठी होती - त्याचे राजकारण, त्याची संन्यस्त राहणी आणि त्याचे कॉफीचे व्यसन! आपल्याला पसंत असलेल्या उपाहारगृहात विशिष्ट प्रकारची कॉफी पिण्यासाठी मैलोगणती चालण्याची त्याची तयारी असे.

आलेल्या पाहुण्यांच्या हातात कॉफीचे पेले देत तो हिंडत असताना अभिनंदनाचा

स्वीकार घेत आणखी 'एक जण' तेथे येऊन मिसळला. या माणसाचा पोशाख मात्र एकदम सुरेख, वेधक! त्या सायंकाळसाठी त्याने आपला आवडता ट्वीडचा कोट, करड्या रंगाची पँट आणि एक झुळझुळीत स्पोर्ट्स शर्ट घातला होता. तो पहिला माणूस शक्य तेवढ्या झटपटीने वावरत होता. त्याच्या उलट हा दुसरा. हा आपला प्रत्येकाला नीट न्याहाळत, मध्येच थांबत, इकडे-तिकडे चोरून बघत, उगीचच उसने हसत पुढे जायचा. त्याचे डोळे मात्र झकास बोलके होते - मुलायम आणि काळेशार! एकदा का त्याने ते रोखले की बघणारा घायाळच व्हावा. त्या माणसाचे नाव होते नारायण आपटे. नथूराम व नारायण यांच्या भागीदारीत हे वृत्तपत्र चालणार होते. नथूरामपेक्षा आपटे तीन वर्षांनी लहान होता. सर्व प्रकारच्या ऐहिक सुखात त्याला रस होता. त्याच्या उलट त्याचा दोस्त जगापासून शक्य तेवढा अलिप्त राहण्याचा प्रयत्न करायचा. आपटेकडे कृतिशीलता व गतिमानता होती. तो उत्कृष्ट संघटक व संयोजक होता. सर्व पाहुण्यांच्या हातात कॉफीचे पेले आले आहेत असे दिसताच त्याने टाळी वाजवून सर्वांचे लक्ष आपल्याकडे वेधले. त्यानंतर अध्यक्ष या नात्याने आपल्या भागीदारांकरता वार्षिक अहवाल सादर केला. त्यामध्ये त्यांच्या वृत्तपत्राच्या प्रगतीचा आढावा घेतलेला होता. त्या सायंकाळचे प्रमुख आकर्षण म्हणजे नथूरामचे भाषण. आपल्या सहव्यावसायिकाच्या या प्रस्तावनेनंतर श्रोते शांत होण्याची प्रतीक्षा करत नथूराम भाषणासाठी उभा राहिला. नेमक्या त्याच वेळी त्या इमारतीच्या चौथ्या मजल्यावरची एक खिडकी हळूहळू उघडली. त्या खिडकीत एक आकृती दिसली. पुणे गुप्तचर विभागाचा साध्या वेषातील एक पोलीस होता तो. पंधरा ऑगस्टनंतर पुण्याच्या पोलिसांच्या हालचाली यांच्यासारख्या अनेक माणसांवर केंद्रित झाल्या होत्या. त्यांच्याविषयीचे अहवाल मुंबई व दिल्लीच्या दिशेने नियमितपणे आठवड्यागणिक रवाना होत होते. त्या दोघांची नावे, व्यवसाय व राजकीय मतप्रणाली यांच्या नोंदी नीट झाल्या होत्या. नथूरामपेक्षा नारायणाला एक जादा विशेष अभिधान बहाल झाले होते - 'संभाव्य सरकारदरबारी धोकेबाज!'

नथूराम बोलू लागला. लुई माऊन्टबॅटननी फाळणीची योजना जाहीर केल्यापासून आपल्या मनात साठलेल्या विचारांना भावविवशतेच्या चढत्या सुरावर श्रोत्यांसमोर मांडण्यात तो यशस्वी होत चालला. त्याच्या नसानसांत भिनला होता तो विषय, रोमांरोमांत रुतला होता. मोठ्या आवेशाने व आवेगाने त्याने श्रोत्यांना त्यांच्या जागी खिळवून टाकले. त्याचा सर्व रोख गांधी, काँग्रेस व भारताची फाळणी हाच होता. तो म्हणाला, "माझ्या जिवात जीव असेपर्यंत मी देशाची फाळणी होऊ देणार नाही असं म्हटलं होतं गांधींनी! आणि तरीही भारताची फाळणी झाली पण गांधी जिवंतच! गांधींच्या अहिंसाप्रणित तत्त्वज्ञानाचा परिणाम झाल्यामुळे आमचे हिंदू बांधव आपल्या शत्रूंशी सामना देण्यास असमर्थ ठरत आहेत. आज एकीकडे लाखो हिंदू निर्वासित

उपाशी मरत असताना तिकडे गांधी त्यांच्यावर अत्याचार करणाऱ्या मुसलमान झोटिंगांची तरफदारी करत आहेत. निरपराध हिंदू अबला बलात्काराची मानहानी चुकवण्यासाठी स्वत:ला विहिरीत झोकून देत असताना गांधी त्यांना उपदेश करतात- 'अखेर विजय होतो बळीचाच!' अरे, उद्या माझी माताच बळीच्या जागी असली तरी गप्प बसायचे मी?

आपल्या प्राणप्रिय मातृभूमीच्या सुंदर शरीराची चिरफाड झाली आहे,'' आता त्याचा आवाज टिपेला लागला, ''गिधाडे तिच्या मांसावर ताव मारत आहेत. हिंदू स्त्रियांच्या अब्रूचे धिंडवडे भर रस्त्यावर सर्वांच्या डोळ्यांदेखत काढले जात असताना काँग्रेसचे हे षंढ, नपुंसक डोळ्यांवर कातडे ओढून सहन करत आहेत सारं! अरे, किती दिवस सहन करायचा हा जुलूम?'' तो थांबला. भावनावेगाने त्याचे शरीर थरथर कापू लागले. त्याचे देहभान हरपले. श्रोत्यांच्या कडकडाटी टाळ्यांनी त्याला जाग आली. मुंबईपासून ११९ मैल अंतरावरच्या पुणे शहरात असा प्रतिसाद अपेक्षितच होता. हिंदू राष्ट्रवादाचा बालेकिल्ला म्हणून ओळखले जात होते पुणे शहर गेली तीन साडेतीन शतके. येथेच जन्मला होता शूर शिवाजी तो रणगाजी! हिंदूंचा अलौकिक आदर्श नरपुंगव! आपल्या गनिमी काव्याच्या हिकमतीने मोगल सम्राट औरंगजेबास त्याने सळो की पळो करून सोडले होते. त्याच्यानंतर मराठी साम्राज्याची सूत्रे सांभाळणाऱ्या पेशव्यांनी - चित्पावन ब्राह्मणांच्या एका चिवट सनातनी गटाने - १८१७ पर्यंत इंग्रज सत्ताधीशांना प्रतिकार केला होता. त्याच मालिकेतून पुढे आलेल्या बाळ गंगाधर टिळकांसारख्या प्रखर राष्ट्रवादी नेत्यांनी त्यांचे कार्य शक्य तेवढ्या लढाऊ वृत्तीने चालू ठेवले. गांधींच्या अहिंसा मार्गाने देशाला वेगळ्या वळणावर नेईपर्यंत हा क्रम चालू राहिला. अलीकडे पुण्याच्या हिंदुधर्माभिमानी राष्ट्रवाद्यांना एक नवा नेता मिळाला होता. 'वीर' विनायक दामोदर सावरकर.

त्यांचे अनुयायी सावरकरांना 'महाराष्ट्राचे चर्चिल' समजत. त्यांच्या घणाघाती, अस्खलित वक्तृत्वाची मोहिनी कोणत्याही श्रोतृवृंदावर पडत असे. पुणे व मुंबई ही शहरे सावरकरांच्या जहागिरीच होत्या म्हणा ना! या शहरांवरचा त्यांचा प्रभाव कदाचित नेहरूंपेक्षाही अधिक होता, असे म्हटले तरी चालेल.

१९१० साली एका ब्रिटिश नोकरशहाच्या नाशाची योजना केल्याच्या आरोपाखाली त्यांना भारतात घेऊन जाणारी बोट मार्सिया बंदरात उभी असताना बोटीच्या एका खिडकीतून त्यांनी खवळलेल्या समुद्रात उडी घेऊन पलायनाचा प्रयत्न केला. परिणामी त्यांना काळ्या पाण्याची सजा मिळाली. अंदमान बेटावर सक्त कारावास भोगावा लागला पण त्यांच्या सुदैवाने त्यांना शिक्षेत सूट मिळून ते स्वदेशी परतले. सावरकरांच्या राजकीय तत्त्वज्ञानाचा पाया होता काँग्रेसच्या हिंदु-मुस्लिम ऐक्य व गांधीप्रणित अहिंसा धोरणास सक्त विरोध! त्यांच्यासमोर स्वप्न होते अखंड भारताचे!

आम्ही पुण्याचे बामण हरी! । २८५

सिंधूपासून ब्रह्मपुत्रेपर्यंत, केप कामोरीनपासून हिमालयापर्यंत पसरलेल्या भारताचे. त्यांनी दोन वेळा हिंदुमहासभा या राजकीय पक्षाचे अध्यक्षपद भूषवले होते. १५ मे १९४२ मध्ये 'हिंदू राष्ट्रदल' या नावाची एक गुप्त संघटना त्यांनी स्थापली होती.

या दलातील प्रत्येक जण सावरकरांना सर्वाधिकारी मानून त्यांना आपली सर्व प्रकारची निष्ठा वाहत असे. सावरकरांच्या ठायी सर्वस्व अर्पण करण्याच्या त्यांच्या निर्धारामागे, त्यांना एकत्र सांधणारा आणखी एक दुवा होता. तो म्हणजे त्यांचा नेता व ते या साऱ्यांची धार्मिक जातकुळी जुळत होती. सर्व जण पुण्याचे 'चित्पावन ब्राह्मण' होते. छत्रपतींच्या पेशव्यांचा वारसा सांगत होते. नथूराम गोडसे व नारायण आपटे हे 'हिंदु राष्ट्र' या नियतकालिकाचे अनुक्रमे संपादक व व्यवस्थापक होते.

जमलेल्या श्रोत्यांना सावरकरांच्या भाषणाची चित्रफीत दाखवल्यानंतर त्या दोघांनी हातात हात घालून आपले छायाचित्र काढून घेतले. नंतर त्यांनी आपल्या छापखान्याचे यंत्र चालू करणारे लाल बटन दाबले. यंत्राची घरघर सुरू झाली. गांधी व काँग्रेस यांच्या तत्त्वज्ञानावर टीकेचे घाव घालणाऱ्या वृत्तपत्राची छपाई सुरू झाली. जमलेले लोक परतू लागले. इतका वेळ खिडकीत बसून टिपणे घेत असलेला पोलीस आपली वही मिटणार इतक्यात एका अंधाऱ्या कोपऱ्यात नारायण आपटे कोणाशी तरी खास चर्चा करताना दिसला. त्याच्याशी बोलत असलेली व्यक्तीही पोलिसांच्या परिचयाची होती. या समारंभासाठी मुद्दाम अहमदनगरहून आली होती ती. त्या पोलिसाने घाईघाईने काहीतरी लिहून घेतले व तोही तेथून निघाला.

आपल्या छापखान्याचे उद्घाटन करणारे ते दोघे - नथूराम गोडसे व नारायण आपटे समानधर्मी होते फक्त दोन बाबतीत - त्यांची कट्टर राजकीय निष्ठा आणि त्यांची उच्चवर्णीय पोटजात. दोघेही पक्के चित्पावनी ब्राह्मण! भारतीय समाजव्यवस्थेच्या पिरॅमिडच्या शिखरावर उभ्या असणाऱ्या या जातीचे लोक भारतातील एकूण लोकसंख्येच्या केवळ दोन टक्के असूनही अनादिकालापासून त्यांना समाजाने खास हक्क उपलब्ध करून दिले होते. मुळात ऋषीमुनींची कुळी सांगणारे हे लोक हळूहळू भटाभिक्षुकांच्या आणि समाजातील उच्चभ्रूंच्या पातळीस येऊन स्थिर झाले. हिंदू परंपरेप्रमाणे त्यांना दोन जन्म प्राप्त झाले, एखाद्या पक्ष्यासारखे. प्रथम अंड्यात असताना व नंतर अंडे फोडून बाहेर येताना. त्यामुळे सहाव्या वर्षी होणाऱ्या मौंजीबंधन समारंभानंतरच हा विधियुक्त ब्राह्मण समाजात हक्काने मिरवायला लागायचा!

या दोघांतील नथूराम हा मासिक पंधरा रुपये पगार असलेल्या एका पोस्टमनचा मुलगा. वडिलांच्या कठोर धार्मिक संस्कारांखाली बालपण गेलेला. संस्कृत ग्रंथांचे- वेद, भगवद्गीता-पठण करणारा. पक्का शाकाहारी. सोवळ्या-ओवळ्याचे कटाक्षाने पालन करणारा. या कडक शिकवणीचा परिणाम होऊन लहानपणीच 'कापालिक पूजा' करणारा. साहजिकच आईवडिलांच्या मनात आशेचे अंकुर फुटले. आपला

मुलगा एक महान व्यक्ती होणार! पण त्याच्या तरुणपणी त्यांच्या पदरी निराशाच आली. हा मुलगा साधी मॅट्रिकची परीक्षादेखील उत्तीर्ण झाला नाही. त्याने अनेक धंदे करून पाहिले. जहाजाच्या धक्क्यावर येणाऱ्या मालांच्या पेट्यांना खिळे मारले, फळे विकायचा धंदा केला, जुन्या मोटारीच्या टायरी नव्यासारख्या शिवून देण्याचे काम केले. अखेर १९४७ मध्ये तो शिंप्याच्या धंद्यात स्थिर झाला. पण हे सगळे करत असताना त्याने राजकारणाची कास मात्र कधीच सोडली नाही. विशेष हा की सुरुवातीला त्याने गांधींच्या असहकाराच्या चळवळीत सक्रिय भाग घेतला व त्याचवेळी कारावासाचा पहिलावहिला अनुभवही! पुढे १९३७ नंतर त्याने आपला राजकीय गुरू बदलला. आपल्याच जातीच्या चित्पावनी ब्राह्मणकुळीच्या वीर सावरकरांचे शिष्यत्व पत्करले. सावरकरांच्या हिंदुत्ववादी सिद्धांतांचा त्याने अतिशय परिश्रमपूर्वक अभ्यास केला, सतत ध्यास घेतला. हळूहळू त्याच्या अंगच्या लेखन व वक्तृत्वगुणांचा विकास होत गेला. त्याच्या राजकीय सुज्ञपणाला वेगळी पातळी प्राप्त झाली. तो भक्ती करत असलेल्या ब्रह्म, शिव आणि विष्णू या मूर्तींच्या जागा त्याने मोगल आणि ब्रिटिश सत्ताधीशांशी लढतालढता हौतात्म्य पत्करलेल्या देशभक्तांना बहाल केल्या. ते त्याची उपासना दैवते बनले. १९४२ नंतर राष्ट्रीय स्वयंसेवक संघाचे कार्यालय हेच त्याचे पूजास्थान बनले. येथे त्याला नारायण आपटे भेटला. १९४४ च्या जानेवारीत त्या दोघांनी एक नियतकालिक सुरू केले. ३ जुलै १९४७ हा दिवस 'काळा दिन' म्हणून पाळण्याचा आदेश हिंदुमहासभेने दिला. त्या संदर्भात सरकारने त्यावर बंदी घातली. पण त्यानंतर केवळ दहाच दिवसांत त्यांनी पुन्हा तेच वृत्तपत्र एक नवे नाव घेऊन सुरू केले.

या व्यवसायातील त्या दोघांची कामाची पद्धती त्यांच्या स्वभावाला साजेशीच होती. नथुराम होता एक संतप्त संपादक, धगधगता वक्ता, समर्थ व आवेशपूर्ण प्रचारक. आपटे होता चतुर, चटपट्या धंदेवाईक, सभेला योग्य वळण देणारा सभाध्यक्ष, त्यांच्या राजकीय व्यूहांची आखणी करणारा धूर्त संयोजक! एक नीतिनियमांना भलतीच प्रतिष्ठा देणारा, तर दुसरा त्यांना सोयीस्कर मुरड घालताना तमा न बाळगणारा. पहिला पक्का विरक्त, निरिच्छ तर दुसरा मिळेल त्या संधीवर डोळा ठेवून झडप घालणारा. पहिल्याच्या आवडी-निवडी कॉफीवर केंद्रित तर दुसऱ्याचे लक्ष सुग्रास अन्न, सुरस व्हिस्की किंवा तशाच इतर ख्याली-खुशालींवर अधिक! एकाची राहणी साधुतुल्य तर दुसऱ्याची राजेशाही थाटाची. सशस्त्र प्रतिकाराचा पाठपुरावा करणाऱ्या पहिल्याला रक्तस्रावाच्या दर्शनानेही शिसारी येत असे. एकदा तो आपल्या मित्राची मोटार घेऊन चालला असता वाटेत लोकांनी त्याची गाडी थांबवून एका जखमी मुलाला इस्पितळात पोहोचवण्याची त्याला विनंती केली. तेव्हा त्याने काय सांगावे? - 'माझ्या नजरेत येणार नाही अशा पद्धतीने त्याला मागच्या

सीटवर ठेवा. त्याचे रक्त दिसले तर भोवळच येईल मला!' अशा या माणसाला पेरी मेसनच्या गुप्तहेरी कथा आणि हाणामारीचे चित्रपट यांची विलक्षण आवड होती. आपटे सहवासप्रिय तर नथूराम किंचित माणूसघाणाच. त्याचा मित्रपरिवारही तसा मोठा नव्हता- 'मला माझ्या कामात रमून जाणे अधिक आवडते!' तो नेहमी म्हणायचा.

पानिपत. दिल्लीपासून पंचावन्न मैल उत्तरेला असलेले एक छोटे गाव. पण त्याने आजपर्यंत तीन प्रचंड युद्धांचा इतिहास घडविला होता. त्यामुळे मोगलांच्या दिल्लीवरील स्वाऱ्यांना व्यवस्थित वाट मिळाली. आणि गंमत बघा, आजही पानिपतला नव्याने महत्त्व आले. माऊन्टबॅटन समितीच्या आदेशावरून पानिपतवर आणखी एक आक्रमण आले. या खेपेचे आक्रमण होते निराधार, दीनवाणे, गरीबबापुडे, निर्वासित. आगगाड्या भरभरून येणारे असहाय जीव. पाकिस्तानातून भारतात जिवाच्या करारावर येणारे. पानिपत रेल्वेस्टेशनवर उतरून निर्वासित छावण्यांकडे निघायचे हा त्यांचा क्रम असायचा. या वेळी काही भयानक प्रकारांना साक्षी होण्याचे नशिबात असायचे तेथील हिंदू स्टेशनमास्तरांच्या, देवीदत्त नाव त्यांचे.

नोव्हेंबरच्या त्या दुपारी असाच एक प्रकार पाहिला त्यांनी. पाकिस्तानातील पाशवी अत्याचारांचा बळी ठरलेल्या शीख निर्वासितांचा एक जथा गाडीतून उतरला. आता त्यांना कोणीतरी हवे होते सूड घ्यायला. आपल्या सावजाचा शोध घेऊ लागले ते आणि त्यांना प्रथम दिसला स्टेशनमास्तरांचा साहाय्यक. तो होता मुसलमान. लागलीच आपापली कृपाणे परजत सारे त्याच्यावर तुटून पडले. भीतीने गाळण उडालेल्या देवीदत्तांनी त्यांना ओरडून सांगितले - "कृपा करून फलाटावर कापाकापी करू नका!" मारेकऱ्यांनी तो आदेश निमूटपणे पाळला. त्या असहाय मुसलमान सेवकाला त्यांनी स्टेशनच्या मागील बाजूस नेऊन तेथे त्याचे शिर धडावेगळे केले. तेथून ते थेट पानिपतच्या मुसलमान वस्तीकडे वळले.

त्यानंतर दीड तासाने एक स्टेशनवॅगन स्टेशनच्या प्रवेशद्वारात उभी राहिली. पानिपतच्या मुसलमानांच्या साहाय्यास धावून आलेली ती व्यक्ती होती महात्मा गांधी. कलकत्त्याच्या रक्षणकर्त्याच्या दृष्टीने पानिपत हे मोक्याचे ठिकाण होते. तेथे मुसलमानांची संख्या मोठी होती. त्यांचा बचाव करणे महत्वाचे होते. गांधीजी गाडीतून उतरले व तसेच एकटे चालत निघाले स्टेशनवर पसरलेल्या निर्वासितांच्या जथ्याकडे. 'चला, जा त्या मुसलमान बांधवांकडे. त्यांना प्रेमभराने आलिंगन द्या. त्यांना अभय द्या. ते जर पाकिस्तानकडे निघण्याच्या तयारीत असतील तर त्यांना जाऊ देऊ नका!' गांधी त्यांना म्हणाले, त्यांच्या या शब्दाचे स्वागत संतप्त आरोळ्यांनी झाले. अनेक आवाज एका पाठोपाठ कानांवर येत राहिले - "बरोबर आहे. त्यांनी तुमच्या

बायकोवर बलात्कार नाही केला ना? त्यांनी तुमच्या कच्च्या-बच्च्यांचे तुकडे केले नाहीत ना?''

''खरे आहे. तुमच्या पत्नीवर, तुमच्या मुलांबाळावर झालेला अत्याचार, झालेले त्यांचे शिरकाण माझ्याच बालकामुलांचे आहे कारण तुम्ही, तुमच्या बायका, तुमची मुले सारी माझीच आहात!'' गांधी उत्तरले. त्यांच्या या उद्गाराच्या निषेधार्थ लोकांनी आपल्या हातातील तलवारी, सुरे, भाले झळकवले. चमकत्या सूर्यप्रकाशात त्यांची पाती तळपू लागली. गांधी म्हणाले - ''अरे, ही तर हिंसेची हत्यारे. विद्वेषाने माखलेल्या या शस्त्रांनी कोणताच प्रश्न सुटणार नाही!''

गांधींचे पानिपतला आगमन झाले आहे ही वार्ता लागलीच गावात पसरली. पानिपत नगरपालिकेच्या अधिकाऱ्यांनी घाईघाईने एका आयत्यावेळच्या प्रार्थनासभेसाठी ध्वनिवर्धकाची व्यवस्था केली. आपल्या बंदिस्त मोहल्ल्यातून मुसलमान नागरिक बाहेर पडले. त्यांच्या मागून आले हिंदू व शीखही. सगळे जण या म्हाताऱ्याकडे नव्या अपेक्षेने पाहू लागले. त्याच्याकडून एका नव्या चमत्काराची चाहूल घेऊ लागले. गांधींच्या अंत:करणातील खळबळ, तळमळ त्यांच्या आवाजाला रोखून धरत होती म्हणून की काय त्यांना सतत घसा खाकरून साफ करावा लागत होता. आपल्याजवळच्या एकमेव शस्त्राचा - शब्दसामर्थ्याचा - उपयोग करत गांधींनी जमावावर चाल केली. नव्याने आपल्या राजकीय श्रद्धेचा पुनरुच्चार केला. आपण सारे - हिंदू, शीख, मुसलमान, ख्रिश्चन - एकाच भारतमातेची लेकरे आहोत हे सांगितले. पानिपतला आलेल्या निर्वासितांविषयी सहानुभूती व्यक्त केली. त्याच वेळी त्यांना कळकळीची विनंती करून विनवले - ''क्रौर्य व सूडभावना यांनी प्रेरित होऊन माणुसकी सोडू नका. आपल्या यातनांतच एका अधिक उदात्त अशा विजयाचे बीज रुजवण्याचा प्रयत्न करा!''

जमावामध्ये एक हलकी, बुजरी लहर सळसळली. हातात शस्त्र असलेल्या शिखाने मुसलमानाच्या हातात हात मिळवला. थंडीवाऱ्यात कुडकुडणाऱ्या शीख निर्वासिताच्या अंगावर मुसलमानाने उबदार शाल पांघरली. दुसऱ्या काही जणांनी शीख निर्वासितांसाठी अन्नपाणी आणण्याकरता घराकडे धाव घेतली. शिव्याशापांनी स्वागत झालेल्या त्या माणसाला दोन तासांच्या अंतरानंतर कोणालाही हेवा वाटणाऱ्या जयजयकारात निरोप मिळाला. मात्र त्या दिवशीचा गांधींचा हा विजय तसा चिरस्थायी झालाच नाही दुर्दैवाने. त्यांच्या आवाहनाने तेथील मनुष्यसंहारास आळा बसला हे खरे. पण पानिपतच्या मुसलमानांच्या मनात घर करून बसलेली भीती कायमच राहिली. महात्माजींच्या भेटीनंतर एका महिनाभराच्या आतच त्या सर्वांत जुन्यापुराण्या इतिहासप्रसिद्ध गावातील वीस हजार मुसलमान पाकिस्तानात जाण्यास तयार झाले. आपल्या जन्मभूमीचा आसराच त्यांना अधिक प्रिय होता. ज्या दिवशी त्यांनी गाव

सोडले तेव्हा गांधींनी नोंद केली- 'पानिपतच्या चौथ्या युद्धात इस्लामचा पराभव झाला आहे.' तसे पाह्यलाच गेले तर हा गांधींचाही पराजय नव्हता का?

पुणे, नोव्हेंबर १९४७. एक मळकी भगवी कफनी धारण केलेल्या त्या माणसाची दाढीही तितकीच अव्यवस्थित होती. त्याच्या वेषावरून तो एखादा भारतीय साधू असावा असे वाटावे. परंतु वस्तुस्थिती वेगळी होती. आपल्या त्या वेषाच्या बुरख्याखाली वावरणारा तो तथाकथित साधू एक व्यापारी होता. छोटी छोटी शस्त्रे तयार करण्याचा धंदा करणारा. मुंबई प्रांताच्या पोलीस खात्याकडे त्याची व्यवस्थित नोंद होती. गेल्या सतरा वर्षांत जवळजवळ सदतीस वेळा निरनिराळ्या गुन्ह्यांच्या आरोपाखाली सरकारने दिगंबर बडगेचा पाहुणचार केला होता आणि विशेष म्हणजे प्रत्येक वेळी त्याच्यावरचा निश्चित आरोप शाबीत करणे सरकारला जमले नव्हते. अपवाद फक्त एक. १९३० मध्ये गांधींनी सुरू केलेल्या असहकारितेच्या चळवळीत सरकारी जंगलातील झाडांची त्याने विनापरवाना तोड केली होती हा. त्या वेळी त्याला एका महिन्याच्या कारावासाची शिक्षा झाली होती.

पुण्यात तो एक पुस्तकांचे दुकान चालवत असे. अर्थात पुन्हा तो एक मुखवटाच होता. त्याच दुकानाच्या मागील बाजूस त्याचा शस्त्रनिर्मितीचा उद्योग चालायचा. गावठी बॉम्ब, दारूगोळा, सुरे, वाघनखे इत्यादी साहित्य ढिगावारी पडलेले असायचे. तो व त्याचे वडील आणखी एका कलेत वाकबगार होते. एखाद्या मध्ययुगीन सरदाराच्या अंगावर शोभेल असे मजबूत चिलखत बनवण्याची कला त्यांच्यापाशी होती. बंदुकीच्या गोळ्यांना दाद न देणाऱ्या या त्यांच्या चिलखतांना गुंड, बदमाश, हातभट्टीवाले, संपफोडे इत्यादी समाजविघातक कृत्ये करणाऱ्या मंडळींकडून चांगली मागणी यायची.

नारायण आपटे या बडगेचे कायमचे गिऱ्हाईक होता. जून १९४७ पासून जवळजवळ तीन हजार रुपयांचा व्यवहार केला होता त्याने या शस्त्रविक्र्यांबरोबर! कोणत्याही कटाचा सूत्रधार म्हणून ख्यात असलेल्या आपटेला बडगेचे साह्य होते. मुस्लिम लीगच्या दिल्लीतील सभेवर बाँब फेकून, जिनांच्या प्राणावर बेतणारा एक कट त्याने शिजवला होता. अलीकडे झालेल्या हैद्राबादेतील दहशतवाद्यांच्या चळवळीलाही त्यांचा सक्रिय पाठिंबा होता. आपटेच्या आजच्या बोलण्यात पुढील शब्द आले - "आणखी एक नवीन कट बांधतोय आम्ही - एक विशेष महत्त्वाचा कट - पूर्वीपेक्षाही मोठा. या वेळी मला बऱ्याचशा हातबाँबची, पिस्तुलांची व गन-कॉटनची गरज आहे." आपटेच्या या मागणीवर बडगेने क्षणभर विचार केला. आजच्या घटकेला त्याच्यापाशी कोणताच माल तयार नव्हता. मात्र त्याला डिसेंबरपर्यंत मुदत मिळाली तर व्यवस्थित पुरवठा करण्याची तयारी त्याने दर्शवली. गिऱ्हाइकाची

घालमेल झाली किंचित. पण शेवटी आपटे डिसेंबरपर्यंत थांबायला तयार झाला. 'लागेना का वेळ डिसेंबरपर्यंत, काय बिघडणार आहे महिनाभर थांबायला?' असा निर्णय घेतला त्याने. थोडा अधिक वेळ लागेल त्या 'महान' कार्यसिद्धीला म्हणून गप्प बसला.

डिसेंबर १९४७ च्या पहिल्या काही दिवसांत महात्मा गांधी त्यांचे कार्यवाह प्यारेलाल नायरांना 'जगातील सर्वांत व्यथित व्यक्ती' भासले. आपण व आपल्या खांद्याला खांदा लावून निमूटपणे स्वातंत्र्य लढ्यात हिरिरीने साथ केलेले आपले निष्ठावंत अनुयायी यांच्यातील मानसिक दरी रुंदावत आल्याची जाणीव त्यांना झाली होती. आपल्या या शिष्यांना आपली अडचण तर नसेल होत? आपण त्यांच्या मार्गातील धोंडा तर नसू? अशा शंका त्यांना छळत होत्या. त्यांनी नोंद केली— 'भारताला जर अहिंसेचा मार्ग त्याज्य वाटत असेल तर मग माझ्याबद्दल त्यांनी काळजी तरी का करावी? एखादे दिवशी हेच नेते असेही म्हणून मोकळे होतील - उगीचच कटकट करतोय हा म्हातारा! बस्स झालं त्याचं तत्त्वज्ञान! उगीचच कडमडतोय मध्येमध्ये!' अर्थात, जरी असा विचार त्यांच्या मनात येत असला तरी वेळ सापडेल तेव्हा त्यांनी नेहरू-पटेलांना तसे सैल नाही सोडले. तावडीत सापडल्यावर चांगलेच झोडपून काढले त्यांना. देशातील वाढता भ्रष्टाचार, मंत्र्यांचा भपका यांवर ताशेरे झाडले. एकीकडे लक्षावधी निर्वासित नरकयातना सोसत असता सरकारी माणसे स्वर्गसुखाची स्वप्ने पाहात आहेत ही कल्पना असह्य आहे, असे सुनावले. 'पाश्चिमात्यांच्या आर्थिक व वैज्ञानिक प्रगतीच्या तेजाने तुमचे डोळे दिपून गेले आहेत. त्या काल्पनिक स्वप्नसृष्टीची मोहिनी तुमच्यावर पडल्यामुळे तुम्हाला देशवासीयांच्या दुर्दशेतील वास्तव दिसत नाही.' असा चक्क आरोप केला त्यांनी त्यांच्यावर. त्यापुढे जाऊन त्यांनी नेहरूंच्या लोककल्याणकारी राज्याच्या स्वप्नवत कल्पनेस कडाडून विरोध केला. गांधींच्या मते 'अशा पद्धतीच्या राज्यात सत्तेचे केंद्रीकरण होत असते आणि अशा प्रकारे सत्ता एकदा शासकांच्या हाती एकवटली की जनतेची स्थिती कळपातील मेंढरांप्रमाणे होऊन ती सारी नव्यानव्या कुरणांकडे धाव घेण्यासाठी आपल्या मेंढपाळावरच विसंबून राहतात. साहजिकच मेंढपाळाच्या हातातील काठी लोखंडाचा दांडका बनते आणि खुद्द मेंढपाळ लांडग्याचे रूप घेऊन वावरू लागतो.' भारतातील शहरी बुद्धिवंत राष्ट्राच्या औद्योगिकीकरणाचा आराखडा तयार करताना गांधींना प्रिय असणाऱ्या खेडुतांचा विचार होत नाही, असा इशारा गांधींनी दिला. त्यांच्या सिद्धांतांना माओ-त्से-तुंगच्या तत्त्वज्ञानाची छटा लाभल्याचा भास होत होता. 'या बुद्धिमंतांना खेड्यात धाडावे. ज्या तलावात खेडूत स्नान करतात, आपली गुरेढोरे धुतात, ते पाणी त्यांना पिऊ द्यावे. त्यांच्या पाठींना उन्हाचे चटके बसावेत. तसे झाले तरच त्यांना भारतातील लाखो ग्रामीण जनतेच्या समस्या

समजतील', गांधींचा आग्रह हा होता.

स्वतंत्र भारताची नेतेमंडळी गांधींना विशेष महत्त्व देत नव्हती तसंच गांधींनाही वेळ कोठे होता त्यांच्याकडे लक्ष द्यायला? डिसेंबरातील एका दिवशी त्यांनी बिर्ला हाऊसमध्ये जाऊन बिर्लाशेठजींची भेट घेतली. त्यांच्यापाशी एका अत्यंत गुप्त बेताची वाच्यता केली. भारतातील कोणालाही - खुद्द नेहरू - पटेलांनादेखील - त्यातील अक्षरही कळता कामा नये अशी सूचना दिली. गेले अनेक आठवडे गांधी ते स्वप्न पाहात होते. गांधींनी बिर्लांना आदेश दिला - 'तुम्ही स्वत: कराचीला जाऊन माझ्या पाकिस्तानच्या भेटीची पूर्वतयारी करा.' गांधींचा हा बेत ऐकताच बिर्लाजींनी आऽच वासला. "बापूजी, हा शुद्ध वेडसरपणा आहे हो! तुम्ही तेथून जिवंत परतणे कसे शक्य आहे?" बिर्लांनी प्रश्न केला. "शेठजी, माझ्या आयुष्यातील एखादे मिनिटदेखील कमी करण्याची ताकद कोणत्याही शक्तीत नाही. शेवटी ते परमेश्वराच्या हातात आहे." महात्माजी उत्तरले.

पाकिस्तानला प्रयाण करण्यापूर्वी भारतात पुन्हा एकदा शांतता प्रस्थापनाचा प्रयत्न करून पाहावा असे गांधींना वाटले. 'माझ्या देशातील दंगली शमल्या नसताना मी पाकिस्तानात कोणत्या तोंडाने प्रवेश करायचा?' त्यांनी स्वत:ला प्रश्न केला. त्यातल्यात्यात दिल्लीतील विस्फोटाचा त्यांना अधिक त्रास झाला. गांधींची दिल्लीतील उपस्थिती हाच मुसलमानांच्या सुरक्षिततेचा एकमेव हवाला आहे असा आग्रह त्यांच्या नेत्यांनी धरला. त्यांच्या मते पंजाबातील हिंदु-शिखांचा भरणा असणारे पोलीस निश्चितपणे मुसलमानांच्या घरांचा उघडपणे ताबा घेत होते. सप्टेंबरच्या रक्तपाताचे स्मरण करून देणारा दंगा केवळ सैन्याच्या सतत गस्तीने थोपवून धरला होता, या गोष्टीचे गांधींना कमालीचे दु:ख होत होते. स्वतंत्र भारताच्या राजधानीतील शांतता तलवारींच्या, बंदुकांच्या टोकावर तोलली जावी ही कल्पनाही त्यांना सहन होत नव्हती. त्यांच्या आत्मिक शक्तींच्या आवाहनाचा कसलाही उपयोग होत नव्हता. जर भारताच्या राजधानीवर अधिकार गाजवता येत नसेल तर पकिस्तानात जाऊन तो गाजवण्याचा नैतिक अधिकार कोठून उरणार त्यांना? गांधीजींची उदासीनता वाढतच चालली. एखादा फार मोठा निर्णय घेण्याआधी अशीच मन:स्थिती होत असे त्यांची. जसजसे वर्ष संपत चालले तसतसा त्यांचा उदासपणा वाढत गेला. एका रात्री त्यांच्या भेटीस आलेल्या काही इंग्रज माणसांना उद्देशून ते म्हणाले - "जीवितकाली प्रेषितांना दगडधोंडे मारायचे आणि मृत्यूनंतर त्यांची स्मारके उभारायची हा जगाचा अनादिकालापासूनचा उद्योग आहे. आज आम्ही ख्रिस्ताची पूजा करतो पण त्याच ख्रिस्ताला जिवंतपणी खुशाल क्रूसावर चढवून त्याचा वध केलाच ना आपण! खासा न्याय आहे हा! काहीही असो, माझ्यासमोर कन्फ्युशिअसचे एक प्राचीन वचन आहे - 'योग्य कृत्य कोणते याची कल्पना असूनही त्यापासून परावृत्त

होणे हा शुद्ध भित्रेपणा आहे.' मी याच मार्गाने जाण्याचा निश्चय केला आहे.''

कराची, ऑक्टोबर - डिसेंबर १९४७. महंमदअली जिनांच्या फुफ्फुसावरील ते पिंगपाँग चेंडू एवढे डाग चांगलेच पसरत चालले होते. त्यांच्या मुंबईस्थित डॉक्टर स्नेह्यांनी केलेले निदान नाकारता येत नव्हते. केवळ इच्छाशक्तीच्या सामर्थ्यावर जिनांनी त्या आजाराला थोपवून धरले होते. त्यांच्या राजकीय स्वप्नपूर्तीनंतर आता त्या जुन्या असाध्य रोगाने पुन्हा एकदा उचल खाल्ली.

ऑक्टोबरच्या एका रविवारी, सव्वीस तारखेला, जिना कराचीहून लाहोरास जाऊन आले, अल्पकालीन भेटीसाठी. जाण्याच्या वेळी ते साठीच्या आसपास असावेत असे त्यांचे लष्करी सचिव कर्नल विल्यम बर्नी यांना भासले होते. पाच आठवड्यांच्या दौऱ्यावरून परतलेले जिना आता ऐंशीच्या घरात पोहोचले आहेत असा विचार येऊन गेला त्यांच्या मनात. लाहोरच्या मुक्कामात खोकला व ताप यांनी कमालीचे बेजार करून टाकल्याने तो सारा काळ त्यांनी झोपून काढला होता.

आपली प्रकृती खालावल्याची जाणीव होताच जिनांची खिन्नता वाढत गेली. आपल्या अनुयायांपासून ते दिवसेंदिवस दूर जात राहिले. आपल्या हातात गवसलेले स्वप्न दुसऱ्याच्या हाती सोपविणे त्यांना जड जाऊ लागले. आयुष्याचा हा संधिकाल त्यांना असह्य होऊ लागला. आपल्या हातातील अधिकारसूत्रांचा त्याग करून त्यात इतरांना भागीदार करून घेण्यास त्यांचे मन धजेना. त्यांच्याच हाती जवळजवळ सगळी सत्ता एकवटलेली होती. आपल्यावर होणारी एवढीशीही टीका त्यांना सहन होईना. तरीही त्यांच्याकडे निर्णयासाठी आलेल्या कागदपत्रांचा, फायलींचा ढीग साठतच राहिला. विल्यम बर्नी आपल्या दैनंदिनीत नोंद करतात - 'एखाद्या लहान मुलाला कोणत्यातरी चमत्काराने चंद्र हाताला लागावा आणि त्याने तो एक क्षणभरही, तात्पुरतादेखील दुसऱ्याला देऊ नये अशी त्यांची मन:स्थिती झाली होती.'

त्यांच्या स्वभावातील कोतेपणा बुचकळ्यात टाकायचा बघणाऱ्याला. त्यांचे खाजगी विमान आठवडे न आठवडे तसेच पडून होते. विमानचालक वगैरे लोक गप्प बसून होते. वास्तविक निर्वासितांना हलवण्याकरता त्याचा खूप उपयोग होत असताही केवळ प्रथा पाडायची नाही म्हणून या विमानाचा वापर होत नव्हता. त्यांच्या निवासी नोकरांना भलता सासुरवास सहन करावा लागत होता. एकीकडे काटकसरीची भाषा करत पैसा न् पैसा हिशोबात धरायचा, तर दुसरीकडे वाटेल ती किंमत देऊन उंची 'बोर्डो' मद्य आणि जास्तीत जास्त चवदार पदार्थ भोजनात ठेवण्याचा आग्रह धरायचा अशी त्यांची रीत बनली.

या सर्वांवर कळस करणाऱ्या एका भयाने जिनांना पछाडले होते. आपल्या

मृत्यूनंतर या तान्ह्या पाकिस्तानच्या नरडीला नख लावण्यासाठी आपले पुरातन हिंदू वैरी टपून बसले आहेत अशी धास्ती त्यांना सतत छळत होती. जुनागड, काश्मीर व पंजाब या सर्व प्रदेशामधून फाळणीच्या कर्तृत्वाला सुरुंग लावण्याचा कारवाया चालल्या आहेत अशी लक्षणे त्यांना दिसत गेली. डिसेंबरच्या मध्यावर या त्यांच्या कल्पनारम्य अंदाजावर कळस चढला. उभय राष्ट्रांत संपत्तीच्या वाटपावर दीर्घकाळ चाललेल्या वाटाघाटीनंतर एकमत झाले. स्वातंत्र्यप्रदानाच्या वेळी भारताजवळ चार अब्ज रुपयांची रोख गंगाजळी होती. त्यापैकी वीस कोटींचा विसार पाकिस्तानला पोहोचलाच होता. उरले होते पंचावन्न कोटी. तेथेच घोडे अडले. 'या पैशाचा वापर करून पाकिस्तान भारतीय सैनिकांचा बळी घेईल' असा दावा भारताने पुढे करून काश्मीरचा प्रश्न सुटेपर्यंत ही बाकी देण्यास नकार दिला. भारताच्या या निर्णयाने जिनांपुढे एक नवा पेच निर्माण केला. त्यांच्या नवजात राष्ट्रावर दिवाळखोरीची वेळ येऊन ठेपलीच होती. आधीच्या वीस कोटीपैकी फक्त दोनच कोटी शिल्लक होते. सरकारी नोकरांच्या पगारात कपात करणे भाग पडले. जिनांच्या मानी स्वभावाला साफ चीत करणारी, त्यांची ताठ मान खाली करणारी एक घटना घडली. 'ब्रिटिश ओव्हरसीज एअरवेज कॉर्पोरेशन' या हवाई वाहतूक कंपनीस निर्वासितांच्या वाहतुकीसाठी दिलेला त्यांच्या सरकारचा एक चेक 'खात्यावर पुरेशी रक्कम नाही' असे कारण देऊन परत गेला.

वीस वर्षांच्या मदनलाल पाहवाचे अहमदनगरातील जीवन झकास चालले होते. साऱ्या भारतभर त्याच्या नावाची ख्याती होईल असे भविष्य वर्तवले गेले होतेच. एक धंदेवाईक निर्वासित या नात्याने चाललेले त्याचे दिवस तसे परवडणारे होते त्याला. डेक्कन गेस्ट हाऊसचे धनी श्रीमान विष्णुपंत करकरे या नव्या आश्रयदात्याच्या साह्याने मदनलाल शहरापासून पाच मैलावर असलेल्या दहा हजार निर्वासितांना संघटित करण्याचे कार्य करत होता. करकऱ्यांना बरोबर घेऊन मदनलाल गावातील प्रत्येक व्यापाऱ्याकडून, विशेषत: मुसलमान व्यावसायिकांकडून, सक्तीने निर्वासितनिधी गोळा करावयाचा. त्यासाठी एका अस्सल व साध्यासुध्या तंत्राचा उपयोग व्हायचा. मदनलाल सांगतो, 'ज्यांच्याकडून पैसा मिळायचा नाही त्यांची दुकाने पेटवायची असा आमचा खाक्या होता.' अर्थात हा सारा पैसा केवळ निर्वासितांच्या कल्याणासाठी नाही खर्च व्हायचा. त्यातून करकरे व मदनलाल या दोघांचा रोजखर्च चालायचा आणि करकऱ्यांचे एक स्वप्न पोसले जायचे. करकरे स्वत: रा. स्व. संघाचे एक कट्टर अनुयायी होते. त्यांच्या गेस्ट हाऊसच्या शेवटच्या मजल्यावरच्या खोलीत प्रवासी विक्रेत्यांची बडबड ऐकू येण्याऐवजी शस्त्रांचा खणखणाट ऐकू यायचा. पुण्याच्या 'हिंदुराष्ट्र' या नियतकालिकाचा व्यवस्थापक नारायण आपटे

त्यांचा स्नेही होता. त्याच्याप्रमाणे करकऱ्यांनाही हैद्राबादच्या निजामाशी गनिमी काव्याची लढाई चालू ठेवण्याची, तिचे नेतृत्व करण्याची खुमखुमी होती. १९४८ च्या नववर्षदिनी छत्रपती शिवाजीमहाराजांना शोभणारे धाडस करून दाखवण्याची त्यांची महत्त्वाकांक्षा मध्येच चिरडली गेली. एका खुनाच्या संदर्भात पोलिसांनी करकऱ्यांच्या हॉटेलच्या व्यवस्थापकाच्या खोलीची झडती घेतली. तेथे त्यांना शस्त्रसाठा सापडला. व्यवस्थापकाने घाबरून जाऊन मालकाकडे बोट दाखवले. चार दिवसांनी, करकरे व मदनलाल यांच्या नेतृत्वाखालील एका टोळक्याने भारतीय समाजवादी पक्षाने आयोजित केलेली हिंदु-मुस्लिम ऐक्याचा पुरस्कार करणारी एक सभा उधळून लावली. पोलिसांनी त्यांना ताब्यात घेतले, ताकीद देऊन सोडून दिले. दुसऱ्या दिवशी सकाळी करकरे व मदनलाल आपल्या हत्यारांचा खजिना मागे ठेवून पुण्याला पोहोचले. तेथे आपले सहप्रवाशी भेटतील व आपल्याला आसरा मिळेल याची खात्री करकऱ्यांनी मदनलालला दिली.

नवी दिल्ली, १२ जानेवारी १९४८. १९४७ च्या वसंत ऋतूत झालेल्या त्यांच्या निर्णायक भेटीनंतर आता बराच बदल घडून आला होता. त्या काळी लुई माऊन्टबॅटन व महात्मा गांधी यांच्या हातात चाळीस कोटी मानवप्राण्यांचे भवितव्य अवलंबून होते. आज कालपुरुषाने त्या दोघांनाही कोपऱ्यात फेकले होते. आणीबाणी-समितीचे विसर्जन झाले. त्यांच्या मनाजोगते, घटनात्मक प्रमुखाचे, स्थान माऊन्टबॅटनना पुन्हा परत मिळाले होते. ते खूश होते.

पायापर्यंत ओढून घेतलेल्या शालीत स्वत:ला लपेटून घेतलेले गांधी मनात उदासच दिसत होते. त्यांच्या चेहऱ्यावर साऱ्या देशभरच्या दु:खाची छाया पडलेली होती. त्यांच्या पूर्वाश्रमीच्या अनुयायांनी त्यांच्या अनेक प्रकारच्या शिकवणीला विराम दिला होता. त्यांच्या सिद्धांतांवर अनेक देशबांधवांनी आक्षेप घेतला होता. सागराच्या लाटांवर तरंगणाऱ्या लाकडाच्या ओंडक्याचे रूप आले होते गांधींना. मात्र आजही गांधींच्या मनात माऊन्टबॅटनविषयी कटुता नव्हती. एकप्रकारच्या कर्तव्यभावनेने त्यांना भारताच्या फाळणीचा पर्याय पुढे ठेवावा लागला हे ते जाणून होते. शिवाय, स्वातंत्र्यानंतरच्या काळातील गांधींच्या कृतीचा खरा अर्थ माऊन्टनाच कळला होता, याचीही गांधींना खात्री होती. काही आठवड्यांपूर्वीच माऊन्टबॅटन दांपत्य आपल्या पुतण्याच्या - प्रिन्स फिलिपच्या - विवाहास उपस्थित राहण्यासाठी लंडनला गेले असता त्यांच्याबरोबर अनेक राजेमहाराजांनी वधूवरांना-प्रिन्सेस एलिझाबेथ व प्रिन्स फिलिप यांना - अनेक मौल्यवान उपहार पाठवले होते. इंग्लंडच्या भावी सम्राज्ञीसाठी लग्नाचा आहेर म्हणून महात्मा गांधींनी स्वत:च्या हातांनी कातलेल्या सुताचा एक रुमाल सम्राज्ञीच्या चहापानाच्या तबकावर आच्छादन घालण्यासाठी त्यांच्या हवाली

केला होता. माऊन्टबॅटन यांच्या तळमळीवर गांधींची अपार श्रद्धा होती. भारत सरकारकडून होणाऱ्या कोणत्याही अश्लाघ्य कृत्याचा गव्हर्नर जनरलनी पाठपुरावा करू नये याबाबत त्यांची मनधरणी केली होती. केवळ गांधींच्या आग्रहाखातर त्यांनी काश्मीरच्या प्रश्नावर होणाऱ्या संभाव्य भारत-पाकिस्तान युद्धाला थोपवले होते. सदर प्रश्न युनोत नेण्यास नेहरूंना भाग पाडले होते. पंतप्रधान ॲटलींना सदर वादात मध्यस्थी करण्याची सूचना केली होती, पाकिस्तानचे पंचावन्न कोटींचे देणे रोखण्याविरुद्ध आवाज उठवला होता. भारत सरकारची ही कृती देशाला युद्धाकडे नेईल असा धोका सूचित केला होता. त्यांच्यामते तिला कोणताही नैतिक पायाही नव्हता. ती रक्कम पाकिस्तानच्या नावाची असल्याने एखादा असंबद्ध कारणाकरता ती अडवून धरणे म्हणजे आंतरराष्ट्रीय नीतितत्त्वाचा अव्हेर करण्यासारखे होते. माऊन्टबॅटन यांचा हा युक्तिवाद नेहरू-पटेलांना मुळीच मान्य नव्हता. त्यांची पक्की खात्री होती की हा पैसा भारताविरुद्धच्या युद्धातच वापरण्यात येणार आणि त्यामुळे भारतीय जनमत निश्चित खवळून उठणार. तो धोका ते पत्करणार नव्हते, कदापि.

आज गांधीजी माऊन्टबॅटनना आपल्या डोक्यात घोळत असलेला हा विचार उघड करून सांगणार होते. त्याबद्दल त्यांनी इतर कोणालाही विश्वासात नव्हते घेतले. गेले कित्येक आठवडे दिल्लीतील त्यांचे मुसलमान मित्र त्यांच्या सल्ल्यावर विसंबून होते. त्यांचा प्रश्न होता - भारतात राहून मृत्यूच्या छायेत सतत वावरायचे की पाकिस्तानात निघून जायचे? गांधींचा सल्ला होता - 'तसे नका करू; राहा येथेच. पळून जाण्यापेक्षा मृत्यूला कवटाळा!' अर्थात असा सल्ला सतत देत राहणे म्हणजे एक गंभीर धोका होता त्यांच्या दृष्टीने. म्हणून त्यांनी एक निर्णय घेतला होता. हिंदु-मुसलमान दिलजमाई घडवून आणण्यासाठी कोठल्याही बाहेरच्या दबावास बळी न पडता परस्परांच्या कर्तव्यबुद्धीस आवाहन करण्यासाठी वृद्ध महात्मा गांधी प्राणांतिक उपोषणास बसणार होते. गांधींचा हा निर्णय ऐकताच माऊन्टबॅटन आपल्या खुर्चीत रेललेच धक्क्याने. गांधींच्या मतपरिवर्तनाचा प्रश्न निर्माणच होत नव्हता. गांधींच्या ठायी असणाऱ्या असामान्य धैर्याबद्दल, त्यांच्या आयुष्यभरच्या श्रद्धास्थानाबद्दल त्यांना कौतुक होते. शिवाय, माऊन्टबॅटननी आपला राग करू नये अशी गांधींची अपेक्षा होती. ते म्हणाले - "अहो, मी कशाला रागवेन आपल्यावर? हे एक अलौकिक असेच कार्य आहे - भव्य व उदात्त असे. तुमच्याबद्दल माझ्या अंत:करणात कमालीचा आदर आहे, प्रेम आहे. जेथे सर्व उपाय थकले आहेत तेथे तुम्ही खचितच यशस्वी व्हाल. खात्री आहे माझी!"

वरील शब्द उच्चारत असता माऊन्टबॅटनच्या मनात आणखी एक नवा विचार चमकून गेला, गांधींच्या या दिव्याने त्यांच्या आग्रहाला नैतिक पाठिंबा मिळेल. गांधींनी उपोषणाच्या सोपानावर पाऊल ठेवून काळपुरुषाच्या कवेत जाण्याची सिद्धता केली की,

भारत सरकारवर दबाव आणण्याची नवी शक्ती त्यांना प्राप्त होईल. ज्या नेहरू-पटेलांना गव्हर्नर-जनरलांचा सल्ला रुचत नव्हता ते महात्मा गांधींच्या आयुष्याचे मोल जाणत असल्याची खात्री त्यांना होती. पाकिस्तानला त्याच्या हक्काचे पंचावन्न कोटी रुपये नाकारणे सर्व प्रकारच्या नीतिनियमांना धुडकावून लावणारे कृत्य आहे यावर दोघांचे एकमत झाले. नव्याने स्वतंत्र झालेल्या भारताने अशा तऱ्हेचे अनैतिक कृत्य करणे म्हणजे जगाच्या नजरेतील आपल्या पारंपरिक उज्ज्वल प्रतिमेला डागाळण्यासारखे आहे, हे स्पष्ट होते. म्हणजे आता महात्माजींच्या या संभाव्य उपोषणाला आणखी एक नवी झळाळी मिळाली. केवळ दिल्ली नगरातील शांतता-प्रस्थापन हेच त्यांचे उद्दिष्ट उरले नाही. भारताची प्रतिष्ठा सांभाळणे हे ध्येय ठरले नवे! आयुष्यभर अविरत झगडा करणारे गांधी पुन्हा एकदा स्वत:च्या प्राणाची पर्वा न करता स्वेदशाची प्रतिष्ठा जपणार होते. बस्स, ठरले. त्यांच्या उपोषणाचा हेतू निश्चित झाला. जोपर्यंत भारत सरकार पाकिस्तानचे पंचावन्न कोटी रुपयांचे देणे चुकते करणार नाही तोपर्यंत राष्ट्रपित्याच्या स्थानी असलेले मोहनदास करमचंद ऊर्फ महात्मा गांधी आपले प्राणांतिक उपोषण सोडणार नाहीत. हा एक अत्यंत प्रामाणिक व धैर्यशाली निर्णय होता. आणि त्याची अखेरही तितकीच प्राणघातक व्हायची होती.

गांधींच्या चेहऱ्यावर मिस्किल असे स्मित उमटले. ते माऊन्टबॅटनना म्हणाले - ''आज त्यांना तसंच सांगायला गेलो तर ऐकणार नाहीत ते माझं. पण एकदा का उपोषणाला बसलो की निमूटपणे मान्य करतील सारं! खरं की नाही?''

●

‖ मरू देत गांधींना!

नवी दिल्ली, १३-१८ जानेवारी १९४८. तारीख तेरा जानेवारी. वार
मंगळवार. वेळ अकरा वाजून पंचावन्न मिनिटे. दिवस कडक थंडीचे. गांधींनी
नित्याप्रमाणे आपली पहाटेची प्रार्थना उरकली. खोलीतील गारठ्यात कुडकुडत
असताना त्यांनी देवाला आळविले - 'शूर लोकच परमेश्वराच्या सन्निध जाण्याची
धडपड करतात. भित्र्याचे ते काम नव्हे!' महात्मा गांधींनी आपल्या आयुष्यातील
अखेरच्या अग्निदिव्यास-उपोषणास-आरंभ केला.

बरोबर साडेदहा वाजता त्यांनी उपोषणपूर्व भोजन उरकले. दोन चपात्या, एक
सफरचंद, सोळा औंस शेळीचे दूध, पपनसाच्या तीन फोडी. त्यांचे भोजन आटोपल्यानंतर
बिर्लाभवनाच्या बागेत प्रार्थना होऊन उपोषणाचे औपचारिक उद्घाटन झाले. त्यावेळी
त्यांच्याभोवती काही निकटवर्ती मित्र आणि परिवारातील मंडळी होती. मनू, आभा,
प्यारेलाल नायर, त्यांच्या भगिनी डॉक्टर सुशीला नायर आणि त्यांचे आध्यात्मिक
वारस जवाहरलाल नेहरू. प्रार्थना संपली आणि गांधी मध्यान्हीच्या उन्हात आपल्या
खाटेवर लवंडले. गेल्या काही आठवड्यांत त्यांच्या चेहऱ्यावर आलेली कृष्णछाया
आज दिसत नव्हती. आज प्रथमच ते आनंदी व निश्चिंत दिसले.

राजधानी दिल्लीत एकत्र आलेल्या देशी-विदेशी पत्रकारांनी गांधींच्या या नव्या
उपोषणाला चांगलीच प्रसिद्धी दिली. पण कोणालाही त्याच्यामागे असलेल्या हेतूचा
अजमास घेता आला नाही. कलकत्त्याची गोष्ट निराळी होती. तेथे हिंसाचार चालू

होता. दिल्लीतील परिस्थिती गंभीर असली तरी प्रत्यक्षात काही घडत नसताना गांधी उपोषणास का बसले हा प्रश्न होता. त्यांनी घातलेल्या अटी काहींना विचित्र वाटल्या. लोकांचा त्यामुळे गोंधळ उडाला. काहींना संताप आला, काहींना दुःखही झाले. दिल्लीत मुसलमानांच्या हातून सपाटून मार खाल्लेले हजारो निर्वासित उपस्थित होते. बोचऱ्या थंडीपासून रक्षण व्हावे म्हणून त्यांनी आपापले तंबू सोडून मुसलमानांच्या मशिदीत, घरांत तळ ठोकला होता आणि आज त्यांचा महात्मा त्यांना तिकडे परतण्याचा आदेश देत होता. आदेशापेक्षा 'त्या' अटीची लोकांना आलेली चीड विलक्षण होती. प्रत्यक्ष मंत्रिमंडळातही दोन तट पडले होते. 'पाकिस्तानचे पंचावन्न कोटी रुपये परत करा' ही गांधींची अट खरोखर महागात पडणार होती सर्वांनाच! अलीकडच्या काळात त्यांचा विसर पडलेल्या सरकारला व जनतेला गांधींच्या या अखेरच्या अस्त्राने चांगलीच जाग आणली. इतके दिवस ब्रिटिशांशी लढताना योजलेल्या या 'सुदर्शना'चा उपयोग करणारे महात्मा गांधी आपल्याच देशबांधवांमध्ये वसत असणाऱ्या पापवृत्तीचे पारिपत्य करण्याकरता सज्ज होते.

पुणे, १३ जानेवारी १९४८. दिल्लीपासून सातशे मैलांवरील, पुणे शहरातील एका शेडमध्ये दहा आठवड्यांपूर्वीच सुरू केलेल्या 'हिंदुराष्ट्र' नियतकालिकाच्या कचेरीतील टेलीप्रिंटर मशीन क्षणाक्षणाला नव्या वार्ता प्रकट करत होते. त्या यंत्रावर नजर ठेवून असणाऱ्या त्या दोघांच्या- नथूराम गोडसे आणि नारायण आपटे- अंगांचा जळफळाट झाला गांधींच्या उपोषणाची व त्यामागच्या जाहीर हेतूंची बातमी वाचून! पाकिस्तानला पंचावन्न कोटी रुपये सुखासुखी परत करायचे! केवढा राजकीय भ्रष्टाचार होता हा! ही जनतेची शुद्ध फसवणूक होती व तीही बेमालूमपणे, सावाचा आव आणून केलेली! आधीच जहाल मतवादी असलेल्या त्या कट्टर हिंदुत्वनिष्ठांचे माथे अधिकच भडकले. नथूराम गोडसेचा चेहरा तर पांढरा फटफटीत पडला. तो आपटेकडे वळला. याआधीचे त्यांचे हिंसक कट म्हणजे दुय्यम गोष्टी होत्या. आता त्यांची सर्व शक्ती एकाच बिंदूवर केंद्रित होण्याची गरज होती. 'आपण गांधींचा वध केलाच पाहिजे!' गोडसेने जाहीर केले.

बिर्ला भवनाच्या आवारातील बागेत गांधींनी आपल्या नित्याच्या सार्वजनिक सायंप्रार्थना सभेसाठी निवडलेली जागा अतिशय देखणी होती. साधारणपणे टेनिसची दोन क्रीडांगणे करता येतील अशी सुरेख, व्यवस्थित छाटलेली हिरवळ, त्याच्याभोवती गुडघाभर उंचीचा नक्षीदार गराडा, त्याच्या बाजूला गुलाबपुष्पांची रोपे असा थाट होता. जागेच्या एका टोकाला किंचित उंचवटा करून तेथे एक तंबू तयार केला होता. एका बाजूस तेथेच एक सहा इंच उंचीचा लाकडी कट्टावजा बैठक तयार

केलेली होती गांधीभक्तांनी. त्यावर एक गवताची बिछायत व एक मायक्रोफोन असा जामानिमा होता. बिछायतीच्या बाजूस गांधीचे आवडते 'गीते'चे पुस्तक, त्यांची भाषणाची टिपणवही व एक पितळी पिकदाणी नीट मांडून ठेवलेली असायची. त्या दिवशीचे महत्त्व ओळखून सुमारे सहाशे लोक जमले होते प्रार्थनेला. आज गांधींनी सुरुवातीला आपल्यासमोरच्या समुदायाला रवींद्रनाथ टागोरांचे 'एकला चलो रे' हे गीत आपल्याबरोबर म्हणायला सांगितले. त्यानंतर त्यांनी उपोषणाचा उद्देश स्पष्ट केला- "परमेश्वराने सर्वांची अंत:करणे शुद्ध करावीत. हिंदू, शीख व मुसलमान बांधवांनी एकमेकांशी बंधुतुल्य वर्तन करावे यासाठी हे उपोषण आहे. आज दिल्ली शहराची कसोटी घ्यायची आहे मला. भारतात व पाकिस्तानात कितीही मानवसंहार होवो, दिल्ली आपल्या कर्तव्यपूर्तीच्या मार्गावरून ढळता कामा नये. पाकिस्तानातील एकूण एक हिंदू वा शीख प्राणाला मुकले तरी दिल्लीतील एका मुसलमान बालकाचा देखील खून पडता कामा नये. या देशातील प्रत्येक मुसलमानाच्या जीवितरक्षणाची जबाबदारी आपली आहे. भारतातील सर्व जमातींना आपल्या भारतीयत्वाचा विसर पडू नये. आपल्या पशुतुल्य वर्तनाचा त्याग करून त्यांनी मानवतेची कास धरली पाहिजे. जर त्यांच्या हातून हे घडणार नसेल तर माझ्या जिवंतपणाला कसलाच अर्थ उरणार नाही." गांधींनी भाषण संपवले. सर्व जण चिंताग्रस्त मनाने घरी परतले. मार्गारेट बुर्क व्हाइटनी त्यांचे छायाचित्र टिपले. इतरांप्रमाणे त्यांच्याही मनात एक विचार चाटून गेला - 'गांधी यातून वाचतील काय?'

पुणे, १३ जानेवारी १९४८. 'हिंदुराष्ट्र'च्या कचेरीत आज चाललेल्या बैठकीवर कोणाचीही चोरटी नजर नव्हती. आज तेथे फक्त चौघे जणच एकत्र बसले होते. नथूराम गोडसे, त्याचा भागीदार नारायण आपटे, त्याच्यासमोर विष्णू करकरे, डेक्कन गेस्ट हाऊसचा मालक आणि मदनलाल पाहवा, तो खट्याळ पंजाबी निर्वासित युवक. वास्तविक, तीन महिन्यांपूर्वी टिपणे घेणाऱ्या पोलिसाची खरी गरज आज होती.

नथुरामने त्यांच्याकरता सांप्रतच्या राजकीय परिस्थितीचा आढावा घेतला, "आता आपण गप्प बसून नाही चालायचं. काहीतरी ठोस कृती केलीच पाहिजे." शेवटी जाहीर केले त्याने. त्याच्या या आवाहनाला मदनलालने तेथल्या तेथे पुष्टी देऊन टाकली. वडलांवर झालेल्या अत्याचाराच्या सुडाची आग सतत पेटती होती त्याच्या अंत:करणात. पाठोपाठ करकऱ्यांनीही रुकार दिला. तेथून ते चौघे साधुवेषात वावरणाऱ्या दिगंबर बडगेच्या घरी गेले. एखाद्या जवाहिऱ्याने गिऱ्हाइकासमोर कानांतील कुंडले, गळ्यातील हार आपल्या मखमालीवर पसरावे त्याप्रमाणे आपल्यासमोरच्या रजईवर बडगेने आपल्या शस्त्रसंभारातील शेलकी हत्यारे त्यांच्या पुढ्यात मांडून

ठेवली. त्याच्याजवळ सर्व काही होते. फक्त एकच महत्त्वाचे शस्त्र नव्हते-सहजासहजी लपवता येणारे स्वयंचलित पिस्तूल. बडगेने मांडलेल्या हत्यारांतील काही वस्तू त्यांनी निवडल्या- काही हातबाँब, इतर स्फोटक द्रव्ये वगैरे. तेथून निघताना बुधवार, दिनांक १४ जानेवारीला, दादर येथील हिंदुमहासभेच्या कार्यालयात रात्री पुन्हा एकत्र येण्याचे त्यांनी ठरवले.

गाव सोडण्यापूर्वी गोडसेने शेवटची आवराआवर केली. ज्याचा वध तो करणार होता त्या माणसाप्रमाणे गोडसेकडेही स्वत:च्या मालकीच्या अशा फारच थोड्या वस्तू होत्या - त्याने घेतलेल्या विम्याच्या दोन पॉलिस्यांचे कागद, दि ओरिएंटल लाईफ इन्शुअरन्सच्या पुण्यातील कचेरीत जाऊन त्याने त्यापैकी क्र. ११६६१०१ ची तीन हजार रुपयांची पॉलिसी आपल्या धाकट्या भावाच्या-गोपाळच्या-पत्नीच्या, दुसरी क्र. ११६६१०२ ची दोन हजार रुपयांची आपल्या भागीदाराच्या-आपटेच्या-पत्नीच्या नावाने करून दिली. एक प्रकारे आपला मृत्युपूर्व जाहीरनामाच लिहिला म्हणू या. अर्ध्या जगाने संतपदाच्या पायरीवर नेऊन ठेवलेल्या माणसाचा वध करून स्वत: फासावर चढण्याची तयारी केली नथूरामने!

शक्य असेतोपर्यंत उपोषणकाळातही गांधींचा दैनंदिन कार्यक्रम ठरल्याप्रमाणे चालू होता. सकाळी लवकर उठायचे, गीतपठण करायचे... नंतर बाभळीच्या काडीने उरलेसुरले दात घासायचे. त्या दिवशी बुधवारी गांधी स्वत:शीच बोलताना मनूने ऐकले- 'आज उपवास करावा असं मला का वाटत नसावं बरं!' लगेच तिने गांधींच्या हातात खाण्याचा सोडा घातलेल्या कोमट पाण्याचा पेला दिला. तोंड वाईट करीत गांधींनी ते मिश्रण गिळून टाकले. त्यानंतर परवापासून पूर्ण करायचे एक काम घेऊन ते बसले. त्यांच्या सगळ्यात धाकट्या मुलाचे - देवदास गांधींचे - एक पत्र आले होते. त्याने वडलांना उपोषण सोडून देण्याची विनंती केली होती- 'जिवंत राहून जे तुम्ही साधाल ते तुमच्या मृत्यूने जमणार नाही.' गांधींनी मनूला त्या पत्राचे उत्तर सांगितले— 'एक परमेश्वरच मला त्यापासून परावृत्त करेल. तुम्ही सर्वांनी लक्षात ठेवावे की जगणे वा मरणे या दोन्ही गोष्टी माझ्या दृष्टीने क्षुद्र आहेत. माझी देवाकडे एक प्रार्थना आहे, 'हे ईश्वरा, या उपोषणकालात माझी निर्धारशक्ती शाबूत ठेव. केवळ जिवंत राहण्याच्या मोहास बळी पडून, घिसाडघाई करून त्याचा भंग करण्याची पाळी माझ्यावर आणू नकोस.'

आज त्यांचे वय अठ्याहत्तर होते. दिल्लीस परतल्यापासून त्यांची प्रकृती खरोखरच खालावली होती. त्यांचा एक मूत्रपिंड नीट काम देत नव्हता, त्यांची भूक मंदावली होती, रक्तदाब वाढला होता. सगळ्या तक्रारींवर सर्पगंधा या आयुर्वेदिक औषधाशिवाय दुसरे कोणतेच औषध ते घेत नसत. सध्याच्या कडक उपोषणात तेही

बंदच होते. त्यांचे वजन घेताना डॉ. सुशीला नायरना मोठीच चिंता वाटू लागली. पहिल्या चोवीस तासांतच त्यांचे वजन दोन पौंडांनी कमी झाले होते. एकदा का ते उतरायला लागले की त्यांच्या कृश देहातील चरबी किती दिवस पुरी पडणार? चरबीचा साठा संपला की शरीरातील प्रथिनाकडे धाव घेतली जाते शक्तिपुरवठ्यासाठी. ही प्रक्रिया थांबली की संपले. गांधींच्या सध्याच्या अवस्थेत हे सगळे वेगाने घडणार होते.

त्या दिवशी दुपारी बाराच्या सुमारास भारताच्या मंत्रिमंडळाची बैठक भारताच्या सद्विवेकबुद्धीचा साक्षात अवतार असणाऱ्या महात्मा गांधी नामक एका उपोषणकर्त्या वृद्धाच्या चारपाईभोवती भरली. चर्चेत विषय होता ज्वलंत असा-पाकिस्तानचे पंचावन्न कोट रुपये देण्याचा! गांधींनी घातलेल्या या अटीचा राग बहुतेक मंत्र्यांना आणि विशेषत: वल्लभभाई पटेलांना जास्त होता. प्रथम नेहरू, नंतर पटेल यांनी आपली भूमिका स्पष्ट केली. गांधी शांतपणे, डोळे छताकडे लावून पडले होते. अगोदरच अशक्त झालेले, गुंगीत असलेले गांधी काहीच बोलत नव्हते. पुष्कळसे ऐकून झाल्यावर ते हाताच्या कोपरांवर उठून बसले. उठताना त्यांना ताण पडत होता, वेदना होत होत्या, डोळ्यांत पाणी उभे होते. त्यांनी पटेलांकडे पाहिले. त्यांच्या नेतृत्वाखाली झालेल्या चळवळीत पटेल सदैव त्यांच्या साथीला होते. आपल्या घोगऱ्या आवाजात गांधी कुजबुजले - "माझ्या परिचयाचा 'सरदार' संपलाय तुमच्यातला!" एवढे बोलून ते पुन्हा खाली कोलमडले आपल्या चटईवर!

गांधींनी उपोषण सोडावे अशी विनंती करण्यासाठी अनेक हिंदू, मुसलमान, शीख नेतेमंडळी त्यांना भेटत होती. त्यांच्या या विनंतीमागे काय दडले होते याची कल्पना बिर्लाभवनाच्या भिंतीत कोंडून घेतलेल्या गांधी परिवाराला नसावी. बाहेरच्या बाजूस एक अनोखा चमत्कार घडत होता. नव्या दिल्लीच्या कॅनॉट सर्कलसारख्या गजबजलेल्या भागात जनमनाचा कानोसा घेत फिरणाऱ्या एका काँग्रेस पक्षाच्या पदाधिकाऱ्याला- श्री. जी. एस. सिन्हांना- लोकांची प्रतिक्रिया पाहून धक्काच बसला. गांधींचे प्राण वाचावेत अशी त्यांची इच्छा नव्हती. त्यांचे हे उपोषण म्हणजे मुसलमानांना साह्य करण्यासाठी टाकलेले एक पक्षपाती पाऊल आहे असे अनेकांना वाटत होते. त्या दिवशीच्या जानेवारी महिन्यांतील एका दुपारी सिन्हामहाशयांच्या कानावर - "काय केले म्हणजे गांधी राहतील हो?" हा प्रश्न येण्याऐवजी "या म्हाताऱ्याची कटकट संपणार तरी कधी?" हाच प्रश्न वारंवार आला. प्रक्षुब्ध निर्वासितांच्या एका गटाने गांधींच्या बाजूने निघालेल्या जातीय ऐक्याचे आवाहन करणाऱ्या निदर्शकांना उधळून लावल्याचीही घटना घडली.

त्या दिवशी सायंकाळी, एक अस्पष्ट पण परिचित गजबजाट बिर्लाभवनाच्या दिशेने पुढे सरकत निघाला. मोठ्या आशेने व औत्सुक्याने गांधी परिवाराचे कान

त्याच्याकडे लागले. असाच एक आवाज त्यांनी कलकत्त्यातही ऐकू आला होता याआधी. नुकताच अंधार पडला होता. गांधींच्या सचिवांनी प्रवेशद्वाराकडे धाव घेतली. रस्त्यावरील दिव्यांच्या अंधुकशा उजेडात एक मिरवणूक येताना दिसत होती. मिरवणुकीतील लोकांच्या हातात फलक, झेंडे सर्व काही होते. माणसांच्या आकृती धूसर भासत होत्या. गांधींच्या खोलीत अद्याप उजेड नव्हता. गांधी अर्धवट गुंगीतच होते - नेहमीसारखेच अशक्त, आळसावलेले. निदर्शक जवळ येऊन पोहोचले. त्यांच्या घोषणांचा ध्वनी खोलीत घरघरू लागला. गांधींनी आपले सचिव प्यारेलाल यांना जवळ बोलावले.

"काय चाललंय?" त्यांनी प्यारेलालना विचारले.

"निर्वासित निदर्शनं करताहेत." प्यारेलाल उत्तरले.

"खूप लोक आहेत?"

"नाही, फारसे नाहीत!"

"काय? काय करताहेत काय ते?"

"घोषणा देताहेत!" एक क्षणभर गांधींनी त्या घोषणा समजावून घेण्यासाठी तिकडे कान लावले. पण त्यांना नीट ऐकू येईना. "काय म्हणणं आहे त्यांचं?" गांधींनी प्रश्न केला.

प्यारेलाल थोडा वेळ थांबले. काय उत्तर द्यावे याचा विचार केला. आलेला आवंढा गिळला व उत्तर दिले, "गांधीको मरने दो! मरू देत गांधींना! महात्मा गांधी मुर्दाबाद!"

मुंबई १४ जानेवारी १९४८. मुंबईच्या उत्तर टोकाचे एक उपनगर. सभोवताली अंधार पडलेला आहे. सिमेंटचे बांधकाम केलेली एक भपकेदार दुमजली इमारत उभी आहे वादळी वाऱ्याचे तडाखे खात. प्रवेशद्वाराला लोखंडी सळ्यांचे एक फाटक आहे. गांधी या जगातून निघून गेले पाहिजेत अशी इच्छा करणारे ते तिघे जण त्या दाराजवळ उभे आहेत. त्या इमारतीच्या एका भिंतीत एक संगमरवरी फलक बसवला आहे. फलकावर मराठी अक्षरात कोरलेले आहे - सावरकर सदन.

या सदनाचे धनी होते वीर सावरकर. स्वतःला कट्टर हिंदुधर्माभिमानी म्हणवून घेणारे सावरकर गांधींचा खूप राग करायचे. त्यांच्या नेभळट अहिंसा-सिद्धांताचा धिक्कार करायचे. सावरकर व गांधी यांच्या श्रद्धास्थानांत अंतर होते जमीन-अस्मानाचे! आपल्या वास्तव्याने पुनीत होणाऱ्या प्रत्येक ठिकाणी अहिंसेचे मंदिर स्थापणारे गांधी एकीकडे, तर मुंबईच्या केळुसकर मार्गावरच्या ताडवृक्षांच्या सावलीतील सावरकर-सदनात सशस्त्र चळवळीच्या योजना आखणारे, ज्वलंत क्रांतिकारक सावरकर दुसरीकडे! साहजिकच मुंबईत उतरताच, गांधींच्या खुनाची मसलत

करणाऱ्या त्या तिघांनी या सदनाच्या धन्याची वाट पाहणे साहजिकच होते. त्या तिघांपैकी एकाच्या हातात एक तबला धरलेला होता. सदनाच्या रक्षकाने त्या त्रिकूटाला स्वागतिकेत बसवले. त्या खोलीच्या पलीकडच्या जिन्यातून हिंदुराष्ट्र दलाच्या सर्वाधिकाऱ्याला भेटण्याची मुभा काही निवडक अनुयायांनाच असायची. नथूराम गोडसे व नारायण आपटे हे त्यांपैकीच. त्यामुळे बडगेला तेथेच बसवून दोघे वरच्या मजल्यावर गेले. गेल्या गेल्या, सावरकरांच्या पायाला हात लावून त्यांनी अभिवादन केले. त्या दिवशी सावरकरांची भेट घेणाऱ्यांत करकरे व मदनलाल हेही होते. करकरे याने मदनलालचा परिचय 'एक अतिशय धाडसी कार्यकर्ता' या शब्दात करून दिला होता. सावरकरांच्या निर्विकार चेहऱ्यावर स्मित उमटले होते ते शब्द ऐकल्यावर. नंतर त्यांनी मदनलालचा हात, एखाद्या मांजराच्या पिलाच्या पाठीवर हात फिरवावा तसा कुरवाळला होता. 'तुझे कार्य तसेच चालू ठेव-' असा आदेश त्याला दिला.

सावरकरांची भेट घेऊन बाहेर पडल्यानंतर त्या तिघांची रात्रीपुरती फाटाफूट झाली. बडगे गेला हिंदुमहासभेच्या कार्यालयात झोपायला. आपटे-गोडसे या चित्पावन ब्राम्हण जोडीने किंचित दर्जेदार ठिकाण निवडले. दोघे जण सी ग्रीन हॉटेलात उतरले. हॉटेलात पोहोचताच उतावळ्या आपटेने फोन लावला. त्याला नंबर हवा होता तीनशे पाच. पलीकडून एक मंजुळ आवाज येताच आपटे आनंदला. वास्तविक तो फोन नंबर मुंबई पोलिसांच्या मध्यवर्ती स्विचबोर्डावरचा असूनही आपटेने ते धाडस केले होते. एका मोठ्या खुनाचा कट शिजवणाऱ्या राक्षसाने पोलिसांशी संपर्क साधावा यावर बसला असता का कोणाचा विश्वास? पण त्याला हवी असलेली व्यक्ती मुंबई पोलिसांच्या चीफ सर्जनची कन्या होती. आपटेचा संदेश मिळताच ती ताबडतोब निघणार होती त्याला भेटायला- ती रात्र त्याच्या सुगंधित सहवासात लुटण्यासाठी!

गुरुवार दि. १५ जानेवारीला डॉ. सुशीला नायर यांनी गांधींची लघवी तपासली. त्यांच्या शरीराच्या ऱ्हासास सुरुवात झाली होती. केवळ अठ्ठेचाळीस तासांतच गांधींनी धोक्याची रेषा ओलांडली. त्यांच्या मूत्राशयात ॲसिटोन व ॲसेटिक ॲसिडचा प्रादुर्भाव झाला. गेल्या चोवीस तासांत गांधींच्या पोटात अडुसष्ट औंस सोडामिश्रित कोमट पाणी गेले असूनही त्यापैकी फक्त अठ्ठावीस औंसच बाहेर आले होते, असेही आढळले. म्हणजे गांधींचा मूत्रपिंड नीट काम देत नव्हता. डॉ. नायर यांना खूप काळजी वाटू लागली. आता गांधी यातून बाहेर पडणे कठीण अशी त्यांची खात्री झाली. त्यांनी गांधींना सांगून पाहिले पण व्यर्थ.

"ज्याअर्थी माझ्या लघवीत ॲसेटोनचा अंश आढळला आहे, त्याअर्थी प्रभू

रामावरची माझी श्रद्धा अपुरी आहे असे म्हणता येईल.'' ते पुटपुटले.

''अहो, रामाशी याचा संबंध येत नाही बापू, त्याच्यामागे शास्त्र आहे.'' असे म्हणून त्यांनी सर्व गोष्टी खुलासेवार समजून सांगितल्या. गांधी शांतपणे ऐकत राहिले. शेवटी डॉक्टरांच्या चेहऱ्यावर नजर स्थिरावत त्यांनी प्रश्न केला- ''तुमच्या शास्त्राला सर्व काही कळते असं म्हणायचंय काय तुला? भगवद्गीतेत कृष्ण काय म्हणतो दहाव्या अध्यायात- ही सगळी सृष्टी मी माझ्यातील एका अणूत सामावून घेतली आहे. आता बोल!''

ज्या दिवशी महात्माजींनी डॉक्टर नायर यांना त्यांच्या शास्त्राची मर्यादा समजावून दिली त्याच्या दुसऱ्याच दिवशी सकाळी ७.२० ला सुटाबुटातला नारायण आपटे मोठ्या ऐटीत मुंबईतील एअर इंडियाच्या कार्यालयात शिरला. त्याने शनिवार दिनांक १७ जानेवारीला निघणाऱ्या मुंबई-दिल्ली डी सी ३ या विमानाची दोन तिकिटे मागितली. मात्र नावे सांगताना मुद्दामच गफलत केली - डी. एन. करमरकर व एस. मराठे अशी नावे घेतली. विमानाच्या भाड्याची रक्कम मोजून घेताना कारकुनाने नम्रपणे विचारले- ''आपल्याला परतीच्या प्रवासाची तिकिटे हवीत का?'' नारायण आपटेने त्याच्याकडे बघून स्मित केले व म्हणाला- ''नकोत. आम्ही इतक्यातच परतणार नाही. आम्हाला फक्त एकेरी प्रवासच करायचा आहे तूर्त!'' भाड्याची रक्कम रुपये तीनशे आठ भरून आपटे बाहेर पडला.

प्रकृती क्षीण असतानाही गांधींचा एनिमाचा नित्यनेम चुकला नाही कधी. ज्याप्रमाणे प्रार्थना आत्मा शुद्ध करते त्याप्रमाणे एनिमा शरीर शुद्ध करतो अशी त्यांची धारणा होती. एनिमा देण्याचे नाजूक काम मनूकडे असायचे. उपोषणास आरंभ करतानाच महात्माजींनी जाहीर केले होते - 'या महान बलिदानप्रसंगी तूच माझी एकमेव साथी आहेस.' मात्र ही भूमिका पार पाडताना मनूला खूपच कष्ट होत. वरून शांत व अलिप्त भासणारे गांधी उगीचच भडकून उठत मध्येच. एनिमासाठी लागणारे गरम पाणी आणायला जरासा उशीर झाला रे झाला की तापलेच बापू. मात्र आपल्या या वर्तनाचा, या उतावीळपणाचा त्यांना पश्चातापही व्हायचा. अशा तऱ्हेच्या उपोषणकाळातच एखाद्याला त्याच्या दोषांची जाणीव होते. एनिमा घेऊन झाला की गांधी पार दमून जात. एखाद्या कापसाच्या गठ्ठ्यासारखे पांढरे फटफटीत पडत. मनू घाबरून मदतीसाठी धावायची. मग हाताची खूण करून गांधी तिला जवळ बोलावून सांगत - ''हे बघ, घाबरू नकोस. जगाला माझी गरज असल्यास देव मला नक्की जिवंत ठेवेल.''

उपोषणाचा तिसरा दिवस उजाडला. भारताच्या राजधानीचा रागरंग बदलायला लागला शेवटी. लाल किल्ल्यावरून भाषण करताना नेहरूंनी देशाला सांगितले-

“महात्मा गांधींचा विलय म्हणजे भारतीय आत्म्याचाच विलय!” पण त्यांच्या या सभेला दहाएक हजार लोकच उपस्थित होते. तिकडे व्हाईसरॉय भवनावरचे सर्व स्वागत समारंभ, मेजवान्या रद्द करण्याचा हुकूम माऊन्टबॅटननी काढला. दिल्लीच्या रस्त्यावरून जातीय ऐक्य निदर्शक अशा मिरवणुका भीतभीत का होईनात निघू लागल्या. अर्थात कलकत्त्याच्या तुलनेने हा सगळा प्रतिसाद तसा भरघोस नव्हताच मुळी. राजधानी तशी बेफिकीरच होती. म्हणून तर मनूला वाटत होते- ‘आता महात्माजी मरणार!”

त्या मानाने पाकिस्तानातील प्रतिक्रिया तीव्र होत्या. लाहोरहून एक तार आली - ‘गांधींचा प्राण वाचवण्यासाठी काय केले पाहिजे असा प्रश्न विचारत आहेत लोक येथे.’ साऱ्या पाकिस्तानात मुस्लिम लीगचे नेते एकाएकी गांधींना स्तुतिसुमने वाहू लागले, त्यांना विश्वबंधुत्वाचा प्रेषित म्हणून संबोधू लागले, मशिदीत त्यांच्या स्वास्थ्यासाठी मौलवी प्रार्थना करू लागले. पडदानशीत मुस्लिम महिला अल्लापरवरदिगारने त्या अठ्ठयाहत्तर वर्षांच्या हिंदूचा प्राण वाचवावा म्हणून दुवा मागू लागल्या.

गुरुवारी दुपारी पाकिस्तानातील टेलीप्रिंटर मशिनवर एक सुवार्ता झळकली. आजपर्यंत दिल्लीहून इतके शुभ वर्तमान कधीच आले नव्हते. आपल्या नाट्यमय उपोषणाने गांधींनी पहिली फेरी तर जिंकली. आपल्या शरीराला भूक व यातना यांच्या स्वाधीन करून त्यांनी महंमदअली जिनांच्या राष्ट्राला दिवाळखोरीच्या दुर्दशेतून बाहेर काढले. या उपखंडातील शांततेचे पुनरुज्जीवन व्हावे आणि राष्ट्रपित्याच्या क्लेशकारक शारीरिक अवस्थेचा देशाला होणारा मानसिक त्रास वाचावा या उदात्त हेतून प्रेरित होऊन भारत सरकार पाकिस्तानचे पंचावन्न कोटीचे देणे ताबडतोब चुकते करण्याची व्यवस्था करत आहे, असे सरकारीरीत्या जाहीर करण्यात आले.

मुंबई, १५ जानेवारी १९४८. एका हिंदू देवालयात ते सगळे गुडघे टेकून गोलाकार बसले होते. जुगारी नाहीत का घोळका करून बसत, तसे. त्या देवळात बडगेने आधल्या सायंकाळी तो तबला लपवून ठेवला होता. पुन्हा एकदा त्या भोंदू साधूने त्यांच्यासमोर त्यातील वस्तू मांडल्या. शांतपणे तो त्यांना ती स्फोटके व ते हातबॉंब कसे हाताळावेत याचे प्रात्यक्षिक करून दाखवत होता. शेवटी, त्याने त्याच्या तबल्यातून त्यांना अत्यावश्यक वाटणारे पिस्तूल बाहेर काढले. त्या वस्तूकडे बघून आपटेने नाक मुरडले. त्या गावठी ओबडधोबड पिस्तुलावर आपटे नाराज झाला. आपली नाराजी त्याने गोडसेला बोलूनही दाखवली पुटपुटत. असल्या पिस्तुलाने गांधींऐवजी आपलाच मुडदा पडेल असे वाटून गेले त्याला. पण पिस्तूल मिळवणेच अतिशय अवघड होऊन बसले होते. एखादी तिमजली इमारत उडवून

देण्याइतका दारूगोळा ते जमवू शकत होते, पण त्यांचा कट यशस्वी करणारे पिस्तूल मिळवणे मात्र दुरापास्त होते. एकवेळ पैसा जमवणे सोपे होते त्यापेक्षा. आपल्या अतिरेकी मित्रांकडून पैसा किंवा रिव्हॉल्वर मिळवण्याच्या त्याच्या प्रयत्नात त्याने एक हजार रुपयांच्या नोटा जमवल्या खऱ्या, पण पिस्तुलाच्या नावाने नन्ना. बडगेची सराईत बोटे स्फोटकांवर फिरताना पाहून त्याच्या या कौशल्याचा उपयोग दिल्लीतही अपरिहार्य आहे याची जाणीव आपटेला झाली. वास्तविक बडगेला आपल्यात घ्यावयाला ते दोघे तयार नव्हते. गोडसे व आपटे यांचा त्याच्यावर विश्वासही नव्हता. पण आता त्याचे साह्य अत्यावश्यक वाटले त्यांना. लागलीच आपटे त्याला अंगणात घेऊन गेला. त्याच्या खांद्यावर हात टाकून तो बडगेच्या कानात कुजबुजला - "आमच्याबरोबर दिल्लीला चल." शेवटी त्याने बडगेला आवडणारा विषय काढला - "आम्ही सारा खर्च करू." अशा रितीने शस्त्रतज्ज्ञाचा समावेश झाल्यामुळे कटवाल्यांचे वर्तुळ पूर्ण झाले. भारतीय स्वातंत्र्याच्या शिल्पकाराला सामोरे जाण्यासाठी दिल्लीस प्रस्थान ठेवण्याची वेळ येऊन ठेपली. बडगेने तयार केलेली हत्यारे मदनलालच्या वळकटीत अतिशय काळजीपूर्वक लपवण्यात आली. मदनलाल व करकरे यांनी व्हिक्टोरिया टर्मिनसला फ्रंटियर मेल पकडून दिल्लीचा दोन दिवसाचा प्रवास सुरू करायचा, अठ्ठेचाळीस तासानंतर बडगे व नथूरामचा धाकटा भाऊ गोपाळ गोडसे यांनी वेगवेगळ्या गाड्यांनी निघायचे अशी योजना ठरली. आपटे व गोडसे विशेष अनुरूप अशा विमानमार्गे दिल्ली गाठणार होते. त्यांनी आपली तिकिटे रिझर्व केलेलीच होती. दिल्लीत सर्वांनी एकत्र यायचे स्थळ होते हिंदुमहासभा भवन. बिर्ला मंदिरास लागूनच होते ते. काय योगायोग बघा! ज्या माणसाला मारायला ते निघाले होते तो माणूसही बिर्लांच्याच निवासात राहात होता.

गुरुवारी सकाळी बिर्लाभवनातील पिछाडीच्या हिरवळीवर शेकडो श्रद्धावान माणसे प्रार्थनासभेसाठी जमली होती. काहीतरी चमत्कार होऊन ती ऐतिहासिक व्यक्ती सभेस उपस्थित होईल अशी आशा बाळगून आले होते सारे. पण त्यांच्या आशेला मूर्त स्वरूप येणारच नव्हते कारण गांधींना चालायला तर नाहीच पण बसायलाही येत नव्हते आधार घेतल्याविना. आपल्या बिछान्यातूनच ते चार शब्द उच्चारत होते जमलेल्यांसाठी. त्या दिवशीचा त्यांचा आवाज इतका अस्पष्ट होता की जणू काय ते आपल्या थडग्यामधूनच बोलत आहेत की काय असा भास व्हावा.

'माझ्या यातनांचा विचार करण्यापेक्षा राष्ट्राचा व त्याला गरज असलेल्या बंधुत्वाचा अधिक विचार करा. माझी चिंता मुळीच करू नका. जो जन्माला येतो त्याला मृत्यू चुकवताच येत नाही. मृत्यू माणसाचा महान मदतनीस आहे. तो आपल्याला जीवनाच्या कटकटीतून, दगदगीतून कायमचा मुक्त करतो. याबद्दल

आपण त्याचे सदैव ऋणी असले पाहिजे.' प्रार्थना संपताच गांधींच्या दर्शनाची मागणी लोकांकडून आली. स्त्रिया व नंतर पुरुष या क्रमाने त्यांनी ओळ केली. काही न बोलता नमस्कार करत स्त्री-पुरुषांनी काचेपलीकडच्या व्हरांड्यात निपचित पडलेल्या, हात जोडलेल्या गांधींचे दर्शन घेतले.

सकाळ झाली. मनूचा स्वत:च्या डोळ्यांवर विश्वासच बसेना. सायंकाळी ज्या गृहस्थाला बिछान्यातल्या बिछान्यात उठून बसण्याची शक्ती नव्हती तोच माणूस आपल्या सकाळच्या प्रार्थनेसाठी लडबडत चालत निघाला. नंतर त्याने आपला रोजचा बंगालीचा अभ्यास केला. शिवाय चकित करणाऱ्या ठाम सुरात सायंप्रार्थनासभेत वाचून दाखवायचा संदेश लिहून द्यायला सुरुवात केली. कोठून आली ही एवढी ताकद त्यांच्यात! खरोखरच तो एक भ्रमच होता. काही मिनिटांतच स्नानगृहाकडे निघालेल्या गांधींना भोवळ येऊन ते खाली कोसळले. त्यांची शुद्ध हरपली. डॉ. सुशीला नायर यांनी त्यांना बिछान्यावर आणून झोपवले. काय झाले असावे हे त्यांच्या ध्यानात आले. गांधींचा मूत्रपिंड बिघडल्यामुळे त्यांना जलोदर होण्याचा संभव बळावला होता. त्यांचे वजन, रक्तदाब, नाडी तपासल्यानंतर तो पक्का झाला. कार्डियोग्रामने त्यावर मोहोर उठवली. कोणत्याही क्षणी काहीही घडावे अशी अवस्था निर्माण झाली. काहीतरी निर्वाणीचा उपाय शोधून काढला नाही तर भारताच्या या सर्वमान्य नेत्याला उर्वरित आयुष्य अपंगावस्थेत काढण्याखेरीज गत्यंतर राहाणार नव्हते.

एकाएकी त्या शुक्रवारी भारताच्या मनोवृत्तीत कमालीचा फरक पडला. आकाशवाणीवरून गांधींच्या प्रकृतीची माहिती देणाऱ्या बातम्या तासातासाला प्रसारित होऊ लागल्या. देशी-विदेशी पत्रकार डोळ्यांत तेल घालून परिस्थितीवर लक्ष ठेवू लागले. सारा देश हडबडला, हलू लागला. गांधींचे प्राण वाचवण्यासाठी हिंदु-मुस्लिम ऐक्याच्या प्रतिज्ञा जाहीर झाल्या. हजारो लोक सार्वजनिक प्रार्थना करू लागले. मशिदीमशिदीतून मुसलमान लोक दुवा मागू लागले इन्शाल्लाकडे. मुंबईच्या अस्पृश्यांनी 'तुमचे जीवन आमचे आहे' अशा अर्थाची तार धाडली. आजपावेतो बेफिकीर असलेली दिल्ली खडबडून उठली. हिंदू, मुसलमान, शीख हातात हात घालून दिल्लीच्या रस्त्यावरून हिंडू लागले. त्यांनी शांततादलांची स्थापना केली. उपोषण सोडण्याची विनंती करणारे अर्ज गांधींकडे गेले. शाळाकॉलेजं बंद ठेवण्यात आली. दोनशे निर्वासित आईमुलांनी एका दिवसाचे उपोषण करून गांधींना सहानुभूती दाखवली. पण अद्यापही गांधी अविचलच होते. आपल्या देशबांधवांचे परिवर्तन पूर्णत्वाला पोहोचावे असा त्यांचा अंतिम हेतू होता.

"मला घाई नाही. मला अर्धवट गोष्ट रुचत नाही. मला शांतता हवी आहे साऱ्या भारतात, साऱ्या पाकिस्तानात! माझ्या बलिदानाचा अर्थ तोच आहे."

आपल्या प्रार्थनासभेत ते म्हणाले.

आपल्याबरोबर निरनिराळ्या जमातींच्या नेत्यांचे एक शिष्टमंडळ घेऊन नेहरू त्यांच्या बिछान्याकडेच आले. दिल्लीच्या वातावरणात आश्चर्यकारक बदल झाल्याची ग्वाही त्यांनी दिली. गांधी आनंदून म्हणाले- "काळजी नका करू. मी तसा मरणार नाही एकाएकी. मला भक्कम काम हवे!" त्यांचे बोलणे चालू असता कराचीहून एक तार आली. 'दिल्लीहून परागंदा झालेले मुसलमान स्वगृही परतू शकतील का' अशी विचारणा तीत होती. "हां, आता कसोटी आहे तुमची!" गांधी पुटपुटले. ती तार घेऊन गांधींच्या सचिवांनी निर्वासितांच्या छावण्यांचा दौरा केला. गांधींचे प्राण वाचवणे त्यांच्या हातात आहे असे त्यांना पटवण्याचा प्रयत्न केला. जवळजवळ एक हजार निर्वासितांनी मुसलमानांच्या संरक्षणाची हमी घेतली. त्यांच्या नेत्यांनी महात्माजींची भेट घेऊन त्यांना तसे आश्वासन दिले व उपोषण सोडण्याची कळकळीची प्रार्थना केली.

उपोषणाच्या पाचव्या दिवशीही गांधींच्या वजनात फरक पडला नव्हता. गेले तीन दिवस ते एकशे सात पौंडावरच स्थिर होते. म्हणजे गांधींच्या मूत्ररेचनात सुधारणा नव्हती. रक्तदाब १८४ वर गेला, नाडी क्षीण होत चालली. अठ्याहत्तर वर्षांचे हृदय अनियमितपणे ठोके देऊ लागले. डॉक्टरांची नजरच त्यांना गांधींच्या प्रकृतीच्या उतरणीची कल्पना देत होती. चौघाही डॉक्टरांचे अनुमान एकच निघाले - 'जास्तीत जास्त बहात्तर तास जगतील गांधी! येत्या चोवीस तासांत मृत्यूची सारी लक्षणे दिसू लागतील.' शनिवारच्या त्यांच्या पत्रकात स्पष्टपणे तसा उल्लेख केला त्यांनी.

पुणे, १७ जानेवारी १९४८. मुंबई एक्सप्रेस धुसफूस करत पुणे रेल्वे स्टेशनवर येऊन थांबताच फलाटावर उभ्या असलेल्या त्या साधारण लठ्ठ स्त्रीच्या शरीरातून एक उदासवाणी शिरशिरी निघून गेली. ती नि तिचा पती भोवतालच्या गर्दीतून वाट काढत तिसऱ्या वर्गाच्या डब्याकडे चालले असताना तिच्या मनात विचार आला - 'हे कोठे निघालेत याचा पत्ता फक्त मला एकटीलाच ठाऊक आहे.' ती स्त्री गोपाळ गोडसेची पत्नी होती. त्या दिवशी गोपाळ गोडसे ठरल्याप्रमाणे दिल्लीला प्रयाण करत होता. आपला बंधू नथूराम याला शब्द दिल्याप्रमाणे त्याच्या वळकटीत ३२-कॅलिबर पिस्तूल लपवलेले होते. मिलिटरी डेपोतील आपल्या एका सहकारी कामगाराकडून त्याने ते दोनशे रुपयांत खरेदी केले होते. आपल्या घराजवळच्या झाडीत त्याची चाचणीही घेऊन पाहिली होती. त्याची पत्नी त्याच्या अव्यभिचारी श्रद्धांशी सहमत असल्याने त्याने त्या खरेदीमागचा हेतू तिच्यापाशी उघड केलाही होता. त्याच्या या नियोजित कृत्यास तिचा हार्दिक पाठिंबाही मिळवला होता.

पत्नीच्या कडेवर असलेल्या आपल्या चार महिन्यांच्या मुलीचा - असिलतेचा - त्याने निरोप घेतला. त्या दिवशीचा तो क्षण आठवून गोडसे म्हणतात- 'आम्ही आयुष्याच्या ऐन उमेदीत होतो. आमची स्वप्ने होती - विशुद्ध प्रीती आणि तर्कशुद्ध क्रांती!' गोपाळ डब्याच्या दारात पोहोचताच त्याला जवळ ओढून ती त्याच्या कानात कुजबुजली - 'इकडची कसलीही काळजी नका करू. मी स्वतःची व मुलीची काळजी वाहण्यास समर्थ आहे.' त्यानंतर तिने त्याच्या हातात वाटेत खाण्यासाठी केलेल्या चपात्यांचा डबा दिला. गोपाळ आपल्या जागेवर जाऊन बसला. गाडीच्या चाकांचा खडखडाट, निरोप घेणाऱ्या-देणाऱ्यांची शाब्दिक आतषबाजी यांच्या तालावर आगगाडी हलली. मुलीचे चिमुकले हात हलवत ती स्त्री गोपाळचा निरोप घेत, त्याला सदिच्छा देत शांतपणे आपल्या जागेवर उभी होती.

शरीर खालावत चालले तरी महात्माजींचे मन शाबूत होते. उपोषण व्यवस्थित चालू होते. आता त्यांना यातना जाणवत नव्हत्या. डॉ. सुशीला व त्यांचे तीन सहकारी त्यांच्या आयुष्याच्या मर्यादेचा अंदाज घेत असताना गांधी शांतपणे नव्याने शिकत असलेल्या बंगाली भाषेचे धडे गिरवत होते वापरलेल्या पाकिटांच्या पाठकोऱ्या कागदावर. ते झाल्यावर त्यांनी प्यारेलालना जवळ बोलाविले. त्यांच्या उपोषणाचा हेतू साध्य करण्याचे अभिवचन त्यांना मिळाले असल्याने आता त्यांना अंतिम कराराचा मसुदा तयार करावयाचा होता. त्याप्रमाणे आपला सात कलमांचा करार त्यांनी प्यारेलालला लिहून घ्यायला सांगितला. त्यावर त्यांना दिल्लीतील प्रत्येक राजकीय पक्षप्रमुखाची स्वाक्षरी हवी होती. त्या शर्थी सर्वांनी विनातक्रार मान्य केल्या पाहिजेत, मुसलमानांना त्यांच्या बळकावलेल्या एकशे सतरा मशिदी परत केल्या पाहिजेत, त्या जमातीच्या दुकानदारांवरचा बहिष्कार उठला पाहिजे, परतणाऱ्या मुसलमानांना संरक्षणाची हमी मिळाली पाहिजे. थोडक्यात, दिल्लीच्या नागरी जीवनाच्या प्रत्येक पैलूवर परिणाम झालाच पाहिजे असा गांधींनी आग्रह धरला.

गांधींचे प्राण वाचवण्याच्या हेतूने स्थापन केलेल्या शांततासमितीपुढे डॉ. सुशीलांनी त्यांच्या तात्कालिक प्रकृतीचे चित्र रेखाटले. बाहेरच्या बाजूस जनता नेत्यांवर दडपण आणतच होती. आत, गांधी शेवटच्या गुंगीत घोटाळत होते. कोणीतरी सुचवले पाण्यातून मोसंब्यांचा रस द्यावा. गांधी भानावर आले व त्यांनी त्यास नकार दिला. डॉ. सुशीला नायरांनी त्यांची लघवी काढून घेण्याचा उपाय सुचवला. तोही त्यांनी तेथल्या तेथे झिडकारला.

"अहो, पण बापू, तुम्हांला मान्य असलेल्या निसर्गोपचाराचाच भाग आहे तो!'' त्या म्हणाल्या.

"आज फक्त परमेश्वराचाच उपचार हवा आहे मला!''

जवाहरलाल नेहरू जवळ बसूनच होते. एका कोपऱ्यात तोंड झाकून डोळ्यांतील पाणी टिपत होते ते. लुई माऊन्टबॅटन व त्यांच्या पत्नी भेटण्यास आल्या. एवढे क्लेश सहन करत असतानाही गांधींची विनोदबुद्धी जागी असल्याचे पाहून माऊन्टना आश्चर्यच वाटले. त्यांचे स्वागत करताना गांधी बोलले- ''अरेच्या, महंमदाकडे पर्वत यावा म्हणून मला उपोषणास बसावं लागतंय म्हणा की!''

एडविना माऊन्टबॅटन कमालीच्या खिन्न झाल्या त्यांची स्थिती बघून. खोलीबाहेर पडताना त्यांना रडूच आले. ''वाईट वाटून घेऊ नकोस. तो एक दृढनिश्चयी, धैर्यशाली माणूस आहे. त्याना जे हवं आहे तेच करताहेत ते'' गांधींच्या निर्धाराने प्रभावित झालेले माऊन्टबॅटन म्हणाले.

आता सर्व तयारी पूर्ण झाली होती. मदनलाल व करकरे आपल्या हत्यारांसह दिल्लीत दाखल झाले होतेच. त्यांच्याजवळ हातबॉम्ब, टाइमबॉम्ब व बडगेने बनवलेले गावठी पिस्तूल इत्यादी शस्त्रे होती. आपल्याबरोबर आणखी एक जादा पिस्तूल घेऊन गोपाळ गोडसे दिल्लीच्या वाटेवर होताच. बडगे त्या दिवशी सायंकाळी निघणार होता. त्याच्यामागून एअर इंडियाच्या विमानाने आपटे व नथूराम गोडसे तेथे पोहोचणार होते.

बुधवारी सायंकाळी ज्या पद्धतीने त्या दोघांचे सावरकर सदनात स्वागत झाले त्याच तऱ्हेने आजही झाले. मात्र आज ते थोडा वेळच थांबले. सावरकर त्यांना पोहोचवण्याकरता जिना उतरून दरवाजापर्यंत आले.

बिर्ला भवनावर आदळणारा माणसांचा लोंढा थांबेचना. जवळजवळ एक लाखाची मिरवणूक निघाली. तीनतीनच्या रांगा करून, रंगीबेरंगी ध्वज व फलक फडकावत, 'गांधीजी चिरायु होवोत', 'महात्मा गांधी झिंदाबाद!' अशा घोषणा देत लोक जमू लागले. काय गंमत आहे पाहा! पाचच दिवस अगोदर याच अल्बुकर्क मार्गावर 'महात्मा गांधी मुर्दाबाद'चे नारे लागले होते. आज त्याच्या हजारो पटीने गर्जना ऐकू येत होत्या - 'महात्माजी जगलेच पाहिजेत.' बिर्ला भवनाचे आवार माणसांनी फुलून गेले नुसते. एक प्रचंड दर्याच उफाळत राहिला सतत. त्याच्या लाटांनी आवारातील फुलझाडांचा चोळामोळा झाला. जनतेच्या मनःस्थितीची जाणीव होऊन नेहरू प्रार्थना मैदानावरच्या मायक्रोफोनजवळ आले. लोकांना उद्देशून ते बोलू लागले - ''मी भारताच्या स्वातंत्र्याचे स्वप्न पाहिले. मी माझ्या हृदयात आशियाच्या भवितव्याचे चित्र रेखाटले होते. या साऱ्यांच्या मुळाशी दिसायला साधासुधा, वागायला तसा रांगडा, बोलायला तसाच, असा गांधी नावाचा एक माणूस होता. या देशाची मातीच अशी महान आणि विलक्षण

आहे की त्या मातीतूनच असा एखादा गांधी निर्माण होत असतो. तेव्हा अशा या महान नेत्याचे प्राण वाचवण्यासाठी केवढाही मोठा त्याग अपुराच पडावा. कारण याच माणसाच्या मागून जात आपल्याला आशापूर्तीचे खरेखुरे ध्येय गाठायचे आहे.'' नेहरूंच्या या शब्दावर एक निषेधाचा आवाज उमटला गर्दीतून. त्या आवाजात एक प्रकारची चीड होती, संताप होता. तो आवाज होता मदनलाल पाहवाचा. सहज गंमत म्हणून गर्दीत मिसळला आणि पोहोचला होता तेथे. नेहरूंच्या उद्‌गारामुळे वीस वर्षांच्या मदनलालला आपल्या भावनांना आवर घालता आला नाही व त्याने उत्स्फूर्तपणे आपला जाहीर निषेध नोंदवण्याचा मूर्खपणा केला. लागलीच दोघा पोलिसांनी मदनलालची मानगूट पकडून त्याला चौकीत नेले. तिकडे करकरे बसला कपाळाला हात लावून. यदाकदाचित उपोषणाच्या दिव्यातून गांधी सुखरूप पार पडले तर त्यांना नाहीसे करण्याच्या कार्यात आता खंड पडणार असा विचार त्याच्या मनात येऊन गेला. करकरेची भीती अनाठायी ठरली. काही मिनिटांतच लोक परतले. मदनलालला सोडून देण्यात आले. त्याच्यासारखे असंतुष्ट आणि रुष्ट निर्वासित जागोजागी होते राजधानीत. त्यामुळे पोलिसांनी मदनलालचे ते अविचारी कृत्य विशेष मनावर घेतले नाही. कसलीही चौकशी करण्याचा त्रास न घेता त्यांनी त्याला सोडून दिले.

संध्याकाळ होऊन बराच वेळ झाला होता. गांधींचे सचिव प्यारेलाल झपाट्याने बिर्लाभवनात घुसले. त्यांच्या हातात एक संदेश होता. त्या कागदाच्या कपट्यात महात्मा गांधींचे प्राण साठवले होते. आज त्यांची तब्येत जवळजवळ रसातळासच गेली होती. त्यांच्या खोलीला स्मशानकळाच आली होती म्हणता येईल. प्यारेलाल खोलीत आले तेव्हा गांधींना झोप लागली होती. ते त्यांच्या कानात पुटपुटले. तरीही हालचाल नाही. शेवटी प्यारेलालनी त्यांचे खांदेच हलवले. तेव्हा कोठे गांधींना जाग येऊन त्यांनी डोळे उघडले. प्यारेलालनी आपल्या खिशातून एक कागद काढला, त्याची घडी उघडली. तो गांधींच्या डोळ्यांसमोर धरला. शांतता समितीच्या सभासदांनी आपल्या सह्यांनिशी सादर केलेले एक प्रतिज्ञापत्रक होते ते. 'जमातीजमातीत शांतता, सुसंवाद व बंधुभाव राखण्याचा' पुनरुच्चार त्यात केलेला होता. गांधींनी समाधानाचा सुस्कारा सोडला. त्या पत्रकावर दिल्ली महानगरातील सर्व पक्षांच्या पुढाऱ्यांच्या सह्या आहेत का अशी पृच्छा केली. प्यारेलाल कांकू करू लागले. अद्याप दोन सह्या कमी आहेत हे कबूल केले त्यांनी. हिंदुमहासभा व राष्ट्रीय स्वयंसेवक संघ या गांधीतत्त्वांच्या कट्टर विरोधकांनी अजून होकार दिला नव्हता. ''त्यांच्या सह्या उद्या होतील, त्याबद्दल बाकीच्यांनी हमी घेतलेली आहे. त्यांनाही हा करारनामा मान्य आहे. कृपया आपण उपोषण सोडावे. आजची रात्र जावी म्हणून काहीतरी घ्या थोडं.'' प्यारेलाल गांधींना म्हणाले. ''छे छे, कोणतीही गोष्ट घाई

गडबडीत करू नये. अगदी फत्तरातील फत्तराला पाझर फुटेपर्यंत मी उपोषण सोडणार नाही!'' गांधी पुटपुटले.

रविवार, दिनांक १८ जानेवारी. सकाळचे अकरा. काँग्रेसाध्यक्ष डॉ. राजेन्द्र प्रसादांच्या कार्यालयात कसलीतरी बैठक चालू होती. फोनच्या कर्कश घंटानादाने बैठकीत व्यत्यय आला. फोन बिर्लाभवनातून आला होता. गांधींच्या प्रकृतीने एकाएकी उलटे वळण घेतले होते. ती निश्चितपणे विनाशाकडे झुकली होती. उरलेल्या त्या दोन सह्या ताबडतोब मिळाल्या नाहीत तर सगळा खेळच खलास होणार. गेला एक तास गांधी महानिद्रेच्या निकट पोहोचले होते. राजेन्द्र प्रसादांचा चेहरा वरमून गेला. आपल्याजवळ गर्दी करून बसलेल्यांना त्यांनी ती बातमी सांगितली. गांधींना ज्यांच्या सह्या आवश्यक वाटत होत्या तीच माणसे त्या सह्या करण्याकरताच जमली होती तेथे. त्यांच्यापैकी काही थोड्या वेचक पुढाऱ्यांना बरोबर घेऊन, बाकीच्यांना मागून यावयास सांगून प्रसाद बिर्लाभवनात दाखल झाले तडक. मरणाच्या मार्गावर असलेल्या एखाद्या आजाऱ्याच्या भोवती परिचारिका भिरभिराव्यात तशी गांधींच्या परिवारातील माणसे त्यांच्या बिछान्याभोवती जमली होती. बिछान्यावर पडलेल्या गांधींची शुद्ध केव्हाच हरपली होती. आधल्या दिवशीप्रमाणेच प्यारेलालनी त्यांना हाक मारली, त्यांच्या कपाळावर हळुवारपणे हात फिरवत त्यांना जागवण्याचा प्रयत्न केला. प्रतिसाद मिळेना. कोणीतरी एक ओला टॉवेल कपाळावर ठेवला. त्या गारठ्याने गांधी हलले, त्यांनी डोळे उघडले. भोवतालची माणसे पाहून किंचित हसले. भिन्न धर्माची, पंथांची, मतांची माणसे त्यांना दिसली. शीख, मुसलमान, काँग्रेसजन, पार्शी, ख्रिश्चन, हरिजन, हिंदुमहासभावादी, आर. एस. एस. पंथीय आणि खुद्द पाकिस्तानचे हायकमिशनरही. राजेन्द्र प्रसाद खाली वाकले. त्यांच्या सात कलमी करारनाम्यावर सर्वांच्या सह्या झाल्याचे सांगून आता सर्वांची कळकळीची विनंती म्हणून त्यांनी उपोषण सोडावे असे सुचवले. प्रसादांच्या विनंतीला प्रत्येकाने पुढे झुकून रुकार दिला. महात्माजींच्या चेहऱ्यावर प्रसन्नतेची छटा पसरली. आपल्याला काही सांगायचे आहे अशी खूण केली त्यांनी. मनूने आपले कान त्यांच्या ओठास लावले. त्यांचे प्रत्येक वाक्य तिने वहीवर लिहून घेतले. प्यारेलालनी ते वाचून दाखवले :

''आपण मला जे हवं आहे ते दिलंत. पण मी मात्र तुम्हाला ज्याची तहान लागून राहिली आहे ते शब्द उच्चारण्यास तयार नाही अजूनही. आज दिल्लीत जे साध्य होऊन राहिलंय ते साऱ्या देशात पसरायला हवं. आज दिल्लीत शांतता राखण्याची प्रतिज्ञा करून इतरत्र घडणाऱ्या हिंसाचारास त्यांनी आळा नाही घातला तर ही प्रतिज्ञा व्यर्थ समजेन मी. माझे उपोषण सोडणे ही मोठी चूक ठरेल. हिंदुस्थान

फक्त हिंदूंचाच व पाकिस्तान मुस्लिमांचेच फक्त ही कल्पनाच खुळचट आहे. सगळा भारत व पाकिस्तान एका दिवसात ताळ्यावर येणार नाही. ते अवघड आहे. पण मन:पूर्वक प्रयत्न केल्यानंतर आपण वास्तवापर्यंत पोहोचतोच कधीतरी. तेव्हा इतकं ऐकून घेतल्यावर मी उपोषण सोडावं, असं तुम्हाला वाटत असेल तरच मी तसं करेन. पण खरोखर भारत सुधारला नाही, तर तुम्ही एक फार्स केलात असंच म्हणेन मी. त्या वेळी केवळ मरणच मागेन!''

साऱ्या खोलीत एक कंप भरून राहिला. सर्वांनी सुटकेचा श्वास सोडला. पुन्हा एकदा जमलेल्या प्रत्येकाने गांधींना खात्रीपूर्ण आश्वासन दिले. त्यांच्या आदेशांचे तंतोतंत पालन करण्याची शपथ घेतली. सर्वांचे झाल्यावर गांधींनी मनूला जवळ बोलाविले. ''मी माझे उपोषण सोडत आहे. ईश्वराची इच्छा प्रमाण मानून सारे घडेल.'' तिने पॅडवर लिहिले. ते शब्द वाचून दाखवताना मनूच्या ओठातून विशुद्ध आनंदाचे कारंजे फुटले. वातावरण चटकन बदलून गेले. खिन्नतेचे पटल दूर झाले. एकच धांदल उडाली. पहिला जोर ओसरला. आता सर्वांनी आपल्याबरोबर प्रार्थना म्हणावी असा गांधींनी आग्रह धरला. सर्व धर्मांच्या प्रार्थना म्हणण्यात येत असता गांधींनी डोळे मिटून घेतले होते. त्यांच्या चेहऱ्यावर कमालीचा आनंद विलसत होता.

सभोवताली गर्दी केलेल्या वार्ताहरांमधून, फोटोग्राफरांच्या घोळक्यातून वाट काढत आभा गांधींच्या बिछान्याजवळ आली. तिच्या हातात ग्लुकोजमिश्रित मोसंबीच्या रसाचा पेला होता. एके काळचे काँग्रेसाध्यक्ष मौलाना आझाद व जवाहरलाल नेहरू या दोघांनी थरथरत्या भावविवश हातांनी तो पेला गांधींच्या ओठाला लावला. छायाचित्रकारांच्या दिव्यांनी खोली लखलखली. गांधींनी पहिला घोट घेतला. घड्याळात बारा पंचेचाळीस झाले होते. वयाच्या अठ्याहत्तराव्या वर्षी १२१ तास व तीस मिनिटे केवळ सोडामिश्रित कोमट पाण्यावर काढलेल्या गांधींनी पहिल्या शक्तिवर्धक द्रव्याचा स्वीकार केला. बाहेरच्या बाजूस जमलेल्या लोकांनी हर्षध्वनीच्या गर्जना केल्या. खोलीतील लोकांसाठी मोसंब्याच्या फोडींचा प्रसाद वाटण्यात आला. हे सगळे सोपस्कार आटपेपर्यंत त्यांच्या भावना व त्यांची शक्ती संपुष्टात आली. गांधी अगदी थकून गेले. त्यासरशी डॉक्टरांनी सर्वांना खोलीबाहेर काढले. फक्त एकच व्यक्ती मागे राहिली. सगळे जण तेथून गेल्यानंतर मांडी घालून बसलेल्या नेहरूंनी पुढे झुकून गांधींच्या कानाजवळ तोंड नेऊन त्यांना एक गुपित सांगितले. या क्षणापर्यंत त्यांनी त्याची वाच्यता कोणाकडेही केलेली नव्हती— अगदी त्यांच्या कन्येकडेही. परवापासून नेहरूही उपोषण करत होते आपल्या आध्यात्मिक पिताश्रींना सहानुभूती म्हणून. त्या दिवशी सायंकाळी गांधींनी प्रार्थनोत्तर भाषणही दिले. आपल्या आत्मिक बलाने त्यांना आवश्यक ती शक्तीही प्राप्त करून दिली पुन्हा. छत्तीस तासांपूर्वी केवळ कुजबूज भासणारा त्यांचा आवाज सुरास लागला.

"तुम्ही सर्वांनी माझ्याविषयी जी ममता दाखवलीत त्याची मला जन्मभर आठवण राहील. दिल्ली व इतर शहरे यांत फरक करू नका. भारत व पाकिस्तानात पुन्हा एकदा शांतता नांदू दे. साऱ्यांचे जीवन एकच आहे असे मानल्यास आपण एकमेकांना शत्रू मानण्याचे कारणच उरणार नाही. प्रत्येक हिंदू माणसाने कुराणाचा, प्रत्येक मुसलमानाने भगवद्गीतेचा व शिखांच्या ग्रंथसाहेबाचा अभ्यास करावा; आपण आपल्या धर्माचा जसा आदर करतो तसाच तो इतरांच्या धर्मांचाही केला पाहिजे. जे न्याय्य आहे, सत्य आहे ते तसेच असणार. मग ते संस्कृतात, उर्दूत, पर्शियनमध्ये किंवा दुसऱ्या कोणत्याही भाषेत लिहिलेले असेना का. परमेश्वर आम्हांला व साऱ्या जगाला शहाणपणा देवो. तो आपणाला ज्ञानी बनवून त्याच्या शक्य तितक्या निकट जाण्याची अशी संधी देवो, ज्याजोगे भारत व जग सुखी बनेल!"

त्या दिवशी झालेले गांधींचे दर्शन म्हणजे एक अंत:करण हेलावून सोडणारे दृश्य होते. गांधीजींना एका खुर्चीत बसवले होते. त्यांच्या अंगाभोवती उबदार शाल पांघरली होती. एखादे नवजात अर्भक गुंडाळून घेतात तसे दिसत होते गांधीजी. सर्वांना नीट पाहाता यावे म्हणून त्यांना उचलून गच्चीवर नेण्यात आले. काही पाठीराख्यांनी त्यांना खांद्यावर उचलून घेतले. एखाद्या पैलवानाने कुस्ती मारल्यावर त्याचे चाहते त्याला उचलून घेतात खांद्यावर व तेथून तो विजयी मल्ल आपल्या प्रशंसकांना उद्देशून हात हलवून अभिवादन करतो ना तसे गांधींनी केले. त्यांच्या मनूला आठवण झाली चौदा वर्षे वनवास भोगून परतलेल्या प्रभू श्रीरामचंद्रांची. त्या वेळी त्याचे प्रजाजन त्याला विनवत होते- 'हे प्रभो, आम्ही तुझ्याकडे एकच वर मागत आहोत- आम्हांला तुझी सेवा करू दे.'

उपोषण सोडल्यानंतर तीन तासांनी गांधी आपल्या पहिल्या वहिल्या भोजनास बसले. थाट होता - शेळीचे दूध आठ औंस व चार मोसंबी. जेवण झाल्यानंतर त्यांनी आपला प्राणप्रिय चरखा मागवला. त्यांच्या परिवारापैकी कोणाचेही, खुद्द डॉक्टरांचेही न ऐकून घेता ते सूत कातायला बसले. बऱ्याच दिवसांनी त्यांना नवी शक्ती प्राप्त होत होती. थरथरत्या हातांनी त्यांनी चरख्याला गती दिली.

"अरे, कष्टाविना मिळविलेल्या भाकरीला चोरीचा वास येतो. ठाऊक आहे ना? आता मी अन्न घ्यायला सुरुवात केली आहे. मला श्रम केलेच पाहिजेत." ते कुजबुजले.

●

आता सूड! केवळ सूड!

नवी दिल्ली, १९-२० जानेवारी १९४८. गेल्या कित्येक वर्षांत दिसले नसतील इतके गांधीजी आनंदी व उत्साही दिसले प्यारेलालना, का कोणास ठाऊक. त्यांच्या उपोषणाची यशस्वी सांगता हेच त्याचे कारण होते. आता गांधींसमोरील स्वप्नांना मर्यादा नव्हत्या. त्यांच्या आशांना उंची लाभली होती. थोडक्यात, १९३० च्या दांडीयात्रेनंतर प्रथमच त्यांच्या कृतीने जगाला स्तिमित करून टाकले होते.

बिर्लाभवनावर अभिनंदनपर तारा व सागरीसंदेशांचा पाऊसच पडला. जगातील नामांकित वृत्तपत्रांनी गांधींच्या या विजयाचे स्वागत केले. 'अठ्याहत्तर वर्षांच्या या वृद्धाच्या ठायी असणाऱ्या गूढ शक्तीने साऱ्या जगाला हादरा दिला. एक नवी आशा निर्माण केली आहे. कदाचित ही शक्ती अणुबॉम्बलाही मागे टाकेल. पाश्चिमात्य जगाने हेवा करावा अशी ही कृती आहे,' असे लिहिले न्यूज क्रॉनिकलने. त्याच्या जोडीने 'दि टाइम्स', 'मॅन्चेस्टर गार्डियन' या ब्रिटिश वृत्तपत्रांनी, 'वॉशिंग्टन पोस्ट' या अमेरिकन पत्रानेही गांधींचे अमाप कौतुक केले. या साऱ्या घडामोडींमुळे गांधींच्या परिवारात आनंदी आनंद पसरल्यास नवल वाटण्याचे कारण नाही. गेल्या काही दिवसांत काळवंडलेले वातावरण आता प्रकाशित व सुगंधित झाले होते.

अर्थात, मानसिकदृष्ट्या गांधी जरी ठणठणीत असले तरी शारीरिकदृष्ट्या ते अद्यापही थकलेलेच होते. त्यांचा अशक्तपणा तसा कमी नव्हता झाला. अजूनही त्यांच्या आहारात पेयांचाच समावेश होता - मोसंब्याचा रस, बार्लीचे पाणी व

ग्लुकोज. त्यांची प्रकृती पूर्वपदावर येत असल्याचे चिन्ह म्हणजे त्यांचे वजन. आता ते एकशेसहा पौंडावर घसरले. त्याचा अर्थ गांधींच्या मूत्राशयाची तक्रार दूर झाली होती. १९ जानेवारीस सोमवार होता. गांधींच्या मौनपालनाच्या या दिवशी वास्तविक सगळीकडे संथपणा असायचा. पण आज प्रत्येक जण खुशीत होता. उपोषणाच्या दिव्यातून पार पडलेले महात्मा गांधी आपल्या अहिंसासिद्धांताला नवे तेज मिळवून देण्याच्या उमेदीने येथून पुढे कार्य करणार होते, नवनवीन क्षितिजे धुंडाळणार होते.

प्रकृतीचा अंदाज घेण्यासाठी गांधी वजनाच्या काट्यावर उभे राहत असतानाच बिर्लामंदिराच्या मागील बाजूस असलेल्या गर्द झाडीतील एका मोकळ्या लहानशा जागेत सहा जण प्रवेश करत होते. कोठल्याही अतिउत्साही माणसाला सहजासहजी ऐकू जाणार नाही अशा अंतरावर ते थबकले. महात्मा गांधींच्या वधाचा प्रयत्न केव्हा व कसा करायचा याची योजना निश्चित करण्यापूर्वी नथूराम गोडसे व नारायण आपटे यांना आपल्या जवळच्या हत्याराची चाचणी घ्यावयाची होती. गोपाळ गोडसेने आपल्या जाकिटाच्या आत दडवलेले, दोनशे रुपयाला पुण्यात विकत घेतलेले ३२ कॅलिबर पिस्तूल बाहेर काढले. त्यात गोळ्या भरल्या. समोरचे एक झाड निवडले. पंचवीस फूट मागे जाऊन चाप ओढला. पिस्तूल उडाले नाही. मग त्याने ते हलवले व पुन्हा चाप ओढला. पुन्हा पूर्वीचीच गत झाली. गोळी उडालीच नाही.

लगेच आपटेने बडगेला खूण केली. त्याने आपल्या जवळचे गावठी पिस्तूल सज्ज केले. गोपाळच्याच झाडावर नेम धरला. सगळे जण त्याच्याकडे डोळे ताणून बघत होते. चाप ओढला. 'ठो' असा आवाज झाला. कटवाले झाडाकडे धावले गोळीची खूण पाहण्यासाठी. गोळी झाडाला लागलीच नव्हती. ती अर्ध्या वाटेवर जमिनीवरच पडली होती. पुन्हा एकदा बडगेने पिस्तूल उडवले. या खेपेस मात्र गोळी झाडाच्या उजवीकडून निघून गेली. चार वेळा त्याने तसे केले. त्यांच्या दुर्दैवाने एकाही गोळीने आपल्या लक्ष्याचा भेद केला नाही. प्रत्येक गोळी नेम चुकवून गेली. मुंबईत असताना आपटेला वाटलेली भीती खरी ठरली. बडगेजवळचे पिस्तूल त्यांच्या कामाचे नव्हते.

सगळे जण चुपचाप बसले. कोणीच काही बोलेना. प्रत्येकाच्या मनावर विषण्णतेचे आवरण पसरले. तिकडे आपला भाऊ गोपाळ, स्वत:जवळच्या पिस्तुलाशी उगीचच एखाद्या तज्ज्ञाचा आव आणून कसला तरी अडाण्याचा खेळ करत आहे याचा नथूरामला राग आला. मात्र त्याने तसे बोलून दाखवले नाही. मनातल्या मनात चडफडत तो बघतच राहिला ते सारे. त्याच्या मते, सर्व काही यथासांग जमून आले होते. कोणाचीही नजर न पडता ते व्यवस्थितपणे दिल्लीत दाखल झाले होते. सर्वांची मने नियोजित कटाशी जोडलेली होती. फक्त एकच गोष्ट दगा देत होती. पंचवीस फुटांवरून योग्य रितीने उडवता येणारे एखादे भरवशाचे पिस्तूल त्यांच्यापाशी

नव्हते. जी दोन होती त्यांतील एक काम देत नव्हते व दुसरे उडतच नव्हते.

त्या दिवशी गांधींची भेट घेण्यासाठी आलेल्या अनेकांत मुंबईचे एक कापूस दलाल होते. त्यांचीच भेट सर्वांत महत्त्वाची होती. मुंबईच्या त्या व्यापाऱ्याला-जहांगीर पटेलांना-खुद्द गांधींनीच पाठवले होते कराचीला, आपल्या पाकिस्तानभेटीची जमवाजमव करायला. गांधींच्या उपोषणपर्वात पटेलांनी बॅ. जिनांबरोबर गुप्त वाटाघाटी चालवल्या होत्या. प्रथमदर्शनी, जिनांना ती कल्पना रुचलीच नव्हती. जिना अतिशय सावध चित्ताने त्यावर विचार करू लागले. त्यांनी घेतलेला पवित्रा तसा आक्रमकच होता. गांधींबद्दल त्यांना विशेष विश्वास वाटत नव्हता. त्यांच्या डावपेचांमुळे जिनांना काँग्रेसमधून बाहेर पडण्याची पाळी आली होती याचा त्यांना विसर नव्हता पडलेला. शिवाय, भारताच्या सद्हेतूबद्दलचा त्यांचा संशयही कमी नव्हता झालेला. एकेकाळी ज्याला आपण 'एक लुच्चा हिंदू' म्हणून हिणवले होते त्याच्यावर कितपत विश्वास ठेवावा याबद्दल ते साशंक होते.

शेवटी, जिनांना अत्यावश्यक असणारी पंचावन्न कोटींची रक्कम देण्याचा भारताचा निर्णय आणि स्वत:च्याच देशबांधवांना होणारी गांधींच्या भारतीय मुसलमानांबद्दलच्या सद्भावनांची वाढती जाण या दोन गोष्टींनी जिनांचा आवाज खूपच खाली आला. गांधींच्या उपोषणाने जिनांचे हृदय जरी द्रवले नाही, तरी त्यांच्या नवजात देशाचे द्वार तरी खुले झाले. ज्या दिवशी गांधींच्या उपोषणाची समाप्ती झाली त्याच दिवशी आपल्या आधीपासूनच्या राजकीय प्रतिस्पर्ध्यांचे पाकिस्तानच्या भूमीवर स्वागत करण्यास जिनांनी आपली अंतिम संमती दिली.

आपल्याला मिळालेल्या या अनुकूल प्रतिसादाचा गांधींवर मोठाच परिणाम झाला. त्यांच्यात नवा जोम, नवी उमेद, नवा उत्साह निर्माण झाला. त्यांच्या आयुष्याला कलाटणी देणारा महान क्षण जवळ आला. आपल्या अहिंसासिद्धांताची ध्वजा स्वदेशाबाहेर फडकवण्याचे भाग्य त्यांना लाभणार होते अखेरीस. याआधी केवळ भारतीय स्वातंत्र्याचाच ध्यास त्यांनी घेतला असल्याने ते देशाबाहेर असे नव्हतेच गेले कधी. आता देश स्वतंत्रही झाला होता. त्यांच्या उपोषणाने एका नव्या वाटचालीस आरंभही! या शुभकार्याला आरंभ करण्यासाठी पाकिस्तानपेक्षा दुसरा कोणता सुयोग्य देश होता? काळाच्या ओघात भारतीय उपखंडांचे भौगोलिक ऐक्य कधीच भंगले होते. आता निदान पारलौकिक एकतेचा प्रयत्न करण्यात काहीच वावगे नव्हते.

पाकिस्तानच्या प्रदेशात कसा प्रवेश करायचा याचाही आडाखा त्यांनी बांधून ठेवलेलाच होता. तोही त्यांच्या स्वप्नपूर्तीचाच एक अंश होता. मुंबई ते कराची या मार्गावर प्रवास करताना गांधींनी जलमार्गाने यावे अशी जिनांची सूचना होती. पण

गांधींना ते कसे परवडणार? काहीतरी नाट्यमयता आणण्याच्या इराद्याने त्यांनी पदयात्रा करावयाचा बेत केला. ज्या मार्गाने निर्वासितांचे तांडे अनेक प्रकारचे हाल सहन करत गेले त्याच मार्गाने गांधी आपल्या तत्त्वज्ञानाचा प्रचार करत जाणार होते. राजकीय आघातांनी खंडित झालेल्या, एकाच मातीत पिढ्यान् पिढ्या एकत्र नांदलेल्या जनमानसात बंधुभाव व न्याय्य वागणूक या आदर्श तत्त्वांचा पाठपुरावा करण्याचा त्यांचा विचार होता. म्हणजे, या निमित्ताने गांधी एका नव्या यात्रेसाठीच निघणार होते - उपखंडातील दोन्ही राष्ट्रपुरुषांच्या देहावरील जखमांवर मलमपट्टी करत.

अर्थात, या सर्व गोष्टी पुढच्या पुढे व्हायच्या होत्या. आजघडीला गांधींच्या पायांत आपल्या नेहमीच्या सायंप्रार्थनेच्या स्थळापर्यंत चालत जाण्याचेही त्राण नव्हते. केवळ त्यांच्या हट्टामुळे त्यांना खुर्चीत बसवून न्यावे लागायचे. त्यांची प्रतीक्षा करत थांबलेल्या जमावामधून एखाद्या प्रेषिताच्या रुबाबात, आजूबाजूच्या लोकांना हात जोडून नमस्कार करत, दर्शनोत्सुक जनसंमर्दाला सुखावत गांधी प्रार्थनास्थळी पोहोचत. सर्वांच्या नजरा त्यांच्यावर खिळलेल्या असत. प्रत्येकाच्या मनात त्यांच्याविषयी दरारा किंवा आदर असेल अशी खात्री देता नाही यायची नेहमी. विशेषत: त्या दिवशी त्या आवारातील तीन वेगवेगळ्या ठिकाणांहून सहा डोळे त्यांच्या दिशेने लागले होते आणि त्या नजरांतील भावना निश्चितच निराळ्या होत्या. त्या डोळ्यांत मारेकऱ्यांचा भाव होता. ते तिघे जण होते - नथूराम गोडसे, त्याचा भाऊ गोपाळ आणि नारायण आपटे. त्यांना महात्मा गांधींच्या दर्शनाची आस नव्हती लागली. त्यांना भूक होती गांधींच्या प्राणाची. ते शोधीत होते मोक्याची जागा. आखत होते त्यांच्या योजनेची रूपरेषा. थोडक्यात, गांधींचे मारेकरी बिर्लाभवनाचा अभ्यास करत होते आपल्या इच्छापूर्तीच्या दृष्टीने.

गोपाळ गोडसे आयुष्यात प्रथमच पाहात होता गांधींना. प्रार्थनापीठावर बसलेल्या त्या कृश आकृतीची कसलीच छाप त्याच्यावर पडली नाही. 'एक साधा सुरकुतलेला म्हातारा' वाटले गांधी त्याला. त्यांच्याकडे पाहताच त्याच्या मनात कोणत्याही प्रकारची द्वेषभावना निर्माण झाली नाही. 'गांधींना मारण्यामध्ये कसलीच आत्मीयता नव्हती मला. सामान्य जनांवर पडणारा त्यांचा प्रभाव विपरीत होता' असे तो कधीतरी जाहीरपणे सांगणार होता इतकेच. प्रार्थनासभेसाठी जमलेल्या समुदायात अनेक साध्या वेषातील पोलीस वावरत आहेत हे धोरणी गोपाळच्या ध्यानात आले. तेथून बाहेर पडताना फाटकाजवळ तळ ठोकून बसलेल्या पोलिसांच्या टेबलावर एक छोटी मशिनगनही पाहिली त्याने. ही सगळी व्यवस्था बघून त्याच्या मनात विचार आला - 'येथून निसटण्याची शक्यता फारच कमी आहे.'

जवळजवळ पाऊण तासानंतर ते प्रमुख कटवाले तेथून बाहेर आले. एकेकटे. आपल्यामागून कोणी येत नाही याची खबरदारी घेत सगळे जण नव्या दिल्लीतील

कॅनॉट सर्कल विभागात असलेल्या मरिना हॉटेलच्या चाळीस नंबरच्या खोलीत जमले. आपटे व गोडसे यांनी ती खोली बोगस नावावर घेतली होती - एस. व एन. देशपांडे म्हणून. खोलीत प्रवेश करताच करकरेने स्वत:करता व आपटेकरता व्हिस्की मागवली. विचारविनिमयानंतर आपटे म्हणाला, ''निर्णय घेण्याची वेळ झालेली आहे.'' त्याच्या मते गांधींना गाठून मारण्याची संधी एकच होती व त्यांनी तिचा लाभ घेतलाच पाहिजे. त्याप्रमाणे मंगळवार दि. २० जानेवारीस सायंकाळी पाच वाजताची वेळ साधावयाचे ठरले. कारण, फक्त तीच एक वेळ अशी होती की जी मोठ्या कटाक्षाने पाळण्याचा गांधींचा नेम होता. फक्त त्याच वेळी गांधी लोकांसमोर येऊन त्यांच्याशी सुखसंवाद करत. गांधींची प्रार्थनासभा हाच मारेकऱ्यांचा एकमेव मोका होता.

दुसऱ्या दिवशी सकाळी नऊ वाजल्यानंतर काही मिनिटांतच बिर्ला भवनाच्या पिछाडीस लागून असलेल्या तांबड्या विटांच्या भिंतीजवळून एक टॅक्सी निघाली. त्या भिंतीच्या एका टोकाला पांढऱ्या चुन्याचा पट्टा मारलेले एक लाकडी फाटक होते. त्या फाटकाजवळ गाडी थांबली. तिच्यातून दोन तरुण खाली उतरून फाटकातून आत गेले. त्यांना कोणी अडवले नाही. फाटकाच्या आतल्या बाजूस असलेल्या आवाराला लागून एक सिमेंटची शेड होती. तिच्यात पुष्कळशा एकेरी खोल्या होत्या. त्या खोल्यांतून भवनाचा नोकरवर्ग राहात होता. या घरांच्या मागच्या भिंतीपलीकडेच गांधींच्या सायंप्रार्थनेसाठी बांधलेला लाल वाळूचा दगडी चौथरा होता. गाडीतून उतरलेल्या त्या दोघांनी बागेतून चकरा मारल्या. सकाळची वेळ असल्यामुळे लख्ख ऊन पडले होते. सगळीकडे शांत होते. आजूबाजूस माणसेही नव्हती. म्हणजे नारायण आपटे व दिगंबर बडगे यांना कोणाचाच अडथळा येणार नव्हता. त्या दिवशी सायंकाळी पार पाडावयाच्या आपल्या 'कार्यक्रमा'ची पूर्वतयारी करण्यासाठी ते तेथे गेले होते. प्रार्थनास्थळाचा अजमास घेताना आपटे एकदम गप्प झाला. गांधी जेथे प्रार्थनेला बसत त्या व्यासपीठामागच्या बाजूस असलेल्या भिंतीत लहान लहान लोखंडी सळ्या बसवल्या होत्या. त्याचा अर्थ असा होता की नोकरांकरता असलेल्या लहानग्या घरांच्या भिंतीचा आधार घेऊनच प्रार्थनेचा चौथरा तयार केला असल्याने त्या सळ्या म्हणजे तेथील खोल्यांच्या खिडक्यांचेच गज होते. त्यापैकी एक खिडकी तर गांधींच्या पुढ्यात ठेवलेल्या मायक्रोफोनच्या थेट मागे येत होती. आपटे तेथपर्यंत गेला. लागलीच त्याने एक गणित मांडले. ती उघडी खिडकी आणि ध्वनिवर्धकाच्या समोर बसलेली गांधींची मूर्ती यांच्यामध्ये केवळ दहा फुटांचेच अंतर होते जेमतेम. म्हणजे, एकंदर वस्तुस्थितीचा काळजीपूर्वक अभ्यास केल्यावर खिडकीतून झाडलेली गोळी बडगेच्या गावठी पिस्तुलातून जरी सुटली तरी तिचा नेम बिलकूल चुकणार नाही याचा साक्षात्कार आपटेला झाला.

बस्सं, म्हणजे एक गोष्ट पक्की झाली. बडगेला त्या खिडकीच्या खोलीत बसवायचे पिस्तूल घेऊन, घोटाळा नको म्हणून गोपाळ गोडसेला त्याच्याबरोबर द्यायचे. बडगेने गोळी झाडली रे झाडली की खिडकीला बसवलेल्या आडव्यातिडव्या गजांतून हात बाहेर काढून एक हातबॉम्ब द्यायचा फेकून गोपाळने. असा हिशोब घालून आपटेने एका सुतळीने दोन गजांतील अंतर मोजले. जवळजवळ पाच इंचांचा चौकोन तयार होत होता. एक हातबॉम्ब सहज पार होऊ शकत होता. त्यामुळे गांधी व त्यांच्याभोवती बसणाऱ्या परिवारात चांगलाच गोंधळ उडविणे शक्य होते.

आता आणखी एकच हिशोब उरला. ज्या रस्त्याने ते आत आले होते त्याच रस्त्याने परतताना त्याने तो केला. मायक्रोफोनच्या मागच्या बाजूची खिडकी, त्या चाळीतील डाव्या टोकातून येणाऱ्या तिसऱ्या खोलीची होती. ती पाहून होताच ते दोघे बाहेर उभ्या केलेल्या त्यांच्या टॅक्सीकडे गेले. गाडीत आपटेने बडगेसाठी मोठ्या विश्वासाने जाहीर केले की येत्या आठ तासांत महात्मा गांधींचे प्रेत त्यांनी बघून ठेवलेल्या खिडकीसमोरच्या व्यासपीठावर पाहायला मिळेल सर्वांना.

हॉटेल मरिनाच्या चाळीस नंबरच्या खोलीतल्या पाच जणांचे सगळे लक्ष बडगेच्या हस्तकौशल्याकडे लागून राहिले होते. त्याची प्रत्येक हालचाल अगदी डोळ्यांत तेल घालून टिपत होते ते. त्या खोलीतील बाथरूमच्या फरशीवर बसून बडगे त्या दिवशी वापरावयाच्या हातबॉम्बमध्ये फ्यूज, स्फोटक द्रव्ये बसवत होता. नथूरामचा चेहरा उगीचच भयभीत आणि अस्वस्थ दिसत होता. थोडासा लांब, दारात उभा राहून तो सर्व पाहत होता. आपल्या घोगऱ्या आवाजात तो कुजबुजला. ''बडगे, ही एकच संधी आहे हं आपल्याला. प्रत्येक गोष्ट नीट होते की नाही याची खात्री करून घे.'' आपले काम पूर्ण केल्यानंतर बडगेने आपल्याजवळच्या चाकूने एक फ्यूजचा तुकडा कापून घेतला. आपटेला घड्याळात बघण्यास सांगितले. फ्यूज जळायला किती वेळ लागला हे पाहायचे होते. बडगेने फ्यूजला काडी लावली. खोलीत धुराचा लोट पसरला. सगळे जण खोकू लागले. नाकातोंडात धूर जाऊन गुदमरल्यासारखे झाले त्यांना. धुराचे लोट बाथरूमच्या बाहेर जाऊन संशय येऊ नये म्हणून सर्वांनी सिगरेटी पेटविल्या व जोरजोराने झुरके मारायला आरंभ केला. वातावरण थोडे शांत झाल्यावर आपटेने त्या साऱ्यांना झोपण्याच्या खोलीत एकत्र करून प्रत्येकाला त्याच्यावर सोपवलेल्या कामगिरीची कल्पना तपशीलवार दिली. ज्या माणसाच्या आकस्मिक निर्धाराने हा वधाचा मनसुबा रचला गेला त्याने विचारविनिमयात भाग घेतला नाही. तो तसाच कण्हत पडला होता बिछान्यावर. त्याची अर्धशिशी उठली होती एकदम.

आपटेने रचना सांगितली. बिर्लाभवनाच्या मागील बाजूच्या विटांच्या भिंतीच्या टोकाला, बाहेरच्या बाजूस, प्रार्थनेसाठी जमलेल्या समुदायाजवळ मदनलाल एक

टाईम बॉम्ब ठेवेल. त्याचा स्फोट होताच त्यांच्या प्रत्यक्ष कृतीस आरंभ होईल. एक प्रचंड कोलाहल माजेल. त्या गदारोळात गांधींची हत्या करणे सोपे जाईल. इकडे बडगे व गोपाळ गोडसे, सकाळी त्याने व बडगेने बघून ठेवलेल्या नोकरांच्या खोलीत प्रवेश करतील. समजा, एखाद्याने त्यांना अडवलेच त्या वेळी तर त्यांनी सांगायचे- आम्हाला गांधीचे, ते प्रार्थना सभेत बोलत असतानाचे, छायाचित्र घ्यायचे आहे या बाजूने. मदनलालने बॉम्ब उडवला की बडगेने आपल्या पिस्तुलातील गोळ्या गांधींवर झाडायच्या. त्याच्याजवळ उभ्या असलेल्या गोपाळने खिडकीच्या गजांतून हातातील बॉम्ब व्यासपीठावर टाकायचा. एकदा सुरुवात केलेल्या या हत्यासत्राला अपयश बिलकूल येता कामा नये या उद्देशाने स्वत:जवळ हातबॉम्ब घेतलेल्या करकरेने गांधीच्या परिवारात मिसळून त्यांच्या शक्य तितके समोर बसायचे. मदनलालच्या बॉम्बचा इशारा मिळताच त्यानेही आपला बॉम्ब फेकायचा. म्हणजे मदनलालचा इशारा, पाठोपाठ बडगेच्या गोळ्या, त्यानंतर गोपाळ गोडसे व करकरे यांच्याजवळच्या दोन्ही बॉम्बचा भडका, अशा तिहेरी हल्ल्यात कोठून वाचणार गांधींचे प्राण! या मोहिमेचे नियंत्रण नथूराम व आपटे करतील. प्रथम करकरे गांधींसमोर जागा पटकावेल, त्याला जागा मिळताच नथूराम आपटेला खूण करेल, आपटे नंतर मदनलालला आदेश देईल. लागलीच बाकीचे सारे वर ठरल्याप्रमाणे घडेल.

अशा या चौफेर रचनेत काही निष्पाप जिवांचा बळी पडणार होता. त्याला आपला नाइलाज आहे हे आपटेने कबूल केले. पंजाबात झालेल्या हजारो हिंदूंच्या हत्येच्या तुलनेत त्यांची किंमत कमीच ठरावी. त्या अमानुष मानवसंहाराला जबाबदार असणाऱ्या माणसाला मारताना असे घडणे अपरिहार्यच. आपटेचे बोलून झाल्यावर खोलीत एक भयाण तणाव निर्माण झाला. आपल्या अर्धशिशीचे दुखणे घेऊन नथूराम पडूनच राहिला. बघणाऱ्याला ही माणसे एकमेकांचे साथीदार आहेत असा संशय येऊ नये म्हणून प्रत्येकाने शक्य तितक्या वेगळ्या धर्तीचे पोशाख घातले. आपल्या आयुष्यातील या महान कामगिरीवर निघालेल्या आपटेने त्याचा नेहमीचा ट्वीडच्या उंची कापडाचा सूट बाजूस ठेवून त्याच्या ऐवजी चक्क धोतर नेसले. करकरेने आपल्या भुवया शक्य तितक्या काळ्या रंगवल्या, कपाळावर एक लालभडक टिळा लावला. मदनलालने मुंबईत विकत घेतलेला एक कोरा करकरीत निळा सूट चढवला. पंजाबमधून आलेला हा निर्वासित युवक, त्याच्या जन्मदिनी ज्योतिष्यांनी वर्तविलेल्या भविष्यपूर्ततेसाठी, एखाद्या युरोपियन सद्‌गृहस्थाला शोभणाऱ्या कपड्यात नटला होता. आयुष्यात पहिल्यांदा मदनलाल पाहवाने कोट व नेकटाय घातला होता.

घड्याळाचा काटा पुढे सरकला. चाळीस नंबरच्या खोलीतील मानसिक ताण सहन होण्यापलीकडे चढत निघाला. सगळे कटवाले गप्प बसून होते जमिनीवर.

कोणी कोणाशी बोलत नव्हते, एकमेकांच्या डोळ्याला डोळा देत नव्हते. प्रत्येक जण गंभीरपणे लयाला जाणारी घटकापळे मोजत होता. थोड्या वेळाने नथूरामने शेवटचा एक विधी म्हणून सर्वांनी एकत्रित बसून कॉफी घ्यावी असे सुचवले. त्याप्रमाणे सेवकाला फर्मान सोडले. कॉफीपान झाले. निघण्याची वेळ झाली. प्रथम बाहेर पडले मदनलाल, करकरे आणि नथूराम गोडसे. पाच-पाच मिनिटांच्या अंतराने वेगवेगळ्या टांग्यातून प्रत्येक जण बिर्लाभवनाच्या दिशेने गेला. दहा मिनिटांच्या अंतराने आपटे व उरलेले दोघे टॅक्सीने जाण्याचे ठरवून बाहेर पडले. आलेल्या पहिल्याच गाडीत बसायचे सोडून आपटेने परतीच्या बोलीवर टॅक्सी ठरवण्यासाठी भलतीच घासाघीस केली. जवळजवळ पंधराएक मिनिटे त्याने कॅनॉट सर्कलभोवती फेऱ्या मारल्या. शेवटी रीगल सिनेमाजवळच्या एका टॅक्सीवाल्याचे त्याच्याशी जमले. पीबीएफ ४७१ नंबरच्या एक हिरव्या शेवरोलेटमध्ये बसून तेही निघाले बिर्लाभवनाकडे. आता वाजले होते सव्वाचार. भारताच्या प्रेषितासाठी त्याने निवडलेल्या कॅल्हवरीची सफर करण्यासाठी केलेल्या त्याच्या वाटाघाटीमुळे त्या सफरीचे भाडे सोळा वरून बारा रुपयांवर आले होते. (कॅल्व्हरी या गावी येशू ख्रिस्ताला क्रूसावर चढवण्यात आले.)

अजूनही गांधी प्रार्थनास्थळाकडे चालत जाऊ शकत नव्हते. नेहमीप्रमाणे त्यांना खुर्चीत घालून उचलूनच नेण्यात आले. गांधी येत असलेले पाहून लोक त्यांना हात जोडून अभिवादन करू लागले. त्या लोकांमध्येच मदनलाल पाहवाही होताच. ज्याला मारायचा त्याचा उद्देश होता त्याला मदनलालनेही हात जोडून वंदन केले. पाठीमागच्या भिंतीजवळच गवत व पालापाचोळा यांच्याखाली लपलेला टाईमबॉम्ब नेमून दिलेल्या घटकेची वाट पाहात होता. गांधी जवळून निघाले असता त्याने मान वर करून त्यांच्याकडे बघितले. आज तो त्यांना प्रथमच पाहात होता. त्याच्या अंत:करणात साठलेला गांधीद्वेष उफाळून आला. 'हा माझा शत्रू आहे!' त्याच्या मनात विचार आला. गांधींच्या जागी त्याला फिरोजपूर या हॉस्पिटलमधील बिछान्यावर पडलेल्या आपल्या वडिलांची प्रतिमा दिसली.

गांधीजी प्रार्थनास्थळी पोहोचले. ते आपल्या जागेवर नीट बसणार इतक्यात जमलेल्या लोकांतून एक जण पुढे येऊन त्यांच्या पाया पडला. 'आपण परमेश्वराचे अवतार आहोत!' असे लोकांना कळण्यासाठी आपण तसे जाहीर करावे, अशी याचना त्याने गांधींकडे केली. गांधींना हा ढोंगीपणा पसंत नव्हता मुळीच. तरीही, गांधीजींनी त्या माणसाकडे बघत स्मित केले. "खाली बसा आणि शांत व्हा. मी तुमच्यासारखाच एक माणूसच आहे, हाडामासांचा!" गांधी त्याला म्हणाले.

बिर्लाभवनाच्या मागील बाजूस मघाशीची ती शेवरोलेट येऊन पोहोचली. चार रुपये वाचवण्याच्या नादात आपटेला उशीर झाला होता. आल्या आल्या करकरेने

त्याला मदनलालचा बॉम्ब तयार असल्याचे सांगितले. प्रार्थनास्थळाच्या मागल्या बाजूस खोलीतील प्रवेश सुलभ होण्याची तयारी पूर्ण झाली होती. खोलीच्या मालकाला करकरेने दहा रुपयांची चिरीमिरी देऊन ठेवली. तो माणूस त्याने आपटेला दाखवला. त्यानंतर करकरे गांधींच्या पुढ्यातील जागा धरण्यासाठी तेथून निघून गेला.

आपटेने बडगेला जवळ बोलावले. करकरेने ज्याला दहा रुपये दिले होते तो मनुष्य दाखवला आणि त्याच्या खोलीत जाण्याची सूचना त्याला दिली. खोलीकडे जाण्यासाठी बडगेने पाच-सहा पावले टाकली आणि तो जागच्या जागी गारठलाच. काय वाटेल ते झाले तरी दिगंबर बडगे खोलीत जाणार नव्हता. वाटेल तेवढा द्वेष, वाटेल तितकी विकारवशता, वाटेल तशी धमकी त्याला मिळाली तरी त्या खोलीचा उंबरठा पार करायची त्याची तयारी नव्हती. कोणत्या तरी आतल्या आवाजाने त्याला आदेश दिला होता. तो आवाज भारताच्या प्राचीन ऋषीमुनींचा होता. पिढ्यानपिढ्यांच्या परंपरांचा होता. पण असे झाले होते तरी काय? खोलीसमोरच्या मोकळ्या जागेत उन्हात बसलेला तो खोलीचा मालक एकाक्ष होता. असा माणूस आडवा येणे हे अतिशय अशुभ असे लक्षण होते. या अपशकुनाच्या दर्शनाने बडगे थरथर कापायलाच लागला. तो आपटेकडे परतला- ‘‘अहो, त्या माणसाला एकच डोळा आहे. मी त्याच्या खोलीत नाही पाऊल ठेवणार!’’ तो कुजबुजला.

आपटेही बुचकळ्यात पडला. तिकडे प्रार्थनास्थळी कवनांचे गायन संपले होते. गांधींचे भाषण सुरू झाले होते. त्यांच्या आवाजातील क्षीणता स्पष्ट होती. त्यांचे प्रत्येक वाक्य पुन: उच्चारण्याचे काम सुशीला नायर यांना करावे लागत होते. अशा अवस्थेत गांधी जास्त वेळ बोलत राहणे अशक्यच होते. आता बडगेशी वाद करायला आपटेला वेळ नव्हता. त्याने गोपाळ गोडसेला खोलीत जाऊन त्याच्यावर सोपवलेली कामगिरी पार पाडायला सांगितली. खोलीत जाण्यास नाराज असलेल्या बडगेला त्याने नवी कामगिरी दिली- ‘‘गांधींच्या समोर बसलेल्या लोकांत घूस. त्यांच्या शक्य तितक्या जवळ जा आणि वेळ मिळताच त्यांच्या डोक्याचा नेम धरून बेलाशक गोळ्या झाड.’’ आपटेने आज्ञा केली.

मिळालेल्या सूचनेप्रमाणे गोपाळ गोडसे खोलीकडे गेला. जाता जाता त्याने त्या एकाक्ष मालकाकडे बघून मान डोलावली. खोलीत जाऊन दार बंद करून घेतले. खोलीत उजेड नव्हता. खिडकीतून येणाऱ्या उजेडातच तो खिडकीकडे गेला. तिकडे गांधी लोकांना सांगत होते- ‘‘जो मुसलमानांना शत्रू मानतो तो भारताचा शत्रू आहे.’’ सुशीला नायर यांच्या तोंडून होणारा त्या वाक्याचा पुनरुच्चार ऐकत गोपाळ अंधारातच चाचपडत खिडकीजवळ पोहोचला. तेथे पोहोचल्याबरोबर आपटेच्या योजनेतील एक गंभीर असा कच्चा दुवा त्याच्या ध्यानात आला. तो हादरलाच

सर्वस्वी. त्या दिवशी सकाळी खोलीत जाऊन परिस्थितीचा अजमास घेण्याचा प्रयत्न न करण्यात आपटेने मोठी चूक केलेली होती. प्रार्थनास्थळ व खोलीसमोरील आवार यांची पातळी त्याने लक्षात घेतली नव्हती. ती खिडकी त्याच्या हाताला येतच नव्हती. पायाखाली कसला तरी आधार घेतल्याशिवाय त्याला तिची उंची गाठताच येणार नव्हती. म्हणून त्याने मालकाची चारपाई शोधण्यास आरंभ केला. शेवटी एकदाची ती सापडली. ती ओढत खिडकीखाली आणण्याची धडपड त्याने सुरू केली.

बाहेर सर्व तयारी जय्यत झाली होती. करकरे त्याला नेमून दिलेल्या जागी बसलेला नथूरामला दिसत होता. 'तो' क्षण आला. नथूरामने आपला हात हनुवटीकडे नेऊन ती खाजवली. आपटेनेही त्याला पाहिले. त्याने मदनलालला इशारा केला. पंजाबी तयारच होता. ऑगस्ट महिन्यातील त्या संध्याकाळी सुलेमंकीचा पूल ओलांडताना उच्चारलेल्या प्रतिज्ञेची पूर्ती आज होणार होती त्यांच्याकडून. आज त्याचा सूड पुरा होणार होता. शांतपणे हेतुपुरस्सर त्याने सिगारेट शिलगावली. तो खाली वाकला आणि तिचे जळते टोक त्याने आपल्या पायात असलेल्या बॉम्बच्या फ्यूजला लावले.

''घेतलेल्या आदर्श निर्णयांना आपण चिकटून राहिलो तर ईश्वरसाक्ष आपण सारे एका अधिक उन्नत अशा नैतिक पातळीवर..'' सुशीलाजी गांधींचे वाक्य पुनरुच्चारीत होत्या.

नेमक्या त्याच क्षणी मदनलालचा बॉम्ब उडाला. कानठळ्या बसणारा, छातीत धडकी भरवणारा आवाज आसमंतात घुमला. बॉम्बस्फोट झालेल्या जागेतून धुराचा लोट वर उसळला- ''अरे देवा! आई गं!'' सुशीलाजी ओरडल्या.

गांधी हलक्या स्वरात त्यांना म्हणाले- ''प्रार्थना करत असताना येणाऱ्या मरणाहून अधिक चांगला मृत्यू मागून तरी मिळेल का!''

त्यांच्या मागील बाजूच्या खोलीत गोपाळ गोडसे खाटेवर चढून खिडकीचे गज गाठण्याचा प्रयत्न करतच होता अद्याप. त्या चारपाईच्या दोऱ्या इतक्या सैल होत्या की त्यामुळे त्याला उंचीच मिळेना. शेवटी तिच्या लाकडी चौकटीचा आधार घेऊन पाहिला त्याने. तरीही तेच. त्याच्या नजरेच्या टप्प्यातही येईना ती खिडकी. आता त्याच्या हाती फक्त एकच गोष्ट उरली. डोळे झाकून बॉम्ब फेकायचा. पडेल तेथे पडेल तो. त्याने बॉम्ब हातात घेऊन ठेवला. पण खुणेचा आवाज येईना. त्याला केवळ एकच आवाज ऐकू येत होता गांधी लोकांना शांत राहण्याचा सांगत असल्याचा.

आपल्याजवळची असेल नसेल ती शक्ती एकवटून गांधी लोकांना सांगत होते- ''ऐका, ऐका! विशेष काही घडलेलं नाही. सैन्याचा सराव चाललाय पलीकडे.

खाली बसा. शांत व्हा. प्रार्थना पुढे चालू होत आहे.'' बागेच्या आवारात अपेक्षित असा कल्लोळ माजला. मदनलालच्या बॉम्बस्फोटाने कोणाला इजा नाही झाली. पण खुन्यांना हवा होता तो अवसर मिळवून दिला त्याने. संधीचा फायदा घेऊन करकरे गांधींच्या जवळ पंधरा फुटांवर येऊन पोहोचला. करकरेने खिशातील हातबॉम्बला हात घातला. गांधींच्या डोक्यावरून मागे दिसणाऱ्या खिडकीकडे त्याने नजर फेकली. तेथे त्याला पिस्तुलाच्या नळीची चमक किंवा ग्रेनेडचे काळे डोके काहीच दिसेना. त्यामुळे तोही जागेवरच थिजला.

इकडे गोपाळ गोडसेनेही आपला बेत बदलला. त्याने खाटेवरून खाली उडी मारली. आता तो पुढाकार घेणारच नव्हता. कोणावर बॉम्ब पडणार याची कल्पना नसताना तो नुसता फेकून उपयोग तरी काय असा विचार त्याने केला. अंधारातच तो दरवाजाकडे धावला. त्याच्या हाताला कडीच लागेना. थरथरणाऱ्या बोटांना जेव्हा ती सापडली तेव्हा ती उघडता येईना. बिचाऱ्याचे काळीजच हलले. त्या एकाक्षाच्या खोलीत अडकला की काय तो!

तिकडे बागेत, करकरेचे लक्ष खिडकीकडे लागलेले. हाताची पकड खिशातील ग्रेनेडवर घट्ट. खुणेची वाट बघतोय बिचारा. इशारा मिळत नाही असे दिसताच डेक्कन गेस्ट हाऊसच्या धन्याचे धैर्य गळाले. इतक्यात त्याच्यापासून तीस फुटांच्या अंतरावर त्याला बडगेच दिसला. दिगंबर बडगेला बघून करकरे चाटच पडला. ''हा काय करतोय तेथे? तो असा गप्प कसा?'' करकरे लागला विचार करायला. बडगेच्या डोक्यात फक्त एकच विचार घोळत होता तेव्हा. तेथून पळ कसा काढावा हा. सदतीस वेळा धरपकड झालेल्या त्या मुरब्बी माणसाला नव्याने सरकारी पाहुणचार घेण्याची बिलकूल इच्छा नव्हती. कारण तो काही एखादा आदर्शवादी किंवा राजकीय माथेफिरू नव्हता. तो होता एक व्यापारी. त्याचा धंदा होता शस्त्रे विकण्याचा, ती वापरण्याचा नव्हे. करकरेची नजर चुकवून तो गर्दीत घुसला, गुपचूप पलायन करण्यासाठी.

बिर्लाभवनाच्या पिछाडीस एक तीन वर्षांचा मुलगा खेळत होता. त्याच्या जवळच त्याची आई होती. तिने मदनलालला फ्यूज पेटवून निघून जाताना बघितले होते. धावाधाव सुरू होताच तेथे असलेल्या एका वायुदलाच्या अधिकाऱ्याला तिने ओरडून सांगितले, ''अहो, हाच हाच तो!'' काही सेकंदांतच पोलिसांनी मदनलालची मानगूट धरून त्याला फाटकाजवळच्या आपल्या तंबूत नेले. करकरेला ते दिसताच खिशातील हॅन्डग्रेनेडवरची त्याची पकड सैल झाली. त्याने जो काय निर्धार केला असेल तो संपुष्टात आला. आता तोही विचार करायला लागला तेथून निसटण्याचा.

अखेर, गोपाळने दाराची कडी काढली. सूर्यप्रकाशात येताच त्याचे डोळे दिपल्यासारखे झाले. त्यानेही त्या बाईच्या आरोळ्या ऐकल्या. त्यालाही पहायला

मिळाले दोन माणसांनी मदनलालला खाली पाडले होते ते. दोघांपैकी एकाचा गणवेश निळा होता. इकडे तिकडे बघताना गर्दीत त्याला आपटे व त्याचा भाऊ दिसले. ते पार गोंधळून गेले होते. अपयशाच्या आघाताने हताश झाले होते. गोपाळ त्यांच्यात जाऊन मिसळला. थोडा वेळ इकडेतिकडे केल्यावर आपटेने ठरवलेल्या त्या हिरव्या शेवरोलेटकडे ते तिघे चित्पावन ब्राम्हणगडी गडबडीने गेले. आपल्या साथीदारांचा कसलाही विचार न करता ते टॅक्सीत बसले आणि त्यांनी ड्रायव्हरला गाडी शक्य तेवढी भरधाव सोडण्याची सूचना दिली.

तिकडे व्यासपीठावरील गांधींनी समुदायाला शांत करण्यात यश मिळविले होते. लोकांत अफवा पसरली- एका मूर्ख पंजाबी निर्वासिताने गांधींविरुद्ध निदर्शन करताना हा प्रकार केला. गांधींनी शांतपणे जाहीर केले- ''आता मी पाकिस्तानाच्या दौऱ्यावर जाऊ शकतो. सरकार व डॉक्टर यांची अनुमती मिळाली तर ताबडतोब निघेनच मी!'' एवढे सांगून गांधींनी एक प्रसन्न स्मितहास्य केले. आपण एका भयानक प्राणसंकटातून मोठ्या चमत्काराने मुक्त झालो आहोत याची पुसटशी जाणीवही नव्हती त्यांना. पुन्हा एकदा खुर्चीत बसून ते सभास्थानाहून मोठ्या विजयी भावनेने आपल्या निवासस्थानाकडे मिरवत गेले.

गोडसेबंधू व आपटे यांना घेऊन निघालेली टॅक्सी शहराच्या दिशेने धावू लागली. आपल्या अपयशाने अवमानित झालेले ते तिघे अतिशय खिन्न मनाने गाडीत बसले होते. नथूरामने आपले डोके गच्च आवळून धरले होते. त्याचे डोके भयानक दुखत होते. आता पुढे काय करायचे हाच प्रश्न होता. आपटेने आखलेली योजना, केलेली रचना अशी संपूर्णपणे फसेल असे त्यांच्यापैकी कोणाच्याही स्वप्नात आले नव्हते. शिवाय आता एक नवाच धोका त्यांना गिळायला उभा होता साक्षात. सुदैवाने, पकडल्या गेलेल्या मदनलालला त्यांची खरी नावे माहीत नसली तरी ते पुण्याचे आहेत, पत्रकार आहेत हे त्याला ठाऊक होते. त्यांच्या वृत्तपत्राचे नावही त्याच्या कानावर होते. पोलिसांचे पाश त्यांच्याभोवती आवळायला एवढी माहिती पुरी होती. प्रयत्नात आलेल्या अपयशापेक्षा झालेली मानहानीच त्यांना असह्य वाटत होती. मुंबईच्या ज्या पाठीराख्यांनी त्यांच्यासाठी निधी उभारला होता त्यांना तोंड कसे दाखवायचे हा प्रश्न होताच.

अशा अनेक प्रकारच्या मानसिक धक्क्यांतून प्रथम नथूरामने स्वत:ला सावरून घेतले. गोपाळने ताबडतोब पुण्याला जाऊन पोलिसांना आपल्या कार्यक्रमाविषयी शंका येणार नाही अशा तऱ्हेने नाटक रचण्याची सूचना दिली. तो व आपटे पुढच्या उपायांचा विचार करणार होते. आपटेने ड्रायव्हरला गाडी थांबवण्याची सूचना दिली. गोपाळ खाली उतरून गेला. आपटे- गोडसे गर्दीतून पुढे गेले.

बिर्लाभवनावर पुन्हा एकवार आनंदीआनंद झाला. महात्माजी सुखरूप असल्याचे

कळताच त्यांच्यावर सदिच्छासंदेशाचा वर्षाव होऊ लागला. फोनची घंटा सतत खणखणत राहिली. नेहरू-पटेल तातडीने बिर्लाभवनात दाखल झाले. त्यांनी गांधींना प्रेमभराने आलिंगन दिले. श्रीमती एड्विना माऊन्टबॅटनही येऊन गेल्या. त्यांच्याशी बोलताना गांधी गमतीने म्हणाले, ''यात माझ्या पराक्रमाचा प्रश्न येतोय कोठे? मला खरोखरच वाटले की तो बाँब लष्कराच्या नेहमीच्या सरावातीलच आहे. हां, एखाद्याने माझ्यासमोर येऊन छातीवर गोळी झाडली असती तर त्याच्या त्या गोळीचे मी सुहास्य वदनाने स्वागत केले असते. माझ्या मुखात रामनामाचा जप चालला असताना मी जगलो वाचलो तर माझ्यावर होणाऱ्या अभिनंदनाच्या वर्षावाला मी पात्र ठरलो असतो. आज तसं काहीच नाही घडलं!''

बिर्लाभवनाच्या आवारात झालेल्या या प्रकरणाची दखल घेणारे दिल्लीचे डेप्युटी इनस्पेक्टर जनरल ऑफ पोलीस श्री. डी. डब्ल्यू. मेहरा त्या दिवशी फ्ल्यूच्या तापाने बिछान्यावर पडून होते. त्यांच्या अंगात एकशे तीन डिग्री ताप होता. या गुन्ह्याच्या तपासाचे काम त्यांच्याकडे येणार असल्याने पोलिसांनी त्यांना तीन संदेश पाठवून पुढील आदेशाची वाट पाहिली. गांधींच्या प्रार्थनास्थळी कोणीतरी बाँबचा स्फोट केला आहे. बाँब टाकणाऱ्याला पकडण्यात आले आहे. त्यानंतर दोन तासांनी दुसरा संदेश मिळाला. पकडलेला माणूस पोलिसांच्या चौकशीला योग्य प्रतिसाद देत नाही. त्यावर, मेहरांनी त्याला बोलते करण्यासाठी पोलिसांजवळची 'खास अस्त्रे' वापरण्याची आज्ञा दिली. मेहरांना मिळालेला तिसरा व शेवटचा संदेश चालू असलेल्या पोलीसतपासाला वेगळे वळण देणारा ठरला.

हा महत्त्वाचा संदेश दिला पोलिसांचे नामधारी प्रमुख डी. जे. संजीवींनी. वास्तविक ते गृहस्थ तसे राजकीय क्षेत्रात काम करणारे. भारत सरकारच्या गुप्तचर विभागाला राजकीय कार्यकर्त्यांच्या हालचालींची माहिती पुरविणारे मेहरा व संजीवी या दोघांमध्ये एक समझोता झालेला होता कामाच्या पद्धतीबद्दल. सेवानिवृत्तीपूर्वी एकदा तरी मोटारीच्या बॉनेटवर वेगळा ध्वज, आगेमागे पायलट-मोटारी आणि कार्यालयात पोहोचताच मिळणारी सन्मानदर्शक मानवंदना या गोष्टींची हौस संजीवींना होती. त्यांच्या या महत्त्वाकांक्षेला फलस्वरूप येण्याकरता दिल्ली पोलीसप्रमुखाचे पद पदरात पाडून घेण्याची किमया त्यांनी करून दाखविली होती. मात्र, पोलीसखात्याच्या बारकाव्यांची त्यांना विशेष माहिती नसल्याने प्रत्येक वेळा मेहरांची मदत घेतल्याशिवाय संजीवींचे चालत नसे. पण आज मात्र त्यांच्या निर्णयाने मेहरासाहेब साफ झाले. ''मदनलालच्या केसकडे लक्ष नका देऊ तुम्ही. मी स्वत:च या प्रकरणात लक्ष घालतोय!'' संजीवींनी त्यांना बिनदिक्कत कळवूनही टाकले.

पार्लमेंट रस्त्यावरच्या पोलीसचौकीत मदनलाल आपल्या खोडसाळपणाचे प्रायश्चित भोगत होता. गेले दोन तास तिघा पोलिसांनी त्याच्यावर नानाविध प्रश्नांचा

भडिमार करून त्याला बेजार करून टाकले होते. तो चांगलाच चिंबून गेला होता. तरीही आपल्या साथीदारांशी तो पराकाष्ठेचा प्रामाणिक राहिला. पहिल्या प्रयत्नात केवळ त्याच्याकडूनच प्रत्यक्ष कृती झालेली होती. उरलेले पुन्हा प्रयत्न करणारच याची त्याला खात्री होती. तोंडातून 'ब्र'ही न काढल्याने तो त्यांना जास्तीत जास्त वेळ मिळवून देत होता. पण इतका संयम पाळूनही सुरुवातीसच त्याच्या तोंडून एक महत्त्वाचा दुवा निसटलाच. त्याने कबूल केले की आपले हे कृत्य एकट्याचे नाही. त्यांचा एक गट आहे. त्या गटातील लोकांचा आकडाही दिला त्याने- 'सात जण आहोत आम्ही!' गांधींच्या मुस्लिमधार्जिण्या धोरणाच्या, पाकिस्तानशी सलोखा वाढविण्याच्या त्यांच्या दुराग्रहाच्या निषेधार्थ आम्ही त्यांना ठार मारण्याचे ठरवले होते हे देखील सांगून मोकळा झाला मदनलाल.

आता एवढ्या वेळात आपल्या साथीदारांना निसटायला वेळ मिळाल्याचा अंदाज येताच मदनलालने आपल्या दिल्लीतील वास्तव्याची, विशेष त्रास होणार नाही अशी हकिकत पोलिसांना सांगितली. त्यानंतर अशाच एका अनवधानाच्या आवेशात त्याने त्यांच्या हातात दुसरा एक धागा दिला. आपण आपल्या सहकाऱ्यांसह सावरकर सदनास भेट देऊन तेथे वास्तव्य करणाऱ्या त्या विख्यात राजकारणी पुरुषाची भेट घेतल्याचेही त्याने मान्य केले. पोलिसांनी त्याला त्याच्या साथीदाराचे वर्णन करण्यास भाग पाडले. मात्र त्या वर्णनाचा फारसा फायदा पोलिसांना झाला नाही. त्याला कोणाचेच खरे नाव सरळ सांगता येईना. नीट उच्चारताही येईना. फक्त एकच नाव घेतले त्याने व तेही चुकीचेच उच्चारले- 'करकरे' ऐवजी तो 'किरक्री' म्हणत गेला. गोडसेचे वर्णन करताना त्याने तिसरा महत्वाचा सांधा जुळवला. त्याच्या व्यवसायाचे वर्णन केले त्याने. मदनलालने सांगितले- तो 'राष्ट्रीय' किंवा 'अग्रणी मराठा' या नावाने देशी भाषिक वृत्तपत्र चालवतो.' येथेही पूर्वीचीच पुनरावृत्ती घडली. पण तेवढ्या सुतावरून स्वर्गाला जाणे शक्य होते पोलिसांना.

एकीकडे मदनलालला पोलीस छेडत असतानाच दुसरीकडे त्यांनी हिंदुमहासभेच्या कार्यालयावर आणि मरीना हॉटेलवरही आपली धाड घातली. तेथे कोणीच हाती लागले नाही. बडगे व त्याचा नोकर यांनी केव्हाच पुण्याची गाडी पकडलेली होती. ते दिल्लीपासून कित्येक मैल अंतरावर पोहोचले होते. करकरे व गोपाळ गोडसे यांनी खोटी नावे धारण करून जुन्या दिल्लीतील एका हॉटेलात मुक्काम टाकला होता. आपटे व नथुराम गोडसे मरीना हॉटेलमधून केव्हाच पसार झाले होते. चाळीस नंबरच्या खोलीतील डेस्कवर पोलिसांना चौथा महत्वाचा धागा सापडला. गांधींना त्यांचे उपोषण सोडणे भाग पाडणाऱ्या कराराचा धिक्कार करणारे एक पत्रक तेथे पडले होते. त्याच्यावर हिंदुमहासभेच्या एका पदाधिकाऱ्याची, आशुतोष लाहिरींची, सही होती. लाहिरी व आपटे-गोडसे यांचा परिचय गेल्या आठ वर्षांचा होता. ते दोघे

सावरकरवादी मराठी नियतकालिकांचे- 'हिंदुराष्ट्र'चे - अनुक्रमे व्यवस्थापक व संपादक होते याची लाहिरींना चांगलीच माहिती होती.

त्या दिवशी मध्यरात्री पोलिसांनी मदनलालचा प्राथमिक तपास त्या रात्रीपुरता पूर्ण केला आणि त्या केसची पहिली डायरी भरून टाकली. सात तासांच्या आपल्या परिश्रमावर ते खूश होते. त्यांना एक गोष्ट निश्चित समजली की त्या दिवशीचा बॉम्बस्फोट हा एका मोठ्या कटाचा भाग आहे. कटवाल्यांची संख्याही त्यांना कळली. गेल्या मे महिन्यापासून पोलिसांची पाळत असलेल्या एका राजकीय संघटनेचे कटवाले पक्के अनुयायी आहेत याचीही नोंद त्यांनी घेतली. सध्या त्यांच्याजवळ जमलेल्या माहितीच्या आधारावर ते नथूराम गोडसे व त्याच्याबरोबर त्याचा साथीदार नारायण आपटे याचे पत्ते काढू शकत होते. एकंदरीत, पोलिसांची पहिल्या दिवसाची कामगिरी तरी झकास झाली. एवढ्या पूर्वतयारीनंतर, कटवाल्यांचा माग काढून त्यांना पोलीस कस्टडीत अटकावून ठेवणे आता काही थोड्या तासांचेच काम होते. दिल्लीच्या पोलीसखात्याच्या कोणत्याही साध्या पोलिसाला त्याबद्दल शंका नव्हती. अशा रितीने, व्यवस्थितपणे मार्गी लागलेल्या या गांधीवधाच्या चौकशीला, तिचा पाठपुरावा करण्याच्या पद्धतीला, मध्येच असे एक गैरलागू, असफल वळण लागले की त्याचे पर्यवसान, तीस वर्षांनंतर उठलेल्या त्या प्रश्नावरच्या वादळात झालेले दिसले. विशेष म्हणजे भारतात अद्यापही त्याचे पडसाद उमटत आहेत.

●

‘आता माघार घेणे नाही!’

नवी दिल्ली-मुंबई, २१-२९ जानेवारी १९४८. गोपाळ गोडसेच्या तोंडातील अर्धवट खाल्लेले बिस्कीट तेथेच घुटमळले. एकाएकी त्याचा घसा कोरडाच पडला. कारण, समोर साक्षात यमदूत उभा होता. हातात बेड्या, डोक्यावर संपूर्ण बुरखा- फक्त डोळ्यांच्या खाचा उघड्या, अवतीभोवती पोलिसांचा घोळका अशा जामानिम्यात. जुन्या दिल्लीच्या रेल्वे-स्टेशनावरच्या उपाहारगृहाच्या काऊंटरवर उभे राहून गोपाळ गोडसे आणि विष्णू करकरे चहा घेत होते. गोपाळला त्या यमदूताची ओळख त्याच्या सुरकुतलेल्या निळ्या सुटावरून पटली. त्या सुटाखालचा देह मदनलाल पाहवाचा आहे हे त्याने जाणले, आधल्या दिवशीच्या महान कार्यपूर्तीसाठी त्याने तो मोठ्या अभिमानाने परिधान केला होता. त्याच्या साक्षीदारांचा शोध घेण्यासाठी पोलीस मदनलालला घेऊन आले होते स्टेशनवर. पोलिसांना पाहताच गोडसे व करकरे शांतपणे त्यांच्याकडे पाठ करून बसले. पोलीस मदनलालला फलाटावर फिरवतच होते. ही त्यांची पाचवी वेळ होती. मुंबई एक्सप्रेसकडे लगबगीने निघालेल्या उतारूंकडे मदनलाल आपल्या बुरख्याआडून बघत होता. त्याचे मन व शरीर भुकेने व श्रमाने थकलेले होते. इकडेतिकडे पाहात असताना त्याची नजर पाठमोऱ्या करकरेकडे गेली. नकळत तो शहारला. त्याचे ते शहारणे एका पोलिसाने हेरले आणि चटकन त्याच्या खांद्यावर हात ठेवला. तेवढ्यात मदनलालने स्वत:ला सावरले. आपली चलबिचल दडवण्यासाठी खोकल्याचे नाटक

केले. शांतपणे तो गोडसे-करकरे यांच्या समोरून स्टेशनात थांबलेल्या गाडीकडे निघून गेला. म्हणजे आता अंततः ते दोघे विनासायास दिल्लीतून निसटू शकत होते.

मदनलाल प्रकरणानंतर दिल्लीच्या पोलिसांच्या चिंतेचा मुख्य विषय होता गांधींच्या सुरक्षिततेचा. संजीवीसाहेबांनी तपासाचे काम आपल्याकडे घेतले असले तरी गांधींच्या संरक्षणाची अंतिम जबाबदारी फ्ल्यूच्या तापाने बेजार झालेल्या डी. डब्ल्यू. मेहरांचीच होती. अंगात ताप असूनही, ओव्हर-कोट चढवून, मेहरासाहेब दुपारच्या वेळी बिर्लाभवनावर हजर झाले. भारताच्या राष्ट्रपित्याला लवून अभिवादन करत ते म्हणाले, "डब्बल मुबारक, बापूजी!"

"का बाबा, डबल मुबारक कशासाठी?" गांधींनी विचारले.

"प्रथम तुम्ही तुमचे उपोषण यशस्वीरीत्या पूर्ण करून आम्हां दिल्ली पोलिसांना जे जमत नव्हते ते साध्य केलेत, दिल्लीला शांतता मिळवून दिलीत आणि आता बॉम्बहल्ल्यातून वाचलात यासाठी, दुसऱ्यांदा!" मेहरांनी उत्तर दिले.

"अरे बंधू, माझे आयुष्य देवाच्या हातात आहे!" गांधींनी आपले दंतविहीन हास्य केले. पण आजपासून गांधींनी ते आपल्या हाती सोपवावे या उद्देशानेच मेहरांचे आगमन तेथे झाले होते. म्हणून नेहरूंनी गांधींना सांगितले - "बापूजी, ज्या माणसाने तुम्हांला मारायचा प्रयत्न केला तो एकटा नाही. त्याच्या जोडीने आणखी सहा जण आहेत. तुमच्या खुनाचा हा एक कट आहे. एकाचा प्रयत्न फसला असला तरी दुसरे गप्प बसणार नाहीत. बिर्लाभवनाभोवतीच्या संरक्षणव्यवस्थेत वाढ करण्याची व प्रार्थनेच्या निमित्ताने आवारात प्रवेश करणाऱ्या संशयितांची झडती घेण्याची परवानगी आपण पोलिसांना द्यावी अशी मी विनंती करतोय'

गांधी चमकलेच जाग्यावर - "छे छे, शक्य नाही ते. मी त्याला कधीच कबूल नाही होणार. अरे, मंदिरात किंवा चर्चमध्ये प्रार्थनेला निघालेल्या कोणाची झडती घ्यायची असते का?"

"आपण म्हणता ते ठीक आहे. पण तुमची स्थिती वेगळी आहे. हत्याऱ्याच्या गोळीला बळी जाणारे मंदिरात नसतातच कोणी. तेथे फक्त मूर्ती असतात दगडी, येथे तुम्ही हाडामांसाचे माणूस आहात साक्षात!" मेहरांनी युक्तिवाद केला.

"हे पहा, माझा रक्षक आहे प्रभू श्रीरामच. जर त्याच्याच मनात असेल तर कोणीच मला वाचवू शकणार नाही. अगदी पावला-पावलावर पोलीस ठेवलेत तरीही. या देशाच्या राज्यकर्त्यांचा अहिंसेवर विश्वास नाही. त्यांना वाटते, माझे प्राण पोलिसांच्या हाती सुरक्षित राहतील. चूक आहे ते. मलाच ते नको आहे. मी फक्त श्रीरामावर विसंबून आहे. तेव्हा तुम्ही सुचवत असलेली योजना मला साफ नामंजूर आहे. मी इतकं सांगूनदेखील तुम्ही तुमचाच हेका चालू ठेवलात तर मी ताबडतोब दिल्ली सोडून चालता होईन आणि माझ्या निघून जाण्याचे खापर तुमच्या माथ्यावर

मारेन ध्यानात ठेवा.'' गांधींनी भडिमार केला.

मेहरांचा तोराच उतरला तात्काळ. गांधींच्या निर्णयक्षमतेची त्यांना पक्की जाण होती. याचा अर्थ आता त्यांना एखादा वेगळाच मार्ग शोधणे भाग होते.

''क्षमा करा, निदान माझी दुसरी विनंती तरी मान्य कराल? मी स्वत: तुमच्या सायंप्रार्थनेस हजर राहिलेले चालेल ना?'' मेहरा म्हणाले.

''वा, त्याला कोण हरकत घेईल? एक व्यक्ती म्हणून मी तुमचे सदैव स्वागत करेन.'' गांधींनी रुकार दिला. मेहरा निघून गेले.

पाचला दहा मिनिटे कमी असताना मेहरा ठरल्याप्रमाणे परत आले. अंगात ताप होताच. मात्र त्यांच्या अंगावरचे कपडे साधेच होते या वेळी. गांधींचे म्हणणे काही असले तरी त्यांनी भवनाभोवतीची पोलिसांची संख्या पाचवरून छत्तीसावर नेली होती. त्यांतले बरेच जण साध्या वेषात विखरून ठेवले सगळीकडे. आपल्या कोटाच्या खिशात गोळ्या भरून तयार असलेले वेबर आणि स्कॉट ३८ या बनावटीचे पिस्तूल सज्ज ठेवले. त्या हत्याराची क्षमता विलक्षण होती. त्याच्यातून सुटलेल्या तीन गोळ्या पाच सेकंदांच्या आत वीस फुटांपर्यंतचा माणूस साफ करू शकत होत्या. प्रार्थनेसाठी महात्माजी आपल्या खोलीतून निघाले की मेहरासाहेब आपल्या ठरलेल्या जागेवर दाखल होत. ती जागा गांधींच्या उजव्या बाजूस होती. जोपर्यंत आपण येथे सज्ज आहोत तोपर्यंत कोणताही मारेकरी गांधींना मारू शकणार नाही असा त्या अनुभवी पोलीस अधिकाऱ्याचा विश्वास होता.

पुन्हा एकदा, खुर्चीत घालून आणलेले गांधी प्रार्थनापीठावर स्थानापन्न झाले. आपल्या भाषणाच्या आरंभीच गांधीजींनी सुडाने पेटलेल्या त्या निर्वासित युवकाचा उल्लेख केला- ''ज्या माणसाने काल बॉम्ब टाकला त्याचा द्वेष करू नका. त्याला शासनही नको. आपण ज्याला दुष्ट मानतो त्याला शिक्षा करण्याचा हक्क आपल्याला नाही'' पोलिसांनी मदनलालला मुक्त करावे अशीही विनंती त्यांनी शेवटी केली.

गांधींच्या खुनाच्या कटाचा छडा लावण्याची अनपेक्षित जोखीम घेतलेल्या संजीवीसाहेबांना एक गोष्ट कळून चुकली होती. हा सारा कट मुंबई प्रांतात शिजलेला होता. आपले कटवाले साथी महाराष्ट्रवासी आहेत याची माहिती मदनलालच्या जबाबातून मिळत होती. खुद्द तो स्वत:ही मुंबईहूनच दिल्लीत आला होता. तेव्हा या सगळ्याच्या आधारे त्यांनी प्रथम मुंबई पोलिसांना जागे करून या प्रकरणाचा तपास करण्यासाठी कोणातरी वरिष्ठ पोलीस अधिकाऱ्याची नियुक्ती करण्याची सूचना केली. शिवाय, दिल्ली पोलिसांच्या गुप्तचर विभागातील दोन अधिकारी मुंबईला पाठवले. त्यांच्याकडून दिल्लीत जमवलेल्या माहितीची कल्पना मुंबईला देण्यासाठी. पण अधिकाऱ्यांनी नेमका महत्त्वाचाच दस्तऐवज नेला नाही आपल्याबरोबर. आदल्या दिवशी सायंकाळी मदनलालच्या प्राथमिक तपासणीत उघड झालेल्या माहितीचे

तपशीलवार निवेदन टंकलिखित होऊन तयार होते. ते त्यांनी घेतलेच नाही बरोबर. त्याच्याऐवजी, एका २'' x ४'' आकाराच्या कार्डावर हातानेच काही महत्वाचे मुद्दे टिपून घेतले. त्याच्यावर काय होते? मदनलालचे करकरेचे 'किरक्री' असे सांगितलेले चुकीचे नाव! आपटे व गोडसे चालवत असलेल्या वृत्तपत्राचा निर्देशही नव्हता केलेला त्यात.

मुंबईच्या ज्या अधिकाऱ्यांशी त्यांना संपर्क साधावयाचा होता त्यांच्यापाशी अधिक माहिती होती. बावीस वर्षांचे जमशेद ऊर्फ जिमी नगरवाला मुंबई सी.आय.डी.च्या खास विभागातील क्र. १ व २ उपविभागाचे प्रमुख होते. त्यांच्याकडे राजकीय क्षेत्रातील व परदेशातून येणाऱ्या लोकांवर लक्ष ठेवण्याचे काम होते. नगरवालांची नियुक्ती त्यांच्या धर्माच्या आधारावर केलेली होती. ते पार्शी होते. त्या वेळी मुंबई राज्याचे गृहमंत्री म्हणून मोरारजी देसाई काम पाहात. त्यांच्या टेबलावरही या संदर्भातील एक महत्त्वाची माहिती पडलेली होती. एक आठवडयापूर्वी मदनलालने गांधींच्या खुनाची कोणाजवळ तरी बढाई मारलेली होती. त्या व्यक्तीने मदनलालच्या साथीदाराचे नाव करकरे असून तो अहमदनगरचा राहणारा आहे असेही कळवले होते. आणखी एक योगायोग पाहा. एक जानेवारीस अहमदनगर पोलिसांना करकरेच्या हॉटेल-मॅनेजरच्या खोलीत काही शस्त्रे सापडली होती. त्यावर निर्णय देताना गृहमंत्र्यांनी, १२ जानेवारीला विचारले होते 'करकरेला का पकडले नाही याचा खुलासा व्हावा.' लालफितीच्या प्रवाहात सापडलेला तो आदेश नगरला पोचायला सात दिवस लागले. करकरेच्या नावाचे वॉरंट निघायला आणखी पाच दिवस गेले. तोपर्यंत रोज तशा प्रकारचे शेकड्यांनी अहवाल डोळ्यांखालून घालणारे मोरारजी देसाई आज ते नेमके नाव आठवू शकत नव्हते. लागलीच नगरवाला त्याच्या मागावर निघाले. एकंदर परिस्थितीचा साकल्याने विचार केल्यावर त्या तरुण अधिकाऱ्याने अनुमान काढले की कधी ना कधी गांधी खूनकटाची वाटचाल केळुसकर रस्त्यावरच्या माडांच्या रांगांतूनच होणार. त्यामुळे मदनलालच्या कबुलीजबाबाचा आधार घेऊन सावरकरांना अटक करण्याची परवानगी नगरवालांनी मोरारजींकडे प्रथम मागितलीही. मोरारजी कडाडलेच त्यांच्यावर - "अरे, काय खुळे आहात की काय! आपल्या या मुंबई राज्याला आग लावायची आहे काय तुम्हाला?" ठीक आहे. सावरकरांना पोलीस कोठडीत घालता येत नसले तरी त्यांच्यावर, त्यांच्याकडे येणाऱ्याजाणाऱ्यांवर पाळत ठेवायला काय हरकत आहे, असा विचार करून त्यांनी जगद्‌विख्यात मुंबई सी. आय. डी. विभागास कामाला लावले. काही तासांतच त्यांनी करकरेविषयीचा तपशील गोळा केला. त्यात त्यांना 'पुण्याच्या कोणा एका बडगे' बद्दलही माहिती मिळाली. करकरे सहा जानेवारीपासून गावात नाही याचाही पत्ता लागला. तिकडे पोलिसांनी पुण्यास जाऊन बडगेच्या दुकानावर छापा घातला.

तो सापडला नाही. 'कदाचित तो जंगलात दडला असावा' अशी माहिती मिळाली. दुर्दैवाने, पुणे पोलिसांनी बडगेविषयी जादा आस्था दाखवली नाही. त्यामुळे दिल्लीहून परतलेला बडगे नेहमीच्याच आरामात चिलखत बनवण्याचे आपले आवडते काम करू शकला - पुढे दहा दिवसांनी पुन्हा पकडला जाईपर्यंत.

तपासाअंती आपण मिळवलेल्या माहितीच्या तुलनेने विचार करता नगरवालांना दिल्ली पोलिसांनी दिलेल्या पुराव्याची अपूर्वाई वाटली नाही. विशेष म्हणजे तिकडून आलेल्या दोघांपैकी एक जण होता शीख. त्यांनी आपला मुक्काम मुंबई पोलिसांच्या खाती 'अतिरेकी' म्हणून जमा असलेल्या एका शिखाच्या हॉटेलात ठेवला. त्यांच्यावर सोपवलेल्या कामगिरीच्या संदर्भात त्यांचे हे कृत्य नगरवालांना तितके उचित वाटले नाही. तेव्हा त्यांच्या मदतीची आपल्याला गरज नाही असा निर्णय त्यांनी घेतला. तेवीस जानेवारीला त्यांना बोलावून घेऊन नगरवालांनी आपल्याजवळची माहिती दिली व त्यांची बोळवण केली. दिल्लीला परतल्यावर त्या दोघांपैकी ज्येष्ठ अधिकाऱ्याने आपल्या मुंबईच्या मुक्कामाची पोलीसडायरी सादर केली. त्यात एक आश्चर्यजनक निवेदन होते. - 'हिंदुराष्ट्र' किंवा 'अग्रणी'च्या संपादकास तत्काळ संशयित म्हणून पहावे यावर आम्ही खास आग्रह करूनही (त्याच्या पुष्ट्यर्थ त्यांनी एक कागदही जोडला होता) मुंबई पोलिसांनी त्याकडे दुर्लक्ष केले.', बऱ्याच वर्षांनंतर सत्य बाहेर आले की तो अहवाल दिल्ली पोलीस मुंबईला गेल्यानंतर तयार झाला होता व त्यांनी तो आपल्या डायरीला मुंबईहून राजधानीस परत गेल्यावर जोडला होता.

गुरुवारी दुपारी अचानक गांधीखून कटाच्या तपासाला एक प्रचंड गती मिळाली. मदनलालचा दम संपला. पोलिसांसमोर तपशीलवार निवेदन करण्याची तयारी त्याने अखेरीस दाखवली. आपण पोलिसांच्या छळाला, जुलूमजबरदस्तीला बळी पडलो असे मदनलाल म्हणतो तर पोलीस ते साफ नाकारतात. कोणास ठाऊक कोण सत्यवचनी आहे! (१९७३ मध्ये आम्ही मदनलालची अनेकदा मुलाखत घेतली. त्याने निवेदलेली पोलिसांच्या जुलमाची ही कहाणी- 'त्याने तोंड उघडावे म्हणून पोलिसांनी त्याच्या मूत्रपिंडांना बर्फाचे खडे बांधले होते दोऱ्यांनी. दुसऱ्या एका वेळी पोलिसांनी त्याच्या तोंडावर साखरेचा पाक चोपडला आणि त्याच्यावर मुंग्या सोडल्या. दिल्ली पोलिसांच्या मते मदनलालच्या कल्पनाविलासाचे ते नमुने होते. २१-२२ जानेवारीस पोलिसांनी आपल्या रेकॉर्डमध्ये नोंद केली. 'तो चुकीची माहिती देत आहे याबद्दल त्याला पुन: पुन्हा ताकीद देण्यात येत होती. त्याच्या प्रश्नकर्त्यांनी त्याची 'योग्य जाणीव' त्याला द्यावी. मदनलालचा कबुलीजबाब चोपन्न पाने भरला. दोन संपूर्ण दिवस प्रश्न विचारत होते पोलीस. ती टंकलिखित चोपन्न पृष्ठे मदनलालने पुन्हा एकदा वाचून काढल्यानंतर त्यावर आपली सही केली. २४ जानेवारीस रात्री

साडेनऊ वाजता त्याच्या कोठडीत वीस जानेवारीच्या प्रकाराची सांगता झाली. लागलीच तो दस्तऐवज संजीवींच्या टेबलावर ठेवण्यात आला.

या खेपेस मदनलालने काहीच हातचे राखून ठेवले नाही. त्याला जेवढे काही ठाऊक होते ते त्याने सांगून टाकले. बडगेचा परिचय नावाने करून दिला नसला तरी तो पुण्यात एक शस्त्रभांडार चालवतो असे सांगितले. करकरेची नावनिशीवार माहिती सांगितली. त्याच्या राजकीय कार्याचा तपशीलही दिला. या वेळी, मदनलालने गोडसे- आपटेच्या वृत्तपत्राचे नाव बिनचूक दिले - 'हिंदुराष्ट्र' महत्त्वाची गोष्ट म्हणजे त्याने त्याचा पत्ताही सांगितला बरोबर- पुणे. ताबडतोब, संजीवींनी गृहखात्याच्या दप्तरातून माहिती आणली. 'हिंदुराष्ट्र- पुण्याचे मराठी दैनिक- संपादक - एन.व्ही. गोडसे : मालक - एन. डी. आपटे. सावरकरवादी गटाचे नियतकालिक.' मदनलालचा कबुलीजबाब घेण्याचे काम चालू असताना दिल्ली पोलिसांना मरीना हॉटेलच्या चाळीस नंबरच्या खोलीत काही कपडे सापडले होते, निसटण्याच्या घाईत मागे राहिलेले. त्यावर N. V. G. असा धोबी मार्क होता. त्याअर्थी, पोलिसांना हवा असणारा माणूस 'एन.व्ही.गोडसे' या नावाचाच असला पाहिजे या तर्काला बळकटी मिळाली.

संजीवी या चौकशीप्रकरणी अतिशय एककल्लीपणे व विशेष आस्था न दाखवता काम करत होते. ते किंचित घमेंडखोर व आतल्या गाठीचे गृहस्थ असल्यामुळे आपल्या हाताखालच्या अधिकाऱ्यांना विशेष वाव न देता त्यांनी त्वरित चौकशीचे काम चालवले. वास्तविक मदनलालने त्यांचा मार्ग खुला करून दिला असतानाही त्यांनी हालचाली केल्या नाहीत. थोडासा सुगावा लागताच मुंबई राज्यातील नियतकालिकांची अधिकृत यादी पडताळायचे प्रयास एकानेही घेतले नाहीत. मरीना हॉटेलात सापडलेल्या पत्रकाच्या अनुरोधाने हिंदुमहासभेच्या त्या पदाधिकाऱ्यांकडे कसलीही चौकशी केली नाही. मदनलालच्या अंतिम कबुलीजबाबाची माहिती एखादा सक्षम माणूस तातडीने मुंबईला पाठवून नगरवालांना दिली नाहीच. निदान फोनवरून तरी पुणे पोलिसांकडून 'हिंदुराष्ट्र'बद्दल अधिक माहिती काढायची! अशी दिरंगाई, कामातील ढिलाई अक्षम्य ठरावी.

संजीवीसाहेबांच्या जोडीला आणखीही एक अधिकारी होते. २५ जानेवारीस पुणे पोलिसांच्या सी.आय.डी. विभागाचे डेप्युटी इन्स्पेक्टर जनरल यू.एच.राणा दिल्लीतील एका परिषदेला उपस्थित होते. त्यांच्याजवळच्या फायलीत गोडसे, आपटे, बडगे आणि करकरे यांची ओळख पटावी असे भरपूर साहित्य व करकरे आणि आपटे यांचे फोटो होते. त्यांच्या दहशतवादी कार्याचा अहवालही होता. संजीवींनी त्यांना आपल्या कचेरीत बोलावून घेतले. दोघांनी दोन तास मदनलालच्या कबुलीजबाबावर खल केला. त्यातून एक गोष्ट सिद्ध होती की, कटवाल्यांपैकी दोघे जण पुण्याचे होते. राणांना 'हिंदुराष्ट्र' विषयी माहिती असणे संभवनीय होते.

त्यांच्याच हुकमाने ते पत्र नोव्हेंबरात बंद झाले होते. आधीच्या उन्हाळ्यात झालेल्या एकमेव बॉंबस्फोटाचा सूत्रधार आपटेच होता हेही त्यांना ठाऊक असायला हरकत नव्हती. पण इतक्या गोष्टींचा छडा लागल्यानंतरही ते गप्प का बसावेत हे कळत नाही. त्यांनी दूरध्वनीवरून आपल्या कनिष्ठांशी संपर्क साधला नाही वा स्वत: विमान पकडून पुण्याला परतलेही नाहीत. छत्तीस तासांच्या संथ, कंटाळवाण्या रेल्वेप्रवासानंतर ते पुण्याला पोहोचले. संजीवींची अटकळ होती, नव्हे, त्यांची खात्री होती की, आता कटवाले फुटले, त्यांचा कट फसल्या कारणाने ते परत येणे अशक्यच. त्यामुळेच त्यांनी आपल्या पुढील तपासाला गती दिली नसावी. ते किंचित दमाने घेऊ लागले सर्व गोष्टी.

संजीवीसाहेब गप्प बसले असतील, थोड्या दमाने जाणार असतील पुढे पण मुंबईच्या उपनगरातील ठाणा स्टेशनवर, फलाटावर एका टोकाला मांडी ठोकून बसलेल्या त्या चौघांतील एकाला दम निघत नव्हता. दिव्याच्या एका खांबाखालील मंद प्रकाशात चर्चा करणारे ते चौघे आता थांबणार नव्हते. त्यांना पुन्हा दिल्ली गाठायची होती. या खेपेस एक विसकळीत कंपू करणार नव्हते ते. राजकीय हत्याकांडातील शास्त्रशुद्ध मार्गाचा अवलंब करण्याचा त्यांचा विचार होता- एक माणूस, एक शस्त्र! एका निर्धारयुक्त माथेफिरूची प्राणार्पण करण्याची सिद्धता! स्वत:च्या मोबदल्यात इच्छिताचा बदला! दिल्लीतून निसटल्यानंतर गोडसे-आपटे यांच्यासाठी पोलिसांनी जंगजंग पछाडले. भारताच्या इतिहासात प्रथमच एवढी प्रचंड शोधाशोध झाली. आज त्यांनी गोपाळ गोडसे व आपला स्नेही करकरे यांनाही तेथे बोलावून घेतले होते त्या गुप्त स्थळी. नथूरामने आपल्या बसक्या आवाजात त्याने घेतलेला निर्णय बोलून दाखविला...

''दिल्लीचा आपला प्रयत्न अयशस्वी झाला त्याचे कारण आपण नको तितके जास्त होतो. गांधींना ठार मारण्याचा मार्ग एकच आहे. कोणताही धोका पत्करून ते काम केवळ एकट्यानेच केले पाहिजे.'' गोपाळने आपल्या बंधूकडे विस्मयाने बघितले. आपटेही थक्कच झाला थोडा वेळ. नथूरामचा आवाज शांत, निश्चयी होता. आजपर्यंत आपल्या भाषणांतून जे चित्र त्याने रंगवले होते त्या चित्रात तो नवे रंग भरणार होता आता. त्याने जाहीर केले- ''तो एकटा माणूस मीच असेन. लक्षात ठेवा, हा निर्णय माझ्यावर कोणीही लादलेला नाही. स्वत:च्या सर्वस्वाचा होम करण्याचा निर्णय दुसऱ्या कोणाकडून लादलेला नसतोच कधीही. आता शक्य तितक्या जलदीने हे काम उरकले पाहिजे. मला दोन साहाय्यक हवेत. त्यांपैकी एक आपटे आहेच. करकरे, तू बरोबर ये आमच्या.'' करकरेने कबूल केले त्यांच्याबरोबर राहायचे. लगेच करकरेला दिल्लीला पोचण्याची सूचनाही दिली त्याने. जुन्या दिल्लीच्या रेल्वे स्टेशनबाहेर असलेल्या एका पाण्याच्या हौदापाशी दररोज दुपारी

त्याने उभे राहायचे असा संकेतही ठरवला. ज्या दिवशी ते दिल्लीत येतील त्या दुपारी ते त्याला तेथे भेटतील असाही बेत ठरला. मधल्या काळात तो व आपटे हमखास यश देणाऱ्या, सहज लपवता येईल अशा एखाद्या पिस्तुलाच्या शोधात राहतील. या खेपेस चूक करून भागणार नव्हते. सर्वांत महत्त्वाची गोष्ट म्हणजे सर्व काही जलदीने पूर्ण झाले पाहिजे. तो म्हणाला - "मदनलाल पोलिसांच्या हातात असल्यामुळे आज ना उद्या आपल्याही हातात बेड्या येणारच. त्यासाठी पोलिसांकडून पकडले जाण्याआधी आपण गांधींना गाठलेच पाहिजे."

तिकडे डी. डब्ल्यू. मेहरांचा ताप बळावल्यामुळे त्यांनी पुन्हा अंथरूण धरले. महात्माजींवर लक्ष ठेवण्याचे काम दिल्लीच्या दुसऱ्या एका पोलीस अधिकाऱ्याकडे आले. ए. एन. भाटिया त्यांचे नाव. त्यांची व गांधींची व्यक्तिगत ओळख असल्यामुळे गांधींच्या बाजूस दक्ष राहणे त्यांना अवघड जात नव्हते.

भारतीय स्वातंत्र्यलढ्याच्या इतिहासात सव्वीस जानेवारीच्या दिनाला फार महत्त्व आहे. बरोबर अठरा वर्षांपूर्वी - २६ जानेवारी १९३० ला - प्रत्येक भारतीयाने राष्ट्रीय स्वातंत्र्यासाठी लढण्याची शपथ घेतली होती. स्वत: गांधींनीच त्या प्रतिज्ञावाक्यांचा मसुदा तयार केलेला होता. आता गांधींनी शुद्ध, सात्त्विक आहार घ्यावयास आरंभ केला होता. त्यांचे सकाळचे फिरणे सुरू झाले होते. आपल्या पाकिस्तानच्या नियोजित पदयात्रेची तालीम करत होते गांधी. आधल्या दिवशीच एक पाकिस्तानी मुसलमान त्यांच्या भेटीसाठी येऊन गेला होता. त्याच्या येण्यामुळे गांधींच्या स्वप्नविलासाला चालना मिळाली होती. तो पाकिस्तानी म्हणाला - "गांधीजींच्या नेतृत्वाखाली, पाकिस्तानला परतणाऱ्या हिंदू-शिखांची किमान पन्नास मैल लांबीची मिरवणूक बघण्याचे सुख आम्हाला लाभावे अशी आम्हा सर्वांची इच्छा आहे!"

किती उदात्त, उत्तुंग स्वप्न होते ते! भारतीय जनतेला स्वातंत्र्यपदावर नेणारी ती कृश मूर्ती, आपली आवडती बांबूची लाठी हातांनी टेकत झपाझप पावले टाकत आहे. तिच्या मागून चालली आहे एक शेवट नसलेली माणसांची रांग-ज्या मार्गाने उद्ध्वस्त जीवनाची वाटचाल केली आहे त्याच मार्गाने नव्या जीवनाची प्रस्थापना करणाऱ्या माणसांची! ज्यांना घालवून दिले त्यांना सन्मानाने परत आत जायला मिळणाऱ्या माणसांची. कोणास ठाऊक काय होणार आहे? कदाचित, गांधी यशस्वी झाले तर परतताना त्यांच्या मागे असतील हजारो बेघर मुसलमानही! केवढा महान विजय होईल अहिंसा तत्त्वाचा, प्रेम व बंधुभावदर्शनाचा! त्यांच्या आयुष्यातील राष्ट्रकार्यावर मानाचा तुरा खोवला जाईल त्यामुळे. नुसत्या कल्पनेने स्वत: गांधीही मोहरून जाण्याची शक्यता होती त्या स्वप्नात. म्हणूनच ईश्वरचरणी त्यांची तळमळीची

प्रार्थना होती की त्याने केवळ त्यासाठी तरी त्यांना आवश्यक ती श्रद्धा, शक्ती व समय द्यावा.

फिरून आल्यानंतर गांधींनी डॉक्टर सुशीला नायर यांना बोलावणे पाठवले. पाकिस्तानच्या नियोजित दौऱ्याच्या तयारीचा एक भाग त्यांच्यावर सोपवला. मुदत दिली तीन दिवसांची. त्यासाठी त्यांना दुसरे दिवशीच पाकिस्तानात जावे लागणार होते. गांधी सायंप्रार्थनेसाठी निघाले की डॉ. सुशीला नायर त्यांच्यापासून काही अंतरावर पुढे चालत असत. म्हणजे शुक्रवार दिनांक ३० जानेवारीला त्या आपली जागा घेण्यासाठी परतणार होत्या.

गेल्या दहा दिवसात नथूराम गोडसे व नारायण आपटे दिल्लीला जाण्यासाठी दुसऱ्यांदा विमानात बसले होते. प्रवासातील त्यांचा उद्योग त्यांच्या स्वभावातील विरोध स्पष्ट करत होता. गोडसेच्या हातात एक पुस्तक होते- हिंदुत्व : लेखक वीर सावरकर. या पुस्तकाने त्याला आयुष्यात अनेक प्रेरणा दिल्या होत्या. आपटेचे लक्ष मात्र दुसरीकडे लागले होते. ती 'दुसरी' होती विमानातील एअर होस्टेस. नाष्ट्याचे तबक घेऊन येताना होणाऱ्या तिच्या कमनीय हालचालीवर आपटेचा लंपट डोळा होता.

मुंबईतील मुक्कामाचा त्यांचा शेवटचा दिवस तसा अपशकुनीच होता. भरवशाचे पिस्तूल मिळवण्यासाठी त्यांनी खूप धावाधाव केली होती दिवसभर. पैसा व पिस्तूल यासाठी केलेल्या खटपटीत दिवसअखेरीस आपटेच्या खिशात दहा हजार रुपये जमले खरे, पण पिस्तुलाच्या दिशेने प्रगती शून्य झाली. साधे वचनही नाही मिळाले कोणाकडून. पोलिसांची पाळत चुकवण्यासाठी त्यांनी मुंबई सोडण्याचा निर्णय घेतला. दिल्लीच्या एखाद्या निर्वासित छावणीत पिस्तुलासाठी खटपट करण्याचे ठरविले.

त्या क्षणी आपटेच्या डोक्यात दुसराच विचार घोळत होता. होस्टेसचे काम संपल्याचे पाहताच आपटेने तिला जवळ बोलावले. आपण हात पाहून भविष्य सांगतो असे तो म्हणाला तिला. तुमचा चेहरा जितका आकर्षक आहे तितकाच हातही अशी तिची स्तुती केली. ते ऐकताच होस्टेस खूश झाली. त्याच्या आसनाच्या हातावर बसून तिने आपला हात पुढे केला. बाजूस वाचनात गढून गेलेल्या माणसाला आपटेच्या त्या हालचालींचा तिटकारा येऊन तो रागारागाने खिडकीला चिकटून बसण्यासाठी सरकला. नारायण आपटेच्या शेवटच्या अभिलाषेला यश आले. दिल्लीला विमान पोहोचण्यापूर्वी आपटेने तिच्या नजीकच्या भविष्याची निश्चिती केली. त्या दिवशी रात्री साडेआठ वाजता दिल्लीच्या इंपीरियल हॉटेलमध्ये त्याला भेटण्याचे तिने मान्य केले.

२७ जानेवारीची सकाळ उजाडली. दिल्लीच्या दक्षिणेस सात मैलांवर मेहरोली

गावात कुवायत-उल-इस्लाम नावाची एक मशीद उभी होती. कुतुबुद्दीन ऐबक या पहिल्या मुसलमान सुलतानाने २७ जैन व हिंदू मंदिरे उद्ध्वस्त करून त्या जागेवर मुसलमानांचे हे पुरातन पवित्र स्थान बांधले होते. त्याच्या पुण्यतिथीच्या दिवशी मुसलमान उत्सव करत तेथे. हजारो भाविकांची गर्दी जमत असे. उपोषण समाप्तीसाठी गांधींनी घातलेल्या सात अटींपैकी एक अट होती- हा उत्सव विनासायास साजरा करता आला पाहिजे मुसलमान नागरिकांना. आणि काय चमत्कार! खरोखरीच अत्यंत आनंदी वातावरणात, सलोख्याच्या भावनेने सर्वधर्मीयांनी हा उत्सव साजरा केला. पंधरवड्यापूर्वी ज्या मुसलमानांना हिंदू व शिखांनी कृपाण व खंजिरांनी कंठस्नान घातले असते तेच हिंदू-शीख आज त्यांच्या गळ्यात झेंडूच्या, गुलाबपुष्पांच्या माळा घालत होते. आतल्या बाजूस शिखांनी चहाची दुकाने थाटली होती. यात्रेकरूंना मुक्त चहापान देण्यात येत होते. स्वत: महात्माजी, मनू-आभांच्या खांद्यांवर हात ठेवून हास्यविनोद करत यात्रिकांच्या गर्दीतून फेऱ्या मारत होते. महात्माजींबद्दलची कृतज्ञता व्यक्त करण्यासाठी मशिदीच्या मौलवींनी त्यांना मशिदीत जमलेल्या भाविकांना चार शब्द सांगण्याची विनंती केली. विशेष म्हणजे, मुसलमानांच्या मशिदीत स्त्रियांना सक्त मज्जाव असतानाही मनू-आभांचा त्यांनी अपवाद केला. त्यांनाही आत घेऊन येण्याची अनुमती महात्माजींना दिली. त्या महात्माजींच्या मुलीच आहेत असे त्यांनी जाहीर केले. गांधींचे अंत:करण दाटून आले या अभूतपूर्व स्वागताने. गांधींनी सर्वांना विनवून सांगितले- ''या पवित्र धर्मस्थानासमोर सर्व हिंदू, शीख व मुसलमान धर्मीयांनी स्नेहभाव, बंधुभाव जागृत ठेवून आयुष्य व्यतीत करावे. अखेर आपण सारे एकाच वृक्षाच्या फांद्यांवरची पाने आहोत.''

मेहेरोलीच्या यात्रेहून परतलेले गांधी पार थकून गेले. त्यांच्या मनावर व शरीरावर भरपूर ताण पडला होता. आता ते स्वत:शीच बोलू लागले - ''मदनलालच्या बॉम्बस्फोटातून मी का वाचलो बरे? माझ्यावर परमेश्वराच्या कृपेची पाखर आहे म्हणून! त्याचे बोलावणे आल्याबरोबर निघण्याची तयारी आहे माझी. दोन फेब्रुवारीस दिल्लीहून निघायचे म्हणतोय मी. पण येथून बाहेर पडेन असे वाटत नाही मला आज तरी. शेवटी, उद्या काय होणार हे कोणाला ठाऊक आहे.''

नथूराम गोडसेच्या आदेशाप्रमाणे करकरे दिल्लीच्या रेल्वे स्टेशनाबाहेरच्या गोलाकार बागेतील पाण्याच्या हौदाभोवती फेऱ्या घालत होता. तारीख होती सत्तावीस जानेवारी. अचानक त्याला त्याचे दोघे दोस्त दिसले. मैदानावर झोपलेल्या, बसलेल्या आणि अधूनमधून तेथेच मरून पडणाऱ्या निर्वासितांच्या गर्दीतून वाट काढून येत होते ते. त्यांच्या चेहऱ्यावर निरुत्साहाची छाया पडली होती. अजून त्यांच्या प्रयत्नांना यश न आल्यामुळे त्यांना हवे असलेले पिस्तूल त्यांना मिळाले नव्हते. निर्वासितांच्या

छावण्यांतून त्यांना आढळल्या होत्या असीम यातना व अपार द्वेषभावना. वेळ पळत होता. त्यांची धावाधाव फुकट जात होती. आता आशेला एकच जागा उरली होती. दिल्लीपासून १९४ मैलावरच्या ग्वाल्हेरवर त्यांचा जीव टांगला होता. आता तेथेही निराशा पदरात पडली तर खेळ खलासच. त्यांच्या पाठीराख्यांच्या शिव्या खाव्या लागणार त्यानंतर. आणखी चोवीस तासांनी पुन्हा भेटायचे ठरवून त्यांनी ग्वाल्हेरकडे जाणारी शेवटची गाडी पकडली. नारायण आपटेचा हवाईसुंदरीबरोबरचा संकेत चुकला. महात्मा गांधींचा घास घेणाऱ्या पिस्तुलापायी त्याने आयुष्यातील या शेवटच्या मोहावर पाणी सोडले. आता त्याच्या या प्रवासाची परतफेड त्याची जीवनयात्रा संपण्यानेच व्हायची होती.

सत्तावीस जानेवारीची मध्यरात्र. ग्वाल्हेरच्या होमिओपॅथिक डॉक्टर दत्तात्रय परचुऱ्यांच्या दारावरची विद्युतघंटा खणाणली. परचुरे खडबडून जागे झाले. डोळे पुसत पुसत दरवाजाकडे गेले. असणार कोणीतरी चिंताग्रस्त माता आपल्या तापाने फणफणणाऱ्या बालकाला कडेवर घेऊन आलेली, या अपेक्षेने दरवाजा उघडून बघतात तर तेथे उभे त्यांचे जुने मित्रद्वय, त्यांच्या हिंदुत्वनिष्ठ तत्त्वज्ञानाचे कट्टर उपासक. साडेचार महिन्यांपूर्वी त्यांनी मार्गस्थ केलेला मदनलाल सध्या दिल्लीच्या कारागृहात बंदिस्त झाला होता. आज नथूराम गोडसे मोठ्या आशेने त्यांच्याकडे अचानक टपकला होता. पुढचा सगळा दिवस आपटे व गोडसे यांनी डॉक्टरांच्या दवाखान्यातील लाकडी बाकावर बसून काढला. आज त्या दोघा तरुणांना डॉक्टरांच्या साह्याची गरज त्यांच्या आसपास बसलेल्या रुग्णांइतकीच होती. शेवटी त्यांचे काम फत्ते झाले. २८ जानेवारीच्या रात्री दहाच्या रेल्वेने त्या दोघांनी ग्वाल्हेर सोडले. त्यांच्या प्रदीर्घ प्रयासयात्रेची समाप्ती झाली. ज्या पिस्तुलाच्या शोधार्थ त्यांनी त्या उपखंडाच्या निम्म्या भागात दोनदा प्रवास करून अनेक निर्वासित छावण्या, हिंदू देवालये, मुंबईची झोपडपट्टी, परटांची दुकाने, छापखाने पालथे घातले त्याचा शेवट ग्वाल्हेरच्या एका होमिओपॅथी वैद्याच्या वनस्पतीच्या व औषधी द्रव्याने सुगंधित झालेल्या कार्यालयात झाला. एका कागदी पिशवीत व्यवस्थित गुंडाळलेले काळे बेरिटा स्वयंचलित पिस्तूल क्रमांक ६०६८२४-P आणि त्याच्याबरोबर वीस गोळ्या एका जुनाट रजईत गुंडाळून ती नथूरामने आपल्या काखेत धरली. आता एकच गोष्ट उरली. ते हत्यार वापरायचे कौशल्य व निर्धार. केवळ नथूरामच त्याचा साक्षी होता.

इकडे आपटे व गोडसे ग्वाल्हेरहून दिल्लीला जाण्यासाठी गाडीत बसत होते त्याच वेळी पुण्याचे पोलीस अधिकारी यू.एच.राणा आठशे मैलांचा प्रवास पुरा करून पुण्यात पोहचले होते. प्रवासाने शिणल्यामुळे ते तसेच कचेरीत न जाता घरी जाऊन झोपले.

"करकरे, आपल्याला पाहिजे ती गोष्ट मिळाली, खरंच मिळाली." करकरेला

आपल्याजवळ ओढत नथूराम म्हणाला. त्याला खूप आनंद झाला होता. नंतर एखादा चोरटया मालाचा व्यापारी गिऱ्हाइकाला गुपचूपपणे आपल्या जवळची चोरून आणलेली वस्तू दाखवतो ना, त्याचप्रमाणे त्याने आपल्या गबाळ्या पिंगट रंगाच्या कोटाची बटणे खोलून, त्याला कमरपट्ट्याला लटकवलेले पिस्तूल दाखवले. शस्त्र हाती आल्यावर आता तातडीने कामाला लागणे भाग होते. त्या त्रिकुटातील एकच माणूस-विष्णू करकरे- जिवंत आहे. त्याला आठवते—

त्या पाण्याच्या नळाजवळ आम्ही उभे होतो. आपटे म्हणाला- 'या वेळी कसलीही चूक करावयाची नाही. पिस्तुलाच्या नेमाबद्दल खात्री करून घेतली पाहिजे आपल्याला. आपल्यापाशी पुरेशा गोळ्या आहेत. या बघा!' एवढे बोलून त्याने आपला कोटाचा खिसा पुढे केला. त्याचे खरे होते. खिशात पुष्कळ गोळ्या पाहिल्या मी. नंतर आम्ही तिघे पिस्तुलाची चाचणी घेण्यासाठी जागा शोधू लागलो. पण निवांत अशी जागाच दिसेना कोठे. जिकडेतिकडे निर्वासितच निर्वासित, लोकच लोक.

असेच हिंडत असताना नथूरामने एक गोष्ट सांगितली छोटी. बाजीराव पेशव्यांची. मुसलमानांविरुद्ध मोहीम लढवणाऱ्या बाजीरावाला सदोदित पैशाची गरज असायची. एक युद्ध संपले की दुसऱ्याची तयारी. त्यामुळे त्याला सदैव कर्जात बुडावे लागायचे.

'आजची आपली स्थिती तशीच आहे. सांप्रतच्या या कामासाठी आपण पैशाची भीग मागत आहोत. पण कार्यसिद्धी मात्र लांबच आहे. यदाकदाचित आपण अपेशी ठरलो तर ती एक भयानक मानहानी ठरेल' नथूराम म्हणाला. शेवटी आम्ही पूर्वीच्या ठिकाणी बिर्लामंदिराच्या पिछाडीस जायचे ठरवले. आम्ही तेथे पोहोचलो. प्रत्यक्ष गोळ्या झाडण्यापूर्वी गांधी कोठे असतील - बसलेले का उभे - याची कल्पना करून आम्ही दोन्ही दृष्टीने तयारी केली. आज त्याबद्दल काही निश्चित सांगता येत नव्हते.

त्यासाठी आपटेने एक बाभळीचे झाड निवडले. त्या झाडाजवळ तो बसला. बसलेल्या गांधींच्या उंचीची कल्पना येण्यासाठी त्याने झाडावर एक खूण केली. ''हं! आता येथे गांधींचे डोके येईल, येथे छाती, आता धर नेम.'' तो नथूरामला म्हणाला.

नथूराम मागे सरकला. वीस-पंचवीस फूट अंतरावर गेला. तेथून त्याने नेम धरून चार गोळ्या झाडल्या. नेम नीट साधला. आपटे झाडाजवळ गेला. त्याने केलेल्या खुणेशी गोळीचा वेध पडताळून पाहिला. सर्व गोळ्या पाहिजे त्याच जागेत घुसल्या होत्या.

''शाब्बास नथूराम'' तो म्हणाला. ''काम खरोखर झकास झालंय!''

चार महिन्यांपूर्वी गांधींनी दिल्लीत पाऊल ठेवले, त्या वेळच्या दिल्लीला आलेली स्मशानकळा आता पार लोपली होती. पुनरपि शांतता प्रस्थापित झाली होती. उद्ध्वस्त जीवनाला सुरळीतपणा आला होता. त्यांच्या उपोषणाच्या क्लेशाने नैतिक वातावरणात नाट्यपूर्ण स्थित्यंतर झाले होते. त्यांचे काम संपले होते. आता तेथून निघायला हरकत नव्हती.

जवळच्याच झाडीत त्यांच्या कल्पित देहाचा वेध घेऊन एक माणूस पिस्तुलातील चार गोळ्या रिकाम्या करत असतानाच दुसरीकडे गांधी नव्या दिल्लीतून मुक्काम हलवण्याची तात्पुरती तारीख निश्चित करत होते. त्यांनी तीन फेब्रुवारीचा दिवस नक्की केला. प्रथम ते वर्ध्याला त्यांच्या आश्रमात जाणार होते. नंतर दहा दिवसांनी ते पाकिस्तानच्या आपल्या महान पदयात्रेला प्रारंभ करणार होते. एखाद्या वैराण वाळवंटातील मृगजळामागे धावायचे ठरवले होते त्यांनी!

नित्याप्रमाणे गांधींचा प्रत्येक क्षण काळजीपूर्वक व्यतीत व्हायचा. त्यांची सूतकताई, त्यांचा 'मडपॅक' (चिखल थापण्याचा निसर्गोपचार), त्यांचा एनिमा, बंगाली भाषेचा अभ्यास, पत्रलेखन सगळे व्यवस्थित चालू होते. काँग्रेस पक्षाची नवी घटना तयार करायचे काम होतेच. भेटायला लोकांची रीघ असायची. इंदिरा गांधी, त्यांची आतेबहीण तारा पंडित-यांच्याबरोबर त्यांनी गप्पा मारल्या. मार्गारेट बुर्क-व्हाइटने घेतलेल्या त्यांच्या छायाचित्रावर स्वाक्षरी केली. ती करत असताना-'अमेरिकेने अणुबॉम्बचा त्याग करावा' असेही सुचविले, 'अणुबॉम्बमध्ये अहिंसेचा पराभव करण्याची ताकद नाही. अणुबॉम्ब पडत असताना आपल्या अनुयायांनी खुशाल, निर्भयपणे, आकाशाकडे बघत विमानवाहकाकरता प्रार्थना करावी' असे त्यांचे मत होते.

आकाश निरभ्र असताना एकाएकी ढग जमून वळवाची सर यावी त्याप्रमाणे त्या आनंदावर त्या दिवशी सरहद्द प्रांतातून आलेल्या हिंदु-शिखांच्या एका गटाने विरजण टाकले. ज्या दिवशी गांधींनी आपले उपोषण जाहीर केले त्याच दिवशी सरहद्द प्रांतात कतलीची लाट उसळली होती. शोकविव्हल झालेल्या त्या माणसाचे सांत्वन गांधीजी करत असताना त्यांच्यापैकी एक जण फुत्कारला- ''आम्हां हिंदूंवर तुम्ही भलताच अन्याय केला आहे. तुम्ही आमची पार दुर्दशा करून टाकली आहे. कृपा करून नका पडू आडवे आमच्या. जा निघून हिमालयात!'' त्या शब्दांनी गांधीजी पार खचले. कसले तरी भयंकर ओझे अंगावर पडते आहे असा भास झाला त्यांना. आज प्रार्थनेला निघताना त्यांच्या पावलांत खूपच जडपणा आला. नेहमी मनू-आभांच्या खांद्यांवरचे त्यांचे हात हलकेच ठेवलेले असायचे. आज मात्र त्यांनी ते दाबून ठेवले होते. आज त्यांचा आवाज अतिशय हलका व क्षीण भासला. भारताचा महात्मा आज आपल्या देशबांधवांशी अखेरचे हितगुज करू लागला. बाहेर पडण्यापूर्वी

कानांवर आलेला निर्वासितांचा आक्रोश अद्यापही घुमतच होता. त्याचा पडसाद त्यांच्या भाषणात उमटला साहजिकच.

"मी आता ऐकू तरी कोणाचे? काही जण म्हणतात 'राहा येथे,' काही सांगतात 'चालते व्हा.' काही जण माझी खरडपट्टी करतात, मला खरपूस शिव्याही देतात. तर काही, माझी स्तुतीही करतात. अशा स्थितीत मी करायचे तरी काय?" त्यांच्या आवाजातील तीव्रता जाणवली. त्यांना होणाऱ्या वेदना त्या आवाजातून व्यक्त होत होत्या. ते पुढे म्हणाले - "माझे सर्व कार्य परमेश्वराच्या आदेशानुसार चालते. मला माझ्यासमोरच्या अस्ताव्यस्ततेचा नाश करावयाचा आहे. मला शांतता हवी आहे." थोडा वेळ गांधीजी विचारात, शांततेत गढून गेले. शेवटी त्यांनी समारोप केला- "माझा हिमालय येथेच आहे."

गांधींची ही प्रार्थनासभा संपताच लोक घरोघरी गेले. थोड्याच वेळात पुण्याहून संजीवींना एक फोन आला. नगरवाला फोनवर होते. गेल्या अठ्ठेचाळीस तासांत काही नवे घडले नव्हते.

"कृपया मला कारण विचारू नका पण दुसरा प्रयत्न होण्याचा संभव आहे असा माझा कयास आहे." नगरवालांनी सांगितले.

"मी काय करावं अशी तुमची इच्छा आहे?" संजीवी भडकले. "स्वत: नेहरू-पटेलांनी प्रार्थनेला येणाऱ्या लोकांची झडती घेऊ द्यावी अशी गांधींना विनंती केली होती. त्यावर गांधींनी काय उत्तर द्यावे- 'माझ्या प्रार्थनास्थळी गणवेशातील पोलीस दिसला तर मी प्राणांतिक उपोषण सुरू करेन!' अशा स्थितीत काय करू शकतो मी?"

संजीवींच्या या प्रश्नाचे उत्तर त्यांच्यापासून सातशे मैलावर असलेल्या राणासाहेबांच्या टेबलावर होते. एखादा फोन लावून जी माहिती त्यांना चार दिवस आधी मिळाली असती ती शेवटी त्यांनी मिळवलेली होती. मदनलालचा पहिला जबाब मिळाल्यानंतर नऊ दिवसांनी, पूर्ण कबुलीजबाब दिल्यानंतर पाच दिवसांनी. त्या त्रिकुटाची - गोडसे, आपटे, करकरे यांची - माहिती त्यांच्यापाशी होती. एवढे होऊनही राणांनी दिल्लीला गोडसे वा आपटेचे वर्णन फोनने किंवा तारेने कळवले नाही. बिर्लाभवनाच्या फाटकाजवळच्या पोलिसांकडे त्यांनी त्यांचे फोटो पाठवले नाहीत. बडगे आपल्या शस्त्रभांडारात खुशाल काम करत होता. राणासाहेबांच्या माणसांचा ससेमिरा त्याच्यामागे लागलाच नाही. त्यांचीही भावना राजधानी-पोलिसांप्रमाणेच झाली असावी. वीस जानेवारीला ज्यांचा फज्जा उडाला ते परत कशाला येतात मरायला असे वाटून ते गप्प बसले.

पण जे परतणार नव्हते ते परतले होतेच शेवटी. रेल्वेस्टेशनच्या सहा नंबरच्या विश्रांतिकक्षात ते तिघे उभे होते. रस्त्यावरून टांगे, गाड्या, करकरणाऱ्या बसगाड्या

यांच्या धांदलीकडे पाहात. महात्मा गांधींचे आयुष्य वाचवायला भारताच्या पोलिसांना दिवसांची गरजच नव्हती. काही तासांच्या अवधीत संपणार होते सारे. त्या अंधाऱ्या खोलीत बसून गोडसे, आपटे व करकरे यांनी ती ऐतिहासिक घटिका निश्चित केली. त्यांनी दिवस निवडला. शुक्रवार, तीस जानेवारी एकोणीसशे अठ्ठेचाळीसचा! वेळ ठरवली सायंकाळी पाचची. स्थळ पूर्वीचेच - बिर्लाभवनातील उद्यानाचे. त्यांचा पहिला प्रयत्न तेथेच हुकला होता. करकरे सांगतो-

'नथूरामच्या मनोवृत्ती ठिकाणावर होत्या. तो आनंदित होता. त्याचे मन शांत होते. कसलीही बेचैनी, उतावळेपणा आढळत नव्हता. साधारण साडेआठ वाजता मोठ्या उत्साहाने तो म्हणाला - 'चला, एकत्र जेवण घेऊ या शेवटचं. आज चमचमीत जेवायचं. झकास मेजवानी झोडायची. कदाचित पुन्हा अशी वेळ येणार नाही.'

आम्ही खाली आलो. चालतच ब्रॅन्डन्स नावाच्या एका उपाहारगृहापाशी पोहोचलो. 'आपल्याला चालणार नाही हे हॉटेल. करकरे शाकाहारी आहे.' आपटे म्हणाला.

नथूरामने माझ्या खांद्याभोवती हात टाकला व म्हणाला - 'तुझं बरोबर आहे, आज आपण एकत्र असलंच पाहिजे.' नंतर आम्ही दुसरी खानावळ शोधली. चिक्कार पदार्थ मागवले- भात, शाकाहारी रस्सा, चपाती वगैरे. शाकाहारी जेवणानंतर आवश्यक असणारे ताक तेथे मिळणार नाही असे वाढप्याने सांगितले. त्यावर नथूरामने मुख्य वाढप्याला बोलावून घेऊन त्याला पाच रुपये काढून दिले- 'हे पाहा. ही आमची मेजवानी आहे. आम्हाला ताक हवंच. कोठूनही, कितीही पैसे देऊन ते घेऊन येण्याची व्यवस्था करा. पण ताकाशिवाय परत येऊ नका. जा.' नथूराम त्याला म्हणाला.

यथेच्छ जेवल्यानंतर आम्ही स्टेशनवरच्या खोलीत परतलो. आता थोडा वेळ गप्पा मारत बसावे असे आम्हांस वाटले. पण नथूराम म्हणाला- ''आता मला थोडा आराम करू द्या.'' आपटे व करकरे बाहेर जाण्यासाठी उठले. करकरेने गोडसेकडे शेवटचा दृष्टिक्षेप टाकला. गांधींना मारू इच्छिणारा तो माणूस बिछान्यावर विसावला होता. त्याच्या हातात दिल्लीत आणलेल्या दोन पुस्तकांपैकी एक होते - अर्ल स्टॅन्ले गार्डनरचा डिटेक्टिव्ह पेरी मेसन याची कथा!

आपल्या आयुष्यातील अखेरची रात्र, महात्मा गांधी काँग्रेस पक्षाच्या नव्या घटनेच्या मसुद्यावर शेवटचा हात फिरवण्यात घालवत होते. बरोबर सव्वानऊला त्यांनी ते काम पूर्ण केले व ते उठले.

'आज माझं डोकं गरगरतंय' त्यांनी तक्रार केली. आपल्या बिछान्यावर ते पडले. त्यांचे डोके मनूच्या मांडीवर होते. ती त्यांच्या डोक्याला तेल लावून मालीश

करत होती. वास्तविक एरव्ही बापूजी आपल्या परिवारात, दिवसाचा आढावा घेत, गप्पा मारत, सर्वांना आनंद देत, थट्टा-मस्करीत तो वेळ घालवत. झोपण्यापूर्वीची ही पंधरा मिनिटे मजेत जायची साऱ्यांची.

पण आज मात्र गांधी उदास होते. त्या निर्वासिताने उच्चारलेल्या शापवाणीचा विसर त्यांना पडला नव्हता अद्याप. दोन-तीन मिनिटे गप्पच पडून होते ते. त्यांनी आपल्या घटनेच्या मसुद्यावर, भारतातील भ्रष्टाचारावर चर्चा केली. 'हे असंच जर चालत राहिलं तर जगाला तोंड कसं दाखवणार आपण? ज्या नेत्यांनी स्वातंत्र्यलढ्यात भाग घेतला आहे त्यांच्या आचरणावरच देशाची प्रतिष्ठा अवलंबून असते. त्यांनीच जर सत्तेचा दुरुपयोग केला तर सारा पायाच डळमळेल.' गांधी म्हणाले. पुन्हा काही वेळ उदासवाण्या शांततेतच गेला. नंतर, खोल सुरात, त्यांनी अलाहाबादच्या एका उर्दू कवीच्या ओळी अस्फुट आवाजात म्हणून दाखवल्या.

गोडसेला खोलीत एकटाच सोडून बाहेर पडलेले करकरे व आपटे खिन्न दिसले. त्यांनी चित्रपट पाहायचे ठरवले. करकरे सांगतो-

'इकडे-तिकडे फिरत आम्ही वाटेत आलेल्या पहिल्याच चित्रपटगृहात प्रवेश केला. रवींद्रनाथ टागोरांच्या कथेवरचा बोलपट होता तो. मध्यंतरात मी व आपटे बाहेरच्या बाजूस बोलत उभे होतो. मला मघासच्या निरोपभोजनाची आठवण झाली. नथूराम म्हणाला होता - 'कदाचित उद्या-परवा सारं संपेल.'

मी आपटेला विचारले - 'नथूरामचे शब्द आठवतात तुला?'

तो म्हणाला - 'हो, आठवतात.'

'तसं का म्हणाला तो? खरोखरच त्याला हे अवघड काम पार पाडता येईल का?' मी विचारले.

आपटे माझ्याजवळ आला. 'हे बघ करकरे, मी नथूरामला तुझ्यापेक्षा जास्त चांगलं ओळखतो. काय काय घडलं हे मी तुला सांगतो. त्यावर तुझं तूच काय ते ठरव. एकवीस जानेवारीला आम्ही दिल्ली सोडली. फर्स्ट क्लासने आम्ही थेट कानपूरला गेलो. प्रवासात खूप वेळ गप्पा मारल्या आम्ही. शिवाय, झोपदेखील चांगली लागत नव्हतीच. सकाळी सहा वाजण्याच्या सुमारास गाडी कानपूरजवळ येत होती. नथूराम बर्थवरून उडी मारून खाली आला. त्याने मला हलवून जागे केले. 'आपटे, जागा आहेस ना?' त्याने विचारले. 'मग ऐक,' तो म्हणाला, 'आता मीच ते करणार. एकटा मीच. बस्स, बाकी कोणी नकोत. स्वत:च्या जिवावर उदार होणाऱ्याचेच काम आहे हे आणि तो माणूस मी असेन. मी एकटा पार पाडणार सगळं! बोल आता.

आपटेने माझ्याकडे पाहिले. माझ्या डोळ्याला डोळा लावत, प्रत्येक शब्दावर

जोर देत आजूबाजूच्या माणसांना ऐकू येणार नाही अशा आवाजात तो म्हणाला - ‘ऐक करकरे, नथूरामने ते शब्द उच्चारलेले ऐकताक्षणीच त्या डब्याच्या जमिनीवर पडलेले महात्मा गांधींचं प्रेत आलं माझ्या डोळ्यासमोर! नथूरामवर एवढा प्रचंड विश्वास आहे माझा स्वत:चा! समजलास?’

रात्री गांधींना खोकल्याची मोठी उबळ आली. त्यांची स्थिती पाहून मनू घाबरली. डॉ. सुशीला नायर यांनी अशा वेळी आराम देणाऱ्या काही औषधी गोळ्या ठेवल्याचे तिला आढळले. पण गांधींना तसे सुचवायचे म्हणजे महापाप. तरीही धीर करून तिने तसे केले. अपेक्षेप्रमाणे नकार आला. ‘‘तुझी प्रभू रामचंद्रावरची श्रद्धा कमी झालेली दिसते.’’ गांधीजी तिला म्हणाले, ‘‘हे पहा मनू, मी जर एखाद्या रोगाने मेलो ना, तर जगाला ओरडून सांग, न विसरता - हा महात्मा खोटारडा होता. तेव्हाच माझा आत्मा शांत होईल.’’ त्यांची दु:खी नजर मातेसमान असलेल्या त्या मुलीवर खिळून राहिली. गेल्या काही महिन्यांतील कसोटीच्या प्रसंगी तिने त्यांना साथ दिली होती, साह्य केले होते. गांधीजी पुढे म्हणाले -

‘‘पण गेल्या आठवड्याप्रमाणे एखादा स्फोट झाला किंवा एखाद्याने माझ्यावर गोळया झाडल्या आणि त्या मी माझ्या उघड्या छातीवर हसतहसत झेलल्या, त्या क्षणी माझ्या ओठांवर रामनाम असले तर मात्र सांग त्यांना - हा महात्मा अस्सल होता. त्यामुळे भारतीय जनतेचे कल्याण होईल.’’

करकरे व आपटे सिनेमा पाहून परत खोलीकडे आले. सहा नंबरच्या खोलीचे दार त्यांनी सावकाश उघडले, आत पाहिले. खोलीच्या टोकाला असलेल्या बिछान्यात नथूराम गाढ झोपला होता. त्याच्याकडे पाहताना करकरेला वाटले- ‘याच्या डोक्यात किंवा मनात चिंतेचा लवलेशही नाही!’ बिछान्याखालच्या फरशीवर त्याने वाचून संपवलेल्या गुप्त पोलीस कथेचे पुस्तक पडलेले होते.

●

॥ अरेच्या! हा तर दुसरा ख्रिस्तच!

नवी दिल्ली, ३० जानेवारी १९४८. मोहनदास करमचंद गांधींच्या आयुष्यातील अखेरचा दिवस. दक्षिण आफ्रिकेतील त्यांच्या कार्यारंभापासूनचा कार्यक्रम नियमितपणे पार पडत होता. पहाटेची किरणे पृथ्वीवर पडण्यापूर्वी त्यांची प्रार्थना आटपायची. आजही त्यांनी आपल्या छोट्या परिवारासमवेत भगवद्गीतेचे पठण केले. गीतेच्या अठरा अध्यायांपैकी दुसऱ्या अध्यायातील गांधींच्या आवडत्या सत्ताविसाव्या श्लोकाचे शब्द गांधींच्या मुलायम आवाजात उमटू लागले -

जातस्य हि ध्रुवो मृत्युर्ध्रुवं जन्म मृतस्य च ।
तस्मादपरिहार्येऽर्थे न त्वं शोचितुमर्हसि ॥

प्रार्थना आटोपल्यानंतर मनूने गांधींना त्यांच्या कामकाजाच्या खोलीत नेले. गांधीजी पाकिस्तानच्या पदयात्रेचे स्वप्न रंगवत असले तरी अजून त्यांना मदतीशिवाय चालण्याची ताकद तितकी आलेली नव्हती. आपल्या लेखनाच्या मोडक्या टेबलाजवळ बसताच गांधींनी मनूला दिवसभर त्यांच्या आवडत्या कवनाची ओळ गुणगुणत राहावयास सांगितले. त्याचा आशय असा होता-

'माणसा, जरी थकलास वा नसलास तरी विश्रांती घेऊ नकोस.'

आदल्या सायंकाळी ठरल्याप्रमाणे सकाळी सात वाजल्यानंतर थोड्याच वेळात आपटे व करकरे सहा नंबरच्या खोलीत आले. गोडसे उठून बसला होता. करकरे सांगतो...

'जवळजवळ दोन तास आम्ही तिघे गप्पा मारत, चहा-कॉफी घेत बसलो. आमच्या चर्चांना, हास्यविनोदांना बहर आला होता. नंतर आम्ही मूळच्या गंभीर विषयाकडे वळलो. त्या दिवशी संध्याकाळी गोडसेने गांधींचा वध करण्याचा घाट घातला असला तरी ते संहारक कृत्य कोणत्या पद्धतीने पार पाडायचे याबद्दल नक्की काहीच ठरले नव्हते.

म्हणजे आमच्याजवळ एखादी योजना तयार हवी होती. वीस जानेवारीच्या बॉम्बस्फोटानंतर बिर्लाभवनाच्या आसपास असणारा पोलिसांचा पहारा निश्चितपणे वाढवला गेला. त्यामुळे तेथे प्रवेश मिळणे कदाचित मुश्कीलच. एखादेवेळी प्रार्थनोत्सुक लोकांची झडती देखील घेत असावेत पोलीस. या बंदोबस्तातून पिस्तुलासह वाट काढण्यासाठी काही अक्कल लढवणे भाग होते.

त्यावर आम्ही खूप विचार केला. नथूरामने एक कल्पना मांडली. बाजारात जाऊन एक जुन्या पद्धतीचा कॅमेरा खरेदी करायचा. अगदी सुरुवातीला फोटोग्राफर आपला कॅमेरा तीन पायांच्या स्टँडवर उभा करून फोटो काढायचे त्या पद्धतीचा. असा फोटो घेताना फोटोग्राफर आपल्या डोक्यावरून एक काळे कापड ओढून घेतो त्या पद्धतीचा फायदा घ्यायचा. त्या कॅमेऱ्याच्या तळात पिस्तूल लपवायचे. गांधींच्या पुढ्यातील मायक्रोफोन समोर कॅमेरा लावायचा. फोटो घ्यायचा आविर्भाव करायचा आणि गांधींनी भाषणास सुरुवात केली की कॅमेऱ्यात दडवलेल्या पिस्तुलातून त्यांचा नेमका वेध घ्यायचा. त्याप्रमाणे आम्ही कॅमेऱ्याच्या शोधार्थ गेलो. तसा एक कॅमेराही पाहायला मिळाला. पण त्याचा अभ्यास केल्यानंतर आपटेने ती कल्पना त्याज्य ठरवली. कारण अलीकडे अशा पद्धतीचा उपयोग न करता फोटोग्राफर छोटा जर्मन किंवा अमेरिकन बनावटीचाच कॅमेरा वापरत. आम्ही पुन्हा खोलीवर आलो.

आणखी एक नवी कल्पना सुचली. मुसलमान स्त्रिया वापरतात तसा सर्वांग झाकणारा काळ्या रंगाचा पायघोळ बुरखा घालून जायचे. अलीकडे बऱ्याच मुस्लिम महिला गांधींच्या प्रार्थना सभेला उपस्थित राहतात. शिवाय महिलांना त्यांच्याजवळ बसवण्यात येते, त्याचाही फायदा व्हावा. ही युक्ती एकदम पसंत पडून आम्ही बाजारात जाऊन मोठ्यातला मोठा एक बुरखा विकत घेतला. तो घेऊन खोलीवर आलो. नथूरामच्या अंगावर चढवला तो. पण या खेपेस नथूरामने ती कल्पना झिडकारली. त्या बुरख्याच्या घड्या त्याला सतावू लागल्या. 'या घोळांतून पिस्तूल चटकन बाहेर काढणे जमणार नाही आपल्याला. आणि समजा, या वेषात जर मी पकडलाच गेलो यदाकदा तर गांधीजींना न मारताच चिरंतन अपकीर्ती पदरात पडायची नुसती!'

म्हणजे पुन्हा नव्या वाटा धुंडळायच्या. जवळजवळ संपूर्ण सकाळ फुकट खाल्ली त्या कल्पनाविलासाने. पाच वाजायला आता फक्त सहा तासच उरले होते. अजून आमच्यापाशी निश्चित अशी योजना नसावी! अचानक आपटेला नवा आवेश

अरेच्या! हा तर दुसरा ख्रिस्तच! । ३४९

आला - 'हे बघ नथूराम, काही वेळा अगदी साध्या गोष्टीच सर्वोत्कृष्ट असतात.' त्याने सुचवले, 'नथूरामने करड्या रंगाचा सैनिकी गणवेश घालायचा. त्यातला अंगरखा बराचसा सैलसर असतो. शिवाय तो पँटच्या बाहेर काढायचा असल्यामुळे पँटच्या पुठ्ठ्यावरच्या खिशात ठेवलेल्या पिस्तुलाचा पुष्कळसा भाग त्याखाली जाईल.' प्राप्त परिस्थितीत हीच योजना मान्य झाली. पुन्हा एकदा बाजार. पुन्हा नवी खरेदी. तेथून आम्ही सकाळच्या कॅमेरामनकडे गेलो आणि एक पोरकट, खुळचट कृत्य केले. आम्ही आमचा फोटो काढून घेतला.

खोलीत परतल्यावर अंतिम हालचाली ठरवल्या. प्रथम नथूराम बिर्लाभवनात पोहोचेल, त्याच्यामागून आपटे व मी. तो क्षण येऊन ठेपला की आम्ही दोघे नथूरामच्या दोन्ही बाजूंस उभे राहू. म्हणजे एखादे वेळी नथूरामच्या गोळ्या झाडण्याच्या आडवा कोणी येऊ लागला तर त्याला आम्ही थोपवून धरू. त्यामुळे नथूरामला नीट नेम धरता यावा. एवढे सगळे निश्चित करेपर्यंत रेल्वे खात्याच्या नियमानुसार ती खोली सोडायची वेळ झाली. नथूरामने पिस्तूल बाहेर काढले. अत्यंत काळजीपूर्वक त्यात सात गोळ्या घालून ठेवल्या. आपल्या पँटच्या पुठ्ठ्यावरच्या खिशात ते ठेवले. आम्ही बाहेर पडलो. तेथून आम्ही स्टेशनवरच्या सार्वजनिक प्रतीक्षालयात थांबलो. निघायची वेळ होईपर्यंत बसलो तेथेच. बसल्याबसल्या नथूरामला भुईमुगाच्या शेंगा खायची हुक्की आली. स्वत:च्या सर्वस्वाचे बलिदान करणाऱ्याची एवढी छोटी इच्छा ऐकून आमची अंत:करणे लोण्यासारखी विरघळली. त्याची मन:शांती ढळू न देण्यासाठी आम्ही वाटेल ते करायला तयार होतो.

आपटे शेंगा आणण्यासाठी बाहेर पडला. पण त्याला त्या कोठेच मिळाल्या नाहीत. त्यांच्याऐवजी काजूगर किंवा बदाम चालतील का असे त्याने नथूरामला विचारले. नथूराम म्हणाला - 'नको, मला फक्त भुईमुगाच्याच शेंगा हव्यात' पुन्हा आपटे शेंगांच्या शोधार्थ गेला. सुदैवाने या खेपेस तो हात हलवत परतला नाही. चांगली मोठी पिशवी भरून शेंगा आणल्या त्याने. नथूरामला मनस्वी हर्ष झाला. मोठ्या उत्सुकतेने त्याने त्या मटकवायला सुरुवात केली. शेंगा खाऊन होईपर्यंत निघायची वेळ झाली. प्रथम आम्ही बिर्लामंदिराकडे जायचे ठरवले. आपटेला, विशेषत: मला, देवाची प्रार्थना करून त्याचे दर्शन घेण्याची इच्छा होती. नथूरामला मात्र त्यात रस नव्हता. तो बागेतच फिरत राहिला. जेथे पिस्तुलाचा सराव केला तेथे आमची वाट पाहात उभा राहिला.

आम्ही पादत्राणे दरवाजात काढून ठेवली. अनवाणी पायांनी आत गेलो. मंदिरातील घंटा वाजवली. लक्ष्मी-नारायणाचे, कालीमातेचे दर्शन घेतले. थोडा वेळ स्तब्ध राहून नमस्कार केला. देवीपुढे काही नाणी ठेवली. तिच्या पुजाऱ्याच्या हातावरही काही पैसे ठेवले. ब्राह्मणाने आम्हाला तीर्थप्रसाद दिला. ती फुले कालीमातेच्या चरणी वाहून

आम्हाला यशस्वी करण्याची प्रार्थना केली. यमुनेचे तीर्थ डोळ्यांना लावले.

नथुराम बागेत आमची वाट पाहात उभा होता. बागेतील शककर्त्या शिवाजीमहाराजांच्या पुतळ्याजवळ. त्याने आम्हाला विचारले- 'काय घेतलंत का दर्शन?' आम्ही म्हणालो- 'हो ना.' नथूराम पुन्हा म्हणाला - 'मी सुद्धा मला हवं होतं ते दर्शन घेतलं.' "

नथूराम गोडसेने कोणा एका हिंदू देवतेचे दर्शन नाही घेतले. त्याचे आराध्यदैवत त्या चबुतऱ्यावर उभे होते. आपल्या तेजस्वी झुंझार रणनीतीने मोगलांचा धुव्वा उडवणारा राजा शिवछत्रपती! शिवछत्रपतींच्या हिंदवी स्वराज्यापासून प्रेरणा घेऊन लढाऊ हिंदू साम्राज्य स्थापण्याची महत्त्वाकांक्षा बाळगणाऱ्या पंथाचा तो तरुण एका तासाच्या अवधीत साऱ्या जगाला हादरा देणाऱ्या आपल्या खुनी कृत्यासाठी सज्ज झाला होता. ते तिघे जण बागेत फेऱ्या मारू लागले. शेवटी आपटेने घड्याळात बघितले. आता साडेचार झाले होते.

"नथूराम" तो म्हणाला, "वेळ झाली...!"

नथूरामने आपटेच्या घड्याळात पाहिले. नंतर त्याने आपल्या दोघा सहकाऱ्यांकडे नजर टाकली. दोन्ही हात जोडून त्यांना विनम्रभावे नमस्कार केला. त्यांचा निरोप घेतला. म्हणाला-

"नमस्ते, आपण पुन्हा कसे व कुठे भेटणार?" नथूराम मंदिराच्या पायऱ्या उतरत असताना करकरेची भावपूर्ण, आदरमिश्रित नजर त्याचा पाठपुरावा करत होती. थोड्या वेळाने त्याने एक टांगा पकडला. पाठीमागे वळून पाहण्याचीही तसदी न घेता तो बिर्लाभवनातील प्रार्थनास्थळाच्या दिशेने निघाला.

शुक्रवार, ३० जानेवारी हा दिवस यथास्थित पार पडला. आज प्रार्थनेला निघालेले गांधीजी सकाळी कोणाचीही मदत न घेता चालत गेले. त्यांचे वजन देखील अर्ध्या पौंडाने वाढले होते. याचा अर्थ त्यांच्या कृश देहात ताकद येत होती. मधल्या वामकुक्षीनंतर त्यांनी दहा-बारा जणांना मुलाखती दिल्या. शेवटची मुलाखत थोडी जड गेली त्यांना. भेटीस आले होते त्यांचे सर्वात जुने, सर्वश्रद्ध शिष्य - सरदार वल्लभभाई पटेल. नेहरू-पटेलांतील बेबनाव वाढला होता. एक कठोर वास्तववादी, दुसरा समाजवादी स्वप्नवेडा. किती काळ एकत्र काम करणार! गांधींच्या डेस्कवर पटेलांनी दिलेल्या मंत्रिपदाच्या राजीनाम्याची प्रत पडली होती. उपोषणापूर्वी झालेल्या गांधींबरोबरच्या संभाषणात माऊन्टबॅटननी या कलहाचा उल्लेख व चर्चा करून गांधींनी पटेलांना राजीनामा देण्याची अनुमती देऊ नये असे सांगून ठेवले होते. माऊन्टनी इशारा दिला होता - "आपण त्यांना जाऊ देता कामा नये. त्यांच्याबरोबर नेहरूंनाही. भारताला दोघांची गरज आहे. दोघांनी एकत्र नांदायला शिकलेच पाहिजे.'

अरेच्या! हा तर दुसरा ख्रिस्तच! । ३५१

गांधींनी ते मान्य केले. राजीनामा देण्याचा आग्रह पटेलांनी सोडावा हे त्यांना पटवून दिले. 'आपण तिघे - मी, तुम्ही व नेहरू - स्वातंत्र्यपूर्वकाळात जसे एकत्र येऊन विचार करत होतो त्याप्रमाणे एकत्र बसून हा प्रश्न सोडवू या', असे सांगून त्यांनी पटेलांची बोळवण केली. त्यांचे बोलणे चालू असतानाच आभा त्यांचे संध्याकाळी घ्यावयाचे शेळीचे दूध, शाकाचे सार व मोसंबी घेऊन आली. तो आहार घेतल्यानंतर त्यांनी चरखा मागवला. पटेलांशी चर्चा करता करता त्यांची सूतकताई चालूच होती.

गांधींची सूतकताई चालू असताना खोलीच्या पलीकडच्या बागेत त्यांच्या मारेकऱ्यांची भटकंती चालू होती. नथूराम टांग्यातून गेल्यानंतर, त्याच्या पाठोपाठ पाचेक मिनिटांनी आपटे व करकरे यांनी बिर्लाभवनाकडे जाण्यासाठी टांगा केला. करकरे वर्णन करतो—

'बिर्लाभवनाचे प्रवेशद्वार आमच्यासाठी सताड उघडे असलेले पाहून आम्हाला आश्चर्य वाटले. आम्ही सुटकेचा श्वास टाकला. संरक्षक पोलिसांच्या संख्येत वाढ झाली होती खरी, पण झडतीबिडती नव्हती. म्हणजे कसलाही प्रतिबंध न होता नथूराम आत गेला हे आम्हाला कळले. आम्ही बागेत गेलो. नथूरामला गर्दीत फिरताना पाहिला आम्ही. त्याच्या हालचालींवरून, चेहऱ्यावरून त्याच्या वृत्ती उल्हसित असल्याची जाणीव आम्हांला झाली. आम्ही, अर्थातच, एकमेकांशी बोललो नाहीच. हिरवळीवर इकडे-तिकडे लोक पसरले होते. पाचची वेळ होताच लोक एकत्र जमू लागले. आम्हीही पुढे सरकलो. न बोलता आम्ही नथूरामच्या दोन्ही बाजूस उभे राहिलो. नथूराम स्वत:तच इतका गढून गेला होता की आम्ही त्याच्या जवळ उभे आहोत हे तो पार विसरूनच गेला असावा.

आमच्या योजनेप्रमाणे गांधी प्रार्थनास्थळी असलेल्या त्या छोट्या व्यासपीठावर बसले असताना त्यांना उडवायचे ठरले होते. त्यादृष्टीने आम्ही व्यासपीठाच्या उजव्या बाजूकडील गर्दीच्या बाहेरच्या कडेला उभे राहिलो. तेथून साधारणपणे पस्तीस फूट अंतरावरून गोळी व्यवस्थित झाडता येत होती. ते अंतर लक्षात येताच मी मनातल्या मनात आश्चर्य करू लागलो, 'नथूरामला जमेल ना सारे व्यवस्थित? कारण तो काही अनुभवी नेमबाज नव्हता. कदाचित, आयत्यावेळी धैर्यगलित होऊन त्याचा नेम हुकला तर!' मी त्याच्याकडे पाहिले. तो समोर एकटक बघत होता. त्याच्या वृत्ती शांत होत्या. स्वत:ला हरवून बसल्यासारख्या. गांधींना उशीर झाला होता. कशामुळे असेल? मी किंचित उदास झालो.''

तिकडे मनू व आभादेखील तितक्याच उदास होत्या. पाच वाजून दहा मिनिटे झाली. गांधी व पटेल अद्याप बोलतच होते. त्यांच्या बोलण्याचा सूर इतका गंभीर होता की त्यांना मध्येच तोडायचे धाडस कोणीच करणार नव्हते. शेवटी मनूने गांधींची नजर वेधून त्यांना आपले घड्याळ दाखवले. लागलीच गांधी आपल्या जुन्या इंगरसोल कंपनीच्या घड्याळाकडे झुकले. आपल्या जागेवरून जवळजवळ उडी

मारतच उठले. “अरे बापरे! कृपया मला मोकळे करा आता. अहो, परमेश्वराच्या भेटीची वेळ झाली. मला निघाले पाहिजे लगेच!” गांधी पटेलांना म्हणाले.

गांधी प्रार्थनेसाठी निघाले. नेहमीच्या प्रथेप्रमाणे परिवार सदस्यांनी त्यांना नेमून दिलेल्या जागा धरल्या. ती त्यांची शेवटचीच वेळ असेल याची कल्पना होती कोणाला! नेहमीच्या रिवाजानुसार दोन व्यक्ती चुकल्या होत्या आज. गांधींच्या पुढ्यात चालणाऱ्या डॉ. सुशीला नायर पाकिस्तानहून परतल्या नव्हत्या अद्याप व डी. डब्ल्यू. मेहरांच्या जागी बसणारे पोलीस अधिकारीही आज उपस्थित नव्हते. खात्याने बोलावलेल्या एका तातडीच्या बैठकीसाठी त्यांना जावे लागले होते. दररोजसारखे मनूने त्यांची पिकदाणी, त्यांचा चश्मा, त्यांची भाषणाची टाचवणही बरोबर घेतली. आपल्या खांद्यावर त्यांना हात ठेवता यावा म्हणून मनू व आभा गांधींच्याजवळ गेल्या. प्रत्येकीच्या खांद्यावर हात विसावत महात्मा गांधी आपल्या अखेरच्या प्रार्थनायात्रेस निघाले. आधीच निघायला उशीर झाल्याकारणाने त्यांनी सरळ हिरवळ तुडवतच प्रार्थनास्थळी पोहोचण्याचे ठरवले. आपल्याला वेळेचे स्मरण न केल्याबद्दल गांधी मुलींवर चिडले होते.

“तुम्हीच माझी घड्याळे आहात, मी कशाला पाहू घड्याळात? मला असा उशीर बिलकूल चालत नाही. एक मिनिटाचा उशीर परवडत नाही मला. ठाऊक आहे ना?”

अजून ते पुटपुटतच होते आपल्याशी. आता ते प्रार्थनामैदानावर जाणाऱ्या चार पायऱ्या चढून वर आले. मावळतीचा सूर्य आकाशात शेवटच्या किरणशलाका पसरवत होता. गांधींनी मुलींच्या खांद्यावरून काढून घेतलेले हात जनसमुदायास नमस्कार करण्यासाठी जोडले व ते एकटेच पायऱ्या चढून वर गेले. शेवटची पायरी त्यांनी गाठली व करकरेला मागल्या बाजूने एक ध्वनिलहरी उमटलेली ऐकू आली. लोक म्हणू लागले; ‘बापूजी, बापूजी, बापू आले!’ करकरे सांगतो —

मी मागे वळून पाहिले. नथूरामही अर्धवट उजवीकडे वळला. अकस्मात, आमच्या जवळपासचे लोक बाजूला सरकून त्यांना वाट करून देऊ लागले. त्या लोकांनी करून दिलेल्या तात्पुरत्या मार्गाने गांधीजी पुढे येऊ लागले. नथूरामचे दोन्ही हात त्याच्या खिशातच होते. त्याने आपला मोकळा हात बाहेर काढला. पिस्तुलाच्या खिशातला हात तेथेच राहिला. आतल्याआत त्याने सेफ्टी कॅच ढिला करून ठेवला, बस्स!

एका निमिषार्धात त्याने हिशोब मांडला - ‘हीच एक वेळ आहे गांधींना ठार मारण्याची! परमेश्वरानेच ही संधी प्राप्त करून दिलेली आहे मला. गांधीजी प्रार्थनास्थळी आसनस्थ झाल्यानंतर त्यांचा वेध घेण्यापेक्षा ते स्वतःहून माझ्या पुढ्यात येत असताना मी माघार का घ्यावी? आता माघार घेणे नाही. फक्त दोन पावले पुढे सरले की झाले. फक्त दोन पावले. फक्त तीन सेकंद. तेथून पुढचे काम यंत्रवत. आता जरूर होती इच्छाशक्ती एकवटण्याची. पाऊल पुढे टाकण्याची हिंमत हवी, बस्स! पुढचे

अरेच्या! हा तर दुसरा ख्रिस्तच! । ३५३

गोळी झाडण्याचे काम होईलच आपोआप.'

आणि खरोखरच 'खाकी पोशाखातील तो धिप्पाड तरुण' ते पाऊल पुढे टाकताना दिसला मनूला. करकरेची नजर नथूरामवर स्थिर झालेली होती.

नथूरामने खिशातील पिस्तूल हातात घेतले. गांधींच्या हातून जी काही उपयुक्त अशी राष्ट्रसेवा घडली असेल त्याविषयी आदर व्यक्त करण्याचे त्याने ठरवले होते. गांधीजी आमच्यापासून तीन-चार पावलांवर येताच नथूराम गांधींच्या मार्गात घुसला. त्याच्या हातात पिस्तूल दडलेलेच होते. नथूराम हळूहळू कंबरेपर्यंत झुकला खाली. तो गांधींना उद्देशून म्हणाला - "नमस्ते, गांधीजी!"

मनूची कल्पना झाली त्याला गांधींची चरणधूली हवी आहे. त्याला बाजूला होण्याची सूचना देण्यासाठी तिने आपला हात हळूच पुढे केला - "भाऊ," ती पुटपुटली, "बापूंना आधीच दहा मिनिटे उशीर झाला आहे!"

तेवढ्यात, नथूरामने आपल्या डाव्या हाताने मनूला बाजूला ढकलले. त्याच्या हातातील काळे बेरेटा पिस्तूल चमकले. नथूरामने तीन वेळा चाप ओढला. तीन गोळ्या धडधडल्या. प्रार्थनास्थळाची शांतता धुळीला मिळाली. नथूराम गोडसेने आपल्या बळीचा अचूक वेध घेतला होता. त्याच्या दिशेने येणाऱ्या त्या कृश आकृतीच्या छातीचा त्या तीन गोळ्यांनी पार चोळामोळा केला.

बाजूला ढकलली गेलेली मनू आपल्या हातातून उडालेली पिकदाणी व टाचणवही शोधत असताना तिच्या कानांवर गोळ्यांचा आवाज आला. तिने वर बघितले. नमस्कार करण्यासाठी जोडलेल्या हातांनी तिचे प्रिय बापू अजूनही पुढेच सरकत असल्याचा भास तिला झाला. प्रार्थनास्थळाकडे पोहोचण्यासाठी त्यांनी आपले शेवटचे पाऊल उचलले आणि ते खाली कोसळले. त्यांच्या अंगावरचे पांढरेशुभ्र खादी वस्त्र रक्ताच्या लाल डागांनी लांच्छित झाले होते. गांधींच्या तोंडून हुंकार उमटला-! 'हे राम!' अजूनही त्यांचा नमस्कार सुटलेला नव्हता. आपल्या मारेकऱ्याला प्रणाम करत महात्मा गांधींनी अखेरचा श्वास घेतला. रक्ताने भिजलेल्या त्यांच्या खादीच्या धोतराच्या घडीत, दहा महिन्यांपूर्वी हरवून परत आलेले त्यांचे लाडके आठ शिलिंगाचे इंगरसोल घड्याळ वेळ दाखवत होते- पाच वाजून सतरा मिनिटे!

महात्मा गांधींचा खून गोळ्या घालून करण्यात आला ही वार्ता लुई माऊन्टबॅटन यांना कळताच त्यांनी पहिला प्रश्न केला - "खुनी कोण आहे?" पुढच्या काही तासांत लाखो भारतीय हाच प्रश्न विचारणार होते. बातमी घेऊन आलेल्या एडीसी म्हणाला. "आम्हाला ठाऊक नाही त्याबद्दल काही." काही मिनिटांतच आपले वृत्तपत्र साहाय्यक ॲलन कॅम्पबेल जॉन्सन यांना बरोबर घेऊन गव्हर्नर जनरल बिर्लाभवनावर पोहोचले. गर्दीतून वाट काढत ते गांधींच्या खोलीकडे निघाले असता, उन्मादातिरेकाने बेफाम झालेला एक मनुष्य ओरडला - "खुनी माणूस मुसलमान

आहे.'' आजूबाजूचे लोक एकदम शांत झाले. माऊन्टबॅटन त्या मनुष्याकडे वळून म्हणाले -

''अरे मूर्खा, कोण म्हणतोय असं? अरे, तो हिंदूच आहे, कळले का?'' लोकांना ऐकू जावे म्हणून माऊन्टबॅटन शक्य तितक्या जोरात ओरडले.

काही सेकंदांतच ते दोघे आत पोहोचले. कॅम्पबेल - जॉन्सननी त्यांना विचारले - ''तुम्हांला काय माहीत तो हिंदू आहे हे?''

माऊन्टबॅटन यांनी उत्तर दिले - ''मला तरी काय माहीत? पण मारेकरी खरोखरच मुसलमान असला तर अख्ख्या जगाने आयुष्यात पाहिला नसेल असा मनुष्यसंहार भारताच्या भूमीवर आकार घेईल!''

माऊन्टबॅटनांची भीती बिलकूल अनाठायी नव्हती. मारेकऱ्यांचा ठावठिकाणा, धर्म निश्चित कळेपर्यंत गांधीवधाची वार्ता देशाच्या कानाकोपऱ्यात पोहोचविण्याचे प्रयास न घेण्यात आकाशवाणीने एक विलक्षण जबाबदार निर्णय घेतला. तोपर्यंत, सरकारने आपल्या आणीबाणीच्या वेळी वापरावयाची टेलिफोन यंत्रणा वापरून सैन्य व पोलीसदल यांना सज्ज राहण्याचा आदेश दिला. काही तासांनंतर, बिर्लाभवनावरून मिळालेला पोलिसांचा संदेश आकाशवाणीने प्रसारित केला. त्या घोषणेतला शब्द न् शब्द काळजीपूर्वक निवडला होता. आपल्या राष्ट्रपित्याच्या निधनाची दुःखद वार्ता भारतीयांनी पुढील शब्दांत ऐकली - 'आज सायंकाळी पाच वाजून वीस मिनिटांनी महात्मा गांधींचा नवी दिल्ली येथे खून झाला. त्यांचा मारेकरी एक हिंदू आहे.'

कत्तलीचा संभव संपला. आता उरले शोकप्रदर्शन!

महात्माजींचा मृतदेह बिर्लाहाऊसमधील त्यांच्या बिछान्यावर - गवती काड्यांच्या चटईवर - ठेवण्यात आला. रक्ताने भिजलेल्या त्यांच्या धोतरावर एक लोकरी शाल घातली आभाने. त्याच्याभोवती गांधींजी वापरत असलेल्या वस्तू मांडून ठेवल्या होत्या. लुई माऊन्टबॅटन खोलीत येण्यापूर्वी तेथे शोकग्रस्तांची खूपच गर्दी झाली होती. नेहरू, पटेल होतेच. पटेल एखाद्या दगडी पुतळ्यासारखे बसले होते. नेहरूंचा चेहरा रडून लाल झाला होता. भोवती स्त्रियांचे गीतापठण चालू होते. प्रेताभोवती निरांजने तेवत होती. धूपाचा वास दरवळत होता. मनूचे मूक रुदन चालूच होते. मांडीवर गांधींचे डोके घेऊन बसली होती बिचारी. आदल्या रात्री त्यांच्या डोक्याला तेल चोळणारी तिची बोटे हळुवारपणे त्या निष्प्राण माथ्यावरून फिरत होती. माऊन्टबॅटनना तर त्यांचा शरीराकार अधिकच संकोचला आहे असे वाटून गेले. एखाद्या लहान मुलाप्रमाणे ते निजून राहिलेले भासले त्यांना. गांधींचा चश्मा बाजूला काढून ठेवल्याने, मेणबत्तीच्या मंद प्रकाशात माऊन्टना त्यांची ओळखच पटेना. गांधींचा चेहरा जिवंतपणी दिसत होता तितकाच शांत व संयत भासला. कोणीतरी त्यांच्या हातात एक गुलाबांच्या पाकळ्यांचा पेला दिला. भारताचा

शेवटचा व्हाईसरॉय त्याच्या पणजीच्या - व्हिक्टोरिया महाराणीच्या - साम्राज्याचे विसर्जन करण्यास भाग पाडणाऱ्या त्या महान नेत्याला अखेरची श्रद्धांजली वाहात होता. त्यांच्या मनात विचार आला - 'इतिहास गांधींना गौतम बुद्ध व येशू ख्रिस्त यांच्या रांकेत नेऊन ठेवेल.'

शोकविव्हल परिवारातून वाट काढत माऊन्टबॅटन नेहरू-पटेलांकडे गेले. त्यांनी दोघांच्याही खांद्यांवर हात ठेवले. ते त्यांना म्हणाले - "मी गांधीजींना किती मानत होतो, त्यांच्यावर माझे किती प्रेम होते तुम्हांला ठाऊक आहे. आज मला तुम्हा दोघांना एक गोष्ट सांगायची आहे. माझी व त्यांची अखेरची भेट झाली त्यावेळी महात्माजींनी त्यांना बोचत असलेली एक व्यथा मला बोलून दाखविली होती. तुम्ही दोघे त्यांचे सर्वात जीवश्चकंठश्च स्नेही, त्यांचे सर्वात एकनिष्ठ अनुयायी. तुमच्यावर इतर कोणाहीपेक्षा अधिक माया त्यांची, कौतुक तुमचे त्यांना! असे तुम्ही एकमेकांपासून दुरावत आहात याचे खूप दुःख होते त्यांना. त्यांनी मला सांगितले होते - 'माझ्यापेक्षा ते तुमचंच अधिक ऐकतात, त्यांच्यात एकोपा घडवून आणण्यासाठी पराकाष्ठा करा!' त्या महात्म्याची मृत्यूपूर्व इच्छा ही होती. म्हणून त्यांची स्मृती जागती ठेवायची असेल तर तुम्ही परस्परांमधील मतभेद विसरून एकमेकांना जवळ घ्यावे अशी मी विनंती करतो त्यांच्या वतीनं!" गव्हर्नर जनरलांच्या या आर्जवाने प्रभावित झालेल्या त्या शोकविव्हल नेत्यांनी परस्परांना प्रेमभराने आलिंगन दिले. आता माऊन्टबॅटननी महात्माजींच्या शवयात्रेची व्यवस्था करण्याची जोखीम स्वतःकडे घेतली. त्यांची अशी एक कल्पना होती जिला नेहरू व पटेलांनीही दुजोरा दिला होता - महात्माजींच्या मृत देहाला औषधी द्रव्ये चोपडून एका खास आगगाडीतून तो साऱ्या देशवासीयांच्या दर्शनोत्सुक मनाला दिलासा देण्यासाठी फिरवायचा. गांधींच्या सचिवांनी - प्यारेलाल नायरांनी - त्याला नकार दिला. गांधींची सक्त ताकीद होती की, त्यांच्या मृत्यूनंतर चोवीस तासाच्या आत त्यांचा दहनविधी हिंदू रितीरिवाजाप्रमाणे उरकलाच पाहिजे. त्यावर माऊन्टबॅटन म्हणाले - "म्हणजे उद्या राजधानी दिल्लीत अभूतपूर्व गर्दी जमणार. त्यांना आवरून धरून अंत्ययात्रा पार पाडण्याच्या कामासाठी सैन्यदलाचाच उपयोग करणे भाग आहे." ज्या महात्मा गांधींनी आयुष्यभर अहिंसेचा उद्घोष केला, सैन्यबळाचा निषेध केला त्याच गांधींचा अंत्यविधी सैन्यदलाच्या देखरेखीखेरीज पुराच होऊ शकत नव्हता. तेव्हा त्याप्रमाणे आदेश दिल्यावर ते नेहरूंना म्हणाले, "आता तुम्ही राष्ट्राला उद्देशून भाषण केले पाहिजे. जनतेला आता मार्गदर्शन हवे आहे तुमच्याकडून."

नेहरूंनी आ वासला. "कसं शक्य आहे ते! मी काय सांगू त्यांना? मी पार हादरलोय हो. पार खचलोय. काय बोलावं हे सुचत नाही."

"काळजी नका करू. परमेश्वर तुम्हाला ती ताकद देईल. तो बोलतं करेल तुम्हांला" माऊन्टबॅटन उत्तरले.

गांधींच्या निधनाने भारावून गेलेल्या भारताने कडकडीत हरताळ पाळून आपला शोक व्यक्त केला. देशातील संपूर्ण व्यवहार थंडावले. मुंबई शहराला वेताळनगरीचे स्वरूप आले. मलबार हिल ते परळपर्यंत लोक ढळाढळा अश्रू ढाळू लागले. कलकत्त्याचे मैदान ओस पडले. पाकिस्तानी स्त्रियांनी आपल्या हातातील बांगड्या फोडून टाकल्या त्यांच्या धर्मसंकेतानुसार. काही ठिकाणी दंगलीही उसळल्या. खवळलेल्या जमावाने पुण्यातील 'हिंदुराष्ट्र' कचेरीचा चुराडा केला. मुंबईत सावरकर सदनावर हजारोंचा मोर्चा निघाला. हिंदुमहासभा व राष्ट्रीय स्वयंसेवक संघाच्या कार्यालयांवर लोकांनी हल्ले चढवले. दिल्लीच्या आसपासचे खेडूत निधनाची बातमी ऐकताच अंत्यदर्शनासाठी दिल्लीस निघाले.

गुलाबाच्या पाकळ्या, मोगऱ्याची फुले यांनी झाकलेला गांधींचा मृतदेह बिर्लाभवनाच्या दुसऱ्या मजल्यावरच्या उघड्या गच्चीत अंत्यदर्शनासाठी ठेवण्यात आला. हजारोंनी तासतासभर ताटकळत राहून आपल्या आवडत्या बापूंचे क्षणैक दर्शन घेतले. अनेकांनी गांधी ज्या ठिकाणी कोसळले त्या स्थळावर पुष्पे वाहून श्रद्धांजली वाहिली. काहींनी तेथील वनस्पतींची पाने स्मृतिचिन्ह म्हणून खुडून घेतली. दिल्लीच्या आकाशवाणी केंद्रात दु:खपूर्ण अंत:करणाने, साश्रू नयनांनी पंडित जवाहरलाल नेहरू आपल्या पित्याला आदरांजली वाहताना आपल्या अमोघ वक्तृत्वशैलीचा प्रत्यय आणून देत होते.

"आपल्या जीवनातील प्रकाश लोपला आहे. सर्वत्र अंधारच अंधार! आपले प्रिय नेते - ज्यांना आपण राष्ट्रपित्याचा आदर देऊन 'बापू' म्हणून साद घालत होतो - ते सर्वांचे लाडके 'बापू' आज आपल्यातून निघून गेले आहेत.

"मी म्हणालो - प्रकाश लोपला आहे. ती चूक झाली माझी. साऱ्या देशाला प्रकाश दाखवणारा 'दीप' विझेल कसा? हजारो वर्षे हा दीप सतत प्रज्वलितच राहील. असंख्य दलितांना दिलासा देईल. कारण, तो 'दीप' आपल्या पायाखालचा अंधार नाहीसा करण्याकरता पेटला नव्हताच मुळी! तो होता चिरंतन, शाश्वत सत्याचा मार्ग दाखवत, वेळोवेळी आपल्याला चुकीच्या मार्गापासून परावृत्त करत. त्या दीपज्योतीच्या अखंड तेवत्या प्रकाशात या प्राचीन देशाने स्वातंत्र्याचा पथ धरलेला होता."

साऱ्या जगाला त्या प्रकाशाची जाण होती. जगाच्या कानाकोपऱ्यांतून शोकसंदेश येत राहिले. बिर्लाभवन भिजून गेले त्या अश्रूंनी! राजे सहावे जॉर्ज, पंतप्रधान क्लेमंट ॲटली, गांधींचे मित्र (?) विन्स्टन चर्चिल, स्टॅफोर्ड क्रिप्स, कॅन्टबेरीचे आर्चबिशप सर्व जण धावले शोक व्यक्त करण्याकरता. 'या जगात अतिभल्या माणसाला सर्वांत जास्त धोका असतो.', जॉर्ज बर्नार्ड शॉंनी या शब्दांत श्रद्धांजली वाहिली. फ्रान्स, दक्षिण आफ्रिका यांचे पंतप्रधान, रोमचे पोप; चीन, इंडोनेशिया, अमेरिकेचे राष्ट्राध्यक्ष, एक ना अनेकांना गांधींच्या निधनाचा धक्का बसला.

अरेच्या! हा तर दुसरा ख्रिस्तच! । ३५७

मॉस्कोत, जवाहरलाल नेहरूंच्या भगिनी, श्रीमती विजयालक्ष्मी पंडितांनी नव्याने उघडलेल्या भारतीय वकिलातीत शोकसंदेशवही ठेवली. जोसेफ स्टॅलीनच्या परराष्ट्र कचेरीतील एकाही सभासदाने त्याची दखल घेतली नाही.

'मृत्यूच्या वेदीवर वैरत्वाचा बळी जातो. महात्मा गांधी भारतीय हिंदू समाजातील एक महान व्यक्ती होते.' गांधींचे प्रमुख राजकीय प्रतिस्पर्धी, महंमद अली जिनांनी आपल्या शोकसंदेशात नमूद केले. त्यांच्या या संदेशाचे परिशीलन करणाऱ्या जिनांच्या एका साहाय्यकांनी त्यांना सुचवले की गांधींचे कार्य त्यांच्या समाजाला ओलांडून गेल्याइतके विशाल होते. जिनांनी या विधानास हरकत घेतली. पंधरा दिवसांपूर्वीच भारतीय मुसलमान व जिनांचे राष्ट्र यांच्या वतीने स्वत:च्या प्राणांची बाजी लावणाऱ्या महात्मा गांधींची प्रशस्ती करतानाही बॅ. महमंदअली जिनांनी आपला ताठरपणा सोडला नाही. ते पुन्हा म्हणाले- 'त्यात तथ्य नाही. मी म्हणतो तसेच होते - गांधी एक महान हिंदुधर्मीय होते.'

या देशोदेशींच्या प्रशस्तिसागरात गांधींच्या देशबांधवांनी वाहिलेली आदरसुमनांजलीच विलक्षण लक्षणीय होती, 'हिंदुस्थान स्टँडर्ड'च्या संपादकीय पृष्ठावरची ती प्रतिमा अविस्मरणीय वाटावी. ते पृष्ठ कोरे राखण्यात आले होते. काळ्या चौकटीच्या आत ठळक टाईपात एक छोटाच परिच्छेद घातलेला होता -

'ज्या स्वकीयांच्या दास्यविमोचनासाठी गांधीजींनी आपले सारे आयुष्य वेचले त्यांच्याच हातून त्यांना मृत्यू आला. जगाच्या इतिहासातील या अद्वितीय हौतात्म्याचा दिवसही शुक्रवारच असावा! एक हजार नऊशे पंधरा वर्षांपूर्वी अशाच एक शुक्रवारी येशू ख्रिस्ताला क्रूसावर चढवून त्याचा वध करण्यात आला होता. बापू, आम्हाला क्षमा करा!'

मध्यरात्रीनंतर गांधींचा मृतदेह बिर्लाहाऊसच्या बाल्कनीतून खाली घेण्यात येऊन काही तास तो त्यांच्या प्रिय परिवाराच्या स्वाधीन करण्यात आला. मनू, आभा, प्यारेलाल, देवदास व रामदास हे दोघे मुलगे व आणखी काही मूठभर मंडळींनी हिंदूंच्या धार्मिक संस्कारास अनुलक्षून प्रत्येक विधी उरकला. मनू व आभा यांनी बिर्ला हाऊसच्या फरशीवर गाईच्या शेणाचा सडा घातला. गांधींची मुले व प्यारेलालनी त्यांना अंतिम स्नान घातले. त्यानंतर घरी कातलेल्या सुती कापडात त्यांचा देह गुंडाळण्यात येऊन तो एका लाकडाच्या फळीवर ठेवण्यात आला. त्यानंतर एका ब्राह्मण भटजीने छातीला चंदनाचे गंध व केशर चोपडले. मनूने त्यांच्या कपाळाला कुंकवाचा टिळा लावला. मनू व आभा यांनी त्यांच्या डोक्याच्या बाजूस 'हे राम' ही पर्णांकित अक्षरे काढली व पायाकडे गुलाबाच्या पाकळ्यांचे 'ॐ' काढले. आता साडेतीन वाजले होते. गांधींच्या सकाळच्या प्रार्थनेची वेळ झाली. त्यानंतर सर्वांनी दुःखभऱ्या आवाजात निरोपाचे शोकगीत आळवले. त्याचा आशय होता - 'माती असशी मातीस मिळसी। ज्या प्रवासास तू निघालास तेथून

परत येणे शक्य नाही तुला' या सगळ्या सोपस्कारानंतर त्यांनी बापूंचा मृतदेह त्यांच्या अंत्ययात्रेच्या प्रतीक्षेत असलेल्या जगाच्या स्वाधीन केला. त्यापूर्वी, देवदास गांधींनी वडलांच्या गळ्यात आदल्या दिवशी दुपारी त्यांनी स्वत:च्या हातांनी कातलेल्या सुताचा हार घातला.

सकाळी अकरा वाजता गांधींचा मृतदेह एका लष्करी गाडीवर चढवण्यात आला. त्यांच्या जिवंतपणीच्या इच्छेनुसार गाडीचे इंजिन बंद करण्यात आले. त्याऐवजी-भू - वायू - नौदलाचे अडीचशे जवान चार दोरखंडांनी जखडलेली ती गाडी ओढण्यास सिद्ध झाले. जवाहरलाल नेहरू, वल्लभभाई पटेल, मनू व आभा यांनी अखेरचा धार्मिक विधी पूर्ण केला. गांधींच्या देहाभोवती लाल पांढऱ्या दोऱ्यांनी जानवी गुंडाळली. शेवटी, स्वतंत्र भारताच्या तिरंगी ध्वजात मृतदेह लपेटण्यात आला.

त्या अंत्ययात्रेचे नेतृत्व व संयोजन लेफ्ट. जनरल सर रॉय बुचर या ब्रिटिश सेनानीकडे होते. बिचारे बुचर दुसऱ्यांदा ही तयारी करत होते. १९४२ मधील गांधींच्या २१ दिवसांच्या उपोषणाच्या वेळीही त्यांना अशाच तयारीत राहावे लागले होते. नियतीने केलेला केवढा हा उपहास! गांधींची ही शवयात्रा राजघाटावर पोहोचायला पाच तास लागले. प्रत्येक मैलाला एकेक तास लागला. शवयात्रेत सर्व धर्मांचे, सर्व वर्णांचे, सर्व व्यवसायांचे लोक सामील झाले होते. लक्षावधी लोक स्मशानभूमीवर गर्दी करून थांबले होते. यात्रा स्मशानभूमीत पोहोचली. साधारणपणे शंभरेक प्रमुख राजनैतिक मुत्सद्दी चितेजवळ उभे होते. लोक पुढे घुसत आहेत असे दिसताच माऊन्टबॅटननी त्या सर्वांना वीस यार्डावर नेले. सर्वांना खाली जमिनीवर बसण्याची खूण केली. अगोदरच्या तुडवातुडवीमुळे तेथे चिखल झालेलाच होता. स्वत:च्या अंगावर रुबाबदार निळा नौदलाचा गणवेश असूनही खुद्द गव्हर्नर जनरल, त्यांच्या पत्नी व कन्या खाली जमिनीवर बसल्या. इतरांनी ताबडतोब त्यांचे अनुकरण केले. चार वाजता महात्माजींचा मृतदेह चितेवर ठेवण्यात आला. गांधींचे दुसऱ्या क्रमांकाचे चिरंजीव रामदास व कनिष्ठ पुत्र देवदास, यांनी चितेवर तूप, कापूर, धूप शिंपडला. रामदास गांधींनी चितेला पाच प्रदक्षिणा घातल्या. मंत्रघोष चालूच होता. कोणीतरी त्यांच्या हाती पेटवलेली चूड दिली. रामदासांनी ती डोक्यापर्यंत उचलून धरली आणि वडिलांच्या चितेत खुपसली. चंदनाची चिता चुपचाप धडधडू लागली. ज्वाळा आकाशाला भिडू लागल्या. पामेला माऊन्टबॅटननी मागे वळून पाहिले तो दहाबारा स्त्रिया मोठमोठ्याने टाहो फोडत, केस उपटत, अंगावरच्या साड्या फाडत, त्यांची वाट अडवणाऱ्या पोलिसांना आवेशाने बाजूला करत चितेच्या दिशेने धावताना दिसल्या. शोकाने अनावर होऊन त्या चितेत उडी घेणार होत्या की काय! तिच्या वडलांनी घेतलेल्या दक्षतेमुळे त्या चिखलात बसलेले ते दरबारी लोक मागून येणाऱ्या जमावाच्या रेट्यास बळी पडून समोरच्या चितेत स्वत:ला हरवून घेण्यापासून

अरेच्या! हा तर दुसरा ख्रिस्तच! । ३५९

बचावले होते. तसे घडले असते तर तो एक सामूहिक 'सती'चाच प्रकार झाला असता! जसजशा ज्वाळा आभाळाच्या दिशेने सरकू लागल्या, धुराचे लोट आसमंत ग्रासू लागले तसतसा एक आवाज यमुनेचे पठार भेदून पार होऊ लागला - 'महात्मा गांधी अमर हो गये!'

महात्माजी अनंतात विलीन झाले. चितेतील अग्नी शांत होऊ लागला. तरीही सारी रात्र माणसांची रीघ थांबली नव्हती. अशाच त्या अनेकात होता हरिलाल. महात्मा गांधींचा ज्येष्ठ पुत्र. क्षयाच्या व्याधीने गांजलेला, मद्यपानाच्या आहारी गेलेला एक अभागी जीव. वास्तविक, वडिलांच्या चितेला अग्नी देण्याचा हक्क त्याचा होता. पण आज कोणीही त्याच्या अस्तित्वाची दखल घेत नव्हते.

आणखी एका माणसानेही रात्रभर जागून त्या चितेच्या निखाऱ्यांची धग सोसली होती. आयुष्यभर ज्याच्यावर माया केली, ज्याचे कौतुक केले त्या थोर आत्म्याला तो भस्मसात करू शकत नव्हता. आज जवाहरलाल नेहरू पोरके झाले. पहाटेची किरणे पृथ्वीवर पोहोचतात न पोहोचतात तोच जवाहरलाल तेथे दाखल झाले. आपल्या हातातील एक लहानसे गुलाब पुष्पचक्र त्या धगधगत्या रक्षाभूमीवर ठेवून ते उद्गारले,

"बापूजी, माझ्या या पुष्पांजलीचा स्वीकार करा. आज निदान तुमच्या अस्थी आणि रक्षा तरी येथे आहेत. उद्या मी कोठे आणि कोणाला वाहू ही सुमने!"

हिंदूंच्या धार्मिक प्रथेनुसार बाराव्या दिवशी गांधींच्या अस्थींचे विसर्जन करण्यात आले. अलाहाबादच्या त्रिवेणी संगमावर विसर्जित केलेली महात्माजींची रक्षा अथांग सागरात मिसळून गेली. गांधींचा अस्थिकलश नव्या दिल्लीहून, केवळ तिसऱ्या वर्गाचेच डबे असलेल्या आगगाडीतून, अलाहाबादला नेण्यात आला. नेहरू, पटेल, देवदास, रामदास, मनू, आभा, कलशाबरोबर होते. नदीच्या तीरावर जवळजवळ तीस लाख लोक जमले होते. नाव संगमावर पोहोचताच रामदास गांधींनी अस्थिकलशातील राखेत गोमातेचे दूध मिसळले. नंतर अस्थिकलशातील आपल्या पित्याची रक्षा पवित्र गंगामातेच्या जलाशयास अर्पण केली. गंगामाईच्या पृष्ठभागावर प्रवाहित होत असलेली मोहनदास करमचंद गांधींची रक्षा आपल्या अखेरच्या यात्रापथावरून चिरंतनाच्या विस्तीर्ण रूपात वास करण्यासाठी वाहू लागली. मोहनदास करमचंद गांधी नामक पुरुष आता त्याच्या 'महत्'शी एकरूप होणार. त्याच्या भगवद्गीतेतील 'अहम्' मध्ये विरून जाणार.

उपसंहार

आयुष्यभर महात्मा गांधींनी ज्याच्यासाठी प्राणाची बाजी लावली, विशेषत: आयुष्याच्या अखेरच्या काही महिन्यात जिवाच्या कराराने जे साध्य करता आले नाही ते महात्मा गांधींच्या मृत्यूने शक्य करून दाखवले. त्यांच्या वधाने भारतातील खेड्याखेड्यांतून, नगरानगरातून सहज पेट घेणाऱ्या जातीय हाणामाऱ्या संपुष्टात आल्या. मात्र तेथून पुढे त्यांना दोन राष्ट्रांमधील औपचारिक संघर्षाचे रूप आले. मतभेदांची परिणती रणांगणावर एकमेकांशी सैन्ये भिडण्यात होत गेली. बिर्लाभवनाच्या उद्यानातील आत्मत्याग भारतीय उपखंडाच्या एकोणीसशे सत्तेचाळीस - अठ्ठेचाळीस या कालखंडातील एक महान विजय आणि शोकांतिका यांचा कळस ठरला. त्याचा शिल्पकार होता नथूराम गोडसे. हातात पिस्तूल असलेल्या अवस्थेतच तो पकडला गेला. त्याने कसलाही प्रतिकार केला नाही. त्याच्या मागोमाग त्याच्या कटवाल्या साथीदारांनाही लागलीच पकडण्यात आले.

२७ मे १९४८ रोजी महात्मा गांधींच्या खुनाचा कट रचून त्यांचा खून केल्याच्या आरोपावरून आपटे, नथूराम व गोपाळ गोडसे, मदनलाल, करकरे, सावरकर, परचुरे, दिंगबर बडगेचा एक नोकर या आठ जणांवर खटला सुरू झाला. राजकीय हेतूने प्रेरित होऊन आपण ही हत्या केली असे सांगून नथूरामने त्याची जबाबदारी सर्वस्वी आपली असल्याचा दावा केला. हा कट नाही असे त्याने आग्रहाने प्रतिपादन केले.

सदतीस वेळा पकडला जाऊनही केवळ एकदाच आरोप शाबीत झालेला दिगंबर बडगेचा विक्रम याही खेपेस कायम टिकला. हा बनावट साधू माफीचा साक्षीदार बनला. साहजिकच त्याला गुन्ह्याच्या आरोपांना तोंड देण्याची पाळी आली नाही. त्याच्या साक्षीच्या आधारावरच आठांपैकी सात जणांवर आरोप शाबीत झाला. वीर सावरकरांना पुराव्याअभावी 'निर्दोष' म्हणून मुक्त करण्यात आले. खुनाचा आरोप सिद्ध झाल्याने नथूराम गोडसे व नारायण आपटे यांना देहांताची शिक्षा फर्माविण्यात आली. २७ जानेवारी १९४८ ला आपटेने एअर इंडियाच्या हवाई सुंदरीशी नव्या दिल्लीत जमवलेला संकेत मोडण्याची केलेली चूक त्याला चांगलीच भोवली म्हणायची. न्यायमूर्तींनी उरलेल्या पाच जणांना आजन्म कारावासाची शिक्षा ठोठावली. त्यापैकी परचुरे व बडगेचा नोकर यांना त्यांनी केलेल्या अपिलात यश मिळून ते दोघे सुटले.

नथूराम गोडसे व नारायण आपटे यांनी केलेल्या याचिका फेटाळण्यात आल्या. १५ नोव्हेंबर १९४९ ही फाशीची तारीख निश्चित करण्यात आली. गांधींचे दोन मुलगे, त्यांचे निकटचे स्नेही आणि सहकारी या सर्वांनी गुन्हेगारांना क्षमा करण्यात यावी असा विनंती अर्ज पंतप्रधान जवाहरलाल नेहरूंकडे केला. पण तो अर्ज फेटाळण्यात आला. नियोजित तारखेला पहाटे नारायण आपटे व नथूराम गोडसे यांना अंबाला तुरुंगाच्या आवारात फासावर चढवण्यात आले. आपल्या हस्तरेषांच्या आधारे शेवटच्या क्षणापर्यंत आपल्याला माफी मिळेल अशी आपटेला आशा होती.

नथूराम गोडसेने आपल्या मृत्यूपत्रात नमूद केले - 'माझी रक्षा हीच माझी उरली सुरली संपत्ती. ती मी माझ्या कुटुंबासाठी मागे ठेवून जात आहे.' ज्या हेतूने त्याने महात्माजींचा खून केला ते अखंड भारताचे स्वप्न साकार होईपर्यंत अमरत्वात विलीन होण्याची त्याची तयारी नव्हती. हिंदू समाजातील रूढींना धुडकावून लावत त्याने आपली शेवटची इच्छा व्यक्त केली - 'माझी रक्षा सागराला मिळणाऱ्या कोणत्याही नदीच्या पात्रात विसर्जित न करता ती अखंड भारतातून वाहणाऱ्या सिंधू नदीच्याच प्रवाहात सोडावी. त्याकरता पिढ्यान् पिढ्या प्रतीक्षा करावी लागली तरी चालेल.'

अपिलात सुटलेले दत्तात्रय परचुरे अजूनही आपल्या गुरूच्या तैलचित्राखाली बसून काष्ठौषधींचा उपचार सांगत असतात ग्वाल्हेरात.

पुण्यात आपल्या जिवाचे काहीतरी बरेवाईट होणार या भीतीने ग्रासलेल्या दिगंबर बडगेने आपले दुकान मुंबईच्या पोलिसांनी त्याला बघून दिलेल्या जागेत थाटले. तेथे त्याने स्वतःचा विख्यात व्यवसाय - बंदुकीच्या गोळीलाही अभेद्य अशी चिलखते बनवण्याचा- पुन्हा नव्या जोमाने सुरू केला. अशा एकाची किंमत किमान एक हजार रुपयापर्यंत असते. त्याच्याकडे आलेल्या ऑर्डरी सहा महिने पुरेल असे

काम त्याला देतात. त्याची गिऱ्हाइके प्रामुख्याने राजकारणी पुरुषच असतात. कारण त्यांनाच प्राणाचे भय अधिक असते.

करकरे, मदनलाल व गोपाळ गोडसे यांना झालेल्या शिक्षेची मुदत संपताच त्यांची १९६० नंतरच्या दशकाच्या उत्तरार्धात मुक्तता झाली. करकरे आपल्या गावी-अहमदनगरला परतला. त्याने पूर्वीचाच - लॉजिंग-बोर्डिंगचा- व्यवसाय पुन्हा चालू केला. पुन्हा एकदा त्याच्या डेक्कन गेस्ट हाऊसमध्ये सव्वा रुपये दरात एका रात्रीचा मुक्काम करता येऊ लागला. एप्रिल १९७४ मध्ये करकरे हृदयक्रिया बंद पडून मृत्यू पावला. मदनलाल पाहवाने आपल्या भावी आयुष्याकरता मुंबई निवडली. तो खेळणी तयार करायचा धंदा करतो. भारत व अतिपूर्वेकडील देशांत जपानने ती बाजारपेठ काबीज केलेली आहे. मदनलाल आपल्या कुवतीनुसार त्यांच्याबरोबर स्पर्धा करण्याचा प्रयत्न करत आहे. ज्या माणसाने बॉंबच्या साहाय्याने गांधींना या जगातून घालवून देण्याचा प्रयत्न केला त्याच माणसाने खेळातला अग्निबाण तयार केला आहे. हवेच्या दाबाच्या शक्तीने तो बाण आकाशात शंभर यार्ड उंचीवर जाऊन आपल्याच हवाई छत्रीच्या साहाय्याने पृथ्वीवर परत येतो.

गोपाळ गोडसेचा मुक्काम पुण्यातील एका साध्याच घराच्या तिसऱ्या मजल्यावर असतो. त्याच्या घरातील एका भिंतीवर लोखंडी सळ्यांचा उपयोग करून बनविलेला अखंड भारताचा एक नकाशा लावलेला आहे. दरवर्षी, १५ नोव्हेंबरला, नथूरामच्या अस्थी एका चांदीच्या कलशात ठेवून तो कलश त्या नकाशासमोर मांडला जातो. नकाशाच्या बाह्यरेषा विद्युद्दीपांनी उजळण्यात येतात. वीर सावरकरांच्या जुन्या कट्टर अनुयायांना त्या दिवशी आमंत्रण असते. या निमित्ताने एकत्र येणाऱ्या त्या माणसांच्या चेहऱ्यांवर पश्चात्तापाची पुसटशीही छटा उमटलेली नसते. ते जमलेले असतात नथूरामच्या हौतात्म्याची स्मृती जागवण्याकरता. भावी पिढ्यांना त्याच्या अपराधामागची यथार्थता पटवण्याकरता. त्या नकाशासमोर उभे राहून, सतारीच्या मंद सुरात, ते जहालमतवादी लोक नथूराम गोडसेच्या रक्षाकलशासमोर प्रतिज्ञा करतात- 'आमच्या पवित्र वेदांत वर्णिलेली, सिंधूपासून ब्रह्मपुत्रेपर्यंत पसरलेली आमची खंडित मातृभूमी हिंदूंच्या आधिपत्याखाली आणण्याची आम्ही पराकाष्ठा करू...!'

जून १९४८ मध्ये, स्वत: ठरवल्याप्रमाणे, लुई माऊन्टबॅटनने स्वतंत्र भारताचे पहिले गव्हर्नर या नात्याने धारण केलेली अधिकारसूत्रे खाली ठेवली. त्यांच्या कारकिर्दीचे शेवटचे आठवडे, हैद्राबादच्या निजामाची व्यर्थ मनधरणी करण्यात खर्च झाले. अद्यापही तो कंजूष निजाम आपल्या सिंहासनाला चिकटून होता. भारतात सामील व्हायचे नाकारत होता.

श्रीमती एड्विना माऊन्टबॅटन यांचे शेवटचे अधिकृत कार्य म्हणजे दिल्लीतील

दोन मोठ्या निर्वासित छावण्यांना भेटी देणे. तेथील रहिवाशांच्या कल्याणासाठी त्यांनी आपला बहुतेक वेळ व शक्ती खर्चली होती. हजारो दरिद्री निर्वासितांनी त्यांना, त्यांच्याजवळची एकमेव उपलब्ध भेट दिली निरोपप्रसंगी - त्यांच्या डोळ्यांतील अस्सल दुःखाश्रू! त्यांच्या प्रयाणाच्या आदल्या दिवशी सायंकाळी जवाहरलाल नेहरूंनी निरोपादाखल एक मेजवानी आयोजित केली. नेहरूंच्या आयुष्यातील अविस्मरणीय अशा गेल्या वर्षात त्यांना माऊन्टबॅटन दांपत्याचा स्नेह व प्रेम भरपूर मिळाले होते, परस्परात एक विलक्षण अकृत्रिम जिव्हाळा निर्माण झाला होता. आपल्या निरोपादाखल केलेल्या भाषणात ते म्हणाले-

"श्रीमती माऊन्टबॅटन, आपण जेथे जेथे गेलात, तेथे तेथे दिलासा निर्माण केलात. आशेचा किरण फुलवलात, उत्साहाची उधळण केलीत. भारतीय जनतेला तुम्ही आपलेसे केलेत, तिचे अमाप प्रेम मिळवलेत यात आश्चर्य वाटण्याचे कारण नाही.

माननीय माऊन्टबॅटन, तुम्ही भारतात पाऊल टाकलंत तेच एक महान लौकिक पाठीशी घेऊन. पण भारताच्या या अनाकलनीय भूमीवर अशा कित्येक लौकिकांची वाट लागल्याचे इतिहास सांगतो. येथे तुम्हांला एका महाभयंकर पेचप्रसंगातून जावे लागले. त्यातून तुम्ही तावूनसुलाखून निघालात, तरलातही. तरीही तुमच्या लौकिकाला कमीपणा आला नाही. ही एक उल्लेखनीय कार्यसिद्धी आहे!"

सरदार पटेलांनी आपली पुस्ती जोडली - 'स्नेहभाव व सदिच्छा यांचा वर्षाव करत तुम्ही जे मिळवलंत, त्यावरून एक गोष्ट निश्चित होते की तुमच्या आधी सत्तेवर असलेले सारे जण तुसड्या मनोवृत्तीचे व जनतेच्या नेत्यांना विश्वासात घेण्यात अयशस्वी झालेले लोक होते.'

दुसऱ्या दिवशी सकाळी, पंधरा महिन्यांपूर्वी ज्या सुवर्णरथातून त्यांनी लुटेन्स प्रासादात प्रवेश केला होता त्याच रथातून ते निघाले असता रथाला लावलेल्या सहा घोड्यांपैकी एक पुढेच जाईना. ते पाहून जमावातून आवाज आला - "देवाच्या मनात नाही तुम्ही जावं येथून! तुम्ही भारतातच राहिलं पाहिजे!"

महंमदअली जिनांचे असाध्य दुखणे शेवटी विकोपाला जाऊन सप्टेंबर १९४८ मध्ये ते पैंगबरवासी झाले. त्यांचे जुनेपुराणे राजकीय विरोधक, महात्मा गांधी, कैलासवासी होऊन नुकतेच कोठे आठ महिने संपत होते. त्यांच्या डॉक्टर स्नेह्यांनी त्यांना घालून दिलेली कालमर्यादा उलटून केवळ तीनच महिने लोटले होते. आपल्या इच्छाशक्तीच्या सामर्थ्याच्या बळावर जिनांनी आपल्या प्राणप्रिय स्वप्नसृष्टीला-पाकिस्तानला-सुरक्षित असा भविष्यकाल निश्चित करण्याची आटोकाट खटपट केली होती. १ सप्टेंबर १९४८ या दिवशी त्यांच्या जन्मस्थानी-कराचीत, पाकिस्तानच्या

तात्पुरत्या राजधानीत, त्यांचे प्राणोत्क्रमण झाले. अगदी अखेरच्या क्षणापर्यंतदेखील जिना आपल्या दुराग्रही स्वभावास चिकटून राहिले. त्या दिवशी रात्री दहाला दहा मिनिटे असताना मरणोन्मुख जिनांच्या कानांशी जाऊन त्यांचे डॉक्टर कुजबुजले - "सर, मी आपल्याला एक इन्जेक्शन दिलेले आहे. अल्लाची मोहबत असेल तर आपण जगालही." कायदे-आझमनी डॉक्टरकडे एकटक नजर लावत म्हटले - "शक्य नाही. आता मी जगत नाही!" अर्ध्या तासातच कारभार आटोपला.

पाकिस्तानच्या जन्मकाळचे ग्रहण लवकर सुटले खरे. परंतु तेथील लोकशाही संस्थांचे मात्र धिंडवडे निघाले. १९५८ मध्ये फील्डमार्शल आयुबखान यांच्या नेतृत्वाखाली झालेल्या लष्करी क्रांतीत भ्रष्टाचारी नागरी राजवटी मोडीत निघाल्या. दहाएक वर्षांच्या एकाधिकारशाहीनंतर आणखी एक सैनिकी उठाव झाला. १९७१ च्या बांग्लादेश युद्धानंतर झुल्फिकार अली भुट्टोंच्या नेतृत्वाखाली पाकिस्तान पुन्हा एकदा लोकशाही अमलाखाली आले. माऊन्टबॅटन यांची भविष्यवाणी खरी ठरून पाकिस्तान दुभंगले. बलुचिस्थानातील असंतुष्ट व वायव्य सरहद्दीवरील पठाण यांची कायमची डोकेदुखी होऊन बसली. मात्र, बांग्लादेशाच्या विभक्त होण्याने पाकिस्तानला वेगळा एकजीवीपणा लाभला. पेट्रोलवाल्या धनवान मुस्लिम शेजाऱ्यांच्या आधारावर नवे आर्थिक स्थैर्य लाभणाऱ्या पाकिस्तानला कधी नव्हती एवढी उर्जितावस्था अपेक्षिता आली.

कराचीतील एका टेकडीच्या टोकावर पाकिस्तानच्या संस्थापकाच्या दफनभूमीवर एक अतिशय देखणी व दिमाखदार कबर उभारण्यात आली आहे. आपल्या या शेवटच्या मोगल सम्राटाला त्याच्या जनतेने बहाल केलेले ते एक विलक्षण समर्पक लेणे आहे.

महात्मा गांधींनी उच्चारलेल्या भविष्यवाणीप्रमाणे भारताच्या विभाजनाचा वारसा पुढील पिढ्यांना येत्या काही वर्षांत भोवणार होता. १९६५ व १९७१ या दोन खेपेस, एकाच मातेच्या पोटी जन्म घेतलेली ही राष्ट्र-बालके युद्धाच्या खुमखुमीने उभी ठाकली परस्परांसमोर. या संघर्षाच्या खाईत दोन्ही राष्ट्रांचे आर्थिक व्यवहार डबघाईला येत गेले व त्याचा परिणाम त्यांचा विकास खुंटण्यात झाला. मात्र दोघांनीही एक कर्तृत्व करून दाखवले. दहा वर्षांच्या अवधीत त्यांनी आपल्या देशातील लाखो निर्वासितांना पुनर्स्थापित करून त्यांना नव्या जीवनाची वाट घालून दिली. १९४७ च्या शरदऋतूत निरपराध जिवांच्या रक्तांनी रंगलेली पंजाबची सुजला-सुफला भूमी पुन्हा एकदा नवोन्मेषाने बहरून गेली. बहुसंख्य शीख लोकसंख्या असलेला भारताचा पंजाब प्रांत अन्नधान्याच्या बाबतीत देशाला स्वयंपूर्णतेकडे नेण्यासाठी सज्ज झाला. १९७०-८० च्या दशकात निर्माण झालेले अवर्षण व जागतिक पेट्रोल टंचाई यांनी ग्रासून गेलेल्या राष्ट्रात त्याने हरितक्रांतीची नवलाई

करून दाखवली. एवढे होऊनही स्थलांतराच्या कडवट स्मृती उरल्याच शेवटी. सीरिल रॅडक्लिफसाहेबाच्या पेन्सिलीने घातलेले घाव खूपच खोल गेले होते. त्यांनी द्वेषभावनेला खूपच तेलपाणी घातले होते. त्या जखमा, तो त्वेष, तो आवेश अद्याप ओसरलाच नव्हता. बूटासिंग या शीख शेतकऱ्याची करुण कहाणी त्या भावनेचे एक प्रतीक ठरली संघर्ष संपला तरी शोकपर्यवसान उरलेच. बूटासिंगच्या विदारक अनुभवाने सुखाच्या सावलीतील माणूस विद्वेषाचा विखार पचवू शकण्याची आशा बिलकूल मावळली. खरोखरच चटका लावणारी ती कहाणी ऐकाच...

बूटासिंगने शीख मारेकऱ्यांच्या हातावर पंधराशे रुपये ठेवून जैनबचे प्राण वाचवले हे आठवते ना आपल्याला? त्यानंतर, शीखपंथीयांच्या साक्षीने, ग्रंथसाहेबाने घालून दिलेल्या विधिनियमाने त्याने तिच्याशी लग्न लावले. लग्नानंतर अकरा महिन्यांनी त्याला एक मुलगी झाली. तिचे नावही त्याने आपल्या धर्मग्रंथात बघूनच ठेवले - तन्वरी.

अशी काही वर्षे गेली. बूटासिंगच्या दोघा पुतण्यांचा त्याच्या संपत्तीवर डोळा होता. त्याने लग्न केले नव्हते, त्याला मूलबाळ नव्हते; म्हणजे शेवटी त्याची सारी मालमत्ता वारसाहक्काने आपल्याला मिळणार अशी स्वप्ने ते पाहात होते. साहजिकच जैनबशी झालेले त्याचे लग्न त्यांना बिलकूल आवडले नाही. तिचा काटा काढण्यासाठी त्यांनी एक मखलाशी केली. मधल्या धामधुमीत अपहरण केलेल्या स्त्रियांची नोंद वा शोध सरकारी अधिकारी करत होते. त्यांना या पुतणेद्वयांने जैनबची माहिती कळवली. झाले, अधिकाऱ्यांनी विशेष विचार न करता तिला बूटासिंगाकडून काढून घेतले आणि एका सरकारी आश्रयालयात ठेवून ते तिच्या पाकिस्तानातील कुटुंबाचा ठावठिकाणा काढण्याच्या प्रयत्नास लागले.

बूटासिंगला काय करावे सुचेनाच. तो सुसाट पोचला नव्या दिल्लीस. मागचा पुढचा विचार न करता कोणताही शीख जन्मजन्मांतरी जे कृत्य करणार नाही ते त्याने केले. तो थेट एका मशिदीत गेला. त्याने आपले सर्व केस कापून घेतले आणि चक्क मुसलमान धर्माचा स्वीकार केला. आधीचा बूटासिंग आता जमाल महंमद म्हणून बाहेर आला. तेथून जो निघाला तो थेट भारतातील पाकिस्तानी उच्च आयुक्तांच्या दारात. त्यांच्याकडे त्याने दाद मागितली आपली लग्नाची बायको परत मिळावी म्हणून. त्या बिचाऱ्याला दोन्ही राष्ट्रांनी एकमेकांवर घालून घेतलेल्या बंधनांची कोठे माहिती होती! या अपहृत स्त्रियांच्या बाबतीत-मग त्या विवाहित असोत वा नसोत - एक संकेत ठरला होता. त्यांना त्यांच्या कुटुंबात पुन्हा परत पाठवावयाची व्यवस्था करायची.

जवळजवळ सहा महिने बूटासिंग रोज तिच्या विस्थापित छावणीस भेट द्यायचा. दोघे जण एकमेकांजवळ गप्प बसून राहायची - आपल्या भंगलेल्या सुखस्वप्नांवर

अश्रू ढाळत. शेवटी एकदा जैनबच्या कुटुंबाचा पत्ता लागला. जैनब जायला निघाली. दोघांनी परस्परांना भारावलेल्या अंत:करणांनी, अश्रुपूर्ण नयनांनी, आलिंगन देऊन निरोप घेतला. जैनबने त्याला कधीच न विसरण्याची, शक्य तितक्या लवकर त्याच्याकडे परत येण्याची कसम खाल्ली. मुलगी तन्वीर त्याच्याकडेच राहिली.

बूटाने जास्त काळ कळ काढली नाही. एक मुसलमान म्हणून आपल्याला पाकिस्तानात स्थलांतर करू द्यावे असा एक अर्ज त्याने सरकारकडे केला. तो फेटाळण्यात आला. मग त्याने तात्पुरता प्रवासपरवाना मागितला. त्याचीही वाट तशीच लागली. शेवटी मानसिक स्वास्थ्य हरपलेला बूटासिंग चोरट्या बेकायदेशीर मार्गाने पाकिस्तानात गेला. जाताना त्याने मुलीलाही बरोबर घेतले. लाहोरमध्ये मुलीला ठेवून तो जैनबच्या खेड्यात दाखल झाला. आणि त्याला एक प्रचंड निष्ठुर असा हादरा बसला. त्याच्या प्रिय जैनबने तिला ट्रकमधून गावात आणून सोडल्यावर काही तासांतच, आपल्याच एका चुलत भावाशी खुशाल निकाह लावला होता! 'माझी बायको मला परत द्या हो!' अशी विनवणी रडतरडत करणाऱ्या बिचाऱ्या बूटाला जैनबच्या भावांनी चांगलेच चोपले, निर्दयपणे मारहाण केली आणि एक बेकायदेशीर परदेशी नागरिक म्हणून सरळ पोलिसांच्या हवाली केले. पोलिसांनी त्याच्यावर रीतसर खटला भरला.

आपण मुसलमान आहोत, आपली बायको आपल्याला परत मिळावी असा दावा त्याने न्यायालयात मांडला. निदान आपल्या पत्नीला भेटण्याची तरी परवानगी द्यावी, ती परत येण्यास तयार आहे का हे स्वत:ला अजमावून घेण्याची अनुमती मिळावी, अशी याचना त्याने न्यायमूर्तींना केली. त्याच्या भावपूर्ण याचिकेला सहानुभूतिपूर्वक विचार झाला. त्याला तशी परवानगी मिळाली.

वृत्तपत्रांतून या प्रकरणाला भलतीच प्रसिद्धी मिळाल्यामुळे सुनावणीच्या दिवशी न्यायालयात चिक्कार गर्दी जमली. एक आठवडा गेला. अवतीभवती संतापलेल्या नातेवाइकांचा घोळका, न्यायालयात बेसुमार माणसे, या वातावरणात आधीच भेदरून गेलेली जैनब अधिकच घाबरली होती. न्यायाधीशाने बूटासिंगाकडे बोट करत जैनबला प्रश्न केला-

"तू या माणसाला ओळखतेस काय?"

"हो, हा माणूस माझा पहिला पती, बूटासिंग आहे. मी त्याला ओळखते." थरथर कापत तिने उत्तर दिले. नंतर त्या वयस्कर शिखाजवळ उभ्या असलेल्या आपल्या पोटच्या पोरीचीही ओळख तिने सांगितली.

न्यायाधीशांनी पुढचा प्रश्न केला - "या माणसाबरोबर भारतात परतण्याची तुझी इच्छा आहे काय?"

बूटासिंगने आपल्या डोळ्यांत प्राण आणून तिच्याकडे पाहिले. पण त्याच्याकडे

दोनच डोळे होते. जैनबच्या मागे, अवतीभवती अशा अनेक नजरा होत्या की ज्यांतील अंगार तिला आपल्या वंशाच्या, धर्माच्या रक्ताची आठवण करून देत होत्या. कोर्टातील सगळे मुसलमान पुरुष, तिचे जातभाई, तिच्यावर नजर रोखून बजावत होते - खबरदार! एक जीवघेणी शांतता पसरली न्यायालयात. बूटासिंगच्या चेहऱ्यावर एक केविलवाणा आविर्भाव दिसत होता. एक वेडी आशा त्याला वाटत होती. आपल्याला हवे असेल ते उत्तर जैनबच्या ओठातून उमटेल. असेच काही क्षण गेले. उगीचच असह्य झाले ते क्षण.

जैनबने मान हलवली आणि खालच्या आवाजात ती म्हणाली - "नाही. माझी तशी इच्छा नाही!"

बूटासिंगला काही क्षण खूप यातना झाल्या. त्याच्यामागे असलेल्या कठड्यावर तो रेलला. भावनावेग ओसरल्यानंतर त्याने मुलीला हाताला धरले आणि तो चालत पलीकडे गेला जैनबपाशी.

"ठीक आहे. जशी तुझी मर्जी. पण तुझ्या या मुलीला तरी ठेवून घे. माझं जीवन आता संपल्यासारखंच आहे!" आपल्या खिशातून काही नोटा काढून त्याने तिच्यासमोर धरल्या. मुलीला पुढे केले.

पुन्हा एकदा न्यायाधीशांनी विचारले - "या मुलीला आपल्याजवळ ठेवून घेण्यास तू तयार आहेस का?" पुन्हा एकदा पूर्वीसारखेच वातावरण पसरले. आता तर तिच्या नातेवाइकांनी आवेशाने माना हलवून तिला सरळसरळ सुचविले - 'नाही.' आपल्या समाजातील वातावरण दूषित करणाऱ्या शिखाच्या रक्ताला प्रवेश करू देण्यास त्यांचा सक्त विरोध होता. जैनबने आपल्या पोटच्या गोळ्याकडे निराश नजरेने पाहिले. तिचा स्वीकार करणे म्हणजे भावी आयुष्यातील हालअपेष्टांशी जवळीक करणे याची जाणीव तिला होती. तिच्या साऱ्या शरीराला एक भयानक कंप सुटला. ते शहारले अस्फुट अशा हुंदक्यांनी, मूक वेदनांनी. ती उत्तरली -

"नाही. त्यालाही माझी तयारी नाही."

आता मात्र बुटाच्या आसवांचा बांध फुटला. जैनबलाही अश्रू आवरेनात. आसवांनी भरलेल्या डोळ्यांत बूटासिंग आपल्या लाडक्या जैनबचा चेहरा साठवून घेऊ लागला. आपल्या मुलीला त्याने हळुवारपणे कडेवर उचलून घेतले आणि मागे वळून न पाहता तो न्यायालयातून चालू लागला.

त्या दिवशीची रात्र त्याने मुस्लिम साधू दादा गंग बक्ष याच्या कबरीपाशी बसून काढली. रडत, प्रार्थना करत. जवळच्या खांबाला टेकून त्याची मुलगी झोपली होती. सकाळ झाल्यावर तो जवळच्या बाजारात गेला. बायकोला देऊ केलेल्या पैशातून त्याने मुलीसाठी एक नवा झगा व जरतारी चपला विकत घेतल्या. नंतर बापलेक हातात हात घालून शहादरा या जवळच्या रेल्वेस्टेशनवर गेली. गाडीची वाट पाहात

असता बूटाने मुलीला तिची आई आपल्याला यापुढे कधीही भेटणार नाही असे सांगितले रडतरडत.

स्टेशनात येणाऱ्या इंजिनाची कर्णकर्कश शिटी अवकाशात घुमली. बूटासिंगाने आपल्या मुलीला नाजूकपणे उचलले. तिचा मुका घेतला. तो फलाटाच्या टोकावर उभा राहिला. इंजित धडधडत जवळ येत चालले. आपल्या बापाची आपल्या भोवतालची मिठी आवळत आहे असे मुलीला भासले. अचानक आपण पुढे झुकलो आहोत असेही तिला जाणवले. बूटासिंगने आगगाडीसमोर स्वत:ला झोकून दिले होते. गाडी त्याच्या अंगावरून धडधडत शीळ घालत पुढे निघून गेली. तिच्या शिटीच्या आवाजात आता मुलीच्या किंकाळ्यांचाही आवाज मिसळला होता.

एका क्षणात बूटासिंगच्या देहाच्या चिंधड्या उडाल्या. पण विलक्षण आश्चर्याची गोष्ट ही की, त्याच्या मुलीच्या केसालाही धक्का लागला नाही. त्या वयोवृद्ध शिखाच्या छिन्नविछिन्न प्रेतावर पोलिसांना एक चिठ्ठी मिळाली. आपल्या तरुण पत्नीचा निरोप घेतला होता त्याने त्या चिठ्ठीत -

'प्रिय जैनब, तू तुझ्या जातभाईंची, जमातीची हाक ऐकलीस. पण लक्षात ठेव त्या आवाजात प्रीतीचा लवलेशही नसणार कधी. माझी शेवटची इच्छा एकच आहे - तुझ्या सहवासात राहण्याची. माझ्यावर दया करून माझी कबर तुझ्या गावातच बांध आणि अधूनमधून तिच्यावर एखादे का असेना फूल तुझ्या हाताने चढवत जा. करशील ना एवढे माझ्यासाठी?'

बूटासिंगच्या या अपूर्व आत्महत्येने पाकिस्तानात एक भावविवशतेची लाटच उसळली. त्याच्या अंत्ययात्रेला राष्ट्रीय महत्त्व प्राप्त झाले. त्याच्या मृत्युस्वरूपातही तो वयोवृद्ध शीख पंजाबातील अग्निदिव्याचे प्रतीक होऊन राहिला. जैनब कुटुंबीय, व इतर गावकरी यांनी त्याच्या प्रेताचे दफन गावाच्या दफनभूमीत करण्यास संमती दिली नाही. दफनासाठी प्रेत घेऊन आलेल्या लोकांना अटकाव करण्यात जैनबचा दुसरा नवरा आघाडीवर होता. २२ फेब्रुवारी १९५७ या दिवशी घडलेली ही घटना अविस्मरणीय ठरावी.

उगीचच दंगलीला निमित्त नको म्हणून अधिकाऱ्यांनी बुटासिंगाच्या नाट्यपूर्ण आत्मत्यागाने प्रभावित झालेल्या हजारो पाकिस्तानी नागरिकांची समजूत घालून त्यांना बूटासिंगाच्या प्रेतासह परत पाठवले. बूटासिंगचा मृतदेह लाहोरला परत आला. विधिपूर्वक त्याचे दफन झाले. लोकांनी उत्स्फूर्तपणे वाहिलेल्या पुष्पराशींच्या पर्वताखाली बूटासिंगचे शरीरावशेष विसावले.

बूटासिंगला मिळालेल्या या सन्मानाचा जैनबच्या परिवाराला संताप येऊन त्यांनी लाहोरला आपल्यातर्फे एक गुंडांची टोळी पाठवली. त्यांच्याकरवी बूटाच्या थडग्याची नासधूस करण्यात आली. ते उखडून टाकण्याचाही प्रयत्न झाला. या

आडदांडपणाची लाहोरवासीयांना भलतीच चीड आली. त्यामुळे अधिकच चेव येऊन त्यांनी पुन्हा नव्याने, पूर्वीच्याच आदरभावनेने, नवे थडगे उभारले. या खेपेस त्यांनी वेगळी दक्षता घेतली. एका धर्मांतरित शिखाच्या थडग्यावर पहारा देण्यासाठी शेकडो मुसलमान आपखुषीने पुढे आले. १९४७ मधील, पंजाबच्या भूमीवर घडलेल्या त्या रक्तलांच्छित रामायणाची कडवट स्मृती गाडून टाकण्याचा तो एक विशालबुद्धी प्रयत्न होता. म्हणजे, एका दृष्टीने बूटासिंगाचा आत्मत्याग अलौकिकच ठरला.

अल्लाची मेहेरनजर होऊन, आगगाडी अंगावरून जाऊनही जगूनवाचून राहिलेल्या, बूटासिंगाच्या अनाथ मुलीला लाहोरातील एका कुटुंबाने दत्तक घेऊन तिचे पालन-पोषण केले. आज ती लिबियात आपल्या इंजिनीयर पतीसमवेत, तीन मुलांची आई बनून सुखाने दिवस घालवत आहे.

भारताने आपल्या महात्म्याचे स्मारक अगदी साधेच उभारले. ३१ जानेवारी १९४८ रोजी राजघाटावर जेथे त्यांची चिता रचण्यात आली होती तेथे एक साधा काळ्या दगडांचा चबुतरा उभारण्यात आला. स्वतंत्र भारताने कोणता आदर्श ठेवावा यासंबंधी महात्मा गांधींनी थोडक्यात केलेले विवेचन दर्शवणारा हिंदी व इंग्रजी फलकही त्या चबुतऱ्याच्या एका बाजूला बसवण्यात आला आहे.

'भारत हा इतका विमुक्त व समर्थ देश बनावा की त्याने स्वत:हून जगाच्या भल्याकरता विशुद्ध त्याग करण्याची तयारी ठेवावी. प्रत्येक व्यक्ती ही मूलत: शुद्ध असू शकते. म्हणून तिने कुटुंबासाठी, कुटुंबाने गावासाठी, गावाने जिल्ह्यासाठी, जिल्ह्याने प्रांतासाठी, प्रांताने राष्ट्रासाठी, राष्ट्राने सर्वांसाठी त्याग करावा. मला या पृथ्वीवर ईश्वराचे राज्य - रामराज्य- नांदावे असे वाटते.'

गांधींची ही कल्पना एक अशक्यप्राय स्वप्नच राहिली. त्यांच्या देशबांधवांना तंत्रविज्ञान व औद्योगिक प्रगतीची चांगलीच भूल पडली. आयुष्याच्या अखेरीस गांधींना वाटत असणारी भीती खरीच ठरली. त्यांच्या वारसदारांनी त्यांच्या संदेशाकडे पाठ फिरवली. गांधी पुरस्कारित असलेला चरखा, ग्रामोद्योग मागे पडून त्याऐवजी भारताने विसाव्या शतकाच्या सामर्थ्य व यश या कसोट्यांची कास धरली. भारताचे पहिले-वहिले नेते ऐहिक प्रगतीच्या मागे लागले. केंद्रीय नियोजन, अवजड उद्योगधंदे, आर्थिक भरारी असे शब्द सर्वांच्या तोंडी झाले. पाच लाख खेड्यांची विस्मृती पडून शहरे व नगरे यांच्या विकासाला महत्त्व आले. गांधींची इच्छा होती की काँग्रेसने जनता-सेवा-संघाचे काम करावे. पण काँग्रेसने पाठपुरावा केला सत्तासंपादनाचा. सत्तेचे बोट धरूनच भ्रष्टाचाराचा प्रवेश होतो. लवकरच या रोगाने काँग्रेसलाही ग्रासले.

या सर्वांवर विरोधी कडी करणारी छाप उमटवणारी आणखी एक घटना

१९७४ मध्ये राजस्थानच्या वाळवंटात घडून आली. आपल्या मृत्यूच्या आदल्याच दिवशी या देशाच्या सर्वांत महान नागरिकाने अमेरिकेस अणुबॉम्बचा त्याग करण्याची सूचना केलेली होती. आपल्या देशवासीयांचे पोट जेमतेम भरण्याची ताकद असलेल्या त्यांच्या देशाने अणुस्फोट केला आणि अहिंसेचा आपला डिंडिम बंद केला. भारत जगातील काही निवडक अशा अणुत्पादक राष्ट्रांच्या मालिकेत दाखल झाला. महात्माजींच्या खादीव्रताचा अंगीकार भारत सरकारातील मंत्रिगणाने व अधिकारी वर्गाने केला. स्वत: जवाहरलाल नेहरू अखेरपर्यंत खादीच वापरत होते. त्यांची मोटारगाडीही भारतीय बनावटीची होती. अनेक भाषा, अनेकविध संस्कृती, अनेक धर्मांचे लोक असूनही गांधींचा भारत एकसंध राहिला. विशेष कटकटी निर्माण न होता भारतीय संस्थाने राष्ट्राच्या प्रशासनयंत्रणेत चपखल बसली.

महात्मा गांधींच्या आचरणातील काही गोष्टी त्या वेळी जरी विक्षिप्त वाटल्या तरी या शतकातील सत्तरीच्या कालखंडात त्यांची महती अवश्य वाटावी अशी स्थिती निर्माण झाली आहे. या ग्रहावरील मानवाचे भविष्य डळमळीत भासत आहे. अशा वेळी, कागद वाया घालवण्यापेक्षा पोस्टातून आलेले जुने लिफाफे फाडून कच्च्या लिखाणासाठी त्याचा वापर करणे, मोजकेच अन्न ग्रहण करणे, अनावश्यक वस्तूंचे उत्पादन कमी करणे या गोष्टी भंपकपणाच्या वाटत नसून अत्यावश्यक होत आहेत.

हातात बांबूची लाठी घेतलेल्या या कृश मूर्तीने आपल्या लक्षावधी अर्धपोटी देशबांधवांना स्वातंत्र्यपथावर मिरवत नेले. त्यांची स्मृती जागवताना एका तत्त्वावर असलेली भारताची श्रद्धा अतूट राहिलेली आहे. भारत स्वंतत्र राष्ट्र म्हणून जन्माला आला. त्याची स्वातंत्र्यावरची श्रद्धा अमर आहे. आज भारतवर्ष जगातील एक सर्वांत मोठ्या संख्येचा लोकशाहीवादी देश म्हणून मानण्यात येतो. आजही भारतातील समाज विमुक्त आहे. त्याच्या नागरिकांच्या मुलभूत हक्कांवर व स्वातंत्र्यावर गदा आलेली नाही. लोकशाही सरकारची स्थापना खुल्या वातवरणात, गुप्त व प्रौढ मतदानाद्वारे होते. जनतेला आचार व विचारस्वातंत्र्य आहे. आपल्या शेजारी राष्ट्राचे - चीनचे - अनुकरण करण्याचा मोह त्याने टाळला आहे. लष्करी हुकूमशाहीची वाट चोखाळलेली नाही. भारताच्या या कर्तृत्वाला तोड नाही. साऱ्या जगाचा आदर व विश्वास त्याने कमावला आहे. महात्मा गांधींचा महान वारसा हाच आहे.

महात्मा गांधींच्या अस्थिविसर्जनानंतर पंधरा दिवसांनी गेटवे ऑफ इंडियाजवळ एक समारंभ झाला. जानेवारी १९१५ मध्ये आपल्या 'हिंद स्वराज्य' या पुस्तकाची एक प्रत हातात घेऊन दक्षिण आफ्रिकेहून हिंदुस्थानात परतलेले मोहनदास करमचंद गांधी याच कमानीखालून आत गेले होते. आज त्याच कमानीखालून या देशातील शेवटचा ब्रिटिश सैनिक सॉमरसेट, लाईट इन्फन्ट्री मधील शीख व गुरखा सैनिकांनी

दिलेली मानवंदना स्वीकारत, भारतीय नौदलाच्या बॅन्डच्या तालावर स्वदेशी परतत होता. त्याच्या निर्गमनाबरोबर एक युग समाप्त होत होते.

भारताच्या स्वातंत्र्यप्राप्तीतूनच आणखी एका युगाचा आरंभ झाला. या पृथ्वीतलावरील तीनचतुर्थांश लोकसंख्येने गुलामगिरीच्या शृंखलांतून स्वत:ची सोडवणूक करून घेतली. वसाहतवादाला मूठमाती मिळून स्वातंत्र्याचा उष:काल झाला. जगाचा नकाशा बदलून गेला. सत्तेचा समतोल नव्याने तोलायची वेळ आली. २८ फेब्रुवारी १९४८ मध्ये मुंबईत ज्या धर्तीचा समारंभ झाला त्याचीच पुनरावृत्ती अनेक ठिकाणी झाली. पुढील पंचवीस वर्षांतील हे चित्र साफ बदलून टाकण्याची किमया केली त्या महात्म्याने! मोहनदास करमचंद गांधींनी!

●